പോമ്പോ

ചെ ഗുവേരയുടെ ഒരു ഗറില്ല

pombo
che guevarayude oru guerrilla
•
original title
pombo a man of che's guerrilla
•
harry villegas
•
translation
p j baby
•
first edition
march 2014
•
typesetting & published
chintha publishers, thiruvananthapuram
•
printed at
Repro India Ltd, Mumbai.
•
cover
vinod
•
price
rupees three hundred only

വിതരണം
ദേശാഭിമാനി ബുക്ക് ഹൗസ്
H O തിരുവനന്തപുരം-695 035
phone: 0471-2303026, 6063026
www.chinthapublishers.com
chinthapublishers@gmail.com

ബ്രാഞ്ചുകൾ
ഹെഡ്ഓഫീസ് ബ്രാഞ്ച് കുന്നുകുഴി • സ്റ്റാച്യു തിരുവനന്തപുരം • കെ എസ് ആർ ടി സി ബസ് സ്റ്റേഷൻ ആലപ്പുഴ • കെ എസ് ആർ ടി സി ബസ് സ്റ്റേഷൻ എറണാകുളം • മച്ചിങ്ങൽ ലെയ്ൻ തൃശൂർ • ഐ ജി റോഡ് കോഴിക്കോട് • മാവൂർ റോഡ് കോഴിക്കോട് • എൻ ജി ഒ യൂണിയൻ ബിൽഡിങ് കണ്ണൂർ • സെൻട്രൽ ബസ് ടെർമിനൽ കോംപ്ലക്സ് താവക്കര കണ്ണൂർ

CO - 1987 / 3349

പോമ്പോ
ചെ ഗുവേരയുടെ ഒരു ഗറില്ല

ബൊളീവിയയിൽ ചെയോടൊപ്പം പോരാടിയ ഒരു ഗറില്ലയുടെ ഡയറിക്കുറിപ്പുകൾ

ഹാരി വില്ലെഗാസ്

പരിഭാഷ:
പി ജെ ബേബി

ചിന്ത പബ്ലിഷേഴ്സ്
തിരുവനന്തപുരം-695 035
വില : ₹ 300

പി ജെ ബേബി

1959 മാർച്ച് 13 ജനിച്ചു. പയ്യന്നൂർ കോളേജിലെ വിദ്യാഭ്യാസത്തിനുശേഷം 1979 ൽ പി & ടിയിൽ ജോലിക്ക് ചേർന്നു. 1980 ൽ ജോലി ഉപേക്ഷിച്ച് സി പി ഐ (എം എൽ) പ്രസ്ഥാനത്തിൽ മുഴുവൻ സമയപ്രവർത്തകനായി. 1988 മുതൽ 1998 വരെ യുവജനവേദി സംസ്ഥാനപ്രസിഡന്റ്. 2008 ൽ എം എൽ പ്രസ്ഥാനം ഉപേക്ഷിച്ച് സി പി ഐ (എം) പ്രവർത്തകനായി. നിരവധി ഗ്രന്ഥങ്ങൾ മലയാളത്തിലേക്ക് മൊഴിമാറ്റം ചെയ്തിട്ടുണ്ട്.

വിലാസം : പുത്തൻപുരയ്ക്കൽ
10/185, ചിറ്റേങ്കര റോഡ്
ആറാടുപുഴ പി ഒ
ഊരകം വഴി
തൃശൂർ- 680562

ഉള്ളടക്കം

പ്രസാധകക്കുറിപ്പ്

ചെ ഗുവേരയും അദ്ദേഹം നടത്തിയ പോരാട്ടങ്ങളും മലയാളികൾക്ക് സുപരിചിതമാണ്. ചെയുടെ *ബൊളീവിയൻ ഡയറി*യും *മോട്ടോർ സൈക്കിൾ ഡയറി*യും മലയാളി വായനക്കാർ സ്വന്തം ഭാഷാ പുസ്തകങ്ങൾ പോലെയോ അതിലേറെയോ ഇഷ്ടപ്പെട്ടു. ചെ ഒറ്റയാൻപോരാളിയായിരുന്നില്ല. നിരവധി പോരാളികളുടെ കൂട്ടായ്മയായിലായിരുന്നു വിപ്ലവ പ്രവർത്തനങ്ങൾ.

ചെയുടെ ഗറില്ലാസേനാംഗമായിരുന്ന ഹാരി വില്ലെഗാസ് (പോമ്പോ) പോരാട്ട നാളുകളിലെ അനുഭവങ്ങൾ കുറിച്ചിട്ട ഡയറി 1997 ൽ ഹവാനയിൽ പുസ്തകരൂപത്തിൽ പുറത്തിറങ്ങി. വൻ വരവേൽപ്പാണ് ഈ പുസ്തകത്തിന് ലോകമെമ്പാടും ലഭിച്ചത്.

1967 മെയ് 28 നാണ് ഈ ഡയറിയിലെ അവസാനകുറിപ്പുകൾ എഴുതപ്പെട്ടത്. ബൊളീവിയൻ സേനയ്ക്ക് ബൊളീവിയൻ ഡയറിക്കുറിപ്പുകൾ ലഭ്യമായിട്ടുണ്ട് എന്ന തെറ്റായ വിവരത്തിന്റെ അടിസ്ഥാനത്തിൽ 'ക്നാപ്സാക്കിൽ' പൊതിഞ്ഞു സൂക്ഷിക്കുകയായിരുന്നു. 1967 ഒക്ടോബർ 8 ന് ചെയുടെ ബൊളീവിയൻ ഡയറിക്കും മറ്റു രേഖകൾക്കുമൊപ്പം പോമ്പോയുടെ ഡയറിയും പിടിച്ചെടുക്കപ്പെട്ടു. ബൊളീവിയ അതിന്റെ പകർപ്പെടുത്ത് ക്യൂബയ്ക്കു കൈമാറി. 1980 ജൂലൈ 17 ന് സൈനിക അട്ടിമറിയിലൂടെ ലൂസിയ ഗാർസ്യ മേസ ബൊളീവിയയിൽ അധികാരം പിടിച്ചെടുത്തു. ഗാർസ്യ ചെയുടെയും പോമ്പോയുടെയും ഡയറികൾ ബ്രിട്ടീഷ് വ്യാപാരിക്കു വിറ്റു; മറിച്ചുവിൽക്കാനുള്ള സവിശേഷാധികാരത്തോടെ. 1984 ൽ ഈ രേഖകൾ ബ്രിട്ടീഷ് കച്ചവടസ്ഥാപനമായ 'സോത്തെബീസി'ന് വിറ്റു; അവർ നാലുലക്ഷം ഡോളർ അടിസ്ഥാനത്തുകയായി നിശ്ചയിച്ച് ലേലത്തിനു വച്ചു.

ഇതിന്റെ ധാർമികതയെ ചോദ്യംചെയ്ത് ബൊളീവിയൻ പത്രപ്രവർത്തകനായ ഹംബാർട്ടോ വാക്കഫ്ളോർ രംഗത്തെത്തി. അന്താരാഷ്ട്ര പ്രതിഷേധം ഉയർന്നു. 1986 ൽ ആ രേഖകൾ ബ്രിട്ടൻ ബൊളീവിയക്ക് കൈമാറി.

ബൊളീവിയയിലെ വിപ്ലവപ്രവർത്തനം പോലെതന്നെ ഉദ്വേഗജനകമായ സംഭവപരമ്പരകളിലൂടെ പോമ്പോയുടെ ഡയറിയും കടന്നുപോയി.

ഹാരി വില്ലെഗാസിന്റെ *Pombo A man of Che's guerrilla* (1966–68) കാലയളവിലെ ഡയറിയുടെ മലയാളപരിഭാഷ നിർവഹിച്ച ശ്രീ. പി ജെ ബേബിയോട് ഞങ്ങൾക്കുള്ള കൃതജ്ഞത ഇവിടെ പ്രകാശിപ്പിക്കുന്നു. ആവേശകരമായ ഒരു വായനാനുഭവത്തിലേക്ക് നിങ്ങളെ ക്ഷണിക്കുന്നു.

ചിന്ത പബ്ലിഷേഴ്സ്

പോമ്പോയുമായി ഒരു കൂടിക്കാഴ്ച

ക്യൂബൻ തലസ്ഥാനമായ ഹവാനയിൽ 1997 ജൂലൈ 28 മുതൽ ആഗസ്ത് 5 വരെ ചേർന്ന ലോകയുവജന വിദ്യാർഥി മേളയിൽ വച്ചാണ് വിപ്ലവകാരിയായ 'പോമ്പോ' എന്ന ഹാരി വില്ലെഗാസിനെ കാണാൻ എനിക്കവസരം ലഭിച്ചത്. ആ യാത്രയിൽ എന്നെ സംബന്ധിച്ചിടത്തോളം

'പോമ്പോ' എന്ന വിളിപ്പേരിൽ അറിയുന്ന ഹാരി വില്ലെഗാസുമൊത്ത് കെ വി അബ്ദുൾ ഖാദർ എം എൽ എ

അസുലഭമായ ഒരു മുഹൂർത്തമായിരുന്നു അത്.

ഹവാനയിലെ പാൽക്കോ ഹോട്ടലിലെ ഇന്റർനാഷണൽ കൺവെൻഷൻ സെന്ററിൽ സമ്മേളനം നടന്നുകൊണ്ടിരിക്കുകയായിരുന്നു. ആയിരം പേർക്കിരിക്കാവുന്ന പത്തു ഹാളുകളുള്ള കൺവെൻഷൻ സെന്ററാണത്. ഈ ഹാളുകളിലൊന്നിലേക്ക് പ്രതിനിധികൾ ഇരച്ചുകയറുന്നത് ശ്രദ്ധയിൽപ്പെട്ടപ്പോഴാണ് ഞാൻ അങ്ങോട്ടുചെന്നത്. അന്വേഷിച്ചപ്പോഴാണ് പോമ്പോയാണ് മുഖ്യ പ്രഭാഷകൻ എന്നറിയുന്നത്. വിപ്ലവാനുഭവങ്ങളെക്കുറിച്ച് അദ്ദേഹം സ്പാനിഷ് ഭാഷയിൽ പ്രഭാഷണം നടത്തി.

ചെയുടെ ഗറില്ലാ സേനാംഗമായിരുന്ന പോമ്പോയെ നേരിൽ കണ്ടപ്പോൾ മനസുനിറഞ്ഞ ആഹ്ലാദം. പ്രഭാഷണശേഷം ഒരു മുറിയിൽ മറ്റൊരാളുമായി സംസാരിച്ചിരിക്കുകയായിരുന്നു ക്യൂബൻ വിപ്ലവസേനയുടെ ബ്രിഗേഡിയർ ജനറൽ കൂടിയായ പോമ്പോ. ഇന്ത്യൻ പ്രതിനിധിസംഘത്തിൽനിന്ന് ഞാൻ മാത്രമെ പോമ്പോ പങ്കെടുത്ത സെഷനിൽ ഉണ്ടായിരുന്നുള്ളൂ. ഞാൻ നേരെ നടന്നുചെന്ന് ഔപചാരികത ഒന്നുമില്ലാതെ അദ്ദേഹവുമായി സംസാരിച്ചു. ഇന്ത്യയിൽനിന്ന് ഡി വൈ എഫ് ഐ യുടെ പ്രതിനിധിയാണെന്ന് പറഞ്ഞപ്പോൾ അദ്ദേഹം സ്നേഹഭാവത്തിൽ ചിരിച്ചു. തുടർന്ന് എന്നോടൊത്ത് ഫോട്ടോയ്ക്ക് പോസ് ചെയ്തു. ലോകമറിയുന്ന വിപ്ലവകാരിയുമായി ഒന്നിച്ചു നിൽക്കുമ്പോൾ എന്റെ അഭിമാനബോധം തിളച്ചുയരുകയായിരുന്നു.

പോമ്പോയുടെ പുസ്തകം (*Pombo A Man of Che's Guerrilla*) പ്രകാശനം ചെയ്യുന്ന ചടങ്ങാണ് പിന്നീട് നടന്നത്. പുസ്തകം വാങ്ങാൻ പ്രതിനിധികൾ തിരക്കുകൂട്ടി. പുസ്തകമൊന്ന് ഞാനും വാങ്ങി. ബൊളീവിയൻ വായനാ അനുഭവങ്ങൾ മലയാളികൾക്ക് ഏറെ പരിചിതമാണെങ്കിലും ഈ പുസ്തകം വിവർത്തനം ചെയ്ത് പുറത്തിറക്കണമെന്ന് അന്നേയുള്ള മോഹമായിരുന്നു. ഒന്നരപ്പതിറ്റാണ്ടായെങ്കിലും അതു നടന്നില്ല. 'ചിന്ത' ഇപ്പോൾ ആ ദൗത്യം ഏറ്റെടുത്തിരിക്കുന്നു. സന്തോഷം.

ലോകമെമ്പാടുമുള്ള യുവാക്കൾ ചെ ഗുവേരയെ ഇഷ്ടപ്പെടുന്നു. ചിലരാവട്ടെ ചെയുടെ ചിത്രം അദ്ദേഹത്തിന്റെ വിപ്ലവമൂല്യങ്ങൾ അറിയാതെ ഉപയോഗിക്കുകയും ചെയ്യുന്നു. ചെയും സഹപ്രവർത്തകരും അനുഭവിച്ച ത്യാഗങ്ങൾ പുതിയ തലമുറ പൂർണമായി അറിയട്ടെ. ഈ പുസ്തകം വിപ്ലവവഴിയിലേക്കുള്ള ജാലകമാവട്ടെ.

കെ വി അബ്ദുൾഖാദർ എം എൽ എ

ഹാരി വില്ലെഗാസ് (പോമ്പോ)

ഹാരി വില്ലെഗാസ് ജനിച്ചത് 1940 മെയ് 10 നാണ്. കിഴക്കൻ ക്യൂബയിലെ സിയറ മെയ്സ്ത്ര പർവതനിരകളുടെ അടിഭാഗത്തുള്ള ഒരു ചെറിയ ഗ്രാമത്തിൽ. ആ ഗ്രാമം മൻസാനില്ലോ നഗരത്തിനടുത്തായിരുന്നു. ഇന്നാ നഗരം യാറാ മുനിസിപ്പാലിറ്റിയിലാണ്. പത്തുമക്കളിൽ ഏറ്റവും ഇളയവനായിരുന്നു ഹാരി. അച്ഛൻ ഒരു ആശാരിയും അമ്മ ഒരു ബേക്കറിയുടെയും ഒന്നുരണ്ടു ചെറുകിട കടകളുടെയും ഉടമസ്ഥയുമായിരുന്നു.

ഒരു കൗമാരപ്രായക്കാരനെന്നനിലയിൽ ഹാരി അമേരിക്കൻ ശിങ്കിടിയും ഏകാധിപതിയുമായ ഫൽജെൻസിയോ ബാത്തിസ്തക്കെതിരായ സമരത്തിൽ ചേർന്നു. ആദ്യം പലതരം ഒളിവിലുള്ള പ്രവർത്തനങ്ങളിൽ മൻസാനില്ലോ പ്രദേശത്ത് ഹാരി സജീവമായി. ജൂലൈ 26 പ്രസ്ഥാനത്തിന്റെ ആക്ഷൻ അട്ടിമറി പ്രവർത്തനസെല്ലിൽ ഹാരി അംഗമായി. 1957 ന്റെ അവസാനത്തിൽ അദ്ദേഹം ഗറില്ലാസേനയിൽച്ചേർന്നു. ഏണസ്റ്റോ ചെ ഗുവേരയുടെ നേതൃത്വത്തിൻകീഴിലുള്ള നാലാം നമ്പർ കോളത്തിലാണ് അവനെ ഉൾപ്പെടുത്തിയത്. മിനാസ് ദെൽ ഫ്രിയോയിൽ ആദ്യത്തെ സൈനികപരിശീലനസ്കൂൾ സ്ഥാപിക്കാൻ ഗുവേരയെ ചുമതലപ്പെടുത്തിയപ്പോൾ ഹാരി വില്ലെഗാസും അദ്ദേഹത്തെ അനുഗമിച്ചു. തുടർന്ന് സിയറയിൽ നടന്ന നിരവധി ഏറ്റുമുട്ടൽ പ്രവർത്തനങ്ങളിൽ പങ്കെടുത്ത് കഴിവു തെളിയിച്ചു. അവയിൽ ലാസ് മെർസിഡെസ്, ലാസ് വെഗാസ് ഡി ജിബാക്കോവ, എൽ ജിഗൈ എന്നിവിടങ്ങളിലെ ഏറ്റുമുട്ടലുകളും ഉൾപ്പെടുന്നു. 1958 സെപ്തംബർ-ഒക്ടോബർ കാലത്ത് ഗുവേരയുടെ എട്ടാം നമ്പർ കോളത്തിലെ അംഗമെന്ന നിലയിൽ ഗറില്ലാസേന നടത്തിയ *കടന്നുകയറ്റം* എന്നു പേരിട്ട സൈനികമുന്നേറ്റത്തിൽ ഹാരി പങ്കെടുത്തു. സിയറ മെയ്സ്ത്രയിൽ നിന്ന് പടിഞ്ഞാറേക്ക് രണ്ട് കോളങ്ങൾ

ആക്രമിച്ചു നീങ്ങി മധ്യപ്രവിശ്യയായ ലാസ് വില്ലാസിലേക്കു പോകുകയും എസ്കാംബ്രെ മലനിരകളിൽ മറ്റൊരു സമരമുഖം തുറക്കുകയും ചെയ്തു. 1958 ന്റെ അവസാനം ഫൊമെന്റോ, കാബായിഗുവാൻ, പ്ലാസിറ്റസ് റെമെഡിയോസ് തുടങ്ങിയ ഇടങ്ങളിലെ ഏറ്റുമുട്ടലുകളിൽ അദ്ദേഹം പങ്കെടുത്തു. തുടർന്ന് ക്യൂബയിലെ മൂന്നാമത്തെ വലിയ നഗരമായ സാന്താക്ലാര പിടിച്ചെടുക്കുന്നതിലും പങ്കാളിയായി. ആ മുന്നേറ്റം ക്യൂബയെ രണ്ടായി മുറിക്കുകയും ഏകാധിപത്യത്തിന്റെ തലവിധി നിർണയിക്കുകയും ചെയ്തു. പതിമൂന്നു മാസക്കാലം ഗറില്ലാസേനയിൽ തുടർന്നശേഷം വിപ്ലവം വിജയം വരിച്ചപ്പോൾ ഹാരി വില്ലെഗാസ് ഫസ്റ്റ് ലെഫ്റ്റനന്റ് റാങ്കിലും ഗുവേരയുടെ വ്യക്തിപരമായ എസ്കോർട്ടായുമുള്ള പദവിയിലുമെത്തിയിരുന്നു.

1959 ജനുവരി ഒന്നിന് ബാത്തിസ്ത നിലംപൊത്തി. തുടർന്ന് വിപ്ലവം കൂടുതൽ ആഴത്തിലേക്ക് നീങ്ങി. അതോടെ വില്ലെഗാസിന് നിരവധി പുതിയ ചുമതലകൾ കിട്ടി. ഗുവേരയുടെ എസ്കോർട്ട് സംഘത്തിന്റെ മേധാവിയായി വില്ലെഗാസ്. 1960 ന്റെ അവസാനത്തോടെ ക്യൂബൻ സമ്പദ്ഘടനയെയും ക്യൂബയുടെ കർഷക-തൊഴിലാളി ഭരണത്തെയും അട്ടിമറിക്കാനുള്ള അമേരിക്കൻ ശ്രമങ്ങൾ തീവ്രമായി. എല്ലാ പ്രമുഖ വിദേശി-സ്വദേശി വ്യവസായങ്ങളെയും ദേശസാൽക്കരിച്ചുകൊണ്ട് ക്യൂബൻ സർക്കാർ തിരിച്ചടിച്ചു. 1961 ആദ്യം ഗുവേര വ്യവസായവകുപ്പുമന്ത്രിയായി. വ്യവസായോൽപ്പാദനത്തെ പുനഃസംഘടിപ്പിക്കാനും അതിനെ ഒരു പുതിയ അടിത്തറയിൽ ഉറപ്പിക്കാനും വേണ്ടി സുപ്രധാനമായ ഒരു കടമ ഏറ്റെടുക്കപ്പെട്ടു. ആ ബുദ്ധിമുട്ടേറിയ ചുമതലയിൽ വില്ലെഗാസും പങ്കാളിയായി. വ്യവസായസംരംഭങ്ങളുടെ ഭരണകർത്താക്കൾക്കായി നടത്തിയ ഒരു തീവ്രപരിശീലന പരിപാടിയിൽ അദ്ദേഹം പങ്കെടുത്തു. തുടർന്ന് സാനിട്ടറി ഉപകരണങ്ങളും മറ്റും നിർമിക്കുന്ന ഒരു സെറാമിക്സ് ഫാക്ടറിയുടെ തലവനായി ചുമതലയേറ്റു. ഒപ്പം തന്നെ കടലാസും കാർഡ്ബോർഡും റീസൈക്കിൾ ചെയ്യുന്ന ഒരു സംരംഭത്തിന്റെ തലവനായും പ്രവർത്തിച്ചു.

1962 ൽ വീണ്ടും സജീവ സൈനികചുമതലകളിലേക്കദ്ദേഹം മാറി. പടിഞ്ഞാറൻ സേനയെ സംഘടിപ്പിക്കാൻ സഹായിക്കുകയും അതിന്റെ ചീഫ് ഓഫ് പേഴ്സണൽ ആയി പ്രവർത്തിക്കുകയും ചെയ്തു. ക്യൂബൻ കമ്യൂണിസ്റ്റ് പാർട്ടിയുടെ സംഘാടക കമീഷന്റെ ഭാഗമായിരുന്ന വില്ലെഗാസ് 1965 ൽ അതിന്റെ സ്ഥാപകാംഗങ്ങളിലൊരാളായി.

അതേ വർഷം തന്നെ ചെ ഗുവേരയുടെ നേതൃത്വത്തിൽ കോംഗോയിൽ ഏറ്റെടുക്കപ്പെട്ട ഒരു സാർവദേശീയ ദൗത്യത്തിൽ വില്ലെഗാസ് പങ്കാളിയായി. 1965 ഏപ്രിൽ മുതൽ നവംബർ വരെ ആ രാജ്യത്ത് നിലവിൽവന്ന സാമ്രാജ്യത്വാനുകൂല സർക്കാരിനെതിരെ പോരാടിക്കൊണ്ടിരുന്ന വിപ്ലവശക്തികളെ സഹായിക്കാനായി ക്യൂബൻ വോളണ്ടിയർമാർ പോയി. ആ ഭരണത്തെ പ്രത്യക്ഷത്തിൽ താങ്ങിനിർത്തിയിരുന്നത് ദക്ഷി

ണാഫ്രിക്കൻ–ബൽജിയൻ കൂലിപ്പടകളാണ്. അക്കാലത്താണ് ചെ ഗുവേര വില്ലെഗാസിന് 'പോമ്പോ പോജോ' എന്ന ചെല്ലപ്പേര് നൽകിയത്. ആ വാക്കിനർഥം സ്വാഹിലി ഭാഷയിൽ "പച്ചത്തേൻ" എന്നാണ്. കോംഗോയിലും തുടർന്ന് ബൊളീവിയയിലും പിന്നീട് അംഗോളയിലും പോമ്പോ എന്നത് അദ്ദേഹത്തിന്റെ വിളിപ്പേരായിത്തുടർന്നു.

1965 അവസാനം ബൊളീവിയൻ പോരാട്ടത്തിൽ ഗുവേരയ്ക്കൊപ്പം ചേരാൻ പോമ്പോ മുന്നോട്ടുവന്നു. 1966 ജൂലൈയിൽ അദ്ദേഹം ലാ പാസിലേക്ക് പോയി. ബൊളീവിയയിൽ ആരംഭിച്ച് ലാറ്റിനമേരിക്കയിൽ മുഴുവൻ വ്യാപിക്കുന്ന ഒരു വിപ്ലവ പോരാട്ടത്തിന്റെ മുന്നണി വിഭാഗത്തിന്റെ ഭാഗമായിട്ടായിരുന്നു ആ യാത്ര.

1966–67 കാലത്ത് ബൊളീവിയയിലെ ചെ ഗുവേരയുടെ ഗറില്ലായൂണിറ്റിന്റെ ജനറൽ സ്റ്റാഫിന്റെ ഭാഗമായിരുന്ന അദ്ദേഹം അതിന്റെ സേവനസംവിധാനങ്ങളുടെ (സപ്ലൈകൾ, മരുന്നുകൾ, ഗതാഗതം) തലവനായി പ്രവർത്തിക്കുകയും നിരവധി ഏറ്റുമുട്ടലുകളിൽ പങ്കെടുത്ത് ഉജ്വലമായി പൊരുതുകയും ചെയ്തു.

1967 ഒക്ടോബറിൽ ചെ ഗുവേരയുടെ മരണശേഷം വില്ലെഗാസ് ഒരുകൂട്ടം പോരാളികളെ നയിച്ചുകൊണ്ട് ബൊളീവിയൻ സേനയും അമേരിക്കൻ സൈനിക രഹസ്യാന്വേഷണസേനകളും സംയുക്തമായി നടത്തിയ ചുറ്റിവളയലിനെ മറികടന്ന് രക്ഷപ്പെട്ടുപോകുന്നതിൽ വിജയിച്ചു.

1968 മാർച്ചിൽ ക്യൂബയിൽ തിരിച്ചെത്തിയശേഷം റവലൂഷണറി ആംഡ് ഫോഴ്സസിൽ വീണ്ടും ചേർന്ന അദ്ദേഹത്തെ ഈസ്റ്റേൺ ആർമി കോർപ്സിൽ നിയമിച്ചു.

ചെയ്ക്കൊപ്പം ആരംഭിച്ച പോരാട്ടം തുടരുമെന്ന് ബൊളീവിയൻ പോരാട്ടത്തെ അതിജീവിച്ചവർ ചേർന്നെടുത്ത തീരുമാനപ്രകാരം വില്ലെഗാസ് സൈനികപരിശീലനം തുടരുകയും ബൊളീവിയയിലേക്കു തിരിച്ചുപോകുവാൻ തയാറാകുകയും ചെയ്തു. ഇന്റി പെരെഡോയുടെ നേതൃത്വത്തിൻ കീഴിൽ സൈനികനേതാവായി പോമ്പോയെ തെരഞ്ഞെടുത്തു. 1969 ൽ ലാ പാസിൽ വച്ച് ബൊളീവിയൻ സൈന്യത്തിന്റെയും പൊലീസിന്റെയും കൈകളാൽ ഇന്റി പെരെഡോ കൊലചെയ്യപ്പെട്ടതോടെ ആ പദ്ധതികൾക്കവസാനം കുറിക്കപ്പെട്ടു.

1970 ൽ ഓപ്പറേഷൻ മാമ്പിയിൽ വില്ലെഗാസ് പങ്കെടുത്തു. ചരിത്രപരമായി മുമ്പൊരു കാലത്തും എത്തിച്ചേരാതിരുന്ന പത്തുദശലക്ഷം ടൺ പഞ്ചസാര ഉൽപ്പാദനം എന്ന ലക്ഷ്യം നേടിക്കൊണ്ട് സാമ്പത്തിക വികസനവും വൈവിധ്യവൽക്കരണവും കൂടുതൽ വേഗത്തിലാക്കാനുള്ള വിജയകരമാകാതിരുന്ന ഒരു ഭഗീരഥപ്രയത്നമായിരുന്നു അത്. പിന്നീട് അദ്ദേഹം ഇൻഫൻട്രി റെജിമെന്റിന്റെ ടാക്സ് വിഷന്റെ തലവനായും ക്യൂബയുടെ റവലൂഷണറി ആംഡ് ഫോഴ്സസിന്റെ ഹൈക്കമാന്റിന്റെ ആർട്ടിലറി റിസർവുകളുടെ രാഷ്ട്രീയ ഗ്രൂപ്പിന്റെ തലവനായും പ്രവർത്തിച്ചു.

1970 കളുടെ തുടക്കവർഷങ്ങളിൽ വില്ലെഗാസ് ഗ്വാണ്ടാനാമോയിലെ ബോർഡർ ബ്രിഗേഡിന്റെ കമാൻഡറായി. ഗ്വാണ്ടാനാമോ ബേയിലെ അമേരിക്കൻ നാവികസേനാ താവളവുമായി ക്യൂബക്കുള്ള അതിർത്തി സംരക്ഷിക്കുകയെന്ന ദൗത്യമാണ് ആ ബ്രിഗേഡിനുണ്ടായിരുന്നത്. (20–ാം നൂറ്റാണ്ടിന്റെ ആരംഭത്തിൽ ക്യൂബൻ ജനതയുടെ അഭിലാഷങ്ങൾക്കെതിരെ അമേരിക്ക കൈയടക്കിയ ഒരു ചെറിയ തുണ്ട് ക്യൂബൻ പ്രദേശമാണ് ഗ്വാണ്ടനാമോ ബേ.) ആ ചുമതല അദ്ദേഹം ഒരു വ്യാഴവട്ടക്കാലം നിർവഹിച്ചു.

1975 ൽ പുതുതായി സ്വാതന്ത്ര്യം കൈവരിച്ച അംഗോളയിലെ ദേശീയസർക്കാർ ദക്ഷിണാഫ്രിക്കൻ സൈനിക കടന്നുകയറ്റത്തെ ചെറുക്കാൻ സൈനിക സഹായാഭ്യർഥന നടത്തിയപ്പോൾ ക്യൂബ അവിടെയൊരു സാർവദേശീയസന്നദ്ധ ദൗത്യമേറ്റെടുത്തു. അതിന്റെ ഭാഗമായി അംഗോളയിലേക്കു പോയ വില്ലെഗാസ് വടക്കൻ മുന്നണിയുടെ കമാൻഡറായി സേവനമനുഷ്ഠിച്ചു. അക്കാലത്ത് അദ്ദേഹം എണ്ണമറ്റ പോരാട്ടങ്ങളിൽ പങ്കെടുത്തു. അവയിൽ കാൻഗാമ്പയിലെയും ക്യൂയിട്ടോ ക്യുവനോലേയിലെയും ഏറ്റുമുട്ടലുകൾ ഉൾപ്പെടുന്നു. അംഗോളയിലായിരുന്നപ്പോൾ ഹവാനയിലെ സായുധ സൈനിക സേനാനേതൃത്വവും അംഗോളൻ മിഷനും തമ്മിലുള്ള പരസ്പരബന്ധം നിലനിർത്തലും, പിന്നീട് ഹെഡ് ഓഫ് ഓപ്പറേഷൻസ് പദവിയും അദ്ദേഹത്തിന്റെ ചുമതലകളിൽപ്പെട്ടിരുന്നു.

ഹാരി വില്ലെഗാസ് പിന്നീട് റവലൂഷണറി ആംഡ് ഫോഴ്സസിന്റെ ബ്രിഗേഡിയർ ജനറലും വെസ്റ്റേൺ ആർമിയുടെ രാഷ്ട്രീയവിദ്യാഭ്യാസത്തിന്റെ ഡയറക്ടറും ആയി പ്രവർത്തിച്ചു. അദ്ദേഹത്തിന് എണ്ണമറ്റ ബഹുമതികൾ ലഭിച്ചു. അതിൽ ധീരതയുടെ ഫോർ ഓർഡേസ് ഓഫ് വാലർ, ഹീറോ ഓഫ് ദ റിപ്പബ്ലിക് ഓഫ് ക്യൂബ (ക്യൂബയുടെ പരമോന്നത ബഹുമതി) മെഡൽ എന്നിവയും ഉൾപ്പെടുന്നു. ഏണസ്റ്റോ ചെ ഗുവേരയുടെയും സഹ പോരാളികളുടെയും മുപ്പതാം രക്തസാക്ഷിത്വ വാർഷികാചരണത്തിനായി രൂപീകരിക്കപ്പെട്ട നാഷണൽ കമീഷന്റെ വൈസ് പ്രസിഡന്റുമായിരുന്നു അദ്ദേഹം.

ആമുഖം

ബൊളീവിയൻ സമരത്തെക്കുറിച്ചുള്ള എന്റെ ഇംഗ്ലീഷ് ഭാഷയിലുള്ള ഈ പതിപ്പിന്റെ ആമുഖം ഞാനെഴുതുന്നത് ഇതിലെ ആദ്യവരികൾ കുറിച്ചതിന് മുപ്പതു വർഷങ്ങൾക്കു ശേഷമാണ്. 1966 ജൂലൈയിലാണ് ഞാനൊരു ഡയറി സൂക്ഷിക്കാൻ തുടങ്ങിയത്. ആദ്യ നോട്ടുബുക്കിലെ അവസാന വരികൾ കുറിച്ചതിന്റെ തീയതി 1967 മെയ് 28 ആണ്. പിന്നീട് മറ്റ് നോട്ടുബുക്കുകളിൽ ഞാനെന്റെ ഡയറിയെഴുത്തു തുടർന്നു. 1968 മാർച്ചിൽ ഞാൻ ക്യൂബയിൽ തിരിച്ചെത്തുന്നതു വരെ അതു തുടർന്നു.

1967 ഏപ്രിൽ 19 ന് കമാൻഡർ ചെ ഗുവേര ഗറില്ലാ യൂണിറ്റ് അംഗങ്ങളായ എല്ലാവരോടും തങ്ങളുടെ ഡയറികളും മറ്റ് രേഖകളും ശേഖരിക്കാനും അത് സുരക്ഷിതമായി സൂക്ഷിക്കാനായി ഞാൻ വഹിച്ചിരുന്ന ക്നാപ്പ്സാക്കിൽ വയ്ക്കാനും ആവശ്യപ്പെട്ടു. (ആ ദിവസം ഒരു ബ്രിട്ടീഷ് പത്രപ്രവർത്തകൻ ഞങ്ങൾക്കൊരു തെറ്റായ വിവരം തന്നിരുന്നു. വളരെ അപകടകരമായ ഒരു വിവരം ഞങ്ങൾക്കിടയിൽനിന്നും പുറത്തു പോയിട്ടുണ്ട് എന്നാണയാൾ പറഞ്ഞത്. അതിനിടയാക്കിയത് ബ്രോളിയോയുടെ ഡയറി മിക്കവാറും പ്രധാന ക്യാമ്പിൽനിന്ന് ബൊളീവിയൻ സേനയ്ക്ക് ലഭ്യമായതാണെന്നും അയാൾ പറഞ്ഞു). അദ്ദേഹത്തിന്റെ നിർദേശപ്രകാരം ഡയറികൾ പുറത്തെടുത്ത്, ചിട്ടയായ രൂപത്തിൽ അതിൽ ദിനസരിക്കുറിപ്പുകളെല്ലാം കൃത്യമാക്കിയ ശേഷം അദ്ദേഹം പറഞ്ഞ മട്ടിൽ ക്നാപ്പ്സാക്കിൽ സൂക്ഷിച്ചു. സത്യം പറഞ്ഞാൽ, ഇത്തരമൊരു നടപടി സ്വീകരിക്കുന്ന കാര്യത്തിൽ ചെ ആകെപ്പാടെ അസ്വസ്ഥനായിരുന്നു. എങ്കിലും, ഒരു സമരത്തിന് തുടക്കംകുറിക്കുന്ന ഗറില്ലാ യൂണിറ്റ് അങ്ങേയറ്റം പ്രതികൂലമായ സാഹചര്യങ്ങളിൽ സ്വീകരിക്കേണ്ട കർക്കശമായ

സുരക്ഷാ ഏർപ്പാടുകളെ വ്യക്തിപരമായ കാര്യങ്ങൾ കുറിക്കുന്ന ആ നോട്ടുബുക്കുകൾ അപകടത്തിലാക്കരുതെന്നദ്ദേഹം ആഗ്രഹിച്ചു.[1]

ഏണസ്റ്റോ ചെ ഗുവേരയുടെ *ബൊളീവിയൻ ഡയറി* എന്ന കൃതിക്കെഴുതിയ 'അനിവാര്യമായ ആമുഖ'ത്തിൽ കമാൻഡർ ഇൻ ചീഫ് ഫിദൽ കാസ്ട്രോ ഞങ്ങളുടേതുപോലുള്ള പോരാളികളുടേതായ ആദ്യത്തെ ഒരു ചെറിയ ന്യൂക്ലിയസ് രൂപീകരിക്കുന്ന ഘട്ടത്തിൽ വേണ്ടിവരുന്ന അച്ചടക്കത്തിന്റെയും കാർക്കശ്യത്തിന്റേതുമായ നടപടികളെക്കുറിച്ചും, കടുത്തതും തുറന്നതുമായ വിമർശനങ്ങളുടെ ആവശ്യകതകളെക്കുറിച്ചും പരാമർശിച്ചിട്ടുണ്ട്. എത്ര തന്നെ നിസ്സാരമാണെന്ന് തോന്നിച്ചേക്കാവുന്നതുമായ ഏറ്റവും ചെറിയ അശ്രദ്ധകൾ പോലും ഒഴിവാക്കാനതാവശ്യമാണ് എന്നും അദ്ദേഹമെഴുതി. അതേസമയം തന്നെ വിമർശനങ്ങൾ പോരാളികൾക്ക് വിദ്യാഭ്യാസം നൽകും, അതോടൊപ്പം ചെ എല്ലായ്പ്പോഴും ചെയ്തിരുന്നതുപോലെ, അത് ഓരോരുത്തരുടെയും അന്തസ്സിനോടും ആത്മാഭിമാനത്തോടുമുള്ള ഒരു അഭ്യർഥനയായിത്തീരുകയും ചെയ്യും.

1967 ഒക്ടോബർ 8 ന് എന്റെ കുറിപ്പുകൾ ഉൾക്കൊള്ളുന്ന നോട്ടുബുക്ക് ചെയുടെ ഡയറിയോടും മറ്റ് രേഖകളോടുമൊപ്പം പിടിച്ചെടുക്കപ്പെട്ടു. ബൊളീവിയയിൽ അതിന്റെ പകർപ്പെടുക്കപ്പെട്ടു. 1968 ൽ, അന്നത്തെ ബൊളീവിയൻ ആഭ്യന്തര മന്ത്രിയായിരുന്ന അന്റോണിയോ ആർഗെഡാസ് അതിന്റെ ഒരു ടൈപ്പ് ചെയ്യപ്പെട്ട കോപ്പി ക്യൂബയിലേക്കയച്ചു. അതിന്റെ ഒറിജിനൽ ബൊളീവിയൻ ആർമി ഹൈക്കമാന്റിന്റെ കസ്റ്റഡിയിൽ ബൊളീവിയയിൽതന്നെ സൂക്ഷിക്കപ്പെട്ടു. എനിക്ക് അതിന്റെ ഒരു ഫോട്ടോഗ്രാഫിക് കോപ്പി കിട്ടിയില്ല.

ഏതാണ്ട് 13 വർഷം കഴിഞ്ഞപ്പോൾ, 1980 ജൂലായ് 17 ന് ഡിവിഷൻ ജനറൽ ലൂസിയ ഗാർസ്യ മേസ ഒരു സൈനികാട്ടിമറിയിലൂടെ അധികാരത്തിലേറി. ജൂൺ 1981 അവസാനം വരെ അയാൾ ഭരണം നടത്തി. തുടർന്ന് മറ്റ് സൈനികഭരണകൂടങ്ങൾ അട്ടിമറികളിലൂടെയും മറ്റും ഒന്നിനു പുറകെ മറ്റൊന്നായി അധികാരത്തിലേറി. അധികാരത്തിലിരുന്ന സമയത്ത് ഗാർസ്യ മേസ ചെയുടെ ഡയറിയും എന്റെ ആദ്യത്തെ നോട്ടുബുക്കും ബ്രിട്ടീഷ് കച്ചവടക്കാരനായ എറിക് ഗാലെന്റിയർക്ക് വിറ്റു. 1980 ഡിസംബർ പതിനഞ്ചിനാണവ ഗാലെന്റിയർക്ക് കിട്ടിയത്. അവയ്ക്കൊപ്പം "ചെയുടെയും പോമ്പോയുടെയും ഡയറികൾ വിൽക്കാനുള്ള ....സവിശേഷാധികാരവും" അയാൾക്ക് നൽകപ്പെട്ടു. 1981 ഫെബ്രുവരി 25 ന് "മൊത്തത്തിൽ ധാരണയിലെത്തിയ തുകയ്ക്കുള്ള സർട്ടിഫൈഡ് ചെക്ക് കൈമാറി"ക്കൊണ്ട് കച്ചവടം പൂർത്തിയാക്കി.[2]

---

1. ഈ സംഭവം ചെ ഗുവേര അദ്ദേഹത്തിന്റെ 'ബൊളീവിയൻ ഡയറി'യിൽ രേഖപ്പെടുത്തിയിട്ടുണ്ട്.
2. ഈ രണ്ട് ഉദ്ധരണികളും ഗാലെന്റിയർ ലൂയിസ് ഗാർസ്യ മേസക്ക് 1980 ഡിസംബർ 15 നും 1981 ഫെബ്രുവരി 25 നും എഴുതിയ കത്തുകളിൽനിന്നുള്ളതാണ്.

1984 ൽ ഗാലെന്റിയർ ഈ രേഖകൾ ബ്രിട്ടീഷ് കച്ചവടസ്ഥാപനമായ 'സോത്തെബീസി'ന് വിറ്റു. അവർ തങ്ങളുടെ കൈയിൽ ഈ രേഖകൾ എത്തിച്ചേർന്നിട്ടുണ്ടെന്നും ഏറെക്കുറെ നാലുലക്ഷം ഡോളർ എന്ന അടിസ്ഥാന തുക മുതൽ മേലോട്ടുള്ള തുകയ്ക്ക് അവ തങ്ങൾ ലേലത്തിനു വയ്ക്കാൻ പോകുന്നുവെന്നും ലോകത്തെ അറിയിച്ചു.

ഈ രേഖകളുടെ നിയമവിരുദ്ധമായ കച്ചവടത്തെയും തുടർന്നവയെ ലേലത്തിനു വച്ച നടപടിയെയും ബൊളീവിയൻ പത്രപ്രവർത്തകനായ ഹംബർട്ടോ വാക്കഫ്ളോർ അപലപിച്ചു. നിയമവിരുദ്ധമായി ഈ രേഖകൾ കൈവശം വച്ചതിന്റെ പേരിലും സംഭവപരമ്പരകളുടെ പേരിലും അന്താരാഷ്ട്രതലത്തിലുള്ള പ്രതിഷേധത്തിനും എതിർപ്പിനും ഇരയായപ്പോൾ ലേലപ്പരിപാടി ബ്രിട്ടീഷ് കമ്പനി നിർത്തിവച്ചു. 1986 ൽ, അന്നത്തെ ബൊളീവിയൻ വിദേശകാര്യമന്ത്രിയായിരുന്ന ഗില്ലെർമോ ബെഡ്രെഗൽ ഗുട്ടിറെസ് ബ്രിട്ടനിലെത്തി നയതന്ത്രമാർഗങ്ങളിലൂടെ തുടങ്ങിവച്ച ചർച്ചകൾക്കൊടുവിൽ ബൊളീവിയക്ക് ആ ഡയറികൾ തിരിച്ചുകിട്ടി. ആ സംഭവങ്ങൾ അക്കാലത്ത് അന്താരാഷ്ട്ര വാർത്താമാധ്യമങ്ങളുടെ ശ്രദ്ധയാകർഷിച്ചിരുന്നു. തുടർന്ന് ഡയറികളുടെ ഒറിജിനലുകൾ ബൊളീവിയയുടെ സെൻട്രൽ ബാങ്കിലെ വോൾട്ടിൽ A–73 എന്ന പെട്ടിയിൽ ബൊളീവിയൻ വിദേശകാര്യ വകുപ്പിന്റെ കസ്റ്റഡിയിൽ സൂക്ഷിക്കപ്പെട്ടു.

1967 മെയ് 28 മുതൽ ബൊളീവിയൻ പോരാട്ടത്തിന്റെ അവസാനം വരെ എനിക്കെന്റെ ഡയറിയെഴുത്ത് തുടരാൻ കഴിഞ്ഞിരുന്നു. ചിലിയിൽ കടന്ന് രക്ഷപ്പെട്ടവരുടെ ഗ്രൂപ്പെത്തിച്ചേരുന്നതുവരെ ഞാനതു സൂക്ഷിച്ചു. അന്ന് ചിലിയുടെ സൗഹാർദപരമായ മണ്ണിൽ ഞങ്ങൾക്ക് ഹാർദമായ സ്വീകരണമാണ് ലഭിച്ചത്. പിന്നീട് സാൽവദോർ അലൻഡെ (അന്നൊരു സെനറ്ററായിരുന്ന അദ്ദേഹം പിൽക്കാലത്ത് ചിലിയുടെ പ്രസിഡന്റായിത്തീരുകയും തുടർന്ന് സി ഐ എ നടപ്പാക്കിയ സൈനികാട്ടിമറിയിൽ വധിക്കപ്പെടുകയും ചെയ്തു) നടത്തിയ ധീരവും ദൃഢബദ്ധവുമായ പരിശ്രമങ്ങളുടെ ഫലമായി ചിലിയിലെ സഖാക്കൾക്ക് ഞാനവസാന കാലത്ത് സൂക്ഷിച്ചിരുന്ന ഡയറിയുടെ മൂന്ന് നോട്ടുബുക്കുകൾ എനിക്കെത്തിച്ചുതരാൻ കഴിഞ്ഞു.

1996 ൽ *എഡിറ്റോറ പൊളിറ്റിക്ക*യിൽ ഈ പുസ്തകത്തിന്റെ ആദ്യ പതിപ്പ് പുറത്തുവന്നതിനും ഈ സംഭവപരമ്പരകൾക്കുമിടയിൽ ഒരു നീണ്ടകാലം കടന്നുപോയി. അതുകൊണ്ട് ഈ ഡയറിയെ അതിന്റെ ശരിയായ പശ്ചാത്തലത്തിൽ പ്രതിഷ്ഠിക്കാൻ നിരവധി വിശദീകരണങ്ങൾ ആവശ്യമായി വരും.

ക്യൂബയിലേക്ക് തിരിച്ചുവന്നതിനു ശേഷം ലാ കബാന സൈനിക കേന്ദ്രത്തിൽ ഞാൻ സമരസഖാക്കൾക്കായി ഒരുപറ്റം ക്ലാസെടുക്കുകയുണ്ടായി. ഏതാണ്ട് ഇരുപതു മാസക്കാലം ഗറില്ല–ഒളിയുദ്ധത്തിൽ പങ്കെടുത്ത കാലത്തിന്റെ ഡയറിയെ ഞാനതിൽ ഒരു ഗൈഡായും റഫറൻസ് പുസ്തകമായും ഉപയോഗിച്ചു. ഈ പതിപ്പിന്റെ രണ്ടാം ഭാഗത്തിൽ ഞാനാ

പ്രസംഗങ്ങളെയാണ് ചരിത്രപരമായ സംഭവങ്ങളുടെ ഓർമകളുടെ ശരിയായൊരു പശ്ചാത്തലത്തിനായി ആശ്രയിച്ചത്. അക്കാലത്ത് ഞാൻ പറഞ്ഞ കാര്യങ്ങളെ ഞാൻ ക്രോഡീകരിച്ചു ചുരുക്കി. ഇപ്പോൾ മാത്രമാണ് പൂർണരൂപത്തിൽ ആ സാമഗ്രികൾ പ്രസിദ്ധീകരിക്കപ്പെടുന്നത്.

സമരച്ചൂടിനകത്ത് നിലനിന്നിരുന്ന കാലത്ത്, ഏതാണ്ട് മൂന്ന് ദശകങ്ങൾക്കപ്പുറം നടത്തിയ നിരീക്ഷണങ്ങളും അഭിപ്രായപ്രകടനങ്ങളും വളരെ പരുക്കനും തീവ്രാവേശം നിറഞ്ഞതുമാണെന്നു തോന്നാം. ഞാനക്കാലത്തെ വരികളെ വീണ്ടും വായിക്കുകയും വീണ്ടും ജീവിക്കുകയും ചെയ്യുമ്പോൾ എന്നെ അത് ശരിക്കും പിടിച്ചുലയ്ക്കാറുണ്ട്. എന്നും എക്കാലത്തും ഡയറിയിൽ പ്രതിഫലിക്കപ്പെടുന്നത് ഒരു വിമർശനാത്മക സ്പിരിറ്റാണ്. അത് പ്രകാശിപ്പിക്കപ്പെട്ടിരിക്കുന്നത് വളച്ചുകെട്ടില്ലാത്ത ഒരു ഭാഷയിലാണ്. നേർക്കു നേരെ കാര്യങ്ങളിലേക്കു വരുന്ന ഒരു രീതിയിൽ. അക്കാര്യത്തിൽ ചെയിൽനിന്നു ഞങ്ങൾക്കു കിട്ടിയ ശിക്ഷണം അതിൽ പ്രതിഫലിക്കുന്നു. അദ്ദേഹത്തിന്റെ താരതമ്യങ്ങളില്ലാത്ത സ്കൂളിൽനിന്ന് ഞങ്ങൾക്ക് കിട്ടിയ ഏറ്റവും മഹത്തായ പാഠങ്ങളും, സംശയരഹിതമായും ഇതാണ്.

ക്യൂബയ്ക്ക് പുറത്തു വച്ച് ആദ്യമായി പ്രസിദ്ധീകരിക്കപ്പെട്ട എന്റെ ആദ്യനോട്ടുബുക്കിന്റെ പകർപ്പിൽ എന്റെ അക്കാലത്തെക്കുറിച്ചുള്ള കുറിപ്പുകളും രേഖകളും വച്ച് തിരുത്തലുകൾ വരുത്തുമ്പോൾ സമരച്ചൂടിൽ ഞാനെഴുതിയ കാര്യങ്ങൾ തിരുത്താനോ മാറ്റം വരുത്താനോ ഞാൻ മുതിരുന്നില്ല. അതിനപ്പുറം എന്റെ ലക്ഷ്യം തെറ്റിദ്ധരിക്കപ്പെട്ട വാക്കുകൾ, വിവരണങ്ങൾ, ആശയങ്ങൾ എന്നിവയൊക്കെ വ്യക്തമാക്കലും, ഒപ്പം, ഡയറി പകർത്തിയെഴുതുമ്പോൾ മനഃപൂർവം വരുത്തിയ വളച്ചൊടിക്കലുകൾ ഒഴിവാക്കുകയുമാണ്. അങ്ങനെ ചെയ്യുന്നതിലൂടെ ഡയറിയിൽ രേഖപ്പെടുത്തപ്പെട്ട അഭിപ്രായങ്ങളെ കൃത്യമായ അതിന്റെ ചരിത്രപരമായ മാനങ്ങളിൽ, അതായത് സംഭവങ്ങളെ അതിന്റെ യാഥാർഥ്യങ്ങളെ പ്രതിഫലിപ്പിക്കുന്ന തരത്തിലും ഗാംഭീര്യത്തിലും വസ്തുതയിലും കാണാൻ കഴിയും. ഡയറിയുടെ മുൻപതിപ്പുകളിൽ വന്നുപെട്ട ചരിത്രയാഥാർഥ്യങ്ങളുടെ വളച്ചൊടിക്കൽ ഒഴിവാക്കിയിരിക്കുന്നു.

ഡയറി എഴുതപ്പെട്ട കാലഘട്ടത്തിൽ നിലനിന്നിരുന്ന രാഷ്ട്രീയവും ചരിത്രപരവുമായ സാഹചര്യങ്ങളെക്കുറിച്ച് ഏതാനും അഭിപ്രായപ്രകടനങ്ങൾ നടത്തേണ്ടതാവശ്യമാണ്. സാർവദേശീയതലത്തിൽ 1966, 1967 എന്നീ വർഷങ്ങൾ മനുഷ്യസമൂഹം ദർശിച്ചിട്ടുള്ളതിൽ വച്ചേറ്റവും വലിയ കുറ്റകൃത്യങ്ങളിലൊന്ന് ഏറ്റവും രൂക്ഷമായിത്തീർന്ന വർഷങ്ങളാണ്. ലോകത്തിലെ ഏറ്റവും വലിയ സാമ്രാജ്യത്വശക്തി വളരെ ചെറുതും എന്നാൽ ധീരോദാത്തതയുടെ കാര്യത്തിൽ ഇതിഹാസം രചിച്ചതുമായ വിയറ്റ്നാം ജനതയ്ക്കു നേരെ നടത്തിയ കടന്നാക്രമണം ഏറ്റവും ഭീകരമായിത്തീർന്ന വർഷങ്ങൾ.

ഈ വംശഹത്യ പ്രകാശിപ്പിച്ചത് ലോകത്തിന്റെ ഏതു കോണിലെങ്കിലും തങ്ങളുടെ ആധിപത്യത്തിന്റെയും കൊള്ളയുടെയും ചൂഷണത്തിന്റെയും താൽപ്പര്യങ്ങൾ കാര്യമായി വെല്ലുവിളിക്കപ്പെട്ടാൽ ആ കുറ്റകരമായ താൽപ്പര്യങ്ങൾ അടിച്ചേൽപ്പിക്കാൻ അമേരിക്ക ഏതു തരം ക്രൂരതകളും അഴിച്ചുവിടുമെന്നതാണ്.

വിയറ്റ്നാമിൽ "അയവേറിയ പ്രതികരണം" എന്നറിയപ്പെട്ട സൈനികാധിനിവേശത്തിന്റെ ഒരു പുതിയ തന്ത്രമാണവർ പ്രയോഗിച്ചത്. "ഭീമമായ തിരിച്ചടി"യെന്ന പഴയ സിദ്ധാന്തം (ആണവായുധം പ്രയോഗിക്കുമെന്ന ഭീഷണിയടക്കം അതിലുൾപ്പെട്ടിരുന്നു) സോവിയറ്റ് യൂണിയൻ ആണവായുധ രംഗത്ത് തുല്യത കൈവരിക്കുകയും സാർവദേശീയതലത്തിൽ ദേശീയ വിമോചനപ്പോരാട്ടങ്ങൾ കരുത്താർജിച്ചു മുന്നേറുകയും ചെയ്ത ഒരു ലോകത്ത് ഫലപ്രദമാകാതെ വന്ന സാഹചര്യത്തിലാണവർ പുതിയ തന്ത്രത്തിലേക്ക് നീങ്ങിയത്. 1959 ജനുവരി 1 ന് ക്യൂബൻ വിപ്ലവം വിജയിച്ചതും തെക്കൻ അർധഗോളത്തിൽ അതുണ്ടാക്കിയ സ്വാധീനവും ഒട്ടേറെ പുതിയ വിജയങ്ങളെ മുൻകൂട്ടി പ്രവചിക്കുകയും ചെയ്തിരുന്നു.

അതോടെ സാമ്രാജ്യം പുതിയതരം ഒരാക്രമണ രീതിക്ക് രൂപംകൊടുത്തു. ചെറുകിട സംഘർഷങ്ങൾ, പ്രാദേശികയുദ്ധങ്ങൾ, ദേശീയവിമോചനപ്പോരാട്ടങ്ങൾ, ആണവസംഘർഷങ്ങൾ, ഹോളോക്കോസ്റ്റ് (വംശങ്ങളെത്തന്നെ ഉന്മൂലനം ചെയ്യൽ) എന്നിവവരെയുള്ള കടന്നാക്രമണപരമായ പ്രതികരണങ്ങൾ ഓരോന്നിന്റെയും ആവശ്യതകൾക്കും സാധ്യതകൾക്കുമനുസരിച്ച് വേർതിരിച്ച് ഉപയോഗിക്കുന്ന ഒരു തന്ത്രമായിരുന്നു പുതുതായി രൂപപ്പെടുത്തിയത്.

ഒടുവിലൊടുവിൽ "അയവേറിയ തന്ത്ര"മെന്നത് ദേശീയവിമോചന പ്രസ്ഥാനങ്ങളെയും അതിനു നേതൃത്വം നൽകുന്ന നേതാക്കളെയും തുടച്ചു നീക്കാനായി സാമ്രാജ്യത്വം അതിന്റെ മുഴുവൻ ശക്തിയും കെട്ടഴിച്ചുവിടുന്നത് തുടരുക എന്നതിന്റെ മറ്റൊരു പേരു മാത്രമായിത്തീർന്നു. അതിനകം തന്നെ ഏഷ്യ, ആഫ്രിക്ക, ലാറ്റിനമേരിക്ക എന്നിവിടങ്ങളിലെ അവികസിത രാജ്യങ്ങളിൽ ദേശീയവിമോചന പ്രസ്ഥാനങ്ങൾ സജീവമായിക്കഴിഞ്ഞിരുന്നു. നമ്മുടെ ദേശീയ വീരനായകനായ ജോസ് മാർട്ടി കഴിഞ്ഞ നൂറ്റാണ്ടിന്റെ അവസാനത്തിൽ അമേരിക്കൻ നയങ്ങളായ കൈയേറി വെട്ടിപ്പിടിക്കൽ, ഇടപെടൽ, കീഴടക്കൽ എന്നീ നയങ്ങളെ പരാമർശിച്ചുകൊണ്ട് "കൊള്ളചെയ്യുന്ന കഴുകൻ" എന്ന പദപ്രയോഗം നടത്തിയതിനു ശേഷം സൂര്യനു കീഴെ ഒന്നും പുതിയതായി നടന്നിരുന്നില്ല. സാമ്രാജ്യവാദികളുടെ ഈ പരിപാടികളുമായി ക്യൂബൻ ജനത വളരെയേറെ പരിചയിച്ചിരുന്നു. ക്യൂബയെ സംബന്ധിച്ചിടത്തോളം അമേരിക്കയുടെ ആദ്യത്തെ പിടിച്ചെടുക്കൽ ശ്രമം വളരെ മുമ്പ് 1803 ൽത്തന്നെ നടന്നിരുന്നു. അന്നാകട്ടെ സ്വയം തന്നെ ക്യൂബ സ്വതന്ത്രരാജ്യമെന്ന നിലയിൽ സുസ്ഥാപിതമായിക്കഴിഞ്ഞിരുന്നില്ല.

1966 ൽ "മൂന്നു ഭൂഖണ്ഡ സമ്മേളന''ത്തിനു[1] നൽകിയ സന്ദേശത്തിൽ ചെ സാമ്രാജ്യത്വാധിപത്യ നയത്തിന്റെ സമഗ്രവും ആഴത്തിലുള്ളതുമായ ഒരു വിശകലനം മുന്നോട്ടു വച്ചിരുന്നു. അതേസമയം തന്നെ അദ്ദേഹം തന്റെ സാമ്രാജ്യത്വ വിരുദ്ധ ആശയങ്ങളെയും പ്രവർത്തനപരിപാടികളെയും അതിന്റെ എല്ലാ തന്ത്രപരവും വൻകരയെ സംബന്ധിക്കുന്നതുമായ മാനങ്ങളോടെ വ്യക്തമാക്കുകയും ചെയ്തിരുന്നു. അതിനകം തന്നെ അത് അദ്ദേഹം സ്വന്തം വ്യക്തിപരമായ ഉദാഹരണത്തിലൂടെ തന്നെ പ്രയോഗത്തിൽ വരുത്താനും ആരംഭിച്ചിരുന്നു. ആ സന്ദേശത്തിൽ ചെ പ്രഖ്യാപിച്ചു:

> നമ്മുടെ എല്ലാ പ്രവർത്തനങ്ങളും സാമ്രാജ്യത്വത്തിനെതിരായ ഒരു യുദ്ധാക്രോശവും മനുഷ്യരാശിയുടെ ഏറ്റവും വലിയ ശത്രുവായ വടക്കേ അമേരിക്കൻ ഐക്യനാടുകൾക്കെതിരായ ജനതകളുടെ ഐക്യത്തിനു വേണ്ടിയുള്ള ഒരു ആഹ്വാനവുമായിരിക്കണം.

അമേരിക്കൻ ഐക്യനാടുകളുടെ റോളിനെ സംബന്ധിച്ച് ഒരു ധീരനായ ഗറില്ലയ്ക്കുണ്ടാകുന്ന ആഴമേറിയ ബോധ്യം വേരൂന്നിയിരിക്കുന്നത് അർധഗോളത്തിൽ ഇന്നത്തെ കൊളോണിയലിസവും പുത്തൻ കൊളോണിയലിസവും നടപ്പാക്കുന്ന സാമ്രാജ്യത്വപരമായ എണ്ണമറ്റ കടന്നാക്രമണങ്ങളുടെ ചരിത്രത്തിലാണ്. നമ്മുടെ നൂറ്റാണ്ടിൽത്തന്നെ നടന്ന രക്തരൂഷിതമായ വെട്ടിപ്പിടുത്തങ്ങളുടെ ചില ഉദാഹരണങ്ങളെ മാത്രം സൂചിപ്പിക്കാം: മെക്സിക്കോ, ഗ്വാട്ടിമാല, ഡൊമിനിക്കൻ റിപ്പബ്ലിക്, പനാമ, ഹെയ്തി, ക്യൂബ[2].

ഈ സാമ്രാജ്യത്വ നയങ്ങൾ ക്രമീകൃതമായി നടപ്പാക്കപ്പെട്ടതിന്റെ വിവിധ രൂപങ്ങൾ മൊത്തത്തിൽ ദക്ഷിണ അമേരിക്കൻ വൻകര അനുഭവിച്ചറിഞ്ഞു. പുത്തൻ കൊളോണിയലിസം സാമ്പത്തികവും രാഷ്ട്രീയവുമായ ആധിപത്യത്തിന്റെയും ആഴമേറിയ സാമൂഹ്യപ്രതിസന്ധിയുടെയും മുദ്രകൾ പതിപ്പിക്കുകയും അതോടൊപ്പം അതിന്റെ ഉൽപ്പന്നങ്ങളായ വിശപ്പ്, ദാരിദ്ര്യം, തൊഴിലില്ലായ്മ, നശീകരണം, പുറമ്പോക്കുകളിലേക്ക് തള്ളിമാറ്റപ്പെടൽ എന്നിവ സൃഷ്ടിക്കുകയും ചെയ്തു. ഒരു വിശാലമായ ഭൂപ്രദേശം മുഴുവൻ അതിന്റെ ഉൽപ്പന്നങ്ങളെയും പ്രകൃതിവിഭവങ്ങളെയും കൊള്ളയടിക്കൽ, അതിന്റെ തൊഴിലാളികളെ പിഴിഞ്ഞൂറ്റൽ, അതിന്റെ സമ്പദ്ഘടനകളെ കടുത്ത രീതിയിൽ ദരിദ്രമാക്കൽ എന്നിവ

---

1. ഈ സന്ദേശം ഈ പുസ്തകത്തിലെ 25–46 പേജുകളിൽ അച്ചടിച്ചിരിക്കുന്നു.
2. 1914,1916,1918 വർഷങ്ങളിൽ മെക്സിക്കോക്കെതിരെ സൈനികനടപടികൾ നടന്നു. ഗ്വാട്ടിമാലയിൽ 1904, 1920, 1954 എന്നീ വർഷങ്ങളിലും ഡൊമിനിക്കൻ റിപ്പബ്ലിക്കിൽ 1904, 1912–1914,1916–1924, 1965 എന്നീ വർഷങ്ങളിലും ഹെയ്തിയിൽ 1914ലും 1915–34 കാലത്തും പിന്നീട് 1994 ലും; അമേരിക്ക സൈനികമായി ഇടപെട്ടു. പനാമയിൽ 1903, 1908, 1912, 1918, 1919–20, 1925, 1989 വർഷങ്ങളിലും; ക്യൂബയിൽ 1898–1902, 1906–9, 1912, 1961, 1962 എന്നീ വർഷങ്ങളിലും അമേരിക്കൻ ഇടപെടൽ നടന്നു.

മൂലം തകർച്ചയ്ക്കും നശീകരണത്തിനും വിധേയമാക്കപ്പെട്ടു. ലാറ്റിനമേരിക്കയിലെ രാജ്യങ്ങളുടെ പരമാധികാരത്തെ അതിലംഘിക്കുന്നതും അതിന്റെ ഭൗതികവും ആത്മീയവുമായ പൈതൃകങ്ങളെ കൊള്ളയടിക്കുന്നതും സാമ്രാജ്യത്വത്തോടുള്ള അവയുടെ ആശ്രിതത്വത്തെയും കീഴടങ്ങലിനെയും കൂടുതൽ ആഴമേറിയതാക്കുന്നതും, പുരോഗതിയിലേക്കും വികാസത്തിലേക്കുമുള്ള അവയുടെ വഴിയടയ്ക്കുന്നതുമായ രീതികളിലൂടെയാണ് ഈ പിഴിഞ്ഞൂറ്റൽ നടപ്പാക്കിയത്.

ബൊളീവിയക്കാരും പെറുക്കാരും ക്യൂബക്കാരുമായ ഒരുപിടി ധീരന്മാരെ ഒപ്പം കൂട്ടിക്കൊണ്ട് (അവരാണ് ചെയ്ക്കൊപ്പം ബൊളീവിയയിലേക്ക് പോയത്) 1960കളിലെ ഈ യാഥാർഥ്യത്തെ മാറ്റിത്തീർക്കാനാണ് ചെ പൊരുതിയത്. ആ യാഥാർഥ്യത്തിന്റേതായ കൊള്ളയടിയുടെയും ചൂഷണത്തിന്റെയും മെക്കാനിസങ്ങൾ പിന്നീടും കൂടുതൽ ആഴമേറിയതും പരിഷ്കൃതവുമാക്കപ്പെടുകയാണുണ്ടായത്. ലോകമെമ്പാടുമുള്ള വിപ്ലവകാരികൾക്ക് ഉത്തേജനം പകരുന്ന അദ്ദേഹത്തിന്റെ ഉജ്വലമായ വാക്കുകളിൽ വ്യക്തമായിത്തന്നെ അദ്ദേഹത്തിന്റെ മരണം പ്രതിബിംബിച്ചിരുന്നു.

> മരണം ഞങ്ങളെ എവിടെ വച്ച് അത്ഭുതപ്പെടുത്തിയാലും, ഞങ്ങളുടെ പോർവിളി മറ്റൊരു കാതിനു കൂടി സ്വീകാര്യമായിട്ടുണ്ടെങ്കിൽ, മറ്റൊരു കൈകൂടി ഞങ്ങളുടെ ആയുധങ്ങൾ ഏന്താനായി നീണ്ടുവരികയാണെങ്കിൽ, മറ്റുള്ള ആളുകളുടെ മെഷീൻഗണ്ണുകളുടെ കൂട്ടിമുട്ടലുകൾ ഞങ്ങളുടെ അന്ത്യോപചാരസമയത്ത് പോരാട്ടത്തിന്റെയും വിജയത്തിന്റേതുമായ പുതിയ യുദ്ധാക്രോശങ്ങൾ പുറപ്പെടുവിക്കുമെന്നുണ്ടെങ്കിൽ, ഞങ്ങളെ സംബന്ധിച്ചത് തികച്ചും സ്വാഗതാർഹമായിരിക്കും.

ഇന്ന് പുതിയ നൂറ്റാണ്ട് പടിവാതിലെത്തിയിരിക്കുമ്പോൾ ചെയുടെ ഈ പ്രതിബിംബം ലാറ്റിനമേരിക്കക്കാരുടെ വിപ്ലവസ്വപ്നങ്ങളിൽ കൂടുതൽ കൂടുതൽ മിഴിവോടെ നിറയുകയാണ്. അവർക്കിടയിൽ ചെയെ കാതോർക്കുന്നവർ ഏറെയാണ്.

ക്യൂബൻ സ്വാതന്ത്ര്യത്തിന്റെ അപ്പോസ്തലനായ ജോസ് മാർട്ടിയും വൻകരയാകെ വ്യാപിക്കുന്നതായ ഒരു സാമ്രാജ്യത്വവിരുദ്ധ സമരത്തെയാണ് സ്വപ്നം കണ്ടത്. ഏറ്റുമുട്ടലിൽ താൻ മരിക്കുന്നതിനു മുമ്പായി, തന്റെ മെക്സിക്കൻ സുഹൃത്തിന് മാർട്ടി എഴുതിയ തന്റെ അവസാന കത്തിൽ, അദ്ദേഹത്തിന് സംശയമേതുമുണ്ടായിരുന്നില്ല:

> ഞാനെന്റെ രാജ്യത്തിനു വേണ്ടിയും എന്റെ കടമയ്ക്കുവേണ്ടിയും എന്റെ ജീവൻ നൽകേണ്ടിവരുമെന്ന അപകടത്തിനു മുന്നിലാണ് ഓരോ ദിവസവും കഴിച്ചുകൂട്ടുന്നത്. ആ കടമ– അതെന്താണെന്ന് എനിക്കു വ്യക്തമാണ്–നടപ്പാക്കാൻ ഞാനത്രയേറെ ഉത്സുകനാണ്.

> ക്യൂബ അവളുടെ സ്വാതന്ത്ര്യം നേടുന്നതോടെ ആൻടൈൽസിന് അപ്പുറത്തുനിന്ന് കൂടുതൽകൂടുതൽ പ്രദേശങ്ങളിലേക്ക് യു എസ് എ അതിന്റെ നിയന്ത്രണം വ്യാപിപ്പിക്കുന്നത് തടയുകയാണ് എന്റെ കടമ. അങ്ങനെ നിയന്ത്രണം വ്യാപിപ്പിച്ച് നമ്മുടെ അമേരിക്കൻ രാജ്യങ്ങളിൽ കൂടുതൽ ശക്തിയോടെ പിടിമുറുക്കാനാണ് അത് ശ്രമിക്കുന്നത്. ആ കടമ നിർവഹിക്കുന്നതിനായാണ് ഇതേവരെ ഞാൻ എന്തൊക്കെ ചെയ്തോ അതൊക്കെ ചെയ്തത്. ഇനിയങ്ങോട്ട് ഞാൻ ചെയ്യാൻ പോകുന്നതെല്ലാം തന്നെ ആ ഒരൊറ്റ ലക്ഷ്യത്തിനു വേണ്ടിയായിരിക്കും.

ലാറ്റിനമേരിക്കൻ സ്വാതന്ത്ര്യത്തിനായി പൊരുതിയ സൈമൺ ബൊളിവർ, മിറാൻഡ, ഒ' ഹിഗ്ഗിൻസ്, സാൻ മാർട്ടിൻ തുടങ്ങിയ മഹാരഥന്മാരും സ്വതന്ത്രവും ഏകീകൃതവുമായ ഒരു ലാറ്റിനമേരിക്ക എന്ന ആദർശമാണ് മുന്നിൽ വച്ചത്.

ചെയുടെ സ്വപ്നം ബൊളിവറുടെയും മാർട്ടിയുടെയും സ്വപ്നം തന്നെയായിരുന്നു. വൻകരയുടെ വിവിധ പ്രദേശങ്ങളിൽ നടന്നുകൊണ്ടിരിക്കുന്ന വിവിധങ്ങളായ പോരാട്ടങ്ങളുടെ പശ്ചാത്തലത്തിൽ, ചെ വിഭാവനം ചെയ്തത് അതിജീവനത്തിന്റെയും വികാസത്തിന്റേതുമായ വിഷമകരമായ ഘട്ടത്തെ അനിവാര്യമായും മറികടന്നുപോകുന്ന ഒരു മാതൃ യൂണിറ്റായി ഒരു ഗറില്ല ന്യൂക്ലിയസ് സ്ഥാപിക്കാനുള്ള സാധ്യതയെയാണ്. പിന്നീടത് ലാറ്റിനമേരിക്കയുടെ തെക്കൻ മുനമ്പു വരെ നീളുന്ന നിരവധി പുതിയ ഗറില്ലാ യൂണിറ്റുകൾക്കു ജന്മം നൽകും. അങ്ങനെ വൻകരയിലുടനീളം പരിധിയെ വ്യാപിപ്പിക്കുന്ന ഒരു പോരാട്ടത്തിനത് തുടർച്ചയുണ്ടാക്കും.

രാഷ്ട്രീയ സാഹചര്യങ്ങൾ പക്വത എത്തുകയാണെന്നും ഈ ലക്ഷ്യം യാഥാർഥ്യവൽക്കരിക്കുക സാധ്യമാണെന്നുമുള്ള സമ്പൂർണമായ ബോധ്യത്തോടെ ചെ ഗുവേര തന്റെ പദ്ധതികൾ നടപ്പാക്കുകയും വിജയത്തിലേക്കുള്ള ഒരു പുതിയ പാത വെട്ടിത്തുറക്കാനുള്ള പരിശ്രമത്തിലേർപ്പെടുകയും ചെയ്തു. അദ്ദേഹത്തിന്റെ വീക്ഷണത്തിൽ ലാറ്റിനമേരിക്കയിൽ ഉടനീളം പോരാട്ടം എത്ര കണ്ട് വ്യാപിക്കുന്നുവെന്നതിന്റെ ഡിഗ്രിക്കനുസരിച്ച് വിജയവും ഉറപ്പാണ്.

അന്നേവരെ ഒരുകൂട്ടം വ്യക്തികളുടെ അത്തരമൊരു ചെറുസംഘം അത്ര വിപുലമായ തോതിലുള്ള ഒരു സംരംഭം ഏറ്റെടുത്തിരുന്നില്ല. ധീരന്മാരായ പോരാളികളുടെ ആ ചെറുസംഘമായിരുന്നു ചെയുടെ "ദാവീദിന്റെ കവണ." ഞങ്ങളുടെ കമാൻഡൻ ഇൻ ചീഫ് (കാസ്ട്രോ) പറഞ്ഞപോലെ ചെ അദ്ദേഹത്തിന്റെ ആശയങ്ങളെ അതിജീവിച്ചില്ല. അദ്ദേഹം തന്റെ രക്തംകൊണ്ടതിനെ സമ്പുഷ്ടമാക്കി.

തന്റെ കോംഗോയിലെ സാർവദേശീയ കടമയ്ക്കനുസൃതമായ പ്രവർത്തനത്തിന്റെ പര്യവസാനത്തിനുശേഷം, ലാറ്റിനമേരിക്കയിലന്ന് ഉയർന്നുവന്നുകൊണ്ടിരുന്ന സംഘർഷങ്ങളുടെ പശ്ചാത്തലത്തിൽ ലാറ്റി

നമേരിക്കയിലെ തന്റെ തന്ത്രപരമായ പദ്ധതിക്കു തുടക്കംകുറിക്കാൻ ചെ ബൊളീവിയയെയാണ് തെരഞ്ഞെടുത്തത്.

ചെറിയ റിപ്പബ്ലിക്കുകളെന്നു[1] വിളിക്കപ്പെട്ടവ രാജപക്ഷപാതികൾക്കെതിരെ പോരാടിയിരുന്നിടത്തുനിന്ന് പിന്നോട്ട് പോയി വളരെ മുമ്പുകാലത്ത് തദ്ദേശീയരായ ആദിവാസി ജനവിഭാഗങ്ങൾ പോരാടിയിരുന്ന കാലം വരെയുള്ള നീണ്ട കാലഘട്ടത്തിൽ ബൊളീവിയൻ ജനതയ്ക്കുള്ള ഉജ്വലമായ സമരപാരമ്പര്യത്തെക്കുറിച്ചുള്ള വിലയിരുത്തലാണ് ചെ ബൊളീവിയയെ തെരഞ്ഞെടുക്കുന്നതിനു പിന്നിലുള്ള ഒരു ഘടകം. (ഈ കാലഘട്ടത്തെക്കുറിച്ചുള്ള കാര്യങ്ങൾ ഞങ്ങൾ ആദ്യം പഠിച്ചത് *സാന്താ ജുവാനാ ഡി അമേരിക്ക* എന്ന പുസ്തകത്തിൽനിന്നാണ്. ആ പുസ്തകം കൂടുതൽ ശക്തരായ സേനകൾക്കെതിരെ പ്രാകൃതമായ ആയുധങ്ങൾ കൊണ്ട് തദ്ദേശീയ ഇന്ത്യൻജനത നടത്തിയ ഉശിരൻ പോരാട്ടങ്ങളെ വ്യക്തമായി വിവരിക്കുന്നുണ്ട്). അതിന്റെ പരാജയങ്ങളോടെയും വിജയങ്ങളോടെയും, ധീരതയോടെയും ഭയത്തോടെയും, ചരിത്രത്തിന്റെ ഈ അധ്യായം ശരിക്കും 1960കളിലെ ബൊളീവിയയെ പ്രതിഫലിപ്പിച്ചിരുന്നു. അന്ന് വിദ്യാർഥികൾ, കർഷകർ, ഖനിവേലക്കാർ, തൊഴിലാളികൾ എന്നിവരെല്ലാം ധീരോദാത്തമായി പോരാടുകയായിരുന്നു. അവരെല്ലാം സെൻട്രൽ ഓർഗനൈസേഷൻ ഓഫ് ബൊളീവിയൻ വർക്കേഴ്സ് (COB) എന്ന സംഘടനയുടെ ശ്രദ്ധേയമായ നേതൃത്വത്തിനു കീഴിൽ പുതിയ തരം അധിനിവേശക്കാർക്കും വർധമാനമാകുന്ന ദാരിദ്ര്യങ്ങൾക്കും ദുരിതങ്ങൾക്കും മഹാഭൂരിപക്ഷം വരുന്ന ജനങ്ങളുടെ പാപ്പരീകരണത്തിനുമെതിരെ അണിനിരന്നു. ബൊളീവിയയുടെ ഭൂമിശാസ്ത്രപരമായ സവിശേഷതകളും വൻകരയിലെ അതിന്റെ സ്ഥാനവും കൂടി അതിന്റെ തെരഞ്ഞെടുപ്പിൽ പങ്കെടുത്തു.

ചെ യുടെ മനസിൽ കാര്യമായ സ്വാധീനം ചെലുത്തിയ മറ്റൊരു ഘടകം ബൊളീവിയൻ കമ്യൂണിസ്റ്റു പാർട്ടിയുടെ സ്വഭാവമായിരുന്നു. അക്കാലത്ത് നടന്നിരുന്ന ജനകീയ സമരങ്ങളിൽ ഒരു പരിധിവരെ ദൃഢനിശ്ചയസ്വഭാവം അത് പ്രകടിപ്പിച്ചിരുന്നു. അയൽരാജ്യങ്ങളിൽ ദേശീയ വിമോചനത്തിനു വേണ്ടി നടന്നിരുന്ന വിപ്ലവപരിശ്രമങ്ങളോട് അത് ഐക്യദാർഢ്യവും പ്രകടിപ്പിച്ചിരുന്നു. ഈ ഐക്യദാർഢ്യങ്ങളിൽ പെറുവിലെ ELN (ദേശീയ വിമോചന സേന)നും അർജന്റീനയിലെ ജോർജെ റിക്കാർഡോ മാസെറ്റി (കമാൻഡന്റ് സെഗുണ്ടൊ)യുടെ നേതൃത്വത്തിലുള്ള പോരാളികൾക്കും ക്യൂബൻ വിപ്ലവത്തിനും നൽകിയ പിന്തുണ

1. 19-ാം നൂറ്റാണ്ടിന്റെ ആരംഭത്തിൽ നടന്ന ബൊളീവിയൻ സ്വാതന്ത്ര്യയുദ്ധത്തിൽ മുഖ്യമായും തദ്ദേശീയ ആദിവാസി വിഭാഗങ്ങളിൽപ്പെട്ട ഗറില്ലാ പോരാളികൾ ആറു വിമോചിതപ്രദേശങ്ങൾ സ്ഥാപിച്ചിരുന്നു. അവ ചെറിയ റിപ്പബ്ലിക്കുകൾ എന്നറിയപ്പെട്ടു.

ഉൾപ്പെട്ടിരുന്നു. ELN അക്കാലത്ത് പ്യൂവെർട്ടോ മാൽഡൊണാഡോയിൽ ഗറില്ലാ പ്രവർത്തനമാരംഭിച്ചിരുന്നു[1].

ആ രാജ്യത്ത് ഞങ്ങൾ ആരംഭിക്കാൻ പോകുന്ന പ്രവർത്തനങ്ങളുടെ സംഘാടനത്തിന്റേതായ സങ്കീർണമായ ഘട്ടത്തിൽ ഒരു സുപ്രധാനമായ റോൾ ബൊളീവിയൻ കമ്യൂണിസ്റ്റു പാർട്ടിക്ക് നൽകപ്പെട്ടിരുന്നു. ആ വിഷമകരമായ സാഹചര്യങ്ങളിൽ സമരത്തെ സംബന്ധിച്ചും അത് കൈവരിക്കാൻ പോകുന്ന സാധ്യമായ രൂപങ്ങളെക്കുറിച്ചും നേതൃത്വം വച്ചുപുലർത്തുന്ന സങ്കൽപ്പനങ്ങളുമായി ബന്ധപ്പെട്ട് വ്യത്യസ്തമായ വീക്ഷണകോണുകൾ പാർട്ടിക്കകത്ത് ചർച്ച ചെയ്യപ്പെട്ടു. ഈ വിഷയവുമായി ബന്ധപ്പെട്ട് ഞങ്ങൾ അവരുമായി നടത്താൻ നിർബന്ധിതമായ ചർച്ചകളിൽ ഈ അഭിപ്രായഭിന്നതകൾ പ്രതിഫലിക്കപ്പെട്ടു. ഞങ്ങളുടെ അക്കാലത്തെ തുടക്കത്തിന്റേതായ ഉത്തരവാദിത്വങ്ങൾ വച്ച് നോക്കുമ്പോൾ ആ സംഘടനയുടെ പങ്കാളിത്തവും പിന്തുണയും ഒഴിവാക്കാൻ പറ്റാത്തതായിരുന്നു.

ഇക്കാരണങ്ങളാൽ ഞങ്ങൾ ജീവിച്ചിരുന്ന ചരിത്രപരമായ ആ നിമിഷങ്ങളിൽ ഞങ്ങൾക്ക് ശരിയല്ലെന്നു തോന്നിയ തരത്തിൽ പെരുമാറിയ പാർട്ടി നേതാക്കളെ അപലപിച്ചുകൊണ്ട് ആ ചർച്ചകളെപ്പറ്റി ഞാനെന്റെ ഡയറിക്കുറിപ്പുകളിൽ നടത്തിയ നിരീക്ഷണങ്ങൾ ന്യായീകരിക്കപ്പെടാവുന്നതാണ്. പാർട്ടിയുടെ ജനറൽ സെക്രട്ടറിയായിരുന്ന മാരിയോ മോൻജെയുടെ കാര്യത്തിലും അതുതന്നെയാണ് കാര്യം. മറ്റുള്ളവർക്കിടയിൽ കൊക്കോയും ഇന്റി പെറെഡോയും പോലുള്ള യഥാർഥ കമ്യൂണിസ്റ്റുകാരുടെ പെരുമാറ്റത്തിൽ നിന്നു വ്യത്യസ്തമായിരുന്നു അദ്ദേഹത്തിന്റേത്. ലാറ്റിനമേരിക്കയുടെ ദേശീയ വിമോചനത്തിനു വേണ്ടി ഞങ്ങൾ നടത്തിയ പരിശ്രമങ്ങളിലെ ദൃഢനിശ്ചയത്തെയും തീവ്രമായ സാർവദേശീയതയുടെ വികാരത്തെയും ഡയറി പ്രതിഫലിപ്പിക്കുന്നുണ്ട്. അതുപോലെ, ആ ലക്ഷ്യം നേടുന്നതിന് അന്നു നിലനിന്ന യഥാർഥ സാധ്യതകളെയും ഡയറി പ്രതിഫലിപ്പിക്കുന്നു. ഞങ്ങൾ അനുഭവിക്കുന്ന പോരാട്ടം ആ സാധ്യതകളെ കൂടുതൽ കൂടുതലായി വിപുലീകരിക്കു

---

1. 1963 ൽ ജാവിയർ ഹെറോഡിന്റെ നേതൃത്വത്തിൽ ബൊളീവിയൻ പ്രദേശത്തുനിന്ന് ഒരുകൂട്ടം പോരാളികൾ പെറുവിൽ പ്രവേശിച്ചു. അവർക്ക് ബൊളീവിയൻ കമ്യൂണിസ്റ്റു പാർട്ടിയിൽനിന്ന് സഹായങ്ങൾ ലഭ്യമായിരുന്നു. പെറുവിലെ പ്യൂവെർട്ടോ മാൽഡൊണാഡോയിലെത്തിയ ശേഷം ഗറില്ലകൾ പൊലീസിന്റെ കൈകളാൽ അടിച്ചമർത്തപ്പെട്ടു. ഹെറോഡ് കൊലചെയ്യപ്പെട്ടു.
   വടക്കൻ അർജന്റീനയിലെ സാൽട്ടാ മലനിരകളിൽ 1963 അവസാനം മുതൽ 1964 ന്റെ ആരംഭം വരെ ഒരു ഗറില്ലാ ന്യൂക്ലിയസ് പ്രവർത്തിച്ചിരുന്നു. അതിനെ നയിച്ചിരുന്നത് ജോർജെ റിക്കാർഡോ മാസെറ്റി (കമാൻഡന്റ് സെഗുണ്ടോ)യായിരുന്നു. ബൊളീവിയൻ കമ്യൂണിസ്റ്റു പാർട്ടിയുടെ അംഗങ്ങൾ അതിർത്തിയിലുടനീളം അവർക്ക് എല്ലാവിധ സാധന സാമഗ്രികളും എത്തിച്ചു കൊടുത്തുകൊണ്ട് സഹായം നൽകി. 1964 ന്റെ ആദ്യത്തിൽ അർജന്റൈൻ ഗറില്ലകളെ സർക്കാർ സേന തുടച്ചുനീക്കി. മാസെറ്റി കൊലചെയ്യപ്പെട്ടു.

മെന്ന ബോധ്യങ്ങളെയും ഡയറിക്കുറിപ്പുകൾ പ്രതിഫലിപ്പിക്കുന്നു. അതിനുള്ള മുന്നുപാധി ഗറില്ലായൂണിറ്റ് അതിജീവിക്കാനായി പോരാടിക്കൊണ്ടിരുന്ന ആ കഠിനവും വിഷമമേറിയതുമായ ആദ്യഘട്ടത്തെ അതിജീവിക്കുകയെന്നതായിരുന്നു. അതിലൂടെ മാത്രമേ പിന്നീട് ഞങ്ങൾക്ക് ചെ വിഭാവനം ചെയ്ത പാതയിലൂടെ മുന്നേറാൻ കഴിയൂ.

ഞങ്ങൾ ഒരിക്കലുമൊരു വിഭാഗീയപ്രവർത്തനം വിഭാവനം ചെയ്തില്ല. അത്തരമൊരു സങ്കൽപ്പനം ബൊളീവിയൻ തലത്തിൽ അസാധ്യമാകുമായിരുന്നുവെന്നു മാത്രമല്ല, അതിനെല്ലാം ഉപരിയായി ഒരു ഭൂഖണ്ഡത്തിന്റെ തലത്തിലും അസാധ്യമാകുമായിരുന്നു. ഞങ്ങളുടെ ആശയം സാമൂഹ്യനീതിക്കു വേണ്ടി പോരാടാൻ തയാറായ എല്ലാ സത്യസന്ധരായ വ്യക്തികളെയും ആകർഷിക്കുന്നതിനും എല്ലാ വിപ്ലവകരമായ സംഘടനകൾക്കും പാർട്ടികൾക്കും വിഭാഗങ്ങൾക്കുമൊപ്പം ഒന്നിച്ചുചേർന്നു പൊരുതുന്നതിനും തയാറാകുന്ന ഒരു വിശാലമായ വിപ്ലവപ്രസ്ഥാനത്തെ സൃഷ്ടിക്കുകയെന്നതായിരുന്നു. ഈ അടിസ്ഥാനത്തിലാണ് ELN (ദേശീയ വിമോചനസേന) രൂപീകരിക്കപ്പെട്ടത്. അതിന്റെ അഞ്ച് പൊതുകമ്യൂണിക്കെകളിലൂടെ അക്കാര്യം വ്യക്തമാക്കുകയും ചെയ്തിരുന്നു. ആ കമ്യൂണിക്കെകളിൽ ബൊളീവിയൻ ജനതയ്ക്ക് ആഹ്വാനങ്ങൾ നൽകുകയും വിവരങ്ങൾ പ്രദാനം ചെയ്യുകയും ചെയ്തിരുന്നു.

ചെയുടെ *ബൊളീവിയൻ ഡയറി*യിലും എന്റെ തന്നെ ഡയറിയിലും രേഖപ്പെടുത്തപ്പെട്ട വിവരങ്ങൾ പരിശോധിച്ചാൽ ഞങ്ങൾ എങ്ങനെയാണ് ബൊളീവിയയ്ക്കകത്തു തന്നെയുള്ള വ്യത്യസ്ത രാഷ്ട്രീയശക്തികളുമായും അവയുടെ പ്രതിനിധികളുമായും ബന്ധങ്ങൾ സ്ഥാപിച്ചതെന്നും ഒപ്പംതന്നെ വൻകരയിലെ മറ്റു രാഷ്ട്രീയ സംഘടനകളുമായി ബന്ധം സ്ഥാപിച്ചതെന്നും ഒരാൾക്ക് കാണാനാവും. പോരാട്ടത്തിന് അതിന്റെ ആരംഭഘട്ടത്തെ അതിജീവിച്ച് തീവ്രരൂപത്തിലേക്ക് വളരാൻ കഴിയുകയാണെങ്കിൽ ഈ ബന്ധങ്ങളും സമ്പർക്കങ്ങളും പ്രദേശത്തെ മറ്റു പുരോഗമന ശക്തികളുമായി അടുത്ത ബന്ധങ്ങൾ വികസിപ്പിക്കുന്നതിലേക്ക് അനിവാര്യമായും എത്തിച്ചേരുമായിരുന്നു. ആ പ്രാരംഭഘട്ടം വാർത്താവിനിമയങ്ങളുടെയും സമ്പർക്കങ്ങളുടെയും കാര്യത്തിൽ കടുത്ത പരിമിതികൾ ഞങ്ങളുടെ മേൽ അടിച്ചേൽപ്പിച്ചിരുന്നു.

എന്റെ പ്രതീക്ഷ എന്റെ ഡയറിയിൽ രേഖപ്പെടുത്തപ്പെട്ട ഓർമകൾ ബൊളീവിയയിൽ നടന്ന യുദ്ധത്തിന്റെ ശരിയായ ചിത്രം നൽകുമെന്നതാണ്. തങ്ങളുടെ ആദർശങ്ങളോട് ഹൃദയത്തിന്റെ ആഴത്തിൽ വരെ കൂറു പുലർത്തിയ ഒരുപറ്റം ആളുകൾ നടപ്പാക്കിയ ഒരു പോരാട്ടമായിരുന്നു അത്. യു എസ് എ ആയുധമണിയിച്ചതും സി ഐ എ സഹായം നൽകിയതുമായ ഒരു പ്രൊഫഷണൽ സേനയുമായി അതേറ്റുമുട്ടി. ആ ശത്രുപക്ഷത്ത് രാജ്യത്തിന്റെ പ്രസിഡന്റ് റെനെ ബാരിയെന്റോസ് മുതൽ തട്ടിപ്പുകാരായ പത്രപ്രവർത്തകരും ഓഫീസർമാരും പട്ടാളക്കാരും കർഷകരായ ഒറ്റുകാരും വരെ ഉൾപ്പെട്ടിരുന്നു. യു എസ് റേഞ്ചർമാരുടെയും

ലാ പാസിലെ സി ഐ എ യുടെ സ്റ്റേഷനിൽനിന്നും അതിന്റെ അമേരിക്കൻ ഹെഡ്ക്വാർട്ടേഴ്സിൽ നിന്നുമുള്ള ഏജന്റുമാരുടെയും പങ്കാളിത്തം നേരിട്ടുള്ളതും തുറന്നതുമായ രീതിയിലായിരുന്നു.

ഞാനീ സാമഗ്രികൾ വായനക്കാരന്റെ പരിഗണനയ്ക്കു സമർപ്പിക്കുന്നു. അമേരിക്കകളുടെ ചരിത്രത്തിലെ ഇതിഹാസമാനമുള്ള ഒരു അധ്യായത്തിന്റെ കഥയാണത് പറയുന്നത്. ഒരു ധീരനായ ഗറില്ലയുടെ ജീവിതത്തെയും പ്രവർത്തനത്തെയും കുറിച്ചു പഠിക്കാൻ ആഗ്രഹിക്കുന്ന ചെറുപ്പക്കാരായ ആളുകൾക്ക് അത് ഉപകരിക്കുമെന്ന് ഞാൻ കരുതുന്നു. ചെറുപ്പക്കാരായ യുവജനങ്ങൾക്ക് നാമെല്ലാം ജീവിക്കുന്ന കാലഘട്ടത്തെപ്പറ്റി കൂടുതൽ വ്യക്തമായ അറിവു നേടാനും ചെയുടെ ജീവിതത്തിൽ അലിഞ്ഞുചേർന്നിരുന്ന മാനുഷികമൂല്യങ്ങളുടെ മഹത്വം മനസിലാക്കാനും ഉപകരിക്കുമെന്നും ഞാൻ പ്രതീക്ഷിക്കുന്നു. മനുഷ്യരാശിക്കു വേണ്ടി ജീവിതകാലം മുഴുവൻ പൊരുതാൻ ആദ്യം മുതലേ എടുത്ത തീരുമാനത്തിൽ ആ മഹത്വമാണ് പ്രകാശിപ്പിക്കപ്പെടുന്നത്.

ചെ ഞങ്ങളെ നിരവധി കാര്യങ്ങൾ പഠിപ്പിച്ചു. അദ്ദേഹം തന്റെ പ്രായോഗികപ്രവർത്തനങ്ങളിലൂടെയാണ് ആ പാഠങ്ങൾ ഞങ്ങൾക്കു പകർന്നുതന്നത്. ക്യൂബയിൽ അദ്ദേഹത്തിനും പഠിക്കാനും സ്വന്തം കഴിവുകൾ വളർത്താനും അവസരങ്ങൾ കിട്ടിയിരുന്നു. ഞങ്ങളുടെ ജനതയുമായുള്ള സമ്പർക്കത്തിൽനിന്നും അദ്ദേഹത്തിനു കൈവരിക്കാൻ കഴിഞ്ഞ ഒരു ഗുണം വിജയത്തിലുള്ള വിശ്വാസവും മനുഷ്യരിലുള്ള വിശ്വാസവും വിശ്വസ്തതയുടേതായ ഏറ്റവും ആഴമേറിയ ഒരു ബോധവുമായിരുന്നു. തന്റെ വിടവാങ്ങൽ കത്തിൽ[1] പറഞ്ഞ കാര്യങ്ങളോട് അദ്ദേഹം നൂറുശതമാനം വിശ്വസ്തത കാട്ടിയെന്ന കാര്യത്തിൽ എനിക്ക് തീർച്ചയുണ്ട്; അതുപോലെ അദ്ദേഹത്തിന്റെ അവസാനചിന്തകൾ കമാൻഡർ ഇൻ ചീഫ് ഫിദൽ കാസ്ട്രോയെക്കുറിച്ചായിരുന്നുവെന്ന കാര്യത്തിലും.

ഫെബ്രുവരി 1997 **ബ്രിഗേഡിയർ ജനറൽ ഹാരി വില്ലെഗാസ്**

1. 1965 ൽ, ക്യൂബ വിടുന്നതിന് തൊട്ടുമുമ്പ് ചെ ഗുവേര എഴുതിയ കത്ത് 'പാത്ത് ഫൈൻഡർ' പ്രസിദ്ധീകരിച്ച ചെ ഗുവേരയുടെ *ബൊളീവിയൻ ഡയറി*യിൽ പ്രസിദ്ധീകരിച്ചിട്ടുണ്ട്.

രണ്ട്, മൂന്ന്.... നിരവധി വിയറ്റ്നാമുകൾ അതാകട്ടെ നമ്മുടെ മുദ്രാവാക്യം*

ഏണസ്റ്റോ ചെ ഗുവേര

"ഇത് തീയാളിക്കത്തുന്ന മണിക്കൂറാണ്,
ആകപ്പാടെ കാണാനാകുന്നത് വെളിച്ചം മാത്രമാണ്."

ജോസ് മാർട്ടി

അവസാനത്തെ ലോകയുദ്ധത്തിന്റെ അന്ത്യത്തിനു ശേഷം 21 വർഷങ്ങൾ കഴിഞ്ഞു പോയിരിക്കുന്നു. എല്ലാ ഭാഷകളിലുമുള്ള പത്രമാസികകൾ ഈ സംഭവത്തെ – ജപ്പാന്റെ കീഴടങ്ങലിലൂടെ പ്രതീകവൽക്കരിക്കപ്പെട്ട ഈ സംഭവത്തെ – കൊണ്ടാടുകയാണ്. ഇന്ന് വ്യത്യസ്ത ക്യാമ്പുകളായി വിഭജിക്കപ്പെട്ട ലോകത്തിലെ പല മേഖലകളിലും ശുഭാപ്തി വിശ്വാസത്തിന്റേതായ ഒരന്തരീക്ഷം വളരെ പ്രകടമായിക്കാണാനാവും.

---

* 1965 ഏപ്രിലിൽ ഗുവേര ക്യൂബയിലെ അദ്ദേഹത്തിന്റെ രാഷ്ട്രീയ, സൈനിക, സർക്കാർ ചുമതലകളും ജോലികളും രാജിവച്ചു. ലോകത്തെമ്പാടും നടക്കുന്ന വിപ്ലവകരമായ സമരങ്ങൾക്ക് തന്റെ പരിചയസമ്പത്തും നേതൃത്വപരമായ കഴിവുകളും സംഭാവന ചെയ്യുകയെന്നതായിരുന്നു അദ്ദേഹത്തിന്റെ ലക്ഷ്യം; ബൊളീവിയ മുതൽ കോംഗോ വരെയുള്ള സമരങ്ങൾക്ക് പ്രത്യേകിച്ചും. ചെയുടെ ഒടുവിലത്തെ പ്രധാന രാഷ്ട്രീയ ലേഖനമായിരുന്ന ഈ സന്ദേശം 1966 നവംബറിൽ ബൊളീവിയയിലെ വിപ്ലവപരമായ പോരാട്ടം ആരംഭിക്കുന്നതിനു തൊട്ടുമുമ്പാണ് എഴുതിയത്. അത് ഏഷ്യൻ, ആഫ്രിക്കൻ, ലാറ്റിനമേരിക്കൻ ജനതകളുടെ ഐക്യദാർഢ്യ സംഘടനയെ (OSPAAAL – അത് മൂന്ന് ഭൂഖണ്ഡസംഘടനയെന്നും അറിയപ്പെട്ടു) അഭിസംബോധനചെയ്തുകൊണ്ടെഴുതിയതാണ്. ആ സംഘടന ഹവാനയിൽ 1966 ജനുവരിയിൽ ചേർന്ന സമ്മേളനത്തിൽ വച്ചാണ് രൂപീകൃതമായത്. OSPAAAL സംഘടനയുടെ എക്സിക്യൂട്ടീവ് സെക്രട്ടറിയേറ്റ് പ്രസിദ്ധീകരിച്ച *മൂന്നു ഭൂഖണ്ഡ മാസിക*യുടെ ഉദ്ഘാടന ലക്കത്തിൽ 1967 ഏപ്രിൽ 16 ന് ചെയുടെ ഈ സന്ദേശം പ്രസിദ്ധീകരിച്ചു. അത് പ്രസിദ്ധീകരിക്കപ്പെട്ടത് ചെ നൽകിയ "രണ്ട്, മൂന്ന്........നിരവധി വിയറ്റ്നാമുകൾ – അതാകട്ടെ നമ്മുടെ മുദ്രാവാക്യം" എന്ന തലക്കെട്ടിലാണ്.)

വമ്പൻ സംഘർഷങ്ങളുടെയും ഹിംസാത്മകമായ ഏറ്റുമുട്ടലുകളുടെയും പൊടുന്നനെയുള്ള വഴിത്തിരിവുകളുടേതുമായ ഈ നാളുകളിൽ ലോകയുദ്ധമില്ലാതെയുള്ള 21 വർഷങ്ങളെന്നത് വളരെ വലിയ ഒരു കാലയളവാണെന്ന് തോന്നിക്കുന്നു. നാം ലോക സമാധാനത്തിനു വേണ്ടി പോരാടാനുള്ള നമ്മുടെ സന്നദ്ധത പ്രഖ്യാപിക്കുന്നു. പക്ഷേ അതിന്റെ പ്രായോഗിക ഫലങ്ങളെ (ദാരിദ്ര്യം, തകർച്ച, മനുഷ്യസമുദായത്തിലെ വമ്പിച്ച വിഭാഗങ്ങളുടെ മേൽ നിരന്തരമായി വർധമാനമാകുന്ന ചൂഷണം) കാണാതെയാണതെന്നു വരുമ്പോൾ, ഈ സമാധാനം യാഥാർഥ്യം തന്നെയാണോ എന്ന ചോദ്യം തികച്ചും പ്രസക്തമായ ഒന്നാകുന്നു.

ഈ കുറിപ്പുകളുടെ ലക്ഷ്യം ജപ്പാന്റെ കീഴടങ്ങലിനുശേഷം പ്രാദേശിക സ്വഭാവത്തോടെ ഒന്നിനുപുറകെ ഒന്നെന്നവണ്ണം ഉയർന്നുവന്ന വിവിധ സംഘട്ടനങ്ങളുടെ ചരിത്രം രേഖപ്പെടുത്തുകയെന്നതല്ല. സമാധാനം നിലനിന്നു എന്നു പറയപ്പെടുന്ന ഈ വർഷങ്ങളിൽ വർധമാനമായിത്തീർന്ന എണ്ണമറ്റ ആഭ്യന്തര സംഘർഷങ്ങളുടെ ചരിത്രമെഴുതലുമല്ല. ഇന്നിപ്പോൾ അതിരില്ലാത്ത വിധം ഉയർന്നുപൊങ്ങുന്ന ഈ ശുഭാപ്തി വിശ്വാസത്തെ നേരിടാൻ കൊറിയയിലെയും വിയറ്റ്നാമിലെയും യുദ്ധങ്ങളിലേക്ക് വിരൽചൂണ്ടുകയേ വേണ്ടൂ.

കൊറിയയിൽ, നിരവധി വർഷങ്ങളിലെ ഉഗ്രമായ സമരത്തിനുശേഷം രാജ്യത്തിന്റെ വടക്കൻ ഭാഗം ആധുനിക യുദ്ധത്തിന്റെ ചരിത്രത്തിലെ ഏറ്റവും ഭീകരമായ വിനാശത്തിൽ മുങ്ങിത്താഴാൻ വിധിക്കപ്പെട്ടു. പൊട്ടാത്ത ബോംബുകൾ നിറഞ്ഞ് ... ഫാക്ടറികളോ സ്കൂളുകളോ ആശുപത്രികളോ ഇല്ലാതെ... ഒരുകോടി വരുന്ന ജനങ്ങൾക്ക് തലയ്ക്കു മേലെ ഒരു കൂരയില്ലാതെ...

ആ യുദ്ധത്തിൽ ഡസൻ കണക്കിനു രാജ്യങ്ങൾ അമേരിക്കയുടെ സൈനിക നേതൃത്വത്തിനു കീഴിൽ ഐക്യരാഷ്ട്രസഭയുടെ കള്ളബാനറിനു കീഴിൽ അണിനിരന്നു. അമേരിക്കയുടെ വമ്പിച്ചൊരു സേനാവിഭാഗം അണിനിരന്ന ആ യുദ്ധത്തിൽ തെക്കൻ കൊറിയൻ ജനതയിൽനിന്നും നിർബന്ധിത സൈനികസേവനത്തിലൂടെ റിക്രൂട്ട് ചെയ്ത എണ്ണമറ്റ യുവാക്കൾ തോക്കുകൾക്കു മുന്നിലേക്ക് അതിന്റെ ഭക്ഷണമാകാനായി നിർബന്ധിതമായി തള്ളിവിടപ്പെട്ടു. മറുവശത്ത് കൊറിയൻ ജനതയ്ക്കും സേനയ്ക്കും സഹായത്തിനെത്തിയ ചൈനീസ് യുവ വളണ്ടിയർമാർക്കും സോവിയറ്റ് സൈനികയന്ത്രത്തിൽനിന്നും സഹായങ്ങളും ഉപദേശങ്ങളും ലഭ്യമായി. അമേരിക്ക എല്ലാത്തരം നശീകരണായുധങ്ങളും അവിടെ പരീക്ഷിച്ചു, ആണവായുധങ്ങളൊഴികെ. പക്ഷേ, അവിടെ പരീക്ഷിക്കപ്പെട്ട ആയുധങ്ങളിൽ പരിമിതമായ തോതിൽ ജീവാണു ആയുധങ്ങളും രാസായുധങ്ങളും പോലുമുണ്ടായിരുന്നു.

വിയറ്റ്നാംയുദ്ധത്തിൽ മൂന്നു സാമ്രാജ്യത്വ ശക്തികൾക്കെതിരെ ആ രാജ്യത്തെ ദേശാഭിമാന ശക്തികൾ യാതൊരു ഇടവേളയുമില്ലാതെ നിരന്തരം യുദ്ധം ചെയ്യുകയാണ്. ആ സാമ്രാജ്യത്വശക്തികൾ ഇവയാണ്,

ഹിരോഷിമയിലെയും നാഗസാക്കിയിലെയും ബോംബിങ്ങുകളെത്തുടർന്ന് ശക്തി കാര്യമായി ക്ഷയിച്ചു പോയ ജപ്പാൻ; ആ രാജ്യത്തിന്റെ കൈയിൽ നിന്നും തങ്ങളുടെ ഇൻഡോ ചൈനീസ് കോളനികൾ തിരിച്ചുപിടിക്കുകയും തങ്ങളുടെ വിഷമതയുടെ കാലത്ത് ജനങ്ങൾക്കു മുന്നിൽ വച്ച എല്ലാ വാഗ്ദാനങ്ങളും കാറ്റിൽപ്പറത്തുകയും ചെയ്ത ഫ്രാൻസ്; സംഘർഷത്തിന്റെ അവസാനകാലത്ത് അമേരിക്ക.

എല്ലാ ഭൂഖണ്ഡങ്ങളിലും പരിമിതമായ ഏറ്റുമുട്ടലുകളുണ്ടായിരുന്നു, ലാറ്റിനമേരിക്കൻ രാജ്യങ്ങളിൽ ക്യൂബൻ വിപ്ലവം വരെ സ്വാതന്ത്ര്യസമര ശ്രമങ്ങളും സൈനിക അട്ടിമറികളും മാത്രമേയുണ്ടായിരുന്നുള്ളൂവെങ്കിൽപ്പോലും. ക്യൂബൻവിപ്ലവം അതിന്റെ ധീരമായ ശംഖനാദമുയർത്തി ഈ പ്രദേശത്തിന്റെ പ്രാധാന്യം ഏവരെയും ബോധ്യപ്പെടുത്തിയതോടെ സാമ്രാജ്യത്വ ശക്തികളുടെ അടങ്ങാത്ത പകയും രോഷവും അതിന്റെ നേരെ തിരിഞ്ഞു. ക്യൂബക്കാദ്യം പ്ലായാ ഗിരോണിൽ അതിന്റെ തീരങ്ങളെ സംരക്ഷിക്കേണ്ടിവന്നു. തുടർന്നതിന് ഒക്ടോബർ പ്രതിസന്ധിയെ നേരിടേണ്ടി വന്നു.[1]

---

1. 1961 ഏപ്രിൽ 17 ന് ക്യൂബയുടെ തെക്കൻ തീരമായ ബേ ഓഫ് പിഗ്സ് 1500ഓളം വരുന്ന ക്യൂബൻ കൂലിപ്പടയാളികൾ ആക്രമിച്ചു. വാഷിങ്ടൺ സംഘടിപ്പിക്കുകയും പരിശീലനം നൽകുകയും സാമ്പത്തികമായി സഹായിക്കുകയും ചെയ്ത ആ സംഘം ഒരു താൽക്കാലിക സർക്കാർ പ്രഖ്യാപിച്ചുകൊണ്ട് നേരിട്ടുള്ള അമേരിക്കൻ ഇടപെടലിനായി അഭ്യർഥന നടത്തണമെന്നതായിരുന്നു പദ്ധതി. പക്ഷേ 72 മണിക്കൂറുകൾക്കുള്ളിൽത്തന്നെ ക്യൂബയുടെ വിപ്ലവസേനയും ജനകീയ സന്നദ്ധസേനയും ചേർന്ന് കടന്നാക്രമണക്കാരെ തുരത്തി. ഏപ്രിൽ 19 ന് അവസാനത്തെ അക്രമകാരികളും പ്ലയാ ഗിരോണിൽ ആയുധംവച്ച് കീഴടങ്ങി. ആ യുദ്ധത്തെ സൂചിപ്പിക്കാൻ ഗിരോൺ ബീച്ച് എന്ന പദമാണിന്നും ക്യൂബക്കാർ ഉപയോഗിക്കുന്നത്. ആ ആക്രമണത്തിന്റെ തലേന്ന് ഹവാന, സാന്തിയാഗോ ദെ ക്യൂബ, സാൻ അന്തോണിയോ ദെ ലോസ് ബാനോസ് എന്നിവിടങ്ങളിൽ അമേരിക്ക നടത്തിയ വ്യോമാക്രമണങ്ങളിൽ മരിച്ചവരെ ആദരിക്കാനായി ചേർന്ന യോഗത്തിൽ വച്ച് ഫിദൽ കാസ്ട്രോ ക്യൂബൻ വിപ്ലവത്തിന്റെ സോഷ്യലിസ്റ്റ് സ്വഭാവം പ്രഖ്യാപിക്കുകയും ക്യൂബൻജനതയോട് അതിന്റെ സംരക്ഷണത്തിനായി ആയുധമണിയാൻ ആഹ്വാനം ചെയ്യുകയും ചെയ്തു.

1962 ന്റെ വസന്തകാലത്തും വേനൽക്കാലത്തും ക്യൂബയിൽ ഒരു പുതിയ കടന്നാക്രമണം നടത്താനുള്ള അമേരിക്കൻ തയാറെടുപ്പുകൾ രൂക്ഷമായിക്കൊണ്ടിരുന്നപ്പോൾ ക്യൂബ സോവിയറ്റ് യൂണിയനുമായി ഒരു പരസ്പര സൈനികപ്രതിരോധ കരാർ ഒപ്പുവച്ചു. ആ കരാറിനു ശേഷം സോവിയറ്റ് യൂണിയൻ ക്യൂബയിൽ വിന്യസിച്ച ആണവമിസൈലുകൾ നീക്കം ചെയ്യണമെന്ന് 1962 ഒക്ടോബറിൽ അമേരിക്കൻ പ്രസിഡന്റ് കെന്നഡി അന്ത്യശാസനം നൽകി. അമേരിക്ക ക്യൂബക്കെതിരെ നാവിക ഉപരോധം പ്രഖ്യാപിക്കുകയും ആക്രമണ പരിപാടികൾ ഊർജിതമാക്കുകയും സായുധസേനകൾക്ക് ആണവാക്രമണ ജാഗ്രതാ നിർദേശം നൽകുകയും ചെയ്തു. ക്യൂബയിലെ ദശലക്ഷക്കണക്കിന് തൊഴിലാളികളും കർഷകരും വിപ്ലവത്തെ സംരക്ഷിക്കാനായി ആയുധമണിഞ്ഞ് അണിനിരന്നു. അമേരിക്കയും സോവിയറ്റ് യൂണിയനും തമ്മിൽ നടന്ന രഹസ്യ ചർച്ചയ്ക്കു ശേഷം സോവിയറ്റ് പ്രധാനമന്ത്രിയായ നികിതാ ക്രൂഷ്ചേവ് ക്യൂബൻ സർക്കാറിനോടാലോചിക്കാതെ മിസൈലുകൾ പിൻവലിക്കാനുള്ള തീരുമാനം ഒക്ടോബർ 28 ന് പ്രഖ്യാപിച്ചു.

ക്യൂബൻ പ്രശ്നത്തിൽ ഒരു യു എസ്–സോവിയറ്റ് ഏറ്റുമുട്ടൽ ഉണ്ടാകാനിടയായിരുന്നെങ്കിൽ രണ്ടാമതു പറഞ്ഞ സംഭവം കണക്കുകൂട്ടാനാവാത്ത ഭീകരമായ തോതിലുള്ള ഒരു ലോകയുദ്ധത്തിന് തുടക്കംകുറിച്ചേനെ.

ഇന്നിപ്പോൾ, പക്ഷേ, വൈരുധ്യങ്ങൾ വ്യക്തമായും കേന്ദ്രീകരിക്കപ്പെട്ടിരിക്കുന്നത് ഇൻഡോ–ചൈനീസ് ഉപഭൂഖണ്ഡത്തിലും അതിന്റെ അയൽപ്രദേശങ്ങളിലുമായാണ്. യു എസ് സാമ്രാജ്യത്വം അതിന്റെ സർവശക്തിയോടെയും ഇടപെട്ടതോടെ ആ മൊത്ത പ്രദേശവും ഒരു വെടിമരുന്നുശാലയിലേക്ക് നയിക്കുന്ന ഫ്യൂസ്വയറിന്റെ അറ്റത്ത് തീ കൂട്ടി കത്തിച്ച ഒരു സ്ഥിതിവിശേഷത്തിലേക്ക് നീങ്ങി. വിയറ്റ്നാമിൽ ആ ഏറ്റുമുട്ടൽ അങ്ങേയറ്റം തീവ്രമായ സ്വഭാവത്തിലെത്തി. ഈ യുദ്ധത്തിന്റെ ചരിത്രത്തിലേക്കു പോകൽ നമ്മുടെ ലക്ഷ്യമല്ല. നാമിവിടെ ചില നാഴികക്കല്ലുകൾ മാത്രമാണ് സൂചിപ്പിക്കുന്നത്.

1954 ൽ, ഫ്രഞ്ചുസേനകൾക്ക് ദിയെൻ ബിയെൻ ഫ്യൂവിൽ അതിന്റെ നട്ടെല്ലൊടിക്കുന്ന പരാജയം സംഭവിച്ചതിനുശേഷം ജനീവാക്കരാറുകൾ ഒപ്പിട്ടു. അതിൻപ്രകാരം വിയറ്റ്നാമിനെ രണ്ടു മേഖലകളായി വിഭജിക്കുകയും ആരാണ് ഭരിക്കേണ്ടതെന്നും രാജ്യത്തിന്റെ ഏകീകരണം എങ്ങനെ സാധിക്കണമെന്നും തീരുമാനിക്കാൻ 18 മാസങ്ങൾക്കകം തിരഞ്ഞെടുപ്പു നടത്തണമെന്ന് വ്യവസ്ഥ ചെയ്യുകയും ചെയ്തു. ആ രേഖയിൽ അമേരിക്ക ഒപ്പിട്ടില്ല, മറിച്ച് അവർ തങ്ങളുടെ കുത്സിതലക്ഷ്യത്തിനു പറ്റുന്ന ഒരാളെക്കൊണ്ട് ഫ്രഞ്ച് പാവയായ ബാവോഡായി ചക്രവർത്തിയെ പകരംവയ്ക്കാനുള്ള ഗൂഢനീക്കങ്ങളാരംഭിച്ചു. അങ്ങനെ അമേരിക്കക്കായി രംഗത്തുവന്നത് എൻഗോ ദിൻ ദിയം ആയിരുന്നു. അയാൾക്കു വന്നുപെട്ട ദുർവിധി എല്ലാവർക്കുമറിയാം– ഒരു ചെറുനാരങ്ങയെ ഉണങ്ങുംവരെ ഞെരിച്ചമർത്തിയതിനു സമാനമായിരുന്നു സാമ്രാജ്യത്വം അയാൾക്കു നൽകിയ വിധി.[1]

ആ കരാറുകൾ ഒപ്പിട്ട ശേഷമുള്ള മാസങ്ങളിൽ ജനകീയ ശക്തികൾക്കിടയിൽ ശുഭാപ്തി വിശ്വാസം തുടിച്ചുനിന്നു. രാജ്യത്തിന്റെ തെക്കൻ ഭാഗങ്ങളിൽ ഫ്രഞ്ചുവിരുദ്ധ സമരത്തിന്റെ ഭാഗമായി ഉണ്ടായിരുന്ന സൈനികപോസ്റ്റുകൾ അവർ ഉപേക്ഷിക്കുകയും കരാറുകൾ നടപ്പാക്കുന്നതു പ്രതീക്ഷിച്ച് കാത്തിരിക്കുകയും ചെയ്തു. അമേരിക്കക്ക് അതിന്റെ ഇംഗിതം ബാലറ്റ്പെട്ടികളിലൂടെ അടിച്ചേൽപ്പിക്കാൻ കഴിയുമെന്ന് ഉറപ്പുണ്ടെങ്കിൽ മാത്രമേ തിരഞ്ഞെടുപ്പുണ്ടാകൂ എന്നും, അതില്ലെങ്കിൽ ഒരു തിരഞ്ഞെടുപ്പും നടക്കാൻ പോകുന്നില്ലെന്നും അതിവേഗം

1. തെക്കൻ വിയറ്റ്നാമിലെ ഏകാധിപതിയായ എൻഗോ ദിൻ ദിയം 1963 നവംബർ 1ന് കൊല ചെയ്യപ്പെട്ടു. അമേരിക്കയുടെ തന്നെ ഏജന്റുമാരാണ് അത് ചെയ്തത്. ദേശീയ വിമോചനസേന നേടിക്കൊണ്ടിരുന്ന രാഷ്ട്രീയവും സൈനികവുമായ വിജയങ്ങളെ തടഞ്ഞുനിർത്താൻ ദിയം ഭരണത്തിനു കഴിയാതെ വന്നതോടെ അമേരിക്കക്ക് അയാൾ കണ്ണിലെ കരടായി മാറി.

തന്നെ ജനകീയ ശക്തികൾക്ക് ബോധ്യമായി. അത്തരത്തിലൊരു തിരഞ്ഞെടുപ്പു വിജയം, എത്രതന്നെ തിരഞ്ഞെടുപ്പു കൃത്രിമങ്ങൾ നടത്തിയാലും, അമേരിക്കയ്ക്കു നേടാൻ കഴിയുമായിരുന്നില്ല.

രാജ്യത്തിന്റെ തെക്കൻ ഭാഗങ്ങളിലെ പോരാട്ടങ്ങൾ വീണ്ടുമാരംഭിച്ചു. അവ തീവ്രമാകുകയും ചെയ്തു. ഇന്നിപ്പോൾ അമേരിക്കൻ സേനയുടെ എണ്ണം അഞ്ചു ലക്ഷം സൈനികരെന്നതിലേക്ക് വളർന്നിരിക്കുന്നു. അതേസമയം പാവശക്തികളുടെ സൈന്യബലം കുറയുക മാത്രമല്ല, അതിന്റെ പോരാട്ടവീര്യം പാടെ തകരുകയും ചെയ്തിരിക്കുന്നു. തെക്കൻ ഭാഗങ്ങളിലുള്ളവരുടെ പോരാട്ടശക്തിയെ തകർത്ത്, അവരെ നിരാശരാക്കി, ശക്തമായ ഒരു നിലയിൽ നിന്നു കൊണ്ട് ഒരു സമ്മേളനം അടിച്ചേൽപ്പിക്കുക എന്ന ലക്ഷ്യത്തോടെ ഡെമോക്രാറ്റിക് റിപ്പബ്ലിക് ഓഫ് വിയറ്റ്നാമിൽ അമേരിക്ക തുടർച്ചയായ ബോംബിങ് ആരംഭിച്ചിട്ട് രണ്ടു വർഷം കഴിഞ്ഞു. തുടക്കത്തിൽ ബോംബിങ്ങുകൾ ഏറിയും കുറഞ്ഞും ഒറ്റപ്പെട്ട സംഭവങ്ങളായിരുന്നു. അവ നടത്തപ്പെട്ടത് വടക്കൻ വിയറ്റ്നാമിന്റെ പ്രകോപനങ്ങൾക്കുള്ള തിരിച്ചടിയാണവ എന്ന നാട്യത്തോടെയുമായിരുന്നു. തുടർന്നവയുടെ തീവ്രതകൾ വർധിക്കുകയും ഇടവേളകൾ കുറയുകയും ചെയ്തു. തുടർന്നത് അമേരിക്കൻ വ്യോമസേന ഇടതടവില്ലാതെ നടത്തുന്ന ഭീകരമായ കടന്നാക്രമണമായി മാറി. അതിന്റെ ലക്ഷ്യം വടക്കൻ വിയറ്റ്നാമിൽനിന്ന് നാഗരികതയുടെ അവസാന അവശിഷ്ടങ്ങളെപ്പോലും തുടച്ചുനീക്കുകയെന്നതുമായി. ദുഃഖകരമാം വിധം പ്രസിദ്ധമായ തീവ്രമായ യുദ്ധത്തിലേക്കുള്ള നീക്കത്തിലെ ഒരു എപ്പിസോഡ് മാത്രമാണിത്.

വിയറ്റ്നാമിന്റെ വിമാനവിരുദ്ധസേനകൾ നടത്തുന്ന ഉജ്ജ്വലമായ ചെറുത്തുനിൽപ്പും (അവർ 1700 വിമാനങ്ങളെ വെടിവെച്ചിട്ടു) സോഷ്യലിസ്റ്റ് ക്യാമ്പിൽനിന്നുമുള്ള സൈനിക സഹായങ്ങളുമുണ്ടെന്നിരിക്കിൽപ്പോലും യാങ്കികളുടെ ഭൗതികമായ ലക്ഷ്യം നല്ല ഒരു അളവിൽ വിജയിക്കുമായിരുന്നു.

ഇതാണ് വേദനയുളവാക്കുന്ന യാഥാർഥ്യം: ലോകത്തിലെ മുഴുവൻ ഇല്ലാത്തവരുടെയും വിജയത്തിനു വേണ്ടിയുള്ള അഭിലാഷങ്ങളെയും പ്രതീക്ഷകളെയും പ്രതിനിധീകരിക്കുന്ന വിയറ്റ്നാം ഇന്ന് ദുരന്തപൂർണമായ വിധം ഒറ്റയ്ക്കാണ്. അമേരിക്കൻ സാങ്കേതികവിദ്യ നടത്തുന്ന ബോംബിങ്ങിലൂടെയുള്ള തകർത്തുതരിപ്പണമാക്കലിനെ ജനങ്ങൾ സഹിച്ചു പിടിച്ചു നിൽക്കണം – തെക്കൻ ഭാഗങ്ങളിൽ യാതൊരു ചെറുത്തുനിൽപ്പുമില്ലാതെ; വടക്കൻ ഭാഗങ്ങളിൽ അൽപ്പസ്വൽപ്പം ചെറുത്തുനിൽപ്പോടുകൂടി. പക്ഷേ രണ്ടായാലും ഒറ്റയ്ക്ക്.

പണ്ടുകാലത്ത് റോമൻ സർക്കസിൽ സിംഹത്തോട് മല്ലടിക്കുന്ന ഗ്ലാഡിയേറ്റർമാരെ പ്രോത്സാഹിപ്പിച്ച് കയ്യടിച്ചിരുന്ന പ്ലീബിയന്മാരുടെ (ജനപക്ഷപാതികൾ) മട്ടിൽ ദുഃഖകരമായ – വിരോധാഭാസമായ – ഒന്നായാണിന്ന് പുരോഗമനശക്തികളുടെ വിയറ്റ്നാം ജനതയോടുള്ള ഐക്യ

ദാർഢ്യം മാറിത്തീരുന്നത്. ഇരയ്ക്ക് വിജയമാശംസിക്കുന്നതു കൊണ്ടു മാത്രം പോരാ; ഒരാൾ അവന്റെ വിധിയെ പങ്കുവയ്ക്കാനും തയാറാകണം. ഒരാൾ വിജയത്തിലും മരണത്തിലും അവനൊപ്പം ചേരണം.

വിയറ്റ്നാമീസ് ജനതയുടെ ഒറ്റപ്പെടൽ നാം വിലയിരുത്തുമ്പോൾ, മനുഷ്യരാശിയുടെ ചരിത്രത്തിലെ തികച്ചും യുക്തിഹീനമായ ഈ നിമിഷത്തെയോർത്ത് നാം രോഷംകൊണ്ട് തിളച്ചുമറിയുന്നു. അമേരിക്കൻ സാമ്രാജ്യത്വം കടന്നാക്രമണത്തിന്റെ കുറ്റകൃത്യം ചെയ്യുകയാണ്. അതിന്റെ കുറ്റകൃത്യങ്ങൾ ഭീമമായവയാണ്, അത് ലോകം മുഴുവൻ വ്യാപിക്കുകയും ചെയ്തിരിക്കുന്നു. ഞങ്ങൾക്കതറിയാം, മാന്യന്മാരേ! പക്ഷേ ഒപ്പം തന്നെ കുറ്റക്കാരാണ്, വിയറ്റ്നാമിനെ സോഷ്യലിസ്റ്റ് ലോകത്തിന്റെ കടന്നാക്രമിക്കാൻ സാധ്യമല്ലാത്ത ഒരു ഭാഗമാക്കി മാറ്റാൻ നിർണായക നിമിഷത്തിൽ സംശയിച്ചു നിൽക്കുന്നവരും. തീർച്ചയായും ഒരു ലോകയുദ്ധത്തിന്റെ അപകടം അതിനുണ്ട്, പക്ഷേ അത് അമേരിക്കൻ സാമ്രാജ്യത്വത്തെ ഒരു തീരുമാനം പ്രഖ്യാപിക്കാൻ നിർബന്ധിതരാക്കും. ഒപ്പം തന്നെ കുറ്റക്കാരാണ്, കുറച്ചു കാലമായി പരസ്പരം അവഹേളിക്കുന്നതിലും കൊഞ്ഞനം കുത്തുന്നതിലുമേർപ്പെട്ടിരിക്കുന്ന സോഷ്യലിസ്റ്റ് ക്യാമ്പിലെ ഏറ്റവും വലിയ രണ്ട് ശക്തികളും.

ഒരു സത്യസന്ധമായ മറുപടി ലഭിക്കുന്നതിനായി നമുക്ക് ചോദിക്കാം: വിയറ്റ്നാം ഒറ്റയ്ക്കാണോ അല്ലയോ? പ്രത്യേകിച്ചും അതിന് പരസ്പരം പോരടിക്കുന്ന രണ്ടു സോഷ്യലിസ്റ്റ് വൻശക്തികൾക്കിടയിൽ അപകടകരമായ ഒരു ബാലൻസിങ് പരിപാടി നടപ്പാക്കാൻ ശ്രമിക്കുമ്പോൾ.

ആ ജനത എത്ര മഹത്വമാണ് പ്രകടിപ്പിക്കുന്നത്! എത്ര ധീരന്മാരും എന്തും സഹിക്കാൻ തയാറായവരുമായ ഒരു ജനത! എന്തൊരു പാഠമാണവർ തങ്ങളുടെ പോരാട്ടത്തിലൂടെ ലോകജനതയ്ക്ക് നൽകുന്നത്.

തന്റെ ജനതയ്ക്കാവശ്യമായ ചില പരിഷ്കാരങ്ങൾക്കും തുടക്കംകുറിക്കാൻ എന്നെങ്കിലും പ്രസിഡന്റ് ജോൺസൺ ഉദ്ദേശിച്ചിട്ടുണ്ടോ എന്ന കാര്യം നമുക്കറിയാൻ ആവണമെങ്കിൽ ഇനിയുമേറെക്കാലം കഴിയും– സ്ഫോടനാത്മകമായ ശക്തിയോടെയും വർധിച്ചുവരുന്ന നൈരന്തര്യത്തോടെയും പ്രത്യക്ഷപ്പെടുന്ന വർഗ വൈരുധ്യങ്ങളെ ഉരക്കടലാസിലിട്ട് ഒന്ന് മിനുക്കിയെടുക്കൽ. പക്ഷേ ഉറപ്പായ ഒരു കാര്യമുണ്ട്, മഹത്തായ സമൂഹം എന്ന വർണശബളമായ തലക്കെട്ടിൽ പ്രഖ്യാപിക്കപ്പെട്ട മെച്ചപ്പെടുത്തലുകൾ വിയറ്റ്നാമിന്റെ കാര്യത്തിൽ വെറും പുകയായിപ്പോയി എന്ന കാര്യം. ഏറ്റവും ശക്തമായ ഒരു സാമ്രാജ്യത്വത്തിന് ഒരു ദരിദ്രവും പിന്നോക്കവുമായ ജനതയുടെ ധീരോദാത്തമായ ചെറുത്തുനിൽപ്പ് സമ്മാനിച്ച മുറിപ്പാടുകളുടെ നീറ്റൽ അനുഭവപ്പെട്ടു തുടങ്ങിയിരിക്കുന്നു. അതിന്റെ വമ്പൻ സമ്പദ്ഘടന യുദ്ധപരിശ്രമങ്ങൾ സൃഷ്ടിക്കുന്ന വമ്പിച്ച ചെലവു മൂലം പ്രശ്നങ്ങൾ നേരിടുന്നു. കുത്തകകളെ സംബന്ധിച്ച് ഇന്ന് ഏറ്റവും ലാഭകരമായ ബിസിനസ് കൊലപ്പെടുത്തൽ അല്ലാതായിരിക്കുന്നു.

വിയറ്റ്നാമീസ് പോരാളികൾക്ക് തങ്ങളുടെ മാതൃരാജ്യത്തോടും സമൂഹത്തോടുമുള്ള അദമ്യമായ സ്നേഹത്തിനും എല്ലാ പരീക്ഷണങ്ങളെയും അതിജീവിക്കുന്ന ധീരതയ്ക്കുമൊപ്പമുള്ളത് പ്രതിരോധത്തിനുള്ള ആയുധങ്ങൾ മാത്രമാണ്; അതും ആവശ്യത്തിനു മാത്രമില്ലതാനും. പക്ഷേ സാമ്രാജ്യത്വം വിയറ്റ്നാമിൽ കുടുങ്ങിപ്പോയിരിക്കുകയാണ്. അതിനു പുറത്തേക്കൊരു വഴിയും കാണാനില്ല. തങ്ങളുടെ അഭിമാനത്തിനു മുറിവു പറ്റാതെ ഇന്നെത്തിച്ചേർന്നിരിക്കുന്ന അപകടകരമെന്ന് സ്വയം വിലയിരുത്തുന്ന സാഹചര്യത്തിൽനിന്നു പുറത്തുകടക്കാൻ അത് ഭ്രാന്തമായി ഒരു വഴിയന്വേഷിക്കുകയാണ്. "വടക്ക്" മുന്നോട്ടു വച്ചിരിക്കുന്ന "നാലു പോയിന്റു"കളും "തെക്ക്" മുന്നോട്ടു വച്ചിരിക്കുന്ന "അഞ്ചു പോയിന്റുകളും" അതിനെ കത്രികപ്പൂട്ടിലാക്കുകയാണ്. പക്ഷേ അതെല്ലാം കൂടി ഏറ്റുമുട്ടലിനെ കൂടുതൽ തീവ്രമാക്കുകയാണ്.

നാം–ലോകത്തെ ചൂഷിതരായ വിഭാഗം–എടുക്കേണ്ട റോൾ എന്താണ്?

മൂന്നു ഭൂഖണ്ഡങ്ങളിലെ ജനങ്ങൾ വിയറ്റ്നാമിനെ നിരീക്ഷിക്കുകയും അതിൽനിന്ന് തങ്ങൾക്കു വേണ്ടി പാഠങ്ങൾ പഠിക്കുകയുമാണ്. മനുഷ്യരാശിയെ ബ്ലാക്ക്മെയിൽ ചെയ്യാൻ സാമ്രാജ്യത്വം ലോകയുദ്ധമെന്ന ഭീഷണി ഉയർത്തുന്നതുകൊണ്ട്, അതിനു നൽകേണ്ട ശരിയായ മറുപടി യുദ്ധത്തെ ഭയക്കാതിരിക്കുകയെന്നതാണ്. സംഘർഷത്തിന്റെ എല്ലാ ബിന്ദുക്കളിലും കഠിനമായി ആക്രമിക്കുകയും അതിനൊരു ഇളവും നൽകാതിരിക്കുകയും ചെയ്യുക – അതായിരിക്കണം ജനങ്ങൾ സ്വീകരിക്കേണ്ട പൊതുവായ തന്ത്രം.

നാമിന്ന് അനുഭവിക്കുന്ന ഈ ദയനീയമായ സമാധാനം ഭഞ്ജിക്കപ്പെടാത്തിടങ്ങളിൽ, എന്തായിരിക്കണം നമ്മുടെ കടമ?

എന്തു വില കൊടുത്തും സ്വയം വിമോചിപ്പിക്കുക.

ലോകത്തിന്റെ ദൃശ്യം വളരെയേറെ സങ്കീർണതയോടുകൂടിയതാണ്. വിമോചനം നേടുകയെന്ന കടമ പഴയ യൂറോപ്പിലെ ചില രാജ്യങ്ങളെ സംബന്ധിച്ചുപോലും ഇനിയും മുന്നിൽ നിൽക്കുകയാണ്. അവ മുതലാളിത്തത്തിന്റെ എല്ലാ വൈരുധ്യങ്ങളും അനുഭവിക്കാൻ മാത്രം വികസിച്ചവയാണ്. പക്ഷേ സാമ്രാജ്യത്വത്തിന്റെ പാത പിന്തുടരാനോ, അല്ലെങ്കിൽ ആ വഴി തെരഞ്ഞെടുക്കാനോ പറ്റാത്ത വിധം ദുർബലങ്ങളുമാണ്. വരുംവർഷങ്ങളിൽ ആ രാജ്യങ്ങളിൽ വൈരുധ്യങ്ങൾ സ്ഫോടനാത്മകമായിത്തീരും. അവരുടെ പ്രശ്നങ്ങൾ – അതുകൊണ്ടു തന്നെ അവയുടെ പരിഹാരങ്ങളും – നമ്മുടെ ആശ്രിതരാജ്യങ്ങളും സാമ്പത്തികമായി പിന്നോക്കം നിൽക്കുന്ന ജനതകളും നേരിടുന്നവയിൽനിന്നു വ്യത്യസ്തമാണ്.

സാമ്രാജ്യത്വചൂഷണത്തിന്റെ അടിസ്ഥാനപരമായ കളിക്കളം മൂന്നു പിന്നോക്ക ഭൂഖണ്ഡങ്ങളുൾക്കൊള്ളുന്നതാണ് – ലാറ്റിനമേരിക്ക, ഏഷ്യ,

ആഫ്രിക്ക. ഓരോ രാജ്യങ്ങൾക്കും അവയുടേതായ സവിശേഷതകളുണ്ട്, പക്ഷേ ഭൂഖണ്ഡങ്ങൾക്ക്, ഒറ്റ ഏകകമെന്ന നിലയിൽ, അവയുടെ തന്നെ പ്രശ്നങ്ങളും കൂടിയുണ്ട്.

ലാറ്റിനമേരിക്ക ഏറിയും കുറഞ്ഞും ഏകതാനമായ ഒരു മൊത്തത്തെ ഉൾക്കൊള്ളുന്നു. അതിന്റെ ഏറെക്കുറെ മൊത്തം പ്രദേശത്തും അമേരിക്കൻ കുത്തകമൂലധനം കേവലമായ ആധിപത്യം വഹിക്കുന്നു. പാവസർക്കാരുകൾ (ഏറ്റവും മെച്ചപ്പെട്ടവപോലും പാവസർക്കാരല്ലെങ്കിൽത്തന്നെ ദുർബലങ്ങളും ഭയഭീതിതരുമാണ്) യാങ്കി യജമാനന്റെ കൽപ്പനകളെ ചെറുത്തുനിൽക്കാൻ കഴിവില്ലാത്തവയാണ്. യു എസ് അതിന്റെ രാഷ്ട്രീയവും സാമ്പത്തികവുമായ മേധാവിത്വത്തിന്റെ ഉത്തുംഗശൃംഗത്തിലെത്തിയിരിക്കുന്നു. അതിന് ഇനിയും മുന്നോട്ടു നീങ്ങാൻ അൽപ്പം പോലും സ്ഥലമില്ല. അതുകൊണ്ട് സാഹചര്യങ്ങളിലുണ്ടാകുന്ന ഏതു മാറ്റവും അതിന്റെ പരമോന്നതാവസ്ഥയിൽനിന്നുള്ള പിന്മടക്കംമാത്രമാകാനേ കഴിയൂ. അതിന്റെ നയം അതിന്റെ കൊള്ളമുതലുകളെ സംരക്ഷിക്കുകയെന്നതാണ്. ഇന്നത്തെ അതിന്റെ പ്രവർത്തനരീതി ഏതു തരത്തിലുള്ള വിമോചനപ്രസ്ഥാനങ്ങളെയും മൃഗീയമായ ശക്തി ഉപയോഗിച്ച് തടയുക എന്നതിലേക്ക് മാത്രമായി ചുരുങ്ങിയിരിക്കുന്നു. “ഞങ്ങളിനിയൊരു ക്യൂബ അനുവദിക്കില്ല” എന്ന മുദ്രാവാക്യത്തിനു പിന്നിൽ മറഞ്ഞിരിക്കുന്നത് അവർക്ക് നടപ്പാക്കാൻ കഴിയുന്ന ഭീരുത്വപൂർണമായ ആക്രമണ പരിപാടികളുടെ സാധ്യതകളാണ്– ഡൊമിനിക്കൻ റിപ്പബ്ലിക്കിൽ അവർ നടത്തിയതു പോലുള്ളവ[1]. അതിനു മുമ്പവർ പനാമയിൽ കൂട്ടക്കൊല നടത്തിക്കൊണ്ട്[2] ലാറ്റിനമേരിക്കയിൽ എവിടെയെങ്കിലും തങ്ങളുടെ താൽപ്പര്യങ്ങളെ അപകടത്തിലാക്കും വിധം ഒരു മാറ്റം വന്നാൽ തങ്ങൾ ഇടപെടാനും അതിനെ തകർക്കാനും തയാറാണ് എന്ന് പ്രഖ്യാപിച്ചു. ഈ നയം ഇന്ന് ഏറെക്കുറെ സമ്പൂർണമായിത്തന്നെ നടപ്പാക്കപ്പെടുന്നു. ഓർഗനൈസേഷൻ ഓഫ് അമേരിക്കൻ സ്റ്റേറ്റ്സ് (OAS) എന്നത് എത്ര തന്നെ അവമതിക്കിരയായതാണെങ്കിലും, വളരെ ഫലപ്രദമായ ഒരു മുഖംമൂടിയാണ്. ഐക്യരാഷ്ട്രസഭയുടെ ബലഹീനത പരിഹാസ്യമെന്നതിന്റെയും ദുരന്താത്മകമെന്നതിന്റെയും അതിരുകളോളമെത്തുന്നു. ലാറ്റിനമേരിക്കയിലെ എല്ലാ രാജ്യങ്ങളുടെയും സംഘ

1. ഡൊമിനിക്കൻ റിപ്പബ്ലിക്കിൽ 1965 ഏപ്രിലിൽ അമേരിക്ക പിന്താങ്ങിയിരുന്ന സർക്കാരിനെതിരെ ഉയർന്നുവന്ന ജനകീയ പ്രക്ഷോഭത്തെ തകർക്കാനായി അമേരിക്ക 24,000 സൈനികരെ അയച്ചു. പിന്നീട് ആ സർക്കാരിന് ഓർഗനൈസേഷൻ ഓഫ് അമേരിക്കൻ സ്റ്റേറ്റ്സ് പിന്തുണ പ്രഖ്യാപിച്ചു. ഒരുപറ്റം ലാറ്റിനമേരിക്കൻ രാജ്യങ്ങളും അടിച്ചമർത്തലിനായി സേനകളെ അയച്ചു.
2. അമേരിക്ക അധിനിവേശം നടത്തി കൈയിൽ വച്ചിരുന്ന പനാമ കനാൽ മേഖലയിൽ പ്രകടനം നടത്തിയ വിദ്യാർഥികൾക്കു നേരെ 1964 ൽ അമേരിക്കൻ സേന വെടിവെച്ചു. അതിനെത്തുടർന്ന് ദിവസങ്ങളോളം തെരുവുയുദ്ധം നടന്നു. 20 പനാമക്കാർ മരിക്കുകയും മുന്നൂറ് പേർക്ക് പരിക്കേൽക്കുകയും ചെയ്തു.

ടനകൾ തങ്ങളുടെ തന്നെ ജനതകളെ കശാപ്പു ചെയ്യാനായി അവിടെ ഇടപെടാനും തയാറാണ്. യഥാർഥത്തിൽ രൂപീകരിക്കപ്പെട്ടിരിക്കുന്നത് കുറ്റകൃത്യങ്ങളുടെയും വഞ്ചനയുടെയും ഒരു ഇന്റർനാഷണലാണ്.

മറുവശത്ത്, തദ്ദേശീയ ബൂർഷ്വാസികൾക്ക് സാമ്രാജ്യത്വത്തെ എതിർക്കാനുള്ള എല്ലാ ശേഷിയും നഷ്ടമായിരിക്കുന്നു (അവർക്കെന്നെങ്കിലും അത്തരമൊരു ശേഷി ഉണ്ടായിരുന്നെങ്കിൽ). അവ ഒരു വലിയ വണ്ടിക്കു പിന്നിൽ കെട്ടിയിട്ടിരിക്കുന്ന ചെറുവണ്ടിയെന്നപോലെ സാമ്രാജ്യത്വങ്ങളെ പിന്തുടരുകയാണ്. മറ്റൊരു ബദലുകളുമില്ല. ഒന്നുകിലൊരു സോഷ്യലിസ്റ്റു വിപ്ലവം, അല്ലെങ്കിൽ അതിന്റെയൊരു വികൃതാനുകരണം.

വ്യത്യസ്തമായ സവിശേഷതകളുള്ള ഒരു ഭൂഖണ്ഡമാണ് ഏഷ്യ. യൂറോപ്യൻ കൊളോണിയൽ സർക്കാരുകൾക്കെതിരായ വിമോചനപ്പോരാട്ടങ്ങൾ അവിടെ ഏറിയും കുറഞ്ഞും പുരോഗമനസ്വഭാവമുള്ള സർക്കാരുകളുടെ രൂപീകരണത്തിൽ കലാശിച്ചു. അവയുടെ തുടർന്നുള്ള പരിണാമങ്ങൾ ഒന്നുകിൽ ദേശീയവിമോചനത്തിന്റെ ലക്ഷ്യങ്ങളെ ആഴത്തിലാക്കുകയോ അല്ലെങ്കിൽ അവയെ പിന്നോട്ടടിപ്പിച്ച് സാമ്രാജ്യത്വാനുകൂല നിലപാടുകളിലെത്തിക്കുകയോ ചെയ്തു.

സാമ്പത്തികമായ വീക്ഷണകോണിൽനിന്നു നോക്കുമ്പോൾ അമേരിക്കക്ക് ഏഷ്യയിൽ നഷ്ടപ്പെടാൻ കാര്യമായി ഒന്നുമില്ല, നേടിയെടുക്കാൻ വളരെയേറെ ഉണ്ടുതാനും. മാറ്റങ്ങളെല്ലാം അവർക്കനുകൂലമായി പ്രവർത്തിക്കുന്നു. മറ്റ് പുത്തൻ കൊളോണിയൽശക്തികളെ പകരംവയ്ക്കാനത് ശ്രമിക്കുകയാണ്. ചിലപ്പോൾ നേരിട്ട്; ചിലപ്പോൾ ജപ്പാനെ ഉപയോഗപ്പെടുത്തിക്കൊണ്ട്.

പക്ഷേ സവിശേഷമായ രാഷ്ട്രീയ സാഹചര്യങ്ങളവിടെ നിലനിൽക്കുന്നുണ്ട്, മറ്റെവിടെയുമെന്നതിലേറെ ഇൻഡോ ചൈനയിൽ. അത് വളരെ പ്രാധാന്യം കൈവരിക്കുന്നതിന്റേതായ സ്വഭാവവിശേഷങ്ങൾ ഏഷ്യക്ക് നൽകുന്നു. അതുകൊണ്ടുതന്നെ അമേരിക്കൻ സാമ്രാജ്യത്വത്തിന്റെ ആഗോള സൈനിക തന്ത്രത്തിൽ അതിനൊരു സുപ്രധാന റോളുണ്ട്. ദക്ഷിണ കൊറിയ, ജപ്പാൻ, തായ്വാൻ, തെക്കൻ വിയറ്റ്നാം, തായ്ലണ്ട് എന്നിവയെയെങ്കിലും (ചുരുങ്ങിയ പക്ഷം) അണിനിരത്തിക്കൊണ്ട് അമേരിക്ക ചൈനക്ക് ഒരു ഉപരോധം സൃഷ്ടിക്കുകയാണ്.

ഈ ദ്വന്ദ്വസാഹചര്യം– ജനകീയ ചൈനയെ സൈനിക ഉപരോധത്തിൽപ്പെടുത്തുന്നതിന്റെ തന്ത്രപരമായ താൽപ്പര്യങ്ങളും; ഇന്നും തങ്ങൾക്ക് ആധിപത്യം സ്ഥാപിക്കാനാകാത്ത അവിടങ്ങളിലെ വമ്പൻ മാർക്കറ്റുകളിൽ കടന്നുകയറാനുള്ള താൽപ്പര്യവും– ലോകത്തിലെ ഏറ്റവും സ്ഫോടനാത്മകമായ പ്രദേശങ്ങളിലൊന്നായി ഏഷ്യയെ മാറ്റുന്നു. ഇന്ന് വിയറ്റ്നാമീസ് പ്രദേശങ്ങൾക്കു പുറത്ത് പ്രത്യക്ഷത്തിൽ ഒരു സ്ഥിരതയാണവിടെ നിലനിൽക്കുന്നതെങ്കിലും.

ഭൂമിശാസ്ത്രപരമായി ഈ ഭൂഖണ്ഡത്തിന്റെ ഭാഗമാണെങ്കിലും, തങ്ങളുടെ തന്നെ സ്വന്തമായ വൈരുധ്യങ്ങളോടെ മധ്യപൂർവദേശം മറ്റൊരു

സ്ഫോടനാത്മകപ്രദേശമാണ്. ഇസ്രയേലും (അതിനെ സാമ്രാജ്യത്വശക്തികൾ പിന്താങ്ങുന്നു) ആ മേഖലയിലെ പുരോഗമന സർക്കാരുകളും തമ്മിലുള്ള ശീതസമരം പ്രദേശത്തെ എവിടേക്കാണ് നയിക്കുന്നതെന്നു മുൻകൂട്ടി കാണാൻ ബുദ്ധിമുട്ടില്ല. അത് ലോകത്തിലെ ഭീഷണി ഉയർത്തുന്ന മറ്റൊരു അഗ്നിപർവതമാണ്[1].

പുത്തൻ കൊളോണിയൽ അധിനിവേശത്തെ സംബന്ധിച്ചിടത്തോളം ആഫ്രിക്ക ഒരു കന്നിമണ്ണായാണ് കാണപ്പെടുന്നത്. മാറ്റങ്ങൾ വന്നതിനാൽ ഒരു നിശ്ചിത ഡിഗ്രി വരെ പുത്തൻ കൊളോണിയൽ ശക്തികൾ തങ്ങളുടെ മുൻകാലത്തെ കേവലമായ മുൻഗണനകൾ മാറ്റാൻ നിർബന്ധിതരായിരിക്കുകയാണ്. പക്ഷേ, പ്രക്രിയകൾ തടസമൊന്നും കൂടാതെ അതിന്റെ പരിസമാപ്തിയിലെത്തുന്നതോടെ കൊളോണിയലിസം പുത്തൻ-കൊളോണിയലിസത്തിനു വഴിമാറുകയും സാമ്പത്തികാധിപത്യത്തെ സംബന്ധിച്ചിടത്തോളം അതേ അനന്തരഫലങ്ങൾ തന്നെയുണ്ടാക്കുകയും ചെയ്യും.

യു എസിന് ഈ പ്രദേശത്ത് കോളനികളൊന്നുമില്ലാത്തതിനാൽ അത് തങ്ങളുടെ പാർട്ട്ണർമാർ ഒരുകാലത്ത് സ്വകാര്യസമ്പത്തുകളായി കൈയടക്കി വച്ചിരുന്ന മേഖലകളിൽ തുളച്ചു കയറാനുള്ള പരിശ്രമത്തിലാണ്. അമേരിക്കൻ സാമ്രാജ്യത്വത്തിന്റെ തന്ത്രപരമായ പദ്ധതികളിൽ ആഫ്രിക്കയൊരു ദീർഘകാലാടിസ്ഥാനത്തിലുള്ള റിസർവോയറാണ് എന്നകാര്യം തീർച്ചയോടെ പറയാൻ കഴിയും. അതിന്റെ ഇന്നത്തെ നിക്ഷേപങ്ങളിൽ പ്രാധാന്യമുള്ളത് ദക്ഷിണാഫ്രിക്കയ്ക്കു മാത്രമാണെങ്കിലും അത് കോംഗോയിലും നൈജീരിയയിലും മറ്റു രാജ്യങ്ങളിലും തുളച്ചുകയറാൻ ശ്രമം നടത്തുകയാണ്. അതോടെ അവിടങ്ങളിലെല്ലാം ഹിംസാത്മകമായൊരു മത്സരം (ഇതേവരെ അത് സമാധാനസ്വഭാവത്തിലുള്ളതായിരുന്നു) മറ്റു സാമ്രാജ്യത്വ ശക്തികളുമായി നടത്തേണ്ട സാഹചര്യം ഉടലെടുത്തു കൊണ്ടിരിക്കുന്നു. അതിന്റെ കുത്തകകൾക്ക് ഈ ഭൂഗോളത്തിന്റെ ഏതെങ്കിലും ഭാഗത്ത് ഒന്നാന്തരം ലാഭങ്ങൾ മണക്കുകയോ അസംസ്കൃതവസ്തുക്കളുടെ വലിയ റിസർവുകൾ കണ്ടെത്തുകയോ ചെയ്യുന്നിടങ്ങളിലെല്ലാം ഇടപെടാനുള്ള അവകാശമെന്നതിലേറെ അമേരിക്കൻ സാമ്രാജ്യത്വത്തിന് മറ്റു വലിയ താൽപ്പര്യങ്ങളൊന്നും സംരക്ഷിക്കാനില്ല. ഈ എല്ലാ പശ്ചാത്തലവും ജനതകളുടെ ഹ്രസ്വകാലാടിസ്ഥാനത്തിലോ ദീർഘകാലാടിസ്ഥാനത്തിലോ ഉള്ള വിമോചനത്തിന്റെ സാധ്യതകളെന്തെന്ന പ്രശ്നം ഉന്നയിക്കുകയെന്നത് തികച്ചും ഉചിതമായ ഒരു കാര്യമാക്കിത്തീർക്കുകയാണ്.

1. ഇസ്രയേൽ 1967 ജൂണിൽ അമേരിക്കൻ പിന്തുണയോടെ ഈജിപ്ത്, ജോർദാൻ, സിറിയ എന്നീ രാജ്യങ്ങൾക്കു നേരെ ഒരേസമയം ആക്രമണമാരംഭിച്ചു. യുദ്ധത്തിനിടയിൽ ഇസ്രയേൽ സീനായ് ഉപദ്വീപ് കൈയടക്കി. ഒപ്പംതന്നെ വെസ്റ്റ് ബാങ്ക്, ഗോലാൻകുന്നുകൾ എന്നിവയും അവർ കൈയടക്കുകയും കൈവശപ്പെടുത്തുകയും ചെയ്തു. ഇത് പലസ്തീൻകാരുടെ പ്രതിരോധത്തെ തീവ്രമാക്കുകയാണ് ചെയ്തത്.

നാം ആഫ്രിക്കയെ വിലയിരുത്തുമ്പോൾ, കുറെയൊക്കെ തീവ്രസ്വഭാവത്തിലുള്ള പോരാട്ടങ്ങൾ പോർച്ചുഗീസ് കോളനികളായ ഗിനിയ, മൊസാംബിക്ക്, അംഗോള എന്നിവിടങ്ങളിൽക്കാണാം. ആ പോരാട്ടം ഗിനിയയിൽ പ്രത്യേകിച്ചും വിജയം നേടുമ്പോൾ മറ്റു രണ്ടു രാജ്യങ്ങളിലും വ്യത്യസ്ത തോതിൽ വിജയംനേടുന്നു.[1] കോംഗോയിൽ ഇപ്പോഴും ലുമുംബയുടെ പിൻഗാമികളും ത്ഷോംബെയുടെ പഴയ പിന്താങ്ങികളും തമ്മിൽ യുദ്ധം നടക്കുന്നതായിത്തോന്നുന്നു. ആ പക്ഷം തങ്ങൾക്കനുകൂലമായി രാജ്യത്തിന്റെ വലിയൊരു ഭാഗത്തെ സമാധാനത്തിൽ കൊണ്ടുവന്നിരിക്കുന്നു, ഇപ്പോഴും യുദ്ധം നടക്കുന്നുണ്ടെങ്കിലും[2].

റൊഡേഷ്യ (സിംബാബ്‌വേ)യിൽ പ്രശ്നം വ്യത്യസ്തമാണ്: ബ്രിട്ടീഷ് സാമ്രാജ്യത്വം അതിന്റെ കൈവശമുള്ള എല്ലാ മാർഗങ്ങളും വെള്ളക്കാരായ ഒരു ന്യുനപക്ഷത്തിന് അധികാരം കൈമാറാനായി ഉപയോഗിച്ചു. അവരാണ് ഇന്ന് അധികാരത്തിലുള്ളത്. ഇംഗ്ലണ്ടിന്റെ വീക്ഷണമനുസരിച്ച് അവിടെ നടക്കുന്ന ഏറ്റുമുട്ടൽ ഔദ്യോഗികമല്ല.[3] ഈ പടിഞ്ഞാറൻ ശക്തി, അതിനു സഹജമായ ചാതുര്യത്തോടെ (അതിനെ നമുക്ക് ഹിപ്പോക്രസിയെന്നും വിളിക്കാം), ഇയാൻ സ്മിത്തിന്റെ സർക്കാർ നടപ്പാക്കുന്ന നയങ്ങളിൽ തങ്ങൾക്ക് അതൃപ്തിയുണ്ടെന്ന ഒരു പുകമറ സൃഷ്ടിക്കുന്നു. അവരുടെ ഈ തട്ടിപ്പിൽ അതിനെ പിന്തുടരുന്ന ചില കോമൺവെൽത്ത് രാജ്യങ്ങളും പങ്കുചേരുന്നു. പക്ഷേ ആ നയത്തെ കറുത്ത ആഫ്രിക്കയിലെ നല്ലൊരു ഭാഗം രാജ്യങ്ങളും കടന്നാക്രമിക്കു

---

1. വർഷങ്ങൾ നീണ്ടുനിന്ന സായുധസമരത്തിനു ശേഷം ഗിനിയ 1974 ൽ പോർച്ചുഗീസുകാരിൽ നിന്ന് സ്വാതന്ത്ര്യം നേടി. അതിന്റെ പിന്നാലെ 1975 ൽ മൊസാംബിക്കും അംഗോളയും സ്വാതന്ത്ര്യം നേടി.
2. 1961 ജനുവരിയിൽ വലതുപക്ഷ നേതാവായ മോയിസെ ത്ഷോംബെയോടു കൂറു പുലർത്തുന്നവരും സാമ്രാജ്യത്വ പിന്തുണയുള്ളതുമായ സായുധശക്തികൾ കോംഗോയിലെ സ്വാതന്ത്ര്യപ്രസ്ഥാനത്തിന്റെ നേതാവായ പാട്രീസ് ലുമുംബയെ കൊലപ്പെടുത്തി. ബെൽജിയത്തിന്റെ പിന്തുണയോടെ കൂലിപ്പട നടത്തുന്ന ആക്രമണത്തെ നേരിടാൻ ലുമുംബ തന്നെ വിളിച്ചു വരുത്തിയ ഐക്യരാഷ്ട്രസേനകൾ നിലനിൽക്കുമ്പോൾ അവർക്കരികിൽ വച്ചാണ് അദ്ദേഹത്തെ സ്ഥാനഭ്രഷ്ടനാക്കുകയും വധിക്കുകയും ചെയ്തത്. 1964 ൽ ത്ഷോംബെ കോംഗോയുടെ പ്രധാനമന്ത്രിയായപ്പോൾ മുൻപ് ലുമുംബയെ പിന്താങ്ങിയിരുന്ന ശക്തികൾ കലാപത്തിനിറങ്ങി. അവരെ ബെൽജിയത്തിന്റെയും ദക്ഷിണാഫ്രിക്കയുടെയും കൂലിപ്പടയുടെ സഹായത്തോടെ പരാജയപ്പെടുത്തി. ഈ ശക്തികൾക്ക് രാഷ്ട്രീയമായും സൈനികമായും അമേരിക്കയുടെ പിന്തുണയുണ്ടായിരുന്നു. അവരുടെ പ്രധാന ദൗത്യം കോംഗോയുടെ സമ്പന്നമായ ഖനിജനിക്ഷേപം സാമ്രാജ്യത്വശക്തികളുടെ പിടിയിൽനിന്നു പോകരുത് എന്നതായിരുന്നു.
3. റൊഡേഷ്യയിലെ വെള്ള ന്യൂനപക്ഷസർക്കാർ (അതിന്റെ നേതാവായിരുന്നു ഇയാൻ സ്മിത്ത്) 1965 നവംബർ 11 ന് ബ്രിട്ടനിൽനിന്ന് സ്വാതന്ത്ര്യം പ്രഖ്യാപിച്ചു. അംഗോളയും മൊസാംബിക്കും സ്വാതന്ത്ര്യം നേടിയതിനെത്തുടർന്ന് 70കളുടെ മധ്യത്തിൽ ഗറില്ലാസേനകൾ സമരം രൂക്ഷമാക്കിയപ്പോൾ 1980 ൽ വെള്ളന്യൂനപക്ഷഭരണം നിലംപൊത്തുകയും റൊഡേഷ്യ സിംബാബ്‌വേ ആയിത്തീരുകയും ചെയ്തു.

കയാണ്. ബ്രിട്ടീഷ് സാമ്രാജ്യത്വത്തിന്റെ സാമ്പത്തിക സാമന്തന്മാരായി വളരെ വിധേയത്വത്തോടെ കഴിയുന്ന രാജ്യങ്ങൾപോലും.

റൊഡേഷ്യയിൽ കറുത്തവരായ രാജ്യസ്നേഹികൾ ആയുധമെടുത്ത് മുന്നോട്ടു വരുന്നുണ്ട്. അവരുടെ പോരാട്ടം സാന്ദ്രീകരിക്കപ്പെടുകയും അയൽപക്കത്തെ മറ്റ് ആഫ്രിക്കൻ രാജ്യങ്ങൾ ആ പ്രസ്ഥാനത്തെ ഫലപ്രദമായി സഹായിക്കുകയും ചെയ്താൽ അവിടെയും വിസ്ഫോടനാത്മകമായ ഒരു സ്ഥിതി സംജാതമാകും. പക്ഷേ ഈ പ്രശ്നങ്ങളെല്ലാം ഇന്ന് യാതൊരു പങ്കുമില്ലാത്ത യു എൻ, കോമൺവെൽത്ത്, ആഫ്രിക്കൻ ഐക്യസംഘടന തുടങ്ങിയവ പോലുള്ള വേദികളിൽ ഉന്നയിക്കപ്പെടുക മാത്രമേ ചെയ്യുന്നുള്ളൂ.

അതെന്തായാലും, ആഫ്രിക്കയുടെ രാഷ്ട്രീയവും സാമൂഹ്യവുമായ പരിണാമം അവിടെ ഭൂഖണ്ഡത്തിലാകെ അലയടിക്കുന്ന ഒരു വിപ്ലവ പരിതഃസ്ഥിതിയെ മുൻകൂട്ടിക്കാണുന്നതിലേക്ക് നമ്മെ നയിക്കുന്നില്ല. പോർച്ചുഗീസുകാർക്കെതിരായ വിമോചനപ്പോരാട്ടങ്ങൾ വിജയകരമായി പര്യവസാനിക്കണം. പക്ഷേ, പോർച്ചുഗൽ സാമ്രാജ്യത്വപ്രമാണികളിൽ ഒന്നല്ല. വിപ്ലവപരമായ പ്രാധാന്യമുള്ള ഏറ്റുമുട്ടലുകൾ സാമ്രാജ്യത്വയന്ത്രത്തെ തടഞ്ഞുനിർത്തുന്നവയാണ്. അതിന്റെ പേരിൽ മൂന്നു പോർച്ചുഗീസ് കോളനികൾ സ്വാതന്ത്ര്യത്തിനു വേണ്ടി പോരാടുന്നതിൽനിന്നോ അവയുടെ വിപ്ലവങ്ങൾ ആഴമേറിയതാകുന്നതിനെ പിന്തുണയ്ക്കുന്നതിൽ നിന്നോ നാം പിന്മാറേണ്ടതില്ലെങ്കിലും.

ദക്ഷിണാഫ്രിക്കയിലെയോ റൊഡേഷ്യയിലെയോ കറുത്തവരായ ബഹുജനങ്ങൾ അവരുടെ ശരിയായ വിപ്ലവകരമായ പോരാട്ടം ആരംഭിക്കുമ്പോൾ ആഫ്രിക്കയിൽ ഒരു പുതിയ അധ്യായം ആരംഭിക്കും.[1] അല്ലെങ്കിൽ ഒരു രാജ്യത്തെ നിസ്വരായ ബഹുജനങ്ങൾ തങ്ങളുടെ അവകാശമായ ഒരു മാന്യമായ ജീവിതത്തിനു വേണ്ടി ഭരിക്കുന്ന പ്രമാണിവർഗ കൂട്ടുകെട്ടിനെതിരെ ഉണർന്നെണീക്കുമ്പോഴായിരിക്കും അതു സംഭവി

---

1. 1976 ൽ അംഗോളയുടെയും ക്യൂബയുടെയും സേനകൾ അംഗോളയിലെ ദക്ഷിണാഫ്രിക്കൻ കടന്നുകയറ്റത്തെ തോൽപ്പിച്ചോടിച്ചു. റൊഡേഷ്യൻ ഭരണകൂടം അതിന്റെ മരണപരാക്രമം ആരംഭിച്ചു. സൊവെറ്റോയിലെ കറുത്ത യുവാക്കൾ വർണവെറിയൻ ഭരണകൂടത്തിനെതിരെ ആരംഭിച്ച കലാപം ആ ഭരണകൂടത്തിനെതിരായ പോരാട്ടത്തിന്റെ അവസാനഘട്ടത്തിനു തുടക്കംകുറിച്ചു. 1994 ൽ നെൽസൺ മണ്ടേല തിരഞ്ഞെടുപ്പിലൂടെ അധികാരത്തിൽ വന്നതോടെ ആ പോരാട്ടം അതിന്റെ വിജയത്തിലെത്തി. വർണവെറിയൻ ഭരണത്തിന് അന്ത്യംകുറിക്കുന്നതിൽ ക്യൂബൻ സന്നദ്ധ സേന കാര്യമായൊരു പങ്കുവഹിച്ചു. 1975നും 91 നുമിടയിൽ അംഗോളയിലെ സ്വതന്ത്രസർക്കാരിനെ സൈനികമായി തുടച്ചുമാറ്റാൻ ദക്ഷിണാഫ്രിക്കൻ വർണവെറിയൻ ഭരണകൂടം നടത്തിയ ശ്രമങ്ങളെ അംഗോളയുടെയും ക്യൂബയുടെയും സേനകൾ ചെറുത്തുതോൽപ്പിച്ചു. അതിൽ നിർണായകമായിത്തീർന്നത് 1988 ൽ ക്യുയിട്ടോ കുവാനോവാലെയിൽ ദക്ഷിണാഫ്രിക്കൻ സേനക്കു ലഭിച്ച കനത്ത തിരിച്ചടികളാണ്. 1991 ൽ ക്യൂബയിലെ മട്ടാൻസാസിൽ നടന്ന ഒരു റാലിയെ അഭിസംബോധന ചെയ്തുകൊണ്ട് നെൽസൺ മണ്ടേല "വർണവെറിയുടെ ദുർഭൂതങ്ങളിൽനിന്ന് ഞങ്ങളുടെ രാജ്യത്തെ വിമോചിപ്പിക്കുന്നതിലും ആഫ്രിക്കാ ഭൂഖണ്ഡത്തെ സ്വതന്ത്രമാക്കാനുള്ള പോരാട്ടത്തിലും" വർണവെറിയൻ സേനയെ തുരത്തുന്നതിൽ ക്യൂബ വഹിച്ച പങ്ക് വളരെ നിർണായകമായിത്തീർന്നുവെന്ന് പറഞ്ഞു.

ക്കുക. ഇതേവരെ ഒന്നിനു പുറകെ ഒന്നായി പട്ടാളബാരക്കുകളിൽ നിന്നുള്ള അട്ടിമറികളാണ് നടക്കുന്നത്. അതിൽ ഒരുപറ്റം ഓഫീസർമാർ മറ്റൊരു വിഭാഗത്തെ പകരംവയ്ക്കുകയോ, അല്ലെങ്കിൽ തങ്ങളുടെ ജാതിയുടെ താൽപ്പര്യങ്ങൾ സംരക്ഷിക്കാത്തവനോ പിന്നിൽനിന്ന് കാര്യങ്ങൾ നടത്തിക്കുന്ന ശക്തികളുടെ താൽപ്പര്യങ്ങൾ സംരക്ഷിക്കാത്തവനോ ആയ ഒരു ഭരണാധികാരി പകരംവെക്കപ്പെടുകയോ ചെയ്യുന്നു. പക്ഷേ ഒരു ജനകീയ ഉയിർത്തെഴുന്നേൽപ്പ് സംഘടിപ്പിക്കപ്പെടുന്നില്ല. കോംഗോയിൽ ഇത്തരം സ്വഭാവവിശേഷങ്ങൾ ഇടയ്ക്കിടെ പ്രത്യക്ഷപ്പെടുന്നുണ്ട്, ലുമുംബയുടെ ഓർമകളിൽ നിന്നും പ്രചോദനമുൾക്കൊണ്ടുകൊണ്ട്. പക്ഷേ ഈയടുത്ത മാസങ്ങളിൽ അവയ്ക്കൊക്കെ അതിന്റെ ശക്തി നഷ്ടപ്പെട്ടുകൊണ്ടിരിക്കുകയാണ്.

ഏഷ്യയിൽ, നാം കണ്ടതുപോലെ, സാഹചര്യങ്ങൾ സ്ഫോടനാത്മകമാണ്. ഇന്നു പോരാട്ടം നടക്കുന്ന വിയറ്റ്നാമും ലാവോസും മാത്രമല്ല (അവിടങ്ങളിലാണ് ഇന്ന് സമരം നടക്കുന്നത്) സംഘർഷത്തിന്റെ കേന്ദ്രങ്ങൾ, കംബോഡിയയുടെ കാര്യത്തിലും അതങ്ങനെ തന്നെയാണ്. അവിടെ ഏതു നിമിഷത്തിലും അമേരിക്ക നേരിട്ടൊരാക്രമണം നടത്തിയേക്കാം. അതിനൊപ്പം നാം തായ്‌ലണ്ടിനെയും മലേഷ്യയെയും തീർച്ചയായും ഇന്തോനേഷ്യയെയും കൂട്ടണം. പിന്തിരിപ്പന്മാർ അധികാരത്തിലേറിയ ശേഷം അവിടെയുള്ള കമ്യൂണിസ്റ്റുകാരെ കൂട്ടക്കൊല ചെയ്തുവെങ്കിലും അവസാന വാക്ക് ഇനിയും പറയപ്പെട്ടതായിക്കരുതിക്കൂടാ.[1] കൂടെ തീർച്ചയായും മധ്യപൂർവദേശവുമുണ്ട്.

ലാറ്റിനമേരിക്കയിൽ കൈയിൽ ആയുധമേന്തിക്കൊണ്ടുള്ള പോരാട്ടം ഗ്വാട്ടിമാലയിലും കൊളംബിയയിലും വെനിസ്വേലയിലും ബൊളീവിയയിലും നടക്കുന്നുണ്ട്. ബ്രസീലിൽ ആദ്യപൊട്ടിത്തെറികളുടെ തുടക്കം നടന്നു കഴിഞ്ഞു. ചെറുത്തുനിൽപ്പിന്റെ മറ്റു കേന്ദ്രങ്ങൾ പ്രത്യക്ഷപ്പെടുകയും അണയുകയും ചെയ്യുന്നു. പക്ഷേ സോഷ്യലിസ്റ്റു സ്വഭാവമുള്ള ഒരു സർക്കാരിന്റെ സ്ഥാപനത്തിൽക്കുറഞ്ഞ ഒന്നുകൊണ്ടും കാര്യങ്ങൾ അവസാനിപ്പിക്കാതിരുന്നാലേ വിജയം നേടാനാകൂ എന്ന തരത്തിലുള്ള നിലപാടോടെയുള്ള പോരാട്ടങ്ങൾ ആരംഭിക്കാൻ ഭൂഖണ്ഡം പക്വമായിക്കഴിഞ്ഞിരിക്കുകയാണ്.

ഈ ഭൂഖണ്ഡത്തിൽ ബ്രസീലിന്റെ അപവാദങ്ങളൊഴിച്ചാൽ ഫലത്തിൽ ഒരൊറ്റ ഭാഷയാണ് സംസാരിക്കപ്പെടുന്നത്. ബ്രസീലിയൻ ജനതയ്ക്ക് സ്പാനിഷ് ഭാഷ സംസാരിക്കുന്നവരുമായി, ഇരുഭാഷകളുടെയും അടുത്ത സാമ്യം കാരണം, ആശയവിനിമയം നടത്താൻ വിഷമമുണ്ടാവില്ല. ഈ രാജ്യങ്ങളിലെല്ലാം വർഗങ്ങൾ തമ്മിൽ അത്രമാത്രം സാമ്യമുള്ളതിനാൽ അവർക്കൊരു “ഇന്റർനാഷണൽ അമേരിക്കൻ” മട്ടിലുള്ള അസ്തിത്വമാണുള്ളത്. മറ്റേതു ഭൂഖണ്ഡങ്ങളിലുമുള്ളതിനേക്കാൾ കൂടു

1. 1965 സെപ്തംബർ 30 ന് ഇന്തോനേഷ്യയിൽ ജനറൽ സുഹാർത്തോ അധികാരം കൈക്കലാക്കുകയും ഇന്തോനേഷ്യൻ കമ്യൂണിസ്റ്റ് പാർട്ടിയുടെ അംഗങ്ങളെയും അനുഭാവികളെയും കൂട്ടക്കൊല ചെയ്യാനാരംഭിക്കുകയും ചെയ്തു. തുടർന്നുള്ള നിരവധി മാസങ്ങളിൽ ലക്ഷങ്ങൾ കൂട്ടക്കൊല ചെയ്യപ്പെട്ടു.

തലായി ഭാഷ, ആചാരങ്ങൾ, മതം, ഒരു പൊതുയജമാനൻ എന്നിവയെല്ലാം അവരെ ഒന്നിപ്പിക്കുന്നു. നമ്മുടെ അമേരിക്കയിലെ രാജ്യങ്ങളിൽ ചൂഷണത്തിന്റെ ഡിഗ്രിയും രൂപങ്ങളും അവയുടെ ഫലങ്ങളുടെ കാര്യത്തിൽ, ചൂഷകർക്കും ചൂഷിതർക്കും, ഏറെ രാജ്യങ്ങളിലും സമാനമായ രീതിയിലാണ്. അതിനകത്ത് വർധമാനമായ ഒരു വേഗത്തോടെ ഒരു കലാപം പക്വമായിക്കൊണ്ടിരിക്കുകയാണ്.

നാം ചോദിച്ചേക്കാം: ഈ കലാപം – അത് എങ്ങനെയാണ് അതിന്റെ ഫലം തരിക? അത് എന്തുതരം കലാപമായിരിക്കും? കുറച്ചു കാലമായി നാം കരുതുന്നത് അതിന്റെ സമാനമായ സ്വഭാവവിശേഷങ്ങൾ കാരണം ലാറ്റിനമേരിക്കയിലെ സമരം അധികം വൈകാതെ ഭൂഖണ്ഡത്തിലുട നീളം വ്യാപിക്കുന്ന ഒരു തലത്തിലേക്ക് വളരുമെന്നാണ്. മനുഷ്യരാശി അതിന്റെ സ്വന്തം വിമോചനത്തിനായി നടത്തുന്ന ഒട്ടനവധി ഉജ്വലമായ പോരാട്ടങ്ങളുടെ വേദിയായിത്തീരും അത്.

ഭൂഖണ്ഡാടിസ്ഥാനത്തിലുള്ള ഒരു വിശാലമായ ചട്ടക്കൂടിൽ നടക്കേണ്ട ഈ സമരത്തെ സംബന്ധിച്ചിടത്തോളം സജീവമായ രീതിയിൽ ഇന്നു നടക്കുന്ന പോരാട്ടങ്ങൾ അവയിലെ വെറും എപ്പിസോഡുകൾ മാത്രമാണ്. മനുഷ്യന്റെ പൂർണസ്വാതന്ത്ര്യത്തിനായി നടക്കുന്ന പോരാട്ടത്തിന്റെ ഈ അന്തിമഘട്ടത്തിൽ തങ്ങളുടേതായ പങ്ക് രക്തം നൽകിയവരെന്ന നിലയിൽ അമേരിക്കയുടെ ചരിത്രത്തിൽ ഇടംപിടിക്കുന്ന നിരവധി രക്തസാക്ഷികളെ ഇതിനകം തന്നെ അവ നൽകിക്കഴിഞ്ഞു. അത്തരം നാമങ്ങളാണ് കമാൻഡർ ഫബ്രീഷിയോ ഒജേഡ, കമാൻഡർമാരായ ലൊബാട്ടോണും ലൂയിസ് ഡി ലാ പ്യൂയെൻടെ ഉസേഡയും, കമാൻഡർ ടൂർസിയോസ് ലിമ, പുരോഹിതനായ കാമിലോ ടോറസ് എന്നിവ. അവർ വെനിസ്വേല, പെറു, ഗ്വാട്ടിമാല, കൊളംബിയ എന്നിവിടങ്ങളിലെ വിപ്ലവ പ്രസ്ഥാനങ്ങളിലെ കേന്ദ്രവ്യക്തിത്വങ്ങളായിരുന്നു.

പക്ഷേ ജനങ്ങളുടെ സജീവമായ അണിനിരത്തപ്പെടലോടെ അത് പുതിയ നേതാക്കളെ ഉയർത്തിക്കൊണ്ടുവരുന്നു–സെസാർ മോൺടെസും യോൻ യോസയും ഗ്വാട്ടിമാലയിൽ ബാനർ ഉയർത്തുന്നു; കൊളംബിയയിൽ ഫാബിയോ വാസ്കെസും മാരുലാൻഡയും അതുതന്നെ ചെയ്യുന്നു. വെനിസ്വലയിൽ ഡഗ്ലസ് ബ്രാവോ പടിഞ്ഞാറൻ ഭാഗത്തും അമേരിക്കോ മാർട്ടിൻ ഇവ എൽ ബാച്ചിലർ രാജ്യത്ത് പൊതുവിലും തങ്ങളുടെ മുന്നണികളെ നയിക്കുന്നു.

ഇതിനകം തന്നെ ബൊളീവിയിൽ സംഭവിച്ചതുപോലെ[1] ഈ രാജ്യ

1. 1965 ൽ ബാരിയെന്റോസ് സർക്കാർ സെൻട്രൽ ഓർഗനൈസേഷൻ ഓഫ് ബൊളീവിയൻ വർക്കേഴ്സിന്റെ (COB) ദീർഘകാലത്തെ നേതാവായ ജുവാൻ ലെച്ചിനെ അറസ്റ്റു ചെയ്തുകൊണ്ട് ഒരു ഏറ്റുമുട്ടലിനുള്ള പ്രകോപനം സൃഷ്ടിച്ചു. തൊഴിലാളികൾ ഒരു പൊതു പണിമുടക്കും ടിൻഖനികൾ പിടിച്ചെടുക്കലുകളുമായി പ്രതികരിച്ചപ്പോൾ ഭരണനേതൃത്വം കടുത്ത അടിച്ചമർത്തലുകളഴിച്ചുവിട്ടു. ട്രേഡ് യൂണിയൻ നേതാക്കളെ അറസ്റ്റു ചെയ്യുകയും ഖനിയിലെ ക്യാമ്പുകളിലേക്ക് സൈന്യത്തെ അയച്ച് നിരവധി പേരെ കൊലപ്പെടുത്തുകയും ചെയ്തു. ആ സമരം അടിച്ചമർത്തപ്പെട്ട ശേഷം വിപുലമായ വിഭാഗം തൊഴിലാളികളുടെ ശമ്പളം 40 ശതമാനം കണ്ട് വെട്ടിക്കുറയ്ക്കപ്പെട്ടു

ങ്ങളിലും മറ്റു ലാറ്റിനമേരിക്കൻ രാജ്യങ്ങളിലും പുതിയ യുദ്ധങ്ങൾ പൊട്ടിപ്പുറപ്പെടും. അവ വളരുന്നതു തുടരും, ആധുനിക വിപ്ലവകാരിയുടെ അപകടകരമായ തൊഴിലിലുൾപ്പെടുന്ന എല്ലാ ഭാഗ്യനിർഭാഗ്യങ്ങളോടെയും തങ്ങളുടെ തന്നെ തെറ്റുകളുടെ ഇരകളായി ഒട്ടേറെപ്പേർ മരണമടയും, വരാൻ പോകുന്ന വിഷമത നിറഞ്ഞ ഏറ്റുമുട്ടലുകളിൽ നിരവധിപ്പേർ വീഴും, വിപ്ലവസമരത്തിന്റെ ചൂടിൽ പുതിയ നേതാക്കളും പുതിയ പോരാളികളും ഉയർന്നുവരും.

യുദ്ധത്തിന്റെ തന്നെ തിരഞ്ഞെടുപ്പിന്റേതായ ചട്ടക്കൂടിനകത്ത് ജനങ്ങൾ അവരുടെ പോരാളികളെയും നേതാക്കളെയും സൃഷ്ടിക്കും, ഒപ്പം തന്നെ, അടിച്ചമർത്തലിനുള്ള യാങ്കി ഏജന്റുമാരും എണ്ണത്തിൽ വർധിക്കും. സായുധസമരം നടന്നുകൊണ്ടിരിക്കുന്ന എല്ലാ രാജ്യങ്ങളിലും ഇന്ന് അമേരിക്കൻ ഉപദേശകരുണ്ട്. യാങ്കികൾ പരിശീലനവും ഉപദേശവും നൽകുന്ന പെറുവിയൻ സേന ആ രാജ്യത്തെ വിപ്ലവകാരികൾക്കു മേൽ വിജയകരമായ ഒരു ആക്രമണം നടത്തിയെന്നു തോന്നുന്നു. പക്ഷേ ഗറില്ലാ കേന്ദ്രങ്ങൾ ആവശ്യമായ രാഷ്ട്രീയവും സൈനികവുമായ വൈദഗ്ധ്യത്തോടെ നയിക്കപ്പെട്ടാൽ അവ പ്രായോഗികതലത്തിൽ പരാജയപ്പെടുത്താൻ കഴിയാത്തവയായിത്തീരും. അവയെ നേരിടാനായി യാങ്കികൾ പുതിയ ശക്തിപ്പെടുത്തലുകൾ നടത്തുകയും ചെയ്യും. പെറുവിൽത്തന്നെ നിശ്ചയദാർഢ്യത്തോടെയും സമരോത്സുകതയോടെയും ഗറില്ലാ സമരം പുനഃസംഘടിപ്പിക്കപ്പെടുകയാണ് (അവയെക്കുറിച്ച് ഇന്നു നമുക്ക് പൂർണമായറിയില്ലെങ്കിലും).

കുറേശ്ശെ കുറേശ്ശെ, ചെറിയ സായുധസംഘങ്ങളെ അടിച്ചമർത്താൻ പര്യാപ്തമായിരുന്ന പഴഞ്ചൻ ആയുധങ്ങൾ ആധുനികായുധങ്ങളായി മാറും. ഇന്നത്തെ ഉപദേശകരുടെ സംഘം അമേരിക്കൻ പോരാളികളായി മാറും. ഒടുവിൽ ഒരു നിശ്ചിതഘട്ടത്തിലെത്തുമ്പോൾ ശാക്തികബലാബലം നിലനിർത്താനായി ഗറില്ലാശക്തിക്കു മുന്നിൽ ശിഥിലീകരിക്കപ്പെടുന്ന ദേശീയ പാവസർക്കാരിന്റെ സൈന്യത്തിനു പകരമായി കൂടുതൽ കൂടുതൽ ഉയർന്ന സംഖ്യ സ്ഥിരം സൈനികരെ അയക്കാൻ സാമ്രാജ്യത്വം നിർബന്ധിതരാകും.

ഇതാണ് വിയറ്റ്നാമിന്റെ പാത. ജനതകൾ പിന്തുടരേണ്ട പാത ഇതാണ്. ഇതു തന്നെയാണ് ലാറ്റിനമേരിക്ക പിന്തുടരാൻ പോകുന്ന പാത. അതിനുണ്ടാകാൻ പോകുന്ന ഒരു പ്രത്യേക സ്വഭാവവിശേഷം യാങ്കി സാമ്രാജ്യത്വത്തിന്റെ അടിച്ചമർത്തൽ കടമകളെ കൂടുതൽ ബുദ്ധിമുട്ടേറിയതാക്കാനും തങ്ങളുടെ തന്നെ ലക്ഷ്യത്തെ സഹായിക്കാനുമായി സായുധഗ്രൂപ്പുകൾ കോ–ഓർഡിനേറ്റിങ് കമ്മിറ്റികൾ പോലെ ചിലത് സ്ഥാപിച്ചേക്കാമെന്നതാണ്.

വിമോചനത്തിനു വേണ്ടിയുള്ള അടുത്ത കാലത്തെ രാഷ്ട്രീയസമരങ്ങളിൽ മറന്നുപോയതും എന്നാൽ മൂന്നു ഭൂഖണ്ഡസമ്മേളനത്തിലൂടെ അതിന്റെ മുന്നണിപ്പോരാളിയിലൂടെ (ക്യൂബൻ വിപ്ലവത്തിലൂടെ)

സ്വന്തം സാന്നിധ്യം അറിയിച്ചു തുടങ്ങിയതുമായ ഭൂഖണ്ഡം: അതാണ് ലാറ്റിനമേരിക്ക. അതിന് കുറച്ചു കൂടി വലിയൊരു കടമയുണ്ട്. ലോകത്തിന്റെ രണ്ടാമത്തെയോ അല്ലെങ്കിൽ മൂന്നാമത്തെയോ വിയറ്റ്നാമിനെ സൃഷ്ടിക്കുക.

എല്ലായ്പ്പോഴും നാം ഓർമവയ്ക്കേണ്ട കാര്യമാണ് സാമ്രാജ്യത്വം ഒരു ലോകവ്യവസ്ഥയാണെന്നും, മുതലാളിത്തത്തിന്റെ അന്തിമഘട്ടമാണെന്നതും, അതിനെ ഒരു ലോകവ്യാപകമായ ഏറ്റുമുട്ടലിലൂടെ പരാജയപ്പെടുത്തേണ്ടതുണ്ടെന്നുമുള്ളത്. ആ പോരാട്ടത്തിന്റെ തന്ത്രപരമായ ലക്ഷ്യം സാമ്രാജ്യത്വത്തിന്റെ നശീകരണമാണ്.

നമ്മുടെ മേൽ– അതായത് ലോകത്തിലെ ചൂഷിതരും പിന്നോക്കക്കാരായവരുമായ ജനതയുടെ മേൽ – വന്നു വീണിരിക്കുന്ന കടമ സാമ്രാജ്യത്വത്തെ നിലനിർത്തുന്ന അടിസ്ഥാനങ്ങളെ നിർമൂലനം ചെയ്യുകയെന്നതാണ്. നമ്മുടെ മർദിതരാജ്യങ്ങളിൽനിന്ന് മൂലധനവും അസംസ്കൃത വസ്തുക്കളും വിലകുറഞ്ഞ അധ്വാനവും(തൊഴിലാളികളും സാങ്കേതിക തൊഴിലാളികളും) ഊറ്റിയെടുക്കപ്പെടുകയും അവിടേക്ക് പുതിയ മൂലധനവും (ആധിപത്യത്തിന്റെ ഉപകരണങ്ങൾ) ആയുധങ്ങളും മറ്റെല്ലാത്തരം ചരക്കുകളും കയറ്റി അയയ്ക്കപ്പെടുകയും ചെയ്യുന്നു. അങ്ങനെ നമ്മളെ തികഞ്ഞ ആശ്രിതത്വങ്ങളിലേക്ക് മുക്കിത്താഴ്ത്തുന്നു. അപ്പോൾ, ആ തന്ത്രപരമായ ലക്ഷ്യത്തിന്റെ അടിസ്ഥാനപരമായ ഘടകം ജനതകളുടെ യഥാർഥ വിമോചനമായിരിക്കും. ഭൂരിപക്ഷം കേസുകളിലും ആ വിമോചനം സായുധസമരത്തിന്റെ ഫലമായിരിക്കും. അത് ലാറ്റിനമേരിക്കയിൽ ഒട്ടുമിക്ക കേസുകളിലും ഇടർച്ചയൊന്നും കൂടാതെ സോഷ്യലിസ്റ്റ് വിപ്ലവത്തിലേക്ക് തിരിയുകയും ചെയ്യും.

സാമ്രാജ്യത്വത്തിന്റെ നശീകരണത്തിൽ ശ്രദ്ധ കേന്ദ്രീകരിക്കുമ്പോൾ അതിന്റെ തല എന്തെന്ന് കണ്ടെത്തേണ്ടത് ആവശ്യമാണ്, അത് അമേരിക്കൻ ഐക്യനാടുകളല്ലാതെ മറ്റൊന്നുമല്ല.

നമുക്ക് പൊതുവായ തരത്തിലുള്ള ഒരു കടമ നിർവഹിക്കേണ്ടതുണ്ട്. അതിലുള്ള അടവുപരമായ ലക്ഷ്യം ശത്രുവിനെ അവന്റെ സാഹചര്യങ്ങളിൽ നിന്ന് പുറത്തേക്ക് വലിച്ചിഴയ്ക്കുകയാണ്, അവന്റെ സ്വഭാവങ്ങൾ നിലവിലുള്ള സാഹചര്യങ്ങളുമായി പൊരുത്തപ്പെട്ടുപോകാത്ത പ്രദേശങ്ങളിൽ പോരാട്ടത്തിലേർപ്പെടാൻ അവനെ നിർബന്ധിതനാക്കുകയാണ്. എതിരാളിയെ നാം ഒരിക്കലും വിലകുറച്ചു കണ്ടുകൂടാ. ഒരു മേരിക്കൻ പട്ടാളക്കാരന് സാങ്കേതിക കഴിവുണ്ട്. അവനെ ഏറെക്കുറെ അപ്രതിരോധ്യനാക്കാൻ പോന്ന ഉപാധികളും അവനെ പിന്തുണയ്ക്കാനായുണ്ട്. അവന് കാതലായവിധം ഇല്ലാത്ത കാര്യം പ്രത്യയശാസ്ത്രപരമായ പ്രചോദനമാണ്. അത് അവന്റെ ഇന്നത്തെ ഏറ്റവും വെറുക്കപ്പെട്ട ശത്രുവിന് ഏറ്റവുമുയർന്ന തോതിലുണ്ടുതാനും അതായത് വിയറ്റ്നാമീസ് പട്ടാളക്കാർക്ക്. നാം ഏതളവിൽ അവന്റെ ആത്മവീര്യത്തെ തകർക്കുന്നതിൽ വിജയിക്കുന്നുവെന്ന തോതിൽ മാത്രമാണ് നമുക്ക

വന്റേമേൽ വിജയം നേടാൻ കഴിയുക. അതു നമുക്കു ചെയ്യാനാവുക അവനുമേൽ പരാജയങ്ങൾ വർഷിച്ചു കൊണ്ടും അവന് നിരന്തരമായ ദുരിതങ്ങളും സഹനങ്ങളും നൽകിക്കൊണ്ടുമാണ്.

പക്ഷേ വിജയത്തിനുള്ള ഈ ചുരുങ്ങിയ രൂപരേഖ നമ്മിൽ ഭരമേൽപ്പിക്കുന്നത് ജനതകളിൽനിന്ന് ഭീമമായ തോതിലുള്ള ത്യാഗങ്ങളാണ്. ഇന്നു മുതൽ ആവശ്യപ്പെടുന്ന ആ ത്യാഗങ്ങൾ പകൽവെളിച്ചത്തിൽത്തന്നെ നാം ഏറ്റെടുക്കണം. ഒരുപക്ഷേ, നമുക്കു വേണ്ടി "തീച്ചൂളയിൽനിന്ന് മറ്റുള്ളവർ കശുവണ്ടി വലിച്ചെടുക്കട്ടെ" എന്ന ചിന്തയിൽ നാം നിരന്തരം ഒരു സംഘർഷമൊഴിവാക്കാൻ ശ്രമിച്ചാൽ, നമുക്കപ്പോൾ സഹിക്കേണ്ടി വരുന്നതിനേക്കാൾ കുറച്ചു മാത്രം വേദനാജനകമായിരിക്കും ഈ മാർഗം സ്വീകരിച്ചാൽ നമുക്ക് അനുഭവിക്കേണ്ടിവരുന്ന വേദനകൾ.

വ്യക്തമായും, ഒടുവിലായി മാത്രം സ്വയം സ്വതന്ത്രമാകുന്ന രാജ്യത്തിന് ഒരു സായുധസമരം കൂടാതെ തന്നെ മിക്കവാറും അത് നേടാനായേക്കാം. സാമ്രാജ്യത്വയുദ്ധങ്ങൾ എങ്ങനെയോ അതുപോലെതന്നെ ക്രൂരമായ ഒരു ദീർഘകാലയുദ്ധത്തിന്റെ കെടുതികളിൽനിന്ന് ആ രാജ്യത്തെ ജനത ഒഴിവാക്കപ്പെടുകയും ചെയ്തേക്കാം. പക്ഷേ ഈ സമരത്തെയോ അതിന്റെ പ്രത്യാഘാതങ്ങളെയോ ലോകവ്യാപകമായ സ്വഭാവത്തിലുള്ള ഒരേറ്റുമുട്ടലിൽ ഒഴിവാക്കുക അസാധ്യമാണ്, അതിലുണ്ടാകുന്ന ദുരിതം ഒരു ലോകയുദ്ധമുണ്ടായാലുണ്ടാകുന്നത്രയോ അതിലേറെയോ തന്നെയായേക്കാം. നമുക്ക് ഭാവിയെക്കുറിച്ച് പ്രവചിക്കാനാവില്ല, പക്ഷേ നാമൊരിക്കലും സ്വാതന്ത്ര്യമാഗ്രഹിക്കുകയും എന്നാലതിനു വേണ്ടിവരുന്ന സമരത്തെ അപലപിക്കുകയും ചെയ്യുന്ന ജനതകളുടെ രീതികൾ അവലംബിക്കുകയെന്ന ഭീരുത്വപൂർണമായ പ്രലോഭനത്തിനു കീഴടങ്ങിക്കൂടാ. അത്തരം ജനതകൾ വിജയത്തിന്റെ അപ്പക്കഷണങ്ങളെ പ്രതീക്ഷിച്ചുകൊണ്ട് വെറുതെ കാത്തിരിക്കുകയാണ്.

അനാവശ്യമായ ത്യാഗങ്ങൾ ഒഴിവാക്കണമെന്നത് തികച്ചും ശരിയാണ്. അതുകൊണ്ടാണ് ആശ്രിതമായ ലാറ്റിനമേരിക്ക സ്വയം ഒരു സമാധാനപരമായ മാർഗത്തിൽ സ്വതന്ത്രമാക്കപ്പെടുന്നതിന് എത്രമാത്രം യഥാർഥസാധ്യതയുണ്ടെന്ന കാര്യത്തിൽ നമുക്ക് വ്യക്തത വേണമെന്ന കാര്യം ഏറ്റവും പ്രധാനമാകുന്നത്. ഈ ചോദ്യത്തിനുള്ള ഉത്തരം നമുക്ക് വളരെ വ്യക്തമാണ്: ഇന്ന് എന്നത് സമരം തുടങ്ങാനുള്ള ശരിയായ സമയമായേക്കാം, അതല്ലായിരിക്കാം; പക്ഷേ നമുക്ക് യാതൊരു വ്യാമോഹങ്ങളുമുണ്ടായിക്കൂടാ; അഥവാ ഒരു പോരാട്ടം കൂടാതെ സ്വാതന്ത്ര്യം ലഭ്യമാകുമെന്നു വിശ്വസിക്കാൻ നമുക്കൊരവകാശവുമില്ല.

പോരാട്ടമെന്നത് വെറും തെരുവുയുദ്ധങ്ങളായിരിക്കില്ല, കല്ലുകളുമായി കണ്ണീർവാതകഷെല്ലുകളെ നേരിടൽ. അല്ലെങ്കിലത് സമാധാനപരമായ പൊതുപണിമുടക്കുമായിരിക്കില്ല. അല്ലെങ്കിലത് ഭരിക്കുന്ന പ്രഭുവർഗ കൂട്ടുകെട്ടിന്റെ മർദനത്തിനുള്ള സംവിധാനത്തെ രണ്ടോമൂന്നോ ദിവസം കൊണ്ട് നശിപ്പിക്കുന്ന ക്ഷുഭിതരായ ഒരു ജനതയുടെ സമരവുമായിരി

ക്കില്ല. അതൊരു നീണ്ടതും രക്തരൂഷിതവുമായ സമരമായിരിക്കും. അതിന്റെ മുന്നണി നഗരങ്ങളിലെ ഗറില്ലാതാവളങ്ങളിലും പോരാളികളുടെ വീടുകളിലും (അവരുടെ കുടുംബത്തിനുള്ളിൽത്തന്നെ എളുപ്പത്തിൽ ഇരകളെ കണ്ടെത്താൻ അടിച്ചമർത്തലുകാർ മുന്നോട്ടു വരും), കശാപ്പുചെയ്യപ്പെടുന്ന കർഷകജനതയ്ക്കിടയിലും ശത്രുവിന്റെ ബോംബുകളാൽ തകർക്കപ്പെടുന്ന നഗരങ്ങളിലും പട്ടണങ്ങളിലുമൊക്കെയായിരിക്കും.

നാമീ സമരത്തിലേക്ക് തള്ളിവിടപ്പെടുകയാണ്. അതിനുവേണ്ടി തയാറെടുക്കുകയും അത് ഏറ്റെടുക്കാൻ തയാറാവുകയുമെന്നതല്ലാതെ മറ്റു വഴികളൊന്നും നമ്മുടെ മുന്നിലില്ല. നമ്മുടെ ദൗത്യം, ആദ്യമണിക്കൂറിൽ, അതിജീവിക്കുകയെന്നതാണ്; തുടർന്ന് നാം പ്രവർത്തനത്തിലേർപ്പെടണം. വിയറ്റ്നാംകാർ അർഥമാക്കുന്നതരത്തിൽ സായുധപ്രചരണമെന്നതിനർഥം നിരന്തരമായി ഒരു ഗറില്ലാപോരാട്ടം തുടർന്നുകൊണ്ടേയിരിക്കുകയെന്നതാണ്; അതായത്, വെടിയുണ്ടകൾകൊണ്ടുള്ള പ്രചരണം. ശത്രുവിനെതിരായ വിജയിച്ചതും പരാജയപ്പെട്ടതുമായ ഏറ്റുമുട്ടലുകളിലൂടെയുള്ള പ്രചരണം.

ഗറില്ലകളുടെ അജയ്യതയെന്ന മഹത്തായ പാഠം നിസ്വരാക്കപ്പെട്ടവർക്കിടയിൽ രൂഢമൂലമാകുകയാണ്. ദേശീയവികാരത്തിന്റെ ഒരേ ദിശയിലെ ഒഴുക്കും, കൂടുതൽ വിഷമകരമായ കടമകൾക്കായുള്ള തയാറെടുപ്പും, കൂടുതൽ ഹിംസാത്മകമായ അടിച്ചമർത്തലിനെ പ്രതിരോധിക്കുന്നതിനു വേണ്ട കരളുറപ്പുമെല്ലാമായി. സമരത്തിന്റെ ഒരു ഘടകമായി വെറുപ്പ് വളരുകയാണ്. ശത്രുവിനെതിരായുള്ള വിട്ടുവീഴ്ചയില്ലാത്ത വെറുപ്പ് ഒരാളെ ഒരു മനുഷ്യന് സ്വാഭാവികമായി ഉണ്ടാകാവുന്ന പരിമിതികൾക്കപ്പുറം കടക്കാൻ സഹായിക്കും. അയാളെ ഫലപ്രദമായും ഹിംസാത്മകമായും, തെരഞ്ഞെടുപ്പുനടത്തിയും ശാന്തമായും പ്രവർത്തിക്കാൻ കഴിയുന്ന ഒരു മാരകയന്ത്രമാക്കി മാറ്റും. നമ്മുടെ പോരാളികൾ അത്തരക്കാരായിരിക്കണം. വെറുപ്പില്ലാത്ത ഒരു ജനതയ്ക്ക് നിഷ്ഠുരനായ ഒരു ശത്രുവിനെതിരെ ജയം നേടാനാകില്ല.

ശത്രു എവിടെവരെ യുദ്ധത്തെ കൊണ്ടുപോകുന്നോ അവിടെവരെ നാമും യുദ്ധത്തെ കൊണ്ടുപോകണം. അവന്റെ വീടുവരെ, അവന്റെ വിശ്രമവിനോദകേന്ദ്രങ്ങൾവരെ. അതിനെ നാം പൂർണമാക്കണം. ഒരുനിമിഷം പോലും സമാധാനമായിരിക്കാൻ അവനെ നാം അനുവദിക്കരുത്. ബാരക്കുകൾക്കകത്തും അതിനു പുറത്തും ഒരുനിമിഷത്തെ ശാന്തത നാം അനുവദിക്കരുത്. അവൻ എവിടെയൊക്കെപ്പോയാലും താനൊരു വേട്ടയാടപ്പെടുന്ന മൃഗമാണെന്നവന് തോന്നണം. അപ്പോൾ അവന്റെ ആത്മവീര്യം തകരാൻ തുടങ്ങും. അവൻ കൂടുതൽ കൂടുതൽ മൃഗസമാനനാകും. എങ്കിലും വരാൻ പോകുന്ന തകർച്ചയുടെ ലക്ഷണങ്ങൾ അവനിൽ പ്രത്യക്ഷമാകും.

നാം യഥാർഥ തൊഴിലാളിവർഗ സാർവദേശീയത വളർത്തിയെടുക്കണം, സാർവദേശീയ തൊഴിലാളിവർഗ സേനകളുമായി നാമേതു പതാ

കയ്ക്കു കീഴിൽ പൊരുതുന്നുവോ ആ പതാക മനുഷ്യരാശിയുടെ വിമോചനമെന്ന വിശുദ്ധമായ ലക്ഷ്യമായിത്തീരട്ടെ. അതിലൂടെ വിയറ്റ്നാമിന്റെയും വെനിസ്വേലയുടെയും ഗ്വാട്ടിമാലയുടെയും ലാവോസിന്റെയും ഗിനിയയുടെയും കൊളംബിയയുടെയും ബൊളീവിയയുടെയും ബ്രസീലിന്റെയും (ഇന്നു പോരാട്ടം നടക്കുന്ന ചില വേദികളെ മാത്രം പരാമർശിച്ചാൽ) നിറങ്ങൾക്കു കീഴിൽ മരിക്കുകയെന്നത് ഒരു ലാറ്റിനമേരിക്കക്കാരനും ഒരു ഏഷ്യക്കാരനും ഒരു ആഫ്രിക്കക്കാരനും ഒരു യൂറോപ്യനുപോലും ഒരേയളവിൽ അഭികാമ്യവും മഹത്തുമായ ഒരു കാര്യമായിത്തീരും.

ഒരാൾ ജനിക്കാത്ത ഒരു നാട്ടിൽ വീഴുന്ന ഓരോ ചോരത്തുള്ളിയും ഒരാളുടെ സ്വന്തം നാടിന്റെ വിമോചനത്തിനായി നടക്കുന്ന വിമോചനപ്പോരാട്ടത്തിൽ പ്രയോഗത്തിൽ വരുത്താനായി അതിജീവിക്കുന്ന ഓരോ പോരാളിക്കും കിട്ടുന്ന അനുഭവമാണ്. അതേപോലെ സ്വയം മോചനം നേടുന്ന ഓരോ ജനതയും ഒരാളുടെ സ്വന്തം ജനതയുടെ വിമോചനത്തിനായുള്ള പോരാട്ടത്തിൽ ഓരോ ചവിട്ടുപടികളെ സംഭാവന ചെയ്യുന്നു.

നമ്മുടെ തർക്കങ്ങളെ ലഘൂകരിക്കാനും എല്ലാം സമരത്തിന്റെ ബലിവേദിയിൽ സമർപ്പിക്കാനുമുള്ള സമയമിതാ വന്നിരിക്കുന്നു.

സ്വാതന്ത്ര്യത്തിനു വേണ്ടി പൊരുതുന്ന ലോകത്തിനെ വലിയ വിവാദങ്ങൾ പിടിച്ചുലയ്ക്കുന്നുണ്ട്; അക്കാര്യം നമുക്കെല്ലാമറിയാം; നമുക്കത് മൂടിവയ്ക്കാൻ സാധ്യമല്ല. ഈ വിവാദങ്ങൾക്ക് ആശയസംവാദവും അനുരഞ്ജനവും അസാധ്യമല്ലെന്നുണ്ടെങ്കിൽത്തന്നെ, അതേറ്റവും ബുദ്ധിമുട്ടേറിയ ഒന്നായിത്തീർക്കുന്ന സ്വഭാവവും മൂർച്ഛയും കൈവന്നിട്ടുണ്ടെന്ന കാര്യവും നമുക്കെല്ലാമറിയാം. തർക്കത്തിലേർപ്പെട്ടിരിക്കുന്നവർ ഒഴിവാക്കിയ ഒരു ആശയസംവാദം തുടങ്ങിവയ്ക്കാനുള്ള വഴികൾ തേടുന്നത് തികച്ചും ഉപയോഗരഹിതമായ ഒരു കാര്യമാണ്.

പക്ഷേ, ശത്രു അവിടെയുണ്ട്. അത് ഓരോ ദിവസവും പ്രഹരിക്കുന്നു. പുതിയ പുതിയ പ്രഹരങ്ങൾ നൽകുമെന്ന് ഭീഷണി മുഴക്കുകയും ചെയ്യുന്നു. ഈ പ്രഹരങ്ങൾ നമ്മെ ഇന്നോ നാളെയോ, മറ്റന്നാളോ ഐക്യപ്പെടുത്തും. ഇതാദ്യം മനസിലാക്കുന്നവരും ഈ അനിവാര്യമായ ഐക്യം തയാറാക്കിയെടുക്കുന്നവരും ജനങ്ങളുടെ നന്ദിയും അനുഭാവവും നേടിയെടുക്കും.

ഈ പക്ഷങ്ങൾ താന്താങ്ങളുടെ കേസുകൾ എത്ര കടുത്ത തീവ്രതയോടും ശാഠ്യബുദ്ധിയോടും കൂടിയാണ് വാദിക്കുന്നതെന്നു കാണുമ്പോൾ, നിസ്വരാക്കപ്പെട്ടവരായ നമുക്ക് ഈ ഭിന്നതകൾ പ്രകാശിപ്പിക്കപ്പെടുന്നതിൽ രണ്ടുപക്ഷങ്ങളുടെയും രീതികളുമായി യോജിക്കാനാവില്ല; ഒന്നോ മറ്റേതോ ആയ പക്ഷങ്ങൾ ഉന്നയിക്കുന്ന ചില നിലപാടുകളോട് നാം യോജിക്കുകയോ അതല്ലെങ്കിൽ ഏതെങ്കിലുമൊരു പക്ഷത്തിന്റെ നിലപാടുകളുമായി മറ്റേതിനേക്കാൾ കൂടുതൽ നാം യോജിക്കുകയോ ചെയ്യുമ്പോൾ പോലും. സമരത്തിന്റെ ഈ നിമിഷത്തിൽ, വർത്ത

മാന ഭിന്നതകളെ അവതരിപ്പിച്ചിരിക്കുന്നതിന്റെ രീതി തന്നെ ഒരു ദൗർബ ല്യമാണ്. പക്ഷേ, സാഹചര്യം പരിഗണിക്കുമ്പോൾ, പ്രശ്നം വാക്കുക ളിലൂടെ പരിഹരിക്കാൻ സാധിക്കുമെന്ന ചിന്തയൊരു വ്യാമോഹം മാത്ര മാണ്. ചരിത്രം ഒന്നുകിൽ ഈ തർക്കത്തെ അടിച്ചു തൂത്തുകൊണ്ടു പോകും, അല്ലെങ്കിൽ അതിൻ മേലത് അതിന്റെ അന്തിമവിധി പറയും.

സമരത്തിലുള്ള നമ്മുടെ ലോകത്ത്, പരിമിതമായ ലക്ഷ്യങ്ങൾ നേടാ നായി നടത്തുന്ന പ്രവർത്തനത്തിന്റെ രീതികളെയോ അടവുകളെയോ ചുറ്റിപ്പറ്റി നടക്കുന്ന ചർച്ചകളുമായി ബന്ധപ്പെട്ട എല്ലാം മറ്റവന്റെ അഭി പ്രായത്തിന് അർഹമായ ബഹുമാനം നൽകിക്കൊണ്ട് മാത്രമേ വിലയി രുത്താൻ പാടുള്ളൂ. മഹത്തായ തന്ത്രപരമായ ലക്ഷ്യത്തെ, സമരത്തിന്റെ ഉപാധികളിലൂടെ സാമ്രാജ്യത്വത്തെ പരിപൂർണമായി തകർക്കുകയെന്ന തിനെ, സംബന്ധിച്ചിടത്തോളം, അക്കാര്യത്തിൽ നാം തികഞ്ഞ ശാഠ്യ ബുദ്ധിക്കാരായിരിക്കണം.

നമ്മുടെ വിജയത്തിനു വേണ്ടിയുള്ള അഭിലാഷങ്ങളെ നമുക്കിങ്ങനെ സമാഹരിക്കാം. സാമ്രാജ്യത്വത്തെ അതിന്റെ ഏറ്റവും വലിയ ശക്തികേ ന്ദ്രത്തെ ഉന്മൂലനം ചെയ്യുകയെന്ന മാർഗത്തിലൂടെ തകർക്കുക: അമേരി ക്കൻ ഐക്യനാടുകളുടെ (U S A) സാമ്രാജ്യത്വമേധാവിത്വത്തെ തകർക്കു ക. ഒരു അടവുപരമായ ലൈനായി നാം സ്വീകരിക്കേണ്ടത് ജനതകളുടെ ക്രമേണയായുള്ള വിമോചനമാണ്. ഒന്നിനു പുറകെ ഒന്നെന്ന നിലയ്ക്കോ ഗ്രൂപ്പുകളായോ അതിലൂടെ ശത്രുവിനെ അവന്റെ പ്രവർത്തനമേഖലയ് ക്കു പുറത്തുള്ള മേഖലയിൽ കടുത്ത സമരത്തിൽ കൊണ്ടുചെന്ന് ഉൾപ്പെ ടുത്തണം. അതായത് അവന്റെ ആശ്രിതരായ പ്രദേശങ്ങളിൽ.

അതിനർഥം ഒരു നീണ്ട യുദ്ധമെന്നതാണ്. ഒരിക്കൽക്കൂടി നാം ആവർത്തിക്കുന്നു; ഒരു ക്രൂരമായ യുദ്ധം ഒരാൾ തുടങ്ങാനായി പുറപ്പെ ടുമ്പോൾ ഒരിക്കലും സ്വയം വഞ്ചിക്കാതിരിക്കണം. സ്വന്തം ജനത കൾക്കതു കൊണ്ടുവരാവുന്ന ഫലങ്ങളെക്കുറിച്ച് ഭയപ്പെട്ടുകൊണ്ട് ഒരു വനും തുടങ്ങുന്ന കാര്യത്തിൽ ശങ്കിച്ചു നിൽക്കാതിരിക്കണം. അതൊന്നു മാത്രമാണ് ഏറെക്കുറെ വിജയത്തിനുള്ള ഏകപ്രതീക്ഷ.

നമുക്ക് നമ്മുടെ ഇന്നത്തെ ഈ മണിക്കൂറിന്റെ ആഹ്വാനത്തിൽ നിന്നൊഴിഞ്ഞു നിൽക്കാനാകില്ല. ധീരോദാത്തതയുടെ ഒരു സ്ഥിരമായ പാഠം പഠിപ്പിച്ചു കൊണ്ട് വിയറ്റ്നാം നമ്മോടു പറയുന്നത് ഇക്കാര്യമാ ണ്. അന്തിമവിജയം നേടുന്നതിനായി അത് അതിന്റെ ദുരന്താത്മകമായ ദൈനംദിന പോരാട്ടത്തിന്റെയും മരണത്തിന്റെയും പാഠങ്ങളിലൂടെ നമ്മോട് ഇക്കാര്യമാണ് പറയുന്നത്.

അവിടെ, സാമ്രാജ്യത്വത്തിന്റെ പടയാളികൾ അമേരിക്ക വീമ്പടി ക്കുന്ന ആ ഉയർന്ന ജീവിതനിലവാരവുമായി പരിചയിച്ചു പോന്നതിന്റെ സ്ഥാനത്ത് തികച്ചും പ്രതികൂലമായ ഒരു പ്രദേശത്തിന്റെ വിഷമതകളെ അഭിമുഖീകരിക്കുന്നു. തങ്ങളൊരു ശത്രുപ്രദേശത്തേക്കാണ് കാലെടുത്തു വയ്ക്കുന്നതെന്ന ഉൾഭീതിയോടെയല്ലാതെ ചലിക്കാൻ കഴിയാത്തതിന്റെ

അരക്ഷിതത്വമനുഭവിക്കുന്നു. തങ്ങളുടെ കോട്ടവാതിലിനു പുറത്തു കടക്കുന്നവന് മരണമാണ് പ്രതിഫലം കിട്ടുകയെന്ന യാഥാർഥ്യത്തെ നേരിടുന്നു. അവർ നേരിടേണ്ടിവരുന്നത് ഒരു മൊത്തം ജനതയുടെയും സ്ഥിരമായ ശത്രുതയെയാണ്. ഇവയെല്ലാം തന്നെ അമേരിക്കകത്തും കടുത്ത പ്രത്യാഘാതങ്ങൾ സൃഷ്ടിക്കുന്നു. സാമ്രാജ്യത്വം അതിന്റെ പൂർണശക്തി ഉപയോഗിച്ച് മിനുസപ്പെടുത്തിയെടുത്ത ഒരു ഘടകം വീണ്ടും തലപൊക്കുന്നതിലേക്കത് നയിക്കുന്നു. അതിന്റെ സ്വന്തം ഭൂപ്രദേശത്തിനകത്തുതന്നെയുള്ള വർഗസമരം.

നമ്മുടെ ഈ ഭൂഗോളത്തിന്റെ മുഖത്ത് ഒന്നോ രണ്ടോ മൂന്നോ അല്ലെങ്കിൽ നിരവധിയോ ആയ വിയറ്റ്നാമുകൾ പൂത്തുവിടർന്നാൽ നമ്മുടെ ഭാവി എത്രമാത്രം പ്രകാശമാനമായിരിക്കും; അവയോരോന്നും അവയുടേതായ പങ്ക് മരണങ്ങളോടും അളവറ്റ ദുരിതങ്ങളോടും കൂടി, അവയുടെ ദൈനംദിന വീരകൃത്യങ്ങളോടു കൂടി വിരിഞ്ഞുനിന്നാൽ! അവയോരോന്നും സാമ്രാജ്യത്വത്തിനെതിരെ നിരന്തരമായ പ്രഹരങ്ങളേൽപ്പിക്കുകയും അതിലൂടെ ലോകത്തിലെ ജനതകളുടെ വർധിച്ചു വരുന്ന രോഷമേൽപ്പിക്കുന്ന ചാട്ടയടികൾക്കു കീഴിൽ സാമ്രാജ്യത്വത്തിന്റെ ശക്തികളെ ചിതറിക്കാതെ രക്ഷയില്ലെന്നു വരുകയും ചെയ്താൽ!

നാമെല്ലാവരും നമ്മുടെ പ്രഹരങ്ങൾക്ക് കൂടുതൽ തീർച്ചയും കരുത്തും നൽകുന്നതിനു വേണ്ടി ഐക്യപ്പെടാൻ കഴിവുള്ളവരാണെങ്കിൽ അതിലൂടെ ഇന്ന് പോരാടുന്ന ജനതകൾക്കു കിട്ടുന്ന എല്ലാത്തരത്തിലുമുള്ള സഹായങ്ങൾ കുറെക്കൂടി ഫലപ്രദമായിത്തീർന്നെങ്കിൽ – എത്ര മഹത്തായിരിക്കും അപ്പോൾ നമ്മുടെ ഭാവി, എത്രമാത്രം അടുത്തായിരിക്കും അത്!

നാം, ഭൂമിയുടെ ഭൂപടത്തിലെ ഒരു ചെറിയ ബിന്ദുവിൽ, നമ്മുടെ കടമ നിർവഹിക്കുകയും സമരത്തിന്റെ താൽപ്പര്യത്തിനു മുമ്പിൽ നമുക്കു നൽകാൻ കഴിയുന്ന ചെറിയ കാര്യങ്ങൾ – നമ്മുടെ ജീവിതങ്ങൾ, നമ്മുടെ ത്യാഗങ്ങൾ നൽകുകയുമാണെങ്കിൽ ഈ ദിവസങ്ങളിലൊന്നിൽ നമ്മുടേതല്ലാത്ത, എങ്കിൽപ്പോലും ഇപ്പോൾ നമ്മുടേതു തന്നെയായ, ഒരു മണ്ണിൽ നാം നമ്മുടെ അന്ത്യശ്വാസം വലിക്കുമെന്നതും നമ്മുടെ രക്തംകൊണ്ട് ആ മണ്ണിനെ നനവുള്ളതാക്കുമെന്നുമുള്ള കാര്യം സംഭവിച്ചേക്കാം. ഞങ്ങൾ ഞങ്ങളുടെ പ്രവർത്തനങ്ങളുടെ എല്ലാ സാധ്യതകളും പരിശോധിച്ചുവെന്നും ലോകതൊഴിലാളി വർഗത്തിന്റെ മഹത്തായ സേനയുടെ ഒരു ഭാഗമെന്നല്ലാതെ മറ്റൊന്നും ഞങ്ങൾ ഞങ്ങളെപ്പറ്റി കരുതുന്നില്ലെന്നും എല്ലാവരുമറിയേണ്ടതുണ്ട്. പക്ഷേ, ക്യൂബൻ വിപ്ലവത്തിൽനിന്നും അതിന്റെ മഹാനായ മുഖ്യനേതാവിൽനിന്നും ലോകത്തിന്റെ ഈ ഭാഗത്തിനുള്ള നിലയെപ്പറ്റി വമ്പിച്ച പാഠം പഠിച്ചുവെന്നതിലും ഞങ്ങൾ അഭിമാനംകൊള്ളുന്നു. "നമ്മുടെ മുന്നിൽ നിൽക്കുന്നത് മനുഷ്യരാശിയുടെ ഭാവിയുടെ കാര്യം തന്നെയാണെങ്കിൽ ഒരു ജനതയ്ക്കോ ഒരു മനുഷ്യനോ നേരിടാവുന്ന അപകടങ്ങൾ, അഥവാ സഹിക്കേണ്ടി

വരുന്ന അപകടങ്ങൾ, എന്തു വ്യത്യാസമാണുണ്ടാക്കുക?"

നമ്മുടെ എല്ലാ പ്രവർത്തനവും സാമ്രാജ്യത്വത്തിനെതിരായ ഓരോ പോർവിളിയാണ്; അതുപോലെ മനുഷ്യരാശിയുടെ ഏറ്റവും വലിയ ശത്രുവായ അമേരിക്കൻ ഐക്യനാടുകൾക്കെതിരെ ഒന്നിക്കാൻ ജനതകളോടുള്ള ആഹ്വാനവുമാണ്.

മരണം ഞങ്ങളെ എവിടെ വെച്ച് അത്ഭുതപ്പെടുത്തിയാൽത്തന്നെയും, ഞങ്ങളുടെ പോർവിളി മറ്റൊരു കാതിനുകൂടെ സ്വീകാര്യമായിട്ടുണ്ടെങ്കിൽ, മറ്റൊരു കൈകൂടി ഞങ്ങളുടെ ആയുധങ്ങൾ ഏന്താനായി നീണ്ടുവരികയാണെങ്കിൽ, മറ്റുള്ള ആളുകളുടെ മെഷീൻ ഗണ്ണുകളുടെ കൂട്ടിമുട്ടലുകൾ ഞങ്ങളുടെ അന്ത്യോപചാരസമയത്ത് പോരാട്ടത്തിന്റെയും വിജയത്തിന്റെയുമായ പുതിയ യുദ്ധാക്രോശങ്ങൾ പുറപ്പെടുവിക്കുമെന്നുണ്ടെങ്കിൽ, ഞങ്ങളെ സംബന്ധിച്ചത് തികച്ചും സ്വാഗതാർഹമായിരിക്കും.

കാലഗണനാസൂചിക

1952

മാർച്ച് 10– സൈനികാട്ടിമറിയിലൂടെ ചിലിയിൽ റിട്ടയേർഡ് ജനറൽ ഫൽജെൻസിയോ ബാത്തിസ്ത അധികാരത്തിലെത്തുന്നു. അമേരിക്കൻ പിന്തുണയോടെ അയാൾ തന്റെ മൃഗീയമായ സൈനിക സ്വേച്ഛാധിപത്യത്തെ സുദൃഢമാക്കുന്നു. ഒരു സായുധ ഉയിർത്തെഴുന്നേൽപ്പിലൂടെ ബാത്തിസ്തയുടെ കിരാതഭരണത്തെ തൂത്തെറിയാനുള്ള ഒരു വിപ്ലവ പ്രസ്ഥാനത്തെ ഫിദൽ കാസ്ട്രോ സംഘടിപ്പിച്ചു തുടങ്ങുന്നു.

ഏപ്രിൽ 9– ബൊളീവിയയിൽ വിപ്ലവ മുന്നേറ്റം. ആ രാജ്യത്തെ സൈനിക ഗവൺമെന്റിനെ മറിച്ചിടുകയും അത് ബൂർഷ്വാ വിപ്ലവദേശീയ പ്രസ്ഥാനമായ MNR ന്റെ നേതൃത്വത്തിൽ വിക്റ്റർ പാസ് എസ്റ്റെൻസോറോ തലവനായി ഒരു പുതിയ ഭരണം സ്ഥാപിക്കപ്പെടുന്നതിലേക്ക് നയിക്കുകയും ചെയ്യുന്നു. ആ മുന്നേറ്റത്തിൽ ടിൻ ഖനിത്തൊഴിലാളികളുടെ നേതൃത്വത്തിലുള്ള ട്രേഡ് യൂണിയൻ പ്രസ്ഥാനം ഒരു മുഖ്യമായ പങ്ക് വഹിക്കുന്നു. ജനകീയ മുന്നേറ്റത്തിന്റെ ഫലമായി ടിൻ ഖനികളുടെ ദേശസാൽക്കരണം, ട്രേഡ് യൂണിയനുകൾ നിയമവിധേയമാക്കൽ, ഭൂപരിഷ്കരണത്തിന്റെ തുടക്കം, ബൊളീവിയയിലെ ഭൂരിപക്ഷം ആദിവാസി ജനതയ്ക്ക് വോട്ടവകാശം നൽകൽ എന്നിവയെല്ലാം നടക്കുന്നു.

1953

ജൂലൈ 26– സാന്തിയാഗോ ദെ ക്യൂബയിലുള്ള മൊങ്കാദ സൈനികക്യാമ്പിനു നേർക്ക് ഫിദൽ കാസ്ട്രോയുടെ നേതൃത്വത്തിൽ 160 ഓളം പോരാളികൾ ഒരു ആക്രമണം നടത്തുന്നു. അവർ അതിനൊപ്പം തന്നെ ക്യൂബയിൽത്തന്നെയുള്ള ബയാമോ ക്യാമ്പും ആക്രമിച്ചു. ആ ആക്രമ

ണത്തിൽ പിടികൂടപ്പെട്ട 56 പോരാളികൾ കൊലചെയ്യപ്പെട്ടു. കാസ്ട്രോയെയും മറ്റ് ഇരുപത്തേഴ് വിപ്ലവകാരികളെയും പിന്നീട് പിടികൂടി വിചാരണയ്ക്കു വിധേയരാക്കി. അവരെ 15 വർഷം വരെ തടവുശിക്ഷക്കു വിധിച്ചു.

1954

മെയ് 8 – എട്ടുവർഷമായി നടന്നുകൊണ്ടിരുന്ന ദേശീയ വിമോചന പോരാട്ടത്തിന് മകുടം ചാർത്തിക്കൊണ്ട് വിയറ്റ്നാമീസ് പോരാളികൾ ദിയെൻ ബിയെൻ ഫുവിലുള്ള ഫ്രഞ്ച് സാമ്രാജ്യത്വ ശക്തികളെ തുരത്തുന്നു. അങ്ങനെ ഇൻഡോ ചൈനയിലെ ഫ്രഞ്ചു കൊളോണിയൽ ഭരണം അവസാനിപ്പിക്കുന്നു. ജനീവയിൽ ഒപ്പുവയ്ക്കപ്പെട്ട കരാറുകൾപ്രകാരം വിയറ്റ്നാം രണ്ടായി വെട്ടിമുറിക്കപ്പെടുകയും അമേരിക്ക തെക്കൻ വിയറ്റ്നാമിലെ പ്രധാന സാമ്രാജ്യത്വ ശക്തിയെന്ന നിലയിൽ ഫ്രാൻസിനെ പകരംവയ്ക്കുകയും ചെയ്യുന്നു. ഒപ്പം തന്നെ കംബോഡിയയിലും ലാവോസിലും അമേരിക്ക പിടിമുറുക്കുന്നു. അങ്ങനെ ദേശീയ വിമോചന പോരാട്ടം വീണ്ടും തുടരേണ്ട സ്ഥിതിയുണ്ടാകുന്നു.

ജൂൺ– സെപ്തംബർ– ജാക്കോബോ അർബെൻസിന്റെ ഭരണം പരിമിതമായ ഒരു ഭൂപരിഷ്കരണം നടപ്പാക്കിയതിനു പിന്നാലെ ഉയർന്നുവന്ന രാഷ്ട്രീയ–സാമൂഹ്യ പോരാട്ടത്തെ ഞെരിച്ചമർത്താനായി സി ഐ എയുടെ പിന്തുണയോടെ കൂലിപ്പടയാളികൾ അർബെൻസ് സർക്കാരിനെ അട്ടിമറിക്കാനായി ഗ്വാട്ടിമാലയിൽ കടന്നാക്രമണം നടത്തുന്നു. സാമ്രാജ്യത്വം സ്പോൺസർ ചെയ്യുന്ന ആ ആക്രമണത്തെ നേരിടാൻ സന്നദ്ധനായി മുന്നോട്ടുവരുന്ന ഒരു പോരാളിയായി നാം ഏണസ്റ്റോ ചെ ഗുവരയെ കാണുന്നു. പോരാട്ടത്തിന്റെ ഉയർന്നുവരലാണ് അദ്ദേഹത്തെ ഗ്വാട്ടിമാലയിലേക്ക് ആകർഷിച്ചത്. ജനങ്ങളെ ആയുധമണിയിക്കാൻ വിസമ്മതിച്ച അർബെൻസ് ജൂൺ 27 ന് രാജിവയ്ക്കുന്നു. ആഗസ്തിൽ കൂലിപ്പടയാളികൾ ഗ്വാട്ടിമാല സിറ്റിയിൽ പ്രവേശിക്കുന്നു. സെപ്തംബറിൽ ഗ്വാട്ടിമാലയിൽനിന്നും രക്ഷപ്പെടാൻ നിർബന്ധിതനായ ചെ ഗുവേര മെക്സിക്കോ സിറ്റിയിലെത്തുന്നു.

1955

മെയ്–ജൂലൈ – പൊതുമാപ്പിനു വേണ്ടി ശക്തിപ്രാപിച്ചുകൊണ്ടിരുന്ന ഒരു പ്രക്ഷോഭത്തിന്റെ ഭാഗമായി ഫിദൽ കാസ്ട്രോയും മൊങ്കാദ തടവുകാരും മോചിതരാകുന്നു. ജൂണിൽ അവരും അവരുടെ രാഷ്ട്രീയാനുഭാവികളും ചേർന്ന് ജൂലൈ 26 പ്രസ്ഥാനമായി പുനഃസംഘടിക്കുന്നു. ജൂലൈയിൽ ക്യൂബക്കകത്ത് ഒരു സായുധ ഉയിർത്തെഴുന്നേൽപ്പ് സമരം തുടങ്ങാനുള്ള പരിപാടിയുടെ തയാറെടുപ്പു പ്രവർത്തനങ്ങൾക്കായി കാസ്ട്രോ മെക്സിക്കോയിലെത്തുന്നു. കാസ്ട്രോ വന്ന് അധികം കഴിയുന്നതിനു മുമ്പേ ഏണസ്റ്റോ ചെ ഗുവേരയുമായി കണ്ടു

മുട്ടുന്നു. അദ്ദേഹം കാസ്ട്രോയുടെ ഗറില്ലാസേനയുടെ ന്യൂക്ലിയസിൽ ഒരു സൈനിക ഡോക്ടറായി ചേരുന്നു.

1956

ഡിസംബർ 2 – ഗ്രാൻമ എന്ന ബോട്ടിൽ ക്യൂബൻ തീരത്തെത്തിച്ചേരുന്ന 82 അംഗ ജൂലൈ 26 പ്രസ്ഥാനത്തിൽ കാസ്ട്രോയും ചെ ഗുവേരയുമുണ്ട്. അവർ ബാത്തിസ്ത ഏകാധിപത്യത്തിനെതിരെ പൊരുതാനാണ് ക്യൂബയിലിറങ്ങിയത്. അതോടെ കലാപസേന ജനിക്കുന്നു.

1957

ജൂലൈ 21– ആദ്യമായി ഒരു കമാൻഡറായി കാസ്ട്രോ പ്രൊമോഷൻ നൽകിയ പോരാളിയായി ഗുവേര മാറുന്നു. കലാപസേനയുടെ രണ്ടാമത്തെ പംക്തിയുടെ തലവനായി അദ്ദേഹം നിയമിതനാകുന്നു. ആ പംക്തിക്ക് കോളം നം:4 എന്ന പേരുനൽകുന്നു.

നവംബർ–ഡിസംബർ 1957– പിൽക്കാലത്ത് പോമ്പോ എന്നറിയപ്പെട്ട ഹാരി വില്ലെഗാസ് കലാപസേനയുടെ വളണ്ടിയറായതിനുശേഷം അദ്ദേഹത്തെ ചെ ഗുവേര കോളം നമ്പർ 4 ൽ ചേർക്കുന്നു. കലാപസേന അതിന്റെ സ്ഥാനങ്ങൾ ശക്തിപ്പെടുത്തുകയും ശക്തിയിലും വലുപ്പത്തിലും വളരുകയും ചെയ്യുന്നു. അവർ ബാത്തിസ്തയുടെ സൈനിക ഔട്ട് പോസ്റ്റുകളിലും സഞ്ചരിക്കുന്ന സൈനിക ദളങ്ങൾക്കു നേർക്കും വിജയകരമായ ആക്രമണങ്ങൾ നടത്തുന്നു.

1958

ജനുവരി – വെനിസ്വേലയുടെ തലസ്ഥാനമായ കാരക്കാസിൽ ജനകീയ ഉയിർത്തെഴുന്നേൽപ്പും പൊതുപണിമുടക്കും നടക്കുന്നു. സ്വേച്ഛാധിപതിയായ മാർക്കോസ് പെരെസ് ജിമെനസിനെ തൂത്തെറിയുന്നു. ദേശീയവാദികളായ സൈനിക ഓഫീസർമാരുടെ പുതിയ സർക്കാർ ക്യൂബയുടെ കലാപസേനയ്ക്ക് സഹായംനൽകുന്നു.

ഫെബ്രുവരി– സിയറ മെയ്സ്ത്ര പർവതത്തിലെ പിനോ ദെൽ അഗ്വായിൽ രണ്ടാമത്തെ ഏറ്റുമുട്ടലിൽ ഗറില്ലാസേന നേടുന്ന വിജയം സൈനികബലാബലത്തിൽ കാതലായ മാറ്റംവരുത്തുന്നു. അതിന്റെ തുടർച്ചയായി കലാപസേന മാസങ്ങൾ നീണ്ടുനിൽക്കുന്ന തുടർച്ചയായ വിജയങ്ങൾ നേടുന്നു. പുതിയ മുന്നണികൾ തുറക്കുകയും കോളങ്ങൾ രൂപീകരിക്കുകയും ചെയ്യുന്നു.

മെയ്–ജൂലൈ– "ചുറ്റിവളഞ്ഞ് ഉന്മൂലനം ചെയ്യൽ" കടന്നാക്രമണവുമായി ബാത്തിസ്ത മുന്നോട്ടുവരുന്നു. അതിനായി സിയറ മെയ്സ്ത്ര പർവതത്തിലേക്ക് പതിനായിരം സൈനികരെ അയക്കുന്നു. കാസ്ട്രോയുടെ സേനയ്ക്ക് 300 പോരാളികളും ഉപയോഗിക്കാവുന്ന അത്രതന്നെ റൈഫിളുകളുമാണുള്ളത്. അത് കാസ്ട്രോയുടെ ഒന്നാം

കോളത്തിന്റെ കമാന്റ് പോസ്റ്റിനു ചുറ്റുമായി ശക്തി കേന്ദ്രീകരിക്കുന്നു. ഗറില്ലാസേന സർക്കാർ സേനകളെ ആകർഷിച്ച് അടുപ്പിക്കുകയും നിരവധി നിർണായക പോരാട്ടങ്ങളിൽ അതിനെ പരാജയപ്പെടുത്തുകയും ചെയ്യുന്നു.

ആഗസ്ത് –ഡിസംബർ –കലാപസേന തിരിച്ചടിക്കുന്നു. ചെ ഗുവേരയും കാമിലോ സിയെൻ ഫ്യൂഗോസും നയിക്കുന്ന കോളങ്ങൾ സിയറ മെയ്സ്ത്രയിൽനിന്ന് പടിഞ്ഞാറേക്ക് ആക്രമിച്ചു മുന്നേറി മധ്യക്യൂബൻ പ്രവിശ്യയായ ലാസ് വില്ലാസിലെത്തുന്നു. കിഴക്കൻ ക്യൂബയിൽ ഫിദൽ കാസ്ട്രോ, റൗൾ കാസ്ട്രോ, ജുവാൻ അൽമീഡാ എന്നിവരൊരു വിശാലമായ വിമോചിതമേഖല സ്ഥാപിക്കുന്നു. ഡിസംബർ അവസാനത്തോടെ മധ്യ-കിഴക്കൻ ക്യൂബയിലുള്ള പ്രധാന നഗരങ്ങളും പട്ടണങ്ങളും രാജ്യത്തിന്റെ ബാക്കി ഭാഗങ്ങളിൽനിന്ന് വേറിടുന്ന സ്ഥിതിവരുന്നു. അവയെ വളഞ്ഞ കലാപസേന ബാത്തിസ്ത ഏകാധിപത്യത്തിന്റെ വിധി നിർണയിക്കുന്നു.

1959

ജനുവരി 1 – ഒരു സൈനികജൂണ്ടയ്ക്ക് അധികാരം കൈമാറിക്കൊണ്ട് ഫുൾജെൻസിയോ ബാത്തിസ്ത ക്യൂബ വിടുന്നു. റേഡിയോ റിബെൽഡെയിൽക്കൂടി പ്രക്ഷേപണം ചെയ്ത പ്രസംഗത്തിൽ കാസ്ട്രോ പുതിയ ഭരണത്തെ എതിർക്കുന്നു. അദ്ദേഹം രാജ്യവ്യാപകമായ പൊതുപണിമുടക്കിനാഹ്വാനം നൽകുന്നു. ഗുവേരയും സിയെൻ ഫ്യൂഗോസും നയിക്കുന്ന കോളങ്ങളോട് ഉടനടി തലസ്ഥാനമായി ഹവാനയിലേക്ക് നീങ്ങാൻ അദ്ദേഹം കൽപ്പന പുറപ്പെടുവിക്കുന്നു.

ജനുവരി 2– റവലൂഷണറി ജനറൽ കൗൺസിൽ നൽകിയ പൊതുപണിമുടക്കാഹ്വാനത്തോട് ഒരു വമ്പൻ ഉയിർത്തെഴുന്നേൽപ്പോടെ ക്യൂബൻ തൊഴിലാളികൾ പ്രതികരിക്കുന്നു. സിയെൻ ഫ്യൂഗോസും ഗുവേരയും നയിക്കുന്ന കോളങ്ങൾ ഹവാനയിൽ പ്രവേശിച്ച് പ്രധാന സൈനികകേന്ദ്രങ്ങൾ പിടിച്ചെടുക്കുന്നു. സൈനികജൂണ്ട തകരുന്നു. ജൂലൈ 26 പ്രസ്ഥാനവും കലാപസേനയും നൽകുന്ന നേതൃത്വത്തിനു കീഴിൽ ക്യൂബൻ തൊഴിലാളികളും കർഷകരും വിപ്ലവസമരത്തെ ആഴമേറിയതാക്കുന്നു, തങ്ങളുടെ താൽപ്പര്യത്തിനുതകുന്ന ഒരു സർക്കാർ രൂപീകരിക്കുന്നതിനുവേണ്ട ആദ്യ ചുവടുവയ്പ്പുകൾ നടത്തുന്നു.

മാർച്ച് – ബൊളീവിയയിലുടനീളം തെരുവുപ്രകടങ്ങൾ നടത്തുന്ന വിദ്യാർഥികൾ രാജ്യത്തിനു മേലുള്ള അമേരിക്കൻ ആധിപത്യത്തെ അപലപിക്കുന്നു. ആ പ്രതിഷേധങ്ങൾ 24,000ത്തോളം വരുന്ന ഖനിത്തൊഴിലാളികളുടെ പണിമുടക്കിനൊപ്പമാണ് നടക്കുന്നത്. വർധമാനമായവിധം അഴിമതിനിറഞ്ഞതും പരസ്പര ഭിന്നതകൾ നിറഞ്ഞതുമായ എം എൻ ആർ സർക്കാരിനെ തൊഴിലാളികളും യുവാക്കളും നേരിടുന്നു.

മാർച്ച് 17– ക്യൂബ ആഴമേറിയ ഒരു ഭൂപരിഷ്കരണ പരിപാടിക്കു

തുടക്കം കുറിക്കുന്നു. അതിന്റെ ഭാഗമായി ക്യൂബക്കാരും വിദേശികളുമായ വൻകിട എസ്റ്റേറ്റുടമകളുടെ ഭൂമി പിടിച്ചെടുക്കുന്നു. ലക്ഷക്കണക്കായ കർഷകർക്ക് ഭൂമി വിതരണം ചെയ്യുന്നു.

ഒക്ടോബർ 7– ഗുവേരയെ INRA (ഡിപ്പാർട്ട്മെന്റ് ഓഫ് ഇൻഡസ്ട്രിയലൈസേഷൻ ഓഫ് നാഷണൽ ഇൻസ്റ്റിറ്റ്യൂട്ട് ഓഫ് അഗ്രേറിയൻ റിഫോംസ്) യുടെ തലവനായി നിയമിക്കുന്നു. മറ്റുചുമതലകൾക്കൊപ്പം അദ്ദേഹം വിപ്ലവസേനയുടെ വിദ്യാഭ്യാസ വകുപ്പിന്റെ തലവനായും ചുമതലയേൽക്കുന്നു.

നവംബർ 26 – ഗുവേരയെ ക്യൂബയുടെ നാഷണൽ ബാങ്കിന്റെ തലവനായി നിയമിക്കുന്നു; ക്യൂബയുടെ ധനകാര്യചുമതല അദ്ദേഹത്തിൽ നിക്ഷിപ്തമാകുന്നു.

1960

ആഗസ്ത് 6 – അമേരിക്കൻ സാമ്പത്തിക കടന്നാക്രമണവും അട്ടിമറി പ്രവർത്തനവും വർധമാനമായതോടെ വിപ്ലവസർക്കാർ ക്യൂബയിലെ പ്രധാന അമേരിക്കൻ കമ്പനികളെ ദേശസാൽക്കരിക്കുന്നു. ഒക്ടോബറോടെ ഏറെക്കുറെ എല്ലാ ക്യൂബൻ ഉടമസ്ഥതയിലുള്ള വ്യവസായങ്ങളും ദേശസാൽക്കരിക്കപ്പെടുന്നു.

ഒക്ടോബർ 19– അമേരിക്കൻ ഗവൺമെന്റ് ക്യൂബയുമായുള്ള കച്ചവടത്തിനുമേൽ ഭാഗിക ഉപരോധം പ്രഖ്യാപിക്കുന്നു.

1961

ജനുവരി 17– പാട്രീസ് ലുമുംബ (മുൻകാല ബൽജിയൻ കോളനിയായ കോംഗോയിലെ സ്വാതന്ത്ര്യപ്രസ്ഥാനത്തിന്റെ പ്രധാന നേതാവ്) വലതുപക്ഷ വിഭാഗത്തിന്റെ നേതാവായ മോയീസ് ത്ഷോംബെയോട് കൂറു പുലർത്തുന്നവരും സാമ്രാജ്യത്വ പിന്തുണയുള്ളവരുമായ സൈനികരാൽ വധിക്കപ്പെടുന്നു. ബൽജിയത്തിന്റെ പിന്തുണയുള്ള കൂലിപ്പടയാളികൾ നടത്തുന്ന ആക്രമണത്തെ പ്രതിരോധിക്കാനായി താൻ തന്നെ വിളിച്ചുവരുത്തിയ ഐക്യരാഷ്ട്രസഭാ സൈനികർ അദ്ദേഹത്തെ സ്ഥാനഭ്രഷ്ടനാക്കുന്നതും അറസ്റ്റ് ചെയ്യുന്നതും നോക്കിനിൽക്കുകയായിരുന്നു.

ഫെബ്രുവരി 23– ഗുവേര ക്യൂബയുടെ വ്യവസായ വകുപ്പുമന്ത്രിയാകുന്നു.

ഏപ്രിൽ 16 – തലേദിവസം അമേരിക്ക സംഘടിപ്പിച്ച വ്യോമാക്രമണങ്ങളിൽ മരിച്ചവരെ ആദരിക്കാനായി സംഘടിപ്പിച്ച റാലിയിൽ വച്ച് ഫിദൽ കാസ്ട്രോ ക്യൂബൻ വിപ്ലവത്തിന്റെ സോഷ്യലിസ്റ്റ് സ്വഭാവം പ്രഖ്യാപിക്കുകയും ക്യൂബയിലെ ജനതയോട് സ്വയം സംരക്ഷണത്തിനായി ആയുധമണിയാൻ ആഹ്വാനം ചെയ്യുകയും ചെയ്യുന്നു. ഗുവേരയെ സേനകൾക്ക് നേതൃത്വം നൽകാനായി പിനാർ ദെൽ റിയോയിലേക്കയക്കുന്നു.

ഏപ്രിൽ 17– ക്യൂബയുടെ തെക്കൻ തീരമായ ബേ ഓഫ് പിഗ്സിൽ 1500 ക്യൂബൻ കൂലിപ്പടയാളികൾ ആക്രമണം നടത്തുന്നു. അമേരിക്ക സംഘടിപ്പിക്കുകയും ധനസഹായം ചെയ്യുകയും ചെയ്ത ആക്രമണത്തിന്റെ ലക്ഷ്യം ഒരു താൽക്കാലിക സർക്കാർ രൂപീകരിച്ചുകൊണ്ട് നേരിട്ടുള്ള അമേരിക്കൻ ഇടപെടലിന് അതിനെക്കൊണ്ട് അഭ്യർഥന പുറപ്പെടുവിക്കലായിരുന്നു. കടന്നാക്രമണകാരികളെ 72 മണിക്കൂറിൽത്തന്നെ ക്യൂബൻ ജനകീയ സന്നദ്ധസേനയും വിപ്ലവസായുധസേനയും ചേർന്ന് തുരത്തി. ഏപ്രിൽ 19 ന് പ്ലയാ ഗിരോണിൽ (ഗിരോൺ ബീച്ച്) അവസാന കടന്നാക്രമണകാരിയും കീഴടങ്ങി.

ആഗസ്ത്– അമേരിക്കൻ രാഷ്ട്രസംഘടന (OAS) യുടെ സമ്മേളനത്തിൽ വച്ച് അലയൻസ് ഫോർ പ്രോഗ്രസ് (പുരോഗതിക്കായുള്ള സഖ്യം) പ്രഖ്യാപിക്കപ്പെടുന്നു. അമേരിക്ക സ്പോൺസർ ചെയ്ത ആ പരിപാടി ക്യൂബൻ വിപ്ലവത്തോടും അതു മുന്നിൽ വച്ച ഉദാഹരണത്തോടുമുള്ള പ്രതികരണമായിരുന്നു. അതിന്റെ ലക്ഷ്യം അമേരിക്കയ്ക്കു വഴങ്ങുന്ന മുതലാളിത്ത ഭരണകൂടങ്ങളെ സ്ഥാപിക്കലും അമേരിക്കൻ ബാങ്കർമാരെയും നിക്ഷേപകരെയും സമ്പന്നരാക്കലുമായിരുന്നു. അതിൻപ്രകാരം ലാറ്റിനമേരിക്കൻ സർക്കാരുകൾക്ക് 20 ബില്യൻ (2000 കോടി) ഡോളറിന്റെ വായ്പകൾ പ്രഖ്യാപിക്കപ്പെട്ടു. ആ സർക്കാരുകൾ ക്യൂബൻ വിപ്ലവഗവൺമെന്റിനെ എതിർക്കണമെന്ന വ്യവസ്ഥയിലാണ് 10 വർഷക്കാലയളവിലേക്ക് ആ വായ്പ അനുവദിക്കപ്പെട്ടത്.

1962

ജനുവരി 31 – OAS ക്യൂബയെ വോട്ട് ചെയ്ത് പുറന്തള്ളുന്നു.

ഫെബ്രുവരി 3 – അമേരിക്കൻ പ്രസിഡന്റ് കെന്നഡി ക്യൂബയുമായുള്ള കച്ചവടത്തിനുമേൽ സമ്പൂർണ ഉപരോധം പ്രഖ്യാപിക്കുന്നു.

ഫെബ്രുവരി 4 – ഹവാനയിലെ പ്ലാസാ ഓഫ് ദ റവലൂഷനിൽ ഒത്തു ചേർന്ന ഒരു ദശലക്ഷംപേർ അണിനിരന്ന ബഹുജനറാലി രണ്ടാം ഹവാന പ്രഖ്യാപനം പുറപ്പെടുവിക്കുന്നു. അത് അമേരിക്കകളിലുടനീളം നടക്കുന്ന വിപ്ലവസമരങ്ങൾക്ക് പിന്തുണ പ്രഖ്യാപിക്കുന്ന ഒന്നായിരുന്നു.

ഫെബ്രുവരി – ഗ്വാട്ടിമാലയിൽ ഒരു വിപ്ലവപ്രസ്ഥാനം രൂപീകരിക്കപ്പെടുന്നു. മാർക്കോ അന്റോണിയോ യോൻ യോസയും ലൂയിസ് അഗസ്റ്റോ ടുർഷ്യോസ് ലിമയും അതിന് നേതൃത്വം നൽകി. ആ സംഘടന ഗറില്ലായുദ്ധമാരംഭിച്ചു.

ജൂലൈ 3 – എട്ടുവർഷം നീണ്ട സ്വാതന്ത്ര്യസമരത്തിനൊടുവിൽ ഫ്രാൻസ് അൾജീരിയൻ സ്വാതന്ത്ര്യം അംഗീകരിക്കുന്നു.

ഒക്ടോബർ 22–28 – അമേരിക്ക ക്യൂബക്കെതിരെ നാവിക ഉപരോധം പ്രഖ്യാപിക്കുകയും സോവിയറ്റ് യൂണിയൻ സ്ഥാപിച്ച ക്യൂബയുടെ ആണവമിസൈൽ പ്രതിരോധസംവിധാനം നീക്കണമെന്നാവശ്യപ്പെട്ടുകൊണ്ട് ആണവയുദ്ധ ജാഗ്രതാ നിർദേശം പുറപ്പെടുവിക്കുകയും

ചെയ്യുന്നു. ക്യൂബയിലേക്ക് വീണ്ടും ആക്രമണം സംഘടിപ്പിക്കാനുള്ള ശ്രമം അമേരിക്ക പുനരാരംഭിച്ച ഘട്ടത്തിൽ സോവിയറ്റ് യൂണിയനും ക്യൂബയും ചേർന്നൊപ്പിട്ട പരസ്പര സൈനിക സഹകരണക്കരാറിന്റെ ഭാഗമായിട്ടായിരുന്നു മിസൈലുകൾ വിന്യസിച്ചത്. അമേരിക്കൻ ആക്രമണ ഭീഷണിയോടുള്ള പ്രതികരണമായി ക്യൂബൻ തൊഴിലാളികളും കർഷകരും വിപ്ലവത്തെ സംരക്ഷിക്കാനായി ദശലക്ഷക്കണക്കായി അണിനിരക്കുന്നു. വാഷിങ്ടൺ–മോസ്കോ രഹസ്യസംഭാഷണങ്ങൾക്കൊടുവിൽ സോവിയറ്റ് ഭരണാധികാരിയായ നികിതാ ക്രൂഷ്ചേവ് മിസൈലുകൾ നീക്കാനുള്ള തന്റെ തീരുമാനം പ്രഖ്യാപിക്കുന്നു.

1963

ഫെബ്രുവരി 20– വെനിസ്വേലയിലെ കമ്യൂണിസ്റ്റുപാർട്ടിയംഗങ്ങളും വിമതസൈനികമേധാവികളും മറ്റുള്ളവരും ചേർന്ന് ഗറില്ലാസമരം നടത്താനായി ദേശീയവിമോചനത്തിനായുള്ള സായുധസേന (FALN) രൂപീകരിക്കുന്നു.

ഏപ്രിൽ – മെയ് – അമേരിക്കയിലെ സിവിൽ റൈറ്റ്സ് പോരാളികൾ (പൗരാവകാശപ്രസ്ഥാനം) അലബാമയിലെ ബർമിങ് ഹാമിൽ ബഹുജനറാലികളും കുത്തിയിരിപ്പുകളും സംഘടിപ്പിക്കുന്നു. പൊതുസേവന സൗകര്യങ്ങളിൽ പ്രത്യേക വർണക്കാർക്കു മാത്രം എന്ന നിലയിൽ വിവേചനം നടപ്പാക്കുന്ന പരിപാടികൾ അവസാനിപ്പിക്കാൻ അവർ ആവശ്യപ്പെടുന്നു.

മെയ്– പെറുവിൽ ഒരു ഗറില്ലാ പ്രസ്ഥാനം സ്ഥാപിക്കാനുള്ള ശ്രമത്തെ പ്യൂവെർട്ടോ മാൾഡൊണാൾഡോ പ്രവിശ്യയിൽ ഭരണകൂടം തകർക്കുന്നു. അതിന്റെ നേതാവായ ജാവിയർ ഹെറോഡ് കൊലപ്പെടുന്നു.

മെയ് 29– ലാ കൺവെൻഷൻ താഴ്വരയിൽ വർഷങ്ങളായി ഭൂമിക്കുവേണ്ടി നടത്തപ്പെട്ടുകൊണ്ടിരുന്ന ബഹുജനസമരത്തെത്തുടർന്ന് പെറുവിലെ കർഷകനേതാവായ ഹ്യൂഗോ ബ്ലാങ്കോയെ പിടികൂടി തടവിലാക്കുന്നു.

ആഗസ്റ്റ് 26 – സിവിൽ റൈറ്റ്സ് പ്രസ്ഥാനത്തെ പിന്താങ്ങിക്കൊണ്ട് ഒരു ദശലക്ഷം പേർ വാഷിങ്ടൺ ഡി സിയിൽ പ്രകടനം നടത്തുന്നു.

സെപ്തംബർ – ജോർജെ റിക്കാർഡോ മാസെറ്റിയുടെ നേതൃത്വത്തിൽ വടക്കൻ അർജന്റീനയിലെ സാൾട്ടാ പർവതം കേന്ദ്രീകരിച്ച് ഒരു ഗറില്ലാകേന്ദ്രം സ്ഥാപിക്കപ്പെടുന്നു. അതിനുവേണ്ട ആയുധങ്ങളും മറ്റു സാധനസാമഗ്രികളും സംഘടിപ്പിക്കൽ കൂട്ടിയിണക്കിയത് ക്യൂബൻ സാർവദേശീയവാദിയായ ജോസ്മരിയ മാർട്ടിനെസ് ടമായോ ആയിരുന്നു. ആ നീക്കത്തിന് ബൊളീവിയൻ കമ്യൂണിസ്റ്റു പാർട്ടിയിലെ നിരവധി അംഗങ്ങൾ സഹായം ചെയ്തിരുന്നു.

നവംബർ 1– വാഷിങ്ടൺ നടത്തിയ രഹസ്യനീക്കത്തിന്റെ ഫലമായി തെക്കൻ വിയറ്റ്നാമിലെ സ്വേച്ഛാധിപതിയായ എൻഗോ ദിൻ ദിയം

വധിക്കപ്പെട്ടു. ദേശീയ വിമോചനമുന്നണി നേടുന്ന രാഷ്ട്രീയവും സൈനികവുമായ വിജയങ്ങളെ നേരിടുന്നതിൽ ദിയം ഭരണകൂടം കാട്ടുന്ന കഴിവുകേടിൽ അമേരിക്കയ്ക്കുള്ള അതൃപ്തിയാണ് അതിനിടയാക്കിയത്.

1964

ജനുവരി 9 – അമേരിക്ക കൈയടക്കി വച്ചിരുന്ന പനാമ കനാൽ മേഖലയിൽ പ്രകടനം നടത്തിയ പനാമാനിയൻ വിദ്യാർഥികൾക്കു നേരെ അമേരിക്കൻ സേനകൾ വെടിവയ്ക്കുന്നു. അത് ദിവസങ്ങൾ നീണ്ടുനിന്ന തെരുവുയുദ്ധത്തിനു കാരണമായി. 20 പനാമക്കാർ മരിക്കുകയും 300 പേർക്ക് പരിക്കേൽക്കുകയും ചെയ്തു.

മാർച്ച് 31 – ഏപ്രിൽ 2 – അമേരിക്കൻ പിന്തുണയോടെ ബ്രസീലിൽ നടന്ന സൈനികാട്ടിമറി ജോവാവോ ഗൂലാർട്ടിന്റെ നേതൃത്വത്തിൽ നിലനിന്നിരുന്ന ലിബറൽ ബൂർഷ്വാ സർക്കാരിനെ മറിച്ചിടുന്നു. തുടർന്ന് ഒരു രക്തരൂഷിതമായ ഭീകരവാഴ്ച ആരംഭിക്കുന്നു.

മാർച്ച് –ഏപ്രിൽ – സാൾട്ടാ മലനിരകളിലെ ഗറില്ലകളെ അടിച്ചമർത്തുന്നു. മാസെറ്റി കൊലചെയ്യപ്പെട്ടു.

ഏപ്രിൽ – ബൊളീവിയയിലെ കമ്യൂണിസ്റ്റ് പാർട്ടി അതിന്റെ രണ്ടാം കോൺഗ്രസ് ചേരുന്നു. ഒരു മൗ അനുകൂല ന്യൂനപക്ഷത്തിന്റെ നേതാവായിരുന്ന ഓസ്കാർ സമോറ കേന്ദ്രകമ്മിറ്റിയിൽ നിന്നൊഴിവാക്കപ്പെട്ടു. അതൊരു പിളർപ്പിലേക്ക് പാർട്ടിയെ എത്തിച്ചു.

ആഗസ്ത് – ഇൻഡോ–ചൈനയുടെ കടൽമേഖലയിൽ അമേരിക്ക തന്നെ സംഘടിപ്പിച്ച ഒരു നാവികപ്രശ്നത്തെത്തുടർന്ന് അമേരിക്കൻ കോൺഗ്രസ് ടോങ്കിൻ ഉൾക്കടൽ പ്രമേയം പാസാക്കുന്നു. അതിലൂടെ വടക്കൻ വിയറ്റ്നാമിൽ ബോംബിങ് നടത്താൻ സേനാക്കധികാരം നൽകി. അത് ഉടനടി തന്നെ യുദ്ധത്തെ തീവ്രരൂപത്തിലേക്ക് മാറ്റി.

നവംബർ 4 – ബൊളീവിയയിലെ വിക്ടർ പാസ് എസ്റ്റെൻസോറോയുടെ അഴിമതി നിറഞ്ഞതും ജനരോഷത്തിനിരയായതുമായ സർക്കാരിനെതിരെ തൊഴിലാളികളും വിദ്യാർഥികളും നടത്തിയ പ്രതിഷേധത്തിനൊടുവിൽ ബൊളീവിയൻ വൈസ്പ്രസിഡന്റും വ്യോമസേനാതലവനുമായ റെനെ ബാരിയെന്റോസ് ഒരു പട്ടാളഅട്ടിമറിക്കു നേതൃത്വംനൽകുന്നു. കരസേനയുടെ കമാൻഡർ ആൽഫ്രെഡോ ഒവാൻഡോയും അതിന് സഹായംനൽകി, ബാരിയെന്റോസ് പ്രസിഡന്റായി.

നവംബർ – കൊലപ്പെടുത്തപ്പെട്ട പ്രധാനമന്ത്രി പാട്രീസ് ലുമുംബയെ പിന്താങ്ങിയിരുന്നവർ സംഘടിപ്പിച്ച ഒരു ഉയിർത്തെഴുന്നേൽപ്പിനെ നേരിടാനായി വിമതർക്കു സ്വാധീനമുള്ള കോംഗോയിലെ ഗ്രാമങ്ങളിൽ അമേരിക്ക ബോംബുവർഷം നടത്തുന്നു. കൂടെ കലാപത്തെ അടിച്ചമർത്താനായി ബൽജിയൻ സേനയെയും കൂലിപ്പടയാളികളെയും അവരുടെ ലക്ഷ്യത്തിലേക്ക് ബോട്ടുകളിലെത്തിക്കുന്നു. ആയിരക്കണക്കിന്

കോംഗോക്കാർ കശാപ്പിന് ഇരയായി.

നവംബർ 18 – ഹയ്ഡീ തമാരാ ബുങ്കെ (താനിയ) ക്യൂബയിൽനിന്ന് ബൊളീവിയയിലെത്തി തെക്കേ അമേരിക്കയുടെ തെക്കൻ പ്രദേശങ്ങളിലാകമാനം നടന്നുകൊണ്ടിരുന്ന ശക്തമായ ജനകീയ സമരത്തിനു സമാന്തരമായി ഒരു ഗറില്ലാ മുന്നണി തുറക്കാൻ വേണ്ടിയുള്ള ഇന്റലിജൻസ് പ്രവർത്തനം ആരംഭിക്കുന്നു.

ഡിസംബർ 11 – ചെ ഗുവേര യു എൻ പൊതുസഭയെ അഭിസംബോധന ചെയ്യുന്നു. അവിടെ അദ്ദേഹം വിയറ്റ്നാമിനെതിരെ അമേരിക്ക യുദ്ധം തീവ്രമാക്കിയതിനെയും സാമ്രാജ്യത്വ പിന്തുണയോടെ കോംഗോയിൽ നടക്കുന്ന ആക്രമണത്തെയും അപലപിക്കുന്നു.

1965

ജനുവരി 7– നാഷണൽ ലിബറേഷൻ ആർമി ഓഫ് കൊളംബിയ (ELN) അതിന്റെ ആദ്യത്തെ സായുധാക്രമണം നടത്തുന്നു.

ജനുവരി – മാർച്ച് – അമേരിക്കയിലെ പൗരാവകാശപ്രസ്ഥാനം അലബാമ കേന്ദ്രീകരിച്ച് കറുത്തവർക്ക് വോട്ടവകാശത്തിനു വേണ്ടി പ്രചരണം ശക്തമാക്കുന്നു.

ഫെബ്രുവരി 21 – അമേരിക്കൻ വിപ്ലവനേതാവായ മാൽക്കോം എക്സ് ന്യൂയോർക്ക് നഗരത്തിൽ വധിക്കപ്പെടുന്നു.

മാർച്ച് 8–9 – വാഷിങ്ടന്റെ ആദ്യ സായുധപ്പോരാട്ടസേനകൾ വിയറ്റ്നാമിലെത്തുന്നു. മറ്റു പ്രവർത്തനങ്ങളുമായി ബന്ധപ്പെട്ട് അതിനകം തന്നെ അവിടെയുണ്ടായിരുന്ന 23,000 വരുന്ന സേനകൾക്കൊപ്പം അവരൊന്നിക്കുന്നു. 1968 ആയപ്പോഴേക്കും വിയറ്റ്നാമിലെ അമേരിക്കൻ സേനയുടെ എണ്ണം 5,40,000 ആയി ഉയർന്നു.

മാർച്ച് 13 – വിയറ്റ്നാമിനെ പിന്തുണയ്ക്കാനായി ലോകത്തിലെ പുരോഗമനശക്തികളോട് ഐക്യപ്പെടാൻ കാസ്ട്രോ ആഹ്വാനം ചെയ്യുന്നു.

മാർച്ച് 14 – ആഫ്രിക്കയിലെ നിരവധി രാജ്യങ്ങളടക്കം ലോകവ്യാപകമായ ഒരു സന്ദർശനപര്യടനത്തിനുശേഷം ഗുവേര ക്യൂബയിൽ തിരിച്ചെത്തുന്നു. ഉടനടി തന്നെ അദ്ദേഹം ഒളിവിൽപ്പോകുന്നു.

ഏപ്രിൽ 1 – ഗുവേര വേഷം മാറി ആഫ്രിക്കയിലേക്ക് പോകുന്നു. പോകുന്നതിനു മുമ്പ് തന്റെ നേതൃത്വപരമായ പോസ്റ്റുകളും ക്യൂബൻ പൗരത്വവും രാജിവച്ചുകൊണ്ട് കാസ്ട്രോക്ക് കത്തെഴുതുന്നു. അദ്ദേഹം ലോകമെമ്പാടുമുള്ള വിപ്ലവസമരങ്ങളിൽ പങ്കുചേരാനുള്ള തന്റെ തീരുമാനം പ്രഖ്യാപിക്കുന്നു.

ഏപ്രിൽ 17– വിയറ്റ്നാം യുദ്ധത്തിനെതിരായ ആദ്യത്തെ വമ്പൻ ബഹുജനപ്രതിഷേധത്തിൽ വാഷിങ്ടൺ ഡി സി യിൽ 20,000 പേർ പ്രകടനം നടത്തുന്നു.

ഏപ്രിൽ 24– ചെ ഗുവേര കോംഗോയിലെത്തുന്നു. രാജ്യത്തെ സാമ്രാജ്യത്വാനുകൂലഭരണകൂടത്തിനെതിരെ പൊരുതുന്ന വിപ്ലവസേന

കളുടെ സഹായത്തിനായി എത്തിയ 100 ക്യൂബൻ വളണ്ടിയർമാരെ അദ്ദേഹം നയിക്കുന്നു. കോംഗോയുടെ സർക്കാർസേനയ്ക്ക് ബൽജിയൻ, ദക്ഷിണാഫ്രിക്കൻ കൂലിപ്പടകളും മറ്റു സാമ്രാജ്യത്വശക്തികളും സഹായം നൽകുന്നു. ക്യൂബൻ വളണ്ടിയർമാരിൽ പോമ്പോ, ടൂമ, എംബിലി, മോറോ, ബ്രോളിയോ എന്നിവരുമുണ്ടായിരുന്നു. അവർ പിൽക്കാലത്ത് ബൊളീവിയയിലും ചെയ്ക്കൊപ്പം പൊരുതാനായിപ്പോയി.

ഏപ്രിൽ 28 – ഏതാണ്ട് 24,000 അമേരിക്കൻ സേനകൾ ഡൊമിനിക്കൻ റിപ്പബ്ലിക്കിൽ കടന്നുകയറി അമേരിക്കൻ പിന്തുണയുള്ള സൈനികജൂണ്ടക്കെതിരായ ജനകീയപ്രക്ഷോഭത്തെ അടിച്ചമർത്തുന്നു.

മെയ് – ബൊളീവിയൻ വർക്കേഴ്സ് ഫെഡറേഷൻ (COB) ന്റെ കേന്ദ്രനേതാവായ ജുവാൻ ലെഞ്ചിനെ അറസ്റ്റ്ചെയ്തുകൊണ്ട് ബാരിയെന്റോസ് സ്വേച്ഛാധിപത്യം ട്രേഡ് യൂണിയൻ പ്രസ്ഥാനവുമായി ഒരേറ്റുമുട്ടലിനു വേണ്ട പ്രകോപനം സൃഷ്ടിക്കുന്നു. തൊഴിലാളികൾ പൊതുപണിമുടക്കും ടിൻഖനികളുടെ പിടിച്ചെടുക്കലുംകൊണ്ട് തിരിച്ചടിക്കുന്നു. ഭരണകൂടം കടുത്ത അടിച്ചമർത്തൽ നടപടികൾ സ്വീകരിക്കുന്നു. യൂണിയൻ നേതാക്കളെ അറസ്റ്റ് ചെയ്യുകയും ഖനികളിലേക്ക് സേനയെ അയച്ച് അവ പിടിച്ചടക്കുകയും ചെയ്യുന്നു. നിരവധി പേരെ കശാപ്പു ചെയ്യുന്നു.

ജൂൺ 19 – അൾജീരിയയിൽ അഹ്മദ് ബെൻ ബെല്ലയുടെ വിപ്ലവ സർക്കാരിനെ ഒരു പട്ടാള അട്ടിമറിയിലൂടെ തൂത്തെറിയുന്നു.

ജൂൺ– ഡിസംബർ – മൂവ്മെന്റ് ഓഫ് റവലൂഷണറി ലെഫ്റ്റ് (MIR) പെറുവിലെ ജൂനിയർ മേഖലയിൽ ഒരു ഗറില്ലാ മുന്നണിയുടെ പ്രവർത്തനമാരംഭിക്കുന്നു. അതിനെ പട്ടാളം ഉന്മൂലനം ചെയ്യുന്നു. അതിന്റെ നേതാവായ ഗില്ലർമോ ലൊബാറ്റോണെ കാണാതാകുന്നു. അദ്ദേഹം മരണപ്പെട്ടു എന്നാണ് കരുതപ്പെടുന്നത്.

സെപ്തംബർ 30– ഇന്തോനേഷ്യയിൽ സുഹാർത്തോ അധികാരം പിടിക്കുകയും ഇന്തോനേഷ്യൻ കമ്യൂണിസ്റ്റ് പാർട്ടിയംഗങ്ങളെയും അനുഭാവികളെയും കൂട്ടക്കൊല ചെയ്യുകയും ചെയ്യുന്നു. ലക്ഷക്കണക്കിനു പുരോഗമന ചിന്താഗതിക്കാർ കശാപ്പുചെയ്യപ്പെട്ടു.

ഒക്ടോബർ 3 – പുതുതായി രൂപീകരിക്കപ്പെട്ട ക്യൂബൻ കമ്യൂണിസ്റ്റു പാർട്ടിയുടെ കേന്ദ്രകമ്മിറ്റിയെ പരിചയപ്പെടുത്താനായി സംഘടിപ്പിച്ച ഒരു പൊതുയോഗത്തിൽ ഫിദൽ കാസ്ട്രോ ഗുവേരയുടെ വിടവാങ്ങൽക്കത്ത് വായിക്കുന്നു.

നവംബർ 21 – ആഫ്രിക്കൻ രാഷ്ട്രങ്ങളും വിമോചനപ്രസ്ഥാനങ്ങളും കോംഗോയിലെ വിമതപ്രസ്ഥാനത്തിന് സൈനികസഹായം നൽകുന്നത് നിർത്താൻ തീരുമാനിച്ചതോടെ ക്യൂബൻ വളണ്ടിയർ വിഭാഗം കോംഗോയിലെ അതിന്റെ ദൗത്യം അവസാനിപ്പിക്കുന്നു. ചെ ഗുവേര അതിർത്തികടന്ന് ടാൻസാനിയായിലെത്തുന്നു. തുടർന്ന് ചെക്കോസ്ലോവാക്യയിലെ പ്രേഗിലേക്ക് പോയ അദ്ദേഹം ലാറ്റിനമേരിക്കയുടെ

തെക്കൻ പ്രദേശങ്ങളിൽ വിപ്ലവപ്രവർത്തനം സംഘടിപ്പിക്കാനുള്ള തയാറെടുപ്പുകൾ ആരംഭിക്കുന്നു.

1966

ജനുവരി 3–14 – ഏഷ്യയിലെയും ആഫ്രിക്കയിലെയും ലാറ്റിനമേരിക്കയിലെയും ജനതകളുടെ ഐക്യദാർഢ്യത്തിനായുള്ള മൂന്നു ഭൂഖണ്ഡസമ്മേളനം ഹവാനയിൽ വച്ചു നടക്കുന്നു. അതിൽ ലോകമെമ്പാടും നിന്നുള്ള സാമ്രാജ്യത്വവിരുദ്ധ പോരാളികൾ പങ്കെടുക്കുന്നു.

ജനുവരി – ബൊളീവിയൻ കമ്യൂണിസ്റ്റുപാർട്ടി നേതാക്കളായ കൊക്കോ പെരെഡോ, റൊഡോൾഫോ സൽദാന, ജോർജെ വാസ്ക്വെസ് (ലോറോ), ലൂയിസ് മെൻഡിസ് (നാറ്റോ) എന്നിവർ സൈനികപരിശീലനം നേടാനായി ക്യൂബയിലേക്കു പോകുന്നു.

ഫെബ്രുവരി 15 – കൊളംബിയൻ ഗറില്ലാ നേതാവായ കാമിലോ ടോറെസ് വധിക്കപ്പെട്ടു.

മാർച്ച് – ക്യൂബൻ സാർവദേശീയവാദിയായ ജോസ് മരിയ മാർട്ടിനെസ് ടമായോ (റിക്കാർഡോ, എംബിലി, പാപ്പി, ചിൻചു, ടാക്കോ) പെറുവിലോ ബൊളീവിയയിലോ കേന്ദ്രീകരിച്ചൊരു ഗറില്ലാ മുന്നണി സംഘടിപ്പിക്കാനായി ബൊളീവിയയിലെത്തുന്നു.

ജൂൺ – വെനിസ്വേലൻ FALN നേതാവായ ഫാബ്രീഷിയോ ഒജേഡ പിടിക്കപ്പെടുകയും കസ്റ്റഡിയിൽ വച്ചു കൊലപ്പെടുത്തപ്പെടുകയും ചെയ്യുന്നു.

ജൂൺ 27– തെക്കുകിഴക്കൻ ബൊളീവിയയിൽ നാങ്കാഹുവാസു നദിക്കരയിലൂടെ നീണ്ടുകിടക്കുന്ന ഒരു 3000 ഏക്കർ കൃഷിത്തോട്ടം ഒരു ഗറില്ലാ മുന്നണിയുടെ തുടക്കത്തിനുപയോഗിക്കാൻ പറ്റിയേക്കുമെന്ന നിലയിൽ വിലയ്ക്കു വാങ്ങുന്നു. സാധ്യതയുള്ള മറ്റു സ്ഥലങ്ങൾ ആൾട്ടോ ബെനി (കാരണാവി)യും ചപ്പാരെ പ്രദേശങ്ങളുമായിരുന്നു.

ജൂലൈ 14 – ക്യൂബൻ സാർവദേശീയവാദികളായ പോമ്പോയും ടൂമയും സാധനസാമഗ്രികളടുപ്പിക്കുന്ന കാര്യത്തിലും രാഷ്ട്രീയതലത്തിലും ബൊളീവിയയിലെ ഗറില്ലാമുന്നണി തുറക്കുന്നതിന്റെ തയാറെടുപ്പു പ്രവർത്തനങ്ങളിൽ സഹായിക്കാനായി പ്രേഗിൽനിന്നും ബൊളീവിയയിലേക്കു തിരിക്കുന്നു.

ജൂലൈ 21 – പോമ്പോയും ടൂമയും ബൊളീവിയയിലെത്തിച്ചേരുന്നു.

ജൂലൈ 27 – പോമ്പോയും ടൂമയും ലാ പാസിലെത്തിച്ചേരുന്നു.

ജൂലൈ അവസാനം – ബൊളീവിയയിൽ വിപ്ലവമുന്നണി സംഘടിപ്പിക്കുന്നതിന്റെയും ക്യൂബൻ വളണ്ടിയർമാരെ പരിശീലിപ്പിക്കുന്നതിന്റെയും മേൽനോട്ടം നേരിട്ട് വഹിക്കാനായി ചെ ഗുവേര ക്യൂബയിലെത്തിച്ചേരുന്നു.

ജൂലൈ – സെപ്തംബർ – ബൊളീവിയൻ ദൗത്യത്തിനായി ഗുവേര തിരഞ്ഞെടുത്ത ക്യൂബൻ വളണ്ടിയർമാരുടെ പ്രധാന സംഘം സാൻ

ആൻഡ്രെസിൽ പരിശീലനം നടത്തുന്നു, പടിഞ്ഞാറൻ ക്യൂബയിലെ പിനാർ ദെൽ റിയോ പ്രവിശ്യയിൽ.

ആഗസ്ത് – ഒക്ടോബർ – ബൊളീവിയയിലെ ക്യൂബൻ സംഘവും ബൊളീവിയൻ കമ്യൂണിസ്റ്റ് പാർട്ടി നേതൃത്വവും തമ്മിലുള്ള ബന്ധം ക്രമാനുഗതമായി വഷളാകുന്നു. കമ്യൂണിസ്റ്റുപാർട്ടി ജനറൽ സെക്രട്ടറി മാരിയോ മോൻജെ വിപ്ലവമുന്നണിയെ സഹായിക്കാമെന്ന വാഗ്ദാനത്തിൽ നിന്നു പിന്മാറുന്നു.

സെപ്തംബർ – ഗറില്ലാപ്രവർത്തനങ്ങളുടെ തുടക്കത്തിനു വേണ്ടി കണ്ടെത്തിയ ബദൽ പ്രദേശങ്ങളുടെ പരിശോധന നടക്കുന്നു.

സെപ്തംബർ 26 – പ്രാഥമിക ഗറില്ലാ പരിശീലനപരിപാടികൾക്കായി നാങ്കാഹുവാസുവിനെ തെരഞ്ഞെടുത്തുകൊണ്ട് ഗുവേര സന്ദേശമയക്കുന്നു.

ഒക്ടോബർ 23 – ഗുവേര ഉറുഗ്വേയുടെ പാസ്പോർട്ടോടു കൂടി അമേരിക്കൻ രാഷ്ട്രസംഘടനയുടെ ഒരു ഉദ്യോഗസ്ഥനെന്ന നിലയിൽ വേഷം ധരിച്ചു കൊണ്ട് ക്യൂബ വിടുന്നു. അദ്ദേഹം അവിടെനിന്ന് മോസ്കോ, പ്രേഗ്, വിയന്ന, ബ്രസീൽ വഴി ബൊളീവിയയിലെത്തുന്നു.

നവംബർ 3 – ഗുവേര രഹസ്യമായി ലാ പാസിലെത്തുന്നു.

നവംബർ 7 – ഗുവേരയും മറ്റു നിരവധി പോരാളികളും നാങ്കാഹുവാസു സൈറ്റിലുള്ള 'സിങ്ക് ഹൗസിൽ' എത്തിച്ചേരുന്നു.

നവംബർ 11 – നാങ്കാഹുവാസുവിൽനിന്ന് നിരവധി മൈലുകൾ അകലെ പോരാളികൾ തങ്ങളുടെ ആദ്യത്തെ ക്യാമ്പ് സ്ഥാപിക്കുന്നു.

നവംബർ – ഡിസംബർ – ക്യൂബൻ ഇന്റർനാഷണലിസ്റ്റുകളും ബൊളീവിയൻ പോരാളികളും ക്യാമ്പിലെത്തിച്ചേരുന്നു. സ്കൗട്ടിങ്ങ് പാർട്ടികൾ പ്രദേശമാകെ പരിശോധിക്കുന്നു.

ഡിസംബർ 16 – ഗറില്ലാസംഘം തങ്ങളുടെ പ്രധാന ക്യാമ്പിലേക്ക് നീങ്ങുന്നു.

ഡിസംബർ 31 – ബൊളീവിയൻ കമ്യൂണിസ്റ്റു പാർട്ടി നേതാവ് മാരിയോ മോൻജെ നാങ്കാഹുവാസു ക്യാമ്പിൽ വന്ന് ഗുവേരയുമായി കണ്ടുമുട്ടുന്നു. കോളത്തിന്റെ നേതൃത്വം തനിക്കു വേണമെന്ന അദ്ദേഹത്തിന്റെ നിർദേശം നിഷേധിക്കപ്പെട്ടതോടെ അദ്ദേഹം ചർച്ച നിർത്തിവച്ച് ബൊളീവിയൻ കേഡർമാരോട് പിന്മാറാൻ ആവശ്യപ്പെടുന്നു.

1967

ജനുവരി 8– 10 – ബൊളീവിയൻ കമ്യൂണിസ്റ്റുപാർട്ടിയുടെ കേന്ദ്ര കമ്മിറ്റി മോൻജെയുടെ നിലപാടിനെ ശരിവയ്ക്കുന്നു. തുടർന്ന് ബൊളീവിയൻ വളണ്ടിയർമാരെ വിപ്ലവമുന്നണിയിൽ ചേരുന്നതിൽനിന്ന് നിരുത്സാഹപ്പെടുത്തുകയും നിരവധി പോരാളികളെ കമ്യൂണിസ്റ്റു പാർട്ടിയുടെ യുവ ഗ്രൂപ്പിൽ നിന്ന് പുറത്താക്കുകയും ചെയ്യുന്നു.

ജനുവരി 26 – ഖനിത്തൊഴിലാളികളുടെ നേതാവ് മോയിസെസ്

ഗുവേരയെ ചെ ഗുവേര കാണുന്നു. അദ്ദേഹം തന്റെ 20 അനുയായികളോടൊപ്പം ഗറില്ലാപ്രസ്ഥാനത്തിൽ ചേരാൻ സമ്മതിക്കുന്നു. ആ സംഘം ചൈനീസ് പക്ഷം പിടിച്ച് നിലനിന്നിരുന്ന CP (M-L) പ്രസ്ഥാനത്തിൽ നിന്ന് പിളർന്നു പോന്നവരായിരുന്നു. ഒരു വിപ്ലവമുന്നണി ആരംഭിക്കുന്നതിനെ പിന്താങ്ങാൻ CP (M-L) തയാറാകാതിരുന്നതാണ് പിളർപ്പിനു കാരണം.

ഫെബ്രുവരി 1 – ഗറില്ലകൾ പര്യവേക്ഷണ– പരിശീലനയാത്ര ഏറ്റെടുക്കുന്നു. മൂന്നാഴ്ചക്കാലത്തെ ഒരു യാത്രയാണ് പദ്ധതിയിട്ടത്. എന്നാലത് ഏഴാഴ്ച നീണ്ടുനിന്നു. ഒരു ചെറിയ ഗ്രൂപ്പു മാത്രം ആ സമയത്ത് ക്യാമ്പിൽ തങ്ങി.

ഫെബ്രുവരി – മാർച്ച്– പുതിയ ആളുകൾ നാങ്കാഹുവാസു ക്യാമ്പിൽ വന്നു ചേരുന്നതു തുടരുന്നു. അവരിൽ മോയിസെസ് ഗുവേരയും 11 അനുയായികളും, പെറുവിയൻ പോരാളികൾ, ബൊളീവിയൻ കമ്യൂണിസ്റ്റു പാർട്ടിയിലും അതിന്റെ യുവവിഭാഗത്തിലും പെട്ട ഒറ്റയൊറ്റ വ്യക്തികൾ എന്നിവരെല്ലാം ഉൾപ്പെട്ടിരുന്നു. സാർവദേശീയതലത്തിൽ ഐക്യദാർഢ്യപ്രവർത്തനം സംഘടിപ്പിക്കുന്നതിനെക്കുറിച്ച് ആലോചിക്കാൻ റെജിസ് ദെബ്രേയും സിറോ ബുസ്റ്റോസും ക്യാമ്പിലെത്തി ചെ ഗുവേരയുമായി ചർച്ച ചെയ്യുന്നു. അവരുടെ വഴികാട്ടിയായിരുന്ന താനിയ, അവളുടെ യഥാർഥ റോൾ പുറത്തറിഞ്ഞതോടെ, കോളത്തിനൊപ്പം നിൽക്കുന്നു.

ഫെബ്രുവരി 26 – മാർക്കോസിന്റെ നേതൃത്വത്തിലുള്ള മുന്നണി ഘടകം റിയോ ഗ്രാൻഡെ കടക്കുന്നതിനിടയിൽ ബാക്കി സേനയിൽനിന്ന് വേറിട്ടു പോകുന്നു. നിരവധി ദിവസങ്ങൾക്കുശേഷം ടാട്ടറെൻഡാ ഗ്രാമത്തിലെ അവരുടെ സാന്നിധ്യം പട്ടാളത്തിന് സംശയം തോന്നാൻ കാരണമാകുന്നു.

മാർച്ച് 11 – മോയിസെസ് ഗുവേരയുടെ ഗ്രൂപ്പിൽനിന്നുള്ള രണ്ട് പുതിയ അംഗങ്ങൾ ബേസ് ക്യാമ്പിൽനിന്ന് ഒളിച്ചോടുന്നു. അവർ മൂന്നു ദിവസത്തിനുശേഷം പിടിക്കപ്പെടുകയും ബൊളീവിയൻ പട്ടാളത്തെ ചെ ഗുവേരയുടെ സാന്നിധ്യത്തെക്കുറിച്ച് അറിയിക്കുകയും ചെയ്യുന്നു.

മാർച്ച് 12 – മാർക്കോസിന്റെ നേതൃത്വത്തിലുള്ള മുന്നണി ഘടകം നാങ്കാഹുവാസു ക്യാമ്പിൽ തിരിച്ചെത്തുന്നു.

മാർച്ച് 17 – റിയോ ഗ്രാൻഡെ കടക്കുന്നതിനിടയിൽ കാർലോസ് മുങ്ങിമരിക്കുന്നു. നാങ്കാഹുവാസു കൃഷിയിടത്തിൽ 60 പട്ടാളക്കാരെ സംഘം റെയ്ഡ് നടത്തുന്നു. ഒരു സന്ദേശവാഹകനായി പ്രവർത്തിച്ചിരുന്ന പുതിയൊരു പോരാളിയായ സലൂഷ്യോ പിടിക്കപ്പെടുന്നു. ഒരു പട്ടാളക്കാരനും വെടിയേറ്റു മരിക്കുന്നു.

മാർച്ച് 20 – പ്രധാന ഗറില്ലാ സേന ക്യാമ്പിലേക്ക് തിരിച്ചെത്തുന്നു. പട്ടാളം ക്യാമ്പിലേക്ക് മുന്നേറുകയാണെങ്കിൽ അവരെ പതിയിരുന്നാക്രമിക്കാൻ ഗുവേര കൽപ്പന നൽകുന്നു.

മാർച്ച് 23 – ആദ്യ ഏറ്റുമുട്ടൽ. നാങ്കാഹുവാസുവിലൂടെ പട്ടാളക്കാരെ പതിയിരുന്ന് ആക്രമിക്കുകയും ഏഴുപേരെ കൊല്ലുകയും ചെയ്തു. ആ ആക്ഷന്റെ വാർത്ത രാജ്യത്തുടനീളം വലിയ ചർച്ചയ്ക്കിടയാക്കുന്നു.

മാർച്ച് 25 – പോരാളികൾ ബൊളീവിയൻ ദേശീയവിമോചന സേന എന്ന (ELN)പേര് സ്വീകരിക്കുന്നു. കോള(Column–പംക്തി) ത്തിൽ നിന്നും നാല് ബൊളീവിയൻ റിക്രൂട്ടുകളെ പുറന്തള്ളുന്നു.

മാർച്ച് 27 – യു എസ് ലഫ് കേണൽ റെഡ്മോണ്ട് വെബ്ബർ, മേജർ റോബർട്ട് ഷെൽട്ടൻ എന്നിവർ ബൊളീവിയയിലെത്തുന്നു. അവർക്കു പിന്നാലെ പിറ്റേന്ന് 15 കൗണ്ടർ ഇൻസർജൻസി (ഉയിർത്തെഴുന്നേൽപ്പ് വിരുദ്ധ) പരിശീലകരും എത്തിച്ചേരുന്നു.

ഏപ്രിൽ – അമേരിക്കൻ സൈനിക ഉപദേഷ്ടാക്കളും സി ഐ എ ഏജന്റുമാരും ബൊളീവിയയിൽ എത്തുന്നതു തുടരുന്നു. ബൊളീവിയൻ പട്ടാളത്തിന് ആയുധസഹായമെത്തിക്കുന്നത് അമേരിക്ക തുടരുന്നു.

ഏപ്രിൽ 10 – ഇറിപ്പിറ്റി നദിയിൽ വച്ച് ഒരു സൈനിക കോളത്തെ ഗറില്ലാസേന കടന്നാക്രമിക്കുന്നു. 10 സൈനികർ മരിച്ചു. റൂബിയോയും മരണപ്പെട്ടു. ഏറ്റുമുട്ടലിൽ മരിച്ച ആദ്യത്തെ ഗറില്ലാ പോരാളിയാണ് അദ്ദേഹം.

ഏപ്രിൽ 11 – ബൊളീവിയൻ ഏകാധിപത്യഭരണകൂടം കമ്യൂണിസ്റ്റുപാർട്ടി, കമ്യൂണിസ്റ്റ് പാർട്ടി (മാർക്സിസ്റ്റ്–ലെനിനിസ്റ്റ്), റവലൂഷണറി വർക്കേഴ്സ് പാർട്ടി എന്നിവയെ നിരോധിക്കുകയും അവയുടെ നിരവധി നേതാക്കളെ തടവിലാക്കുകയും ചെയ്യുന്നു.

ഏപ്രിൽ 15 – ന്യൂയോർക്ക് നഗരത്തിൽ നാലുലക്ഷം പേരും സാൻഫ്രാൻസിസ്കോയിൽ 75,000 പേരും വിയറ്റ്നാം യുദ്ധത്തിനെതിരെ പ്രകടനം നടത്തുന്നു.

ഏപ്രിൽ 16 – 1966 ൽ ക്യൂബ വിടുന്നതിനു തൊട്ടുമുമ്പ് ലോകസാഹചര്യത്തെക്കുറിച്ചുള്ള തന്റെ വിലയിരുത്തൽ മുന്നോട്ട് വച്ചുകൊണ്ട് ഗുവേര തയാറാക്കിയ "മൂന്നു ഭൂഖണ്ഡസമ്മേളനത്തിനുള്ള സന്ദേശം" ക്യൂബയിൽ പ്രസിദ്ധീകരിക്കുന്നു. ആ ലേഖനം ലോകത്തെമ്പാടുമുള്ള വിപ്ലവശക്തികളോട് വിയറ്റ്നാമീസ് പോരാളികളുടെ സഹായത്തിനെത്താൻ അഭ്യർഥിക്കുകയും, ഒപ്പം, ലാറ്റിനമേരിക്കയിലെ പോരാട്ടത്തിന്റെ കാഴ്ചപ്പാടുകളുടെ രൂപരേഖ മുന്നോട്ടു വയ്ക്കുകയും ചെയ്തു.

ഏപ്രിൽ 17 – ചെ ഗുവേര നേതൃത്വം നൽകിയിരുന്ന പ്രധാന കോളം ദെബ്രെയെയും ബുസ്തോസിനെയും സുരക്ഷിത കേന്ദ്രത്തിലെത്തിക്കാനുള്ള അകമ്പടിക്കായി തെക്കോട്ടു നീങ്ങുന്നു. പിന്നണി വിഭാഗം രോഗികളായ പോരാളികളെ ശുശ്രൂഷിക്കാനായി ജൊവാകിന്റെ നേതൃത്വത്തിൽ ക്യാമ്പിൽത്തന്നെ തങ്ങുന്നു. മൂന്നു ദിവസം ഇങ്ങനെ വേർപെട്ടു നീങ്ങാനേ ഉദ്ദേശിച്ചിരുന്നുള്ളൂവെങ്കിലും ആ വേറിട്ടുനീങ്ങൽ സ്ഥിരമായിത്തീരുന്നു.

ഏപ്രിൽ 19 – പത്രപ്രവർത്തകനായ ജോർജെ ആൻഡ്രൂ റോത്ത്

– ഒരു പൊലീസ് ഏജന്റാണ് അയാളെന്ന് പോരാളികൾ സംശയിച്ചിരുന്നു– ഗറില്ലാ പോരാളികളെ അവരുടെ പ്രവർത്തനമേഖലകളിലൂടെ പിന്തുടരുന്നു. ഇന്റി അയാളെ ചോദ്യം ചെയ്ത ശേഷം ചെ ഗുവേര തയാറാക്കിയ സമീപകാല ഗറില്ലാ പ്രവർത്തനങ്ങളെക്കുറിച്ചുള്ള ഒരു എഴുതിതയാറാക്കിയ വിവരണം അയാൾക്കു നൽകുന്നു.

ഏപ്രിൽ 19 – 20 – മുയുപാംപയ്ക്ക് പുറത്ത് ദെബ്രെ, ബുസ്തോസ്, റോത്ത് എന്നിവരെ എത്തിക്കുന്നു. പക്ഷേ മണിക്കൂറുകൾക്കകം അവർ അറസ്റ്റിലാകുന്നു. തുടർന്നുവന്ന മാസങ്ങളിൽ ദെബ്രെയുടെയും ബുസ്തോസിന്റെയും തടവും വിചാരണയും ലോകശ്രദ്ധയാകർഷിക്കുന്നു. റോത്തിനെ ജൂലൈ 18 ന് വിട്ടയക്കുകയും അയാൾ അപ്രത്യക്ഷനാകുകയും ചെയ്തു.

ഏപ്രിൽ 22 – ടാപെറില്ലാസിൽ വച്ച് ഗറില്ലാസേന പട്ടാളവുമായി ഏറ്റുമുട്ടി. ലോറോ കോളത്തിൽനിന്ന് വേറിട്ടുപോയി. അദ്ദേഹത്തെ പിന്നീട് പിടിക്കുകയും ഭീകരമായി മർദിക്കുകയും കൊലപ്പെടുത്തുകയും ചെയ്തു. ഗുവേരയുടെ രഹസ്യപ്പേര് റാമോൺ എന്നതിൽനിന്നും ഫെർണാണ്ടോ എന്നാക്കി മാറ്റി.

ഏപ്രിൽ 25 – എൽ മേസോണിൽ സൈനികകോളത്തെ പതിയിരുന്നാക്രമിച്ചു. ഏറ്റുമുട്ടലിൽ റൊളാൻഡോ കൊല്ലപ്പെട്ടു.

മെയ് 1 – ELN ന്റെ ഒന്നാം നമ്പർ കമ്യൂണിക്കെ കൊച്ചബാംബയിലെ പ്രേൻസാ ലിബ്രെയിൽ പ്രസിദ്ധീകരിച്ചു.

മെയ് 8 – നാങ്കാഹുവാസുവിൽ ഗറില്ലാസൈന്യം സൈനികകോളത്തെ പതിയിരുന്ന് ആക്രമിച്ചു. മൂന്നു പട്ടാളക്കാർ കൊല്ലപ്പെട്ടു.

വെനിസ്വേലയുടെ എൽ ബാച്ചിലർ പ്രദേശത്തെ MIR (വിപ്ലവ ഇടതുപക്ഷപ്രസ്ഥാനം)ന്റെ ഗറില്ലാ മുന്നണിയുമായി ഒന്നിച്ചു ചേരാനായി കടൽമാർഗം വെനിസ്വേലയിലെത്തിച്ചേരാൻ വെനിസ്വേലൻ പോരാളികളും ക്യൂബൻ വളണ്ടിയർമാരും ശ്രമം നടത്തി. ആ ശ്രമം തകർക്കപ്പെട്ടു. അതിന്റെ നേതാവായ ക്യൂബക്കാരൻ അന്തോണിയോ ബ്രിയോൺസ് പിടിക്കപ്പെടുകയും കൊലചെയ്യപ്പെടുകയും ചെയ്തു.

മെയ് 23 – പുറത്താക്കപ്പെട്ട ഗറില്ലകളിലൊരാളായ പെപ്പെയെ ജോവാകിന്റെ കോളം പുറത്തേക്ക് എസ്കോർട്ട് ചെയ്തപ്പോൾ അയാൾ ഒളിച്ചോടി. അയാളെ പട്ടാളം പിടികൂടുകയും മൂന്നുദിവസത്തിനുശേഷം കൊല്ലുകയും ചെയ്തു.

മെയ് 31– മുചിരിക്കു പുറത്തുവച്ച് പ്രധാന കോളം പട്ടാളവുമായി ഏറ്റുമുട്ടി. ഒരാളെ കൊലപ്പെടുത്തി.

ജൂൺ 2– ജോവാകിന്റെ കോളത്തിലെ വിക്ടറും മാർക്കോസും ബെല്ലാ വിസ്റ്റയിലെ യുദ്ധത്തിൽ കൊല്ലപ്പെട്ടു.

ജൂൺ 10– എൽ കഫെറ്റലിൽ വച്ച് പ്രധാന കോളം സായുധസേനയുമായി ഏറ്റുമുട്ടി. ഒരാൾ കൊല്ലപ്പെട്ടു.

ജൂൺ 20– പൗളിനോ (പോരാളികളുടെ കൂടെ ചേർന്ന ഒരു കർഷ

കനാണയാൾ) നൽകിയ വിവരങ്ങളുടെ അടിസ്ഥാനത്തിൽ പ്രധാന കോളം മൂന്ന് സേനാചാരന്മാരെ അബാപോയിൽ വച്ച് തടവുകാരാക്കി. നിരവധി ദിവസങ്ങൾക്കുശേഷം പൗളിനോയെ സന്ദേശങ്ങൾ എത്തിക്കാനായി കൊച്ചബാംബയിലേക്കയച്ചു. അതിലൂടെ ബന്ധങ്ങൾ പുനഃസ്ഥാപിക്കാനായിരുന്നു ശ്രമിച്ചത്. അയാളെ സൈന്യം പിടികൂടുകയും പീഡിപ്പിക്കുകയും ചെയ്തു.

ജൂൺ 23–24– ടിൻ ഖനി ജോലിക്കാർക്കെതിരായ ഏകാധിപതിയുടെ നീക്കങ്ങൾക്കെതിരെ ചെറുത്തുനിൽപ്പ് ശക്തമായതോടെ ബൊളീവിയൻ സേനാഘടകങ്ങൾ സിഗ്ലോ XX ഖനികളിലെ ഖനിവേലക്കാരുടെ ക്യാമ്പുകൾ കൈയടക്കുകയും ഉറങ്ങിക്കിടന്ന തൊഴിലാളികളുടെയും അവരുടെ കുടുംബാംഗങ്ങളുടെയും നേർക്ക് നിറയൊഴിക്കുകയും ചെയ്തു. നിരവധിപേർ മരണപ്പെട്ടു.

ജൂൺ–26 –പ്രധാന കോളം ഫ്ളോറിഡയിലെ സേനകളെ പതിയിരുന്ന് ആക്രമിച്ചു. ടൂമയും മൂന്നു പട്ടാളക്കാരും കൊല്ലപ്പെട്ടു.

ജൂലൈ 1– ബൊളീവിയൻ ഏകാധിപതിയായ ബാരിയെന്റോസ് ചെ ഗുവേരയുടെ രാജ്യത്തിനകത്തെ സാന്നിധ്യത്തെപ്പറ്റി പരസ്യമായ പ്രസ്താവന നടത്തി.

ജൂലൈ 6– പ്രധാന കോളത്തിന്റെ ഒരുവിഭാഗം ഫ്ളോറിഡ പ്രവിശ്യയുടെ തലസ്ഥാനമായ സമായിപട്ട പിടിച്ചു. ഒരു പട്ടാളക്കാരൻ കൊല്ലപ്പെട്ടു. ഒമ്പതു പട്ടാളക്കാരെ തടവുകാരായി പിടിച്ചു.

ജൂലൈ 9– ജോവാകിന്റെ കോളത്തിലെ ഒരംഗമായ സെറാപ്പിയോ ഗറില്ലാ ആക്ഷനിടയിൽ കൊല്ലപ്പെട്ടു.

ജൂലൈ 20– പുറത്താക്കപ്പെട്ട ഗറില്ലകളായ യൂസേബിയോയും ചിംഗോലോയും ജോവാകിന്റെ കോളത്തിന്റെ എസ്കോർട്ടിലായിരിക്കുമ്പോൾ ഒളിച്ചോടി. അവർ പിടിക്കപ്പെട്ടു. തുടർന്ന് ചിംഗോലോ ഗറില്ലകൾ തന്ത്രപരമായ സാധനസാമഗ്രികൾ സൂക്ഷിച്ചുവച്ചിരുന്ന ഗുഹകളിലേക്ക് പട്ടാളത്തിന് വഴികാട്ടിക്കൊടുത്തു.

ജൂലൈ 27– ചെ ഗുവേരയുടെ കോളം ലാ ക്രൂസിൽ വച്ച് പട്ടാളത്തെ കടന്നാക്രമിക്കുന്നു, നിരവധി പട്ടാളക്കാരെ വകവരുത്തുന്നു.

ജൂലൈ 30– പോരാളികൾ സുസ്പിറോ നദിക്കരയിൽ പട്ടാളവുമായി ഏറ്റുമുട്ടുന്നു. റിക്കാർഡോയും റൗളും, കൂടെ 4 പട്ടാളക്കാരും കൊല്ലപ്പെടുന്നു.

ജൂലൈ 31– ആഗസ്ത് 10 – ലാറ്റിനമേരിക്കൻ ഐക്യദാർഢ്യസംഘടന (OLAS) യുടെ സമ്മേളനം ഹവാനയിൽ വച്ചു ചേരുന്നു. സമ്മേളനം ലാറ്റിനമേരിക്കയിലുടനീളമുള്ള ഗറില്ലാ പ്രസ്ഥാനങ്ങൾക്ക് പിന്തുണ പ്രഖ്യാപിക്കുന്നു. ചെ ഗുവേര അതിന്റെ ഓണററി അധ്യക്ഷനായി തിരഞ്ഞെടുക്കപ്പെടുന്നു.

ആഗസ്ത്–6 ജോവാകിന്റെ കോളം മോൺടിഗുഡോയിൽ വച്ച്

സൈന്യവുമായി ഏറ്റുമുട്ടുന്നു. യുദ്ധത്തിൽ പെഡ്രോ കൊല്ലപ്പെടുന്നു.

ആഗസ്ത് 26– ചെ ഗുവേരയുടെ കോളം റിയോ ഗ്രാൻഡെയിൽ വച്ച് പട്ടാളവുമായി ചെറിയ ചില സംഘട്ടനത്തിലേർപ്പെടുന്നു.

ആഗസ്ത് 31– കർഷകനായ ഹോണോറാറ്റോ റോജാസിനാൽ വഞ്ചിക്കപ്പെട്ട് ജോവാകിന്റെ കോളം ഉന്മൂലനം ചെയ്യപ്പെടുന്നു. പ്യൂവെട്ടോ മൗറീഷ്യോ കടവിൽ വച്ച് റിയോ ഗ്രാൻഡെ നദി ഇറങ്ങിക്കടക്കുമ്പോഴാണ് പട്ടാളം പൊടുന്നനെ ആക്രമിച്ചത്. ആ ആക്രമണത്തിൽ ജോവാകിൻ, ബ്രോളിയോ, അലെജാൻഡ്രോ, താനിയ, വാൾട്ടർ, പോളോ, മോയിസെസ് ഗുവേര എന്നിവർ കൊല്ലപ്പെട്ടു. നെഗ്രോ രക്ഷപ്പെട്ടുവെങ്കിലും പിടിക്കപ്പെടുകയും നാലുദിവസത്തിനുശേഷം വധിക്കപ്പെടുകയും ചെയ്തു.

സെപ്തംബർ 3– ലോവർ മാസിക്കുരി പ്രദേശത്ത് ചെ ഗുവേരയുടെ കോളവുമായുള്ള സംഘട്ടനത്തിൽ ഒരു പട്ടാളക്കാരൻ കൊല്ലപ്പെട്ടു.

സെപ്തംബർ 6– ഗറില്ലകൾ സേനകളുമായി ഏറ്റുമുട്ടുന്നു.

സെപ്തംബർ 14– ലൊയോള ഗുസ്മാൻ ലാ പാസിൽ അറസ്റ്റ് ചെയ്യപ്പെടുന്നു. ELN നുമായി സഹകരിക്കുന്നവരെന്ന സംശയത്തിൽ നൂറുകണക്കിനാളുകളെ പിടികൂടി തടവിലടച്ചതിന്റെ ഭാഗമായിട്ടായിരുന്നു അത്.

സെപ്തംബർ 22– ഗുവേരയുടെ കോളം ആൾട്ടോ സെക്കോ പട്ടണം പിടിക്കുന്നു. അവർ പ്രാദേശിക സ്കൂൾകെട്ടിടത്തിൽ സംഘടിപ്പിച്ച യോഗത്തിൽ ഗുവേരയും ഇന്റിയും പ്രസംഗിക്കുന്നു.

സെപ്തംബർ 26– ലാ ഹിഗ്വേരയിൽ ഗറില്ലാ സേനയുടെ മുന്നണി വിഭാഗം പതിയിരുന്നാക്രമണത്തിന് വിധേയമാകുന്നു. കൊക്കോ, മിഗ്വൽ, ജൂലിയോ എന്നിവർ കൊല്ലപ്പെടുന്നു. കാംബയും ലെയോണും ഒളിച്ചോടുന്നു.

സെപ്തംബർ 27– ലെയോൺ ബൊളീവിയൻ സേനയ്ക്കു കീഴടങ്ങുകയും അവരുടെ ഒറ്റുകാരനാകുകയും ചെയ്യുന്നു. ഗറില്ലാ യൂണിറ്റിലേക്ക് മടങ്ങിവരാൻ ശ്രമിക്കുമ്പോൾ കാംബ പിടിക്കപ്പെടുന്നു.

ഒക്ടോബർ 8– ചെ ഗുവേരയുടെ കോളത്തെ യൂറോ ചുരത്തിൽ വളയുന്നു. തുടർന്നുള്ള പോരാട്ടത്തിൽ അനിസെറ്റോ, ആന്റോണിയോ, ആർട്ടുറോ എന്നിവർ കൊല്ലപ്പെടുന്നു. നാലു പട്ടാളക്കാരും കൊല്ലപ്പെടുന്നു. പരിക്കേറ്റ നിലയിൽ ഗുവേരയും പാച്ചോയും തടവിൽ പിടിക്കപ്പെടുന്നു. അവർക്കൊപ്പം വില്ലിയും ചിനോയും പിടിക്കപ്പെടുന്നു. അവരെ ലാ ഹിഗ്വേരയിലെ സ്കൂളിലേക്ക് മാറ്റുന്നു. ആ രാത്രി തന്നെ മുറിവേറ്റ പാച്ചോ മരിക്കുന്നു.

ഒക്ടോബർ 9– അമേരിക്കൻ നേതൃത്വവുമായി കൂടിയാലോചിച്ച ശേഷം ബൊളീവിയൻ സർക്കാർ ചെ ഗുവേരയെ വധിക്കാൻ ഉത്തരവിടുന്നു. വില്ലി, ചിനോ, ഗുവേര എന്നിവരെ വെടിവെച്ചു കൊല്ലുന്നു.

ഒക്ടോബർ 10– യൂറോ ചുരത്തിലെ ഏറ്റുമുട്ടലിൽ രക്ഷപ്പെട്ട രണ്ടു പോരാളിസംഘങ്ങളിൽ ഒന്നിൽപ്പെട്ട പോമ്പോ, ഇന്റി, നാറ്റോ,

ഉർബാനോ, ബെനിഞ്ഞോ, ഡാരിയോ എന്നിവർ ചെ ഗുവേരയെ വധിച്ച വാർത്തയറിയുന്നു. അവർ പോരാട്ടം തുടരുമെന്നു പ്രതിജ്ഞയെടുക്കുകയും പോമ്പോയെ നേതാവായി തിരഞ്ഞെടുക്കുകയും ചെയ്യുന്നു.

ഒക്ടോബർ 12–മറ്റേ ഗ്രൂപ്പ് – പാബ്ലിറ്റോ, യൂസ്റ്റാകിയോ, മോറോ, ചപ്പാക്കോ എന്നിവർ – ചുറ്റിവളയൽ തകർത്തു രക്ഷപ്പെടാൻ ശ്രമിക്കുന്നതിനിടയിൽ കൊല്ലപ്പെടുന്നു. പോമ്പോ നയിച്ച ഗ്രൂപ്പ് നാറഞ്ജാളിൽ വച്ച് സൈന്യവുമായി ഏറ്റുമുട്ടി അഞ്ചു സൈനികരെ വധിക്കുകയും ചുറ്റിവളയൽ മുറിച്ച് പുറത്തുകടക്കുകയും ചെയ്യുന്നു.

ഒക്ടോബർ 18– ഹവാനയിലെ പ്ലാസ ഓഫ് റവലൂഷനിൽ ഒരു ബഹുജന റാലി സംഘടിപ്പിക്കപ്പെടുന്നു. ഫിദൽ കാസ്ട്രോ ചെ ഗുവേരക്കും ജീവൻ വെടിഞ്ഞ മറ്റു പോരാളികൾക്കും അന്ത്യോപചാരമർപ്പിക്കുന്നു.

നവംബർ 15–മറ്റാറലിൽ വച്ചുനടന്ന ഏറ്റുമുട്ടലിൽ നാറ്റോക്ക് മാരകമായ പരിക്കേൽക്കുന്നു.

നവംബർ 16– ദെബ്രെയെയും ബുസ്തോസിനെയും 30 വർഷത്തെ തടവുശിക്ഷയ്ക്കു വിധിക്കുന്നു.

ഡിസംബർ 4– സാൻ ഇസിഡ്രോക്കടുത്തുവച്ച് പോരാളികൾ കർഷകനായ ഡോൺ വിക്റ്ററെ കണ്ടുമുട്ടുന്നു. അടുത്ത ഒരു മാസം അയാളും കുടുംബവും പിന്തുടരുന്ന ബൊളീവിയൻ സേനയിൽനിന്ന് പോരാളികളെ സംരക്ഷിക്കുന്നു.

ഡിസംബർ 15–അഞ്ചു പോരാളികൾ രണ്ടു ഭാഗങ്ങളായിപ്പിരിഞ്ഞ് നഗരങ്ങളിൽ പിന്തുണ നൽകുന്നവരുമായി ബന്ധങ്ങൾ സ്ഥാപിക്കാൻ തീരുമാനിക്കുന്നു. ഇന്റിയും ഉർബാനോയും കൊച്ചബാംബയിലേക്ക് തിരിക്കുന്നു. പിറ്റേന്നവിടെ എത്തുന്നു.

ഡിസംബർ 26– ഇന്റിയും ഉർബാനോയും ഉണ്ടാക്കിയ ഏർപ്പാടുകൾപ്രകാരം കൊച്ചബാംബയിൽനിന്നുള്ള ഒരു ടീം മറ്റു മൂന്നു പോരാളികളുമായി ബന്ധം സ്ഥാപിക്കുകയും അവരെ രക്ഷിക്കാൻ പ്ലാനിടുകയും ചെയ്യുന്നു.

1968

ജനുവരി 5– നഗരത്തിലെ അനുഭാവികൾ നടപ്പാക്കിയ ഒരു ഓപ്പറേഷൻപ്രകാരം പോമ്പോ, ബെനിഞ്ഞോ, ഡാരിയോ എന്നിവരെ രക്ഷപ്പെടുത്തുന്നു. അവർ അടുത്തദിവസം കൊച്ചബാംബയിലെത്തുന്നു.

ജനുവരി 11–22 – ഗറില്ലാ പോരാളികൾ അനുഭാവികളുടെ സഹായത്തോടെ ലാ പാസിലെത്തുന്നു.

ജനുവരി –വിയറ്റ്നാമിലെ ദേശീയ വിമോചന മുന്നണിയുടെ പോരാളികൾ ടെറ്റ് കടന്നാക്രമണം ആരംഭിക്കുന്നു. അതോടെ യു എസ് അധിനിവേശസേനയുമായുള്ള യുദ്ധം തെക്കൻ വിയറ്റ്നാമിലെ നഗരങ്ങളുടെ ഹൃദയഭാഗത്തേക്കു നീങ്ങുന്നു.

ഫെബ്രുവരി 4 – പോമ്പോയും ഇന്റിയും പുനഃസംഘടനയുടെയും

ബൊളീവിയയിലെ വിപ്ലവസമരം തുടരുന്നതിന്റെയും സാധ്യതകൾ ചർച്ച ചെയ്യുന്നു.

ഫെബ്രുവരി 17– അതിർത്തിയിലെ വമ്പിച്ച പട്ടാളസാന്നിധ്യത്തെ മറികടന്ന് പോമ്പോ, ബെനിഞ്ഞോ, ഉർബാനോ എന്നിവർ ചിലിയൻ പ്രദേശത്തെത്തുന്നു. ബൊളീവിയൻ പോരാളികളായ ഇന്റിയും ഡാരിയോയും ELN പുനഃസംഘടിപ്പിക്കാനായി ബൊളീവിയയിൽത്തന്നെ തങ്ങുന്നു.

ഫെബ്രുവരി 25– ക്യൂബൻ പോരാളികൾ ചിലിയൻ ഭൂവിഭാഗത്തുനിന്ന് ഇസ്ലഡെ പാസ്കുവാ (ഈസ്റ്റർ ദ്വീപ്) യിലേക്ക് സെനറ്റർ സാൽവദോർ അലൻഡെക്കൊപ്പം പോകുന്നു. അവിടെനിന്ന് അവർ ഭൂഗോളം ചുറ്റി ക്യൂബയിലേക്ക് യാത്ര ചെയ്യുന്നു.

മാർച്ച് 6– പോമ്പോ, ഉർബാനോ, ബെനിഞ്ഞോ എന്നിവർ ക്യൂബയിലെത്തിച്ചേരുന്നു.

മാർച്ച് മധ്യം– ഗുവേരയുടെ ഡയറിയുടെ മൈക്രോ ഫിലിം ബൊളീവിയയിൽനിന്ന് ക്യൂബയിലേക്ക് കൊണ്ടുവരുന്നു. അതിനൊപ്പം പോമ്പോയുടെ ഡയറിയുടെ ആദ്യനോട്ടുബുക്കിന്റെ ടൈപ്പ് ചെയ്ത പകർപ്പും. ഈ കോപ്പികൾ രഹസ്യമായി എത്തിച്ചത് ബൊളീവിയൻ ആഭ്യന്തരമന്ത്രിയായ ആന്റോണിയോ ആർഗെഡാസാണ്.

ഏപ്രിൽ 4– ടെന്നിസിയിലെ മെംഫിസിൽ വച്ച് അമേരിക്കൻ സിവിൽ റൈറ്റ്സ് നേതാവായ മാർട്ടിൻലൂഥർ കിംഗ് ജൂനിയർ വധിക്കപ്പെടുന്നു. രാജ്യമാകെയുള്ള കറുത്തവരുടെ കമ്യൂണിറ്റികളിൽ സർക്കാരിനെതിരെ ജനരോഷം ആളിപ്പടരുന്നു.

മെയ് –ജൂൺ– വിയറ്റ്നാം യുദ്ധത്തിനെതിരായ ഫ്രാൻസിലെ വിദ്യാർഥിപ്രക്ഷോഭങ്ങളെ പൊലീസ് അടിച്ചമർത്തുന്നു. വിദ്യാർഥികൾ രാജ്യത്തെമ്പാടുമുള്ള യൂണിവേഴ്സിറ്റികൾ കൈയടക്കുകയും തെരുവുകളിൽ ബാരിക്കേഡുകൾ ഉയർത്തുകയും ചെയ്യുന്നു. തൊഴിലാളികൾ ഡിഗോൾ സർക്കാരിനെതിരായ പ്രക്ഷോഭങ്ങളിൽ പങ്കുചേരുന്നു. ഒരു പൊതുപണിമുടക്കം ആഴ്ചകളോളം രാജ്യത്തെ നിശ്ചലമാക്കുന്നു.

ജൂലൈ 1– ചെ ഗുവേരയുടെ ഡയറി ക്യൂബയിൽ പ്രസിദ്ധീകരിക്കുന്നു. ആ രേഖ മോഷ്ടിച്ചതാണെന്ന് ആരോപിച്ച് പ്രകാശനം തടയാൻ ബൊളീവിയൻ സൈന്യം നടത്തിയ ശ്രമങ്ങളെ മറികടന്നുകൊണ്ടായിരുന്നു പുസ്തകപ്രകാശനം. പിറ്റേദിവസം ഡയറിയുടെ പരിഭാഷ അമേരിക്കയിലും പുറത്തിറങ്ങി. ഉടനടി തന്നെ അരഡസൻ പരിഭാഷകൾ കൂടി ലോകത്തിന്റെ വിവിധ ഭാഗങ്ങളിൽ പുറത്തിറങ്ങി.

ജൂലൈ 19– ബൊളീവിയയിൽ ഗറില്ലാ സമരം പുനരാരംഭിക്കാൻ ആഹ്വാനം ചെയ്തുകൊണ്ട് ഇന്റി പെരെഡോ തയാറാക്കിയ മാനിഫെസ്റ്റോ പുറത്തിറങ്ങി.

ആഗസ്ത് – സെപ്തംബർ– ഇന്റി പെരെഡോ ക്യൂബയിലേക്ക് യാത്ര ചെയ്യുന്നു. അവിടെ അദ്ദേഹം ക്യൂബൻ പോരാളികളും ബൊളീവിയൻ സഹപ്രവർത്തകൻ ഡാരിയോയുമായി ഗറില്ലാസമരം പുനരാരംഭിക്കാനുള്ള സാധ്യതകൾ ചർച്ചചെയ്യുന്നു.

ഒക്ടോബർ 2– പൊലീസ് അടിച്ചമർത്തലിനെതിരെ രണ്ടു മാസ

ത്തിലേറെക്കാലമായി ശക്തിപ്പെട്ടുവന്ന വിദ്യാർഥിപ്രക്ഷോഭങ്ങളെ നേരിടാനായി മെക്സിക്കൻ പൊലീസ് ട്ലാറ്റെലോൾക്കോ ചത്വരത്തിൽ (മെക്സിക്കോ നഗരത്തിൽ) 20000 വരുന്ന ജനക്കൂട്ടത്തിനു നേരെ വെടിയുതിർക്കുന്നു. നൂറുകണക്കിനു പേർ കൊല്ലപ്പെട്ടു.

1969

ഏപ്രിൽ 27– ബാരിയെന്റോസ് ഒരു ഹെലിക്കോപ്റ്റർ അപകടത്തിൽ കൊല്ലപ്പെടുന്നു. ലൂയീസ് അഡോൾഫോ സൈലസ് സാലിനാസ് പ്രസിഡന്റായി സ്ഥാനമേൽക്കുന്നു.

മെയ്– അർജന്റീനയിലെ രണ്ടാമത്തെ വലിയ നഗരമായ റൊസാറിയോവിൽ ഒരു പൊതുപണിമുടക്ക് പൊട്ടിപ്പുറപ്പെടുന്നു. അതിനെത്തുടർന്ന് മൂന്നാമത്തെ വലിയ നഗരമായ കോർഡോബയിൽ വമ്പിച്ച ഒരു ജനകീയ കലാപം നടക്കുന്നു. ആ കലാപം അർജന്റീനയിൽ അതിവേഗം രൂക്ഷമാകുന്ന ഒരു വർഗസമരത്തിന്റെ കാലഘട്ടം സൃഷ്ടിക്കുന്നു. തൊഴിലാളിപ്രസ്ഥാനം ആ സമരത്തെ തങ്ങൾക്ക് അനുകൂലമായ രീതിയിൽ പരിഹരിക്കുന്നതിൽ ആവർത്തിച്ചാവർത്തിച്ചു പരാജയപ്പെടുന്നതോടെ, ഒടുവിൽ, 1976 ൽ ഒരു സൈനിക അട്ടിമറി നടക്കുന്നു. തുടർന്ന് ജനറൽ ജോർജെ റാഫേൽ വിഡേലയുടെ സ്വേച്ഛാധിപത്യത്തിനുകീഴിൽ കുപ്രസിദ്ധമായ "വൃത്തികെട്ട യുദ്ധം" അരങ്ങേറുന്നു. അതിൽ ഏറെക്കുറെ പതിനായിരത്തിലേറെ അർജന്റീനക്കാർ കൊല്ലപ്പെടുകയോ അവരെ "കാണാതാകുകയോ" ചെയ്തു.

സെപ്തംബർ 9– ഒരു ഒറ്റുകാരനിൽനിന്നു കിട്ടിയ വിവരത്തിന്റെ അടിസ്ഥാനത്തിൽ ബൊളീവിയൻ പൊലീസും സേനയും ചേർന്ന് ലാ പാസിൽ വച്ച് ഇന്റി പെരെഡോയെ പിടികൂടി വധിക്കുന്നു.

സെപ്തംബർ 26– സൈലസ് സാലിനാസിനെ ജനറൽ ആൽഫ്രെഡോ ഓവൻഡോയുടെ നേതൃത്വത്തിലുള്ള പട്ടാള അട്ടിമറിയിലൂടെ മറിച്ചിടുന്നു.

നവംബർ 15– ഏഴരലക്ഷം പേർ ന്യൂയോർക്കിലും രണ്ടരലക്ഷം പേർ സാൻഫ്രാൻസിസ്കോയിലും വിയറ്റ്നാം യുദ്ധത്തിനെതിരെ പ്രതിഷേധമാർച്ച് സംഘടിപ്പിക്കുന്നു.

ഡിസംബർ 31–ചെ ഗുവേരക്കൊപ്പം പൊരുതിയ ബൊളീവിയൻ പോരാളികളിൽ അവസാനത്തെ ആളായ ഡാരിയോയെ ബൊളീവിയൻ പൊലീസ് ലാ പാസിൽ വച്ച് പിടികൂടി വധിക്കുന്നു.

1970

മെയ് – കംബോഡിയയിലെ അമേരിക്കൻ അധിനിവേശത്തെയും കെന്റ് സ്റ്റേറ്റിലും ജാക്സൻ സ്റ്റേറ്റ് യൂണിവേഴ്സിറ്റികളും യുദ്ധവിരുദ്ധ പ്രതിഷേധക്കാരെ കൊന്നൊടുക്കിയതിനെയും തുടർന്ന് അമേരിക്കയി

ലാകെ വമ്പിച്ച വിദ്യാർഥി പ്രക്ഷോഭം പൊട്ടിപ്പുറപ്പെടുന്നു. സ്കൂളുകൾ പിടിച്ചെടുക്കൽസമരത്തിൽ നാൽപ്പതു ലക്ഷത്തോളം വിദ്യാർഥികൾ പങ്കാളികളാകുന്നു. എണ്ണമറ്റ നഗരങ്ങളിൽ ലക്ഷക്കണക്കിനു പേർ അണിനിരക്കുന്ന പ്രകടനങ്ങൾ നടക്കുന്നു. അമേരിക്കൻ സർക്കാരിന്റെ നയങ്ങൾക്കെതിരായ പ്രക്ഷോഭം രൂക്ഷമാകുന്നു.

ജൂൺ– ELN സംഘാടകനായ എൽമോ കറ്റാലനെയും അദ്ദേഹത്തിന്റെ ഗർഭിണിയായ ഭാര്യയെയും (ജെന്നി കോയെല്ലർ) ക്രൂരമായി കൊലപ്പെടുത്തിയതിൽ പ്രതിഷേധിച്ച് ബൊളീവിയയിൽ ബഹുജന പ്രകടനങ്ങൾ അരങ്ങേറുന്നു.

ജൂലൈ–ഇന്റി പെരെഡോയുടെ സഹോദരനായ ചാറ്റോ പെരെഡോയുടെ നേതൃത്വത്തിൽ ലാ പാസിനു വടക്കുള്ള ടിയോപോണ്ടെയിൽ ഒരു പുതിയ ഗറില്ലാകേന്ദ്രം സ്ഥാപിക്കാൻ 75 ELN അംഗങ്ങൾ ശ്രമിക്കുന്നു. ബന്ദി കൈമാറ്റ പരിപാടിയിലൂടെ അവർ ലൊയോള ഗുസ്മാനെയും മറ്റു തടവിലാക്കപ്പെട്ട വിപ്ലവകാരികളെയും മോചിപ്പിക്കുന്നു. അടുത്ത എട്ടാഴ്ചക്കുള്ളിൽ നടന്ന സൈനിക കടന്നാക്രമണത്തിൽ ഒരുപിടിയാളുകൾ ഒഴികെ മറ്റെല്ലാ പോരാളികളും ഉന്മൂലനം ചെയ്യപ്പെടുന്നു.

ആഗസ്ത് 26– ന്യൂയോർക്ക് നഗരത്തിൽ സ്ത്രീകളുടെ അവകാശങ്ങൾക്കായി അമ്പതിനായിരത്തിലേറെ സ്ത്രീകൾ പ്രകടനം നടത്തുന്നു.

ആഗസ്ത് 29– ലോസ് ഏഞ്ചലസ് നഗരത്തിലെ ചിക്കാഗോ മൊറട്ടോറിയത്തിൽ 30000 പേർ വിയറ്റ്നാം യുദ്ധത്തിനെതിരെ മാർച്ച് ചെയ്യുന്നു. പൊലീസ് പ്രകടനക്കാർക്കു നേരെ നടത്തിയ കടന്നാക്രമണത്തിൽ മൂന്നുപേർ കൊല്ലപ്പെടുന്നു.

ആഗസ്ത്– സെപ്തംബർ – ബൊളീവിയയിൽ ഉടനീളം വർഗസമരം രൂക്ഷമാകുന്നു. തൊഴിലാളികളും വിദ്യാർഥികളും അവകാശപ്പോരാട്ടങ്ങൾ ശക്തിപ്പെടുത്തുന്നു. ഭരണവർഗങ്ങളിലൊരു വിഭാഗം കൂടുതൽ കടുത്ത അടിച്ചമർത്തലിനുവേണ്ടി ആവശ്യപ്പെടുന്നു.

സെപ്തംബർ 4– വർധമാനമായ തൊഴിലാളിവർഗ–വിദ്യാർഥിസമരങ്ങളുടെ പശ്ചാത്തലത്തിൽ ചിലിയിൽ സോഷ്യലിസ്റ്റ് പാർട്ടിനേതാവ് സാൽവദോർ അലൻഡെ അധികാരത്തിലേക്ക് തിരഞ്ഞെടുക്കപ്പെടുന്നു. 1973 സെപ്തംബർ 11വരെ അദ്ദേഹം അധികാരത്തിലിരിക്കുന്നു. തുടർന്ന് ഒരു വലതുപക്ഷ സൈനിക അട്ടിമറിയിലൂടെ അദ്ദേഹം അട്ടിമറിക്കപ്പെടുന്നു. തുടർന്ന് അതിഭീകരമായ ഒരു കൂട്ടക്കൊല അരങ്ങേറുകയും തൊഴിലാളി പ്രസ്ഥാനത്തിന് കടുത്ത തിരിച്ചടിയേൽക്കുകയും ചെയ്യുന്നു.

ഒക്ടോബർ 6–7 ബൊളീവിയയിൽ ഒവാൻഡോ പ്രസിഡന്റ് പദവി രാജിവച്ച് തീവ്രവലതുപക്ഷ സൈനിക ജൂണ്ടയ്ക്ക് അധികാരം കൈമാറുന്നു. ഇതിനെതിരെ നടന്ന ശക്തമായ ജനകീയ പ്രക്ഷോഭങ്ങളെത്തുടർന്ന് പട്ടാളത്തിൽ ഒരു പിളർപ്പുണ്ടാകുന്നു. തുടർന്ന് നടന്ന അടുത്ത സൈനിക അട്ടിമറിയിൽ ജനറൽ ജുവാൻ ടോറസ് വലതുപക്ഷക്കാരെ പുറന്തള്ളുന്നു.

ഡിസംബർ 23– ടോറസ് സർക്കാർ ദെബ്രെ, ബുസ്തോസ് എന്നിവരെയും മറ്റു വിപ്ലവകാരികളെയും പൊതുമാപ്പ് നൽകി വിട്ടയക്കുന്നു. 1967 ലെ ഗറില്ലാ പ്രവർത്തനത്തിലേർപ്പെട്ടതിന് അറസ്റ്റിലായവരെല്ലാം പുറത്തുവരുന്നു.

1971

ജനുവരി 10– ടോറസിനെതിരെ നടന്ന സൈനിക അട്ടിമറി നീക്കത്തെ വമ്പിച്ച ജനകീയ പ്രക്ഷോഭം പരാജയപ്പെടുത്തുന്നു. ലാ പാസിലേക്ക് ആയിരക്കണക്കിന് സായുധ ഖനിവേലക്കാർ എത്തിച്ചേരുന്നു.

ഫെബ്രുവരി – ജനകീയ ഉയിർത്തെഴുന്നേൽപ്പുകളുടെ തുടർച്ചയായി ഒരു ജനകീയ അസംബ്ലി രൂപീകരിക്കപ്പെടുന്നു. ഒരു തൊഴിലാളി പാർലമെന്റ് രൂപീകരിക്കപ്പെടുന്നതിന്റെ മുന്നോടിയെന്നോണം.

ആഗസ്ത് 19–22 തൊഴിലാളി നേതാക്കളുടെ ചാഞ്ചാട്ടത്തിന്റെയും തീരുമാനമില്ലായ്മയുടേതുമായ മാസങ്ങൾക്കുശേഷം ഹ്യൂഗോ ബാൻസറുടെ നേതൃത്വത്തിലുള്ള വലതുപക്ഷ സൈനികശക്തികൾ ടോറസ് സർക്കാരിനെ തൂത്തെറിയുന്നു. ഭീകരമായൊരു അടിച്ചമർത്തൽ പരമ്പര അരങ്ങേറുന്നു.

1975

ഏപ്രിൽ 30– അമേരിക്കൻ സേനകൾ സെയ്ഗോൺ കൈയൊഴിയുന്നു. അതോടെ ദേശീയ വിമോചനത്തിനുവേണ്ടി ദശകങ്ങളായി നടത്തിക്കൊണ്ടിരുന്ന പോരാട്ടം വിജയകരമായ പരിസമാപ്തിയിലെത്തുന്നു.

ഭാഗം ഒന്ന്

ജൂലൈ 1966
മെയ് 1967

ബൊളീവിയൻ പോരാട്ടത്തെക്കുറിച്ചുള്ള പോമ്പോയുടെ ഡയറിയിലെ ആദ്യ നോട്ടുബുക്കാണ് ഈ ഭാഗത്തിൽ ഉൾപ്പെടുത്തിയിരിക്കുന്നത്. മറ്റു രേഖകൾക്കൊപ്പം ഈ നോട്ടുബുക്കും അദ്ദേഹത്തിന്റെ ക്നാപ്പ്സാക്കിലാണ് സൂക്ഷിച്ചിരുന്നത്. ഗറില്ലകളുടെ കമാൻഡ് പോസ്റ്റിൽ ഏണസ്റ്റോ ചെ ഗുവേരയുടെ വളരെ അടുത്താണ് അത് എന്നും സൂക്ഷിച്ചിരുന്നത്. 1967 ഒക്ടോബർ 8 ന് യൂറോ ചുരത്തിൽ വച്ച് വെടിയുണ്ടകൾക്കിടയിലൂടെ പിൻവാങ്ങുമ്പോൾ ചെ ഗുവേര രേഖകളെല്ലാം ക്നാപ്പ്സാക്കിൽ നിന്നു പുറത്തെടുത്തു. കാരണം ക്നാപ്പ്സാക്ക് പോരാളികൾക്കു ഉപേക്ഷിക്കേണ്ടിവന്നു. അന്നേദിവസം തന്നെ ചെ ഗുവേരക്ക് മുറിവേൽക്കുകയും അദ്ദേഹം പിടിക്കപ്പെടുകയും ചെയ്തപ്പോൾ ഈ രേഖകൾ ബൊളീവിയൻ സൈന്യത്തിന്റെ കൈയിലെത്തി.

1968 ന്റെ ആരംഭത്തിൽ, അന്നത്തെ ബൊളീവിയൻ ആഭ്യന്തര മന്ത്രിയായിരുന്ന ആന്റോണിയോ ആർഗെഡാസ് ചെ ഗുവേരയുടെ ഡയറിയുടെ മൈക്രോഫിലിം ക്യൂബയ്ക്ക് കൈമാറി. ഒപ്പം തന്നെ പോമ്പോയുടെ ഡയറിയുടെ ആദ്യഭാഗത്തിന്റെ ടൈപ്പ് ചെയ്ത കൈയെഴുത്തുപ്രതിയും. അതിലെ ഉള്ളടക്കം പിന്നീട് രചയിതാവു തന്നെ പരിശോധിച്ച് തെറ്റുതിരുത്തൽ നടത്തി.

ജൂലൈ 1966

ജൂലൈ 14– ഞങ്ങൾ പത്തുമണിക്ക് പ്രേഗിൽനിന്നു ഫ്രാങ്ക്ഫർട്ട് വഴി യാത്ര തിരിച്ചു[1]. ഞങ്ങൾക്കു ചെക്കുകാരിൽ നിന്നുണ്ടായ ഏക പ്രശ്നം ഞങ്ങൾ ചെക്ക്–ജർമൻ അതിർത്തി കടക്കുന്ന അവസരത്തിലായിരുന്നു. ഞങ്ങളുടെ വിസകൾ ആകാശമാർഗത്തിലൂടെ യാത്ര ചെയ്യാനാണെന്നും കരയിലൂടെ ഞങ്ങൾക്ക് രാജ്യം വിടാൻ അനുവാദമില്ലെന്നും അവർ പറഞ്ഞു. ഫ്രാങ്ക് ഫർട്ടിൽ ഞങ്ങൾ റോയൽ ഹോട്ടലിൽ രജിസ്റ്റർ ചെയ്തു. ഞങ്ങൾക്ക് സാമാന്യം നല്ലൊരു പരിഭ്രാന്തിയുണ്ടായി. കാരണം ഒരു പാചകക്കാരൻ പിസയുണ്ടാക്കുന്നതും നോക്കിക്കൊണ്ടിരുന്ന് ഞങ്ങൾ സംസാരിക്കുമ്പോൾ ഒരാൾ കടന്നുവന്ന് ഞങ്ങൾ ക്യൂബക്കാരാണോയെന്നു ചോദിച്ചു. ഞങ്ങൾ അയാളോട് ഇക്വഡോറുകാരാണെന്നു പറഞ്ഞെങ്കിലും അയാളത് വിശ്വസിച്ചില്ല. ഞങ്ങൾ കരീബിയനിൽ നിന്നുള്ളവരെപ്പോലെയാണ് തോന്നിക്കുന്നതെന്ന് അയാൾ പറഞ്ഞു. അയാൾ ഡൊമിനിക്കക്കാരനായിരുന്നു. അയാൾ ഞങ്ങളെ കാപ്പികുടിക്കാൻ ക്ഷണിച്ചു.

ജൂലൈ 16– ഞങ്ങൾ ലുഫ്ത്താൻസ വഴി തെക്കേ അമേരിക്കയിലേക്ക് പോയി. ഞങ്ങളുടെ യാത്രാറൂട്ട് സൂറിച്ച്, ഡക്കർ, റിയോ വഴി സാവോ പോളോ എന്നതായിരുന്നു.

ജൂലൈ 17–എന്റെ ബാഗേജ് ഒരു പ്രത്യേക പരിശോധനയ്ക്കായി സാവോ പോളോ വിമാനത്താവളത്തിൽ വച്ച് മാറ്റിവച്ചതും ഞങ്ങളെ പരിഭ്രാന്തരാക്കി. വഹിക്കാവുന്ന ഭാരത്തിലും കൂടുതലാണ് ഞാൻ ലഗേജിൽ ഉൾപ്പെടുത്തിയിരിക്കുന്നതെന്ന് കസ്റ്റംസ് ഓഫീസർ എന്നോടു പറഞ്ഞു.[2] ഞങ്ങൾ ബ്രോഡ്‌വേ ഹോട്ടലിൽ താമസിച്ചു.

ജൂലൈ 19–ബൊളീവിയയിലേക്കു പോകാൻ വേണ്ട വിസ സംഘടിപ്പിക്കാൻ വേണ്ട നടപടിക്രമങ്ങൾ പൂർത്തിയാക്കിയശേഷം, 22–ാം തീയതി എത്തിച്ചേരുമെന്ന് കാണിച്ച് പാപ്പി[3]ക്ക് ഞങ്ങൾ ടെലഗ്രാം അയച്ചു.

---

1. പോമ്പോക്കൊപ്പം കാർലോസ് കോയെല്ലോ (ടൂമ, ടുമെയ്ൻ) യും ഉണ്ടായിരുന്നു. അദ്ദേഹത്തിന്റെ ജീവചരിത്രസംബന്ധമായ വിവരങ്ങൾക്ക് അനുബന്ധത്തിലെ ജീവചരിത്രക്കുറിപ്പുകൾ നോക്കുക.
2. സ്യൂട്ട്കേസിന് ഒരു കൃത്രിമമായ അറ അതിന്റെ അടിഭാഗത്തുണ്ടായിരുന്നു. അതിൽ ഇരുപതിനായിരം അമേരിക്കൻ ഡോളറും ഒരു ബ്രൗണിംഗ് പിസ്റ്റളും അതിനുവേണ്ട വെടിമരുന്നും ഉണ്ടയുമെല്ലാം ഉണ്ടായിരുന്നു. ആ സ്യൂട്ട്കേസിൽ വയ്ക്കേണ്ട സംഗതികളെല്ലാം ഗുവേര വ്യക്തിപരമായിത്തന്നെ തയാറാക്കിയതായിരുന്നു. ഭാരത്തിന്റെ കാരണമെന്ന നിലയിൽ വലിയ പുസ്തകങ്ങൾ അടുക്കിവച്ചിരുന്നു. സ്യൂട്ട്കേസ് പ്രത്യേകമായി ഉണ്ടാക്കിയതായിരുന്നു.
3. ജോസ് മരിയ മാർട്ടിനെസ് ടമായോ(റിക്കാർഡോ, എംബിലി, പാപ്പി, ചിഞ്ചു, ടാക്കോ) അദ്ദേഹം 1966 മാർച്ചിൽ ഗറില്ലായുദ്ധത്തിന്റെ തയാറെടുപ്പുകൾ കൂട്ടിയിണക്കാനായി ലാ പാസിലെത്തി.

ജൂലൈ 21– ഞങ്ങൾ ബൊളീവിയയിലെ സാന്താക്രൂസ് ഡി ലാ സിയറായിലേക്ക് ഒരു ക്രൂസെയ്റോ ഡോ സുൾ വിമാനത്തിൽ പുറപ്പെട്ടു. വിമാനത്താവളത്തിൽ വച്ച് ഒരു രാത്രി കോരുംബയിൽ തങ്ങേണ്ടിവരുമെന്ന് ഞങ്ങളെ അവർ അറിയിച്ചു. പക്ഷേ കാംപോ ഗ്രാൻഡെ വിമാനത്താവളത്തിലെത്തിയപ്പോൾ ഞങ്ങളോട് പറഞ്ഞത് വിമാനയാത്ര തുടരുകയാണെന്നും കോരുംബയിലേക്ക് പോകേണ്ട യാത്രക്കാർ 22–ാം തീയതി രാവിലെ 4 മണിക്കാണ് യാത്ര തുടരേണ്ടതെന്നുമാണ്. ഞങ്ങൾ സാറയെന്നു പേരുള്ള ഒരു ബൊളീവിയൻ ചെറുപ്പക്കാരിയുമായി പരിചയപ്പെട്ടു (അവൾ സാമാന്യം സുന്ദരിയായിരുന്നു).

ജൂലൈ 22– ഞങ്ങൾ കോരുംബയിലേക്ക് യാത്ര തുടർന്നു. അവിടെയെത്തിയപ്പോൾ ഞങ്ങളോടു പറഞ്ഞത് തിങ്കളാഴ്ച വരെ സാന്താക്രൂസിലേക്ക് വിമാനമില്ലെന്നാണ്; അതായത്, 25–ാം തീയതി വരെ. റൂം വാടകയും താമസച്ചെലവും വിമാനക്കമ്പനിയെക്കൊണ്ട് വഹിപ്പിക്കാൻ ഞങ്ങൾ ശ്രമിച്ചു; പക്ഷേ അവരതിനു സമ്മതിച്ചില്ല. ഞങ്ങൾ ഏഴു യാത്രക്കാരുണ്ടായിരുന്നു (രണ്ടു ബ്രസീലുകാർ, രണ്ടു ബൊളീവിയക്കാർ, ഒരു ജർമൻകാരൻ, ഞങ്ങൾ രണ്ട് ഇക്വഡോറുകാരും[1]) ഞങ്ങൾ ഗ്രാൻഡ് ഹോട്ടലിൽ താമസിച്ചു.

ബൊളീവിയക്കാരിൽ നേരത്തെ പറഞ്ഞ ചെറുപ്പക്കാരിയുമുണ്ടായിരുന്നു. അവളുടെ മുഴുവൻ പേര് സാറാ പോളോ അറിവെസ്; അവൾ നല്ല തമാശക്കാരിയായിരുന്നു. മറ്റേയാൾ ഒരു ജർമൻ കമ്പനിയുടെ പ്രതിനിധിയായ മി.മാരിയോ യൂക്ലിഡെസ് കാർഡോണ. അയാൾ വളരെ നന്നായി പെരുമാറിയെങ്കിലും ഞങ്ങൾ കള്ളക്കടത്തുകാർ തന്നെയല്ലേ എന്നുറപ്പുവരുത്താൻ ശ്രമിച്ചു. ബ്രസീലുകാർ മാരിയോയുടെ ഭാര്യയും മകളുമായിരുന്നു. ഞാനാ കൊച്ചുപെൺകുട്ടിയെ –അവളുടെ പേര് ക്ലോഡിയ– ശരിക്കും ഇഷ്ടപ്പെട്ടു. അവളുടെ കളികളും കുസൃതികളും ഹാരി ആൻഡ്രെസിനെ[2] ഓർമിപ്പിക്കുന്നതായിരുന്നു.

അന്നു രാത്രി മറ്റൊരു ഇക്വഡോറുകാരനും എത്തിച്ചേർന്നു. ഞങ്ങൾ ഭക്ഷണം കഴിച്ചുകൊണ്ടിരിക്കുമ്പോൾ ഡിഗോ– (അയാളുടെ രണ്ടാം പേര് ഞാനോർക്കുന്നില്ല) – ഇക്വഡോറിലെ ഒരു മുൻമന്ത്രിയുടെ മകനാണ് – അയാൾ ഞങ്ങളെ കുറച്ചൊന്നു വിഷമിപ്പിച്ചു.

ജൂലൈ 23– ഞങ്ങളുടെ “ലാറ്റിൻ അമേരിക്കൻ സുഹൃദ്സംഘം” (മാരിയോ അങ്ങനെയാണതിനെ വിളിച്ചത്) പരമാവധി വേഗം സാറയെ വീട്ടിലെത്താൻ സഹായിക്കണമെന്നു തീരുമാനിച്ചു. കാരണം വീട്ടുകാർ അവളെ നാലുദിവസമായി പ്രതീക്ഷിക്കുകയാണ്.

ജൂലൈ 24– അവർ ഞങ്ങളെ കുർബാനയ്ക്കു ക്ഷണിച്ചു. പകരം ഒരു സിനിമയ്ക്കു പോകാനാണ് ഞങ്ങൾ തീരുമാനിച്ചത്.

ജൂലൈ 25– ഞങ്ങൾ വളരെ നേരത്തെ എഴുന്നേറ്റു. സാറയെ രാവി

1. പോമ്പോയും ടൂമയും ഇക്വഡോറുകാരെന്ന മട്ടിൽ ആർട്ടുറോഗൊൺസാലെസ് ലോപ്പസ്, തോമാസ് സുവാൻസസ് എന്നീ പേരുകളിലുള്ള പാസ്പോർട്ടിലായിരുന്നു യാത്ര ചെയ്തത്.
2. പോമ്പോയുടെ മൂത്തമകൻ, ഹാരി ആൻഡ്രെസ് വില്ലെഗാസ് കാംപൂസാനോ.

ലെതന്നെ പുറപ്പെടാൻ സഹായിക്കാമെന്ന് ഞാനവൾക്ക് വാക്കു കൊടുത്തിരുന്നു. അതിനുശേഷം ഞങ്ങൾ മഞ്ഞപ്പനിക്കെതിരെ പ്രതിരോധ നടപടിയെടുക്കാൻ പോയി. ഞങ്ങൾ 2 മണിക്ക് പുറപ്പെട്ടു. സാന്താക്രൂസിലെത്തിയപ്പോൾ ഞങ്ങൾക്കവിടെ എംബിലിയുടെ പരിചിതമുഖം കാണാനായത് ഞങ്ങളെ സന്തോഷിപ്പിച്ചു. അദ്ദേഹം ഞങ്ങളെ കാത്തിരിക്കുകയായിരുന്നു. ബൊളീവിയൻ സഖാക്കൾ പേപ്പർ വർക്കുകൾ പൂർത്തിയാക്കുന്ന കാര്യം ഏറ്റെടുത്തു.

ഞങ്ങൾ എംബിലിയോടു സംസാരിച്ചു. അദ്ദേഹത്തിനായി കൊണ്ടുവന്ന രേഖകൾ നൽകി. തന്റെ നിർദേശങ്ങളുടെ ഭാഗമായി റാമോൺ[1] പറഞ്ഞ കാര്യങ്ങൾ ഞങ്ങൾ അദ്ദേഹത്തോട് വാക്കാൽ പറഞ്ഞു:

1. താനിയ[2]യെക്കുറിച്ച്. അവരുടെ ഒളിജീവിതം സംരക്ഷിക്കാനായി ഞങ്ങൾ അവളുമായുള്ള എല്ലാ ബന്ധങ്ങളും ഒഴിവാക്കണം. അവൾക്കു സന്ദേശങ്ങൾ അയക്കുന്നത് കോഡ് ഭാഷയിൽ മാത്രമായിരിക്കണം. അവൾക്കു ഞങ്ങളെ കാണേണ്ടിവരും. അങ്ങനെ വേണ്ടിവന്നാൽ ഞങ്ങളുമായി നേരിട്ടു ബന്ധപ്പെടുന്നതിന് അവൾക്ക് ഒരു അടിയന്തര സാഹചര്യത്തിൽ ഞങ്ങളെ കണ്ടുപിടിക്കാനാവും.
2. പ്രവർത്തനങ്ങളുടെ ഒരു സാധ്യതയുള്ള മേഖലയെന്ന നിലയിൽ ഒരു കൃഷിയിടം വടക്കൻ പ്രദേശത്തെവിടെയെങ്കിലും വാങ്ങേണ്ടതിന്റെ ആവശ്യകത.
3. എമിലിയാനോ[3]യുടെ കാര്യത്തിൽ എന്താണുണ്ടായതെന്ന കാര്യം.
4. ദ്വീപിലേക്കുള്ള റാമോണിന്റെ യാത്രയും അവിടെ അദ്ദേഹം എത്രനാൾ തങ്ങുമെന്നതും.

എവിടെയാണ് സംഗതി നടക്കാൻ പോകുന്നതെന്ന്[4] എംബിലി ഞങ്ങളോട് ചോദിച്ചപ്പോൾ ഞങ്ങൾ അത്ഭുതപ്പെട്ടുപോയി. കാരണം അക്കാര്യത്തിൽ ഞങ്ങൾക്ക് പ്രത്യേക നിർദേശങ്ങളൊന്നും ലഭിച്ചിരുന്നില്ല. റാമോൺ ഞങ്ങളോട് പറഞ്ഞിരുന്ന കാര്യങ്ങളുടെ അടിസ്ഥാനത്തിൽ ഞങ്ങൾ ഞങ്ങളുടെ അഭിപ്രായം പറഞ്ഞു. കൃഷിയിടത്തിന്റെ സ്ഥാനത്തെ സംബന്ധിച്ച് എംബിലിയോട് പറയാൻ അദ്ദേഹം ഞങ്ങളെ ഏൽപ്പിച്ചിരുന്ന കാര്യങ്ങളും പറഞ്ഞു. നമ്മുടെ പ്രധാന പരിശ്രമങ്ങൾ ബൊളീവിയ[5]യിൽ കേന്ദ്രീകരിച്ചുകൊണ്ടായിരിക്കുമെന്ന് ഞങ്ങൾ എംബിലിയോട്

---

1. ഏണസ്റ്റോ ചെ ഗുവേര. മോങ്കോ എന്നും അദ്ദേഹത്തിന് പേരുണ്ടായിരുന്നു. പിൽക്കാലത്ത് ഫെർണാണ്ടോ എന്ന പേരും അദ്ദേഹം സ്വീകരിച്ചു.
2. ഹയ്ഡി തമാരാ ബുങ്കെ. ഗുവേരയുടെ നിർദേശപ്രകാരം അവർ 1964 മുതൽ ബൊളീവിയയിൽ താമസിക്കുകയായിരുന്നു. ലോറാ ഗുട്ടിറെസ് എന്ന പേരിൽ വിവിധ രഹസ്യാന്വേഷണ, പിന്തുണാ പ്രവർത്തന ചുമതലകളുമായി ബന്ധപ്പെട്ട കാര്യങ്ങളാണ് അവരെ ഏൽപ്പിച്ചിരുന്നത്.
3. എമിലിയാനോ, ഫ്രാൻസിസ്കോ, ഫ്ളാക്കോ. ബൊളീവിയൻ പോരാട്ടത്തിൽനിന്ന് ഒഴിഞ്ഞുമാറിയ ഒരു ക്യൂബൻ പോരാളി.
4. ഇവിടെ സൂചന ഗറില്ലകൾ തുടക്കത്തിൽ എവിടെ താവളം സ്ഥാപിക്കും എന്നതിനെക്കുറിച്ചാണ്.
5. പെറുവും അർജന്റീനയും കൂടി കൂട്ടത്തിൽ പരിഗണിച്ചിരുന്നു.

പറഞ്ഞു. കാര്യങ്ങൾ പ്രത്യേകം പ്രത്യേകമായി തരംതിരിച്ചേൽപ്പിക്കുന്ന രീതി പ്രകാരം ഇക്കാര്യത്തിൽ ഞങ്ങൾക്ക് കാര്യമായ അറിവൊന്നുമുണ്ടായിരുന്നില്ല. ഞങ്ങൾ വിവരങ്ങളുടെ വാഹകർമാത്രമായിരുന്നു. തനിക്ക് കുറച്ചു കൂടി സമയം നൽകിയിരുന്നെങ്കിൽ എല്ലാക്കാര്യങ്ങളും റെഡിയാക്കാനാകുമായിരുന്നുവെന്ന് എംബിലി പറഞ്ഞു. പക്ഷേ ഇപ്പോൾ ടൂമയ്ക്കും എനിക്കും വേണ്ടി ഒരു സ്ഥലം ഏർപ്പാടു ചെയ്യാനുള്ള ശ്രമം ആരംഭിക്കേണ്ടിവന്നിരിക്കുന്നു. കാരണം തേജാഡ സോർസാനോ തെരുവിലെ വീട് ഉപേക്ഷിച്ചിരിക്കുകയാണ്. റിപ്പബ്ലിക്കാനോ ഡൊമിനിക്കാന തെരുവിലെ വീടിന്റെ ഒളിസ്വഭാവം കളഞ്ഞുകുളിക്കാൻ പറ്റില്ല. അത് ആവശ്യം വന്നാൽ മോങ്കോക്ക്[1] ഉപയോഗിക്കാനുള്ളതാണ്. അദ്ദേഹത്തിന് കൃഷിയിടത്തിലേക്ക് പോകാനാകില്ല; കാരണം അത് പ്രായോഗികമായി ഒരു സൈനികത്താവളത്തിന് അകത്താണ് (മൂന്നുമൈൽ അകലെ).

പരമാവധി സഹായം ചെയ്യുകയെന്ന ഉദ്ദേശ്യത്തോടെ ഞങ്ങൾ ലാ പാസിലേക്ക് പോയി. എംബിലി പറഞ്ഞതുപ്രകാരം അതാവശ്യമായിരുന്നു. കാരണം ഒന്നും ചെയ്തിരുന്നില്ല, എല്ലാം ഞങ്ങൾക്ക് തുടക്കം മുതൽ തന്നെ ആരംഭിക്കണമായിരുന്നു.

ഞങ്ങൾ ഞങ്ങളുടെ പുതിയ ദിശാബോധം പാർട്ടിയു (ബൊളീവിയൻ കമ്യൂണിസ്റ്റുപാർട്ടി) മായി ചർച്ച ചെയ്തു. ഞങ്ങൾ രാജ്യത്തിന്റെ സാഹചര്യങ്ങളിൽനിന്നാണ് ചർച്ച ആരംഭിച്ചത്. സമരത്തിൽ ചേരുമെന്ന ഒരുറപ്പ് അവരിൽനിന്നും നേടിയെടുക്കാനായി ശ്രമിച്ചു; എസ്റ്റാനിസ്ലാവോ[2] അതിനെതിരായിരുന്നുവെങ്കിലും. പ്രശ്നം എസ്റ്റാനിസ്ലാവോയുടെ അടുത്ത് ഉന്നയിക്കുമെന്നും സായുധസമരത്തിൽ ചേരണമെന്നതായിരിക്കും അദ്ദേഹത്തിന്റെ നിലപാടെന്ന കാര്യത്തിൽ തങ്ങൾക്ക് ഉറപ്പുണ്ടെന്നുമാണ് അവർ പറഞ്ഞത്. അദ്ദേഹം അതിനു സമ്മതിച്ചില്ലെങ്കിൽ, അവർ ഞങ്ങൾക്കൊപ്പം ചേരാൻ തയാറുമാണ്. ഒരു ഉയിർത്തെഴുന്നേൽപ്പ് സംഘടിപ്പിക്കാനുള്ള മാർഗങ്ങൾ കണ്ടെത്താൻ ഞങ്ങൾ ശ്രമിച്ചു. അതിനൊരു ഇടിമിന്നലിന്റെ പ്രഹരംപോലുള്ള സ്വഭാവമുണ്ടായിരിക്കണം. അതു പരാജയപ്പെട്ടാൽത്തന്നെ ജനങ്ങളുടെ ബോധമുണർത്തുന്നതിന് അത് സഹായകരമാകും.

ജൂലൈ 26–ഞങ്ങൾ വളരെ രാവിലെ തന്നെ സാന്താക്രൂസിൽനിന്ന് ലാ പാസിലേക്കു തിരിച്ചു. റോഡ് വളരെ മലകൾ നിറഞ്ഞതാണ്. കാരണം ഇവിടെനിന്ന് മലകയറ്റം തുടങ്ങിയാൽ അതങ്ങനെ ഉയർന്നുയർന്നുപോയി ആൻഡീസിലെ കോർഡില്ലെറാ ഓറിയന്റൽ എന്ന വിശാലമായ പീഠഭൂമിയിലെത്തിച്ചേരും. (പ്രദേശം ഗറില്ലാ പ്രവർത്തനങ്ങൾക്ക് വളരെയേറെ അടവുപരമായ സാധ്യതകൾ നൽകുന്നതാണ്; അവിടെ കാര്യമായ തോതിൽ വെള്ളത്തിന്റെ ലഭ്യതയുണ്ടാകുമെന്നു തോന്നുന്നില്ലെങ്കിലും).

ജൂൺ 27–ഞങ്ങൾ ലാ പാസിലെത്തി. പൂർണമായും മലകളാൽ ചുറ്റപ്പെട്ട താഴ്‌വാരപ്രദേശത്തുള്ള ഒരു പ്രവിശ്യാനഗരമാണത്. ഞങ്ങൾ

1. ഏണസ്റ്റോ ചെ ഗുവേര
2. മാരിയോ മോൻജെ (എസ്റ്റാനിസ്ലാവോ, നെഗ്രോ, മാരിയോ), 1967 ഡിസംബർ വരെ ബൊളീവിയൻ കമ്യൂണിസ്റ്റു പാർട്ടിയുടെ ജനറൽ സെക്രട്ടറി, തുടർന്ന് അദ്ദേഹത്തിന്റെ സ്ഥാനത്ത് ജോർജെ കോള്ളേ വന്നു.

ടെല്ലേറിയാ[1] എന്നു പേരുള്ള ഒരാളുടെ വീട്ടിലെത്തി. അദ്ദേഹം ബൊളീവിയൻ കമ്യൂണിസ്റ്റുപാർട്ടിയുടെ കേന്ദ്രകമ്മിറ്റിയംഗവും ഞങ്ങൾക്കാവശ്യമുള്ള വസ്തുക്കൾ നൽകാൻ ചുമതലയുള്ള ആളുമാണ് (ആയുധങ്ങൾ, മരുന്ന്, ഭക്ഷണം, വസ്ത്രങ്ങൾ തുടങ്ങിയവ). ഒരു മാസം മുമ്പ് പാപ്പി ഞങ്ങളോടു പറഞ്ഞത് ഈ സഖാവ് ഒരു വീട് അന്വേഷിക്കുകയാണെന്നും എന്നാൽ പല കാരണങ്ങളാലും ഒരെണ്ണം കണ്ടെത്താൻ അയാൾക്ക് പറ്റിയിട്ടില്ലെന്നുമാണ്. ആകപ്പാടെ അവശേഷിക്കുന്ന പോംവഴി എസ്റ്റാനിസ്ലാവോവിന്റെ അടുത്തുചെന്ന് ഗ്രൂപ്പിനൊരു വീടു ലഭ്യമാണെങ്കിൽ അവിടെ ഞങ്ങൾക്ക് കാമ്പ[2]യെ താമസിപ്പിക്കാൻ പറ്റും എന്നു പറയുകയാണ്. പാപ്പിക്കൊപ്പം പ്രവർത്തിക്കുന്ന സഖാവാണ് കാമ്പ. ബാക്കി ഞങ്ങളെല്ലാം റിപ്പബ്ലിക്കാ ഡൊമിനിക്കാനാ തെരുവിലെ ഒരു വീട്ടിലാണ് താമസിക്കുന്നത്.

ജൂലൈ 28–പുതിയ സാഹചര്യം പാപ്പി എസ്റ്റാനിസ്ലാവോയുമായി ചർച്ച ചെയ്തു. ദ്വീപിൽനിന്നു കിട്ടിയ നിർദേശങ്ങളുടെ അടിസ്ഥാനത്തിലായിരുന്നു അത്. ഉടനടിതന്നെ സായുധസമരം ആരംഭിക്കാൻ തീരുമാനിക്കപ്പെട്ടു. അതും ചെയിൽനിന്നും ഞാൻ വഴി പാപ്പിക്കു കിട്ടിയ നിർദേശം അനുസരിച്ചായിരുന്നു. ഒരു പൊതുവായ ഉയിർത്തെഴുന്നേൽപ്പിനുള്ള പദ്ധതി സജീവമായി പിന്തുടർന്നില്ല. അതേസമയം തന്നെ ഗറില്ലകളെ സംഘടിപ്പിക്കേണ്ടതുണ്ട്. എസ്റ്റാനിസ്ലാവോയുടെ പദ്ധതിയുടെ ദുർബലവശം അദ്ദേഹത്തിന് ചൂണ്ടിക്കാട്ടിക്കൊടുത്തു. കാരണം പദ്ധതി ബൊളീവിയൻ പട്ടാളത്തിന്റെ ചില വിഭാഗങ്ങളുടെ സഹകരണത്തെ ആശ്രയിച്ചാണ് നിലനിൽക്കുന്നത്. അതുണ്ടായില്ലെങ്കിൽ വലിയൊരു പറ്റം പോരാളികളെ അത് കൂടുതൽ പ്രബലനായ സേനയ്ക്കെതിരെ അസമമായ ഒരു പോരാട്ടത്തിന്റെ സ്ഥിതിയിലെത്തിക്കും. ഞങ്ങൾ പ്രശ്നം പരിഹരിക്കാതെ വിട്ടു, പക്ഷേ മോങ്കോ വന്നതിനുശേഷം അത് പിന്നീട് ചർച്ച ചെയ്യും. നൽകപ്പെട്ട ഉറപ്പുകൾ പ്രകാരം ബൊളീവിയൻ പാർട്ടി 20 പേരെ ഗറില്ലാസേനയ്ക്കായി നൽകുന്നതാണ്.

ജൂലൈ 29–ഞങ്ങൾക്കും ചിനോ[3]ക്കുമിടയിൽ സന്ദേശവാഹകനായി പ്രവർത്തിക്കുന്ന പെറൂവിയൻ സഖാവായ സാഞ്ചെസു[4]മായി ഞങ്ങൾ സംസാരിച്ചു. ആദ്യം ബൊളീവിയയിലും തുടർന്ന് പെറുവിലും പോരാട്ടമാരംഭിക്കാനുള്ള ഞങ്ങളുടെ സർക്കാരിന്റെ തീരുമാനം അദ്ദേഹത്തെ

---

1. ലൂയിസ് ടെല്ലറിയാ (ടെല്ലറിയാ, ഫാക്കുൻഡോ).
2. ജൂലിയോ മെൻഡെസ് (നാറ്റോ, കാമ്പ) ഗറില്ലാ പ്രവർത്തനങ്ങളെ സഹായിക്കാനായി നിയോഗിക്കപ്പെട്ട ഒരു ബൊളീവിയൻ കമ്യൂണിസ്റ്റ് പാർട്ടിയംഗം. നവംബർ 11 വരെ അദ്ദേഹം കാമ്പ എന്നറിയപ്പെട്ടു. തുടർന്ന് നാറ്റോ എന്നും. ആ ദിനത്തിനു ശേഷം കാമ്പ മറ്റൊരു ബൊളീവിയൻ സഖാവാണ്. പേര് ഓർലാൻഡോ ജിമെനസ്.
3. ജുവാൻ പാബ്ളോചാംഗ് (ചിനോ), പെറൂവിയൻ ദേശീയ വിമോചനസേന (ELN) യുടെ ഒരു നേതാവായിരുന്നു. പിന്നീട് അദ്ദേഹം ബൊളീവിയയിലെ ഗറില്ലകൾക്കൊപ്പം ചേർന്നു.
4. ജ്യൂലിയോ ഡഗാനിനോ പച്ചീക്കോ (സാഞ്ചസ്), ലാ പാസിലെ ഗറില്ലകളുടെ രഹസ്യനെറ്റ്‌വർക്കിൽ പ്രവർത്തിച്ചുകൊണ്ടിരുന്ന ഒരു വിപ്ലവകാരി.

അറിയിച്ചു. തൽക്കാലസ്ഥിതിയിൽ സാഹചര്യങ്ങൾ ബൊളീവിയയിലാണ് ഭേദമെന്നും, പെറുവിലെ അടുത്തകാലത്തെ സ്ഥിതിഗതികളിലെ മാറ്റവും സായുധസമരത്തിന്റെ പരാജയവും (ഡി ലാ പ്യൂവെൻടെയുടെ മരണം, കാലിക്സ്റ്റോയുടെ തടവിലാക്കപ്പെടൽ, ലൊബാറ്റോണിന്റെ തിരോധാനം തുടങ്ങി...)[1] പരിഗണിച്ചാണ് ആ തീരുമാനമെന്നും ഞങ്ങൾ വിശദീകരിച്ചു. അദ്ദേഹത്തിന് കാര്യങ്ങൾ ശരിക്കും മനസിലായി. ഞങ്ങൾ അദ്ദേഹത്തോട് സഹകരണം തുടരാനും അദ്ദേഹത്തിന്റെ സംഘടന നൽകിയ വാഗ്ദാനപ്രകാരം പരിശീലനം നേടാനായി പോരാളികളെ അയക്കാനും ആവശ്യപ്പെട്ടു. അവർ ആദ്യം ചില പോരാട്ടങ്ങളിൽ ബൊളീവിയക്കാർക്കൊപ്പം പങ്കെടുക്കുകയും തുടർന്ന് തങ്ങളുടെ രാജ്യത്ത് തങ്ങളുടെ മറ്റു ചില നാട്ടുകാരെക്കൂടി സംഘടിപ്പിച്ച് ഒരു ഗറില്ലാ ന്യൂക്ലിയസ് സ്ഥാപിക്കുകയും ചെയ്യും.

ജൂലൈ 30–ഞങ്ങൾ സഖാവ്(മോയിസെസ്) ഗുവേരയുമായി സംസാരിച്ചു. ഈ സഖാവിനൊരു സംഘടനയുണ്ട്. അതൊരു ചൈനാ അനുകൂല ഗ്രൂപ്പിന്റെ വിഭാഗമാണ്. താനൊരു സായുധസമരാനുകൂലിയാണെന്നാണ് അദ്ദേഹം പറയുന്നത്. ഞങ്ങൾ അദ്ദേഹത്തോട് ഞങ്ങൾ സംഘടിപ്പിക്കുന്ന ഗറില്ലാ സംഘത്തിൽ ചേരുകയെന്ന നിർദേശം വച്ചു. ബൊളീവിയയിൽ സാമ്രാജ്യത്വത്തിനെതിരായ സമരത്തിൽ ഒരു ഐക്യമുന്നണി രൂപീകരിക്കുക എന്ന ആശയമായിരുന്നു അതിലുണ്ടായിരുന്നത്. അദ്ദേഹം ഉന്നയിച്ച പോയിന്റുകൾ ഞങ്ങൾ ഫ്രാൻസിസ്കോയുമായി ചർച്ച ചെയ്തു. അതേവരെ അദ്ദേഹമാകെ ചോദിച്ചത് പണം മാത്രമാണെന്നതിനാൽ, അദ്ദേഹം ആ ചർച്ചയിൽ ആത്മാർഥവും തുറന്നതുമായ ഒരു സമീപനമാണ് എടുത്തതെന്നു തോന്നുന്നില്ല.

തന്റെ ഗ്രൂപ്പിന്റെ യഥാർഥ വീക്ഷണങ്ങളെ പ്രതിഫലിപ്പിക്കുന്ന മറ്റൊരു റിപ്പോർട്ട് തയാറാക്കാൻ ഞങ്ങൾ അദ്ദേഹത്തോട് ആവശ്യപ്പെ

---

1. വിപ്ലവ ഇടതുപക്ഷ പ്രസ്ഥാന (MIR)ത്തിന്റെയും പെറുവിയൻ നാഷണൽ ലിബറേഷൻ ആർമിയുടെയും നേതൃത്വത്തിൽ സംഘടിപ്പിക്കപ്പെട്ട ഗില്ലാസേനകൾക്ക് 1965 ൽ ഒരുനിര പരാജയങ്ങൾ നേരിട്ടു.
   1965 ഒക്ടോബറിൽ കുസ്കോ പ്രവിശ്യയിൽ പ്രവർത്തിച്ചിരുന്ന ലൂയിസ് ഡി ലാ പ്യൂവെൻടെ നയിച്ചിരുന്ന MIRന്റെ ഗറില്ലാപ്രവർത്തനം തുടങ്ങി. ഡിസംബറിനകം അതും അടിച്ചമർത്തപ്പെട്ടു. തുടർന്ന് ബെനെ പിടികൂടുകയും തടവിലാക്കുകയും ചെയ്തു.
   ജൂനിൻ പ്രവിശ്യയിൽ പ്രവർത്തിച്ചിരുന്ന MIRന്റെ ഗറില്ലാ മുന്നണി (ഗ്വില്ലർ മോലൊബാട്ടോണിന്റെയും മാക്സിമോ വെലാൻഡെയുടെയും നേതൃത്വത്തിൽ)1965 ഡിസംബർ, 1966 ജനുവരി മാസങ്ങളിൽ നടന്ന ഏറ്റമുട്ടലുകളിൽ തുടച്ചുമാറ്റപ്പെട്ടു. വെലാൻഡോ പിടിയിലാകുകയും പട്ടാളത്തിന്റെ കൈകളാൽ മരിക്കുകയും ചെയ്തപ്പോൾ ലൊബാട്ടോൺ അപ്രത്യക്ഷനായി, അദ്ദേഹം 1966 ജനുവരി ആദ്യം കൊല്ലപ്പെട്ടിരിക്കാനാണ് സാധ്യത.
   ഗറില്ലാമുന്നണി അടിച്ചമർത്തപ്പെട്ടു. MIRന്റെ സ്ഥാപകനേതാവായിരുന്ന ഡി ലാ പ്യൂവെർട്ടെ ഒക്ടോബർ 22ന് കൊല്ലപ്പെട്ടു.
   1965 സെപ്തംബറിൽ ആയാക്കുച്ചോ പ്രവിശ്യയിൽ ഹെക്റ്റർ ബെജാറിന്റെ (കാലിക്സ്റ്റോ) നേതൃത്വത്തിൽ ELN. ഗറില്ലാ പ്രവർത്തനം നടത്തി.

ട്ടു. ഞങ്ങൾ ആയുധങ്ങൾക്കും മറ്റു സാമഗ്രികൾക്കുമായി പണം നൽകുകയില്ല എന്ന് അദ്ദേഹത്തെ അറിയിച്ചു. കാരണം ആളുകളെ ആയുധസജ്ജരാക്കുന്നതിന്റെ ചുമതല മുഖ്യ കമാന്റഡിനാണ്. പക്ഷേ എല്ലാക്കാര്യവും മനില[1]യെ ധരിപ്പിക്കാനായി അദ്ദേഹമൊരു വിശദമായ റിപ്പോർട്ട് തയാറാക്കണം; ഇവിടേക്കുവരുന്ന ഒരു സഖാവിന്റെ പക്കൽ അതു കൊടുത്തയക്കാം. ഈ ചർച്ചകളെല്ലാം നടത്തിയത് സാഞ്ചസാണ്. റിപ്പോർട്ട് രണ്ടു ദിവസത്തിനകം എത്തിച്ചിരിക്കും. കൊക്കോ[2]യുടെ നേതൃത്വത്തിൻ കീഴിൽ പ്രവർത്തിക്കാനായി ഞങ്ങൾ മൂന്നു സഖാക്കളെ അയച്ചു. ഞങ്ങൾക്ക് പരിശീലനം നേടാനായി ഗറില്ലാ പ്രവർത്തന സാധ്യതയുള്ള പ്രദേശത്തിനകത്ത് ഒരു കൃഷിയിടം കണ്ടെത്താനവർ ശ്രമിക്കണം. സാഹചര്യങ്ങളെക്കുറിച്ചുള്ള വിശദാംശങ്ങളിലുള്ള ഒരു റിപ്പോർട്ട് ആവശ്യപ്പെട്ടുകൊണ്ട് റാമോണിൽനിന്ന് ഞങ്ങൾക്കൊരു സന്ദേശം കിട്ടി. അദ്ദേഹത്തെ വിവരങ്ങളറിയിക്കാനുള്ള ഏറ്റവും നല്ല മാർഗത്തെക്കുറിച്ച് ഞങ്ങൾ എംബിലിയുമായി ചർച്ച നടത്തി.

മാസത്തിന്റെ വിലയിരുത്തൽ

റിപ്പോർട്ട് നം:15 ആരംഭിക്കുന്നു (പകർത്തിയെഴുതിയത്)
സഖാവ് ഏരിയെൽ[3]

പോമ്പോയുമായുള്ള എന്റെ സംഭാഷണത്തിൽനിന്നു തോന്നുന്നത് ഫ്ളാക്കോ ഒരു പര്യാപ്തമായ റിപ്പോർട്ടുണ്ടാക്കിയില്ലെന്നാണ്. ഞാൻ ഒട്ടേറെ ചോദ്യങ്ങൾ ചോദിച്ചു. ഗുവേര (മോയിസെസ്), സാഞ്ചസ് എന്നിവരുടെ കാര്യത്തിൽ നിർദേശങ്ങളൊന്നും കിട്ടിയിട്ടില്ല.

ഇവിടെയുള്ള സാഹചര്യങ്ങളുടെ കാര്യത്തിൽ, ഞങ്ങൾ ചില വിഷമതകളിൽ ചെന്നുവീണു. എസ്റ്റാനിസ്ലാവോ വലിയൊരാളവിൽ ചാഞ്ചാടുകയാണ്. നാലുപേരുടെ[4] വരവിനു ശേഷം, കൊക്കോയിലൂടെ കുറച്ച് സമ്മർദം ചെലുത്താൻ ഞങ്ങൾക്കായിട്ടുണ്ട്. എല്ലാം നന്നായിപോകുന്നു, അയാൾ(മോൻജെ) പദ്ധതി സ്വയം നടപ്പാ

---

1. ക്യൂബയെക്കുറിച്ചാണ് പരാമർശം.
2. റോബെർട്ടോ പെരെഡോ (കൊക്കോ), ഗറില്ലാ തയാറെടുപ്പുകൾക്കായി ബൊളീവിയൻ കമ്യൂണിസ്റ്റുപാർട്ടി ഏർപ്പാടു ചെയ്ത സഖാവ്. പിന്നീടദ്ദേഹം ഗറില്ലാ സേനയിൽ ചേർന്നു.
3. ക്യൂബയിലെ ബന്ധങ്ങളിലൊരാളുടെ കോഡ് നാമം.
4. ഗറില്ലാ തയാറെടുപ്പുകളെ സഹായിക്കാനും പോരാട്ടത്തിൽ പങ്കാളികളാകാനുമായി മോൻജെ നാലു ബൊളീവിയൻ കമ്യൂണിസ്റ്റുപാർട്ടി അംഗങ്ങളെ അയച്ചു. അവർ റെഡോൾഫോ സൽദാന, ജോർജെ വാസ്ക്വെസ് വിയാന (ബിഗോട്ടസ്, ലോറോ); റോബർട്ടോ പെരെഡോ (കൊക്കോ); ജൂലിയോ മെൻഡസ്(നാറ്റോ). ബൊളീവിയൻ കമ്യൂണിസ്റ്റുപാർട്ടിയുടെ അപേക്ഷപ്രകാരം അവരെ സൈനിക പരിശീലനം നേടാനായി ജനുവരി 1966ൽ ക്യൂബയിലേക്കയച്ചു.

ക്കുമെന്ന കാര്യത്തിൽ ദൃഢനിശ്ചയമെടുത്തിരിക്കുന്നതായും പ്രതിബദ്ധതയുള്ളവനായും കാണപ്പെടുന്നു, അദ്ദേഹം അത് ചെയ്യാൻ ഉദ്ദേശിക്കുന്നത് തലസ്ഥാനത്ത് ഒരു ഉയിർത്തെഴുന്നേൽപ്പ് സംഘടിപ്പിച്ചുകൊണ്ടാണ്. അതൊരു സമരാഹ്വാനമായി മാറും. അതേസമയം തന്നെ മലകളിൽ സായുധഗറില്ലാ സമരം ആരംഭിക്കുകയും ചെയ്യാം. സായുധ ഗറില്ലാസമരം തുടങ്ങാനായി തന്റെ ആളുകളിൽനിന്ന് ഏറ്റവും മികച്ച 20 പേരെ നൽകാമെന്നും അദ്ദേഹം വാഗ്ദാനം ചെയ്തിട്ടുണ്ട്. ഞാൻ പാബ്ലോ[1]യുടെ കൃഷിയിടത്തിൽ പര്യവേക്ഷണം നടത്തി. അതൊരു പട്ടാളഡിവിഷന്റെ ഏരിയയിൽത്തന്നെയായതിനാൽ അതു പറ്റില്ല. നേരത്തെ സൂചിപ്പിക്കപ്പെട്ട പ്രദേശത്ത് ഞാനൊരെണ്ണത്തിനുവേണ്ടി ശ്രമിക്കുന്നുണ്ട്. അതൊരു ഇരുപത് ദിവസത്തിനകം കിട്ടുമെന്നു പ്രതീക്ഷിക്കുന്നു.

പെറുവിനു പകരം ബൊളീവിയയിൽ ശ്രദ്ധകേന്ദ്രീകരിക്കാനുള്ള നമ്മുടെ ഉദ്ദേശ്യത്തെപ്പറ്റി സാഞ്ചസിനോടു പറയാൻ ഞാൻ നിർബന്ധിതനായി. ഇപ്പോൾ അക്കാര്യം അദ്ദേഹത്തിന് ബോധ്യമാണ്.

വിജയത്തിന്റെ യഥാർഥ സാധ്യതകൾ ഞാൻ കാണുന്നു. മോങ്കോയുടെ പങ്കാളിത്തത്തെപ്പറ്റി എസ്റ്റാനിസ്ലാവോയോട് പറയേണ്ട സമയമിതാണ്. ഞങ്ങളതൊഴിവാക്കി. അങ്ങനെയൊന്നു സംഭവിച്ചാൽ, താൻ മോങ്കോയുടെ ഒപ്പം നിന്ന് അന്ത്യംവരെ പൊരുതുമെന്ന് അദ്ദേഹം ഞങ്ങളോടു പറഞ്ഞു.

എന്നെ സംബന്ധിച്ചിടത്തോളം, എനിക്കിപ്പോൾ ഒരു അപകടസാധ്യതയുമില്ല. കൂട്ടുകാരും സുരക്ഷിതരാണ്. നഗരത്തിലെ പ്രവർത്തനം ഏറ്റെടുക്കാൻ മറ്റാരെയെങ്കിലും കണ്ടുപിടിക്കണ്ടത് ആവശ്യമാണ്, അപ്പോഴെനിക്ക് കൃഷിയിടത്തിലേക്ക് പോകാനാകും. കടുതൽ റിസർവ് ഫണ്ടുകൾ (കരുതൽധനം) അയക്കേണ്ടതുണ്ടെന്നു ഞാൻ കരുതുന്നു.

ഒരു ആലിംഗനം. ടാക്കോ[2]

ആഗസ്ത് 1966

ആഗസ്ത് 5 – ഞങ്ങളെത്തിച്ചേർന്നതിന്റെ വാർത്ത കിട്ടിയെന്നറിയിക്കുന്ന ഒരു സന്ദേശം ഞങ്ങൾക്ക് മനിലയിൽനിന്നു കിട്ടി. 13-ാം തിയതി മുതലുള്ള പരസ്പര ആശയവിനിമയങ്ങളെക്കുറിച്ചും അത് സൂചിപ്പിക്കുന്നു. ഒന്നുമിവിടെ റെഡിയായിട്ടില്ലെന്നതിൽ അവർ ഖിന്നരാണ്. അതിനുമപ്പുറം സൈനികമായ വിശദവിവരങ്ങളുള്ള രാജ്യത്തിന്റെ ഒരു ഭൂപടം

1. കാരണാവി സ്വത്തുക്കളുടെ ഉടമസ്ഥരിലൊരാൾ.
2. ജോസ് മരിയാ മാർട്ടിനെസ് ടമായോയുടെ മറ്റൊരു രഹസ്യനാമം.

വേണമെന്ന് അവരാവശ്യപ്പെടുന്നു. അവർ റിപ്പോർട്ടുകളെ കുറിച്ചൊന്നും സൂചിപ്പിക്കുന്നില്ല. തീർച്ചയായും അതെത്തിയിട്ടില്ല.

എംബിലി മോയിസെസു (ഗുവേര)മായി നേരിട്ട് ബന്ധപ്പെടരുതെന്നവർ നിർദേശിക്കുന്നു. സാഞ്ചസ് മുഖാന്തിരമാണത് നടത്തേണ്ടത്. ഞങ്ങളുടെ സർക്കാർ അയാളുടെ നിർദേശം പരിഗണിച്ചുകൊണ്ടിരിക്കുകയാണെന്നും ഞങ്ങളവിടെ നിന്നൊരു മറുപടിക്കായി കാത്തിരിക്കുകയാണെന്നും അയാളോടു പറയണം.

ആഗസ്ത് 6– ചിനോയിൽനിന്നുള്ള സന്ദേശങ്ങളുമായി രണ്ട് പെറുവിയൻ സഖാക്കളെത്തി. അതിൽ ചിനോ പറയുന്നത് ബൊളീവിയക്കെന്തുകൊണ്ടാണ് പ്രഥമ പരിഗണന നൽകുന്നതെന്ന് തനിക്കു മനസിലാകുന്നില്ലെന്നാണ്. അവർ സമരം തുടങ്ങാനുള്ള തീരുമാനമെടുത്തുകഴിഞ്ഞതായി അദ്ദേഹം വിശ്വസിക്കുന്നു; അതിനുള്ള ജോലി വളരെ മന്ദഗതിയിലാണു മുന്നോട്ടുപോകുന്നതെങ്കിലും. എന്തു സാഹചര്യങ്ങളാണ് കുറവ് എന്നുണ്ടെങ്കിൽ അവയൊക്കെ സൃഷ്ടിക്കപ്പെടും. ഞങ്ങളുടെ അഭിപ്രായത്തിൽ റാമോണിന് അവിടെ പോകാനാവില്ല. കാലിക്സ്റ്റോയുടെ പിടിയിലാകൽ പോലുള്ള പല കാര്യങ്ങളും വ്യക്തമാക്കപ്പെടേണ്ടതുണ്ട്. അതുപോലെ ഡി ലാ പ്യൂവെൻടെയുടെ മരണം, ലൊബാറ്റോണിന്റെ അപ്രത്യക്ഷമാകൽ, ഗാഡിയയുടെ പിടിയിലാകൽ എന്നിങ്ങനെയുള്ളവയും. കാര്യങ്ങൾ വന്ന് ഭവിച്ചതെങ്ങനെയെന്നുള്ളതിനെ അടിസ്ഥാനമാക്കി നോക്കുമ്പോൾ ഒരു ഡോക്ടറെ ഇടനിലക്കാരനാക്കി കലിക്സ്റ്റോ കീഴടങ്ങിയതായേക്കാം (ഒരുപക്ഷേ സ്വന്തം ജീവൻ രക്ഷിക്കുമെന്ന ഉറപ്പിന്മേൽ).

ടുമെയ്ൻ സാഞ്ചസിനൊപ്പം ഒരു സ്കൂൾ പരേഡ് കാണാൻ പോയി. അതിൽ വിദ്യാർഥികളും സിവിലിയന്മാരും സൈനികോദ്യോഗസ്ഥരും ഉൾപ്പെട്ടിരുന്നു. (സമയത്തിന്റെയും പണത്തിന്റെയും ഒരു ഭീമാകാരമായ പാഴാക്കൽ) 1959നു മുമ്പ് ക്യൂബയിൽ നടന്നിരുന്നവ പോലെയുള്ളതാണത്.

ആഗസ്ത് 7– ഇന്ന് ഒരു ചടങ്ങിൽച്ചെന്നവസാനിക്കുന്ന ഒരു സൈനിക പരേഡുണ്ടായിരുന്നു. അതിൽ പരിശീലനം നേടുന്ന സൈനികവിദ്യാർഥികളും സൈനിക അക്കാദമികളും പങ്കെടുത്തു(ആർമി, റെഡ് ബറ്റാലിയൻ, നേവി, മിലിട്ടറികേഡറ്റുകൾ, റേഞ്ചേഴ്സ് തുടങ്ങിയ) പരേഡിലുടനീളം വലിയ ചിലി വിരുദ്ധ പ്രചരണമുണ്ടായിരുന്നു. പാർട്ടിയംഗങ്ങൾ പറഞ്ഞത്, ഇങ്ങനെയാണവർ ജനങ്ങളുടെ ശ്രദ്ധ ആഭ്യന്തര പ്രശ്നങ്ങളിൽനിന്ന് അന്താരാഷ്ട്ര പ്രശ്നങ്ങളിലേക്ക് തിരിച്ചുവിടുന്നതെന്നാണ്. ബൊളീവിയക്ക് കടലിലേക്കൊരു പ്രവേശനം വേണമെന്നതിന്റെ പേരിലാണ് ചിലിക്കെതിരായ പ്രചാരണം.

ഈ വീട്ടിൽ ഞങ്ങൾക്ക് തങ്ങേണ്ടിവന്ന സമയവുമായി (പന്ത്രണ്ടു ദിവസം) ബന്ധപ്പെട്ട് ഞങ്ങൾക്കൽപ്പം ഉൽക്കണ്ഠയുണ്ട്. കുറച്ചുകൂടി സുരക്ഷിതമായ ഒന്ന് കിട്ടാത്തതിൽ.

ജനറൽ ബാരിയെന്റോസിന്റെ[1] പ്രസംഗം ഒരുപറ്റം നുണകളായിരുന്നു. ആ പ്രസംഗത്തിൽ ഒരു പുതിയ വ്യവസായവൽകൃത ബൊളീവിയ സൃഷ്ടിക്കാൻ രാജ്യസ്നേഹത്തിന്റെ അടിസ്ഥാനത്തിൽ ദേശീയ ഐക്യം കെട്ടിപ്പടുക്കാൻ അദ്ദേഹം ആഹ്വാനം ചെയ്തു. രാജ്യത്തിന് അതിന്റെ തന്നെ ലോഹമുരുക്കുന്ന പ്ലാന്റുകൾ ഉണ്ടായിരിക്കണം. തന്റെ സഹകാരികളോട് ജനങ്ങളോടുള്ള ഉത്തരവാദിത്വങ്ങൾ നിർവഹിക്കാൻ അയാൾ ആഹ്വാനം ചെയ്തു. അതുകൊണ്ടവർ ബൊളീവിയയെ ഒരു മഹത്തായ രാജ്യമാക്കാൻ രാവും പകലും പ്രവർത്തിക്കണം. അതോടെ എല്ലാവരും ബഹുമാനിക്കുന്നതും, കടലിലേക്ക് പ്രവേശനമാർഗമുള്ളതുമായ ഒരു പുതിയ മഹത്തായ ബൊളീവിയ സൃഷ്ടിക്കപ്പെടും.

ആഗസ്ത് 8–വൈകിട്ട് ഞങ്ങൾ എസ്റ്റാനിസ്ലാവോയുടെ വീട്ടിൽ പോയി. അയാൾ വാഗ്ദാനം ചെയ്ത 20 പേരുടെ കൂടെ കുറച്ചു അധികം ആളുകളെ ആവശ്യമാണെന്ന കാര്യം എംബിലി ഊന്നിപ്പറഞ്ഞു. എസ്റ്റാനിസ്ലാവോ അപ്പോൾ ചോദിച്ചു. "ഏത് ഇരുപത്?" അത്തരമൊരു വാഗ്ദാനവും അയാളോർക്കുന്നില്ല. അതിനുമപ്പുറം അയാൾ പറഞ്ഞു, ഒരു രഹസ്യാന്വേഷണ, ചാരപ്രവർത്തനവിരുദ്ധസംഘടനയുടെ തലവനാകാൻ പറ്റുന്ന ആരും തന്റെ കൈയിലില്ലെന്ന്; അതുകൊണ്ട് കൊക്കോയെ ആണതിന് ഉപയോഗിക്കേണ്ടതെന്ന്. സർക്കാരിലെ ചില ഉയർന്ന ഉദ്യോഗസ്ഥന്മാർ തനിക്ക് വിവരം തരാമെന്ന് വാഗ്ദാനം ചെയ്തിട്ടുണ്ടെന്ന് അയാൾ വിശദീകരിച്ചു. അദ്ദേഹം ആ പേരുകൾ പറഞ്ഞു. അതിവിടെ സൂചിപ്പിക്കേണ്ട കാര്യമില്ല. എംബിലി വീണ്ടും ഇരുപതാളുകളെ നൽകാമെന്ന ഉറപ്പിനെക്കുറിച്ച് അദ്ദേഹത്തെ ഓർമിപ്പിച്ചപ്പോൾ അദ്ദേഹം തനിക്ക് കേന്ദ്രകമ്മിറ്റിയിലെ ബാക്കിയുള്ളവരുമായി പ്രശ്നങ്ങളുണ്ടെന്നും സായുധസമരത്തിൽ ചേരാതിരിക്കാനായി കേന്ദ്രകമ്മിറ്റി തന്റെമേൽ സമ്മർദം ചെലുത്തുകയാണെന്നും പറഞ്ഞു. കഴിഞ്ഞ തിരഞ്ഞെടുപ്പ് –അതിലവർക്ക് 32000 വോട്ടു കിട്ടി– ഒരു വിജയമാണെന്നാണ് അവരുടെ വീക്ഷണം. ഞങ്ങൾക്ക് ഉണ്ടാക്കാനായ കാര്യമായൊന്നുമില്ലാത്ത പുരോഗതിവച്ചുനോക്കുമ്പോൾ, എന്തോ പ്രശ്നമുണ്ട്. കൂടുതൽ വസ്തുനിഷ്ഠമായി കാര്യം പറഞ്ഞാൽ, സമരത്തിൽ ചേരാനുള്ള അവരുടെ തീരുമാനം തികഞ്ഞ അനിശ്ചിതത്വത്തിലാണ്. യഥാർഥത്തിൽ, കാര്യങ്ങൾ വഴിമുട്ടിനിൽക്കുന്ന ഒരു സ്ഥിതിയിലെത്തിയിരിക്കുന്നു. വാസ്തവത്തിൽ, എന്തെങ്കിലും ചെയ്യാനായി എംബിലി അവരെ നിർബന്ധിക്കേണ്ട ഒരു കാര്യവുമില്ല. ഞങ്ങളാണ് എല്ലാ സംഘടനാപരമായ ജോലിയും ചെയ്യുന്നത്, അവർ ഞങ്ങളെ സഹായിക്കുക മാത്രമാണ്.

ആഗസ്ത് 10 –രണ്ടാം തവണയും എനിക്ക് വയറുവേദനയും വയറിളക്കവും പിടിച്ചു. അൽപ്പം ഗുളികകൾ കിട്ടാനായി ഞങ്ങൾ ഡോറിയ[2]യെ സമീപിച്ചു. സംഗതി അതിസാരമാണെന്നും, എന്നാൽ പേടിക്കാനൊന്നുമില്ലെന്നും അദ്ദേഹം പറഞ്ഞു.

1. 1964 നവംബറിലെ സൈനിക അട്ടിമറിയിൽക്കൂടി ബൊളീവിയയിലെ പ്രസിഡന്റായി.
2. പിംബെർട്ടോ റിയ, ഒരു ബൊളീവിയൻ ഡോക്ടർ, ഗറില്ലാ പ്രസ്ഥാനത്തിന്റെ നഗരങ്ങളിലെ നെറ്റ്‌വർക്കിന്റെ നേതാക്കളിലൊരാൾ.

ആഗസ്ത് 12– ഞങ്ങൾക്ക് മനിലയിൽനിന്നൊരു റിപ്പോർട്ട് കിട്ടി. അതിൽ ഇങ്ങനെ പറഞ്ഞു, "മോങ്കോയിൽനിന്നുള്ള റിപ്പോർട്ടുകളും നിർദേശങ്ങളുമായി പാച്ചോ[1] പുറപ്പെടുന്നു, 24 നോടടുപ്പിച്ച് അവനെത്തും." എങ്ങനെയാണ് അവൻ എത്തുന്നതെന്ന് ഞാൻ പറയുന്നില്ല. യൂണിവേഴ്സോ തിയേറ്ററിനു മുന്നിൽ അവനുമായി ബന്ധപ്പെടാൻ ആരെയെങ്കിലും അയക്കണമെന്നവർ പറയുന്നു.

ആഗസ്ത് 15– അവർ സന്ദർശിച്ച കൃഷിയിട (ഫാമുകൾ)ങ്ങളുടെ വിവരങ്ങളുമായും നമ്മുടെ ഉദ്ദേശ്യങ്ങൾക്ക് പറ്റിയതേതാണെന്ന് സൂചിപ്പിച്ചുകൊണ്ടും ബിഗോട്ടസ്[2] എത്തിച്ചേർന്നു. കാമ്പയെയും ടുമെയ്നെയും ഏറ്റവും പറ്റിയ ഫാം ഏതെന്നു നോക്കി വാങ്ങാനായി പറഞ്ഞുവിടാൻ തീരുമാനമെടുത്തു. അത് അൽഗാറാനാസി[3]ന്റേതാണ്. കാരണം ഒരുപക്ഷേ പാച്ചോക്കൊപ്പം മോങ്കോയും വന്നേക്കാം. ഞങ്ങൾ സഖാവ് ഒലിവാറെസു[4]മായി തർക്കിച്ചു. അയാൾ മോൻജെ ഞങ്ങൾക്ക് തന്നവരിലൊരാളാണ്. തനിക്ക് തുടരാൻ താൽപ്പര്യമില്ലെന്ന് അദ്ദേഹം പറഞ്ഞു. കാരണം രാജ്യത്ത് ഗറില്ലാ സമരത്തിനൊരു സാധ്യതയുമില്ല. അതിനുമപ്പുറം അക്കാര്യം അയാളോട് ചർച്ച ചെയ്തിട്ടുമില്ല.

ആഗസ്ത് 19 – എംബിലി എസ്റ്റാനിസ്ലാവോയുമായി കൂടിക്കാഴ്ച നടത്തി. ഇപ്പോഴത്തെ ചില പ്രധാനപ്പെട്ട പ്രശ്നങ്ങൾ ചർച്ച ചെയ്തു. എസ്റ്റാനിസ്ലാവോ നാലുപേരെ പിൻവലിക്കുമെന്ന് ഭീഷണിപ്പെടുത്തി. അവരോട് ആയുധമെടുക്കേണ്ട എന്നുപറയാൻ തനിക്കുപറ്റും. അതു ചെയ്യാൻ അദ്ദേഹത്തിനു പറ്റുമെന്ന് ഞങ്ങൾക്കറിയാമെന്ന് ഞങ്ങൾ മറുപടി പറഞ്ഞു. പക്ഷേ മനിലയിൽവച്ച് നൽകിയതും വീണ്ടും ഏതാനും ദിവസങ്ങൾക്കു മുമ്പ് ആവർത്തിച്ചതുമായ വാഗ്ദാനം അദ്ദേഹം പാലിക്കുന്നതിന് ഉദ്ദേശിക്കുന്നില്ലെങ്കിൽ ഞങ്ങൾക്കത് മനിലയിലേക്ക് റിപ്പോർട്ട് ചെയ്യേണ്ടിവരുമെന്നും ഞങ്ങൾ പറഞ്ഞു. താൻ വാക്കു പാലിക്കുന്ന ഒരാളാണെന്നും പക്ഷേ തന്റെ ആളുകളുമായി തനിക്കു വീണ്ടും സംസാരിക്കേണ്ടതുണ്ടെന്ന കാര്യം മനസിലാക്കിക്കണമെന്നേ തനിക്കുള്ളൂവെന്നും അദ്ദേഹം അതിന് മറുപടി പറഞ്ഞു. ഞങ്ങൾ മലകളിലേക്ക് പോകുന്നതിന് മുമ്പ് അത് അദ്ദേഹം ഞങ്ങളെ അറിയിക്കും. കാരണം ഞങ്ങൾക്ക് എത്തിച്ചുതന്നിരിക്കുന്ന ആളുകളിൽ പലർക്കും ഈ പ്രവർത്തനത്തിനാണ് അവരെ തെരഞ്ഞെടുത്തിരിക്കുന്നതെന്ന് അറിയില്ല. ഒലിവാറെ

---

1. ആൽബർട്ടോ ഫെർണാണ്ടസ്(പാച്ചോ), പിന്നീട് ഗറില്ലകൾക്കൊപ്പം ചേർന്ന ഒരു ക്യൂബൻ സാർവദേശീയവാദി.
2. ജോർജെ വാസ്ക്വെസ് വിയാന (ബിഗോട്ടസ്, ലോറോ) ഗറില്ലാ തയാറെടുപ്പുകൾക്കായി ബൊളീവിയൻ കമ്യൂണിസ്റ്റുപാർട്ടി നിയോഗിച്ചവരിൽ ഒരാൾ. അദ്ദേഹം പിന്നീട് ഗറില്ലാസേനയിൽ ചേർന്നു.
3. സീറോ അൾഗാറാനാസ്, നാങ്കാഹുവാസു ഫാമിന്റെ ഏറ്റവും അടുത്തുള്ള ഭൂസ്വത്തിന്റെ ഉടമ. അത് സാന്താക്രൂസ് പ്രവിശ്യയിൽ കാമിരിക്കടുത്താണ്.
4. റെനെ റോബർട്ടോ ഒലിവാറെസ്. ബൊളീവിയൻ കമ്യൂണിസ്റ്റുപാർട്ടി അംഗം. അയാൾ ഗറില്ലകൾക്കൊപ്പം ചേർന്നില്ല.

സിനെ സംബന്ധിച്ചിടത്തോളം (സാഹചര്യങ്ങൾ ശരിയാണെന്ന് തോന്നാത്തതിനാൽ പങ്കെടുക്കാൻ വിസമ്മതിച്ച ചെറുപ്പക്കാരനാണയാൾ) താനവനുമായി അക്കാര്യം ചർച്ചചെയ്യാമെന്ന് എസ്റ്റാനിസ്ലാവോ പറഞ്ഞു. കാരണം മലകളിലേക്ക് പോകാമെന്ന് അയാൾ മനിലയിൽ വച്ച് വാക്കു പറഞ്ഞതാണ്.

ആഗസ്ത് 20– ബിഗോട്ടസ് ആയുധങ്ങളുമായി സാന്താക്രൂസിലേക്ക് യാത്രചെയ്തു.

ആഗസ്ത് 21–ഞങ്ങൾ സഖാവ് സൽദാനയുമായി ചർച്ച നടത്തി. താൻ അവഗണിക്കപ്പെട്ടുവെന്ന ചിന്ത കാരണം അയാൾ ഖിന്നനായിരുന്നു. നേരെമറിച്ച്, അയാളെ പൂർണമായി ഉൾപ്പെടുത്താനാണ് ഞങ്ങൾ ആഗ്രഹിക്കുന്നതെന്ന് ഞങ്ങൾ വിശദീകരിച്ചു. അയാൾ അവഗണിക്കപ്പെട്ടുവെന്നു ചിന്തിക്കണ്ട ഒരു കാര്യവും അയാൾക്കില്ല.

ആഗസ്ത് 23– നഗരത്തിന്റെ പ്രാന്തപ്രദേശങ്ങളിൽപ്പോയി ഞങ്ങൾ എംബിലിയുടെ പിസ്റ്റളും മെഷീൻഗണ്ണും പരിശോധിച്ചു.

(മോയിസെസ്)ഗുവേരയെ ഉൾപ്പെടുത്താൻ തീരുമാനിച്ചാൽ എന്തു ചെയ്യണമെന്ന് ഞങ്ങൾ ചർച്ചചെയ്തു. പ്രവർത്തനങ്ങൾക്കുള്ള മേഖലയായി ശരിക്കും തെരഞ്ഞെടുക്കപ്പെട്ടിരിക്കുന്ന സ്ഥലത്തെപ്പറ്റിയും മറ്റും അദ്ദേഹത്തോട് പറയേണ്ടെന്ന് സാഞ്ചെസ് നിർദേശിച്ചു. അൽപ്പം പണ ച്ചെലവ് വരുമെന്നുണ്ടെങ്കിലും ഏറ്റവും നല്ലത് മോയിസെസ് ഗുവേരയുടെ സംഘടനയെ ഒരു പ്രായോഗിക പരീക്ഷണത്തിനു വിധേയമാക്കുന്നതാണെന്നും സാഞ്ചസ് നിർദേശിച്ചു. ഈ ലക്ഷ്യത്തോടെ, അദ്ദേഹത്തോട് കൊച്ചബാംബയിൽ ആളുകളെ സംഘടിപ്പിച്ചെത്തിക്കാൻ (ആയുധമെടുക്കാൻ തയാറായി) ഞങ്ങൾ പറയും. അതുചെയ്യാൻ രണ്ടാഴ്ച നൽകിയ ശേഷം ടിക്കറ്റിനുള്ള കാശും വീടിനുള്ള വാടകയും മറ്റുമായി എന്തു പണം വേണമെന്നു ചോദിക്കും. ഈ രീതിയിൽ ശരിക്കും ആയുധമെടുക്കാൻ തയാറുള്ളവരായി അവർക്ക് ആരെങ്കിലുമുണ്ടോ എന്ന കാര്യം ഞങ്ങൾക്ക് ഉറപ്പിക്കാം. അവരെങ്ങനെയാണ് കാര്യങ്ങൾ നടപ്പാക്കാൻ പദ്ധതിയിടുന്നതെന്നും എന്താണവരുടെ യഥാർഥ ലക്ഷ്യങ്ങളെന്നും മനസിലാകും.

ആഗസ്ത് 24– രണ്ടു മാസത്തിലേറെയായി ഞങ്ങൾ നോക്കിക്കൊണ്ടിരുന്ന വീട് ഒടുവിൽ ഞങ്ങൾക്കു കിട്ടി. ഞങ്ങളുടെ വിജയത്തിൽ വിശ്വാസമില്ലാത്തതിനാൽ തനിക്ക് "മലകളിലേക്ക് പോകാനാഗ്രഹമില്ലെന്നു പറഞ്ഞ സഖാവ് രാജ്യത്തെ സാഹചര്യങ്ങൾ ഒരു സമരത്തിനു പക്വമാണെന്നു കരുതുന്നില്ല. പക്ഷേ പിന്നീടയാൾ പറഞ്ഞത് തനിക്ക് ജനങ്ങളിൽ വിശ്വാസമുണ്ടെന്നും, ബാരിയെന്റോസിന്റെ രാഷ്ട്രീയനാടകങ്ങൾ അവർക്ക് മനസിലാക്കാനാവുമെന്നുമാണ്. കേന്ദ്രകമ്മിറ്റിയിലെ ഒരു നേതൃസഖാവ് ഒരു കാര്യം അയാളോടു പറഞ്ഞപ്പോൾ മറ്റൊന്നാണ് ജനറൽ സെക്രട്ടറി പറഞ്ഞത്. അതുകൊണ്ട്, അയാൾ വിലയിരുത്തുന്നത് അനുസരിച്ച്, ലക്ഷ്യങ്ങളിൽ നേതൃതലത്തിൽ യോജിപ്പില്ല. ഈ സഖാവ് മാരിയോയോട് സംസാരിക്കണമെന്നും നഗരത്തിലെ ജോലികൾ

ചെയ്യാനായി കൂടെ നിൽക്കണമെന്നുമായിരുന്നു ഞങ്ങളുടെ അഭിപ്രായം. കാരണം യുദ്ധക്കളത്തിൽ ഇറങ്ങുന്നവർക്കിടയിൽ അസ്വാരസ്യമുണ്ടാക്കാൻ അയാളുടെ നിലപാട് കാരണമായേക്കാം. അങ്ങനെ വന്നാൽ ഞങ്ങൾക്ക് അങ്ങേയറ്റത്തെ നടപടികൾ (ഫയറിംഗ് സ്ക്വാഡിന്റെ) എടുക്കേണ്ടിയും വരാം. ഒരു സമരം തുടങ്ങുമ്പോളത് ഒട്ടും തന്നെ നല്ല തുടക്കമായിരിക്കില്ല.

ആഗസ്ത് 26– മാരിയോ സഖാവ് ഒലിവാറെസിനോട് സംസാരിക്കുകയും തന്റെ ഉറപ്പ് പാലിക്കാൻ അവനോട് പറയുകയും ചെയ്തു. അയാൾ മലനിരകളിലേക്ക് പോകാമെന്ന് സമ്മതിച്ചു.

ആഗസ്ത് 27 – എംബിലി സഖാവ് ഒലിവാറെസിനോട് സംസാരിച്ചു. ഏതേതു സാഹചര്യത്തിലാണ് സമരം മുന്നോട്ടുപോകുകയെന്നും, അന്തിമവിജയത്തിലെത്തിച്ചേരാൻ ഏഴുമുതൽ പത്തുവരെ വർഷങ്ങളെടുക്കുമെന്നും അദ്ദേഹം വിശദീകരിച്ചു. സമരത്തെക്കുറിച്ച് എന്തെങ്കിലും നിഷേധാത്മക അഭിപ്രായം പറയുന്നത് അനുവദനീയമല്ല എന്നതാണ് ഞങ്ങളുടെ നിലപാടെന്നും അദ്ദേഹം പറഞ്ഞു. ആ സഖാവ് മറുപടി പറഞ്ഞത് ഞങ്ങൾ അയാളെ വിശ്വസിക്കുന്നില്ല എന്നാണ് തനിക്കു തോന്നുന്നതെന്നും അതിനാൽ മലനിരകളിൽ തന്റേതൊരു വല്ലാത്ത അവസ്ഥയായിരിക്കുമെന്നുമാണ്. അതു കൂടാതെ താനൊരു പാർട്ടി പ്രവർത്തകനാകയാൽ ഞങ്ങളുടെ അച്ചടക്കവുമായി സ്വയം പൊരുത്തപ്പെടാൻ തനിക്കാവില്ലെന്നും അയാൾ പറഞ്ഞു. അതുകൊണ്ട്, മലനിരകളിലേക്ക് പോകാമെന്ന് എസ്റ്റാനിസ്ലാവോയോട് സമ്മതിച്ചതാണെങ്കിലും, നഗരത്തിൽത്തന്നെ നിലനിൽക്കുന്നതായിരിക്കും തന്നെ സംബന്ധിച്ച് കൂടുതൽ നല്ലത്.

ആഗസ്ത് 29– ഞങ്ങൾ ഡോ. റിയയെ അൽപ്പം ചിക്കൻ കഴിക്കാനായി ക്ഷണിച്ചു. ബൊളീവിയയിലെ രാഷ്ട്രീയ പരിതഃസ്ഥിതികളും അധികാരം പിടിക്കാനായി ഇടതുപക്ഷം സ്വീകരിക്കേണ്ട സമരരീതികളെയും രൂപങ്ങളെയും കുറിച്ചും അദ്ദേഹത്തിനുള്ള അഭിപ്രായങ്ങളും ഞങ്ങൾ അദ്ദേഹവുമായി ചർച്ചചെയ്തു. അദ്ദേഹം പറഞ്ഞത് നമ്മളാദ്യം തന്നെ നമ്മുടെ ചരിത്രപരമായ പരമ്പരാഗത ധാരണകൾ കൈയൊഴിയണമെന്നാണ്– അതായത് ഒരു പൊതുവായ രാഷ്ട്രീയ ഉയിർത്തെഴുന്നേൽപ്പ്, ഒരു ഇടിമിന്നൽപോലുള്ള പ്രഹരം കൊണ്ട് കാര്യം നേടാമെന്ന ധാരണ. നാം നീണ്ടുനിൽക്കുന്നതും തികച്ചും വിഷമകരവുമായ ഒരു പോരാട്ടത്തിന്റെ സാധ്യത കണക്കിലെടുക്കണം; ആ സമരങ്ങൾ നിരവധി വർഷങ്ങൾ നീണ്ടുനിന്നേക്കും.

രണ്ടാമതായി നാം ജനങ്ങൾക്കിടയിൽനിന്നും ഒരു നേതാവിനെ സൃഷ്ടിച്ചെടുക്കണ്ടത് ആവശ്യമാണ്– ഈ സമരം നയിക്കാൻ കരുത്തുറ്റ ഒരു വ്യക്തിത്വം. മാരിയോ ഒരൊന്നാന്തരം സൈദ്ധാന്തികനാണ്; പക്ഷേ ഈ ഗണത്തിൽപ്പെടില്ല. ഇക്കാര്യത്തെ തന്റെതന്നെ ആളുകൾക്കെതിരായ ഒരു വിമർശനമായി കണക്കിലെടുക്കുന്നത് ഡോ. റിയ ഇഷ്ടപ്പെടുന്നില്ല, പക്ഷേ ഇതാണു സത്യം. രാജ്യത്തെ നയിക്കാൻ പറ്റിയ ഒരു നേതാവല്ല മാരിയോ. വിജയത്തിനു ശേഷം വിദ്യാഭ്യാസത്തിനും പ്രചര

ണത്തിനുമായുള്ള ഒരു മന്ത്രിയാകാനാണ് അദ്ദേഹത്തെ കൊള്ളാവുന്നത്.

മൂന്നാമതായി, പെറുവിലും അർജന്റീനയിലുമുണ്ടായ പരാജയങ്ങളുടെ ഒരു ശ്രദ്ധാപൂർവമുള്ള വിലയിരുത്തലാവശ്യമാണ്; അതുപോലെ, വെനിസ്വേലയിലെ വർത്തമാന രാഷ്ട്രീയസ്ഥിതിയും സൂക്ഷ്മമായി പഠിക്കണം. മിക്കവാറും തെറ്റുകളുണ്ടായത് സൈനികമായ അടവുകളിലാണെന്നാണ് അദ്ദേഹം വിശ്വസിക്കുന്നത്. ഈ രാജ്യത്തും അതാവർത്തിക്കാതിരിക്കാൻ, തെറ്റുകൾ ഒഴിവാക്കാനായി, നാം വിവിധങ്ങളായ അനുഭവങ്ങളിൽനിന്നു പാഠം പഠിക്കണം.

നാലാമതായി, സാധ്യതയുള്ള ഗറില്ലാപ്രവർത്തന മേഖലയെക്കുറിച്ചൊരു വസ്തുനിഷ്ഠമായ വിലയിരുത്തൽ നടത്തുമ്പോൾത്തന്നെ കർഷകബഹുജനങ്ങളെ അണിനിരത്താനുള്ള രീതികളെക്കുറിച്ചുള്ള അന്വേഷണത്തെ അപ്രധാനമായിക്കണ്ടുകൂടാ. സമരം ആരംഭിക്കുമ്പോൾ കർഷകരുടെ പ്രത്യേക സവിശേഷതകൾ നാം മറക്കാൻ പാടില്ല. ഭൂമിക്കുവേണ്ടിയുള്ള സമരത്തിൽനിന്ന് കാര്യമായ പ്രതികരണമൊന്നുമുണ്ടാവില്ല. കാരണം ആയിരക്കണക്കിനു ഹെക്ടർ ഭൂമി ആരും കൃഷിക്കായി സ്വീകരിക്കാതെ കിടക്കുകയാണ്. ബെനി പ്രദേശത്ത് (അതല്ല, ഞങ്ങളുടെ ഗറില്ലാ പ്രവർത്തന മേഖല), ഒരു സാഹചര്യം വളർന്നുവരുന്നുണ്ട്, അതിൽനിന്ന് നമുക്ക് മുതലെടുക്കാൻ കഴിയണം. കൊക്കോയുടെ കടത്തൽ തടയുന്നതിനുവേണ്ടി കൊക്കോ തോട്ടങ്ങൾക്കുമേൽ കർശന നിയന്ത്രണമേർപ്പെടുത്താൻ ഐക്യരാഷ്ട്രസഭ ബാരിയെന്റോസ് സർക്കാരിനുമേൽ സമ്മർദം ചെലുത്തുകയാണ്. ആ നടപടികൾ നടപ്പാക്കപ്പെടുമ്പോൾ ഇന്ത്യൻ വംശജർക്കിടയിൽ അസംതൃപ്തി വർധിക്കും; കാരണം കൊക്കാ വെറുമൊരു ഉത്തേജകവസ്തുമാത്രമല്ല. മറിച്ച് അവർക്കത്, തങ്ങളുടെ ജീവിതവുമായി ബന്ധപ്പെട്ട എല്ലാ വശങ്ങളെയും വിശുദ്ധീകരിക്കുന്ന ഒരു വസ്തുവാണ്. അതിൽ വരാൻ പോകുന്ന വിളവെടുപ്പുകൾ, വിശപ്പ്, അവരുടെ ജീവിതങ്ങൾ, അവരുടെ കുട്ടികളുടെ ഭാവി, അവരുടെ പൂർവികരുടെ മരണം എന്നിവയെല്ലാം ഉൾപ്പെടും. ചുരുക്കത്തിൽ അവരുടെ മൊത്തം മതപരമായ കാഴ്ചപ്പാടിനെയും ചൂഴ്ന്നു നിൽക്കുന്ന ഒന്നാണ് കൊക്കോ.

വിയറ്റ്നാമിലേക്ക് രഹസ്യമായി ഒരു ബൊളീവിയൻ സേനാസംഘത്തെ അയക്കുന്ന കാര്യം ഭരണവൃത്തങ്ങളിൽ ചർച്ച ചെയ്യുന്നുണ്ട്. സൈന്യത്തെ അയക്കാനാണ് തീരുമാനമുണ്ടാകുന്നതെങ്കിൽ അത് ദേശീയതലത്തിൽ ഒരു പൊട്ടിത്തെറിയുണ്ടാക്കിയേക്കാം.

ഇവിടെ ഞങ്ങൾക്കൊപ്പം പ്രവർത്തിക്കുന്ന ഒരു പെറുവിയൻ സഖാവായ സാഞ്ചസ്, അൽപ്പം വൈകിയശേഷം റോബർട്ടോ എന്ന ഒരാളുമായി ഒരു മീറ്റിങ്ങിനെത്തിച്ചേർന്നു. അയാൾ മോയിസെസ് ഗുവേരയുടെ ഗ്രൂപ്പിൽപ്പെട്ട ഒരാളാണ്. ഞങ്ങളെ അത് ആശങ്കാകുലരാക്കി. കാരണം ഇത്തരം മീറ്റിങ്ങുകളിൽ എപ്പോഴും വലിയതോതിൽ മദ്യപിക്കൽ നടക്കാറുണ്ട്. അതുകൊണ്ട് ഇത്തരം ആളുകളോട് വളരെയധികം കാര്യ

ങ്ങൾ പറഞ്ഞുകൂടാ. പ്രശ്നത്തെക്കുറിച്ച് ഞങ്ങൾ അയാളുമായി ഒരു തുറന്ന ചർച്ച നടത്തും, അങ്ങനെയാണു കാര്യങ്ങളെങ്കിൽ, സാഞ്ചെസിന് റാമോണിനെക്കുറിച്ചെന്താണ് അറിയാവുന്നതെന്നു കണ്ടുപിടിക്കാനായി ഞങ്ങൾ ചിനോയുമായി സംസാരിക്കാൻ ആരെയെങ്കിലും പറഞ്ഞയക്കും. അപ്പോഴതിന് അനുസരിച്ച് വേണ്ടതെന്താണെന്നുവച്ചാൽ ചെയ്യാനാവും.

ആഗസ്ത് 30– ഞാൻ സാഞ്ചസുമായി സംസാരിച്ചു. സ്വമേധയാ പെറുവിലേക്കു മടങ്ങാൻ വേണ്ട സാഹചര്യങ്ങൾ സജ്ജമാകുന്നതുവരെ ഇവിടെ തങ്ങാനും ഞങ്ങളുമായി സഹകരിക്കാനുമുള്ള നിർദേശം അയാൾ അംഗീകരിച്ചു. ആ തീരുമാനമെടുത്തപ്പോൾ, താനെന്താണ് ചെയ്യുന്നതെന്നയാൾക്ക് പൂർണമായ ബോധ്യമുണ്ടായിരുന്നു. തന്റെ വാക്കു പാലിക്കാനയാൾ തയാറാണ്. പക്ഷേ, ഇടയ്ക്കിടയ്ക്ക് ഞങ്ങൾ അയാളിൽ വിശ്വാസമില്ലാത്തവരാകുന്ന കാര്യത്തിൽ അയാൾക്ക് വേദനയനുഭവപ്പെടുന്നുണ്ടെന്ന കാര്യം ഞങ്ങളുമറിയണം. ഞങ്ങളൊരിക്കലും അയാളെ സംശയിച്ചിട്ടില്ലെന്ന് ഞങ്ങൾ അയാളോടു പറഞ്ഞു. നേരെമറിച്ച്, ഞങ്ങൾക്ക് അയാളെ ഏറ്റവും വലിയ വിശ്വാസമുണ്ട്; ഏൽപ്പിച്ചു കൊടുക്കുന്ന ചുമതലകൾ അയാൾ നടപ്പാക്കുമെന്ന ഉറച്ച വിശ്വാസം.

സെപ്തംബർ 1966

സെപ്തംബർ 3– ചിലിയിൽനിന്ന് പാച്ചോ എത്തിച്ചേർന്നു. മോങ്കോ തെരഞ്ഞെടുത്ത മേഖല[1]യെക്കുറിച്ച് അദ്ദേഹം ചില പ്രശ്നങ്ങൾ ഉന്നയിക്കുകയും ഞങ്ങളുടെ അഭിപ്രായം ചോദിക്കുകയും ചെയ്തു. ഡാന്റന്റെ[2] സന്ദർശനത്തെ സംബന്ധിച്ചിടത്തോളം അയാളുടെ കടമ മേഖലയുടെ ഒരു ഭൗമ-രാഷ്ട്രീയ പഠനം നടത്തുകയും തന്റെ കൈയിലുള്ള ഗുവേരയുടെ റിപ്പോർട്ടുകൾ ചർച്ചചെയ്യലുമാണ്. ഗുവേരയ്ക്ക് (മോയിസെസ്) 500 ഡോളറുകൾ കിട്ടും. മോങ്കോയുടെ പ്ലാൻ മുന്നറിയിപ്പു കൂടാതെ എത്തിച്ചേരുകയെന്നതാണ്. ഗുവേരയുടെ ഗ്രൂപ്പിനെ കേന്ദ്രീകരിച്ചാണ് ശ്രമങ്ങൾ.

ഇതെല്ലാം ഞങ്ങൾ ചെയ്തുകൊണ്ടിരുന്ന പ്രവർത്തനങ്ങൾക്കെതിരായാണ് പോകുന്നത്. കാമിരിക്കടുത്തുള്ള പ്രദേശത്ത് കുറച്ചാളുകളെ താമസിപ്പിക്കാനും, പാർട്ടിയിൽനിന്നുള്ള ആളുകളെ പ്രധാനമായും ആശ്രയിക്കുന്ന വിധത്തിലുമെല്ലാം ഞങ്ങൾ തുടങ്ങിവച്ച പ്രവർത്തനത്തിന് ഏറെക്കുറെ വേണ്ടതെല്ലാം തന്നെ ഞങ്ങൾക്കുണ്ട്. (കൃഷിയിടം, 45 റൈഫിളുകൾ, തുണികൾ തുടങ്ങി) വേണ്ട സാമഗ്രികളിൽ നല്ലൊരു പങ്ക് ഇതിനകം തന്നെ സാന്താക്രൂസ് മേഖലയിലെത്തിക്കഴിഞ്ഞു. പക്ഷേ,

1. ആൾട്ടോ ബെനി.
2. റജിസ് ദെബ്രെ (ഡാന്റൺ, ഫ്രഞ്ചുകാരൻ) ഗറില്ലാ പരിപാടിയെ സഹായിച്ചിരുന്ന ഫ്രഞ്ച് എഴുത്തുകാരൻ.

മോങ്കോയുടെ പദ്ധതിപ്രകാരം, ബെനിയിലേക്കുള്ള റൂട്ടിൽ ഇവയെല്ലാം തന്നെ തിരികെ ലാ പാസിലെത്തിക്കാൻ ഞങ്ങൾ നിർബന്ധിതരായിത്തീർന്നിരിക്കുകയാണ്. സംശയമുണ്ടാകാതിരിക്കാനായി, പാർട്ടിയിൽ നിന്നുള്ള ആരെങ്കിലും കൃഷിയിടത്തിൽ ചാർജെടുത്ത് കൃഷി ചെയ്തു തുടങ്ങേണ്ടതുണ്ട്.

സെപ്തംബർ 5 – പാച്ചോക്കൊപ്പം ഞാൻ സിനിമയ്ക്കുപോയി. ഞങ്ങൾ ഒട്ടേറെ കാര്യങ്ങൾ സംസാരിച്ചു. പുതിയ പ്ലാനിനോട് എംബിലിക്കുള്ള പ്രതികരണം അദ്ദേഹത്തിന് അറിയാം. അടിസ്ഥാനപരമായി എംബിലിക്കുള്ള സന്തുഷ്ടി മോയിസെസ് ഗുവേരയ്ക്ക് ശ്രദ്ധകൊടുക്കുന്നതു കാരണമാണെന്ന് ഞാൻ വിശദീകരിച്ചു. അദ്ദേഹത്തിന് ഉണ്ടായിരുന്ന ബന്ധങ്ങൾ മുഴുവൻ പാർട്ടിയുമായാണ്. പാർട്ടി സമരത്തിൽ ചേരാൻ പ്രതിജ്ഞാബദ്ധമാണ്. ആയുധങ്ങളും സാമഗ്രികളും വാങ്ങുന്നതിൽ ഞങ്ങളെ സഹായിച്ച് ആളുകളെ ലഭ്യമാക്കിയതും പാർട്ടിയാണ്. പാർട്ടിയുടെ പ്ലാൻ ഒരു ഉയിർത്തെഴുന്നേൽപ്പാണെങ്കിലും ഗറില്ലാസേനക്കായി 20 പേരെ തരാമെന്നും അവർ വാക്കുനൽകിയിട്ടുണ്ട്. കാര്യം (ഉയിർത്തെഴുന്നേൽപ്പ്) പരാജയപ്പെട്ടാൽ അവരെല്ലാംതന്നെ മലനിരകളിലേക്കു പോകും. 20 സഖാക്കളുടെ കാര്യത്തിൽ എസ്റ്റാനിസ്ലാവോ എങ്ങനെയാണ് ആടിക്കളിക്കുന്നതെന്ന കാര്യവും ഞാൻ പാച്ചോയോടു പറഞ്ഞു. അയാൾ നാലു സഖാക്കളെ പിൻവലിക്കുമെന്നുവരെ ഭീഷണിപ്പെടുത്തിയ കാര്യവും മനിലയുമായി എത്തിച്ചേർന്ന ധാരണപ്രകാരം ആ നാലുപേരും – സമരം എവിടെയാണു നടക്കുക എന്നതുമായി യാതൊരു തരത്തിലും ബന്ധമില്ലാതെ തന്നെ – ഞങ്ങളുടെ കാര്യങ്ങൾക്കായി പൂർണമായും വിട്ടുനൽകപ്പെട്ടവരാണ്. തുടർന്ന് 20 പേരുടെ കാര്യത്തിൽ താനൊരു വാഗ്ദാനം നൽകിയ കാര്യം താനോർക്കുന്നില്ലെന്ന് എസ്റ്റാനിസ്ലാവോ പറഞ്ഞ കാര്യവും ഞാൻ പാച്ചോയോട് പറഞ്ഞു.

പക്ഷേ എംബിലി (അദ്ദേഹം അടിസ്ഥാനപരമായും പാർട്ടിയുടെ സ്വാധീനത്തിലാണ്) ഗുവേരയ്ക്കെതിരെ ഒരു മുൻവിധി പുലർത്തുന്നവനാണ്. അദ്ദേഹം അയാളെ കാണുന്നത് ഒരു കുഴപ്പക്കാരനും ആയുധമെടുക്കാൻ കഴിവില്ലാത്തവനുമായാണ്. അങ്ങനെയാണ് ടെല്ലെറിയ എന്നോടു പറഞ്ഞത്. ഗുവേരയെക്കുറിച്ച് സാഞ്ചസിനുള്ള അഭിപ്രായവും ഞാൻ പാച്ചോയോടു പറഞ്ഞു. സാഞ്ചെസ അയാൾക്കൊപ്പം നടക്കുന്നവനായതിനാൽ ആ അഭിപ്രായം പ്രധാനപ്പെട്ടതാണെന്നും പറഞ്ഞു. ഞങ്ങളാരും അവനുമായി (മോയിസെസ് ഗുവേര) ബന്ധപ്പെട്ടിട്ടില്ല. ഗുവേരയ്ക്ക് കുറച്ചൊക്കെ വിലയുണ്ടെന്നും, അവനവന്റെ ഗ്രൂപ്പിനെ സംഘടിപ്പിക്കുന്ന കാര്യത്തിൽ കഴിവു കാട്ടിയിട്ടുണ്ടെന്നും, അതിപ്പോൾ സമരത്തിൽ പങ്കുചേരാൻ തീരുമാനിച്ചിരിക്കുന്നുവെന്നുമാണ് സാഞ്ചെസിന്റെ അഭിപ്രായം. ഒന്നുകിൽ ഞങ്ങളുടെ സഹായം സ്വീകരിക്കുകയോ, അല്ലെങ്കിൽ ഒറ്റയ്ക്ക് പോരാടുകയോ ചെയ്യുകയെന്നതല്ലാതെ ഗുവേരയ്ക്ക് മറ്റു യാതൊരു വഴിയും മുന്നിലില്ലെന്നാണ് സാഞ്ചസ് കരുതുന്നത്. കാരണം,

അവർ ഔദ്യോഗികപാർട്ടിയിലെയും ചൈനീസ് പക്ഷക്കാരായ സമോറ[1] ഗ്രൂപ്പിലെയും വിമതന്മാരാണ്.

സെപ്തംബർ 6– സാഞ്ചെസിനും എംബിലിക്കുമൊപ്പം ഞങ്ങൾ ഞങ്ങൾക്കു കിട്ടിയ പുതിയ നിർദേശങ്ങൾ സൃഷ്ടിച്ചിരിക്കുന്ന സ്ഥിതി വിശേഷവും എങ്ങനെ പ്രശ്നങ്ങൾ പരിഹരിക്കാനാകുമെന്ന കാര്യവും ചർച്ചചെയ്തു. ഏറ്റവും സങ്കീർണമായ പ്രശ്നം പാർട്ടിയുമായി ഞങ്ങൾക്കുള്ള ബന്ധമാണ്, പ്രത്യേകിച്ചും ഞങ്ങൾക്കിപ്പോൾ ഗുവേര (മോയിസെസ്)യുമായി ചേർന്ന് കാര്യങ്ങൾ സംഘടിപ്പിക്കാനും പാർട്ടി യുമായി താൽക്കാലികമായെങ്കിലും ബന്ധങ്ങൾ വേർപെടുത്താനും ഏറെ ക്കുറെ നിർദേശങ്ങൾ ലഭിച്ചിരിക്കുന്ന നിലയ്ക്ക് മറ്റൊരു പ്രശ്നം സാന്താ ക്രൂസ് മേഖലയിൽ ഞങ്ങൾ വാങ്ങിയ കൃഷിയിടം ഞങ്ങളിപ്പോൾ ഒഴി വാക്കിയേ പറ്റുവെന്നതാണ്.

ഞങ്ങൾ ആരെയെങ്കിലും കൃഷിയിടത്തിലേക്ക് വിടാൻ തീരുമാനി ച്ചു. അതു ഉപേക്ഷിക്കപ്പെട്ടു കിടക്കുന്നതു കൊണ്ടുണ്ടാകാവുന്ന സംശ യങ്ങളെ അതുവഴി ഒഴിവാക്കാം. മിനിമം ആവശ്യകതകളെങ്കിലും ഉറ പ്പുള്ള ഒരു കൃഷിയിടം ഉടനടി തന്നെ വാങ്ങാനായി ബെനി മേഖലയി ലേക്കു പോകാനും തീരുമാനമുണ്ടായി. എസ്റ്റാനിസ്ലാവോയുമായി ബന്ധം വേർപെടുത്തുന്നതിനെക്കുറിച്ചുള്ള കാര്യം മനിലയിൽ നിന്നറിയാൻ–ചു രുങ്ങിയ പക്ഷം ഞങ്ങൾക്കു കിട്ടിയവരെ തുടർന്നും ഞങ്ങൾക്കു ഉപ യോഗിക്കാമോ എന്ന കാര്യമെങ്കിലും അറിയാൻ ഞങ്ങൾക്കാഗ്രഹമുണ്ട്. കാര്യങ്ങൾ ഇന്നത്തെമട്ടിൽ നിലനിർത്തപ്പെടണമെങ്കിൽ, റാമോൺ എസ്റ്റാ നിസ്ലാവോയുമായി സംസാരിക്കണം. ഞങ്ങൾ കൃഷിയിടം വാങ്ങിയാലു ടൻ തന്നെ ഞങ്ങൾ അവിടെപ്പോകുകയും, സാന്താക്രൂസിൽനിന്ന് എല്ലാ സാധനസാമഗ്രികളും (ആയുധങ്ങളും വെടിമരുന്നും) അവിടേക്ക് മാറ്റു കയും ചെയ്യും.

സെപ്തംബർ 8– പാച്ചോ മനിലയിലേക്കു തിരിക്കുന്ന ദിവസം മോങ്കോക്ക് യാത്ര പുറപ്പെടാൻ പറ്റിയ ഏറ്റവും നല്ല മാർഗത്തെക്കുറിച്ച് ഞങ്ങൾ ചർച്ച തുടർന്നു. അതുപോലെ, പുതിയ നിർദേശങ്ങളുണ്ടാക്കിയ പ്രശ്നങ്ങൾ പരിഹരിക്കാൻ വേണ്ട ഏറ്റവും നല്ല മാർഗത്തെക്കുറിച്ചും ഞങ്ങൾ ചർച്ച ചെയ്തു. പോയിന്റുകൾ ഉൾക്കൊള്ളുന്ന ഒരു റിപ്പോർട്ട് തയാറാക്കാനായി ഞങ്ങൾക്കൊരു യോജിപ്പിലെത്തിയേ മതിയാകൂ. അതു പോലെ ആ പോയിന്റുകൾ ഞങ്ങൾ വികസിപ്പിക്കുകയും വേണം.

സെപ്തംബർ 9– ഞങ്ങൾ ശേഖരിച്ച ചില സാധനസാമഗ്രികൾ

1. 1964 ൽ കമ്യൂണിസ്റ്റ് പാർട്ടി ഓഫ് ബൊളീവിയയിൽനിന്ന് പിളർന്നുപോന്ന ഗ്രൂപ്പിന്റെ നേതാവാണ് ഓസ്കാർ സമോറ. പിന്നീടവർ ചൈനീസ് പക്ഷം ചേർന്ന് കമ്യൂണിസ്റ്റ് പാർട്ടി ഓഫ് ബൊളീവിയ (മാർക്സിസ്റ്റ്–ലെനിനിസ്റ്റ്) രൂപീകരിച്ചു. മോയിസെസ് ഗുവേരയും അയാളുടെ അനുയായികളും സമോറയുടെ ഗ്രൂപ്പിന്റെ ഭാഗമായിരുന്നു. പിന്നീടവരെ അതിൽനിന്നും പുറത്താക്കി.

ഞങ്ങൾ പാച്ചോയെ കാണിച്ചു. യൂണിഫോമുകൾ, ബൂട്ടുകൾ, കാന്റീനുകൾ, റേഡിയോകൾ, കൈക്കോടാലികൾ, ചില ആയുധങ്ങൾ തുടങ്ങി... ഞങ്ങൾ സമ്പർക്കങ്ങൾക്കും താമസത്തിനും മറ്റുമായി കണ്ടെത്തിയ ചില വീടുകളും ഞങ്ങൾ അദ്ദേഹത്തിന് കാണിച്ചുകൊടുക്കും.

സെപ്തംബർ 10–ഞങ്ങൾ ഞങ്ങളുടെ ഇതേവരെയുള്ള പ്രവർത്തനങ്ങളെക്കുറിച്ചൊരു റിപ്പോർട്ട് തയ്യാറാക്കാൻ തുടങ്ങി.

റിപ്പോർട്ടിന്റെ പകർപ്പ്

ഞങ്ങൾ നിങ്ങൾ തന്ന നിർദേശങ്ങൾ നടപ്പാക്കുന്നതിനുവേണ്ട ചില നടപടികൾ എടുക്കാൻ തുടങ്ങി. ഒന്നാമത്തെ കാര്യം, സൂചിപ്പിച്ച മേഖലയിൽ ഒരു കൃഷിയിടം സമ്പാദിക്കുകയാണ്. മറ്റു ദിശകളിലൂടെ ഇതേവരെ ഞങ്ങൾ നടത്തിയ പ്രവർത്തനങ്ങളെ കാലോചിതമാക്കുന്നതിനായി ഞങ്ങൾ സ്വീകരിച്ച ചില നടപടികൾ നിങ്ങളെ അറിയിക്കാൻ ഞങ്ങളാഗ്രഹിക്കുന്നു.

1. 'ഡാൻസ്' സംഘടിപ്പിക്കാനായി ഞങ്ങൾക്കുണ്ടായിരുന്ന എല്ലാ ബന്ധങ്ങളും പാർട്ടിക്കൊപ്പമായിരുന്നു, അതായത് എസ്റ്റാനിസ്ലാവോക്കൊപ്പം. മുമ്പു സൂചിപ്പിച്ച പോലെ, സായുധസമരം തുടങ്ങാനായി, ഞങ്ങൾ അദ്ദേഹത്തിനൊപ്പം ഒരു ധാരണയിലെത്തി. ഒരു പൊതുവായ ഉയിർത്തെഴുന്നേൽപ്പ് (ഒരു വിശാലമായ രൂപരേഖയിൽ) സംഘടിപ്പിക്കുന്നത് വഴി അവർ അധികാരത്തിലെത്തുമെന്നും അതാണതിന്റെ അർഥമെന്നും അദ്ദേഹം വ്യാഖ്യാനിക്കുന്നു. തീർച്ചയായും സായുധസമരത്തെപ്പറ്റി നമുക്കുള്ള ധാരണയല്ലല്ലോ.

അതുകൊണ്ട് ഞങ്ങൾ അതിനൊപ്പം തന്നെ മലകളിൽ ഒരു സായുധ സമരം സംഘടിപ്പിക്കേണ്ടതിന്റെ ആവശ്യകത ചർച്ച ചെയ്തു. അക്കാര്യത്തിനായി തന്റെ ആളുകളിൽനിന്ന് ഏറ്റവും നല്ല 20 പേരെ തരാമെന്ന ഒരു ഉറപ്പും ഞങ്ങൾ എസ്റ്റാനിസ്ലാവോയിൽനിന്ന് നേടി. അതിൽപ്പെട്ട 10 പേർ ഇപ്പോൾ ഞങ്ങൾക്കുണ്ട്. തന്റെ പ്രവർത്തനങ്ങൾ പൂർണമായി ഗറില്ലാ യുദ്ധത്തിലേക്ക് തിരിച്ചുവിടുന്നതിനായി എസ്റ്റാനിസ്ലാവോയെ പ്രേരിപ്പിക്കാൻ മോങ്കോക്ക് കഴിയുമെന്ന കാര്യത്തിൽ ഞങ്ങൾക്ക് പൂർണബോധ്യമുണ്ട്. മലനിരകളിലേക്ക് പോകാനുള്ള തന്റെ സമ്മതം അദ്ദേഹം പ്രഖ്യാപിച്ചുകഴിഞ്ഞു.

മോയിസെസ് ഗുവേരയുടെ ഗ്രൂപ്പുമായിട്ടുള്ള ചർച്ചകൾക്ക് മുൻഗണന നൽകുന്നത് ഞങ്ങളെ ഏറെക്കുറെ ഒരു ബുദ്ധിമുട്ടിലാക്കുന്നു. അതിലുമേറെ, ഇതിനകം തന്നെ വ്യക്തമായിക്കഴിഞ്ഞ കാര്യങ്ങൾ പ്രകാരം, അത് ശരിയാണെന്ന് ഞങ്ങൾ കരുതുന്നില്ല. നമുക്ക്

സംഘടിതവും ഏകോപിതവുമായ ഒരു സൈനികനേതൃത്വത്തെ ഉയർത്തിക്കൊണ്ടുവരാൻ കഴിയും. അതിൽ പാർട്ടിയുടെ ആളുകളും ഗുവേരയുടെ ഗ്രൂപ്പിൽപ്പെട്ടവരുമുണ്ടാകാം. അങ്ങനെ ചെയ്താൽ അതിലൂടെ നമുക്ക് പാർട്ടിയുമായി ബന്ധം വിച്ഛേദിക്കാതിരിക്കാനാകും; ചുരുങ്ങിയത് ഇതിനകം ഞങ്ങൾക്കു ലഭിച്ച പത്തുപേരുമായിട്ടെങ്കിലും (അതിലഞ്ചു പേർക്ക് പരിശീലനവും നൽകി.) നിങ്ങൾ വരുന്നതുവരെയും ബാക്കി കാര്യങ്ങൾ തീരുമാനിക്കുന്നതുവരെയും ബന്ധം വിച്ഛേദിക്കാതിരിക്കാനാകും.

ഒരുപക്ഷേ ഞങ്ങൾ എസ്റ്റാനിസ്ലാവോയുടെ ആളുകളുമായിട്ടുണ്ടാക്കിയ ബന്ധത്താൽ കുറച്ചൊക്കെ സ്വാധീനിക്കപ്പെട്ടിട്ടുണ്ടാകാം. പക്ഷേ, ശരിയായാലും തെറ്റായാലും, ഞങ്ങളുടെ പ്രവർത്തനങ്ങൾ പൂർണമായും അവർക്കൊപ്പമായിരുന്നു.

ഇത്തരമൊരു പൊതുവായ തരത്തിലുള്ള സംഘടന, പാർട്ടി, നുഴഞ്ഞുകയറ്റത്തിനും മറ്റുമുള്ള അപകടസാധ്യതയുള്ളതാണെന്ന് ഞങ്ങൾക്കറിയാം; എങ്കിലും ഏറ്റവും കർശനമായ തെരഞ്ഞെടുപ്പു നടത്താൻ വേണ്ട എല്ലാക്കാര്യങ്ങളും ചെയ്തിട്ടുണ്ടെന്ന് നിങ്ങൾക്കുറപ്പിക്കാം.

ഞങ്ങൾക്ക് ഗുവേരയുമായുള്ള പരസ്പരബന്ധമില്ലായ്മയുണ്ടെങ്കിൽപ്പോലും ഞങ്ങൾക്ക് അവനിൽനിന്നു ലഭിച്ച ചില റിപ്പോർട്ടുകളിൽനിന്നും സാഞ്ചസും ഫ്രാൻസിസ്കോയും നൽകിയ റിപ്പോർട്ടുകളിൽനിന്നും ഞങ്ങൾ അവനെക്കുറിച്ചൊരു അഭിപ്രായം രൂപീകരിച്ചിട്ടുണ്ട്. ഈ അഭിപ്രായം തീർച്ചയായും അപര്യാപ്തമായ വിവരങ്ങളുടേതായ കുറവുകളുള്ളതാണ്. ആ കുറവുകൾ ഫ്രഞ്ചുകാരൻ[1] തന്റെ റിപ്പോർട്ടിലും ഗുവേരയുമായുള്ള തന്റെ ഇടപാടുകളും വഴി പരിഹരിക്കുമെന്ന് ഞങ്ങൾ പ്രതീക്ഷിക്കുന്നു.

അദ്ദേഹം പ്രത്യക്ഷത്തിൽ നമുക്കു തന്നിരിക്കുന്ന വിശ്വസ്തത നാം അയാളിലർപ്പിക്കുന്നത്ര ശരിയായിരിക്കില്ലെന്നു ഞങ്ങൾ കരുതുന്നു. ഞങ്ങൾ കാണുന്നതിനനുസരിച്ച്, ചെറിയ കാര്യങ്ങളിൽ

---

1. ഇവിടെ സൂചിപ്പിക്കുന്ന റിപ്പോർട്ടെന്നത് ദെബ്രെ ആൾട്ടോ ബെനി, ചപ്പാരോ പ്രദേശങ്ങളെക്കുറിച്ച് തയാറാക്കാനിരുന്ന "ഭൗമരാഷ്ട്രീയ" പഠനമാണ്. ദെബ്രെയുടെ അഭിപ്രായമനുസരിച്ച് ചെ ഗുവേര ബൊളീവിയയിലേക്ക് തിരിക്കുന്നതിനു മുമ്പുതന്നെ അദ്ദേഹത്തിന് ഈ പഠനത്തിന്റെ ഫലങ്ങൾ ലഭിച്ചു (അതിൽ ഭൂപടങ്ങൾ, ഫോട്ടോകൾ, ഡയഗ്രങ്ങൾ തുടങ്ങിയവയെല്ലാമുണ്ടായിരുന്നു). അതിൽ ഭൂപ്രദേശത്തിന്റെ നിമ്നോന്നതിയെ അടിസ്ഥാനമാക്കിയതും സൈനികസ്വഭാവത്തെ അടിസ്ഥാനമാക്കിയതുമായ റിപ്പോർട്ടും ഒപ്പം സാമൂഹ്യ രാഷ്ട്രീയസ്ഥിതി സംബന്ധമായ റിപ്പോർട്ടുമുണ്ടായിരുന്നു. ഓരോ പ്രദേശത്തും അനുഭാവികളാകാൻ സാധ്യതയുള്ളവരെക്കുറിച്ചും രാഷ്ട്രീയ സഹകാരികളാകാൻ സാധ്യതയുള്ളവരെക്കുറിച്ചുമുള്ള ഒരു ലിസ്റ്റും ഉണ്ടായിരുന്നു (റെജിസ് ദെബ്രെ, 'ചെയുടെ ഗറില്ലാസമരം', പെൻഗിൻ 1975 പേജ് 94,95).

അദ്ദേഹം ചാഞ്ചാടി; അക്കാര്യം കാണാതിരുന്നുകൂടാ. ഉദാഹരണത്തിന്, സാഞ്ചസ് വഴി അയാൾ ഞങ്ങൾക്കൊരു തോംപ്സൺ (മെഷീൻഗൺ) വിറ്റു. അയാൾ സമരത്തിൽ പങ്കുചേരാനാഗ്രഹിക്കുന്നുവെങ്കിൽ, എന്തുകൊണ്ടാണയാൾ ആയുധങ്ങൾ കൈയൊഴിയുന്നത്? അയാൾ ഒരു കാര്യം ഫ്രാൻസിസ്കോയോടും മറ്റൊരു കാര്യം സാഞ്ചസിനോടും പറഞ്ഞു. ഇക്കാര്യത്തെക്കുറിച്ച് അയാളോടു ചോദിച്ചപ്പോൾ, അയാൾ ഒഴികഴിവുകൾ പറയാൻ തുടങ്ങി. അങ്ങനെ തന്റെ വാദങ്ങളുടെ കാപട്യം അയാൾ തുറന്നുകാട്ടി.

നമ്മുടെ ലൈനിന് – അതായത്, ഗറില്ലാസമരം –വേണ്ടി പൊരുതാനുള്ള സന്നദ്ധതയയാൾ പ്രകടിപ്പിച്ചിട്ടുണ്ടെന്ന കാര്യം നാം മറന്നുകൂടാ. അയാളുടെ ഗ്രൂപ്പ് തൊഴിലാളികൾ, ഖനിവേലക്കാർ, കർഷകർ എന്നിവരടങ്ങിയതാണെന്നു നമുക്കറിയാം. പ്രവർത്തനത്തിനുള്ള സാധ്യതയുള്ള മേഖലയിൽ അവർക്കുള്ള പരിചയവും, അവരുടെ തികച്ചും അച്ചടക്കമുള്ളതായ സംഘടനയും, ഇപ്പോഴത്തെ സ്ഥിതിയിൽ ഒരു എതിർപ്പും ഉന്നയിക്കാതെ ഒരൊറ്റ സൈനികനേതൃത്വത്തിനുകീഴിൽ അണിചേരാനുള്ള അവരുടെ സന്നദ്ധതയും നമുക്കറിയാം.

2. ഒരു മേഖല സെലക്ട് ചെയ്യേണ്ട പ്രശ്നം. ഞങ്ങളുടെ അഭിപ്രായത്തിൽ ബെനി പ്രദേശം തികച്ചും നല്ലതാണ്.

ഇക്കാര്യത്തിൽ ഞങ്ങളെന്തു ചെയ്തുവെന്ന് നിങ്ങളെ അറിയിക്കാൻ ഞങ്ങളാഗ്രഹിക്കുന്നു. ഞങ്ങൾ താഴെപ്പറയുന്ന മൂന്നു മേഖലകൾ എസ്റ്റാനിസ്ലാവോയുമായി ചർച്ചചെയ്തു. കാരണാവി, ലാസ്യുൻഗാസ്, സാന്താക്രൂസ്. ആദ്യത്തെതും രണ്ടും ബെനിയിലാണ്. ഞങ്ങൾ താഴെപ്പറയുന്ന കാരണങ്ങളാണ് സാന്താക്രൂസ് തെരഞ്ഞെടുത്തത്.

a) അതൊരു ഭൂമധ്യരേഖാപ്രദേശമാണ്.

b) അത് മറ്റു രണ്ടു പ്രദേശങ്ങളും പോലെ കുടിയേറിത്താമസിച്ചവരുടെ[1] പ്രദേശമാണ്.

c) അതിന് വിശാലമായ വനപ്രദേശങ്ങളുണ്ട്. അത് ആൻഡീസിലെ കോർഡില്ലേറാ ഓറിയന്റൽ പ്രദേശത്തിനടുത്താണ്.

---

1. 1952 ൽ നടന്ന ബൊളീവിയൻ വിപ്ലവമുന്നേറ്റത്തിൽനിന്നുണ്ടായ കാർഷിക പരിഷ്കാരങ്ങളിലൊന്ന് രാജ്യത്തിന്റെ ജനവാസം തീരെ കുറഞ്ഞ പ്രദേശങ്ങളിൽ ഭൂരഹിത കർഷകരെ കുടിയേറി താമസമുറപ്പിക്കാൻ പ്രേരിപ്പിക്കുകയെന്നതായിരുന്നു. ഏറ്റവുമധികമാളുകൾ ഇങ്ങനെ കുടിയേറിത്താമസിച്ചത് ആൾട്ടോ ബെനി, സാന്താക്രൂസ് പ്രദേശങ്ങളിലായിരുന്നു. ചില കർഷകർക്ക് ചില വിഭവങ്ങളും പിന്തുണകളുമെല്ലാം ലഭ്യമായപ്പോൾ ഭൂരിപക്ഷം കുടിയേറ്റക്കാർക്കുമൊരു സഹായവും ലഭിച്ചില്ല. അവർ കഷ്ടിപിഷ്ടി കഴിഞ്ഞുകൂടുകയെന്ന നിലവാരത്തിൽ ജീവിച്ചു.

N
BRAZIL
PERU
ANDES
BOLIVIA
Pando
La Paz
Beni
Santa Ana
Puerto Linares
Lake Titicaca
Alto Beni
Las Yungas
CARANAVI
CHAPARE
LA PAZ
GUAQUI
Santa Cruz
Cochabamba
COCHABAMBA
SANTA CRUZ
ORURO
CATAVI
Oruro
SUCRE
LAGUNILLAS
POTOSÍ
CAMIRI
Pacific Ocean
Chuquisaca
Potosí
TARIJA
Tarija
VILLAZÓN
YACUIBA
PARAGUAY
CHILE
SALTA
ARGENTINA
350 KILOMETERS
220 MILES

d) അതതിന്റെ വിശാലമായ കാലിസമ്പത്തും എണ്ണക്കിണറുകളും കാരണം രാജ്യത്തിന്റെ സമ്പദ്ഘടനയെ സംബന്ധിച്ച് സുപ്രധാനമായ പ്രദേശമാണ്. നമുക്ക് ദേശീയമായി മാത്രമല്ല സാർവദേശീയമായിത്തന്നെ ഒരു പ്രത്യാഘാതമുണ്ടാക്കാനാവും; കാരണം ഗൾഫ് പെട്രോളിയത്തിന്റെ എണ്ണ അമേരിക്കയിലേക്ക് കയറ്റിയയക്കാനായി ചിലിയിലേക്ക് പോകുന്ന ഒരു പൈപ്പ് ലൈൻ കടന്നുപോകുന്നത് ഈ പ്രദേശത്തു കൂടിയാണ്. ആൾട്ടോ ബെനിയിലെ ലാസ് യുംഗാസ് പ്രദേശം, ഈ വീക്ഷണകോണിലൂടെ നോക്കിയാൽ, പറ്റിയ ഒന്നാണ്. ആകെയുള്ള വ്യത്യാസം സാമ്പത്തിക പ്രവർത്തനത്തിന്റെ രൂപത്തിൽ മാത്രമാണ്. കാരണം ഈ പ്രദേശത്തുനിന്നും ധാന്യങ്ങളും പച്ചക്കറികളുമാണ് ലാ പാസിലേക്ക് പോകുന്നത്. അതുപോലെ അവിടെ ഉപയോഗിക്കപ്പെടുന്ന കന്നുകാലി മാംസമേറെയും വരുന്നതും ബെനി താഴ്വരകളിൽനിന്നാണ്.

ഞങ്ങളിതിനകം തന്നെ ചില സാഹചര്യങ്ങളെല്ലാം സാന്താക്രൂസിൽ സൃഷ്ടിച്ചു. ഞങ്ങൾ ഗുട്ടിറസിലും ലാഗ്വിനിലാസിലുമായി സ്ഥിതിചെയ്യുന്ന ഒരു കൃഷിയിടം കണ്ടെത്തി. അത് ചിരിഗുയൻ ഇന്ത്യക്കാരുടെ ഒരു മേഖലയാണ്. ഇതിനൊപ്പമുള്ള സ്കെച്ചിൽ നിങ്ങൾക്കു കാണാവുന്നതുപോലെ അതിനു ചുറ്റും ചെറിയ കുന്നുകളാണ്. അതിന്റെ കൂടെ സാന്താക്രൂസിൽ ഞങ്ങൾക്കൊരു വീടുണ്ട്. പകുതി ആയുധങ്ങൾ അതിലാണ് ശേഖരിച്ചിരിക്കുന്നത്. പാർട്ടിയുടെ സഹായത്തോടെ ഞങ്ങൾ സപ്ലൈക്കും വിവരശേഖരണത്തിനുമുള്ള ഒരു നെറ്റ്‌വർക്ക് സംഘടിപ്പിച്ചുതുടങ്ങി. കൃഷിയിടത്തിൽ പന്നികളെ വളർത്താനായി ഞങ്ങളൊരു കുടുംബത്തെ അവിടെ താമസിപ്പിച്ചു; അതിലൂടെ ആരും ഞങ്ങളെ സംശയിക്കില്ല. മറ്റു കാര്യങ്ങളെ സംബന്ധിച്ചിടത്തോളം, ഞങ്ങൾ ആയുധങ്ങൾ മാറ്റുന്നതുപോലെയുള്ള ആവശ്യമായ ചുവടുവയ്പുകൾ നടത്തുകയാണ്. ആൾട്ടോ ബെനിയിൽ ഒരു കൃഷിയിടം ലഭിക്കുന്നതോടെ അക്കാര്യം ഞങ്ങൾ ചെയ്യും.

3. ഞങ്ങളുടെ പകരക്കാർ പ്രവർത്തനക്ഷമമാവുന്നത് എങ്ങനെയെന്ന് ഞങ്ങൾക്കു മനസിലാകുന്നില്ല, പാർട്ടിയിൽനിന്നും ഗുവേര (മോയിസെസ്) യിൽ നിന്നും മാറിനിൽക്കാൻ ഞങ്ങൾക്ക് നിർദേശങ്ങൾ നൽകിയിരിക്കുമ്പോൾ ഇതേവരെ ഞങ്ങൾക്കു ശേഖരിക്കാൻ കഴിഞ്ഞതെല്ലാം–ആയുധങ്ങളും മറ്റു സാമഗ്രികളും നേടിയെടുത്തതും മറ്റും–അവരിലൂടെയും അവരുടെ ആൾക്കാരിലുടെയുമാണ്. നമുക്കീ പ്രദേശം പരിചിതമല്ലാത്തതാണെന്ന കാര്യം നാം മറന്നുകൂടാ.

നമുക്ക് രേഖകൾ കിട്ടാനുള്ള ഒരു സാധ്യതയുമില്ല. നിർദേശങ്ങൾ നൽകപ്പെട്ടതിനനുസരിച്ച്, സുരക്ഷാകാരണങ്ങളാൽ, അത്തരം കാര്യങ്ങൾ ലഭ്യമാക്കാൻ കഴിയുന്നതരം ആരുമായും ഞങ്ങൾ ബന്ധപ്പെട്ടില്ല. അതുകൊണ്ട് പാർട്ടിയുടെ ബന്ധങ്ങൾ ഉപയോഗി

ക്കുക എന്നതിനപ്പുറം ഞങ്ങൾക്ക് മുന്നിൽ മറ്റു മാർഗങ്ങളൊന്നുമില്ല.

4. ഞങ്ങളുടെ മുൻ റിപ്പോർട്ടിൽ, പെറുവിന്റെ പ്രശ്നം എങ്ങനെ പരിഹരിക്കണമെന്ന കാര്യത്തിൽ നിർദേശങ്ങൾ തരാൻ ഞങ്ങൾ ആവശ്യപ്പെട്ടിരുന്നു. അതേസമയം തന്നെ പ്ലാനുകളിൽ വരുത്തിയ മാറ്റങ്ങളെക്കുറിച്ച് ഞങ്ങൾ സാഞ്ചെസിനെ അറിയിച്ചിരുന്നു. അവനത് ചിനോയെ അറിയിക്കുന്നതിനാണത്. ബൊളീവിയൻ ശ്രമങ്ങൾക്കു താഴെയുള്ള ഒരു നിലവാരത്തിൽ അവരുടെ പരിശ്രമങ്ങളെ സഹായിക്കാനുള്ള സന്നദ്ധതയും ഞങ്ങളറിയിച്ചു. ബൊളീവിയൻ പ്ലാനിന്റെ കാര്യത്തിൽ സാഞ്ചെസ് ഞങ്ങളുമായി സഹകരിക്കണമെന്ന കാര്യത്തിൽ ചിനോയും സമ്മതം മൂളി. അതേസമയം തന്നെ, തങ്ങളുടെ ശ്രമങ്ങളുമായി മുന്നോട്ടുപോകാനുള്ള വ്യക്തമായ നിശ്ചയദാർഢ്യവും അദ്ദേഹം പ്രകടിപ്പിച്ചു. അത് വ്യക്തമായ ഒരടിത്തറയിലാണ് നടത്തപ്പെടുന്നതെന്നും (പ്രവർത്തനം മന്ദഗതിയിലാണ് മുന്നോട്ടുപോകുന്നതെങ്കിലും) എന്തുതന്നെ വില കൊടുക്കേണ്ടിവന്നാലും സായുധ സമരത്തിലേർപ്പെടാൻ തന്റെ സേന പ്രതിജ്ഞാബദ്ധമാണെന്നും അദ്ദേഹം പറഞ്ഞു. തൽക്കാലത്തേക്ക് അവർക്കുള്ള സഹായം നിർത്തിവയ്ക്കപ്പെട്ടിരിക്കുകയാണോ എന്നവരോട് പറയണോ എന്ന കാര്യത്തിൽ ഞങ്ങൾ നിർദേശങ്ങൾക്കായി കാത്തിരിക്കുന്നു. ഇനി അഥവാ, അതു നിലനിർത്തണമെന്നു തന്നെയാണെങ്കിൽ, എങ്ങനെയാണ് അതയച്ചുകൊടുക്കേണ്ടതെന്നും ഏതു പരിധിവരെ വേണമെന്നും ഞങ്ങളെ അറിയിക്കണം.

5. സാധ്യമാണെങ്കിൽ, സഖാക്കൾ ഫ്രെഡ്ഡി മായ്മുറ[1]യെയും ലോർഗിയോ വാക്കയെയും ഞങ്ങൾക്കയച്ചുതരിക. ഇന്റിയുടെയും കോറെണാഡോയുടെയും ട്രെയിനിങ് വേഗത്തിലാക്കുക.

6. ചില ബന്ധങ്ങൾ സ്ഥാപിക്കാനായി പ്രേഗിലെ ചില അഡ്രസ്സുകൾ ഞങ്ങൾക്കയച്ചുതരണം. അവർ ആ വഴിവരുന്നവരെ കാത്ത് വിമാനത്താവളത്തിൽ കാത്തുനിൽക്കണം; വരുന്നവരുടെ രേഖകൾ അവിടെവച്ച് എൻട്രി സ്റ്റാമ്പ് അടിക്കപ്പെടാതിരിക്കാനായി.

7. ഉറുഗ്വേയൻ (കമ്യൂണിസ്റ്റ്) പാർട്ടിയുടെ അടുത്തിടെ നടന്ന കോൺഗ്രസിൽ സഖാവ് കോളെ[2] ബ്രിസോളയുടെ സംഘടന[3]

---

1. ഫ്രെഡ്ഡി മായ്മുറ (ഏണസ്റ്റോ), ലോർഗിയോ വാക്ക(കാർലോസ്), ഗ്വീഡോ അൽവാരോ പെരെഡോ (ഇന്റി) ബെഞ്ചമിൻ കോറാണാഡോ (ബെഞ്ചമിൻ) എന്നീ പാർട്ടി അംഗങ്ങൾ ക്യൂബയിൽ സൈനിക പരിശീലനം നേടുകയായിരുന്നു.
2. ജോർജ് കോളെ. ബൊളീവിയൻ കമ്യൂണിസ്റ്റു പാർട്ടിയുടെ ദേശീയസെക്രട്ടേറിയറ്റ് അംഗം.
3. ബ്രസീലിയൻ ബൂർഷ്വാദേശീയ പാർട്ടിയുടെ നേതാവായ ലയണൽ ബ്രിസോള 1964ലെ സൈനികാട്ടിമറിക്കുമുമ്പ് റിയോ ഗ്രാൻഡെയിലെ ഗവർണറായിരുന്നു. തുടർന്ന്, ബ്രിസോള ഉറുഗ്വേയിൽ അഭയം തേടി. അവിടെ അദ്ദേഹമൊരു ഗറില്ലാപ്രസ്ഥാനം സംഘടിപ്പിക്കുന്ന കാര്യമാലോചിച്ചു.

യിലെ അംഗങ്ങളുമായി കണ്ടുമുട്ടി. സായുധസമരം തുടങ്ങാനുള്ള അവരുടെ തീരുമാനം അറിയിക്കുകയും ആയുധങ്ങളും സാമഗ്രികളും വാങ്ങുന്നതിനായി പാർട്ടിയുടെ സഹായമഭ്യർഥിക്കുകയും ചെയ്തു. അതിനൊപ്പം ബ്രസീലിയൻ പ്രദേശത്തേക്കു കടക്കുന്നതിനായി വഴികാട്ടിയായി ആരെയെങ്കിലും നൽകണമെന്നും അഭ്യർഥിച്ചു. രണ്ടു സഖാക്കളെ – കേണൽ അറാനയെയും ക്യാപ്റ്റൻ ആർഫ്രെഡോ റിവിയെറോ ഡാമുട്ടിനെയും– റിപ്പോർട്ട് ചെയ്യാനും സഹായം ചർച്ച ചെയ്യാനുമായി ക്യൂബയിലേക്കയക്കാൻ ഞങ്ങൾ പാർട്ടിയുമായി ഏർപ്പാടുണ്ടാക്കണമെന്ന കാര്യവും ആവശ്യപ്പെട്ടു. ക്യാപ്റ്റൻ ആൽഫ്രെഡോ ഒരു F-86 പൈലറ്റാണ്.

അത് അനുവദിക്കുകയാണെങ്കിൽ, എങ്ങനെവേണം യാത്രാച്ചെലവുകൾ വഹിക്കേണ്ടതെന്നും അവർക്ക് പ്രേഗിൽ ബന്ധങ്ങൾ ഏർപ്പാടു ചെയ്യേണ്ടതെന്നുമുള്ളതിന് നിർദേശങ്ങൾക്കായി ഞങ്ങൾ കാത്തിരിക്കുന്നു.

8. പറ്റുകയാണെങ്കിൽ FAL[1] ഗ്രെനേഡുകൾ വിക്ഷേപിക്കാനായി ഞങ്ങൾക്കൊരു ബാരൽ എത്തിച്ചുതരിക, ഒരു മൗസർ റൈഫിളിൽ പിടിപ്പിക്കാൻ പറ്റുന്ന ഒന്നായിരിക്കണമത്.

ഞങ്ങളുടെ അറിവു കൂടാതെ യാത്ര ചെയ്യാനുള്ള താങ്കളുടെ തീരുമാനവും താങ്കളുടെ വരവിന്റെ സാധ്യതയുള്ള ദിവസവും റൂട്ടും ചർച്ച ചെയ്യാനും ഞങ്ങളാഗ്രഹിക്കുന്നു. അതൊരു തെറ്റാണെന്ന് ഞങ്ങൾ കരുതുന്നു, കാരണം സാധ്യതയുള്ള ഒരു അപകടമൊഴിവാക്കാൻ ഞങ്ങളുടെ ഭാഗത്തുനിന്ന് നടപടിയെടുക്കാൻ ഞങ്ങൾക്കു കഴിയും. രാജ്യത്തിന്റെ ഏതു ഭാഗത്തും താങ്കൾക്കു വേണ്ടി കാത്തുനിൽക്കാനും വേണ്ടവിധത്തിലുള്ള സംരക്ഷണം നൽകാനും ഞങ്ങൾക്കു കഴിയും. ചിലിയിൽ വേണമെങ്കിലും താങ്കളെ കാത്തുനിൽക്കാൻ കഴിയുന്ന സ്ഥിതിയിലാണ് ഞങ്ങൾ. അതിനും വേണ്ട മറ ഞങ്ങൾക്കുണ്ട്.

താങ്കൾ ബ്രസീൽ വഴി യാത്ര ചെയ്യാനാണ് ഞങ്ങൾ പ്ലാൻ ചെയ്തിരിക്കുന്നത്. അതിന്റെ അർഥമിതാണ്: ഫ്രാങ്ക്ഫർട്ടിൽനിന്നും സാവോപോളോ, അവിടെനിന്ന് സാന്താക്രൂസ്, അവിടെ ഞങ്ങൾക്കു താങ്കൾക്കായി കാത്തുനിൽക്കാൻ പറ്റും. തുടർന്ന് നേരെ കൃഷിയിടത്തിലേക്ക് പോകാം. 12 മണിക്കൂറകലെയാണത്. ഈ വിമാനത്താവളത്തിൽ കാര്യമായ സുരക്ഷാപരിശോധനയൊന്നുമില്ല. പ്രായോഗികതലത്തിൽ ഒന്നും തന്നെയില്ല. താങ്കൾക്ക് ചില സെക്യൂരിറ്റി പരിശോധനകളിലൂടെ കടന്നുപോകേണ്ടിവരിക

1. ബെൽജിയത്തിലുണ്ടാക്കുന്ന FAL ഗ്രെനേഡുകൾ മൗസർ ബോൾട്ട് ആക്ഷൻ റൈഫിളിൽ നിന്നാണ് വിക്ഷേപിക്കേണ്ടത്.

ബ്രസീലിൽ മാത്രമായിരിക്കും. ഇതിന്റെയെല്ലാം പരിപാടി ഞങ്ങൾ ഇതിനകംതന്നെ പാച്ചോയോട് പറഞ്ഞുകഴിഞ്ഞു. ചിലിയിലുള്ളതിന്റെ പകുതി സെക്യൂരിറ്റി പരിശോധനമാത്രമേയുണ്ടാകുവെന്ന തീരുമാനത്തിലാണ് ഞങ്ങളെത്തിയത്. കൂടെ, താങ്കൾക്ക് ഒരു ലാറ്റിനമേരിക്കൻ രാജ്യത്ത് ഒരു തവണ മാത്രം ഇറങ്ങിയാൽ മതിയെന്ന സൗകര്യവുമുണ്ട്. അതല്ലെങ്കിൽ താങ്കൾ നിരവധി രാജ്യങ്ങളിലൂടെ കടന്നുപോകണ്ടവരും. ഇക്കാര്യം ഞങ്ങൾ താങ്കളുടെ പുനഃപരിശോധനയ്ക്കും തീരുമാനത്തിനുമായി വിടുന്നു.

സെപ്തംബർ 11–ഞങ്ങൾക്ക് വിട്ടുപോയ ചില പോയിന്റുകളും കൂട്ടിച്ചേർത്ത് ഞങ്ങൾ റിപ്പോർട്ട് പൂർത്തിയാക്കുന്നു. അവയ്ക്ക് നമ്പറിട്ടിട്ടില്ല.

നാങ്കാഹുവാസു കൃഷിയിടത്തെക്കുറിച്ചുള്ള റിപ്പോർട്ട്, അതിന്റെ സ്ഥാനം, ആയുധങ്ങളുടെയും സാമഗ്രികളുടെയും സ്ഥിതി

സാന്താക്രൂസ് പ്രവിശ്യയുടെ തെക്കുകിഴക്കൻ പ്രദേശത്താണ് നാങ്കാഹുവാസുവിലെ വസ്തു സ്ഥിതിചെയ്യുന്നത്. തഴച്ചുവളരുന്ന സസ്യലതാദികളുള്ള ഒരു മലമ്പ്രദേശമാണത്. പക്ഷേ വസ്തുവിൽ വെള്ളമേറെയാണെങ്കിലും ജലലഭ്യത കഷ്ടിയാണ്. കിഴക്ക് പിറിറെൻഡാ മലനിരകൾക്കും പടിഞ്ഞാറ് ഇങ്കാഗുവാസി മലനിരകൾക്കും ഇടയിലുള്ള ഒരു മലയിടുക്കാണത്. ഈ മലനിരകൾ തെക്കോട്ട് നീണ്ട് അർജന്റീനയിലെ സാൾട്ടാമലകളിലെത്തിച്ചേരുന്നു. വടക്കുഭാഗത്ത് കൃഷിയിടത്തിന്റെ അതിർത്തി ഇറിപിറ്റി വസ്തുവാണ്. (അതിൽ താമസക്കാരില്ല) അതിന്റെ ഉടമയും ഞങ്ങൾക്ക് കൃഷിയിടം വിറ്റയാളായ മി.റെംബർട്ടോ വില്ല[1] തന്നെയാണ്. ലാഗുനില്ലാസിനരികിലുള്ള ടെറാസ എന്ന കൃഷിയിടത്തിലാണ് അയാൾ താമസിക്കുന്നത്. നാങ്കാഹുവാസുവിൽനിന്ന് 20 കിലോമീറ്ററോളം ദൂരെ. മറ്റു വാക്കുകളിൽപ്പറഞ്ഞാൽ അത് സിറോ അൽഗാരനാസിന്റെ ഉടമസ്ഥതയിലുള്ള എൽ പിൻസാൽ കൃഷിയിടത്തിനു തെക്കാണ്. ആ കൃഷിയിടം പന്നികൾക്കായുള്ളതാണ്.

കൃഷിയിടം താരതമ്യേന ഒറ്റപ്പെട്ടതാണ്. കാമിരിയിലേക്കുള്ള റോഡുമാർഗം സാന്താക്രൂസിൽനിന്ന് 250 കി മീറ്ററോളം താണ്ടിയാലവിടെയെത്താം. ലാഗുനില്ലാസിലൂടെയല്ലാതെ – അത് നാങ്കാഹുവാസുവിൽനിന്ന് 25 കിലോമീറ്ററിനടുത്താണ്–ഗുട്ടിറസിൽനിന്ന് തെക്കുഭാഗത്ത് ആറു കിലോമീറ്റർ അകലെ നിന്ന് മറ്റൊരു വഴിയിലൂടെ. ആ വഴിക്കൊരാൾക്കാകെ കടന്നുപോകേണ്ടി വരുന്ന കൃഷിയിടം ഒരു യുവകർഷകനായ ഔഡൽ ലിയോണിന്റേത്

1. കൊക്കോ പെറേഡോക്ക് നാങ്കാഹുവാസുവിൽ കൃഷിയിടം വിറ്റയാൾ. വില്ലയെ പട്ടാളം പിന്നീട് അറസ്റ്റ് ചെയ്യുകയും ഗറില്ലകളുമായി സഹകരിക്കുന്നുവെന്ന് ആരോപിക്കുകയും ചെയ്തു.

മാത്രമാണ്. ആ വീട്ടിൽ പത്തുപേർ താമസിക്കുന്നു. എല്ലാവരും സംസാരിക്കുന്നത് ആ പ്രദേശത്ത് ആളുകൾ സംസാരിക്കുന്ന മുഖ്യഭാഷയായ ഗ്വാറാനിയാണ്. ലിയോണിന്റെ വീട് ഒരു മലയിലാണ്. റോഡിൽനിന്ന് 200 മീറ്റർ അകലെ. അതുകൊണ്ട് ഒരാളും കാണാതെതന്നെ കടന്നുപോകാനാകും.

കൃഷിയിടത്തിൽനിന്ന് റോഡിലൂടെ മൂന്നു കി മീ സഞ്ചരിച്ചാൽ സിറോ അൽഗരാനാസിന്റെ വീട്ടിലെത്താം. ഈ മനുഷ്യൻ മാത്രമാണ് നമ്മുടെ പ്രവർത്തനത്തിനു മുന്നിലുള്ള അപകടം. കാരണമയാളാണ് ഏറ്റവുമടുത്ത അയൽക്കാരൻ. അയാൾ ഒരു തികഞ്ഞ സംശയാലുവാണ്. പാസ് എസ്റ്റെൻസോറോയുടെ[1] കാലത്ത് അയാൾ കാമിരിയിൽ പ്രാദേശിക ഭരണാധികാരം കൈയാളി.

ഞങ്ങൾ കൃഷിയിടം വാങ്ങിയശേഷം അയാൾ ആളുകളോടു പറഞ്ഞുകൊണ്ടിരുന്നത് ഒരു കൊക്കെയ്ൻ പ്രോസസിംഗ് പ്ലാന്റ് തുടങ്ങാൻ ആ കൃഷിയിടത്തിന്റെ സ്ഥാനം ഞങ്ങൾ മുതലെടുക്കുകയാണെന്നാണ്. ഞങ്ങൾ ചില കന്നുകാലികളെയും പന്നികളെയും അയാളുടെ കൈയിൽനിന്ന് വാങ്ങുന്നതിൽ അയാൾ സന്തുഷ്ടനാണ്. അക്കാരണം കൊണ്ടാണ് അയാൾ ഞങ്ങളുമായി നല്ല ബന്ധം പുലർത്തുന്നത്. അയാൾ താമസിക്കുന്നത് കാമിരിയിലാണ്. ആഴ്ച അവസാനങ്ങളിൽ അങ്ങോട്ടുപോകുന്ന അയാൾ തിങ്കളാഴ്ച രാത്രികളിൽ തിരിച്ചെത്തും. ചിലപ്പോൾ കുറച്ചുദിവസം കാമിരിയിൽ തങ്ങിയെന്നും വരും.

ഈയൊരു പ്രശ്നമൊഴിച്ചാൽ ആ വസ്തു നമ്മുടെ കാര്യത്തിനു വേണ്ട എല്ലാ ഗുണങ്ങളുമുള്ളതാണ്. ഇപ്പോൾ അത്ര വിസ്തൃതമല്ല, പക്ഷേ പിന്നീട് കൂടുതൽ അകത്തേക്കു മാറി ഒരു വീടുവച്ചുകൊണ്ട് (അപ്പോൾ ആളുകൾക്ക് നമ്മെക്കാണാൻ കഴിയില്ല) നാം വേണ്ട സാഹചര്യങ്ങൾ സൃഷ്ടിക്കും. ഇപ്പോഴത്തെ വീട് റോഡിന്റെ അറ്റത്താണ് നിൽക്കുന്നത്. യഥാർഥ പ്രശ്നം, ആളുകളെ കൊണ്ടെത്തിക്കുകയെന്നതാണ്. കാരണമതിന് അൽഗരനാസിനെ കബളിപ്പിക്കേണ്ടതാവശ്യമാണ്.

സാന്താക്രൂസിലേക്കുള്ള യാത്ര 12 മണിക്കൂറെടുക്കും. വസന്തകാലത്തത് ഒരു റിക്കോർഡ് സമയമായിരിക്കും. മോറയിൽനിന്ന് റിയോ സെക്കോ വരെയുള്ള സ്ഥലം ഏറെക്കുറെ യാത്ര അസാധ്യമായ സ്ഥലമാണ്. കാലതാമസം രണ്ടോ അതിലധികമോ വരെ ദിവസങ്ങളാകാം.

---

1. MNR (ദേശീയ വിപ്ലവ പ്രസ്ഥാനം) ന്റെ ഒരു നേതാവായിരുന്നു വിക്റ്റർ പാസ് എസ്റ്റെൻസോറോ. അദ്ദേഹം 1952–56 കാലത്തും 1960–64 കാലത്തും ബൊളീവിയയുടെ പ്രസിഡന്റായിരുന്നു. 1964 നവംബറിൽ ജനറൽമാരായ റെനെ ബാരിയെന്റോസും ആൽഫ്രെഡോ ഒവാൻഡോയും ചേർന്ന് നടത്തിയ അട്ടിമറിയിൽ അദ്ദേഹം ഭരണത്തിൽനിന്ന് പുറത്തായി.

കൃഷിയിടം 1227 ഹെക്റ്ററാണ്. അതിൽ നിറയെ മരങ്ങളാണ്. ഈ അടിസ്ഥാനത്തിൽ നമ്മുടെ നാട്യം ആദ്യഘട്ടത്തിൽ പന്നിവളർത്തലെന്നതും, തുടർന്നൊരു അറക്കമിൽ സ്ഥാപിക്കലുമായിരിക്കും.

പ്രത്യേകമായി പറയേണ്ടകാര്യം തിങ്ങിനിറഞ്ഞ വനപ്രദേശങ്ങളിലൂടെ മുറിച്ചുകടന്ന് വടക്കോട്ട് നമുക്ക് വല്ലെ ഗ്രാൻഡെ വരെയെത്താനാകുമെന്നതാണ്. അതിനുശേഷം വനങ്ങൾ വളരെ കട്ടികുറഞ്ഞതാകുന്നു. തെക്കോട്ട്, കൃഷിയിടത്തിലേതുപോലുള്ള പ്രകൃതിസാഹചര്യങ്ങളിലൂടെ നമുക്ക് അർജന്റീന വരെയെത്താം.

ഈ സന്ദേശത്തിന്റെ വാഹകൻ താഴെപ്പറയുന്ന കാര്യങ്ങൾ നേരിട്ടുപറയും. അക്കാര്യങ്ങൾ റിപ്പോർട്ടിലെഴുതിയിട്ടില്ല.

1. ജനറൽ എസ്പ്രെല്ല
2. അവിടെ പഠിക്കുന്ന പരിശീലനാർഥികൾ
3. ഉറുഗ്വേ പ്രശ്നം
4. ഗ്രെനേഡ് ലോഞ്ചറുകൾക്കുള്ള ബാരലുകൾ
5. അടുത്തു നടത്തുന്ന യാത്രയെക്കുറിച്ചുള്ള അഭിപ്രായം.

സെപ്തംബർ 12–മനിലയിലേക്കുള്ള പാച്ചോയുടെ മടക്കയാത്രയ്ക്ക് ഞങ്ങൾ യാത്രയയപ്പു നൽകി. അദ്ദേഹം പാരീസിൽനിന്ന് നാലു ജോടി ബൂട്ട്സുകളെങ്കിലും വാങ്ങി അവ ഞങ്ങൾ നൽകിയിരിക്കുന്ന വാണിജ്യ അഡ്രസിൽ അയച്ചുതരണമെന്ന് ഞങ്ങൾ തീരുമാനിച്ചു. പ്രാദേശികമായി നിർമിക്കുന്നവ കാൽക്കാശിനു കൊള്ളാത്തതാണ്. ഞങ്ങൾ താനിയയുടെ കൃതി[1] പ്രതീക്ഷിച്ചു. പക്ഷേ ഒന്നും കിട്ടിയില്ല.

സെപ്തംബർ 13 – ആൾട്ടോ ബെനി മേഖലയിലെ കൃഷിയിടം കാണാനായി എംബിലി റൊഡോൾഫോക്കൊപ്പം പോയി.

സെപ്തംബർ 16 – യാത്ര കഴിഞ്ഞ് എംബിലി മടങ്ങിയെത്തി. അതിനു തെരഞ്ഞെടുത്ത സമയം മോശമായെന്നും, ആ പ്രദേശത്ത് ഫ്രഞ്ചുകാരനുണ്ടെന്നും അയാളെ ഇടയ്ക്കിടെ കാണുന്നത് അത്ര നല്ലതല്ലെന്നും എംബിലി പറഞ്ഞു.

അതൊരു കുടിയേറ്റക്കാരുടെ പ്രദേശമാണ്. മൊത്തം പ്രദേശവും പതിനാറായിരം കുടുംബങ്ങൾ ചേർന്ന് കൈവശം വെച്ചിരിക്കുന്നു(ഒരു കുടുംബത്തിന് പത്ത് ഹെക്റ്റർ വീതം). വേട്ടക്കാരും സിങ്കോണ തേടിനടക്കുന്നവരും വനത്തിലൂടെ കടന്നുപോകും. തന്റെ ഭൂമി ഞങ്ങൾക്കു വിൽക്കാൻ തയാറുള്ള ഒരാളുണ്ട് (പത്തു ഹെക്റ്റർ). മറ്റൊരാൾ ഒരു തീരുമാനമെടുത്തില്ല. പ്രശ്നം കുടിയേറ്റക്കാരുടെ സംഖ്യയാണ്. റിസർവ് വനത്തിൽനിന്ന് തടി വെട്ടിയിറക്കാനൊരു ലൈസൻസ് നേടാൻ പറ്റും. പക്ഷേ അതിനൊട്ടേറെ സമയവും നടപടിക്രമങ്ങളും വേണ്ടിവരും. നാനൂറ് ഹെക്റ്ററിലേക്കു വേണ്ട അധികാരപത്രം സംഘടിപ്പിക്കാനാണ് ഞങ്ങളുടെ ശ്രമം.

---

1. താനിയയിൽനിന്ന് കിട്ടേണ്ട ഒരു രേഖയെക്കുറിച്ചാണ് ഇവിടെ സൂചന.

സെപ്തംബർ 19–ഞങ്ങളുടെ ആയുധം വാങ്ങലുകാരിൽ ഒരാൾക്ക് സംരക്ഷണം നൽകാനായി ഞങ്ങൾ റിക്കാർഡോക്കൊപ്പം പോയി. സാധനമെത്തിക്കേണ്ട ആളിന് രണ്ട് ബ്ലോക്കുകൾക്കപ്പുറത്ത് ഞങ്ങൾ കാത്തുനിന്നപ്പോൾ, കാര്യങ്ങളിലുണ്ടായ വഴിത്തിരിവിനെക്കുറിച്ച് (മോയിസെസ് ഗുവേരയ്ക്കൊപ്പം പ്രവർത്തനം നടത്താനുള്ള മോങ്കോയുടെ തീരുമാനം) ഞങ്ങൾ ചർച്ച ചെയ്തു. നമ്മുടെ പ്രവർത്തനങ്ങൾ വിജയകരമായിത്തീരുമെന്നുറപ്പാക്കാൻ വേണ്ട ഏറ്റവും നല്ല മാർഗങ്ങൾ കണ്ടെത്തുന്നതിനെ കേന്ദ്രീകരിച്ചായിരുന്നു ചർച്ച ചുറ്റിത്തിരിഞ്ഞത്. ഇക്കാര്യത്തിൽ, ഒരു പാഴ്ചെലവൊഴിവാക്കാൻ ഞങ്ങളുടെ വിഭവങ്ങൾ വളരെ സൂക്ഷിച്ച് പ്രദേശത്ത് നിക്ഷേപിക്കേണ്ടതുണ്ടെന്ന കാര്യവും ചർച്ചയിൽ വന്നു. കാര്യങ്ങൾ ശാന്തമായും ശ്രദ്ധയോടെയും പ്ലാൻ ചെയ്യണം; കാര്യങ്ങളെ ഒട്ടുമൊത്തത്തിൽക്കാണണം; എല്ലാ പഴുതുകളും അടച്ചുകൊണ്ട് ദുരന്തങ്ങൾ ഒഴിവാക്കണം. അയൽക്കാരുമായും അയൽപ്രദേശങ്ങളുമായും നന്നായി കാര്യങ്ങൾ അറേഞ്ച് ചെയ്യണം. ഈ പ്രദേശങ്ങളിലേതിലെങ്കിലും കൂടി മോങ്കോക്ക് മുറിച്ചുകടക്കേണ്ടതാവശ്യമായി വന്നാൽ അതിനു പ്രാധാന്യമുണ്ട്.

ക്യൂബയിലെ പോരാട്ടം 12 പേരെ വച്ചാണു തുടങ്ങിയതെന്ന ആശയം ഇപ്പോൾ നാം മറക്കണം. വർത്തമാന സ്ഥിതിഗതികൾ നോക്കുമ്പോൾ, സാധ്യമായ ഏറ്റവും വലിയ സേനകളോടെ വേണം പോരാട്ടം തുടങ്ങാൻ. അതുപോലെ ഒരിടുങ്ങിയ ദ്വീപിലേതുപോലെയായിരിക്കില്ല ഒരു വൻകരയിൽ ഗറില്ലകളുടെ പ്രവർത്തനത്തിന്റെ പ്രത്യാഘാതമെന്നത് നാം മനസിൽ വയ്ക്കുകയും വേണം.

എംബിലിക്കു പകരം വരുന്നയാൾക്ക് ബൊളീവിയക്കാരുടേതിനു സമാനമായ ഒരു മുഖഭാവം വേണം. അയാൾക്കൊരു വിശ്വാസ്യതയുണ്ടാക്കാവുന്ന മറയും വേണം.

സെപ്തംബർ 23–ചില പ്രശ്നങ്ങൾ ചർച്ച ചെയ്യാൻ എംബിലിയെ എസ്റ്റാനിസ്ലാവോ വിളിപ്പിച്ചു. ഫ്രഞ്ചുകാരന്റെ[1] പ്രവർത്തനങ്ങളുടെ പ്രശ്നം ചർച്ച ചെയ്യാനാണ് ആ കൂടിക്കാഴ്ചയെന്നാണ് സൂചനകളെല്ലാം നൽകുന്ന ധാരണ. ഞങ്ങൾക്ക് മനിലയിൽ നിന്നൊരു സന്ദേശം കിട്ടിയിട്ടുണ്ടെന്ന് ഫാക്കുണ്ടോയും[2] പറഞ്ഞു. സുക്രെഹോട്ടലിൽ താമസിക്കുന്ന ഒരു ക്യൂബക്കാരന്റെ[3] പേരും റൂംനമ്പറും അയാൾ ഞങ്ങൾക്കു തന്നു. ഇതെല്ലാം കാണിക്കുന്നത് അവർ ഞങ്ങളെ പിന്തുടരുകയാണെന്നാണ്.[4]

1. "ഇടയ്ക്കിടെ ലാ പാസിനും ആൾട്ടോ ബെനിക്കുമിടയിൽ നടത്തിയ യാത്രകളും, കൂടെ എന്റെ അവിടത്തെ താമസവും, കമ്യൂണിസ്റ്റുപാർട്ടിയെ ജാഗരൂകരാക്കുകയും അവരിൽ സംശയമുണർത്തുകയും ചെയ്തു." (റെജിസ് ദെബ്രെ, *ചെയുടെ ഗറില്ലാ യുദ്ധം*)
2. ലൂയിസ് ടെല്ലറിയാ, ബൊളീവിയൻ കമ്യൂണിസ്റ്റു പാർട്ടിയുടെ ഒരു പ്രമുഖ കേന്ദ്ര നേതാവ്.
3. ഇതിൽപ്പറയുന്ന വ്യക്തി ആൽബെർട്ടോ ഫെർണാണ്ടസ്(പാച്ചോ) ആണ്.
4. ഇവിടെ സൂചന ബൊളീവിയൻ കമ്യൂണിസ്റ്റുപാർട്ടി നേതൃത്വത്തെക്കുറിച്ചാണ്.

സെപ്തംബർ 24

പകർപ്പ്
സന്ദേശം നമ്പർ : 5

ഏരിയൽ,
മുമ്പത്തെ സന്ദേശത്തിൽ പാർട്ടിയുമായി ബന്ധപ്പെട്ട ചില കാര്യങ്ങൾ ഞങ്ങൾ പറഞ്ഞിരുന്നു; അവരുടെ നിലപാടുകാരണം അതിൽ ചില മാറ്റങ്ങൾ വരുത്തിയിരിക്കുന്നു.

ഏതാനും ദിവസം മുമ്പ് ഞങ്ങളെ ബന്ധപ്പെട്ട് എസ്റ്റാനിസ്ലാവോ ഒരു കൂടിക്കാഴ്ചയ്ക്ക് ഏർപ്പാടു ചെയ്തു. അതു നടത്തിയത് നാലു പേരുടെ സാന്നിധ്യത്തിലാണ്[1] ആ കൂടിക്കാഴ്ചയിൽ നമ്മുടെ സർക്കാർ ഫാക്ഷൻ (വിഭാഗം) പ്രവർത്തനം നടത്തുന്നവരുമായി ബന്ധം സ്ഥാപിക്കുന്നുവെന്ന പ്രശ്നം ഞങ്ങൾക്കു മുന്നിൽ ഉന്നയിച്ചു. വിവിധ വിഭാഗീയ സംഘങ്ങളുമായിക്കാണാൻ യാത്രകൾ നടത്തുന്ന ഫ്രഞ്ചുകാരൻ ദെബ്രെയിലൂടെയാണിതു നടത്തുന്നത്. അവരോടുള്ള അവിശ്വാസത്തിന്റെ ലക്ഷണങ്ങളായി അവരിതിനെ ക്കാണുന്നു. അതവർക്ക് അംഗീകരിക്കാനാവില്ല. അതിനുമപ്പുറം, ഗറില്ലായുദ്ധത്തിനായി നിർദേശിക്കപ്പെട്ട മൂന്നു മേഖലകളിലും അവർ ദെബ്രെയെക്കാണുകയുണ്ടായി. അവർക്ക് മോയിസെസ് ഗുവേരയെക്കുറിച്ചൊന്നുമറിയില്ല.

അവർക്കീ സ്ഥിതിവിശേഷം വ്യക്തമാകേണ്ടതുണ്ട്. അവരെന്തെങ്കിലും വൃത്തികെട്ട സൂത്രപ്പണികൾ നടത്തുകയോ ഒരേകീകൃത നേതൃത്വത്തിനു കീഴിലുള്ള ഏതെങ്കിലും വിഭാഗീയ വാദികളുമായി കൂട്ടുചേരുകയോ ഇല്ല; കാരണം അവർ അത്തരക്കാരെ തങ്ങളുടെ എല്ലാ രീതിയിലുമുള്ള ശത്രുക്കളായാണു കാണുന്നത്.

ഫ്രഞ്ചുകാരന്റെ ദൗത്യത്തെക്കുറിച്ച് ഞങ്ങൾക്കൊന്നുമറിയില്ലെന്ന് ഞങ്ങൾ പറഞ്ഞു. ഞങ്ങളുടെ സർക്കാർ ഞങ്ങളോട് അത്തരമൊരു കാര്യവുമറിയിച്ചിട്ടില്ല. എങ്കിലും ഈ സന്ദർഭമുപയോഗിച്ച് ഞങ്ങൾ നിരീക്ഷിച്ച ചില പോരായ്മകൾ സൂചിപ്പിക്കട്ടെ.

1. അവർ ഗറില്ലാസമരത്തിൽ ഒരു വിശ്വാസവും പ്രകടിപ്പിച്ചിട്ടില്ല.

2. സംഘടനാപരമായ കാര്യങ്ങളിൽ അവരൊന്നുംതന്നെ ചെയ്തിട്ടില്ല. നേരെമറിച്ച്, അവയൊന്നും തീരെ പ്രാധാന്യമുള്ളതല്ല എന്നാണവർ കരുതുന്നത്.

---

1. റൊഡോൾഫോ സൽദാന, ജോർജെ വാസ്ക്വെസ് ബിയാന (ലോറോ, ബിഗോട്ടെസ്), കൊക്കോ പെരേഡോ, ജൂലിയോ മെൻഡെസ് (നാറ്റോ) എന്നിവരാണ് നാലു പേർ. ഗറില്ലാ മുന്നണി രൂപീകരിക്കാൻ സഹായിക്കാനായി മോൻജെ വിട്ടുനൽകിയ ബൊളീവിയൻ പാർട്ടിയംഗങ്ങളാണീ നാലു പേരും.

അവർ പ്രതികരിച്ചത് ഒരു പൊതുവായ ഉയിർത്തെഴുന്നേൽപ്പിലാണ് അവരവരുടെ സകല ശ്രദ്ധയും കേന്ദ്രീകരിക്കുന്നതെന്നും, അവരെ സംബന്ധിച്ച് ഗറില്ലാസമരം ഒരു രണ്ടാമത്തെ കാര്യം മാത്രമാണെന്നുമാണ്.

ഉയിർത്തെഴുന്നേൽപ്പ് സംഘടിപ്പിക്കാനായി ഇതേവരെ എന്തെല്ലാം അവർ ചെയ്തുവെന്ന് ഞങ്ങൾ ചോദിച്ചു. ഒന്നും ചെയ്തിട്ടില്ലെന്നവർ പ്രതികരിച്ചു.

അവർക്കുവേണ്ടി ഞങ്ങൾക്കിവിടെ 20 വർഷക്കാലം കാത്തിരിക്കാനൊന്നും പറ്റില്ലെന്ന് ഞങ്ങൾ വിശദീകരിച്ചു. കാര്യങ്ങൾ വിശദീകരിക്കാനായി ക്യൂബയിലേക്കൊരു പ്രതിനിധിയെ അയക്കാമെന്ന നിർദേശമവർ മുന്നോട്ടുവച്ചു. കൊക്കോയോട് സംസാരിച്ചപ്പോൾ, അവൻ ഞങ്ങളോട് പറഞ്ഞത്, ഗറില്ലാസമരത്തിൽ പങ്കുചേരാനായി പാർട്ടി നേതൃത്വത്തിൽനിന്നു താൻ രാജിവയ്ക്കേണ്ട പ്രശ്നം ക്യൂബക്കാരോട് ചർച്ചചെയ്യാനായി ക്യൂബയിലേക്കു പോകാൻ മാരിയോ അവനോടാവശ്യപ്പെട്ടുവെന്നാണ്.

കഴിഞ്ഞ റിപ്പോർട്ടിൽ ഞങ്ങൾ പാർട്ടിയുമായി ഞങ്ങൾക്കുള്ള ബന്ധത്തിന്റെ പ്രശ്നമുന്നയിച്ചിരുന്നു, കാരണം തന്ന ഉറപ്പുകൾ ലംഘിക്കുകയെന്നത് അത്ര എളുപ്പമല്ല. ഞങ്ങൾ നിർദേശങ്ങൾ പ്രതീക്ഷിക്കുന്നു.

കൃഷിയിടത്തിലേക്ക് സ്ഥലപരിചയത്തിനായി നടത്തിയ യാത്രയിൽ ഞങ്ങൾ ഫ്രഞ്ചുകാരന്റെ മുന്നിൽ ചെന്നുപെട്ടു. അയാൾ ഞങ്ങളുടെ ഒരു ഫോട്ടോയെടുക്കാൻ വിഫലമായി ശ്രമിച്ചു. അയാൾ എല്ലാ സർക്കാർ വാഹനങ്ങളുടെയും ഫോട്ടോയെടുക്കുന്നുണ്ടായിരുന്ന നിലയ്ക്ക് അയാൾ ജീപ്പിന്റെ ഒരു ഫോട്ടോയെടുത്തിരിക്കാം എന്നു ഞങ്ങൾ കരുതുന്നു.

കൃഷിയിടത്തിനായി കണ്ടെത്തിയ സ്ഥലം, താങ്കൾക്കിതിനകം അറിയാവുന്നതുപോലെ, പുതുതായി വെട്ടിപ്പിടിച്ച ഒരു സ്ഥലമാണ്. വനത്തിൽ ഒട്ടേറെ കർഷകർ വേട്ടയാടുകയും, മീൻ പിടിക്കുകയും സിങ്കോണയുടെ കറ ശേഖരിക്കുകയുമൊക്കെ ചെയ്യുന്നു. അവരെ നിങ്ങൾ കണ്ടുമുട്ടും. അതിനർഥം ഒരു സ്ഥിരം ഗ്രൂപ്പ് വേഗം തന്നെ കണ്ടുപിടിക്കപ്പെടുമെന്നതാണ്. സൈന്യത്തിന്റെ കേന്ദ്രീകരണവുമുണ്ട്. അവർ കാരണാവിയിൽനിന്ന് സാന്താ അനയിലേക്കൊരു റോഡു നിർമിക്കുകയാണ്. അവ സൈനിക വർക്ക് ബ്രിഗേഡുകളാണ്; അല്ലാതെ സ്ഥിരം സേനയല്ല. അവരുടെ ബേസ് ക്യാമ്പ് പാലോസിലാണ്.

ഈ മൊത്തം സാഹചര്യം ഞങ്ങളെ കുറച്ചൊക്കെ പിന്നോട്ടടിപ്പിച്ചു; അതുകൊണ്ടാണ് കുടിയേറ്റക്കാരുടെ ഒരു പ്രദേശത്ത് നിയ

മപരമായ ആവശ്യകതകൾ പൂർത്തീകരിക്കാനായി 400 ഹെക്റ്റർ വാങ്ങാൻ അനുമതി വേണമെന്ന് ഞങ്ങളപേക്ഷിച്ചത്. അവിടെ നമുക്ക് സ്വയം സ്ഥാപിക്കാം. നമ്മുടെ ശ്രമങ്ങൾ കൃഷിയിലും പന്നി വളർത്തലിലും പൂർണമായി സമർപ്പിക്കാം.

ഒരു വീടു നിർമിച്ചുകഴിയുമ്പോൾ, കൃഷിയിടത്തിന്റെ സ്ഥാനം സാന്താ അനക്കും പാലോസിനും ഇടയിലായിട്ടായിരിക്കും. അതിനൊപ്പം റോഡിന്റെയരികിൽ ബെലെനിൽനിന്ന് രണ്ടു കി മീ അകലെയായി നമ്മൾ 20 ഹെക്റ്റർ വീതമുള്ള രണ്ടു പ്ലോട്ടുകൾ കൂടി വാങ്ങും. മറ്റേ കൃഷിയിടത്തിലെത്താനായി കുതിച്ചു ചാടാനുള്ള ഒരു പോയിന്റായി ഈ സ്പോട്ടിനെ ഉപയോഗപ്പെടുത്താം. കാരണമത് ബെനി നദിയുടെ എതിർവശത്തെ കരയിലാണ്. ആ നദി മാത്രമാണ് ഏകജലമാർഗം (ഭൂപടവും കൂടെ കൊടുത്തിരിക്കുന്നു).

കൃഷിയിടത്തിൽ ഞങ്ങൾ ജീപ്പിന് കാവലേർപ്പെടുത്തുകയും വേണ്ട സാധനസാമഗ്രികൾ സ്റ്റോക്ക് ചെയ്യുകയും ചെയ്യും.

അഥവാ താങ്കളുടെ വരവ് താമസിക്കുകയാണെങ്കിൽ വർത്തമാന സ്ഥിതിഗതികളെപ്പറ്റി വിശദമായി ഒരു റിപ്പോർട്ട് തരാൻ ഞങ്ങൾ അങ്ങോട്ടുവരുന്നത് സഹായകരമായിരിക്കും.

നിർത്തുന്നു.

സെപ്തംബർ 28– റിക്കാർഡോയെ അനുഗമിച്ച്, ഞങ്ങൾ എസ്റ്റാനിസ്ലാവോയുമായി കണ്ടുമുട്ടി. മനിലയ്ക്കു മുന്നിൽവയ്ക്കാൻ പോകുന്ന പ്രശ്നങ്ങളെക്കുറിച്ച് അദ്ദേഹം ഞങ്ങളെ അറിയിച്ചു.

മനിലയോട് തനിക്കുള്ള പ്രതിബദ്ധത തെക്ക്[1] കാര്യങ്ങൾ സംഘടിപ്പിക്കാൻ സഹായിക്കാമെന്നതാണെന്ന് വിശദീകരിച്ചുകൊണ്ടാണദ്ദേഹം സംഭാഷണമാരംഭിച്ചത്. അതിൽ 20 പേരെ എംബിലിക്കു ലഭ്യമാക്കുന്നതും ബ്രസീലിൽ ബ്രിസോളയുടെ കാര്യങ്ങൾ കൂട്ടിയിണക്കുന്നതും പെടും. തന്ത്രപരമായ പ്ലാൻ ബൊളീവിയക്ക് ദ്വിതീയ സ്ഥാനം മാത്രമാണ് നൽകുന്നത്. ബൊളീവിയൻ പ്ലാനിന്റെ സംഘാടനവും നേതൃത്വവും തന്റെ ചുമതലയാണ് – ശരിയായ സമയത്ത് താൻ സഹായം ആവശ്യപ്പെടും. ഇതൊക്കെയാണ് താൻ മനിലയ്ക്കു കൊടുത്ത ഉറപ്പുകളെന്നും അദ്ദേഹം പറഞ്ഞു. സോവിയറ്റുകാർക്കു മുന്നിലും താനിതേ കാര്യം തന്നെയാണ് പറഞ്ഞതെന്നും അവർ സഹായിക്കാമെന്നേറ്റിട്ടുണ്ടെന്നും കൂടി അദ്ദേഹം പറഞ്ഞു. ഇപ്പോൾ, ഫ്രഞ്ചുകാരന്റെ വരവിനെക്കൂടി നാം കണക്കിലെടുക്കണം. അയാൾ രണ്ടാമതും അയാളുടെ പ്രവർത്തനം പാർട്ടിയെ വിമർശിക്കുകയെന്നതാക്കിയിരിക്കുകയാണ്. ഫ്രഞ്ചുകാരൻ സമോറയുടെ പാർട്ടിയുമായി അടുത്ത ബന്ധമുള്ള ആളാണെന്നും നമ്മുടെ സർക്കാരിന്റെ ആളായി ക്യൂബയിലേക്ക് യാത്രക്കു തയാറെടുക്കുകയാണെന്നും കൂടി

1. അർജന്റീനയെക്കുറിച്ചാണിവിടെ സൂചന.

അദ്ദേഹം പറഞ്ഞു.

താൻ കാരണാവി മേഖല സന്ദർശിച്ചെന്നും, തനിക്ക് കൃഷിയിടത്തിന്റെ സ്ഥാനം ആൾട്ടോ ബെനി മേഖലയിലേക്കു മാറ്റാൻ ക്യൂബയിൽ നിന്ന് ഉത്തരവു കിട്ടിയെന്നും എസ്റ്റാനിസ്ലാവോ പറഞ്ഞു. ഈ പ്രദേശത്തുനിന്നും പുറത്ത് മറ്റു രാജ്യങ്ങളിലേക്ക് മേഖല വ്യാപിപ്പിക്കാൻ പറ്റില്ല. അതിൽനിന്നും തനിക്കെത്തിച്ചേരാൻ കഴിഞ്ഞ നിഗമനം ബൊളീവിയയാണ് പദ്ധതിയിലെ മുഖ്യ കേന്ദ്രമെന്നാണ്. എല്ലാക്കാര്യങ്ങളിലും തന്നെ ഇരുട്ടിൽ നിർത്തിയിരിക്കുകയാണ്.

അക്കാരണത്താൽ എന്താണ് നടക്കുന്നതെന്ന കാര്യം പാർട്ടിക്ക് റിപ്പോർട്ട് ചെയ്യേണ്ടത് തന്റെ കടമയാണെന്ന് അദ്ദേഹം വിശ്വസിക്കുന്നു. താൻ സായുധസമരത്തെ പിന്താങ്ങുന്നുവെങ്കിലും മൊത്തം കാര്യങ്ങളിലും തനിക്കൊന്നും തന്നെ ചെയ്യാനില്ല. അതു തനിക്ക് വ്യക്തമാകണം. എന്തായാലും താൻ പാർട്ടിനേതൃത്വത്തിൽനിന്നും രാജിവയ്ക്കാമെന്നും അങ്ങനെ പാർട്ടി സംഘടനയെ രക്ഷിക്കാമെന്നുള്ള നിർദേശവും താൻ സെക്രട്ടേറിയറ്റിനു മുന്നിൽ വച്ചിട്ടുണ്ടെന്നും അദ്ദേഹം കൂട്ടിച്ചേർത്തു. മനിലയിൽ വച്ചുണ്ടാക്കിയ ധാരണകൾ പാലിക്കപ്പെട്ടിട്ടില്ലെന്നാണ് അദ്ദേഹം വിശ്വസിക്കുന്നത്.

അദ്ദേഹത്തിന്റെ ഉറപ്പിച്ചു പറയലുകൾ ഞങ്ങൾ സ്വീകരിക്കുന്നില്ലെന്നും, കാരണം മുമ്പ് അദ്ദേഹം സമ്മതിച്ച എല്ലാത്തിനും എതിരാണതെന്നും ഞങ്ങൾ പറഞ്ഞു. ഇതേവരെ എല്ലാക്കാര്യങ്ങളും ഞങ്ങളുടെ രാജ്യത്തെ അറിയിച്ചുകൊണ്ടിരുന്നിട്ടുണ്ട്. ഒന്നാമതായി, രണ്ടുമാസം മുമ്പ് ഞങ്ങൾ സഖാവ് എസ്റ്റാനിസ്ലാവോയോടു പറഞ്ഞത് തെക്കിനുവേണ്ടിയുള്ള പദ്ധതിക്കിപ്പോൾ രണ്ടാം സ്ഥാനം മാത്രമേയുള്ളു, പ്രവർത്തനത്തിന്റെ കേന്ദ്രം ഇവിടെ ബൊളീവിയയിലാണ്; അതിനുകാരണം ഈ രാജ്യമാണിന്നത്തെ സ്ഥിതിയിൽ ഏറ്റവും മികച്ച സാഹചര്യങ്ങൾ നൽകുന്നത്, എന്നാണ്. അതദ്ദേഹം സമ്മതിക്കുകയും ചെയ്തിരുന്നു.

തെക്കൻ മേഖല ഉപേക്ഷിക്കാൻ കാരണം കൃഷിയിടം പ്രായോഗികതലത്തിൽ ഒരു സൈനിക ക്യാമ്പിനകത്താണ് എന്ന കാര്യവും ഞങ്ങൾ പറഞ്ഞിരുന്നുവെന്നു ഞങ്ങൾ ചൂണ്ടിക്കാട്ടി. അക്കാരണത്താൽ കൂടുതൽ നല്ലൊരു സ്ഥലം ചർച്ച ചെയ്യണം. നാലു മേഖലകൾ ആ സമയത്ത് ചൂണ്ടിക്കാട്ടി. ആൾട്ടോ ബെനി, ലാസ് യുംഗാസ്, കൊച്ചബാംബ, സാന്താക്രൂസ്. ഈ പ്രദേശങ്ങൾ വിശദമായി പരിശോധിക്കാമെന്നു സമ്മതിക്കുകയും നാലു മേഖലകളും മനിലയ്ക്ക് റിപ്പോർട്ടുചെയ്യുകയും ചെയ്തു. ഏതാനും ദിവസം മുമ്പ്, അവയിലൊന്ന് തെരഞ്ഞെടുത്തു.

തുടർന്ന് ഞങ്ങൾ പറഞ്ഞു: "എസ്റ്റാനിസ്ലാവോ ഇക്കാര്യത്തെക്കുറിച്ച് നിങ്ങൾക്കൊന്നുമറിയില്ലെന്ന് നിങ്ങൾ പറയുന്നത് ഞങ്ങൾക്കു മനസിലാകുന്നില്ല. എവിടെവെച്ചാണ്, എപ്പോഴാണ് ഞങ്ങൾ ഇടയിൽക്കയറിയിടപെട്ടതെന്ന് ഞങ്ങൾക്ക് മനസിലാകുന്നില്ല. നിങ്ങൾക്ക് വിസമ്മതമുണ്ടായിരുന്നെങ്കിൽ, നിങ്ങളത് രണ്ടു മാസം മുമ്പ് പറയണമായിരുന്നു."

പ്ലാനിൽ മാറ്റമുണ്ടായ കാര്യം ഇതേവരെ അവർ അറിഞ്ഞിട്ടേയില്ലെന്ന കാര്യത്തിൽ അദ്ദേഹം നിർബന്ധംപിടിച്ചു. അതുപോലെ ഞങ്ങൾ തെക്കു ഭാഗത്തെക്കുറിച്ച് ചിന്തിക്കുന്നുവെന്നു തോന്നിക്കുന്ന മട്ടിലാണ് സാഹചര്യങ്ങളെക്കുറിച്ച് അദ്ദേഹത്തോട് പറഞ്ഞതെന്ന കാര്യത്തിലും. ഫാക്കുൻഡോ മേഖലകൾ മാറ്റുന്ന കാര്യം തന്നോടു പറഞ്ഞപ്പോൾ മാത്രമാണ് അദ്ദേഹത്തിന് ഞങ്ങൾ ബൊളീവിയയെക്കുറിച്ചാണ് സംസാരിക്കുന്നതെന്ന് മനസിലായതത്രേ. അങ്ങനെയല്ല കാര്യങ്ങളെന്നും, ഞങ്ങൾ പലതവണ നാലുപേരുടെ സാന്നിധ്യത്തിൽക്കൂടി വച്ച് ഇക്കാര്യം അദ്ദേഹത്തോട് ചർച്ച ചെയ്തിരുന്നുവെന്നും, അവർക്കീ കാര്യങ്ങളെല്ലാമറിയാമെന്നും ഞങ്ങൾ അദ്ദേഹത്തോടു പറഞ്ഞു.

ബൊളീവിയയാണ് നല്ലതെന്നത് തന്റെ ആശയമായിരുന്നുവെന്നും, ബൊളീവിയതന്നെയാണു പറ്റിയ സ്ഥലമെന്നും, എന്നാൽ തന്റെ പിന്നിൽക്കൂടി താനറിയാതെ കാര്യങ്ങൾ നടത്തുന്ന പരിപാടി തനിക്കു പൊറുക്കാനാവില്ലെന്നും അദ്ദേഹം പറഞ്ഞു. താൻ സമരത്തിൽ പങ്കെടുക്കാൻ പോകുകയാണ്, താനതിനെ നയിക്കും, അദ്ദേഹം പറഞ്ഞു. ഞങ്ങളുടെ കൈയിൽ ഒരു വെറും പാവയായിരിക്കില്ലെന്ന് അദ്ദേഹം ഉറപ്പിച്ചുപറഞ്ഞു. അദ്ദേഹത്തിന്റെ അഭിപ്രായത്തിൽ കാര്യങ്ങൾ കുറച്ചുകൂടി നന്നായി സംഘടിപ്പിക്കപ്പെടണം. അദ്ദേഹം സമരത്തിൽ പങ്കാളിയാകും, പക്ഷേ യത് മുഴുവൻ പാർട്ടിയും കൂടി സംഘടിപ്പിക്കണം. കാര്യത്തിന്റെ സംഘാടനത്തിലും നേതൃത്വത്തിലും തനിക്കു കുറച്ചുകൂടി പങ്കാളിത്തമുണ്ടായാൽ മാത്രമേ കൂടുതൽ ആളുകളെ തരാനാവൂ, അതിലൂടെ പ്രവർത്തനത്തിന്റെ കൂടുതൽ നല്ല സംഘാടനം ഉറപ്പാക്കാൻ കഴിയും.

ഏതു സംഘടനയ്ക്കുമൊപ്പം സംയുക്ത സൈനികനേതൃത്വത്തിൽ ഒന്നിച്ചു പ്രവർത്തിക്കാൻ തയാറാണെന്നും, എന്നാൽ സമോറ സമരത്തിൽ പങ്കെടുക്കില്ലെന്ന കാര്യത്തിൽ തനിക്കുറപ്പുണ്ടെന്നും അദ്ദേഹം പ്രഖ്യാപിച്ചു.

സെക്രട്ടേറിയറ്റിൽനിന്ന് കാര്യങ്ങൾ മറച്ചുവയ്ക്കാൻ താൻ നിർബന്ധിതനായിട്ടുണ്ടെന്നും അതിനുകാരണം അതിലെ അംഗങ്ങൾ ആവശ്യത്തിലേറെ സംസാരിക്കുന്നവരാണെന്നും അദ്ദേഹം പറഞ്ഞു. "ഉറുഗ്വേയിൽ അരിസ്മെൻഡി[1] ഞങ്ങളുടെ ഇവിടെയുള്ള സാന്നിധ്യത്തെക്കുറിച്ചു പറഞ്ഞു, തെക്കൻ ഭാഗത്തുള്ള പ്രവർത്തനത്തിൽ പങ്കാളിയാകാൻ റാമോൺ എത്താൻ സാധ്യതയുണ്ടെന്നും പാർട്ടിയുടെ ജനറൽ സെക്രട്ടറിമാരെയെല്ലാം വിവരങ്ങൾ അറിയിച്ചുകൊണ്ടിരിക്കണമെന്നും അതു നടന്നില്ലെങ്കിൽ, താൻ തന്നെ ആ ചുമതല ഏറ്റെടുക്കുമെന്നും കൂടി അരിസ്മെൻഡി പറഞ്ഞു." എസ്റ്റാനിസ്ലാവോ വിശദീകരിച്ചു.

സാഹചര്യത്തെക്കുറിച്ച് മനിലയെ അറിയിക്കാൻ കൊക്കോ ഉടനടി

1. 1955 മുതൽ 1988 വരെ കമ്യൂണിസ്റ്റു പാർട്ടി ഓഫ് ഉറുഗ്വേയുടെ ജനറൽ സെക്രട്ടറിയായിരുന്നു റോഡ്നി അരിസ്മെൻഡി.

തന്നെ പുറപ്പെടണമെന്ന ധാരണയിൽ ഞങ്ങളെത്തി. സമരത്തിൽ പങ്കെടുക്കണ്ടെന്ന് PCB നേതൃത്വം തീരുമാനമെടുത്താൽ തന്നെയോ താൻ വാഗ്ദാനം ചെയ്ത ആളുകളെയോ ഇപ്പോൾ ഞങ്ങൾക്കൊപ്പമുള്ള നാലാളുകളെയോ കിട്ടുമെന്ന കാര്യം ഉറപ്പിക്കേണ്ടെന്നും, അതല്ലെങ്കിൽ നാലുപേർ സ്വന്തം നിലയ്ക്ക് തീരുമാനമെടുക്കേണ്ടിവരുമെന്നും അദ്ദേഹം പറഞ്ഞു. കോളേ, റെയസ്,[1] സെക്രട്ടേറിയറ്റിലെ മറ്റംഗങ്ങൾ എന്നിവർ ഞങ്ങൾ പുറപ്പെടുന്ന സമയത്ത് കടന്നുവന്നു. ദെബ്രെ കൊച്ചബാംബയിൽനിന്നു തിരിച്ചെത്തിയെന്നും ചൊവ്വാഴ്ച സ്ഥലം വിട്ടുവെന്നും അവർ പറഞ്ഞു.

സാഹചര്യം ചർച്ച ചെയ്യുമ്പോൾ, മോങ്കോയുടെ വരവിനുമുമ്പ് ഉറുഗ്വേയിലെ പ്രശ്നം തീർക്കണമെന്ന് ഞങ്ങൾ തീരുമാനിച്ചു. കാരണം മനിലയിലേക്കാരെയെങ്കിലും അയക്കേണ്ടതാവശ്യമാണ്. ഞങ്ങൾ സാഞ്ചെസിനെ പരിഗണിച്ചുവെങ്കിലും തനിക്കടിയന്തരമായി പോകേണ്ടതുണ്ടെന്ന് എംബിലി ഏതാനും നാൾ മുമ്പെന്നോടു പറഞ്ഞിരുന്നു. അതുകൊണ്ട് ഒരു കാര്യപരിപാടി തയാറാക്കാനും എംബിലിയെ അയക്കാനും ഞങ്ങൾ തീരുമാനിച്ചു. അതേസമയം, കൃഷിയിടത്തിന്റെ കാര്യം റൊഡോൾഫോക്കൊപ്പം ഞങ്ങൾ കൈകാര്യം ചെയ്യും.

സെപ്തംബർ 30–സാഹചര്യങ്ങളുടെ ഒരു സമഗ്രമായ വിശകലനം നടത്താനും പാർട്ടിയുമായി ഞങ്ങൾക്കുള്ള ബന്ധത്തെക്കുറിച്ച് റൊഡോൾഫോയോടു പറയാനും ഞങ്ങൾ തീരുമാനിച്ചു. മറ്റുള്ളയാളുകളെ ഉപയോഗിച്ച് സമരവുമായി മുന്നോട്ടുപോകാനൊരു തീരുമാനമെടുത്താൽ അയാളുടെ നിലപാട് ഉറപ്പിക്കാൻ വേണ്ടിയായിരുന്നു അത്. കൊക്കോയുടെ കാര്യത്തിലും ഞങ്ങളതു തന്നെ ചെയ്തു. അയാളുടെ നിലയെ സംബന്ധിച്ചിടത്തോളം പാർട്ടിയെക്കൂടാതെ ഞങ്ങളൊന്നും ചെയ്തിട്ടില്ലെന്ന് ഞങ്ങൾ വിശദീകരിച്ചു. പാർട്ടി സമരത്തിൽ പങ്കെടുക്കേണ്ടെന്നു തീരുമാനിച്ചാൽത്തന്നെയും മരണംവരെ പോരാടാൻ താൻ ദൃഢനിശ്ചയമെടുത്തിരിക്കുകയാണെന്ന് അവൻ പറഞ്ഞു. എംബിലിയുടെ അഭിപ്രായത്തിൽ റൊഡോൾഫോയെ കൃഷിയിടത്തിൽ നിർത്തുകയും മാരിയോയുമായി സംസാരിച്ച കാര്യങ്ങളവനെ അറിയിക്കാതിരിക്കുകയുമാണ് നല്ലത്. ഒരിക്കൽ മനിലയിൽ കാര്യങ്ങൾ തീരുമാനിക്കപ്പെട്ടാൽ, അവൻ ഞങ്ങൾക്കൊപ്പം നിൽക്കുമോ ഇല്ലയോയെന്നത് നമുക്ക് കാണാൻ പറ്റും. ഞാനതിനെ എതിർത്തു. ഈ സമരത്തിൽ പങ്കാളിയാകുന്ന ഒരാളോട് കാര്യങ്ങളുടെ കിടപ്പ് പറയേണ്ടതുണ്ടെന്നാണ് ഞാൻ കരുതുന്നത്. ഈ ജീവിതത്തിന്റെ കാഠിന്യങ്ങൾ സഹിക്കേണ്ടിവരുമ്പോൾ ഒരാളുടെ പ്രവർത്തനത്തെ ഒന്നുംതന്നെ തടസപ്പെടുത്തരുത്; അതല്ലെങ്കിൽ, ഒരാളുടെ ഒളിച്ചോടലിന് ന്യായീകരണമായി ഒന്നുംതന്നെ ഉണ്ടായിക്കൂടാ.

വിജയം നമ്മിൽ നിന്ന് ആവശ്യപ്പെടുന്ന ത്യാഗങ്ങളാണിവ.

---

1. ബൊളീവിയൻ കമ്യൂണിസ്റ്റുപാർട്ടിയുടെ കേന്ദ്രകമ്മിറ്റിയംഗമായിരുന്നു സൈമൺ റെയസ്.

ഒക്ടോബർ 1966

ഒക്ടോബർ 2 – കൃഷിയിടം വാങ്ങാനായി റോഡോൾഫോ പോയിരിക്കുകയാണ്. ഞാനും ടൂമയും പിന്നീടു പോകും.

ഒക്ടോബർ 4 – എംബിലി ഈ സാഹചര്യങ്ങൾ വിശദീകരിക്കാനായി തന്റെ രാജ്യത്തിലേക്കു പുറപ്പെട്ടു. വിമാനത്തിനൊരു ചെറിയ തകരാറുണ്ടായതിനാൽ പരിപാടികൾ മാറ്റേണ്ടിവന്നു. അദ്ദേഹത്തിന് സ്ഥലം വിടാൻ കഴിഞ്ഞില്ല. കഴിഞ്ഞ രാത്രി കിട്ടിയ സന്ദേശത്തിന്റെ ഉള്ളടക്കത്തെപ്പറ്റി സാഞ്ചെസുമായി ഞങ്ങളൊന്നുകൂടി ചർച്ചചെയ്തു. ആ സന്ദേശത്തിന്റെ കോഡുഭാഷ തർജമചെയ്തപ്പോൾ അത് താഴെപ്പറയും പ്രകാരമായിരുന്നു.

(പകർപ്പ്)

ടാക്കോ: ഒക്ടോബർ 10 ന് തുടങ്ങി താങ്കൾ താഴെപ്പറയുന്ന റൂട്ട് സ്വീകരിക്കണം. ഒറ്റയ്ക്ക് യാത്ര ചെയ്യുക. എല്ലാ ദിവസവും രാവിലെ 9 മുതൽ കാൽനടയായി, പ്ലാസ ദെൽ എസ്റ്റുഡിയാന്റെ (പ്രാഡോയുടെ തുടക്കം)യിൽ തുടങ്ങിക്കൊണ്ട് അൽമിരാന്റെ ഗ്രാവുവിലേക്ക് മെക്സിക്കോ തെരുവിലൂടെ നടക്കുക. റെനാൻ[1] ഈ റൂട്ടിൽ നിങ്ങളെ സന്ധിക്കും. നിങ്ങളെ ഒറ്റത്തവണ സന്ധിക്കാൻ മാത്രമാണ് അവന് ഉത്തരവ് നൽകിയിരിക്കുന്നത്.

പാച്ചോ കൊണ്ടുവന്ന സന്ദേശത്തെക്കുറിച്ച്.

1. മോയിസെസ് ഗുവേരയുടെ കാര്യത്തിൽ ഞങ്ങൾക്കുറപ്പൊന്നുമില്ല. അയാളുടെ ഉറപ്പുകൾ ഞങ്ങൾ പരിശോധിക്കുകമാത്രമാണ്. എസ്റ്റാനിസ്ലാവോ, ഗുവേര (മോയിസെസ്), ഞങ്ങൾ എന്നിവർക്കിടയിലെ രാഷ്ട്രീയ ബന്ധങ്ങളെക്കുറിച്ച് വേവലാതിപ്പെടേണ്ട. പ്രധാന കാര്യം അത്യാവശ്യമായ സാഹചര്യങ്ങളൊരുക്കുകയെന്നതാണ്. എസ്റ്റാനിസ്ലാവോയുമായുള്ള ബന്ധങ്ങൾ തുടരുക; വാഗ്വാദങ്ങൾ ഒഴിവാക്കിക്കൊണ്ട്.

ആവശ്യപ്പെട്ട സഹായം പിന്നീട് തരുന്നതാണ്.

2. ഇപ്പോഴത്തെ കൃഷിയിടം നല്ലതാണ്. മറ്റൊന്നു കൂടി സംഘടിപ്പിക്കണം, പക്ഷേ നിങ്ങളോടു പറയുന്നതുവരെ ആയുധങ്ങൾ മാറ്റരുത്.

3. റെനാൻ ലേ- ഔട്ട് ചെയ്യുന്ന ലൈനുകളിലൂടെ നിർദിഷ്ട സപ്ലൈ നെറ്റ്‌വർക്ക് ഏർപ്പെടുത്തുന്നതു തുടരണം. അക്കാര്യത്തിൽ വേവലാതിപ്പെടണ്ട.

നിർദേശങ്ങൾ അക്ഷരാർഥത്തിൽത്തന്നെ നടപ്പാക്കണം. രേഖകളുടെ ആവശ്യമില്ല.

---

1. റെനാൻ മൊൺടെറോ(റെനാൻ) ക്യൂബയുമായിട്ടുള്ള ബന്ധത്തിലെ ഒരു കണ്ണിയും നഗരനെറ്റ്‌വർക്കിലെ ഒരംഗവും.

ചിനോക്കുള്ള സഹായം ഇവിടെനിന്നു തന്നെ ഏർപ്പാടാക്കാം, സാഞ്ചെസിനോടുള്ള ബന്ധങ്ങൾ തുടർന്നുകൊണ്ട്.

സാമഗ്രികൾ ലഭ്യമാക്കുന്നത് നീട്ടിവയ്ക്കുക. ഈ ഘട്ടത്തിൽ വലിയ ജാഗ്രതയോടെ വേണം അതു ചെയ്യാൻ.

ലോർഗിയോ വാക്ക സെപ്തംബർ 24നു പുറപ്പെട്ടു. അങ്ങോട്ടുള്ള വഴിയിലാണവൻ.

ക്ഷണിക്കുന്നതിന്റെ നിർദേശങ്ങൾ ജനുവരി ഒന്നിനു മുമ്പ് അയച്ചിരിക്കണം. ബ്രസീലുകാരുടെ കാര്യം മറ്റു മാർഗങ്ങളിലൂടെ പരിഹരിക്കുന്നതാണ്.

“നീണാൾ വാഴട്ടെ....” എന്നൊപ്പിട്ട ഒരു ടെലഗ്രാം ഈ സന്ദേശം കിട്ടിയെന്നതിന്റെ സൂചനയായി അയക്കണം. നിങ്ങൾക്കെല്ലാം ഊഷ്മളമായ ആശംസകൾ, റാമോൺ.

നിർത്തുന്നു.

സെപ്തംബർ 26, 1966

ഒക്ടോബർ 5–താൻ കൃഷിയിടം വാങ്ങിയെന്ന കാര്യം റൊഡാൾഫോ വന്നറിയിച്ചു. ഇപ്പോഴും ഞങ്ങളവിടെ പോകാൻ പാടില്ലെന്നാണവന്റെ അഭിപ്രായം. കാരണം ഭൂമി ഇനിയും അളന്നുതിരിച്ചിട്ടില്ലാത്തതിനാൽ ഞങ്ങളുടെ സാന്നിധ്യം സർവേയർമാരിലും മറ്റും സംശയമുണ്ടാക്കും. കൂടെ അദ്ദേഹത്തിന്റെ അഭിപ്രായത്തിൽ 12–ാം തീയതി ചൊവ്വാഴ്ച ഞങ്ങളവിടെ (ടൂമയും ഞാനും) പോകുന്നതാണു നല്ലത്. മൂന്നുദിവസം ആ പ്രദേശത്തായിരുന്നതിൽ നിന്ന് താൻ ചിന്തിക്കുന്നത് ഞങ്ങളുടെ അവിടത്തെ താമസം വളരെ ചെറിയ കാലത്തേക്ക് ആയിരിക്കണമെന്നാണെന്നും അവൻ പറഞ്ഞു. കാരണം പട്ടാളക്കാർ ആ മേഖലയിൽ റോന്തു ചുറ്റുന്നുണ്ട്. എന്തായാലും, ഞങ്ങളാ ഏരിയയിൽ പര്യടനം നടത്താൻ തീരുമാനിച്ചു. അവിടേക്കാണോ അതോ നാങ്കാഹുവാസുവിലേക്കാണോ നീങ്ങേണ്ടതെന്ന തീരുമാനം ഞങ്ങളെടുക്കും. നദിക്കരയിൽ വീടുകൾ നിർമിക്കുന്നതിന്റെ കാര്യം ഞങ്ങൾ റോഡോൾഫോയുടെ കൈകളിലേൽപ്പിക്കും.

ഒക്ടോബർ 6–എംബിലി തന്റെ നാട്ടിലേക്ക് പോയി. ഞങ്ങൾക്ക് മനിലയിൽനിന്നൊരു സന്ദേശം കിട്ടി. അത് കോഡ്ഭാഷയിൽ നിന്ന് മാറ്റി വിമാനത്താവളത്തിൽ എംബിലിക്ക് എത്തിച്ചു.

സന്ദേശം നം:15 (പുറപ്പെടുക)

ടാക്കോ, ഒക്ടോബർ 10 മെക്സിക്കോ തെരുവുവഴിയുള്ള റൂട്ട് മാറ്റിയിരിക്കുന്നു. ഒക്ടോബർ 15ന് ഈ റൂട്ടിൽ യാത്ര തുടങ്ങുക. അഭിവാദ്യങ്ങൾ, റാമോൺ.

ഒക്ടോബർ 6, 1966

ഒക്ടോബർ 8–ഞങ്ങൾ അപേക്ഷിച്ച ഭൂമിയെപ്പറ്റിയും അത് കസ്റ്റഡിയിലാക്കാൻ ഞങ്ങൾക്ക് അധികാരം തരുന്ന കാര്യത്തിന് എപ്പോൾ അറിയിപ്പ് കിട്ടുമെന്നുള്ള കാര്യവും ഞങ്ങൾ ഫാക്കുണ്ടോയോടു സംസാരിച്ചു. അപേക്ഷകൾ തള്ളപ്പെട്ടതായി അദ്ദേഹം ഞങ്ങളോടു പറഞ്ഞു. പതിനഞ്ചു കി മീ കൂടി പിന്നിലുള്ള സ്ഥലം സ്വീകരിക്കുകയെന്നതാണിനിയുള്ള ഏക മാർഗം. അതല്ലെങ്കിൽ, കുടിയേറിത്താമസിക്കുന്നവരെന്ന നിലയിൽ, ഞങ്ങൾ അപേക്ഷിച്ച മേഖലയിലെ 16 ഹെക്റ്ററുകൾ സ്വീകരിക്കാം. കൂടുതൽ കരയ്ക്കുള്ളിലുള്ള ഒരു സ്ഥലം സ്വീകരിക്കണമെങ്കിൽ കച്ചവടം നടത്താനുള്ള ഒരു നിയമപരമായ പെർമിറ്റ് കൂടി വേണ്ടിവരുമെന്നു ഞങ്ങൾ കരുതുന്നു. ഇതിന്റെ സാധാരണഗതിയിലുള്ള അർഥം ഞങ്ങൾക്ക് ഞങ്ങളുടെ ഉൽപ്പന്നങ്ങൾ മാർക്കറ്റിൽ കൊണ്ടുവരേണ്ടിവരും, പക്ഷേ പുഴയിൽനിന്ന് അത്രയേറെ അകലെയായതിനാൽ അവിടേക്ക് ഗതാഗതമാർഗങ്ങളൊന്നുമില്ല എന്നതാണ്. അതുകൊണ്ട് ശ്രദ്ധയാകർഷിക്കരുതെന്നുണ്ടെങ്കിൽ ഭൂമി പുഴക്കരയിൽത്തന്നെയാകണമെന്ന് ഞങ്ങൾ വാശിപിടിക്കണം; കാരണം ഒരു റോഡു വെട്ടുകയെന്നത് മൊത്തം നിക്ഷേപത്തേക്കാളും ചെലവേറിയതായിരിക്കും. അതിനെ കൃഷി ചെയ്യാനുള്ള ഭൂമിയുടെ മൊത്തം തുകയും, രണ്ടാമതായി, ഒരു ലാഭമുണ്ടാക്കാനുള്ള സാധ്യതയും കൊണ്ട് നാം ന്യായീകരിക്കേണ്ടതുണ്ട്.

കാര്യങ്ങളെ ശരിയാക്കാൻ വാങ്ങിയ സാധനങ്ങളുടെ ലിസ്റ്റ് ഞങ്ങൾക്കു ലഭിച്ചു. ഞങ്ങൾ മുപ്പതാളുകളെ സൈനിക സന്നാഹങ്ങളുള്ളവരാക്കാൻ ശ്രമിച്ചു; എംബിലി ഇരുപത്താറുപേർക്ക് വേണ്ട സാമഗ്രികളെ ഓർഡർ ചെയ്തുള്ളൂവെന്നതിനാൽ ഞങ്ങൾക്കത് ക്രമീകൃതമായി ചെയ്യാൻ കഴിഞ്ഞില്ല. 30 ക്നാപ്പ്സാക്കുകൾ (പുറത്ത് തൂക്കുന്ന വലിയ ബാഗ്)കൂടെ ഓർഡർ ചെയ്യാനായി ഞങ്ങൾ റിക്കാർഡോയുടെ വരവും കാത്തിരിക്കുകയാണ്.

ആദ്യത്തെ ലിസ്റ്റിൽ 50 പേർക്കുള്ള സന്നാഹങ്ങൾ ഉൾപ്പെടുത്തിയിട്ടുണ്ട്. ഞങ്ങൾക്കുള്ള സാമഗ്രികൾ ഏതുതരമാണെന്നോ എത്രയുണ്ടെന്നോ ഉള്ളതിനെക്കുറിച്ച് ഒരു വ്യക്തമായ ആശയവുമില്ലാതെ എന്തുകൊണ്ടാണത് മാറ്റാൻ റിക്കോർഡോ തീരുമാനിച്ചതെന്ന് എനിക്കറിയില്ല.

രഹസ്യസ്ഥാനങ്ങളിൽ സംഭരിക്കാനുള്ള സാധനങ്ങൾ ഞങ്ങൾ വാങ്ങുകയാണ്. ആദ്യഘട്ടത്തിലതു ഞങ്ങൾക്ക് വളരെയേറെ ഉപയോഗപ്രദമായിരിക്കും.

ഒക്ടോബർ 10–സെൻട്രൽ കമ്മിറ്റിക്കൊപ്പം നടത്തിയ മീറ്റിങ്ങിന്റെ ഫലങ്ങളെക്കുറിച്ച് ഞങ്ങളോട് സംസാരിക്കണമെന്ന് മാരിയോ ഞങ്ങളെ അറിയിച്ചു.

മോൻജെ ഞങ്ങളോടു പറഞ്ഞു:

> അധികാരത്തിലേക്കുള്ള ശരിയായതും ഒരേയൊരു വഴിയുമായ സായുധസമരത്തിന്റെ ലൈൻ ഏകകണ്ഠമായി അംഗീകരിച്ചതി

ലൂടെ സിസി ഒരു പോസിറ്റീവായ ചുവടുവയ്പ്പ് നടത്തി. പക്ഷേ സായുധസമരത്തോടുള്ള ഏറിയ പിന്തുണയും വാക്കുകളിൽ മാത്രമാണ്. അതിൽ പങ്കെടുക്കുന്നതിനവർ ശാരീരികമായി കഴിവുകെട്ടവരാണ്.

ബൊളീവിയയിൽ അധികാരം കൈക്കലാക്കുന്നതിനെ കേന്ദ്രീകരിച്ചായിരുന്നു ചർച്ചകൾ. മീറ്റിങ്ങാരംഭിച്ചത് അധികാരം കൈക്കലാക്കാൻ സായുധസമരം മാത്രമാണ് ഏകമാർഗമെന്ന ഒരു റിപ്പോർട്ടോടെയാണ്. സാഹചര്യം കൂടുതൽ തീവ്രമായി വരികയാണെന്ന് ഞങ്ങൾ വിശദീകരിച്ചു. ഒരു അട്ടിമറിയുടെ സാധ്യതയിലേക്കോ മന്ത്രിസഭയിലൊരു പ്രതിസന്ധിലേക്കോ ആണ് കാര്യങ്ങളെല്ലാം വിരൽചൂണ്ടുന്നത്. ഇടതുപക്ഷ സംഘടനകളെ ഉന്മൂലനം ചെയ്യാൻ ഭരണനേതൃത്വം തയാറെടുക്കുകയാണ്. സായുധസമരത്തെക്കുറിച്ചുള്ള ഞങ്ങളുടെ സങ്കൽപ്പനം ഒരു ആഭ്യന്തര യുദ്ധമെന്നതാണ്. ഒരു ഗറില്ലായുദ്ധത്തിന്റെ രൂപമെടുക്കുന്ന ഒരു ആഭ്യന്തരസമരം. ഗറില്ലായുദ്ധമുറയ്ക്കുള്ള അനുകൂല സാഹചര്യങ്ങളെക്കുറിച്ചും, അതെവിടെയെങ്കിലും നടത്തപ്പെടണമെന്നു വരികിൽ, അതിനുവേണ്ട ഏറ്റവും അനുകൂലമായ സാഹചര്യങ്ങളുള്ള രാജ്യമിതാണെന്നും ഞാൻ വിശദീകരിച്ചു. നാം നമ്മെത്തന്നെ വിഡ്ഢികളാക്കരുത്. നാം നേരിടുന്നതൊരു കരുത്തനായ ശത്രുവിനെയാണ്. അതിനതിന്റെ പക്കൽ യാങ്കി സാമ്രാജ്യത്വത്തിന്റെ വിപുലമായ വിഭവങ്ങളുണ്ട്. അത് എളുപ്പത്തിൽ അധികാരം പിടിക്കുകയെന്നതിനെ അസാധ്യമാക്കുന്നു. അതുകൊണ്ട്, നമ്മുടെ രാജ്യം ആവശ്യമായ സാഹചര്യങ്ങൾ സൃഷ്ടിക്കുകയും അവയെ വേഗത്തിലും നിർണായകമായ വിധത്തിലും വികസിപ്പിക്കുകയും ചെയ്യും. അതുവഴി മറ്റു ലാറ്റിനമേരിക്കൻ രാജ്യങ്ങൾക്കും സമരം തുടരാൻ കഴിയും. ഇതാണു നമ്മുടെ ദൗത്യം, കാര്യങ്ങളെങ്ങനെയാണ് മാറിത്തീരുന്നത് എന്നതിനെ ആശ്രയിച്ച്.

താൻ തന്റെ പ്രസ്താവന അവസാനിപ്പിച്ചപ്പോൾ തന്റെ ചില സഖാക്കൾ സംസാരിച്ചുവെന്നും അദ്ദേഹത്തിന്റെ രൂപരേഖ അപൂർണമായതിനാൽ തങ്ങൾ തുറന്ന് അക്കാര്യങ്ങൾ പറയുമെന്ന് ഉറപ്പിച്ചുപറഞ്ഞതായും മാരിയോ പറഞ്ഞു. ബാക്കികാര്യങ്ങൾ തന്നിൽത്തന്നെ ഒതുക്കിനിർത്തുകയായിരുന്നു; എന്തായിരിക്കും ക്യൂബയുടെ റോളെന്നു പറയാതെ. "എന്റെ അഭിപ്രായത്തിൽ തനിക്കറിയാവുന്നതെല്ലാം മാരിയോ പറയുന്നില്ല," എന്നൊക്കെ അഭിപ്രായങ്ങൾ വന്നപ്പോൾ ആർക്കെങ്കിലുമെന്തെങ്കിലുമൊക്കെ കൂട്ടിച്ചേർക്കാനുണ്ടോ എന്നു ചോദിക്കുകയും കൂടുതലൊന്നും പറയാൻ തനിക്കില്ല എന്നു പറയുകയുമായിരുന്നു താനെന്നും അദ്ദേഹം പറഞ്ഞു. തുടർന്നദ്ദേഹം കൂട്ടിച്ചേർത്തു. "ഇക്കാര്യത്തിൽ ക്യൂബയുടെ നിലപാടിനെ സംബന്ധിച്ചിടത്തോളം, സഖാവ് ഫിദൽ എന്നോടു പറഞ്ഞത് ആളുകൾ, സാമഗ്രികൾ തുടങ്ങിയ കാര്യങ്ങളിൽ തന്റെ ഉപാധികളില്ലാത്ത പിന്തുണ നമുക്ക് ഉറപ്പിക്കാമെന്നാണ്."

സായുധസമരത്തിന്റെ ലൈൻ അവർ സ്വീകരിച്ചശേഷം, പാർട്ടിയുടെ നേതൃത്വത്തിന്റെ നിലപാടിനെക്കുറിച്ച്, പ്രത്യേകിച്ച് എസ്റ്റാനിസ്ലാവോയുടെ നിലപാടിനെക്കുറിച്ച് ചോദ്യം ഉന്നയിക്കപ്പെട്ടു. എസ്റ്റാനിസ്ലാവോയും മറ്റുള്ളവരും ബാക്കി പോരാളികൾക്കൊപ്പം മലനിരകളിലായിരിക്കണമെന്ന് അവർ നിർദേശിച്ചു. അതു പിന്നീട് ചർച്ചചെയ്യാമെന്നു തീരുമാനിക്കപ്പെട്ടു. ആ പ്രശ്നം ചർച്ച ചെയ്യാനായി റെയസിനെക്കൂടി മനിലയിലേക്കയക്കണമെന്ന നിർദേശം വന്നു. റാമിറെസിന്റെ[1] ആ നിർദേശം വന്നപ്പോൾ കാര്യത്തിൽ കൂടുതൽ പരിചിതനെന്ന നിലക്ക് എസ്റ്റാനിസ്ലാവോയെക്കൂടി മനിലയിലേക്കയക്കാൻ അവർ തീരുമാനിച്ചു. അവർ ബൾഗേറിയയിലെ പാർട്ടികോൺഗ്രസിൽ പങ്കുചേരുകയും ചെയ്യും.

അദ്ദേഹത്തിന്റെ യുക്തിപരമായ മനസിലാക്കലുമായി യോജിക്കുന്നുവെന്നു ഞാൻ പറഞ്ഞു. മീറ്റിങ്ങ് പോസിറ്റീവ് ആയിരുന്നെന്ന വിലയിരുത്തൽ ശരിയാണെന്ന് ഞങ്ങൾക്കു തോന്നുന്നതായും ഞങ്ങൾ പറഞ്ഞു. മറ്റൊരു തീരുമാനം വഴി മുമ്പേതന്നെ കൊക്കോയെ ഏൽപ്പിച്ചിരിക്കുന്ന ഒരു ദൗത്യത്തിനായി അവരിനിയും മനിലയിൽ പോകേണ്ടതാവശ്യമാണെന്നെനിക്കു തോന്നുന്നില്ല എന്നു ഞാൻ പറഞ്ഞു. കൊക്കോക്ക് എന്തെങ്കിലും ചർച്ച ചെയ്യാൻ നിർദേശമൊന്നും നൽകിയിട്ടില്ല, വെറുതെ റിപ്പോർട്ട് ചെയ്യാൻ മാത്രമാണ് നിർദേശം നൽകിയിട്ടുള്ളതെന്നും, സിസിയുടെ (കേന്ദ്രകമ്മിറ്റി) തീരുമാനമറിയാത്തതിനാൽ എന്തെങ്കിലും ചർച്ചകൾ നടത്താവുന്ന സ്ഥിതിയിലല്ല അവനെന്നും മാരിയോ വിശദീകരിച്ചു. കൂടാതെ, മുമ്പ് ഞങ്ങൾ ചർച്ചചെയ്തിരുന്നത് തന്റെ തന്നെ റോളെന്തായിരിക്കുമെന്ന് എസ്റ്റാനിസ്ലാവോ ഉന്നയിച്ച പ്രശ്നമാണ്; താൻ പ്രതിനിധാനം ചെയ്യുന്ന മൊത്തം സംഘടനയ്ക്കും വേണ്ടിയുള്ള ചർച്ചയായിരുന്നില്ല അത്.

എന്റെ വികാരങ്ങൾ എന്നെ കീഴടക്കിയേക്കുമെന്ന് ഞാൻ ഭയപ്പെട്ടു. എനിക്ക് ദേഷ്യം വന്നു; ഈ മനുഷ്യന്റെ സ്വഭാവത്തിലെ ദൗർബല്യങ്ങളും ഗുരുതരമായ തെറ്റുകളും എന്നെ കലിപൂണ്ടവനാക്കി. പക്ഷേ ഒരു വാഗ്വാദത്തിൽ ഏർപ്പെടുന്നതിനെതിരെ ഞങ്ങൾക്കു കിട്ടിയ നിർദേശങ്ങൾ പാലിക്കേണ്ടതുണ്ട്. അതുകൊണ്ടാ പ്രശ്നം മാറ്റിവച്ചുകൊണ്ട് ചർച്ച തുടർന്നു. മലനിരകളിൽ തങ്ങാനുള്ള എസ്റ്റാനിസ്ലാവോയുടെ തീരുമാനം ഞങ്ങൾ ചർച്ച ചെയ്തു. അതു ശരിയാണെന്നു ഞങ്ങൾ പറഞ്ഞു. പക്ഷേ ഫബ്രീഷിയോ ഒജേഡ, ടുർഷ്യോസ് ലിമ[2] തുടങ്ങിയവക്ക് സംഭവിച്ച കാര്യങ്ങളെക്കുറിച്ച് ഒരാൾ മറന്നുകൂടാ. അതിനദ്ദേഹം മറുപടി നൽകി: "അതെ, മറ്റു നിരവധിപേർക്കും അങ്ങനെ സംഭവിച്ചിട്ടുണ്ട്. പക്ഷേ, അതത്ര പ്രാധാ

1. ഹംബർട്ടോ റാമിറെസ്, ബൊളീവിയൻ കമ്യൂണിസ്റ്റ് പാർട്ടിയുടെ നാഷണൽസെക്രട്ടറിയേറ്റംഗം.
2. വെനിസ്വേലയിലെ ഗറില്ലാ നേതാവായ ഫാബ്രീഷിയോ ഒജേഡയെ 1966 ജൂണിൽ വെനിസ്വേലൻ പട്ടാളം പിടികൂടുകയും ഏതാനും ദിവസങ്ങൾക്കുശേഷം ജയിൽ മുറിയിലിട്ട് കൊലപ്പെടുത്തുകയും ചെയ്തു. ഗ്വാട്ടിമാലയിലെ ഗറില്ലാനേതാവായ അഗസ്റ്റോ ടൂർഷ്യോസ് ലിമയെ 1966 ഒക്ടോബർ 2 ന് ഒരു കാർ അപകടത്തിലൂടെ കൊലപ്പെടുത്തി.

ന്യമുള്ളതല്ല." എന്തുതന്നെയായാലും രാഷ്ട്രീയ നേതൃത്വം ശത്രുവിന് വളരെ എളുപ്പത്തിൽ തുടച്ചുമാറ്റാനാകാത്ത ഒരു കൂടുതൽ സുരക്ഷിതമായ പ്രദേശത്തു നിലനിൽക്കണമെന്നതാണ് പ്രധാനമെന്നു ഞാൻ പറഞ്ഞു. ഏറ്റവും സുരക്ഷിതമായ മേഖല മുന്നണിയാണ്. കൂടെ, ആവശ്യമായി വരുന്ന ഘട്ടത്തിൽ പാർട്ടിക്ക് അണ്ടർ ഗ്രൗണ്ടിൽപ്പോകാനുള്ള സൗകര്യമൊരുക്കുന്ന വിധത്തിൽ സുരക്ഷാ സംവിധാനങ്ങളുണ്ടാക്കുകയും വേണം.

സാന്തോ ഡോമിംഗോ[1]യിൽ സംഭവിച്ച കാര്യം നാമൊരു നിമിഷം പോലും മറക്കാൻ പാടില്ലെന്നു കൂടി ഞാൻ പറഞ്ഞു. സായുധസമരമെന്നാൽ ഒരു ഗറില്ലായുദ്ധത്തിന്റെ രൂപം സ്വീകരിക്കുന്ന ഒരു ആഭ്യന്തരയുദ്ധമാണെന്നതാണ് നിങ്ങളുടെ സങ്കൽപ്പനമെന്നു നിങ്ങൾ പറഞ്ഞു. പക്ഷേ ഒരു പൊതുവായ ഉയിർത്തെഴുന്നേൽപ്പിന്റെ തീരുമാനം പരിഗണിക്കുന്നുണ്ടെങ്കിൽ, നമുക്ക് സാന്തോ ഡോമിംഗോയുടെ കാര്യം പരിഗണിക്കേണ്ടിവരും. "ഇന്റർനാഷണൽ കമ്യൂണിസ"ത്തിന്റെ അപകടഭീഷണി നേരിടുന്ന ഏതു രാജ്യത്തിന്റെ ആഭ്യന്തരകാര്യങ്ങളിലും ഇടപെടുന്നതിന്റെ കാര്യത്തിൽ യാങ്കി സാമ്രാജ്യത്വം സ്വീകരിച്ചിരിക്കാൻ പോകുന്ന നടപടികളുടെ ഒരു ആദ്യ ഉദാഹരണമാണത്. സാന്തോ ഡോമിംഗോയിൽ ഇടപെടാനുള്ള തീരുമാനം അമേരിക്ക മാത്രമാണെടുത്തത്. പിന്നീട് ആ ഇടപെടലിൽ പങ്കെടുത്ത നിരവധി രാജ്യങ്ങളിലൊന്നിനും ഉടനടി നാവികസേനയെ ഉപയോഗിച്ച് പട്ടാളത്തെ ഇറക്കാൻ സംവിധാനങ്ങളുണ്ടായിരുന്നില്ല. പക്ഷേ, ഇവിടെ ഏത് അയൽരാജ്യത്തിനും കരമാർഗം ബൊളീവിയൻ അതിർത്തി കടക്കാൻ കഴിയുമെന്നതിനാൽ അത് അയൽരാജ്യങ്ങളും കൂടി ഉൾപ്പെടുന്ന ഒരു സംയുക്ത കടന്നുകയറ്റമായിരിക്കും. ഈ സാധ്യത കണക്കിലെടുക്കുമ്പോൾ നാം ഗറില്ലായുദ്ധത്തിനു തയാറായിരിക്കണം, അധികാരം പിടിച്ചെടുത്ത ശേഷംപോലും.

ഒക്ടോബർ 13– എംബിലിയുടെ മടക്കയാത്രയെക്കുറിച്ച് അറിയിച്ചുകൊണ്ട് മോങ്കോയുടെ ഒരു സന്ദേശം കിട്ടി.

സന്ദേശം നം:16 (പുറപ്പെടുക)

> പോമ്പോ: പാപ്പി പ്രശ്നമൊന്നും കൂടാതെ എത്തിച്ചേർന്നു. ഒക്ടോബർ 15 ശനിയാഴ്ച അദ്ദേഹം തിരികെപ്പോകുന്നു. പുതിയ ഉത്തരവുകൾ ലഭിക്കുന്നതുവരെ നീയും ടുമെയ്നും ലാ പാസിൽ തങ്ങണം.
>
> നിർത്തുന്നു. ഒക്ടോബർ 13, 1966

ഒക്ടോബർ 15–സാധനസാമഗ്രികളും മറ്റു സംവിധാനങ്ങളും

1. 1965 ഏപ്രിലിൽ ഡൊമിനിക്കൻ റിപ്പബ്ലിക്കിൽ നടന്ന ജനകീയ ഉയിർത്തെഴുന്നേൽപ്പിനെ 24000 അമേരിക്കൻ പട്ടാളക്കാരെ വിന്യസിച്ച് അടിച്ചമർത്തി.

വാങ്ങുന്ന കാര്യം വീണ്ടും ഞങ്ങൾ ഫാക്കുൻഡോയുമായി സംസാരിച്ചു. ഏതു വിധത്തിലാണ് പണം ചെലവഴിക്കണ്ടതെന്ന് അറിയണമെന്നതുകൊണ്ട് അതിനൊരു ബജറ്റ് തയാറാക്കാൻ ഞങ്ങൾ അദ്ദേഹത്തോട് ആവശ്യപ്പെട്ടു. ഇപ്പോൾ ഞങ്ങൾക്കുള്ള സാധനസാമഗ്രികളുടെ ഒരു സമഗ്രമായ ലിസ്റ്റ് കിട്ടാൻ ഞങ്ങൾക്കു താൽപ്പര്യമുണ്ടെന്നും ഞങ്ങൾ പറഞ്ഞു. ഇപ്പോഴത്തെ സ്ഥിതിയിൽ എന്തെല്ലാം സമരസന്നാഹസാമഗ്രികളുണ്ടെന്നോ അതെവിടെയൊക്കെയാണെന്നോ ഞങ്ങൾക്കറിയില്ല.

ഒക്ടോബർ 21–റിക്കോർഡോ വന്നു, വളരെ മുറിവേറ്റവനായി. എന്നോട് റാമോണിന്റെ പ്ലാനുകളെക്കുറിച്ചും താൻ ഉന്നയിച്ച പ്രശ്നങ്ങളെക്കുറിച്ചും സംസാരിച്ചു.

ഈ ശനിയാഴ്ച ലാ പാസിലേക്കു പോകുന്ന കാര്യം താൻ ആലോചിക്കുകയാണെന്ന് മോങ്കോ പറഞ്ഞ നിലയ്ക്ക് താനിങ്ങനെയൊരു യാത്ര നടത്തിയതിന് കാരണമൊന്നുമില്ലാതായിയെന്ന് റിക്കാർഡോ പറഞ്ഞു. താനൊട്ടേറെ തെറ്റുകൾ വരുത്തിയെന്നും ഏറ്റവും വലിയ തെറ്റ് റിക്കാർഡോയെ അയച്ചതാണെന്നും മോങ്കോ പറഞ്ഞു. അത് റിക്കാർഡോയെ വളരെയേറെ വേദനിപ്പിച്ചു. കാരണം അദ്ദേഹം ബൊളീവിയയിൽ വന്നത് എന്തെങ്കിലും പ്രത്യേകം താൽപ്പര്യം കൊണ്ടല്ല, മറിച്ച് മോങ്കോയോടുള്ള വ്യക്തിപരമായ വിശ്വസ്തതയും കൂറുംമൂലം മാത്രമാണ്.

താനിയയുടെ കാര്യം എന്നോടയാൾ പറഞ്ഞു: സുരക്ഷാനിയമങ്ങൾ ലംഘിച്ചുവെന്നും തന്നോട് കൊഞ്ചിക്കുഴയാൻ വന്നുവെന്നും അദ്ദേഹത്തെക്കുറിച്ചവൾ ആരോപണമുന്നയിച്ചു. 22–ാം തീയതി ശനിയാഴ്ച മോങ്കോ ഇവിടേക്കായി യാത്ര പുറപ്പെടും. സന്ദേശത്തിൽ സൂചിപ്പിച്ച സ്ഥലത്ത് റെനാനുമായി കണ്ടുമുട്ടും. തുടർന്ന് റിക്കാർഡോ ടുമെയ്നെ ആറ് ആയുധങ്ങളുമായി സാന്താക്രൂസിലേക്ക് കൊണ്ടുപോകും. അവിടെ നിന്ന് മോങ്കോയെ ഏറ്റെടുത്ത് ജീപ്പിൽ കൃഷിയിടത്തിലേക്ക് പോകും. അതിനുശേഷം പാപ്പി ലാ പാസിലേക്കു മടങ്ങും. തുടർന്ന് മറ്റൊരാളും ഞാനും കൃഷിയിടത്തിലേക്കു പോകും.

ഒക്ടോബർ 22 – ഞങ്ങൾ ഫാക്കുൻഡോയോടു സംസാരിച്ചു. സായുധസമരത്തിന്റെ പ്രശ്നത്തിൽ സി സി എടുത്ത തീരുമാനങ്ങൾ ചർച്ച ചെയ്യാനായി മനിലയിലേക്ക് പോകാൻ തീരുമാനിച്ചതായി എസ്റ്റാനിസ്ലാവോ പറഞ്ഞ കാര്യം റിപ്പോർട്ട് ചെയ്തു. ഒരു പൊതുവായ ഉയിർത്തെഴുന്നേൽപ്പിന്റെ സാഹചര്യത്തിൽ നേതൃത്വപരമായ ചുമതലകൾ വഹിക്കാൻ വേണ്ടി തങ്ങളുടെ ആളുകൾക്ക് സൈനികപരിശീലനം കിട്ടണമെന്ന് തങ്ങൾ ആഗ്രഹിക്കുന്നുവെന്ന കാര്യം എസ്റ്റാനിസ്ലാവോ പറഞ്ഞു. ഞങ്ങൾ രാജ്യത്തിന്റെ ആഭ്യന്തര കാര്യങ്ങളിലിടപെടാൻ ശ്രമിച്ചതിനാൽ ഞങ്ങൾ തെക്കോട്ടേക്ക്[1] പോകേണ്ടിവരുമെന്നും അദ്ദേഹം ഫാക്കുൻഡോയോടു പറഞ്ഞു. എസ്റ്റാനിസ്ലാവോയുമായി എംബിലിക്കെ

1. അർജന്റീനയെക്കുറിച്ചാണ് പരാമർശം

ന്തെങ്കിലും ചർച്ച ചെയ്യാനുണ്ടെങ്കിൽ അതയാൾ പറയണമെന്നും, ഒരു കൂടിക്കാഴ്ച ഏർപ്പാടാക്കാൻ കഴിയുമെന്നും കൂടി ഫാക്കുൻഡോ പറഞ്ഞു. തനിക്കു പുതിയ കാര്യങ്ങളൊന്നും ചർച്ച ചെയ്യാനില്ലെന്ന് എംബിലി പറഞ്ഞു. കാരണം, മുൻ തീരുമാനപ്രകാരം കൊക്കോ തിരിച്ചുവരുമ്പോൾ അയാൾക്കൊപ്പം ക്യൂബയിൽ നിന്നുള്ള നിർദേശങ്ങളെത്തും.

ഒക്ടോബർ 24– എംബിലി എസ്റ്റാനിസ്ലാവോയെക്കണ്ടു. ബൊളീവിയൻ പ്രശ്നം ചർച്ച ചെയ്യാനായി, അതിലുമേറെ അവർ തനിക്കു നൽകിയ എല്ലാ ഉറപ്പുകളും താനുമായി എത്തിച്ചേർന്ന ധാരണകളും നടപ്പാക്കണമെന്ന് അഭ്യർഥിക്കാനായി, താൻ മനിലയിലേക്ക് പോകുകയാണെന്നദ്ദേഹം പറഞ്ഞു. ആ ഉറപ്പുകളിൽ ഞങ്ങൾ തെക്കോട്ടു പോകണമെന്നതും അവർ ബൊളീവിയയുടെ ചാർജെടുക്കണമെന്നതും പെടും. അതേ സമയം തന്നെ ഇവിടെ നടന്ന ഒട്ടേറെ കാര്യങ്ങളുടെ പേരിൽ അദ്ദേഹം എംബിലിയെ കുറ്റപ്പെടുത്തുകയും ഒരുനാൾ ചരിത്രം അക്കാര്യത്തിൽ എംബിലിയുടെ മേൽ വിധിയെഴുതുമെന്നു പറയുകയും ചെയ്തു. ലെച്ചിന്റെ[1] ഗ്രൂപ്പടക്കമുള്ള എല്ലാ സംഘടനകളുമായും ബന്ധപ്പെടാനുള്ള മോങ്കോയുടെ തീരുമാനത്തെക്കുറിച്ച് മനിലയിൽനിന്നു കിട്ടിയ നിർദേശങ്ങളുടെ വെളിച്ചത്തിൽ എസ്റ്റാനിസ്ലാവോയെ തന്റെ പ്രഖ്യാപനങ്ങൾ തുടരാൻ എംബിലിയനുവദിച്ചു. ലെച്ചിന്റെ ഗ്രൂപ്പിൽ മാരിയോയുടെ സംഘടനക്കൊരു കേന്ദ്രതലത്തിലുള്ള റോളാണുള്ളത്. ചരിത്രം രണ്ടുപേർക്ക് മേലും വിധിയെഴുതുമെന്നും ആരാണ് തെറ്റുകാരനെന്നത് തീരുമാനിക്കുമെന്നുമാണ് എംബിലിയുടെ വിശ്വാസം.

എന്റെ അഭിപ്രായത്തിൽ മാരിയോയുടെമേൽ എംബിലി വളരെ മൃദുവായൊരു സമീപനമാണെടുക്കുന്നത്. എല്ലാവരുടെയും മുന്നിൽവച്ച്, ഞങ്ങൾക്കെന്തു സംഭവിച്ചാലും അതിന്റെ ഉത്തരവാദിത്വം അദ്ദേഹത്തിനായിരിക്കുമെന്ന് എംബിലി മാരിയോയോട് പറയണ്ടതുണ്ടായിരുന്നു. ഞങ്ങളുടെ ഭാഗത്തുനിന്നു വന്ന ഒരു തെറ്റുകാരണം, ഞങ്ങളുടെ അടവുപരമായ പ്ലാനുകൾ വിശദമായറിയാവുന്ന ഏക വിഭാഗം അവരാണ്.

എസ്റ്റാനിസ്ലാവോ എംബിലിയോട് പാർട്ടി ശമ്പളങ്ങൾ കൊടുക്കാൻ 2000 ഡോളർ ആവശ്യപ്പെട്ടു. അതുകൊടുക്കാൻ എംബിലി വിസമ്മതിച്ചു. ഒട്ടനവധി സഖാക്കളുടെ കാര്യത്തിൽ തനിക്ക് ഉത്തരവാദിത്വമുള്ളതുകൊണ്ട് തന്റെ കൈയിലാകെയുള്ള 5000 ഡോളറിൽ നിന്നും രണ്ടായിരം നൽകി പണമില്ലാതെ മുന്നോട്ടുപോകാൻ പറ്റില്ലെന്നദ്ദേഹം പറഞ്ഞു. താനൊരു വായ്പയ്ക്കല്ല ആവശ്യപ്പെടുന്നതെന്നും പകരം ചെറുപ്പക്കാരന്[2] ബൾഗേറിയയിലേക്കു പോകാനുള്ള പണത്തിനുവേണ്ടിയാണ്

1. ജുവാൻ ലെച്ചിൻ, ബൊളീവിയൻ ട്രേഡ്‌യൂണിയൻ ഫെഡറേഷന്റെ മുഖ്യ അംഗം. 1964 ൽ അത് MNR (റവലൂഷണറി നാഷണലിസ്റ്റ് മൂവ്മെന്റ്)ൽ നിന്ന് വേറിട്ടു മാറി. തുടർന്ന് റവലൂഷണറി പാർട്ടി ഓഫ് നാഷണൽ ലെഫ്റ്റ് (PRIN) സ്ഥാപിച്ചു.
2. താനിയയെ വിവാഹം കഴിച്ച മാരിയോ മാർട്ടിനെസിനെക്കുറിച്ചാണ് പരാമർശം. അയാളൊരു ബൊളീവിയൻ ഇലക്ട്രിക്കൽ എഞ്ചിനീയറിങ് വിദ്യാർഥിയായിരുന്നു. തന്റെ പഠനം തുടരാൻ അയാൾക്ക് ബൾഗേറിയയിൽ നിന്നൊരു സ്കോളർഷിപ്പു ലഭിച്ചു. അത് താനിയയുടെ പ്രവർത്തനം സുഗമമാക്കി.

ആവശ്യപ്പെടുന്നതെന്നും മാരിയോ പറഞ്ഞു. ബൊളീവിയയിൽനിന്നും ചിലിയിലേക്കുള്ള യാത്രാച്ചെലവ് ഞങ്ങളും അവിടെനിന്നും ബൾഗേറിയയിലേക്കുള്ള ചെലവുകൾ ബൾഗേറിയയും വഹിക്കുമെന്ന മുൻധാരണ അങ്ങനെ അദ്ദേഹം ലംഘിച്ചു.

അദ്ദേഹത്തിന്റെ ഈ ആവശ്യം ഏറെക്കുറെ ബ്ലാക്ക്മെയിൽ ചെയ്യുന്നതിനു സമാനമാണെന്നും ആരെങ്കിലും ഞങ്ങളെ ബ്ലാക്ക്മെയിൽ ചെയ്യാൻ ഞങ്ങൾ അനുവദിക്കില്ലെന്നും എംബിലി തീർത്തു പറഞ്ഞു. തെറ്റു പിണഞ്ഞത് മനസിലാക്കിയ എസ്റ്റാനിസ്ലാവോ ഉടനടി നിലപാടു മാറ്റി. ഞങ്ങൾക്ക് അദ്ദേഹം നൽകിയ സഖാക്കളുടെ കുടുംബങ്ങളുടെ സാഹചര്യങ്ങൾ ചൂണ്ടിക്കാട്ടിക്കൊണ്ട് ഞങ്ങളുടെ മേൽ സമ്മർദം ചെലുത്താൻ തുടങ്ങി. മനിലയിൽ വച്ച് തനിക്കു ലഭിച്ച 25000 ഡോളറിന്റെയും സോവിയറ്റ് യൂണിയനിൽ വച്ച് എഫ് എൽ ഐ എൻ–ന്[1] നൽകിയ 20000 ഡോളറിന്റെയും കണക്ക് അദ്ദേഹം പറയാൻ തുടങ്ങി. ആ ഇരുപതിനായിരം ഡോളർ അവരെത്തിച്ചിട്ടില്ല. തങ്ങൾ തന്നെ അതിന്റെ വിതരണം നടത്തിക്കൊള്ളാമെന്നു പറയുകയാണവർ ചെയ്തത്. ഞങ്ങളുടെ കൂടെയുള്ള ആളുകളുടെ കുടുംബത്തെ പട്ടിണിക്കിടാൻ അനുവദിക്കില്ലെന്നും അദ്ദേഹം കൂട്ടിച്ചേർത്തു. ഞങ്ങൾ ആയിരം ഡോളർ തരാമെന്ന് സമ്മതിച്ചു. ഞങ്ങളുടെ റിപ്പോർട്ടുകൾ കാരണം ഫിഫോ[2] തന്നെ സ്വീകരിക്കില്ലെന്നു കരുതുന്നതായും അദ്ദേഹം പറഞ്ഞു.

ഒക്ടോബർ 25–റൊഡോൾഫോ ഇവിടെയുണ്ടായിരുന്നതുകൊണ്ട് എസ്റ്റാനിസ്ലാവോ ചർച്ച ചെയ്ത പ്രശ്നങ്ങളിൽ അവനെന്താണു ചിന്തിക്കുന്നതെന്നു ചോദിക്കാൻ ഞങ്ങൾക്കവസരമുണ്ടായി. റൊഡോൾഫോ എസ്റ്റാനിസ്ലാവോക്കുവേണ്ടി ചില ഒഴികഴിവുകൾ അവതരിപ്പിക്കാനാണ് ശ്രമിച്ചത്; തന്റെ സംഘടനയിൽനിന്ന് എസ്റ്റാനിസ്ലാവോക്ക് ശക്തമായ സമ്മർദം അനുഭവപ്പെടുന്നുണ്ടെന്നും അതാണ് അദ്ദേഹത്തെ ചാഞ്ചാട്ടത്തിലേക്കു നയിക്കുന്നതെന്നും അവൻ പറഞ്ഞു. പക്ഷേ അവർ നാലുപേരുടെ കാര്യത്തിൽ, ഞങ്ങൾക്കവരെ വിശ്വാസത്തിലെടുക്കാം. അവരവരുടെ വാക്കു പാലിക്കും; എന്നുമാത്രമല്ല പാർട്ടി അംഗങ്ങളെന്ന നിലയിൽ എസ്റ്റാനിസ്ലാവോയുമായി സംസാരിക്കുകയും ചെയ്യും. അവൻ എസ്റ്റാനിസ്ലാവോയോട് തനിക്കുള്ള നീരസവും പങ്കുവച്ചു. ആദ്യം റൊഡോൾഫോയുടെ ഭാര്യയോട് അവളെ സോവിയറ്റ് യൂണിയനിൽ അയക്കാമെന്നു വാഗ്ദാനം ചെയ്തിരുന്ന എസ്റ്റാനിസ്ലാവോ പിന്നീട് റൊഡോൾഫോയോടു പറഞ്ഞത് അവൻ ഞങ്ങൾക്കൊപ്പം പ്രവർത്തിക്കുന്നതു തുടർന്നാൽ അതു സാധ്യമാകുകയില്ലെന്നാണ്.

കുടുംബങ്ങൾക്ക് ഇഷ്ടമാണെങ്കിൽ അവർക്കൊരു പ്രശ്നവും

1. FLIN (ദേശീയവിമോചന മുന്നണി-)സിഗ്ലോ XX ഖനികളിൽ 1964 ൽ നടന്ന ഒരു മീറ്റിങ്ങിൽ അത് സ്ഥാപിതമായി. അതിന് ബൊളീവിയൻ കമ്യൂണിസ്റ്റുപാർട്ടിയുമായി അടുത്ത ബന്ധമുണ്ടായിരുന്നു. 1966 ലെ തിരഞ്ഞെടുപ്പുകളിൽ പങ്കെടുക്കാൻ ബൊളീവിയൻ കമ്യൂണിസ്റ്റുപാർട്ടിക്കുള്ള ബാനറായിത്തീർന്നു അത്.
2. ഫിദൽ കാസ്ട്രോ

കൂടാതെ ക്യൂബയിലേക്കു പോകാമെന്ന് എംബിലി വാഗ്ദാനം ചെയ്ത കാര്യം ഞാൻ റൊഡോൾഫോയെ ഓർമിപ്പിച്ചു. പക്ഷേ അവൻ മറുപടി പറഞ്ഞത് ഇതിനകം തന്നെ എസ്റ്റാനിസ്ലാവോ തന്നെയൊരു കൂലിപ്പട യാളിയെന്ന് അധിക്ഷേപിച്ചിട്ടുണ്ടെന്നും, ആ ആരോപണത്തെ ന്യായീക രിക്കാവുന്ന ഒരു കാരണവും താൻ അദ്ദേഹത്തിനു കൊടുക്കാനിഷ്ടപ്പെ ടുന്നില്ലെന്നുമാണ്.

ഒക്ടോബർ 28–റെനാൻ വന്നിട്ടുണ്ടെന്നും ഒരു ചെറിയ സ്യൂട്ട്കേ സിൽ മോങ്കോയുടെ സാധനങ്ങൾ ഒന്നിച്ചടുക്കിവയ്ക്കണമെന്നും എംബിലി ഞങ്ങളോടു പറഞ്ഞു.

നവംബർ 1966

നവംബർ 4–മോങ്കോ–എത്തിച്ചേർന്നുവെന്ന് എംബിലി ഞങ്ങളോ ടു പറഞ്ഞു. താനക്കാര്യം ഞങ്ങളോടു പറഞ്ഞതായി ആരോടും പറയ രുതെന്നും, കാരണം ഞങ്ങൾ അതറിയുന്നത് മോങ്കോ ഇഷ്ടപ്പെടുന്നി ല്ലെന്ന് റെനാൻ പറഞ്ഞതായും എംബിലി കൂട്ടിച്ചേർത്തു. ഇത് ഞങ്ങളെ അത്ഭുതപ്പെടുത്തി; കാരണം മോങ്കോ ഞങ്ങളെ വിശ്വസിക്കുകയില്ലെന്ന കാര്യം ഞങ്ങൾക്ക് ഗ്രഹിക്കാൻ ബുദ്ധിമുട്ടു നേരിട്ടു. അതിനെക്കുറി ച്ചോർത്ത് വിഷമിച്ചതുകാരണം എനിക്ക് ഉറങ്ങാൻ കഴിഞ്ഞില്ല; ടുമെയ്നും ഉറങ്ങാൻ പറ്റിയില്ല.

ഏതാണ്ട് ഏഴുമണിയോടടുപ്പിച്ച് എംബിലി വന്നു. റെനാന്റെ ഭാഗത്തു നിന്നെന്തോ തെറ്റിദ്ധാരണയുണ്ടായതായി അദ്ദേഹം പറഞ്ഞു. മോങ്കോ ആവശ്യപ്പെട്ടത് ഞങ്ങളൊന്നിച്ച് അദ്ദേഹത്തെ കാണാൻ ചെല്ല രുതെന്നും, രാത്രിയാകുന്നതോടെ പുറപ്പെടാൻ ഞങ്ങൾ തയാറായിരി ക്കണമെന്നുമാണ്. ഞാൻ ബിഗോട്ടസിനൊപ്പം രണ്ടാമത്തെ ജീപ്പിൽ പോകും. മോങ്കോ ആദ്യജീപ്പിൽ പാച്ചോക്കും ടുമെയ്നുമൊപ്പം സഞ്ചരി ക്കും.

നവംബർ 5–പാച്ചോയും ടുമെയ്നും 6.30ന് പുറപ്പെട്ടു. ഞാൻ അംബു യിനയോടും മരിയ[1]യോടും ഇക്വഡോറിലേക്ക് മടങ്ങുകയാണെന്ന മട്ടിൽ ഗുഡ്ബൈ പറഞ്ഞു. എനിക്കക്കാര്യം ആഗസ്റ്റയോ[2]ടോ മിർനയോടോ ചെയ്യാൻ പറ്റില്ല. ഞങ്ങൾ പുറപ്പെട്ടത് ഏറെക്കുറെ പത്തുമണിയോടടു പ്പിച്ചാണ്.

നവംബർ 6 – ഞങ്ങൾ രാവിലെ 9.30 ഓടെ കൊച്ചബാംബയിലെ ത്തി. മറ്റേ വാഹനം രാവിലെ 8 മണിക്ക് ആൾട്ടോ ചെക്ക് പോയിന്റ് കട ന്നുപോയതായി ഞങ്ങളറിഞ്ഞിരുന്നു.

ഞങ്ങൾ യാത്ര തുടർന്നു. രാത്രി 9 മണിയായതോടെ ഞങ്ങൾ സാന്താക്രൂസിലേക്ക് റോഡ് തിരിയുന്നിടത്തെത്തി. അവിടെ വെച്ച് കാമി

1. അംബുയിന– പോമ്പോ താമസിച്ചിരുന്ന വീടിന്റെ ഉടമസ്ഥയും മരിയ അവരുടെ ജോലിക്കാരിയുമാണ്.
2. വഴിയുടെ എതിർവശത്തു താമസിക്കുന്ന അയൽക്കാരാണ് അഗസ്റ്റയും മിർനയും.

രിയിലേക്കുള്ള റോഡിലേക്ക് തിരിഞ്ഞ് കുറച്ചു ദൂരം പ്രധാന പാത ഒഴിവാക്കി.

നവംബർ 7– ഏതാണ്ട് വെളുപ്പിന് 4 മണിക്ക് ഞങ്ങൾ റിയോ ഗ്രാൻഡെയുടെ തീരങ്ങളിലെത്തി. എവിടെ വെച്ചാണ് ഞങ്ങൾ ചങ്ങാടത്തിൽ നദി മുറിച്ചുകടക്കുകയെന്ന് അപ്പോഴും ഞങ്ങൾക്കറിയുമായിരുന്നില്ല.

ആറുമണികഴിഞ്ഞതോടെ ഞങ്ങൾ മുറിച്ചു കടക്കാനുള്ള സ്ഥലം കണ്ടെത്തി. അവിടെ മറ്റേ ജീപ്പ് ഞങ്ങളെ കാത്തു കിടന്നിരുന്നു. വേറിട്ട് വേറിട്ട് നദി മുറിച്ചു കടക്കാനും രാത്രി തങ്ങാനൊരു സ്ഥലം കണ്ടെത്താനും ഞങ്ങൾ തീരുമാനിച്ചു. ഒരു കൃഷിയിടത്തിലേക്കു പോകുന്ന റോഡിന്റെ പ്രവേശനദ്വാരം അന്വേഷിച്ചു കണ്ടെത്തിയശേഷം ഗുട്ടിറസ് ഗ്രാമത്തിലെ ഒരു വിജനമായ പ്രദേശത്ത് ഞങ്ങൾ ജീപ്പ് നിർത്തി. ഭക്ഷണം കഴിക്കുന്നതിനിടയിൽ മോങ്കോ അവിടെ വെച്ച് സ്വയം ബിഗോട്ടസിനു പരിചയപ്പെടുത്തി. ഭൂഖണ്ഡത്തിൽ ഗറില്ലാ യുദ്ധത്തിനൊരു താവളപ്രദേശമാകാൻ വേണ്ട ഏറ്റവും നല്ല സാഹചര്യങ്ങൾ ബൊളീവിയയിലാണെന്നതുകൊണ്ടാണ് താൻ ബൊളീവിയയിൽ വന്ന് സമരം ആരംഭിക്കാൻ തീരുമാനിച്ചതെന്ന് അദ്ദേഹം ബിഗോട്ടസിനോടു പറഞ്ഞു. തയാറാക്കിയ പ്ലാനുകളും തന്റെ സാന്നിധ്യവും സമരത്തെ ദീർഘിപ്പിക്കുമെന്നും ഒരു പെട്ടെന്നുള്ള വിജയത്തിന്റെ സാധ്യതകളെ കുറയ്ക്കുമെന്നും മോങ്കോ പറഞ്ഞു. പക്ഷേ, ബൊളീവിയയിൽ മാത്രമായി ഒരു വിപ്ലവമെന്ന് ചിന്തിക്കുന്നതിന്റേതായ ഒരു സൗകര്യമനോഭാവം നമ്മെ പിടികൂടിക്കൂടാ. മൊത്തം ലാറ്റിനമേരിക്കയിലും നടന്നില്ലെങ്കിൽത്തന്നെ, തീരപ്രദേശമുള്ള ഒരു രാജ്യത്തു കൂടിയെങ്കിലും വിപ്ലവം വിജയിക്കണം. അതു നടന്നില്ലെങ്കിൽ, ബൊളീവിയൻ വിപ്ലവത്തിന്റെ കഴുത്തു ഞെരിക്കപ്പെടും. താനിവിടെ തങ്ങാനാണ് വന്നിരിക്കുന്നതെന്നും, താനിവിടം വിടുന്നത് ഒന്നുകിൽ മരണപ്പെട്ടോ അല്ലെങ്കിൽ അതിർത്തിയിലൂടെ പോരാടി മറുപുറത്തേക്കു കടന്നോ ആയിരിക്കുമെന്ന് അദ്ദേഹം പറഞ്ഞു. മോങ്കോക്ക് മാരിയോയുമായി സംസാരിക്കേണ്ടതുണ്ട്; കാരണം അദ്ദേഹം കരുതുന്നത് മാരിയോ വിപ്ലവത്തിനു വലിയ സഹായമാകുമെന്നാണ്. ബിഗോട്ടസിൽ നിന്ന് അദ്ദേഹം രണ്ടു സഹായങ്ങൾ ആവശ്യപ്പെട്ടു; (1) ഇപ്പോൾ യാത്രയിലായിരിക്കുന്ന ആളുകളെ എത്തിക്കാൻ വേണ്ട സഹായം, (2) മോങ്കോയുടെ ഇവിടത്തെ സാന്നിധ്യത്തെപ്പറ്റി പാർട്ടിയോടൊന്നും പറയരുതെന്ന സഹായം (കാരണം ഒരു പാർട്ടിയംഗത്തെ സംബന്ധിച്ചത് അതെമാത്രം വലിയ ഒരു കാര്യമാണെന്ന് മോങ്കോക്കറിയാം).

നവംബർ 8–ഞങ്ങൾ ആയുധങ്ങൾ വൃത്തിയാക്കിയശേഷം വനങ്ങൾക്കകത്തേക്കു പോയി. എല്ലാ ഉദ്ദേശ്യങ്ങളോടും ലക്ഷ്യങ്ങളോടും കൂടെ, ഞങ്ങളിപ്പോൾ തുറന്ന ഗറില്ലാ കലാപകാരികളാണ്.

നവംബർ 9–മോങ്കോയും ടുമെയ്നും ഒരു പര്യവേക്ഷണ ദൗത്യത്തിനും ചെറിയ റേഡിയോകളുടെ പരിശോധനയ്ക്കുമായിപ്പോയി.

നവംബർ 10 – ഞാൻ പാച്ചോക്കൊപ്പം പര്യവേക്ഷണത്തിനു പോയി. നാലുമണിക്കൂർ നേരത്തെ തെരച്ചിലിനുശേഷം മൂന്നാം ഘട്ടത്തിൽ ഞങ്ങൾക്കൊരു ക്യാമ്പ് തുറക്കാൻ പറ്റിയ ഒരു സ്ഥലം ഞങ്ങൾ കണ്ടെത്തി. കൂടുതൽ മുകളിൽ ഒരു ചുരമുണ്ട്. അതിന്റെ ചുറ്റുമായി വിശാലമായ നിബിഡവനങ്ങളുമുണ്ട്. അവ ചെങ്കുത്തായ ചുരത്തിനെതിരെ നിൽക്കുന്നു. ഞങ്ങളുടെ മടക്കയാത്രയിൽ ഞങ്ങൾ വീടിന[1]ടുത്തെത്തുകയും ഞങ്ങളെ അൽഗാരനാസിന്റെ ഡ്രൈവർ കാണുകയും ചെയ്തു.[2] തൊട്ട് അയൽപക്കത്തുള്ള കൃഷിയിടത്തിന്റെ ഉടമയാണ് അൽഗാരനാസ്. ഇക്കാരണത്താൽ ഞങ്ങൾ കാട്ടിനുള്ളിൽ താമസിക്കണമെന്ന് മോങ്കോ തീരുമാനിച്ചു. ഞാനൊരു ചെറിയ കുട്ടിയായിരുന്നപ്പോൾ ഉണ്ടാക്കിയിരുന്ന തരത്തിലൊരു വീട്[3] ഞങ്ങളുണ്ടാക്കും. അപ്പോൾ ഇനിമുതൽ ഞങ്ങൾ ഭയങ്കരന്മാരായ മാരിഗിയസ്[4] കൊതുകുകൾക്കും മറ്റ് ക്രൂരന്മാരായ ഈച്ചകൾക്കുമൊപ്പം വേണം താമസിക്കാൻ.

നവംബർ 14 – ഞങ്ങൾ ചില ഭക്ഷണസാമഗ്രികളും മറ്റും സുരക്ഷിതമായി കുഴിച്ചിട്ടു സംരക്ഷിക്കാൻ പറ്റിയ ഒരു ഒളിസങ്കേതമുണ്ടാക്കാൻ തുടങ്ങി. ഒരു സൈനിക കേന്ദ്രം ആക്രമിച്ചുകൊണ്ട് ഞങ്ങളുടെ സാന്നിധ്യത്തെക്കുറിച്ചു പ്രഖ്യാപിക്കുന്നതിന് ഞങ്ങൾ മോങ്കോയുമായി ചർച്ച ചെയ്തു. അത് വേണ്ടെന്നും, അതല്ലെങ്കിലതു ചെറുതായിരിക്കണമെന്നും അദ്ദേഹം പറഞ്ഞു. കാരണം ഒരു പരാജയത്തോടെ തുടങ്ങുകയെന്നതിന്റെ റിസ്കെടുക്കാൻ ഞങ്ങൾക്കു പറ്റില്ല. പകരം, ആളുകൾക്ക് ഞങ്ങളിൽ വിശ്വാസമുണ്ടാകാൻ ഒരവസരമുണ്ടാക്കണം. അതിനേറ്റവും നല്ലത് ഒരു പതിയിരുന്ന് ആക്രമണമാണ്. അതിൽ നമുക്ക് വിജയമുറപ്പിക്കാനാകും.

നവംബർ 15– എസ്റ്റാനിസ്ലാവോയുടെ അടുത്ത് താൻ ഉന്നയിക്കാൻ സാധ്യതയുള്ള പോയിന്റുകൾ മോങ്കോ ഞങ്ങളോടു പറഞ്ഞു:

1. ബൊളീവിയയിൽ തനിക്കുള്ള താൽപ്പര്യം രാഷ്ട്രീയസ്വഭാവമുള്ള ഒന്നല്ല, അധികാരം പിടിച്ചെടുത്തുകൊണ്ട് സ്വന്തമായൊരു പദവി സൃഷ്ടിച്ചെടുക്കാൻ തനിക്കു യാതൊരുവിധ താൽപ്പര്യവുമില്ല. അതെന്തായാലും സൈനിക പ്രവർത്തനങ്ങൾക്ക് മാർഗനിർദേശം നൽകാനും ധനപരമായ കാര്യങ്ങൾ നിയന്ത്രിക്കാനും തന്റെ അനുഭവങ്ങൾ പര്യാപ്തമാണ്. കാരണം സ്ഥലത്താവശ്യമുള്ള പണം ഇവിടെയുണ്ട്. ചൈനയോടും സോവിയറ്റ് യൂണിയനോടും നമുക്ക് സഹായം അഭ്യർഥിക്കാം. അതിൽ രാഷ്ട്രീയമായ ഉറപ്പുകളൊന്നും ഉൾപ്പെടുകയില്ലെന്ന് ചൈനയോട് വിശദീകരിച്ചുകൊണ്ടുതന്നെ. ചൗ എൻ ലായി[5]ക്കുള്ള ഒരു കത്തുമായി മോയി

---

1. നാങ്കാഹുവാസു നദിക്കരയിലുള്ള കൃഷിയിടത്തിൽ ചുളുങ്ങിയ നാകപ്പാളികൾകൊണ്ടുള്ള മേൽക്കൂരയുള്ള ഒരു വീടുണ്ടായിരുന്നു. അത് 'സിങ്ക്ഹൗസ്' എന്നു വിളിക്കപ്പെട്ടു.
2. തോമാസ് ക്യൂവെല്ലാർ
3. ഒരു പുല്ലുമേഞ്ഞ കുടിൽ. വിപ്ലവത്തിനു മുമ്പത് ക്യൂബയിൽ സർവസാധാരണമായിരുന്നു.
4. മഞ്ഞച്ചിറകുള്ള ആക്രമണകാരിയായ ഒരിനം കൊതുക്.
5. ജനകീയ ചൈനയുടെ വിദേശകാര്യമന്ത്രി.

സെസ് ഗുവേരയെ ചൈനയിലേക്കും മാരിയോയെ സോവിയറ്റ് യൂണിയനിലേക്കും നമുക്കയക്കാൻ കഴിയും. മാരിയോയുടെ കൂടെ ഒരാളെക്കൂടി അയക്കാം. അതിലൂടെ അവരെത്ര പണം മാരിയോക്ക് നൽകിയെന്നതെങ്കിലും നമുക്കറിയാൻ പറ്റും.

ബൊളീവിയയിലെ സമരം നീണ്ട ഒന്നായിരിക്കുമെന്ന കാര്യം മാരിയോ അറിയേണ്ടതുണ്ട്. കാരണം ശത്രു അതിന്റെ എല്ലാ ശക്തിയുമതിനെതിരെ കേന്ദ്രീകരിക്കും. അയൽ രാജ്യങ്ങളിൽ വിപ്ലവപരിതഃസ്ഥിതികൾ സൃഷ്ടിക്കാൻ വേണ്ടി ബൊളീവിയ ത്യാഗങ്ങൾ സഹിക്കും.

നമുക്ക് അമേരിക്കയിൽ ബൊളീവിയ കേന്ദ്രീകരിച്ച് മറ്റൊരു വിയറ്റ്നാം സൃഷ്ടിക്കണം.

നവംബർ 16–ക്രീക്കിനരികിൽ (ക്രീക്ക് –ഒരു അരുവി ഉത്ഭവിക്കുന്ന കൊക്കയും തുടർന്ന് താഴേക്ക് അടിയിലൂടെ അരുവിയൊഴുകുന്ന മലയിടുക്കും. മലയിടുക്ക് ഒരു കിടങ്ങുപോലെ ഇരുചെരിവുകളും കുത്തനെ പൊങ്ങിനിൽക്കുന്നതുമായിരിക്കും). മൂന്നാം ഘട്ടത്തിനുവേണ്ടി (എല്ലാവരുമെത്തിച്ചേരുമ്പോൾ) ഒരു ക്യാമ്പ് സ്ഥാപിക്കാൻ പറ്റിയ ഇടം തേടി ഞാനും പാച്ചോയും പര്യവേക്ഷണം നടത്തി.

സംഭാഷണം തുടങ്ങാനായി മാരിയോ വരുന്നതുവരെ ഞങ്ങൾ കാത്തിരിക്കണം.

സ്ഥലം വേണ്ടവിധം മറയുള്ളതാണ്. അതിന്റെ ഏകപ്രശ്നം കാഴ്ചയുടേതാണ്. ഒരാൾക്ക് 40 മീറ്റർ മാത്രമേ കാണാൻ പറ്റൂ. അതിനർഥം ഞങ്ങളവരെ കാണുമ്പോഴേക്കും ശത്രു ഞങ്ങളുടെ മുകളിലെത്തിക്കഴിഞ്ഞിരിക്കുമെന്നതാണ്. ഞങ്ങൾക്ക് ക്രീക്കിനുപിന്നിലോ വിദൂര മലകളിലോ ഒരു മുൻനിരസ്ക്വാഡിനെ പാർപ്പിക്കാം. ഫോണോ റേഡിയോയോ വഴി മുൻകൂട്ടി വിവരമറിയിച്ച് ഞങ്ങൾക്കൊട്ടേറെ സമയം ലാഭിക്കുന്നതിന് ആ സ്ക്വാഡ് സഹായിക്കും.

നവംബർ 20–സാൻലൂയിസും പിനാറസും[1] എത്തിച്ചേർന്നു. ഒന്നാം ഗ്രൂപ്പിലെ ബാക്കി സഖാക്കൾ ഇതിനകം ലാ പാസിലെത്തിയിട്ടില്ലാത്തതിനാൽ റിക്കാർഡോ പിന്നിൽത്തന്നെ തങ്ങി. റൊഡോൾഫോ വന്നു. താൻ ആരോടാണ് സംസാരിക്കുന്നതെന്ന് അറിയാമോയെന്ന് മോങ്കോ അവനോട് ചോദിച്ചു. തനിക്കറിയാമെന്നും എംബിലി തന്നോട് കാര്യം പറഞ്ഞെന്നും അവൻ മറുപടി പറഞ്ഞു. മോങ്കോക്ക് ദേഷ്യംവന്നു. മോങ്കോയുടെ ബൊളീവിയയിലെ സാന്നിധ്യത്തെപ്പറ്റി റൊഡോൾഫോയോടും കൊക്കോയോടും ലോറോയായിരിക്കണം പറയേണ്ടതെന്ന ഉത്തരവ് നടപ്പാക്കുന്നതിൽ എംബിലി പരാജയപ്പെട്ടതാണ് കാരണം.

നവംബർ 21–വീടിന് മുന്നിലുള്ള ചെറിയ കുന്നിലുള്ള പുതിയ ക്യാമ്പിലേക്കു ഞങ്ങൾ മാറി. അവിടെ ഞങ്ങളൊരു നിരീക്ഷണ പോസ്റ്റ്

---

1. എലീസിയോ റെയസും (റൊളാൻഡോ, സാൻ ലൂയിസ്) അന്റോണിയോ സാഞ്ചസും (മാർക്കോസ്, പിനാരെസ്) രണ്ടുപേരും ക്യൂബൻ കമ്യൂണിസ്റ്റ് പാർട്ടിയുടെ കേന്ദ്രകമ്മിറ്റി അംഗങ്ങളായിരുന്നു.

സ്ഥാപിച്ചു.

നവംബർ 24–ഞാനും മാർക്കോസും മലകളിൽ സ്കൗട്ടിങ് (നിരീക്ഷണ–പര്യവേക്ഷണം) നടത്തി. അദ്ദേഹം എന്നോട് ശുഭാപ്തിവിശ്വാസം തുളുമ്പുന്ന രീതിയിൽ ചോദ്യങ്ങൾ ചോദിക്കുകയും പോരാട്ടത്തിന്റെ വിവിധ വശങ്ങൾ ചർച്ച ചെയ്യുകയും ചെയ്തു. അതെന്നെ വളരെയേറെ സന്തുഷ്ടനാക്കി. വിപ്ലവപരമായ തുറന്ന മനഃസ്ഥിതിയുടേതായ ഒരു രീതിയായിരുന്നു അതിന്. ഗ്രൂപ്പിനെക്കുറിച്ച് റാമോണിനു തൃപ്തിയുണ്ടോ എന്ന് അദ്ദേഹം ചോദിച്ചു. മനിലക്കുപോലും ഇത്തരമൊരു ഗ്രൂപ്പിനെ ഉണ്ടാക്കാൻ പറ്റില്ലെന്നാണ് റാമോൺ ചിന്തിക്കുന്നതെന്നു ഞാൻ പറഞ്ഞു.

നവംബർ 27–ബാക്കി സഖാക്കളുടെ സംഘത്തിലെ ആദ്യഗ്രൂപ്പെത്തിച്ചേർന്നു: ജോവാകിൻ, ഉർബാനോ, ബ്രോളിയോ, മിഗെൽ, ബൊളീവിയൻ സഖാക്കളായ ഇന്റിയും ഏണസ്റ്റോയും.[1]

ഞങ്ങളവരെ സ്വാഗതം ചെയ്യുകയും ഒരോ കപ്പ് സിൻഗാനി(മുന്തിരിച്ചാരായം)കൊണ്ട് വിപ്ലവവിജയത്തിന് ചിയേഴ്സ് പറയുകയും ചെയ്തു.

നവംബർ 30–ഇടതുവശത്തുള്ള ആദ്യക്രീക്കിലേക്ക് പോകുന്ന ദിശയിൽ ഞാനും മാർക്കോസും പാച്ചോയും മിഗെലും ഒരു സ്കൗട്ടിങ് യാത്ര നടത്തി. ഞങ്ങൾ മൂന്നാമതൊരു ക്രീക്ക് കൂടി കണ്ടെത്തി. അതൊരുപക്ഷേ യാകി നദിയിലേക്ക് എത്തിച്ചേരുന്നതാകാം. രണ്ടുദിവസം ഭക്ഷണമൊന്നും കൂടാതെ യാത്ര ചെയ്ത ശേഷം 1966 ഡിസംബർ 1ന് രാത്രി ക്യാമ്പിൽ തിരിച്ചെത്തി.

ഡിസംബർ 1966

ഡിസംബർ 4–ഞങ്ങൾ റാമോണിനൊപ്പം ഒരു മീറ്റിങ് കൂടി. അതിൽ അദ്ദേഹം അച്ചടക്കത്തെക്കുറിച്ചും, ഗറില്ലാസമരപരിശീലനം ലഭിച്ചവരെന്ന നിലയിൽ ബൊളീവിയക്കാർക്കൊരു മാതൃകയാകേണ്ടത് ഞങ്ങളുടെ കടമയാണെന്നതിനെക്കുറിച്ചും പറഞ്ഞു. തുടർന്ന് അദ്ദേഹം ചുരുക്കിപ്പറഞ്ഞു:

> ചില ബൊളീവിയൻ സഖാക്കൾ ആയുധങ്ങളുടെ ഉപയോഗത്തിൽ പരിശീലനം നേടിയവരും, നമ്മിൽ പലരെക്കാളും പരിശീലനം സിദ്ധിച്ചവരുമാണ്. നമ്മിൽ പലരും രാഷ്ട്രീയകടമകളുമായി സമയം ചെലവിട്ടതുകൊണ്ട് അതിൽ പല സംഗതികളും മറന്നുപോയവരുമാണ്.

---

1. ജുവാൻ വിറ്റാലിയോ അക്യൂണ(ജോവാകിൻ, വിലോ), ലിയനാർഡോ ടമായോ(ഉർബാനോ), ഇസ്രായേൽ റെയസ്(ബ്രോളിയോ), മാനുവൽ ഹെർണാണ്ടസ്(മിഗെൽ) എന്നിവർ ക്യൂബൻ പോരാളികളായിരുന്നു. ജോവാകിൻ ക്യൂബൻ കമ്യൂണിസ്റ്റു പാർട്ടിയുടെ കേന്ദ്രകമ്മിറ്റിയംഗങ്ങളിലൊരാളായിരുന്നു. രണ്ട് ബൊളീവിയൻ പോരാളികൾ ഇന്റിപെരേഡോ(ഇന്റി)യും ഫ്രെഡ്ഡിമായ്മുറ(ഏണസ്റ്റോ)യും.

പരീക്ഷിക്കപ്പെട്ട പോരാളികളാണെന്നത് നമ്മുടെ മേന്മയാണ്. നാമിതിനും മുമ്പും വെടിയുണ്ടകളെ നേരിട്ടു. ഗറില്ലാ ജീവിതത്തിന്റെ എല്ലാ കഠിനമായ പരീക്ഷണങ്ങളിലൂടെയും നാം കടന്നുപോകുകയും അവയെ മറികടക്കുകയും ചെയ്തു. വിജയകരമായ ഒരു വിപ്ലവം നടത്തിയവരാണു നമ്മൾ. അതുകൊണ്ട് നമ്മുടെ ധാർമികമായ കടമ വളരെ വലുതാണ്; നാം ശരിയായ കമ്യൂണിസ്റ്റുകാരായിരിക്കേണ്ടതുണ്ട്; ത്യാഗം ചെയ്യാനുള്ള അങ്ങേയറ്റത്തെ സ്പിരിറ്റും ആവേശവും നമ്മിൽ നിറയണം.

എല്ലാത്തരം മുൻകരുതലുകളും എടുത്തതുകൊണ്ടു കാര്യമില്ല. ഗറില്ലാ പ്രസ്ഥാനങ്ങൾ തുടച്ചുമാറ്റപ്പെട്ട അനുഭവങ്ങൾ അമേരിക്കയിലുണ്ട്. ക്യൂബയിലും നമുക്ക് നമ്മെ നശിപ്പിക്കാൻ പോന്ന പ്രഹരങ്ങൾ കിട്ടി. അലെഗ്രിയോ ഡി പിയോ, ആൾട്ടോ ഡി എസ്പിനോസ[1] എന്നിവിടങ്ങളിലുണ്ടായ പൊടുന്നനെയുള്ള കടന്നാക്രമണങ്ങൾ പോലുള്ളവ നമുക്ക് പരിചയമുണ്ടായിരുന്നില്ല. ഏറ്റവും അടിസ്ഥാനപരമായ അറിവുപോലും നമുക്കില്ലായിരുന്നു. എന്നിട്ടും നാം ആ ആക്രമണങ്ങളെ അതിജീവിച്ചു. ഫിദലിന്റെ സ്പിരിറ്റും ആളുകളെ സംഘടിപ്പിക്കാനുള്ള അദ്ദേഹത്തിന്റെ കഴിവും നമ്മെ പരാജയത്തിൽനിന്നു രക്ഷിച്ചു. ഈയൊരു മേന്മയാണ് അർജന്റീനയിലും പെറുവിലുമുള്ള നമ്മുടെ സഖാക്കൾക്കില്ലാതിരുന്നത്. വെനിസ്വേലയിൽ ഭാവി ഇപ്പോഴും അനിശ്ചിതത്വത്തിലാണ്. അത് വിജയത്തിന്റെയോ പരാജയത്തിന്റേതോ ആയ ഒരു പ്രശ്നമല്ല. ആദ്യപ്രഹരത്തെത്തുടർന്ന് നാമൊരു രൂപീകരണഘട്ടത്തിലൂടെ കടന്നുപോകും.

ഗറില്ലാ സേന നേരിടുന്ന സമൂർത്തമായ പ്രശ്നങ്ങളെ നമുക്കപഗ്രഥിക്കാം. അലസതയ്ക്കെതിരായ ഒരു തുറന്ന സമരം നടത്തേണ്ടതുണ്ട്, നമ്മുടെ ആക്ഷനുകളുടെ സമയത്തു മാത്രമല്ല അത്. ചെയ്യേണ്ട കാര്യങ്ങൾ ചെയ്യാതെ ഒരു അലസമനോഭാവത്തിലേക്കു നാം നീങ്ങരുത്; അതല്ലെങ്കിൽ അത്യാവശ്യം വേണ്ടതു മാത്രം ചെയ്യുക എന്നതിലേക്ക്. ഉദാഹരണത്തിന്, ഇന്നലെ ഞാനൊരു ചെറിയ പരീക്ഷണം നടത്തി: ഒരു റാന്തൽവിളക്ക് മറിഞ്ഞു നിലത്തുവീണു. അതാരാണെടുക്കുക എന്നറിയാൻ ഞാൻ കാത്തുനിന്നു. ആരുമത് ചെയ്തില്ല. അലസതയ്ക്കെതിരായ എന്റെ സമരത്തിൽ വ്യക്തിപരമായി നമ്മെ ബാധിക്കുന്നതല്ലാത്ത കാര്യങ്ങൾക്കു നേരെയുള്ള ഉദാസീനതയുടേതായ മനോ

---

1. 1956 ലും 1957 ലും ക്യൂബൻ വിപ്ലവയുദ്ധത്തിന്റെ ആരംഭഘട്ടങ്ങളിൽ നടന്ന രണ്ട് ഏറ്റുമുട്ടലുകൾ. ഇവ രണ്ടിലും വിപ്ലവസേനക്ക് അപ്രതീക്ഷിതമായ ആക്രമണങ്ങളെ നേരിടേണ്ടിവന്നു. (ഏണസ്റ്റോ ചെ ഗുവേരയുടെ *എപ്പിസോഡ്സ് ഓഫ് ദ ക്യൂബൻ റവല്യൂഷണറി വാർ* എന്ന പുസ്തകം കാണുക. 1996 ൽ "പാത്ത് ഫൈൻഡർ" പ്രസിദ്ധീകരിച്ചു.)

ഭാവത്തെ–നേരിട്ടു നമ്മെ ബാധിക്കാത്ത കാര്യങ്ങളിലുള്ള ഉദാസീനത–മറികടക്കാൻ ഞാൻ ശ്രമിച്ചിട്ടുണ്ട്. ഈയൊരു മനോഭാവം നമ്മിൽ വേരൂന്നാൻ നാം അനുവദിക്കരുത്. കാരണം ഗറില്ലാ അണികളിലെ ഐക്യത്തിനാവശ്യമായ ആന്തരിക കെട്ടുറപ്പിനെ നശിപ്പിക്കാനതിനു കഴിയും.

ബൊളീവിയക്കാർക്കു പരിശീലനം നൽകാനും ഭൂഖണ്ഡത്തിന്റെ വിമോചനത്തിനുവേണ്ടിയുള്ള പോരാട്ടത്തെ നയിക്കേണ്ടവരായ ഭാവി സഖാക്കളെ പൊതുവിൽ പരിശീലിപ്പിക്കാനും താൽക്കാലികമായി മനിലക്കാർ നേതൃത്വപരമായ പദവികൾ വഹിക്കും. ബൊളീവിയൻ വിമോചനസേനയുടെയും സഹോദരജനതകളുടെ വിമോചനസേനകളുടെയും കേഡർമാരെ പരിശീലിപ്പിക്കണ്ടേത് ഈ രാജ്യത്തു വച്ചാണ്. പിന്നീട് ഭൂഖണ്ഡത്തിന്റെ വിമോചന സേനയുടെ കേഡർമാരെ പരിശീലിപ്പിക്കണ്ടേതും.

ഡിസംബർ 20–ഞങ്ങളൊരു മീറ്റിങ് കൂടി. എന്തിനെയാണ് ഈ പോരാട്ടം പ്രതിനിധീകരിക്കുന്നതെന്ന് അവിടെ വച്ച് റാമോൺ വിശദീകരിച്ചു. ഇതൊരു ദൈർഘ്യം കുറഞ്ഞ സമരമായിരിക്കില്ലെന്ന കാര്യം അദ്ദേഹം ആവർത്തിച്ചു. കാരണം ഉയിർത്തെഴുന്നേൽപ്പിന്റേതായ ഘട്ടം തന്നെ പത്തോ അതിലധികമോ വർഷം നീണ്ടുനിന്നേക്കാം. നമുക്ക് ബൊളീവിയയിൽ അധികാരം പിടിക്കാൻ പറ്റും, പക്ഷേ അത് മറ്റു രാജ്യങ്ങളിലും സംഭവിക്കുന്നില്ലെങ്കിൽ, നമ്മെ ശ്വാസംമുട്ടിച്ചു കൊല്ലുമെന്നത് ഒഴിവാക്കാനാവില്ല. നാമൊരു കരയാൽ ചുറ്റപ്പെട്ട രാജ്യമാണ്. ക്യൂബയ്ക്കുനേരെ നടന്നതുപോലൊരു ഉപരോധം മാത്രം മതിയാകും വിപ്ലവത്തെ മുട്ടുകുത്തിക്കാൻ.

കുറച്ചുദിവസം മുൻപ് ഞങ്ങൾ (സഖാക്കൾ മാർക്കോസ്, റോളാൻഡോ, മിഗ്വെൽ, പാച്ചോ, ഞാൻ) പങ്കെടുക്കാതെ നടന്ന ഒരു മീറ്റിങ്ങിൽ വച്ച് രൂപരേഖയുണ്ടാക്കപ്പെട്ട സംഘടനാപദ്ധതിയെക്കുറിച്ച് റാമോൺ ചർച്ച ചെയ്തു. രാഷ്ട്രീയാധ്യാപകരുടെ കടമകളെന്നതായിരുന്നു അജണ്ടയിലെ പ്രധാന ഇനമെങ്കിലും വീതിച്ചു നൽകിയ ചുമതലകൾ ഇങ്ങനെയാണ്.

കമാൻഡിലെ രണ്ടാമൻ: ജോവാകിൻ. ഓപ്പറേഷനുകളുടെ ഹെഡ്: അലെജാൻഡ്രോ[1] പൊളിറ്റിക്കൽ കമ്മിസാർമാർ (ആ ഒരു ചുമതല മാത്രം രണ്ടുപേർക്കായി നൽകി): ഇന്റിയും റൊളാൻഡോയും. ഇൻഫർമേഷൻ, ഡാറ്റാശേഖരണം, സേനയുടെ സംഘാടനം തുടങ്ങിയവ: അന്റോണിയോ. എല്ലാ സേവനങ്ങളുടെയും തലവൻ: പോമ്പോ (സപ്ലൈകൾ, മെഡിസിൻ, ഗതാഗതം തുടങ്ങിയവ). അദ്ദേഹത്തിനു കീഴിൽ താഴെപ്പറയുന്നവർ സപ്ലൈകളുടെ ഹെഡ്: നാറ്റോ, മെഡിക്കൽ സപ്ലൈകളുടെ ഹെഡ്: മോറോ[2]

1. ഗുസ്താവോ മാകിൻ (അലെജാൻഡ്രോ) ഡിസംബർ 11 ന് ക്യാമ്പിലെത്തിയ ഒരു ക്യൂബൻ പോരാളി.

2 ഒക്ടോവിയോ ഡി ലാ കൺസെപ്ഷൻ (മോറോ, എൽ മെഡിക്കോ, മുഗാൻഗ), ഡിസംബർ 11 ന് ഗറില്ലാ ക്യാമ്പിലെത്തിച്ചേർന്ന ഒരു ക്യൂബൻ പോരാളി.

ഓരോരുത്തരുടെയും പദവിയേൽപ്പിക്കുന്ന ഉത്തരവാദിത്വങ്ങൾ റാമോൺ ചർച്ച ചെയ്തു. തന്റേതായ തുറയിൽ ഓരോ നേതാവും നൽകുന്ന ഉത്തരവുകൾ അനുസരിക്കണ്ടത് ഓരോരുത്തരുടെയും പൂർണ്ണമായ കടമയാണ്. രാഷ്ട്രീയാധ്യാപകർ സൈനിക കമാൻഡർക്ക് കീഴിലാണെന്ന കാര്യവും അദ്ദേഹം ചൂണ്ടിക്കാട്ടി. പൊളിറ്റിക്കൽ കമ്മിസാർ നേരിട്ടുതന്നെ മേൽനോട്ടം വഹിക്കുകയും ഒരു ഉത്തേജകഘടകമായി പ്രവർത്തിക്കുകയും വേണം. (ആളുകളുടെ ആത്മവീര്യത്തിന്റെ കാര്യത്തിലും അതിൽനിന്നുണ്ടാകുന്ന പ്രശ്നങ്ങളുടെ കാര്യത്തിലും മറ്റും അയാളാണ് ഉത്തരവാദി) എല്ലാ സമയത്തും അയാൾ സൈനിക കമാൻഡറെ കാര്യങ്ങൾ അറിയിച്ചുകൊണ്ടിരിക്കണം. അയാളെപ്പോഴും കൂടുതൽ കർക്കശക്കാരനായിരിക്കണമെന്നു ഞങ്ങളാവശ്യപ്പെടുന്നില്ല. നേരെ മറിച്ച്, എല്ലാവരും രാഷ്ട്രീയ മാർഗനിർദേശത്തിനും ബുദ്ധിമുട്ടേറിയ നിമിഷങ്ങളിലെ സഹായത്തിനുമായി അയാളിലേക്കുറ്റുനോക്കുന്ന സ്ഥിതിയുണ്ടാകണം.

> മനിലയിൽനിന്നുള്ള ഞങ്ങൾ ഇത്തരം കാര്യങ്ങളിലൂടെ ഇതിനകം തന്നെ കടന്നുപോയിട്ടുണ്ട്.[1] നാം നമ്മുടെ അനുഭവങ്ങൾ വിലയിരുത്തണം, അതിലൂടെ നാമിവിടെ നിഷേധാത്മകമായവയെ ആവർത്തിക്കാതിരിക്കണം. ഇത്തവണ ഒരുപക്ഷേ ഗറില്ലാസേനയ്ക്കകത്തെ ഒരു രാഷ്ട്രീയ ഘടകമായി പാർട്ടി നിലനിൽക്കുന്ന ഒരു സാഹചര്യം ഉയർന്നുവന്നേക്കാം. പക്ഷേ, (രാഷ്ട്രീയ)ബ്യൂറോക്ക് പ്രവർത്തിക്കാനാവില്ല; അതായത്, അതിന് ഗറില്ലാ കാര്യങ്ങളിൽ തീരുമാനങ്ങളെടുക്കാനാവില്ല. രാഷ്ട്രീയവും സൈനികവുമായ നേതൃത്വം ഒരേയൊന്നു തന്നെയായിരിക്കണം.
>
> ഏതാനും ദിവസങ്ങൾക്കുള്ളിൽ എസ്റ്റാനിസ്ലാവോ നമ്മെ സന്ദർശിക്കും, ഭാവി സംഘടനയെക്കുറിച്ചും ഈ വിപ്ലവസമരത്തിനുള്ള തയാറെടുപ്പിനെക്കുറിച്ചും നമുക്കൊരു തീരുമാനത്തിലെത്താനാകുമെന്ന് ഞാൻ പ്രതീക്ഷിക്കുന്നു. തൊഴിലാളിവർഗത്തിന്റെ മുന്നണിസംഘടനയുടെയും ബൊളീവിയൻ കമ്യൂണിസ്റ്റു പാർട്ടിയുടെയും പരിപൂർണമായ പിന്തുണ കിട്ടുമെന്നും ഞാൻ പ്രതീക്ഷിക്കുന്നു.
>
> നമ്മുടെ പ്രസ്ഥാനത്തിനൊരു പേരു തെരഞ്ഞെടുക്കണമെന്നതിവിടെ അനിവാര്യമായ കാര്യമല്ല; പക്ഷേ അധികം വൈകാതെ നമുക്കൊന്ന് തെരഞ്ഞെടുക്കേണ്ടിവരും. ഭാവിയിലെ നമ്മുടെ ശ്രമങ്ങളെ സംബന്ധിച്ചിടത്തോളം ബൊളീവിയക്കാർ, ഇപ്പോഴും എണ്ണത്തിൽ ചെറുതാണവർ, ഏറ്റവും വലിയ ഭാരമേറ്റെടുക്കണ്ടിവരും.

---

1. യൂണിറ്റിലുള്ള പതിനേഴ് ക്യൂബൻ പോരാളികളും ക്യൂബൻ വിപ്ലവയുദ്ധത്തിൽ പങ്കെടുത്ത പരിചയസമ്പന്നരാണ്, ഗറില്ലാ പോരാളികളെന്ന നിലയിൽ ഗണ്യമായ പരിശീലനം അവർക്ക് കിട്ടിയിട്ടുണ്ട്. ഓരോ പോരാളിയെക്കുറിച്ചും അറിയാൻ ഗ്ലോസറി കാണുക.

കാരണം മനിലയിൽനിന്നുള്ള ഞങ്ങൾക്ക് ഈ ഘട്ടത്തിൽ മുന്നണിയിൽ നിൽക്കാനാവില്ല. അതുകൊണ്ട് ബൊളീവിയക്കാർ വളരെയേറെ ത്യാഗങ്ങളനുഷ്ഠിക്കേണ്ടിവരും, അവർ തൊഴിലെടുക്കാനുള്ള വലിയ കർമശേഷിയും പ്രദർശിപ്പിക്കേണ്ടിവരും. നാം ഇവിടെ ചർച്ചചെയ്ത പ്രധാന കാര്യങ്ങൾ– ചുമതലകളുടെ മേഖലകൾ ഓരോരുത്തരെ ഏൽപ്പിക്കൽ– കൂടുതൽ വിശദീകരണം ആവശ്യമില്ലാത്തതാണ്. കാരണം അക്കാര്യം ഇതിനകം തന്നെ നടന്നതാണ്, ഓരോ ചുമതലകൾക്കുമുള്ള പ്രത്യേക കടമകൾ ലളിതവുമാണ്. ഓരോ ചുമതലയും നൽകപ്പെട്ടവർ അതിൽ പരിചിതരുമാണ്. ഇപ്പോൾ ഏൽപ്പിക്കപ്പെട്ടിരിക്കുന്ന നേതൃത്വപരമായ ചുമതലകൾ താൽക്കാലികം മാത്രമാണ്. കാരണം ഈ പോരാട്ടത്തിനുവേണ്ടി നേതൃത്വപരമായ റോളെടുക്കേണ്ട കേഡർമാർ ബൊളീവിയക്കാർക്കിടയിൽ നിന്ന് ഉയർന്നുവരും. അവരുടെ ഓഫീസർമാരും ഉദ്യോഗസ്ഥരും, അവരുടെ ഭാവിസാമ്പത്തിക ശാസ്ത്രജ്ഞർ, ഭരണകർത്താക്കൾ, തുടങ്ങി...

ഡിസംബർ 24–വലിയ ആഹ്ലാദത്തോടും ആഘോഷത്തോടും കൂടി ഞങ്ങൾ ക്രിസ്മസിന്റെ തലേരാത്രി കൊണ്ടാടി. ഞങ്ങൾക്ക് പൊരിച്ച പന്നിയിറച്ചി, കുടിക്കാനുള്ളവ തുടങ്ങിയവയൊക്കെയുണ്ടായിരുന്നു. ഞങ്ങൾ കുടിച്ചു, പാടി, ഡാൻസ് ചെയ്തു, കവിതകൾ വായിച്ചു, മറ്റും... മറ്റും.... റാമോൺ താനെഴുതിയ ഒരു കവിത വായിച്ചു. റൂബിയോ നാടൻശീലുകൾ പാടി, ആർട്ടുറോ[1] പാടാൻ ശ്രമിച്ചു... അത് ഞങ്ങളെയെല്ലാം ചിരിപ്പിച്ചു.

ഡിസംബർ 31–എംബിലിയോടൊപ്പം മാരിയോ എത്തി. 25–ാം തീയതി മുതൽ എംബിലി കാത്തിരിക്കുകയായിരുന്നു. അവരെ താനിയയും സാഞ്ചസും ഞങ്ങൾക്കൊപ്പം ചേരാൻ വന്ന രണ്ട് ബൊളീവിയക്കാരുമനുഗമിച്ചു. പെഡ്രോയും വാൾട്ടറു[2]മാണവർ. ക്യൂബൻ വിപ്ലവത്തിന്റെ വാർഷികം ആഘോഷിക്കാൻ ഞങ്ങൾ പുതുവർഷത്തിനായി കാത്തിരുന്നു[3]. സാമ്രാജ്യത്വ ചൂഷണത്തിൽനിന്ന് താന്താങ്ങളുടെ രാജ്യത്തെ സ്വതന്ത്രമാക്കാൻ വേണ്ടി പൊരുതുന്ന ലാറ്റിനമേരിക്കയിലെ എല്ലാവർക്കും ഒരു വഴികാട്ടിയും ദീപസ്തംഭവുമാണ് ക്യൂബൻ വിപ്ലവം. പെഡ്രോ ഡോമിംഗോ മുറില്ലോ[4]യുടേതിനൊപ്പം മഹത്തായ ഒരു കടമ

---

1. ജീസസ് സുവാറെസ് ഗായോൾ(റൂബിയോ), റെനെ മാട്ടിനെസ് ടമായോ(ആർട്ടുറോ) എന്നിവർ ക്യൂബൻ പോരാളികളാണ്. അവർ യഥാക്രമം ഡിസംബർ 19, ഡിസംബർ 11 എന്നീ തീയതികളിൽ ക്യാമ്പിലെത്തി.
2. ആന്റോണിയോ ജിമെനെസും (പെഡ്രോ)വാൾട്ടയർ അറൻസീബിയയും(വാൾട്ടർ) അക്കാലത്ത് ബൊളീവിയൻ കമ്യൂണിസ്റ്റുയുഗത്തിന്റെ നേതാക്കന്മാരായിരുന്നു.
3. 1959 ജനുവരി ഒന്നാണ് ക്യൂബൻ വിപ്ലവത്തിന്റെ വിജയദിനമായി കൊണ്ടാടുന്നത്.
4. 1809 ൽ സ്പാനിഷാധിപത്യത്തിനെതിരെ ഒരു ഉയിർത്തെഴുന്നേൽപ്പിനു നേതൃത്വം നൽകിയ ബൊളീവിയൻ ദേശാഭിമാനി. തൊട്ടടുത്ത വർഷം സ്പാനിഷ് രാജപക്ഷപാതിസേന അദ്ദേഹത്തെ പിടികൂടി വധിച്ചു.

യാണ് നാം ഏറ്റെടുത്തിരിക്കുന്നതെന്നു പറഞ്ഞുകൊണ്ട് മാരിയോ ഞങ്ങളോട് സംസാരിച്ചു. അതുകൊണ്ട് ഇതു തന്നെ സംബന്ധിച്ച് വളരെ പ്രാധാന്യമുള്ളതാണ്. താൻ ലാ പാസിലേക്കു മടങ്ങുമെന്നും പിന്നീട് ഗറില്ലാ സമരത്തിൽ ചേരുമെന്നും അമേരിക്കയിൽ ഉടനീളമുള്ള ജനതകൾ അതിലർപ്പിച്ചിരിക്കുന്ന വിശ്വാസത്തോടെയാണ് താനതു ചെയ്യുകയെന്നും അദ്ദേഹം പറഞ്ഞു. അദ്ദേഹം പൊരുതാൻ തന്നെ ഉറപ്പിച്ചിരിക്കുകയാണെന്ന് ഞങ്ങൾ അനുമാനിച്ചോട്ടെ എന്ന് അദ്ദേഹം കരുതി.

അദ്ദേഹത്തിന്റെ പ്രസ്താവനയെന്നെ ചൊടിപ്പിച്ചു. കാരണം ആരാണ് സമരം നയിക്കണ്ടതെന്ന കാര്യത്തിൽ അദ്ദേഹത്തിനും റാമോണിനും ഒരു യോജിപ്പിലെത്താൻ കഴിഞ്ഞിട്ടില്ലെന്ന് അതിനകം തന്നെ ഞങ്ങൾക്കറിയാമായിരുന്നു. "പാർട്ടി സെക്രട്ടറിയെന്ന നിലയിൽ രാഷ്ട്രീയമോ സൈനികമോ ആയ കാര്യങ്ങളിൽ തനിക്ക് റാമോണിന്റെ കൽപ്പകളനുസരിക്കാൻ പറ്റില്ല. എസ്റ്റാനിസ്ലാവോ എന്ന വ്യക്തിയെന്ന നിലയിൽ താനത് സന്തോഷത്തോടെ ചെയ്യുമെങ്കിൽപ്പോലും", എന്നാണ് അദ്ദേഹം പറയുന്നത്. മാരിയോ മൂന്നു വ്യവസ്ഥകൾ മുന്നോട്ടുവച്ചു. രാഷ്ട്രീയവും സൈനികവുമായ നേതൃത്വം, ചൈന അനുകൂല നിലപാട് തള്ളിക്കളയുക; താൻ ഭൂഖണ്ഡത്തിലെ രാജ്യങ്ങളിലുടനീളം സഹോദരപ്പാർട്ടികളുടെ പിന്തുണ നേടിയെടുക്കാനായി സഞ്ചരിക്കുമെന്നും, വെനിസ്വേലക്കാരെക്കൊണ്ട് ഡഗ്ലസ് ബ്രാവോ[1]ക്ക് മാപ്പു കൊടുപ്പിക്കാൻ ശ്രമിക്കുമെന്നും കൂടി അദ്ദേഹം പറഞ്ഞു.

തുടർന്ന് റാമോൺ സംസാരിച്ചു. ആ ദിനം എത്രമാത്രം പ്രാധാന്യത്തോടെയാണ് ക്യൂബയിൽ ആഘോഷിക്കപ്പെടുന്നതെന്നതിനെക്കുറിച്ചു പറഞ്ഞ അദ്ദേഹം ക്യൂബൻ വിപ്ലവവിജയത്തിന്റെ ഒരു ലഘുവിവരണവും നൽകി.

---

1. ഡഗ്ലസ് ബ്രാവോ വെനിസ്വേലൻ കമ്യൂണിസ്റ്റു പാർട്ടിയുടെ ഒരു കേന്ദ്രകമ്മിറ്റിയംഗമായിരുന്നു. അദ്ദേഹം FLN/FALN (ദേശീയ വിമോചനമുന്നണി/ദേശീയവിമോചനത്തിനുള്ള സായുധ സേനകൾ)ന്റെ കേന്ദ്രനേതാവുമായിരുന്നു. 1963 ഫെബ്രുവരിയിലത് സ്ഥാപിതമായ ശേഷം അത് ഗറില്ലാ ആക്ഷനുകൾ നടത്തിപ്പോന്നു. 1965 ൽ കമ്യൂണിസ്റ്റുപാർട്ടി FALN നെ പിന്താങ്ങുന്നതിൽനിന്നു പിന്മാറുകയും ഗറില്ലാ പ്രസ്ഥാനത്തിന്റെ കഴുത്തു ഞെരിക്കാനായി FLN നുമേൽ അതിനുള്ള നിയന്ത്രണത്തെ ഉപയോഗിക്കാൻ ശ്രമിക്കുകയും ചെയ്തു. ഈ നീക്കങ്ങളെ എതിർത്ത ബ്രാവോ 1966 ൽ കമ്യൂണിസ്റ്റു പാർട്ടി കേന്ദ്രകമ്മിറ്റിയിൽ നിന്നു പുറത്താക്കപ്പെട്ടു. 1967 ഏപ്രിലിൽ അദ്ദേഹം കമ്യൂണിസ്റ്റു പാർട്ടിയിൽ നിന്നുതന്നെ പുറത്താക്കപ്പെട്ടു. എൽബാച്ചില്ലെർ പ്രദേശത്തൊരു രണ്ടാം ഗറില്ലാമുന്നണി MIRന്റെ(മൂവ്മെന്റ് ഓഫ് റവലൂഷണറി ലെഫ്റ്റ്) നേതൃത്വത്തിലുണ്ടായിരുന്നു. അതിനെ നയിച്ചിരുന്നത് അമേരികോ മാർട്ടിനായിരുന്നു.

ജനുവരി 1967

ജനുവരി 1– മോൻജെ രാവിലെ പോയി. ഉച്ചതിരിഞ്ഞ് റാമോൺ എല്ലാവരെയും വിളിച്ചുകൂട്ടി മാരിയോയുമായുള്ള മീറ്റിങ് വിശദീകരിച്ചു. തനിക്ക് മോൻജെയുടെ നിലപാട് മനസിലാകുന്നില്ലെന്ന് അദ്ദേഹം പറഞ്ഞു. അതിനെ ഒരു അഹന്ത നിറഞ്ഞ സമീപനമെന്നോ, അത്യാർത്തി നിറഞ്ഞ സമീപനമെന്നോ, രാഷ്ട്രീയമോ അല്ലെങ്കിൽ വ്യക്തിപരമോ ആയ ഭീരുത്വമെന്നോ ഏതു വിധത്തിലാണ് വിശേഷിപ്പിക്കേണ്ടതെന്ന് തനിക്കറിയില്ല. പാർട്ടിനേതാവെന്ന നിലയിൽ തനിക്ക് റാമോണിനെ തന്റെ നേതാവായി അംഗീകരിക്കാൻ കഴിയില്ല, വ്യക്തിപരമായി അങ്ങനെ ചെയ്യുന്നതിൽ വമ്പിച്ച അഭിമാനമുണ്ടായിരിക്കുമെങ്കിൽപ്പോലും. താൻ ലാ പാസിലേക്കു പോയി പാർട്ടിനേതൃത്വപദവി രാജിവെക്കുമെന്നാണ് അദ്ദേഹം പറഞ്ഞത്. താനെന്താണു ചെയ്യാനുദ്ദേശിക്കുന്നത് എന്ന കാര്യം പാർട്ടിയെ അദ്ദേഹം അറിയിക്കും; അതിലൂടെ അത് പെട്ടെന്നൊരു പരിഭ്രാന്തിയിൽപ്പെടുകയോ നശിപ്പിക്കപ്പെടുകയോ ഇല്ല. തുടർന്ന് അദ്ദേഹം പരമാവധി പത്തു ദിവസത്തിനുള്ളിൽ ഒരു അണി മാത്രമായി ഗറില്ലകൾക്കൊപ്പം വീണ്ടും ചേരും.

പാർട്ടി സമരത്തിൽ ചേരാൻ അദ്ദേഹം മൂന്നു വ്യവസ്ഥകൾ മുന്നോട്ടുവച്ചു:

1) ചൈനാനുകൂല ഗ്രൂപ്പിനെ ഒഴിവാക്കൽ

2) അവർ രാഷ്ട്രീയ–സൈനിക നേതൃത്വം വഹിക്കും.

3) സായുധസമരത്തിന്റെ ലൈൻ സ്വീകരിക്കുന്നതിനെക്കുറിച്ച് സഹോദരപ്പാർട്ടികളുമായി ചർച്ചകൾ നടത്തുകയെന്ന ലക്ഷ്യത്തോടെ ഭൂഖണ്ഡം മുഴുവനുമൊരു യാത്ര നടത്തും. വെനിസ്വേ

ലയിലെ പാർട്ടിയോട് അവർ ഡഗ്ലസ് ബ്രാവോക്ക് മാപ്പു കൊടുക്കണമെന്ന കാര്യം ഉന്നയിക്കും.

"ഒന്നാമത്തെ പോയിന്റിൽ", റാമോൺ തുടർന്നു,

ഞങ്ങളുടെ വീക്ഷണം സമരം ചെയ്യാൻ തയാറാകുന്ന എല്ലാ സംഘടനകളെയും ഉൾക്കൊള്ളുന്ന ഒരു ഏക നേതൃത്വം സൃഷ്ടിക്കുകയെന്നതാണ്. അതെന്തായാലും, ഞാനദ്ദേഹത്തിന്റെ നിർദേശമംഗീകരിച്ചു.

രണ്ടാമത്തെ പോയിന്റിനെ സംബന്ധിച്ചിടത്തോളം, എനിക്കൊരു ഉപദേശകന്റെ പദവി സ്വീകരിക്കാൻ പറ്റില്ലെന്നു ഞാൻ വിശദീകരിച്ചു. ഞാനാണ് സൈനികമായും രാഷ്ട്രീയമായും നയിക്കാൻ കൂടുതൽ യോഗ്യതയുള്ളവനെന്നു ഞാൻ വിശ്വസിക്കുന്നതായും എനിക്കൊരു വിപ്ലവപ്രക്രിയയിലൂടെ കടന്നുപോകാൻ കഴിഞ്ഞതുകൊണ്ടെനിക്ക് വേണ്ടതായ അനുഭവപരിചയമുള്ളതാണ് അതിനു കാരണമെന്നും, കപടവിനയം ഒരു ലക്ഷ്യത്തിനെയും സഹായിക്കില്ലെന്നും പറഞ്ഞു. ബൊളീവിയയിലെ വിപ്ലവപ്പോരാട്ടത്തെ നയിക്കാൻ ഞാൻ ആഗ്രഹിക്കുന്നില്ലെന്നും ഭൂഖണ്ഡം മുഴുവൻ വ്യാപിക്കുന്ന ഒരു സമരത്തിൽ സഹകരിക്കാനാണ് ആഗ്രഹിക്കുന്നതെന്നും ഞാൻ പറഞ്ഞു. എനിക്ക് ശാന്തതയോടെ നിന്ന് തെറ്റുകൾ വരുത്തുന്നത് അനുവദിച്ചുകൊടുക്കാൻ കഴിയില്ലെന്ന് അദ്ദേഹവും മനസിലാക്കണം. അതുകൊണ്ട് രാഷ്ട്രീയവും സൈനികവുമായ നേതൃത്വം ഒന്നുതന്നെയായിരിക്കേണ്ടതുണ്ട്. അദ്ദേഹത്തെ ഒരു ആലങ്കാരികനേതാവായി അവരോധിച്ചുകൊണ്ട് പൊതുജനദൃഷ്ടിയിൽ അദ്ദേഹത്തിന്റെ അഭിമാനവും സൽപ്പേരും സംരക്ഷിക്കാൻ ഞാൻ തയാറാണെന്നും, എന്നാലതൊരു മാർക്സിസ്റ്റ് രീതിയായിരിക്കില്ലെന്നും ഞാൻ പറഞ്ഞു.

ഞങ്ങൾ നേതൃത്വം നിങ്ങൾക്ക് ഏൽപ്പിച്ചുതന്നെന്നും ഞങ്ങൾ അർജന്റീനയിലേക്കു പോയെന്നും അനുമാനിക്കുക,

റാമോൺ തുടർന്നു:

അവിടെ തന്റെ സഹകരണം നൽകാൻ ഫിദൽ വരികയാണെങ്കിൽ ഞങ്ങൾ നേതൃത്വപദവി അദ്ദേഹത്തിനു കൈമാറുകയും ഞങ്ങളെ യാതൊരു ഉപാധികളുമില്ലാതെ അദ്ദേഹത്തിന്റെ നേതൃത്വത്തിൻ കീഴിൽ പ്രതിഷ്ഠിക്കുകയും ചെയ്യും. ഞങ്ങളതു ചെയ്യുന്നത് അദ്ദേഹത്തിന്റെ അനുഭവപരിചയം; അദ്ദേഹത്തിന്റെ ഗുണങ്ങൾ എന്നിവ അംഗീകരിച്ചുകൊണ്ടായിരിക്കും; അദ്ദേഹം ഞങ്ങളുടെ അധ്യാപകനായതുകൊണ്ട്.

അതിലുമപ്പുറം, വിപ്ലവകാരികളെന്ന നിലയിൽ രാഷ്ട്രീയ ബ്ലാക്ക്

> മെയിലിങ്ങിനുള്ള ഒരു ഉപകരണമായി ഗറില്ലാസമരത്തെ ഉപയോഗിക്കാനനുവദിക്കാൻ ഞങ്ങൾക്കാവില്ല, വെനിസ്വേലയിലും കൊളംബിയയിലും മറ്റുമെന്നപോലെ; അധികാരം പിടിച്ചെടുക്കാനുള്ള ഒരു വാഹനമെന്നതിന് അപ്പുറമായി- ഞാൻ കൂട്ടിച്ചേർത്തു.
>
> മൂന്നാമത്തെ പോയിന്റിനെ സംബന്ധിച്ചിടത്തോളം, പാർട്ടികളെ അവരുടെ ലൈനുകൾ മാറ്റിക്കുകയെന്നത് അസാധ്യമായിരിക്കുമെന്നു ഞാൻ കരുതുന്നു. കാരണം അവയുടെ നിലനിൽപ്പിനെത്തന്നെ നിഷേധിക്കുന്നതിനു സമമാകുമത്. എന്തുതന്നെയായാലും ഞാൻ ആ നിർദേശം അംഗീകരിച്ചു.

തുടർന്ന് മാരിയോ ബൊളീവിയക്കാരുടെ ഒരു യോഗം വിളിച്ച് അതിൽ വച്ച് പാർട്ടി സായുധസമരത്തിൽ ചേരുന്നില്ലെന്ന് അവരോടു പറഞ്ഞു. അവർ നഗരത്തിലേക്കു തന്നെ മടങ്ങണമെന്ന് അവരോടാവശ്യപ്പെട്ടു. അതല്ലെങ്കിൽ, അവരെ പാർട്ടിയിൽനിന്നു പുറത്താക്കുകയും അവർക്കവരുടെ നേതൃത്വപരമായ പദവിയെത്രയുണ്ടെന്നതിന് ആനുപാതികമായി അവരുടെ കുടുംബങ്ങൾക്കുള്ള അലവൻസ് നിർത്തുകയും ചെയ്യും.

മനിലക്കാർക്ക് നാലുപേരെ നൽകാമെന്നൊരുറപ്പ് പാർട്ടി നൽകിയിട്ടുണ്ട്. അതുകൊണ്ട് ഇനിപ്പറയുന്ന നാലുപേരെ ഗറില്ലാസമരത്തിൽത്തന്നെ നിലനിൽക്കാൻ അധികാരപ്പെടുത്തിയിരിക്കുന്നു. നാറ്റോ, കൊക്കോ, ലോറോ, റൊഡോൾഫോ അദ്ദേഹവും കാർലോസും[1] തമ്മിൽ ഒരു വലിയ വാക്കുതർക്കം നടന്നു, കാർലോസിന് ഈ നിലപാടു മനസിലായില്ല.

ജനുവരി 6–ഉത്തരവാദിത്വങ്ങളുള്ള ചുമതലകൾ നൽകപ്പെട്ടവരുടെ ഒരു യോഗം ചേർന്നു. ഇതേവരെ നടന്ന പ്രവർത്തനത്തിലെ ചില ദൗർബല്യങ്ങൾ റാമോൺ അപഗ്രഥിച്ചു. ബൊളീവിയക്കാരെ കൈകാര്യം ചെയ്യുന്ന രീതിയുടെ പേരിൽ അദ്ദേഹം സഖാവ് മാർക്കോസിനെ വിമർശിച്ചു. സാൻ ആൻഡ്രെസി[2]ന്റെ തുടക്കകാലം മുതൽ ഗ്രൂപ്പിന്റെ തലവനായിരുന്നിട്ടും എന്തുകൊണ്ടാണ് മാർക്കോസിനെ നേതൃത്വത്തിൽ രണ്ടാമനാക്കാത്തത് എന്നതിന്റെ കാരണം അതാണെന്ന് അദ്ദേഹം വിശദീകരിച്ചു. ഇപ്പോൾ നേതൃത്വത്തിലെ രണ്ടാമൻ ജോവാക്വിനാണ്.

ജനുവരി 10 – ജോവാക്വിൻ, ഇന്റി, മാർക്കോസ്, മിഗ്വെൽ, ബെനിഞ്ഞോ[3], ബ്രോളിയോ എന്നിവർ ഒരു സ്കൗട്ടിങ് പരിപാടിക്കു പുറപ്പെട്ടു.

---

1. ലോർഗിയോ വാക്ക(കാർലോസ്), ഡിസംബർ 11 ന് പോരാളികൾക്കൊപ്പം ചേർന്ന ഒരു ബൊളീവിയൻ കമ്യൂണിസ്റ്റു പാർട്ടി അംഗമാണ് ലോർഗിയോ വാക്ക.
2. ബൊളീവിയൻ സമരത്തിന്റെ തയാറെടുപ്പിന്റെ ഭാഗമായി ക്യൂബൻ സാർവദേശീയവാദികൾക്ക് പരിശീലനം നൽകാനുള്ള കേന്ദ്രമിവിടെയായിരുന്നു. അത് പിനാർ ദെൽ റിയോ പ്രവിശ്യയിൽ പിനാലെസിനു സമീപമാണ് സ്ഥിതിചെയ്യുന്നത്.
3. ഡാരിയൽ അലാർക്കോൺ(ബെനിഞ്ഞോ), ഡിസംബർ 11 ന് ക്യാമ്പിലെത്തിച്ചേർന്ന ഒരു ക്യൂബൻ പോരാളി.

ഫ്രിയാസ് നദിയും പാമ്പാ ദെൽ ടൈഗ്രേയും കണ്ടെത്തുകയും ഈ പ്രദേശങ്ങളെ റിയോഗോൻഡെയിലേക്കെത്താൻ ഉപയോഗിക്കാൻ പറ്റുമോയെന്ന് അന്വേഷിക്കുകയുമായിരുന്നു ലക്ഷ്യം. റിയോഗ്രാൻഡെ മേഖലയിലാണ് ഞങ്ങൾ കർഷകരുമായി ബന്ധം സ്ഥാപിക്കാൻ ഉദ്ദേശിക്കുന്നത്.

ജനുവരി 11–ഒരു വിരസമായ ദിനം.

ജനുവരി 13–ജൊവാകിൻ, മാർക്കോസ്, മറ്റു സഖാക്കൾ എല്ലാം തിരിച്ചെത്തി. തങ്ങൾ ഫ്രിയാസ് നദി കണ്ടെത്തിയെന്നവർ കരുതുന്നു. അവരുടെ റിപ്പോർട്ടിനു ശേഷം വാദകോലാഹലങ്ങൾ തുടങ്ങി. കണ്ടെത്തിയ നദി റിയോഗ്രാൻഡെക്കു പകരം നാങ്കാഹുവാസുവിലേക്കാണ് ചെന്നുചേരുന്നതെങ്കിൽ അത് ഫ്രിയാസായിരിക്കില്ല, അതല്ലെങ്കിൽ ഭൂപടം തെറ്റായിരിക്കണമെന്ന് റാമോൺ പറഞ്ഞു.

ജനുവരി 15–ഞങ്ങളൊരു മീറ്റിങ് ചേർന്നു. സഖാവ് മോയിസെസ് ഗുവേരയുടെ വരവിനുശേഷം പുറപ്പെടാനുള്ള സമയക്രമം തീരുമാനിക്കാനുള്ള തന്റെ ഉദ്ദേശ്യം ആ മീറ്റിങ്ങിൽ റാമോൺ പ്രഖ്യാപിച്ചു. മോയിസെസ് ഗുവേര 25 നുമുമ്പ് ഞങ്ങൾക്കൊപ്പം ചേരുമെന്നാണ് ഞങ്ങളുടെ പ്രതീക്ഷ.

ജനുവരി 16–ഒരു ഗൊണ്ടോള[1] ദിവസം. കൃഷിയിടത്തിൽ നിന്നും ക്യാമ്പിലേക്ക് സൈനിക സന്നാഹങ്ങളും മറ്റു സാധനസാമഗ്രികളും മാറ്റുന്ന ഞങ്ങളുടെ പ്രവർത്തനത്തിന് ടൂമ നൽകിയ പേരാണത്.

ജനുവരി 18–ഇന്ന് എന്റെ മൂന്നാം വിവാഹവാർഷികദിനമാണ്. ഈ ദിവസം ഞാനെന്റെ ഭാര്യയെയും മകനെയും വളരെയേറെ സ്നേഹവാത്സല്യങ്ങളോടെ ഓർക്കുന്നു. ഹാരിക്ക് ഒരായിരം ഉമ്മകൾ. ക്രിസ്റ്റിക്ക്[2] ഒരു ദശലക്ഷവും.

ജനുവരി 29–മോയിസെസ് ഗുവേര എത്തിച്ചേർന്നു. ഒപ്പം ലോയോയും[3] ഗുവേര ഞങ്ങൾക്കൊപ്പം ചേരാൻ തയാറാണ്. പക്ഷേ ഏതാനുമാളുകളെ റിക്രൂട്ട് ചെയ്യാൻ കുറച്ചു സമയം വേണം. മറ്റു വാക്കുകളിൽപ്പറഞ്ഞാൽ കാർണിവൽ സമയം കഴിയുന്നതുവരെ. ദേശീയതലത്തിൽ ലോയോയെ ധനകാര്യസെക്രട്ടറിയാക്കി.

ജനുവരി 31–പദ്ധതിയിട്ട മാർച്ചിന്റെ ലക്ഷ്യങ്ങളുടെ ഒരു രൂപരേഖ വിശദീകരിക്കാൻ ഒരു യോഗം ചേർന്നു.

1. ഗറില്ലാ സമരത്തിന്റെ എല്ലാത്തരം ബുദ്ധിമുട്ടുകളും പ്രശ്നങ്ങളുമായി പൊരുത്തപ്പെടുക(വിശപ്പ്, ദാഹം, ഉറക്കമില്ലായ്മ, പാടെ ക്ഷീണിതരാക്കുന്ന മാർച്ചുകൾ തുടങ്ങിയവ)ഏറ്റുമുട്ടലിനേക്കാൾ

---

1. ഗൊണ്ടോള എന്നത് ബസിനുള്ള ബൊളീവിയൻ പദമാണ്.
2. ക്രിസ്റ്റീന കാംപുസാനോ, അക്കാലത്തെ പോമ്പോയുടെ ഭാര്യ.
3 ലൊയോള ഗുസ്മാൻ, ബൊളീവിയൻ കമ്യൂണിസ്റ്റ് യൂത്തിന്റെ ഒരു നേതാവ്. അവർ നഗരത്തിലെ സപ്പോർട്ട് നെറ്റ്‌വർക്കിന്റെ കേന്ദ്രചുമതലക്കാരിയും ഗറില്ലാ പ്രസ്ഥാനത്തിന്റെ ധനകാര്യ ചുമതലകളുടെ നേതാവുമായിരുന്നു.

കൂടുതൽ പ്രാധാന്യം ഇതിനില്ലെന്നുവന്നാൽപ്പോലും തുല്യപ്രാധാന്യമെങ്കിലും ഒരു ഭാവി വിപ്ലവപ്പോരാളിയെ സൃഷ്ടിക്കുന്നതിൽ ഇതിനുണ്ട്.

2. കർഷകപിന്തുണയുള്ള ഒരു താവളപ്രദേശം സ്ഥാപിക്കുക. കൂടുതൽ കൃത്യമായിപ്പറഞ്ഞാൽ ELNB[1]യുടെ കർഷകതാവളപ്രദേശം സ്ഥാപിക്കാൻ സാധ്യതയുള്ള മേഖലകളെക്കുറിച്ച് പര്യവേക്ഷണം നടത്തുക.
3. സാധ്യതയുള്ള ഗറില്ലാ പ്രവർത്തനമേഖലകളായി ഞങ്ങളുടെ സേനകൾ പര്യവേക്ഷണം നടത്തിയ പ്രദേശം വിപുലീകരിക്കുകയും അതുമായി പരിചിതരാകുകയും ചെയ്യുക.

ഫെബ്രുവരി 1967

ഫെബ്രുവരി 1–ഞങ്ങളൊരു 25 ദിവസ പര്യവേക്ഷണ ദൗത്യത്തിനു പുറപ്പെട്ടു. കൂടുതൽ വെള്ളം കുടിച്ചതുകൊണ്ടുണ്ടായ കടുത്ത വേദനകൾ അനുഭവിച്ചശേഷം ഞങ്ങളൊരു അരുവിക്കരയിലെത്തി. അവിടെ ഞങ്ങൾ ക്യാമ്പടിച്ചു.

ഫെബ്രുവരി 2–ഞങ്ങൾ മാർക്കോസിന്റെ ചെറിയ വീടു കടന്നു പോയി. പക്ഷേ ക്രീക്കിലെത്തിച്ചേർന്നില്ല.

ഫെബ്രുവരി 3–ഞങ്ങളുണർന്നപ്പോൾ ഒരു കോരിച്ചൊരിയുന്ന മഴയായിരുന്നെങ്കിലും ഞങ്ങൾ കുത്തനെയുള്ള കയറ്റം കയറിമറിഞ്ഞ് ഒരു ക്രീക്കിലെത്തി. ആ ക്രീക്കിലെത്തിയപ്പോൾ ഞങ്ങൾ ആദ്യം വിചാരിച്ചത് ഫ്രിയാസ് നദിയായിരിക്കാനിടയുണ്ടെന്നാണ്. മാർക്കോസവിടെ കാപ്പിയും തയാറാക്കി തീയും കൂട്ടി ഞങ്ങളെ കാത്തിരിക്കുന്നുണ്ടായിരുന്നു. ഞങ്ങൾ ഭക്ഷണം പാകം ചെയ്ത ശേഷം രാത്രി തങ്ങാനുള്ള ഏർപ്പാടുകൾ ചെയ്തു.

ഫെബ്രുവരി 4– ഞങ്ങൾ പുലർച്ചെ തന്നെ നാങ്കാഹുവാസുവിന്റെ പുഴയോരം വഴി യാത്ര തുടർന്നു. ഏതാണ്ട് ആറു മണിക്കൂർ നടന്ന ശേഷം ഞങ്ങൾ ക്യാമ്പ് സ്ഥാപിച്ചു.

ഫെബ്രുവരി 5– നേരത്തെ, ഏതാണ്ട് 11 മണിയോടെ, മുൻനിരവിഭാഗത്തിൽനിന്നും തങ്ങൾ ചില വീട്ടുമൃഗങ്ങളെ സംഘടിപ്പിച്ചിട്ടുണ്ടെന്ന ഒരു സന്ദേശം ലഭിച്ചു. അവരോട് ജാഗ്രത പാലിക്കാനും മുന്നോട്ടുതന്നെ പോകാനും നിർദേശിച്ചു. അവരൊരു നദിയിലെത്തി. അതിന്റെ വലിപ്പം വച്ചുനോക്കുമ്പോൾ, അത് റിയോ ഗ്രാൻഡെയായിരിക്കണം. അവിടെയുള്ള പാതകൾ രണ്ടു കുതിരകൾ ഓടിയുണ്ടായിട്ടുള്ളതാണ്.

ഫെബ്രുവരി 7– ഉച്ചയ്ക്കൊരുമണിയോടെ ഞങ്ങൾ റിയോ ഗ്രാൻഡെ കടക്കാനാരംഭിച്ചു. കോളത്തിന്റെ അടിസ്ഥാനത്തിൽ: മുൻനി

1. ബൊളീവിയൻ ദേശീയ വിമോചനസേന. മാർച്ച് 25 ന് മുമ്പ് ഇത് പ്രസ്ഥാനത്തിന്റെ ഔദ്യോഗിക പേരായി മാറിയിരുന്നില്ല.

രവിഭാഗം, മധ്യവിഭാഗം, പിന്നണിവിഭാഗം. മാർക്കോസും അദ്ദേഹത്തിന്റെ ആളുകളും കടന്നശേഷം ഒഴുക്ക് ചങ്ങാടത്തെ വലിച്ചുകൊണ്ടുപോയതിനാൽ മധ്യവിഭാഗം രണ്ടായിപ്പിരിഞ്ഞു. പകുതിപ്പേർ മുന്നണിവിഭാഗത്തിനൊപ്പവും ബാക്കിയാളുകൾ പിന്നണിവിഭാഗത്തിനൊപ്പവും. നാളെ ഞങ്ങൾ മുറിച്ചുകടക്കൽ തുടരും. മറ്റൊരു ചങ്ങാടമുണ്ടാക്കിക്കൊണ്ട്.

ഫെബ്രുവരി 9 – റാമോൺ, ഇന്റി, അലെജാൻഡ്രോ, ചിഞ്ചു, ടൂമ, ഞാൻ എന്നിവർ നദിക്കുനേരെ യാത്ര തുടർന്നു. ഞങ്ങളൊരു ചോളപ്പാടത്തെത്തി. അതിൽ ഇളംപ്രായത്തിലുള്ള ചോളമാണുള്ളത്. ഇന്റിയും ചിഞ്ചുവും സ്കൗട്ടിങ്ങിനു പോയി. അവരൊരു വഴി കണ്ടെത്തി. ചില കർഷകരെയും അവർ കണ്ടു. അവർ ബാക്കിയുള്ളവർക്കായി ആളയച്ചു. ഹോണൊറാറ്റോ എന്ന കർഷകന്റേതാണ് വീട്. ഞങ്ങൾ ചോളവും പന്നികളെയും വാങ്ങി. തലേന്നു രാത്രി താമസിച്ചിടത്തു തന്നെ രാത്രി കഴിച്ചുകൂട്ടി.

ഫെബ്രുവരി 10 – കർഷകന്റെ വാഗ്ദാനം ഉപയോഗപ്പെടുത്താനായി ഞങ്ങൾ തങ്ങി.

ഫെബ്രുവരി 11 – റോഡിലുള്ള ഏതാനും വീടുകളിൽനിന്ന് മുന്നോട്ടു പോകുന്ന വഴിക്കെതിരെയുള്ള സ്ഥലത്ത് ഞങ്ങൾ രാത്രി കഴിച്ചു. ആ റോഡ് ഹൊണാറാറ്റോയുടെ വീടിനും മൊൺടാനോ എന്ന മറ്റൊരു കർഷകന്റെ വീടിനും ഇടയിലൂടെയാണ് പോകുന്നത്. ഞങ്ങൾ വേണ്ട മുൻകരുതലുകളെടുത്തതിനാൽ റോഡിന്റെ മറുപുറത്തുള്ള കർഷകർക്ക് ഞങ്ങളെ കാണാൻ കഴിയില്ല. അരുവിയിലെ വെള്ളം വളരെ തണുത്തതാണ്. അതുകൊണ്ട് ഞങ്ങളതിനെ തണുത്ത അരുവിയെന്നു വിളിച്ചു.

ഫെബ്രുവരി 12 – ഞങ്ങൾ മൊൺടാനോയുടെ വീട്ടിലെത്തി, പക്ഷേ അയാൾ അവിടെയുണ്ടായിരുന്നില്ല. അയാളുടെ മകൻ പറഞ്ഞത് അയാളൊരു മാസമായി പോയിട്ടെന്നാണ്. അവന് ഏതാണ്ട് ഇരുപതുവയസായെങ്കിലും അവനൊരു ഊഞ്ഞാൽക്കിടക്ക കണ്ടിട്ടില്ല. അതവനെ വളരെയേറെ ആകർഷിച്ചു.

ഫെബ്രുവരി 13 – മിഗ്വെലും മാർക്കോസും ഒരു സ്കൗട്ടിങ് ദൗത്യത്തിനുപോയി. ഒരു വഴിത്താര കണ്ടെത്താനോ ഒരു റോഡ് കണ്ടെത്താനോ ലക്ഷ്യം വച്ച്.

ഫെബ്രുവരി 14 – അടുത്തവീട്ടിലേക്ക് ഒരു വഴിത്താര വെട്ടിയുണ്ടാക്കുന്നത് ഞങ്ങൾ തുടർന്നു. ആ വീട് ഒരു കാലിവളർത്തൽക്കാരന്റേയോ അതുപോലെയുള്ള ആരുടെയോ ആയിരുന്നു. കാരണം അയാൾക്ക് 50 കാലികളുണ്ടായിരുന്നു.

ഫെബ്രുവരി 15 – ഞങ്ങളന്വേഷിച്ചിരുന്ന വീട് കണ്ടെത്തി. പക്ഷേ ആ വീട്ടിൽ കന്നുകാലിവളർത്തുകാരനു പകരം അയളുടെ സഹോദരനായിരുന്നു താമസിച്ചിരുന്നത്. ഞങ്ങളെക്കുറിച്ചയാൾ വിവരം കൊടുത്തേക്കുമെന്നു ഞങ്ങൾ അൽപ്പസ്വൽപ്പം ഭയന്നു. കാരണം, അയാളുടെ മരു

മകൾ ആർമിയിലെ ഒരു ലെഫ്റ്റനന്റിന്റെ ഗേൾഫ്രണ്ടാണ്. അയാളുടെ സഹോദരനായ സ്ഥലമുടമ അയാളെ ചൂഷണം ചെയ്യുകയാണെന്നു മനസിലായി. അയാൾ ഞങ്ങളോട് വളരെ നല്ല സമീപനമുള്ള ഒരാളാണെന്നു തോന്നി.

ഫെബ്രുവരി 16 – നദിയിൽനിന്ന് വൻതോതിൽ മീൻ കിട്ടി. പട്ടാളമിപ്പോഴും മാസിക്കുരിയിലാണെന്നു ഞങ്ങൾക്കറിയാം. പക്ഷേ അവ സൈനിക വർക്ക് ബ്രിഗേഡുകളാണ്. അവർ റോഡുനിർമിക്കുന്നു. അധികം ആയുധമൊന്നും കയ്യിലില്ല.

ഫെബ്രുവരി 17 – മഴ തുടങ്ങി. അത് 16 മണിക്കൂർ നീണ്ടുനിന്നു. അതുകൊണ്ട് ഞങ്ങളതേ സ്ഥലത്തു തന്നെ ക്യാമ്പ് ചെയ്തു.

ഫെബ്രുവരി 18 – ഞങ്ങൾ റാമോണിനൊപ്പം ഒരു മീറ്റിങ് കൂടി. മാസിക്കുരിയിൽ സേനയുടെ സാന്നിധ്യമുള്ളതുകൊണ്ടും, ആക്രമിക്കുന്നത് നമുക്കു നേട്ടമാകുകയില്ലെന്നതുകൊണ്ടും നമ്മൾ റോസിറ്റ നദിക്കുനേരെ പോകുകയാണെന്ന് അദ്ദേഹം പ്രഖ്യാപിച്ചു. മാസിക്കുരി മേഖലയിലെ മൊത്തം മലമ്പ്രദേശങ്ങളും മറികടന്നുവേണം അവിടെയെത്താൻ. റോസിറ്റയുടെ മുഖത്തുവരെയെത്തിയാൽ റിയോഗ്രാൻഡെ വഴി ഞങ്ങൾ നാങ്കാഹുവാസുവിലേക്കു തിരിച്ചുവരും.

ഫെബ്രുവരി 19 – മലകൾ മറികടക്കാൻ ഞങ്ങൾ തയാറെടുപ്പുകൾ നടത്തി. കൊടുമുടിയിൽനിന്ന് നൂറുമീറ്റർ അകലെ ഞങ്ങൾ ക്യാമ്പു ചെയ്തു.

സ്കൗട്ടിങ്ങിനായി മാർക്കോസിനെയും ടൂമയെയും പറഞ്ഞയച്ചു. മലകൾ കൊടുമുടികളിലാണ് ചെന്നവസാനിക്കുന്നതെന്നവർ കണ്ടെത്തി. അതിനർഥം മറുപുറത്തേക്കിറങ്ങുകയെന്നത് അസാധ്യമാണെന്നാണ്.

ഫെബ്രുവരി 20 – മൃഗങ്ങൾ പോകുന്ന ഒരു വഴിത്താര തെരഞ്ഞെടുക്കാൻ ഞങ്ങൾ നിർബന്ധിതരായി. അതൊരു മലയിടുക്കിലൂടെ ഒരരുവിയിലെത്തിച്ചേരുന്നതാണ്. അവിടെ ഞങ്ങൾ ക്യാമ്പ് ചെയ്തു. ഏതാനും ദിവസം മുമ്പ് അരുവിയെ അതിന്റെ ഉത്ഭവസ്ഥാനത്തിനരികെ ഞങ്ങൾ മുറിച്ചുകടന്നിരുന്നു.

ഫെബ്രുവരി 21 – ഞങ്ങൾ നേരത്തെ തന്നെ എഴുന്നേറ്റൊരു ചെറിയ മലയിടുക്കു കടന്നു. 10.30ഓടെ ഒരരുവിയിലെത്തി. രണ്ടുപേർ പ്രദേശമാകെ ചുറ്റിനടന്നു കണ്ടു. മാർക്കോസ് ഒരു വഴി കണ്ടെത്താനായി മുകളിലേക്കും ജോവാക്വിൻ താഴേക്കും പോയി. ജോവാക്വിൻ ചെറിയ ചോളച്ചെടികൾ വളർന്നുനിൽക്കുന്ന ഒരു കൃഷിയിടം കണ്ടെത്തി. മാർക്കോസിന് അധികദൂരം മുന്നേറാൻ പറ്റിയില്ല. കാരണം, അരുവിയിൽ ചെങ്കുത്തായ പാറക്കെട്ടുകൾ കണ്ടതോടെ അവ താണ്ടി മുന്നോട്ടുപോകൽ അസാധ്യമായി.

ഫെബ്രുവരി 22–മാർച്ച് തുടർന്നു. ഞങ്ങളൊരു നീണ്ട അരുവിയും അതൊഴുകുന്ന നീണ്ട ക്രീക്കും കണ്ടു. അതെവിടെ മുറിച്ചുകടക്കാൻ പറ്റുമെന്നറിയാൻ ഞാനും മാർക്കോസും സ്കൗട്ടിങ്ങിനു പോയി.

ആ ക്രീക്കിനും അരുവിക്കും നീളം വളരെയേറെയായിരുന്നു. എന്തായാലും, ഒരുദിവസം മുഴൻ നടന്നിട്ടും അതിന്റെ ഉത്ഭവസ്ഥാനത്തെത്താൻ കഴിഞ്ഞില്ല. വഴിയിൽ വച്ച് ഞങ്ങളൊരു യൂറിന[1]യെ കൊന്നു. ഞങ്ങൾ ഞങ്ങളുടെ യാത്രയുടെ തുടക്കസ്ഥാനത്തേക്ക് തിരിച്ചുവന്നപ്പോൾ റൂബിയോയും പെഡ്രോയും ഞങ്ങൾക്കായി കാത്തുനിൽക്കുന്നുണ്ടായിരുന്നു. ബാക്കിയുള്ളവരെല്ലാം ബോയ്സ് ക്രീക്കിലേക്ക് യാത്രതുടർന്നു.

ഫെബ്രുവരി 23 – വളരെ നേരത്തെ തന്നെ ഞങ്ങൾ ബോയ്സ് ക്രീക്കിലെത്തി. ഞങ്ങൾ മലകളിലായിരുന്നപ്പോൾ ഞങ്ങളുടെ ക്യാമ്പ് സൈറ്റിനടുത്തുള്ള സ്ഥലത്തിന്റെ പേര് ഞങ്ങൾ സ്വതഃസിദ്ധമായി അതിനു നൽകുകയായിരുന്നു. മുകളിലത്തെ പ്രദേശത്ത് ആ മലയിടുക്കു കടക്കാൻ പറ്റുമെന്ന് മാർക്കോസ് ഉറപ്പു പറഞ്ഞതോടെ ഞങ്ങൾ മുകളിലേക്കു യാത്ര തുടർന്നു. ആ മലയിടുക്കിനുള്ളിലെ അരുവിക്കരയിലൂടെ നടക്കാൻ ഞങ്ങൾക്ക് വലിയ പ്രയാസം നേരിട്ടു. ഞങ്ങൾക്ക് വഴിമുടക്കിക്കിടന്ന നാല് ആഴമേറിയ വെള്ളക്കുഴികളെ തരണം ചെയ്യേണ്ടിവന്നു. നീണ്ട മരക്കഷണങ്ങളുപയോഗിച്ച് ഒരു പാലമുണ്ടാക്കിയാണ് ഞങ്ങൾക്കവ തരണം ചെയ്യാൻ പറ്റിയത്. അതിലൊന്നിൽ വച്ച് ഞാൻ കാൽ വഴുതി വെള്ളത്തിൽ വീണു. കുഴി ആഴമേറിയതും വെള്ളം കടുത്ത തണുപ്പുള്ളതുമായിരുന്നു.

ഫെബ്രുവരി 24 – വളരെ അപകടം പിടിച്ച ചില പ്രദേശങ്ങൾ താണ്ടിയ ശേഷം ഞങ്ങൾക്ക് മലയിടുക്ക് താണ്ടി മുകളിലേക്ക് കയറി മലശിഖരത്തിലെത്താനായി. ആ മലയിടുക്കിലും ഒരു വെള്ളക്കുഴിയുണ്ടായിരുന്നു. മാർക്കോസും ബ്രോളിയോയും സ്കൗട്ടിങ്ങിനുപോയി.

ഫെബ്രുവരി 25–ഞങ്ങൾക്ക് താഴേക്കിറങ്ങാൻ പറ്റുന്ന ഒരു പ്രദേശം കണ്ടുപിടിക്കാനായി മാർക്കോസും ബ്രോളിയോയും ടൂമയും പോയി. പതിനൊന്നു മണിയോടെ മാർക്കോസ് ഞങ്ങളെ കാത്തുനിന്നിരുന്ന ഒരു സ്ഥലത്തു ഞങ്ങളെത്തി. റിയോ ഗ്രാൻഡെ റോസിറ്റയും മാസിക്കുരിയുമായി ചേരുന്നതെന്നു താൻ കരുതുന്ന ഒരു സ്ഥലം അദ്ദേഹം ചൂണ്ടിക്കാട്ടി. ഏറെക്കുറെ ചെങ്കുത്തായതെന്നു തന്നെ പറയാവുന്ന ഒരിറക്കം ഞങ്ങൾ മലമുടിയിൽ നിന്നാരംഭിച്ചു. ഓരോരുത്തരും കുറഞ്ഞത് പത്തു തവണയെങ്കിലും വീണു. വൈകീട്ട് ആറുമണിയാകുന്നതുവരെ ഞങ്ങൾ ഒരു മലയിടുക്കിനരികിൽ കൂടി നടന്നു. വെള്ളം കണ്ടെത്താൻ കഴിയാത്തതുകൊണ്ടു ഞങ്ങൾക്ക് ആഹാരം പാകം ചെയ്യാനും കഴിഞ്ഞില്ല. വെള്ളത്തിന്റെ ഉപയോഗം കുറയ്ക്കാനുള്ള ഉത്തരവ് നൽകപ്പെട്ടു.

ഫെബ്രുവരി 26–ആറുമണിക്കൂർ യാത്രയ്ക്കു ശേഷം ഞങ്ങളൊരു അരുവിക്കരയിലെത്തി. അവിടെ ഞങ്ങൾ ടോട്ടായി ചെടികൾ കണ്ടു. അതിന്റെ കാമ്പുകൊണ്ടു ഞങ്ങൾ ഒരു സാലഡുണ്ടാക്കി. മാർക്കോസും ഉർബാനോയും സ്കൗട്ടിങ്ങിനു പോയി. അവർ കരുതുന്നത് അവരൊരു

1. ആ പ്രദേശത്ത് സാധാരണമായുള്ള മാനിനെപ്പോലുള്ള ഒരു മൃഗം.

നദി കണ്ടെത്തിയെന്നാണ്. പക്ഷേ അരുവിയിലൂടെ യാത്ര തുടരുക ബുദ്ധി മുട്ടാണ്. കാരണം അതെത്തിനിൽക്കുന്നത് ചതുപ്പുനിലത്തിലാണ്. മറ്റൊരു റൂട്ട് ഞങ്ങൾ കണ്ടുപിടിക്കണം. ഞങ്ങൾക്കൊരു പുതിയ അനു ഭവവും കിട്ടി: മോറോ ഒച്ചുകളെക്കൊണ്ടൊരു സൂപ്പുണ്ടാക്കി. അത് ഭക്ഷ്യ യോഗ്യമാണ്, പക്ഷേ അൽപ്പം കൈപ്പുള്ളതുമാണ്.

ഫെബ്രുവരി 27 – സ്കൗട്ടിങ് നടത്താനായി മാർക്കോസ്, മിഗ്വെൽ, ബ്രോളിയോ, ടൂമ എന്നിവർ പോയി. വോക്കി-ടോക്കി ഉപയോഗിച്ച് റേഡിയോ വാർത്താവിനിമയം നിലനിർത്താൻ പാച്ചോയെ അയച്ചു. പാച്ചോ ഉച്ചയ്ക്കു തിരിച്ചുവന്നു; മാർക്കോസ് തിരികെപ്പോകാൻ ആവ ശ്യപ്പെട്ടുവെന്നു പറഞ്ഞുകൊണ്ട്. പിന്നീടവൻ റാമോണിനോട് രഹസ്യ മായിപ്പറഞ്ഞത് മാർക്കോസ് തന്നെ കൊല്ലുമെന്നു ഭീഷണിപ്പെടുത്തി യെന്നും കൈക്കോടാലിയുടെ കൈ കൊണ്ടടിച്ചുവെന്നുമാണ്.

റാമോൺ റൊളാൻഡോയെയും ഇന്റിയെയും വിളിച്ചുവരുത്തി എന്താ ണുണ്ടായതെന്ന് അന്വേഷിച്ചു. ഇതൊരു നെല്ലിപ്പടിയാണെന്നും ഒരുതര ത്തിലുള്ള അതിക്രമവും ഒരു വിപ്ലവസേനയ്ക്ക് സഹിക്കാൻ പറ്റില്ലെന്നു മദ്ദേഹം പറഞ്ഞു. അതിനു നാം തടയിട്ടേ പറ്റൂ. അടിച്ചുവെന്ന കാര്യം പാച്ചോ നുണ പറഞ്ഞതാണ്.

ഫെബ്രുവരി 28 – റാമോൺ മാർക്കോസിനെയും പാച്ചോയെയും കണ്ടു. ഒരു മീറ്റിങ് നടക്കാൻ പോകുന്ന വിവരം എല്ലാവരെയും അറിയി ച്ചു. അതു നടക്കുമ്പോൾ സഹായത്തിനായി വന്ന മനിലക്കാർ വെറു മൊരു പറ്റം ചഞ്ചലഹൃദയരാണ് എന്നെല്ലാവർക്കും കാണാൻ കഴിയും.

മീറ്റിങ്:

"ഈ മാർച്ചിന്റെ ലക്ഷ്യമെന്താണെന്ന് എല്ലാവർക്കുമറിയാം." റാമോൺ പറഞ്ഞു തുടങ്ങി.

> പക്ഷേ, ഇതിനകം തന്നെ പരീക്ഷിക്കപ്പെട്ടു കഴിഞ്ഞ സഖാക്കളാണ് ആദ്യംതന്നെ പ്രശ്നങ്ങളുണ്ടാക്കിത്തുടങ്ങിയതെന്ന വസ്തുത നമ്മെ സംബന്ധിച്ച് വലിയൊരു അത്ഭുതമായിരിക്കുകയാണ്. ബൊളീവിയൻ സഖാക്കളെ ഗറില്ലാ ജീവിതത്തിന്റെ പരീക്ഷണങ്ങളും ബുദ്ധിമുട്ടുകളുമായി പരിചയിപ്പിക്കാനുള്ള പ്രക്രിയയിലാണ് നമ്മൾ. നമ്മുടെ വീക്ഷണത്തിൽ സമരത്തിന്റെ ഏറ്റവും കഠിനമായ വശമിതാണ്. നമുക്കവരെ വിശപ്പും ദാഹവും നിരന്തരമാർച്ചുകളും, വനത്തിന്റെ ഏകാന്തതയുമെല്ലാം പരിചയിപ്പിക്കണ്ടതുണ്ട്. പക്ഷേ, പ്രശ്നങ്ങളുള്ളത് ബൊളീവിയക്കാർക്കു മാത്രമല്ലെന്നും പരിചയസമ്പന്നരെന്നു വിശേഷിപ്പിക്കാവുന്നവരും ഇത്തരം സാഹചര്യങ്ങളിൽ നിരവധി തവണ എത്തിപ്പെട്ടിട്ടുള്ളവരുമായവർക്ക് കൂടിയാണെന്നും നാം കണ്ടെത്തുകയാണ്. ഇതു നമുക്ക് ഭാവിയിലേക്കൊരു പാഠം നൽകുന്നുണ്ട്: ഒരു ഉന്നത ലക്ഷ്യത്തിലേക്ക് വേണ്ടി സ്വന്തം ഹൃദയവും ആത്മാവും ഒരിക്കൽ നൽകിയവർ

> ഒരു ഓഫീസിലെ ജീവിതവുമായി പരിചയിച്ചു; അവർ ഉദ്യോഗസ്ഥമേധാവികളായി, ഉത്തരവുകൾ നൽകുന്ന രീതിക്കാരായി, എല്ലാ ക്കാര്യങ്ങളും ഓഫീസിൽ വച്ച് പരിഹരിക്കുന്നവരും, എല്ലാം തന്നെ ശരിയാക്കിയ നിലയിൽ ഓഫീസിലെത്തിച്ചുകിട്ടുന്നവരുമായി.
>
> ഇതാണ് മാർക്കോസിന്റെയും പാച്ചോയുടെയും പ്രശ്നം; ഈ ജീവിതവുമായി പൊരുത്തപ്പെടാനവർക്കു കഴിയുന്നില്ല. മറ്റു സഖാക്കളുമായി അവർക്ക് നിരന്തരം പ്രശ്നങ്ങളുണ്ടാകുന്നതിനു കാരണം അവർക്ക് തങ്ങൾക്ക് മടങ്ങിപ്പോകണമെന്നു പറയാനുള്ള ധൈര്യമില്ലാത്തതുകൊണ്ടാണെന്ന് ചിന്തിക്കാൻ എനിക്കിഷ്ടമില്ല.
>
> സഖാവ് മാർക്കോസ് വലിയ യൂണിറ്റുകളെ നയിച്ചിട്ടുണ്ട്; ഇതൊരു മാതൃകയായ കേസാണ്. ക്യൂബയിലെ ഉയിർത്തെഴുന്നേൽപ്പു സമരത്തിൽ മാർക്കോസൊരു മഹാനായ പോരാളിയായിരുന്നെന്ന കാര്യം നാം അംഗീകരിക്കണം. അദ്ദേഹം നമ്മുടെ പരിഗണന അർഹിക്കുന്നു. സഖാവ് പാച്ചോ ഏറ്റുമുട്ടലുകളിൽ പങ്കെടുത്തിട്ടുള്ള ഒരു സഖാവാണ്, പക്ഷേ ഗറില്ലാ പരിശീലനത്തിന്റെ ഒരു പരിശീലനക്കളരിയിലൂടെ കടന്നുപോകേണ്ടതുണ്ട്. അതുകൊണ്ടാണ് ഒരു ഗറില്ലയെന്ന നിലയിൽ അദ്ദേഹം അപൂർണനാകുന്നത്. നമുക്കിനി പാച്ചോയെക്കൊണ്ടെന്തെങ്കിലും പ്രശ്നമുണ്ടായാൽ അദ്ദേഹം ശിക്ഷിക്കപ്പെടുകയും മനിലയിലേക്ക് തിരിച്ചയക്കപ്പെടുകയും ചെയ്യും. കാരണം കാര്യങ്ങൾ നടന്നതിനെക്കുറിച്ച് അദ്ദേഹം കള്ളം പറഞ്ഞു.

രണ്ടു മണിയോടെ പെട്ടെന്നൊരു നീക്കം നടത്തിയപ്പോൾ സഖാവ് ബഞ്ചമിൻ നദിയിലേക്കു വീണു. ഒഴുക്കിൽപ്പെട്ട അവൻ മുങ്ങിത്താഴാൻ തുടങ്ങി. റൊളാൻഡോ എടുത്തു ചാടിയെങ്കിലും അവനെ രക്ഷിക്കാൻ പറ്റിയില്ല.

ഈ സമരം ആരംഭിച്ചത് കോംഗോയിൽ സംഭവിച്ച അതേ തരത്തിലുള്ള ഒരു ദുഃഖകരമായ സംഭവത്തോടെയാണ്. അവിടെ അത് സഖാവ് മിറ്റുവോഡീസി (അദ്ദേഹമായിരുന്നു ചീഫ് ഓഫ് സ്റ്റാഫ്)യുടെ[1] മുങ്ങിമരണമായിരുന്നു.

---

1. കോംഗോയിലെ ക്യൂബൻ സാർവദേശീയ ദൗത്യസമയത്ത് കോംഗോളീസ് ഗറില്ലാ സേനയുടെ ചീഫ് ഓഫ് സ്റ്റാഫ് ആയിരുന്ന ലിയോണാർഡ് മിറ്റുവോഡീസി ടാങ്കനിക്ക തടാകത്തിൽ 1965 ജൂൺ 7ന് മുങ്ങിമരിച്ചു. അദ്ദേഹം ബോട്ടിൽ സഞ്ചരിക്കുമ്പോൾ ചില ഗ്രാമീണർ ഉയർന്നുപൊങ്ങുന്ന ഓളങ്ങളിൽപ്പെട്ട് മുങ്ങിത്താഴുന്നതു കണ്ട് അവരെ രക്ഷിക്കാൻ വെള്ളത്തിലേക്കെടുത്തു ചാടി. എല്ലാ ശ്രമങ്ങളും നടത്തിയിട്ടും അദ്ദേഹത്തെ രക്ഷിക്കാൻ പറ്റിയില്ല. ചെ പറഞ്ഞു: "കാലിംബയിലെ ഗറില്ലാതാവളത്തിൽ അൽപ്പസ്വൽപ്പം സംഘടനാ രീതികൾ നടപ്പാക്കിക്കൊണ്ടുവന്ന ആളെയാണ് നമുക്ക് നഷ്ടമായത്."

മാർച്ച് 1967

മാർച്ച് 1 – ഞങ്ങൾ റോസിറ്റ നദിയിലെത്തി. ഞങ്ങളുടെ ഭക്ഷണം തീർന്നു. മധ്യവിഭാഗത്തിനു മാത്രമാണ് അൽപ്പം ബീൻസും രണ്ടു പെട്ടി ഓട്ട്മീലുമുള്ളത്. അത് മുൻനിര–പിന്നണി വിഭാഗങ്ങൾക്കു കൂടി വിതരണം ചെയ്തു. മുളയിൽ നിന്നുണ്ടാക്കിയ വളരെ മോശപ്പെട്ട കുറച്ചു സൂപ്പ് ഞങ്ങൾ കഴിച്ചു.

മാർച്ച് 2 – ഞങ്ങളൊരു ചങ്ങാടം നിർമിച്ചു. മുന്നണിവിഭാഗത്തിന്റെ ഭാഗം മറുകരയിലെത്തി. മിഗ്വെലൊഴികെ. ഒഴുക്ക് ചങ്ങാടത്തെ കൊണ്ടുപോയി. മുമ്പ് ഉർബാനോയും റോളാൻഡോയും വേട്ടയ്ക്കു പോയി ഒരു പക്ഷിയെ പിടിച്ചിരുന്നു. കുറച്ചു ചത്ത മത്സ്യങ്ങളും അവർ കണ്ടെത്തി. മിഗ്വെൽ, ഇന്റി, ലോറോ എന്നിവർ റോസിറ്റ നദിയിലൂടെ മുകളിലേക്കു പോയി. ഒരു കോരിച്ചൊരിയുന്ന മഴയും കാറ്റും തുടങ്ങി. ഒരിക്കൽക്കൂടി ഞങ്ങൾ രണ്ടു ഗ്രൂപ്പുകളായി വേർപെട്ടു.

മാർച്ച് 3 – മഴ തുടർന്നു. മുന്നണി വിഭാഗവുമായി ഞങ്ങൾ റേഡിയോ വഴി ബന്ധപ്പെടാൻ ശ്രമിച്ചെങ്കിലും ആ ശ്രമം പരാജയപ്പെട്ടു. നദിക്കരയിലൂടെ ആരെങ്കിലും വന്നാലോ എന്നു കരുതി ഞങ്ങളൊരു സെൻട്രിയെ നിർത്തി, പക്ഷേ ഒന്നും സംഭവിച്ചില്ല.

മാർച്ച് 4 – പത്തുമണിയോടെ മഴ നിന്നു. നേരിട്ടുതന്നെ മലകളിലേക്ക് മുറിച്ചുകടന്നു പോകുന്നിടം വരെ ഞങ്ങൾ വഴി പിന്തുടർന്നുപോയി. തുടർന്ന് പുതിയൊരു വഴിയിലൂടെ എട്ടൊമ്പതു കിലോമീറ്റർ പോയി. ഒടുവിൽ ആ വഴിയുമില്ലാതെയായി. ഞങ്ങളൊരു ക്യാമ്പടിച്ചു. ഞങ്ങൾ പോയ വഴി തന്നെ തിരിച്ചുവന്ന് ഞങ്ങളുണ്ടാക്കിയ പാതയിൽ തിരിച്ചെത്താനാണ് ഉദ്ദേശിക്കുന്നത്.

മാർച്ച് 5 – നിരവധി ദിവസങ്ങൾക്കു മുമ്പ് റോസിറ്റ നദിയിലേക്ക് ഞങ്ങൾ പോയ ഒരു ക്രീക്കിലേക്ക് ഉച്ചയോടെ ഞങ്ങളെത്തിച്ചേർന്നു.

മാർച്ച് 6 – മിഗ്വെലും ഉർബാനോയും ഒരു വഴി വെട്ടിത്തുറക്കാൻ പോയി, പനയുടെ അകക്കാമ്പ് തേടി. ബാക്കി ഞങ്ങളെല്ലാം പകൽ മുഴുവൻ ചെലവാക്കി. കഴിഞ്ഞ കുറച്ചു ദിവസങ്ങളായി ഞങ്ങൾക്കു പിടിക്കാൻ കഴിഞ്ഞ ഏതാനും ചെറിയ പക്ഷികളും പനകളുടെ അകക്കാമ്പുമൊഴികെ ഒന്നും തന്നെ ഞങ്ങൾ തിന്നിട്ടില്ല. ഞങ്ങൾ രണ്ടുമൂന്നുദിവസത്തേക്കുവേണ്ടി ഒരു ഭക്ഷ്യശേഖരമുണ്ടാക്കാൻ ശ്രമിക്കുകയാണ്.

മാർച്ച് 7 – വഴിവെട്ടിത്തെളിക്കലിൽ സഹായിക്കാൻ ജോവാകിനും ബ്രോളിയോയും പോയി. ബ്രോളിയോക്ക് തല കറങ്ങിയതുകൊണ്ട് വളരെ ബുദ്ധിമുട്ടിമാത്രമേ നടക്കാൻ കഴിഞ്ഞുള്ളൂ.

മാർച്ച് 8 – ഞങ്ങൾ നിന്നിരുന്നിടത്തു നിന്ന് നാലഞ്ചു കിലോമീറ്ററകലെ, ഇപ്പോഴും റിയോഗ്രാൻഡെയുടെ കരകളിൽത്തന്നെ, ക്യാമ്പുണ്ടാക്കി.

മാർച്ച് 9 – അപകടകരമാംവിധം കുത്തനെയുള്ള പ്രദേശങ്ങളിൽക്കൂടി കടന്നുപോയിക്കൊണ്ട് ടാറ്ററെൻഡ ഗ്രാമത്തിന് വെള്ളം പമ്പു ചെയ്യുന്ന ടർബൈനിൽ ഞങ്ങളെത്തിച്ചേർന്നു. ഭക്ഷണം തീർന്നുപോയ

വേട്ട സംഘക്കാരെന്ന വ്യാജേന റിക്കാർഡോയും ഇന്റിയും നദി മുറിച്ചു കടന്നു. അവർ പദ്ധതിയിട്ടതിനേക്കാൾ നേരമെടുത്തു. അത് റാമോണിനെ ക്ഷമ കെട്ടവനാക്കി.

മാർച്ച് 10–എന്താണു സംഭവിച്ചതെന്ന് ഞങ്ങൾക്കൊരു വിവരവും കിട്ടാതിരുന്നതിനാൽ, ഞങ്ങളൊരു ചങ്ങാടം നിർമിക്കാൻ തുടങ്ങി. അതിൽക്കയറി മറുകരയെത്തി എന്താണ് സംഭവിക്കുന്നതെന്നറിയാൻ ഒരു പര്യടനം സംഘടിപ്പിക്കലാണു ലക്ഷ്യം. ഞങ്ങളുടെ പദ്ധതി, എല്ലാവരും മറുകരയെത്തിയശേഷം ഒരു വീട് കൈയടക്കലാണ്. ഞങ്ങൾ മറുകര കടക്കാൻ ശ്രമിക്കുമ്പോൾ, മിഗ്വെലിനേയും മറ്റു രണ്ടു സഖാക്കളേയും ഞങ്ങൾക്കൊരു സംരക്ഷണം നൽകാനായി നിർത്തി. അവർക്കു നൽകിയ കൽപ്പന മറുകരയിലെന്തെങ്കിലും സംശയകരമായ നീക്കങ്ങൾ കണ്ടാൽ ഉടനെ വെടിവയ്ക്കാനാണ്.

രാവിലെ ഒമ്പതു മണിക്ക് മറുവശത്തുനിന്ന് ഒരു ചങ്ങാടം മുറിച്ചു കടക്കുന്നുണ്ടെന്ന് മിഗ്വെൽ റിപ്പോർട്ട് ചെയ്തു. ഞങ്ങളുടെ ഭാഗ്യത്തിനത് ഭക്ഷണവുമായി (അരി, കാപ്പി, പഞ്ചസാര, പന്നിയിറച്ചി തുടങ്ങി...) തിരിച്ചുവരുന്ന ഞങ്ങളുടെ തന്നെ ആളുകളായിരുന്നു. ഒരു മെക്സിക്കൻ എഞ്ചിനീയറെന്ന വേഷത്തിൽ മാർക്കോസ് അതിലെ കടന്നുപോയെന്നവർ പറഞ്ഞു[1]. ഒരു മസിലുകയറ്റമനുഭവപ്പെട്ട ഇന്റി മുങ്ങിമരിക്കുന്നതിന് അടുത്തെത്തി. റിക്കാർഡോ ഇന്റിയെ രക്ഷിച്ചു.

മാർച്ച് 11–നാങ്കാഹുവാസുവിന്റെ നദീമുഖം തേടി ഞങ്ങൾ മാർച്ച് തുടർന്നു, അടുത്ത ദിവസവുമതു തുടർന്നു.

മാർച്ച് 13–ഇതേവരെ ഞങ്ങൾക്കു നേരിടേണ്ടിവന്നതിലെ ഏറ്റവും ബുദ്ധിമുട്ടേറിയ ഭൂപ്രദേശം മറികടന്നശേഷം ഞങ്ങൾ ക്യാമ്പടിച്ചു. ഒരു വഴിവെട്ടിത്തെളിക്കുന്നതിൽ മിഗ്വെൽ വലിയ കരുത്താണു പ്രദർശിപ്പിച്ചതെന്ന് റാമോൺ പറഞ്ഞു. അതും ഒരൊറ്റ ദിവസം മാത്രമെടുത്ത്.

വീണ്ടും മഴ തുടങ്ങി. ഞാൻ എൽകാബല്ലോ[2]യുടെ പ്രസംഗം കേൾക്കാമെന്ന് പ്രതീക്ഷിക്കുകയായിരുന്നു. നിരവധി കാര്യങ്ങൾ ഞങ്ങൾ എംബിലിയുമായി സംസാരിച്ചു. ഏതാനും ദിവസം മുമ്പ് റാമോൺ എന്നോട് കുറച്ചുസമയം അദ്ദേഹത്തിനൊപ്പം ചെലവഴിക്കാൻ ആവശ്യപ്പെട്ടിരുന്നു. എംബിലിയുടെ മനോഭാവമായിരുന്നു അതിനു കാരണം. നഗരത്തിൽ കാര്യങ്ങൾ മോശമായാണു പോകുന്നതെന്ന് എംബിലി പറഞ്ഞു.

---

1. മാർക്കോസിന്റെ നേതൃത്വത്തിലുള്ള മുന്നണി സേനാദളം റിയോ ഗ്രാൻഡെയിലെ ഒരു കവലയിൽ വച്ച് ഫെബ്രുവരി 28 ന് യൂണിറ്റിൽ നിന്നും വേർപെട്ടു പോയി. മുന്നേറ്റത്തിന്റെ അവശേഷിക്കുന്ന ആഴ്ചകളിൽ രണ്ടുഗ്രൂപ്പുകളും വേറിട്ടു തന്നെയായിരുന്നു. മാർച്ച് 4ന് മുന്നണി സേനാദളം റ്റാറ്റെറൻഡാഗ്രാമത്തിലൂടെ സഞ്ചരിക്കുമ്പോൾ അവരുടെ സാന്നിധ്യത്തെക്കുറിച്ച് ആഗന്തുകമായി സൈന്യത്തിന് അറിവു കിട്ടുകയും ചെയ്തു.
2. ഫിദൽ കാസ്ട്രോയെ കുറിച്ചുള്ള ഒരു പരാമർശം. കാസ്ട്രോയുടെ 1967 മാർച്ച് 17 ലെ പ്രസംഗം ദോസ് ഹൂ ആർ നോട്ട് റവലൂഷണറി കെനോട്ട് വി കാൾഡ് കമ്യൂണിസ്റ്റ് എന്ന ശീർഷകത്തിൽ 'ഫിദൽ കാസ്ട്രോയുടെ തെരഞ്ഞെടുത്ത പ്രഭാഷണങ്ങളിലുണ്ട്. (പാത്ത് ഫൈൻഡർ, ന്യൂയോർക്ക് 1992)

റാമോൺ എന്നോട് നിങ്ങളോടു സംസാരിക്കാൻ പറഞ്ഞെന്ന് ഞാൻ പറഞ്ഞു. എംബിലിയാകെ അന്തർമുഖനായിരിക്കുന്നതാണ് റാമോണിനെ അലട്ടുന്നത്.

മാർച്ച് 15–ഞങ്ങൾ നാങ്കാഹുവാസുവിന്റെ കരയിലെത്തി. ഞങ്ങൾക്കു കുറച്ചു ഭക്ഷണം എത്തിച്ചുതരണമെന്ന് ആവശ്യപ്പെട്ട് ഉർബാനോയെ പ്രധാന ക്യാമ്പിലേക്ക് ഒരു സന്ദേശവുമായി അയക്കാൻ തീരുമാനിച്ചു പക്ഷേ നദി വല്ലാതെ കരകവിഞ്ഞ് ആർത്തലച്ചതോടെ ഞങ്ങൾക്ക് മറുകരയെത്താൻ പറ്റാതായി. ഉർബാനോക്ക് നീന്തലറിയാത്തതിനാൽ അവനു പകരം റൊളാൻഡോയെ അയച്ചു.

മാർച്ച് 16–ഒന്നരമാസം മുമ്പ് ഞങ്ങൾ നിർമിച്ച ചങ്ങാടത്തിൽക്കയറി മധ്യവിഭാഗത്തിലെ ആളുകൾ മറുകരയെത്തി. എന്നാലൊരു ശക്തമായ ഒഴുക്കിൽ ചങ്ങാടം നഷ്ടപ്പെട്ടതോടെ പിന്നണിവിഭാഗത്തിനു നദി മുറിച്ചുകടക്കാൻ പറ്റിയില്ല. ടൂമയും ഞാനും റൂബിയോയെയും ഏണസ്റ്റോയെയും കണ്ടെത്താൻ ശ്രമിച്ചു. അവരിവിടം വഴി കടന്നുപോയിക്കാണണം. പക്ഷേ അവരെവിടെയെന്നു കണ്ടെത്താനായില്ല.

മാർച്ച് 17–ജോവാകിനും അദ്ദേഹത്തിന്റെ സംഘവും പ്രത്യക്ഷപ്പെട്ടുവെന്ന് ഞങ്ങൾക്ക് വിവരം കിട്ടി. പക്ഷേ തന്റെ ചങ്ങാടം തലകുത്തനെ മറിഞ്ഞപ്പോൾ സഖാവ് കാർലോസ് മുങ്ങിമരിച്ചെന്ന് അറിഞ്ഞത് വലിയ ദു:ഖത്തിനു കാരണമായി. കാർലോസ് ഞങ്ങളുടെ ഏറ്റവും വിലയേറിയ സഖാക്കളിലൊരാളായിരുന്നു. അദ്ദേഹം സാന്താക്രൂസുകാരനായിരുന്നു. പകരം വയ്ക്കാനാവാത്ത നഷ്ടത്തിനൊപ്പം ഏഴു ക്നാപ്പ്സാക്കുകളും മൂന്നായുധങ്ങളും കൂടി നഷ്ടമായി. ഒട്ടേറെ സഖാക്കൾ വസ്ത്രങ്ങളെല്ലാം നഷ്ടപ്പെട്ട് ഏറെക്കുറെ നഗ്നരായി.

മാർച്ച് 18–അൽപ്പസ്വൽപ്പം കരുത്ത് വീണ്ടെടുത്ത ശേഷം ഞങ്ങൾ ക്യാമ്പിലേക്കു തിരിച്ചു. ഞങ്ങൾക്ക് ഇന്നലെയൊരു പെൺകുതിരക്കുട്ടിയെ കൊല്ലേണ്ടി വന്നതാണ് കരുത്തു വീണ്ടെടുക്കാൻ സഹായമായത്.

ഞങ്ങളൊരു യൂറിനയെ വേട്ടയാടിപ്പിടിച്ചു. പിന്നിലായിപ്പോയ ആളുകൾക്കായി മൂന്നരമണിക്കൂർ കാത്തിരുന്ന ശേഷം കഴിഞ്ഞ തവണ ഞങ്ങൾ ക്യാമ്പ് ചെയ്തിരുന്നിടത്തെത്താൻ വലിയ പരിശ്രമം വേണ്ടിവന്നു. ഞാനും ഉർബാനോയും തമ്മിൽ ചൂടേറിയ ഒരു വാക്കുതർക്കം നടന്നു. റാമോൺ അതിലിടപെട്ടു. ഉർബാനോ പാചകം ചെയ്യാൻ വിസമ്മതിച്ചു. ഇത്തരം കാര്യങ്ങൾ സംഘടിപ്പിക്കേണ്ടത് എന്റെ ചുമതലയായിരുന്നതിനാൽ ഞാൻ അക്കാര്യത്തിൽ വാശിപിടിച്ചു.

മാർച്ച് 19–നാങ്കാഹുവാസുവിലേക്ക് ഞങ്ങളെ എത്തിക്കാവുന്ന ഒരു ചെറിയ അരുവിയിലെത്തിച്ചേരുകയെന്ന ലക്ഷ്യത്തോടെ ഞങ്ങൾ പുറപ്പെട്ടു. ഞങ്ങൾ തുടക്കത്തിൽ ആദ്യ ക്യാമ്പ് സ്ഥാപിച്ച സ്ഥലത്തേക്ക് യാത്ര തുടർന്നു. എന്തോ സംഭവിച്ചിട്ടുണ്ടെന്നതിന്റെ സംശയം റാമോൺ പ്രകടിപ്പിച്ചു. കാരണം നദിക്കു മുകളിലൂടെ ഒരു വിമാനം പറന്നുപോയി. അതൊരു പര്യവേക്ഷണ ദൗത്യത്തിലാണെന്ന് വ്യക്തമാണ്. കൂടാതെ, മെയിൻ ക്യാമ്പിലേക്കയച്ച ആളുകളിൽ ചിലരെ ഞങ്ങൾ കണ്ടുമുട്ടേണ്ടതായിരുന്നു. ഞങ്ങളുടെ പിന്നിലുണ്ടായിരുന്നവർ ഒരു യൂറിനയെക്കൊന്നു.

അലെജാൻഡ്രോ വഹിച്ചിരുന്ന ചില സാധനങ്ങൾ – ഒരു റേഡിയോയടക്കം–ഞാൻ വഹിക്കണമെന്ന് റാമോൺ നിർദേശിച്ചു. ഞാൻ ആ സാധനങ്ങൾ അയാളിൽ നിന്നേറ്റു വാങ്ങി. അതെനിക്ക് വളരെ ബുദ്ധിമുട്ടായി ത്തീർന്നു. മുന്നിൽ നടക്കുന്നവർക്കൊപ്പമെത്താൻ ഞാൻ വല്ലാതെ ബുദ്ധിമുട്ടേണ്ടിവന്നു. സത്യം പറഞ്ഞാൽ റാമോണിന്റെ ഉദാഹരണം കൊണ്ടു മാത്രമാണെനിക്ക് ഫസ്റ്റ്റാങ്കിൽത്തുടരാൻ കഴിയുന്നത്: അദ്ദേഹം രോഗിയാണ്, പക്ഷേ എന്നും ഒന്നാമതാണ്. അതെന്നിൽ വളരെയേറെ സ്വാധീനം ചെലുത്തുന്നു. രണ്ടാമതായി എന്നേക്കാൾ ദുർബലരെന്നു ഞാൻ കരുതുന്നവരതു ചെയ്യുന്നുണ്ട്; മൂന്നാമതായി, ആരെങ്കിലുമൊരാൾ ബുദ്ധിമുട്ടുകൾ കാരണം പരാജയപ്പെടാൻ സ്വയം അനുവദിക്കരുതെന്ന് ഞാൻ കരുതുന്നു. ഞാൻ നദിയിൽ വീണു, ഉർബാനോ എഴുന്നേറ്റുവരാൻ എന്നെ സഹായിച്ചു.

ഞങ്ങൾ മലയിടുക്കിലെ അരുവിയിലെത്തിയപ്പോൾ ഞങ്ങളെത്തേടി നടന്ന സഖാക്കളിലൊരാളെ അവിടെ വെച്ചു കണ്ടുമുട്ടി. ബെനിഞ്ഞോയുടെ കൂടെയാണ് താൻ വന്നതെന്നയാൾ പറഞ്ഞു. ആ സഖാവ് ഒരു പെറൂവിയൻ ഡോക്ടറാണ്.[1] മെയിൻക്യാമ്പിലെന്താണ് സംഭവിക്കുന്നതെന്നു വിശദീകരിക്കുന്ന ഒരു റിപ്പോർട്ട് മാർക്കോസ് കൊടുത്തയച്ചത് ബെനിഞ്ഞോ കൊണ്ടുവന്നു: മോയിസെസ് ഗുവേര കൊണ്ടുവന്നവരിൽ രണ്ടുപേർ ഒളിച്ചോടിപ്പോയിരിക്കുന്നു. സൈന്യം (ആറുപേർ) വീട് സെർച്ച് ചെയ്തു. ലോറോയും സേനയും തമ്മിലൊരു സംഘട്ടനമുണ്ടാകുകയും ഒരു പട്ടാളക്കാരനെ അയാൾ കൊല്ലുകയും ചെയ്തു. കൊക്കോ മോയിസെസ് ഗുവേരയുടെ ആളുകളുടെ ഒരു ഗ്രൂപ്പിനെ കൊണ്ടുവരാനായി ഗാലുനില്ലാസിലേക്കു പോയി. വന്നുചേർന്നവരിൽ ഡാന്റൻ, ചിനോയും അദ്ദേഹത്തിന്റെ സഖാക്കളും, കാർലോസ്, താനിയ, മോയിസെസ് ഗുവേരയും[2] സഖാക്കളും എന്നിവരെല്ലാം ഉൾപ്പെടുന്നു.

---

1. റെസ്റ്റിറ്റ്യൂട്ടോ ജോസ് കാബ്രേറ (നെഗ്രോ), ഒടുവിലായി മാത്രം ഗറില്ലകൾക്കൊപ്പം ചേർന്ന ഒരു പെറൂവിയൻ പോരാളി.
2. പ്രധാന ഗറില്ലാ സംഘം ഒരു പര്യവേക്ഷണ മാർച്ചിനു പോയിരുന്നപ്പോൾ പ്രധാന ക്യാമ്പിൽ ഒട്ടേറെ വ്യക്തികളെത്തിച്ചേർന്നു. അവരിൽ ഫ്രഞ്ച് എഴുത്തുകാരൻ റെജിസ് ദെബ്രേ (ഡാന്റൻ, ഫ്രഞ്ചുകാരൻ); ജുവാൻ പാബ്ലോ ചാംഗു(ചിനോ) മറ്റു രണ്ട് പെറൂവിയൻ പോരാളികളും, അർജന്റൈൻ കലാകാരനായ സിറോ ബുസ്റ്റോസ് (കാർലോസ് എന്നറിയപ്പെട്ടു. മാർച്ച് 17ന് മുങ്ങിമരിച്ച ബൊളീവിയൻ പോരാളിയായ കാർലോസല്ല ഇദ്ദേഹം), മോയിസെസ് ഗുവേരയും അദ്ദേഹത്തിന്റെ പതിനൊന്നാളുകളും, എന്നിവർ ഉൾപ്പെട്ടിരുന്നു. കമ്യൂണിസ്റ്റുപാർട്ടിക്കാരായ നിരവധി ബൊളീവിയൻ റിക്രൂട്ടുകളും എത്തിച്ചേർന്നു.
   മാർച്ച് 11ന് വിസെൻറ്റെ റോക്കബോഡോ(ഓർലാൻഡോ), പാസ്റ്റർ ബാറേറ(ഡാനിയൽ) എന്നീ രണ്ടു റിക്രൂട്ടുകൾ (മോയിസെസ് ഗുവേരയുടെ ഗ്രൂപ്പംഗങ്ങൾ) ഒളിച്ചോടി. മൂന്നു ദിവസത്തിനുശേഷം അവർ പിടിക്കപ്പെട്ടു. നാങ്കാഹുവാസു ക്യാമ്പിനെക്കുറിച്ചും ചെ ഗുവേരയുടെ സാന്നിധ്യത്തെക്കുറിച്ചും അവർ പട്ടാളത്തിന് വിശദമായ വിവരങ്ങൾ നൽകി. ഇത് മാർച്ച് 17ന് കൃഷിയിടത്തിലൊരു റെയ്ഡ് നടക്കുന്നതിനിടയാക്കി. അതിൽ വച്ച് ലോറോ ഒരു പട്ടാളക്കാരനെ വെടിവെച്ചു. തുടർന്ന് തുടർച്ചയായ വ്യോമനിരീക്ഷണം നടന്നു.

ഞങ്ങളെല്ലാം ചാർകി[1] പാചകംചെയ്തു. ഞങ്ങളത് ഇറച്ചി, കാപ്പി എന്നിവയ്ക്കൊപ്പം കഴിച്ചു. ഞങ്ങളവിടെ രാത്രി കഴിച്ചുകൂട്ടി.

മാർച്ച് 20–മാർക്കോസിനുള്ള ഒരു റിപ്പോർട്ടും ക്യാമ്പ് സംരക്ഷിക്കാനുള്ള നിർദേശങ്ങളുമായി വളരെ രാവിലെ തന്നെ പുറപ്പെടാൻ റാമോൺ ബെനിഞ്ഞോക്കും നെഗ്രോക്കും നിർദേശം നൽകി. അവർ പകൽ തന്നെ എത്തിച്ചേരണം. ഞങ്ങളുടെ ഭാഗത്തുനിന്ന് ഞങ്ങൾ മാർച്ചിന്റെ ആദ്യ ദിവസം ക്യാമ്പടിച്ചിരുന്ന സ്ഥലത്തെത്തിച്ചേർന്ന് തങ്ങാനാണ് ശ്രമിക്കുക. ആ ക്യാമ്പിന് ഞങ്ങൾ ബിയർ ക്യാമ്പ് എന്നു പേർ വിളിച്ചു. ഫ്രഞ്ചുകാരൻ ഒരു ചെറിയ കരടിയെ വേട്ടയാടിക്കൊണ്ടുവന്നതിനെ ആദരിച്ചാണാ പേരിട്ടതെന്ന് ബെനിഞ്ഞോ ഞങ്ങളോടു പറഞ്ഞു.

ഏറെക്കുറെ പത്തു മണിയോടെ ഞങ്ങൾ ക്യാമ്പിലേക്കു പുറപ്പെട്ടു. ഉച്ചകഴിഞ്ഞയുടൻ റോഡിൽ വച്ച് ഞങ്ങൾ പാച്ചോയെ കണ്ടു. മാർക്കോസിന്റെ ചെറിയ വീട്ടിലേക്കുള്ള റോഡിൽ. അദ്ദേഹം ഞങ്ങൾക്കൊരു സന്ദേശം തന്നു. ബെനിഞ്ഞോ പറഞ്ഞതെല്ലാം ആവർത്തിച്ചതിനൊപ്പം സലുസ്റ്റിയോ[2] പിടിയിൽപ്പെട്ടതായും ഒന്നാം ക്യാമ്പിൽ, ഇപ്പോൾ ബിയർ ക്യാമ്പ്, സന്ദർശകരെത്തിയതായും അതിൽ പറഞ്ഞിരുന്നു. തന്റെ മടക്കയാത്രയിൽ താൻ സ്വീകരിച്ച റൂട്ടിനെക്കുറിച്ചും അദ്ദേഹം റിപ്പോർട്ട് ചെയ്തു. 4 മണി (വൈകിട്ട്)ക്കു മുമ്പുതന്നെ ചെറിയ വീട്ടിലെത്താനാവുമെന്നു ഞങ്ങൾ പ്രതീക്ഷിച്ചു. അതിനുകഴിഞ്ഞാൽ ക്യാമ്പിലേക്കുള്ള യാത്ര തുടരാനായിരുന്നു പരിപാടി. ഞങ്ങൾ 6.30നെത്തിച്ചേർന്നു. ഡാന്റനും കാർലോസും (അവരായിരുന്നു സെൻട്രിഡ്യൂട്ടിക്കാർ) ഞങ്ങളെ കണ്ടുമുട്ടി.

പിന്നീട് ഞങ്ങൾ റൊളാൻഡോയെ കണ്ടുമുട്ടി. ഗുഹകൾ ഉപേക്ഷിച്ചതിനാൽ[3] സാധനസാമഗ്രികളും സൈനികസന്നാഹങ്ങളും ഒളിപ്പിച്ചുവയ്ക്കാൻ പറ്റിയൊരു സ്ഥലം കണ്ടെത്താനായി മാർക്കോസ് അയച്ചതാണവനെ. ഇതും മറ്റുപല നടപടികളും റാമോണിനെ രോഷാകുലനാക്കി. ഞങ്ങളെ മോയിസെസും താനിയയും വന്നു കണ്ടു.

മാർച്ച് 21– രാവിലെ റാമോണിന്റെ ഉത്തരവനുസരിച്ച് അലെജാൻഡ്രോയും മധ്യവിഭാഗത്തിലെ അംഗങ്ങളും പുറപ്പെട്ടു. നദിയുടെ പാതയിലൂടെ കുറെ മുന്നിലായി ഒരു അംബുഷ് (പതിയിരുന്ന് ആക്രമണസന്നാഹം) തയാറാക്കാനുള്ള നിർദേശങ്ങൾ നടപ്പാക്കാൻ ഞാനും ടുമെയ്നും ഉർബാനോയുമാണ് ബാക്കിയായത്. പിന്നണിയിലെ ആളു

---

1. ഉപ്പിട്ട് വെയിലത്തു വെച്ചുണക്കിയ ഇറച്ചി.
2. സലുസ്റ്റിയോ ചോക്കെ(സലുസ്റ്റിയോ) മോയിസെസ് ഗുവേരയുടെ ഗ്രൂപ്പിലെ ഒരംഗമായിരുന്നു. പര്യവേക്ഷണയാത്ര നടന്നുകൊണ്ടിരുന്ന സമയത്താണയാൾ ഗറില്ലകളുടെ ക്യാമ്പിലെത്തിയത്. ഒരു സന്ദേശവാഹകനായി അയാളെ പുറത്തേക്കയച്ചു.
3. പ്രധാന ക്യാമ്പിന്റെ സ്ഥലത്ത് ഗറില്ലാപോരാളികൾ ഒരുപറ്റം ഗുഹകൾ നിർമിച്ചിരുന്നു, അതിലവർ ഭക്ഷണം, ആയുധങ്ങൾ, മരുന്ന്, രേഖകൾ മറ്റു സാമഗ്രികൾ എന്നിവ ശേഖരിച്ചുവച്ചു.

കൾ ഉച്ചയ്ക്കുശേഷം പുറപ്പെട്ടു. ഡാന്റൻ, കാർലോസ്, താനിയ എന്നിവരുമായി ചർച്ചകളാരംഭിച്ചു. കൃഷിയിടത്തിലേക്കു പോകരുതെന്ന കൽപ്പന ലംഘിച്ചതിന് താനിയ വിമർശിക്കപ്പെട്ടു. സംഘടനാപരമായ പ്രവർത്തനങ്ങളിൽനിന്ന് കൃത്യമായി അകലം പാലിക്കാൻ റാമോൺ അവരോട് ആവശ്യപ്പെട്ടിരുന്നതാണ്. അവർ ആരാണെന്ന കാര്യം തിരിച്ചറിയപ്പെടാതിരിക്കാനായിരുന്നു അത്. മോൻജെയുടെ തീരുമാനം കാരണം, എന്താണ് ധാരണയിലെത്തിയിരിക്കുന്നതെന്ന വിവരം എല്ലാവരുമറിയുന്ന സ്ഥിതി വന്നുചേർന്നു. അതോടെ മലനിരകളിലേക്കു വന്നുചേരാൻ താൻ നിർബന്ധിതയായതായി അവർക്കു തോന്നി.

മാർച്ച് 22 – നാറ്റോ, ചപ്പാക്കോ[1] എന്നിവരേയും നിരവധി രോഗികളായ സഖാക്കളെയും (അവരാണ് സപ്ലൈകൾ കൊണ്ടുവന്നത്) ഒഴിവാക്കിക്കൊണ്ട് ഞങ്ങൾ ക്യാമ്പിലേക്ക് പുറപ്പെട്ടു.

ഭക്ഷണം മുഴുവൻ നഷ്ടമായി. റൈഫിളുകൾ ഗുഹയിൽ ഉപേക്ഷിച്ചു. ഞങ്ങൾ ത്രീഹെഡ്സിയിലെത്തിയപ്പോൾ – ആ പേരാണ് നാറ്റോ പ്രധാന ക്യാമ്പിനിട്ടത് – സഖാക്കൾ ബ്രഡ്ഡും കാപ്പിയും മറ്റുമായി ഞങ്ങളെ കാത്തിരിക്കുകയായിരുന്നു.

ഒരു പെട്രോൾ (റോന്തുചുറ്റൽ) പാർട്ടിയെ ഉടനെ പറഞ്ഞയക്കണമെന്ന് റാമോൺ ഉത്തരവിട്ടു. അലെജാൻഡ്രൊ ആ ചുമതല മിഗ്വെലിനും അന്റോണിയോക്കും നൽകി. രാത്രിയിലവർ തിരികെവന്ന് എങ്ങനെയാണ് പെട്രോൾ (സ്ഥലനിരീക്ഷണം) നടത്തിയതെന്ന് റിപ്പോർട്ടു ചെയ്തു. അതോടെ അവർ വേണ്ട സുരക്ഷാനടപടികളെടുത്തില്ലെന്ന പ്രശ്നം റാമോൺ ഉന്നയിച്ചു. അന്റോണിയോയും റാമോണും തമ്മിൽ രൂക്ഷമായ വാഗ്വാദം നടന്നു. യാതൊരു മുൻകരുതലും എടുക്കാതെയാണ് അവർ റോഡുകൾ മുറിച്ചുകടന്നത്. പിന്നീടിക്കാര്യം ചൂണ്ടിക്കാട്ടപ്പെട്ടപ്പോൾ, പട്ടാളം അവിടെ ഉണ്ടായിരുന്നെങ്കിൽ, അവർ വെടിയുതിർത്തേനെ എന്നും അതുകൊണ്ടാണ് തങ്ങൾ കാര്യമായ മുൻകരുതലൊന്നും എടുക്കാതെ റോഡുമുറിച്ചു കടന്നതെന്നും പറഞ്ഞു. ഇത് അന്റോണിയോയുമായി ഒരു ചൂടേറിയ തർക്കത്തിനിടയാക്കി. അതു മുന്നോട്ടുപോയപ്പോൾ റാമോൺ ഇടപെടുകയും അവർ തങ്ങളുടെ കാലടിപ്പാടുകൾ അവശേഷിപ്പിച്ചിട്ടുണ്ടെന്ന കാര്യം മനസിലാക്കുന്നില്ലെന്ന് വിശദീകരിക്കുകയും ചെയ്തു.

മാർച്ച് 23–സൈന്യത്തിന്റെ ഒരു പെട്രോൾപ്പാർട്ടി ഞങ്ങളുടെ അംബുഷിൽ വന്നുചാടി. ഞങ്ങൾ 16 മൗസറുകൾ, ഒരു 30 എം എം മെഷീൻഗൺ, മൂന്ന് 60 എം എം മോർട്ടാറുകൾ, മൂന്ന് യൂസിസ്, രണ്ടു റേഡിയോകൾ, മറ്റു സൈനികസന്നാഹങ്ങൾ എന്നിവ പിടിച്ചെടുത്തു. താഴെപ്പറയുന്ന നഷ്ടങ്ങളും അവർക്കുണ്ടാക്കി: 7 പേർ മരിച്ചു, 14പേരെ തടവുകാരായിപ്പിടിച്ചു. അതിൽ 5 പേർ മുറിവേറ്റവരായിരുന്നു. അൽഗാരനാസിന്റെ

1. ജെയ്മെ അരാന (ചപ്പാക്കോ): മാർച്ച് ആരംഭത്തിൽ ഗറില്ലകൾക്കൊപ്പം ചേർന്ന ഒരു ബൊളീവിയൻ പോരാളി.

രണ്ടു കുതിരകളേയും തിരിച്ചുകിട്ടി. അവ രണ്ടിനെയും സൈന്യം കൊണ്ടു പോയതായിരുന്നു. അവർ 150 പട്ടാളക്കാരുണ്ടായിരുന്നു.

ഞങ്ങളുടെ ഭാഗത്ത് എട്ടു സഖാക്കൾ അതിൽ പങ്കെടുത്തു. അംബുഷിന്റെ ചാർജ് റൊളാൻഡോക്കായിരുന്നു. പിന്നീട് ഞങ്ങളിൽനിന്ന് മറ്റുള്ളവരെക്കൂടി കൂട്ടിച്ചേർക്കാൻ റാമോൺ ഉത്തരവിട്ടു. ആ ഏറ്റുമുട്ടൽ വികസിച്ചത് ഈ വിധമാണ്: റൊളാൻഡോ പൊസിഷനുകൾ (നില) പരിശോധിക്കുന്നതിനിടയിൽ വെള്ളത്തിൽനിന്ന് ശബ്ദം കേട്ടു. ആ ക്രീക്കിലെ വളവിന്റെ ഭാഗത്ത് പട്ടാളക്കാർ പ്രത്യക്ഷപ്പെട്ടു. അതിന് ഒരു വശത്ത് ഒരു ചെങ്കുത്തായ തിട്ടയാണ് ഉണ്ടായിരുന്നത്.

ഒരു വലിയ ഗ്രൂപ്പ് കടന്നുവരുന്നതുവരെ അവർ കാത്തിരുന്നു. അതോടെ ചാർജുള്ള ആളെന്ന നിലയിൽ റൊളാൻഡോ വെടിവെച്ചു. പട്ടാളക്കാർ അന്തിച്ചുപോയി. അവരിൽ ഒട്ടേറെപ്പേർ തിരിച്ചടിക്കാനായി നിലയെടുത്തു. ചെറുത്തുനിന്നവർക്ക് മുറിവേൽക്കുകയോ അവർ കൊല്ലപ്പെടുകയോ ചെയ്തു. ബാക്കിയുള്ളവർ പൊരുതിനിൽക്കാതെ ഓടിരക്ഷപ്പെട്ടു. അക്കാരണംകൊണ്ട് അവരുടെ കയ്യിലുണ്ടായിരുന്ന ഭക്ഷണം ഞങ്ങൾക്ക് പിടിച്ചെടുക്കാൻ കഴിഞ്ഞില്ല.

മാർച്ച് 24–തടവുകാരെ വിട്ടയച്ചു. ഞങ്ങൾക്കൽപ്പമുണ്ടായിരുന്ന ഭക്ഷണം അവരുമായിക്കൂടി പങ്കുവെച്ചു. തങ്ങളോട് വളരെ മോശമായി പെരുമാറിയ മേജർ പ്ലാറ്റ്[1]യെ കൊല്ലാൻ പട്ടാളക്കാർ ആവശ്യപ്പെട്ടു. അവരുടെ മരിച്ചവരുടെ മൃതദേഹങ്ങൾ വീണ്ടെടുക്കാൻ ഞങ്ങൾ അവർക്ക് മൂന്നു ദിവസം നൽകി. അതിനുശേഷം പരസ്പര ശത്രുതയാരംഭിക്കുമെന്നവരോട് വിശദീകരിച്ചു.

ചില വിമാനങ്ങൾ അംബുഷ് നടന്ന സ്ഥലത്തിനു മേലെ പറന്നു. ഒരാളെ കാണാൻ കഴിഞ്ഞു.[2]

മാർച്ച് 25–എല്ലാം ശാന്തമാണ്. ഒരു ചർച്ച നടത്തി. പാക്കോ, പെപ്പെ, ചിങ്കോലോ, യൂസേബിയോ എന്നിവരെ പുറത്താക്കുന്ന കാര്യം ഞങ്ങളംഗീകരിച്ചു. ഇവിടെ വന്നിരുന്ന യുവജനസംഘടനയുടെ അംഗങ്ങളെ പുറത്താക്കിയെന്ന് ഞങ്ങൾ മനസിലാക്കി[3]. സ്റ്റഡിക്ലാസുകൾ പുനരാരംഭിച്ചു.

---

1. ഹെർനാൻ പ്ലാറ്റ റിയോസ്
2. അതേ ദിവസം തന്നെ താനിയയുടെ ജീപ്പ് കാമിരിയിലെ ഗാരേജിൽനിന്ന് പിടിച്ചെടുത്തു. അവിടെ അത് ഉപേക്ഷിച്ചാണവൾ ഗറില്ലാക്യാമ്പിലെത്തിയത്. അതേവരെ താനിയ ആരാണെന്ന് അതറിഞ്ഞിരുന്നില്ലെങ്കിലും കൂറുമാറിയ വിസന്റെ റൊക്കാബോഡോയും പാസ്റ്റർ ബാറ്റേയും നൽകിയ പ്രസ്താവനകളിലൂടെ അത് വെളിവാക്കപ്പെട്ടു. തുടർന്ന് അവളുടെ വീട്ടിൽ പരിശോധന നടന്നു.
3. ഫെബ്രുവരി 5ന് അന്റോണിയോ ജിമെറസ് (പെഡ്രോ) അനിസെറ്റോ റെയിറാഗോ (അനിസെറ്റോ) ലൊയോള ഗുസ്മാൻ എന്നിവരെ ബൊളീവിയൻ കമ്യൂണിസ്റ്റ് യൂണിന്റെ (JCB)എക്സിക്യൂട്ടീവ് കമ്മിറ്റിയിൽ നിന്നും പൊളിറ്റിക്കൽ ബ്യൂറോയിൽ നിന്നും "അച്ചടക്കലംഘനം, സംഘടനാ പ്രവർത്തനം ഉപേക്ഷിക്കൽ, ജെ.സി.ബി. യുടെ ലൈനുമായി വിയോജിപ്പ് " എന്നിവയുടെ പേരിൽ പുറത്താക്കി.

ഒരു മീറ്റിങ്ങിൽ ഞങ്ങൾ നാഷണൽ ലിബറേഷൻ ആർമി ഓഫ് ബൊളീവിയ (ബൊളീവിയയിലെ ദേശീയ വിമോചന സേന) എന്ന പേരു സ്വീകരിക്കാൻ തീരുമാനിച്ചു.

മാർച്ച് 27–മാറ്റമൊന്നുമില്ല. ഞങ്ങൾ പഠിക്കുന്നു.

ജനറൽ സ്റ്റാഫിന്റെ ഒരു മീറ്റിങ് ചേർന്നതിൽ വച്ച് മുന്നണിവിഭാഗത്തിന്റെ തലവനെന്ന സ്ഥാനത്തുനിന്ന് മാർക്കോസിനെ മാറ്റി മിഗ്വെലിനെ ആ സ്ഥാനം ഏൽപ്പിക്കുന്ന പ്രശ്നം റാമോൺ റിപ്പോർട്ടു ചെയ്തു. റാമോണും മാർക്കോസും തമ്മിൽ ഒരു നീണ്ട ചർച്ചയ്ക്കുശേഷം അതു നടപ്പാക്കി. ഞങ്ങളുടെ ഭാവിപരിപാടികൾ തീരുമാനിക്കപ്പെട്ടു.

ചെ ELN ന്റെ ഒന്നാം നമ്പർ കമ്യൂണിക്കെ തയാറാക്കി.

ബൊളീവിയൻ ജനതയ്ക്ക്
കമ്യൂണിക്കെ നം: 1

പിന്തിരിപ്പൻ നുണകൾ x വിപ്ലവത്തിന്റെ സത്യം

ഭരണം കൈയടക്കിയ സൈനിക തെമ്മാടികൾ തൊഴിലാളികളെ കശാപ്പുചെയ്തു. അമേരിക്കൻ സാമ്രാജ്യത്വത്തിന് നമ്മുടെ വിഭവങ്ങളെല്ലാം കുത്തിച്ചോർത്തിക്കൊടുക്കാനുള്ള പരിപാടികളെല്ലാം തയാറാക്കുകയും ഒരു പരിഹാസ്യമായ നാടകം കളിച്ച് ജനങ്ങളെ കബളിപ്പിക്കുകയുമാണവർ. സത്യംപുറത്തുവരുന്ന നിമിഷമടുത്തുവരുന്നതോടെ ജനങ്ങൾ ആയുധങ്ങളുമായി ഉണർന്നെഴുന്നേറ്റ് ആയുധമുപയോഗിച്ച് അധികാരം കൈക്കലാക്കിയ രാജ്യദ്രോഹികൾക്കെതിരെ സായുധസമരം ആരംഭിക്കുകയാണ്. അതോടെ നുണപ്രചരണങ്ങൾ കൂടുതൽ ശക്തമാകുന്നു.

മാർച്ച് 23നു രാവിലെ മേജർ ഹെർനാൻ പ്ലാറ്റ റിയോസിന്റെ കീഴിൽ കാമിരിയിൽ നിലയുറപ്പിച്ചിരിക്കുന്ന നാലാം ഡിവിഷൻ – അവർ ഏറെക്കുറെ 35 പേർ വരും – നാങ്കാഹുവാസു നദിയുടെ കരയിലുള്ള ഗറില്ലാ പ്രദേശത്ത് അതിക്രമിച്ചു കടന്നു. മൊത്തം ഗ്രൂപ്പും ഒരു അംബുഷിൽപ്പെടുകയും അതിൽനിന്നും പലതരത്തിലുള്ള ഇരുപത്തഞ്ച് ആയുധങ്ങൾ ഞങ്ങളുടെ കയ്യിലെത്തിച്ചേരുകയും ചെയ്തു. അതിൽ മൂന്ന് 60 എം എം മോർട്ടാറുകളും അതിനു വേണ്ട ഷെല്ലുകളുമുൾപ്പെടുന്നു. അതിനൊപ്പം മറ്റേറെ വെടിക്കോപ്പുകളും സാമഗ്രികളും ഞങ്ങളുടെ കയ്യിലെത്തി. ശത്രുവിന് ഏഴു സൈനികരെ നഷ്ടപ്പെടുകയും (അതിലൊരു ലെഫ്റ്റനന്റും ഉണ്ടായിരുന്നു.) 14 പേർ തടവുകാരാക്കപ്പെടുകയും ചെയ്തു. അഞ്ചു പേർക്ക് മുറിവും പറ്റി. അവർക്കു ഞങ്ങൾ സാധ്യമായ ഏറ്റവും നല്ല വൈദ്യസഹായവും മരുന്നും നൽകും.

ഞങ്ങളുടെ പ്രസ്ഥാനത്തിന്റെ ലക്ഷ്യത്തെക്കുറിച്ച് വിശദീകരിച്ചുകൊടുത്തശേഷം എല്ലാ തടവുകാരെയും വിട്ടയച്ചു.

ശത്രുവിന്റെ നഷ്ടങ്ങളുടെ ലിസ്റ്റിതാണ്:

മരിച്ചവർ: പെഡ്രോ റൊമേറോ, റൂബൻ അമെനസാഗ, ജുവാൻ അൽവരാഡോ, സെസിലിയോ മാർക്കസ്, അമഡോർ അൽമ സാൻ, സാന്തിയാഗോ ഗല്ലാർഡോ, സൈന്യത്തിന്റെ വഴികാട്ടിയും ഒറ്റുകാരനുമായ വർഗാസ് എന്നിവർ.

തടവുകാർ: മേജർ ഹെർനാൻ പ്ലാറ്റ റിയോസ്, ക്യാപ്റ്റൻ എവ്ജെ നിയോ സിൽവ, പട്ടാളക്കാരായ എഡ്ഗാർ ടോറിക്കോ പനോസോ, ലിഡോ മാച്ചിക്കാഡോ ടേളേഡോ, ഗബ്രിയേൽ ഡുറാൻ എസ്കോ ബാർ, അർമാൻഡോ മാർട്ടിനെസ് സാഞ്ചസ്, ഫെലിപ്പെ ബ്രാവോ സൈലസ്, ജുവാൻ റാമോൺ മാർട്ടിനസ്, ലിയോൺ ഷിയോ എസ്പിനോസ പൊസാഡ, മിഗ്വെൽ റിവെറോ, എലിയുറ്റെറിയോ സാഞ്ചസ്, അഡാൽബെർട്ടോ മാർട്ടിനസ്, എഡ്വാർഡോ റുവ്ദ, ഗ്വിഡോ ടെർസെറോസ് എന്നിവർ അവസാനം പറഞ്ഞ അഞ്ചു പേർക്കും മുറിവേറ്റിരുന്നു.

യുദ്ധത്തിലെ ആദ്യ ഏറ്റുമുട്ടലിന്റെ വിശദാംശങ്ങൾ പുറത്തുവിടു ന്നതിലൂടെ ഞങ്ങൾ ഇവിടെ ഞങ്ങളുടെ നിയാമകതത്വം എ ന്തെന്നു പ്രഖ്യാപിക്കുകയാണ്. അത് വിപ്ലവകരമായ സത്യം എന്ന താണ്. ഞങ്ങളുടെ പ്രവർത്തനം ഞങ്ങളുടെ വാക്കുകളിലുള്ള ആർജവത്തെ പ്രകടിപ്പിക്കുന്നു. എങ്കിലും സമാധാനപരമായ പാല ങ്ങൾ – വർണശബളമായ യൂണിഫോമുകൾക്കുള്ളിലിരിക്കുന്ന ആ കോമാളികൾ പറയുന്നതവരത്തരം പാലങ്ങൾ നിർമിക്കുകയായി രുന്നുവെന്നാണ് – ഒരിക്കലും മോർട്ടാറുകളും മെഷീൻഗണ്ണുകളും കൊണ്ടല്ല നിർമിക്കുന്നതെന്ന് നമുക്കറിയാം. അവർ ശ്രമിക്കുന്നത് ഞങ്ങളെ വെറും സാധാരണ കൊലപാതകികളായ ഒരു സംഘ മായി ചിത്രീകരിക്കാനാണ്. അതൊരിക്കലും അങ്ങനെയല്ല, ഒരി ക്കലും അങ്ങനെ ആകുകയുമില്ല. ഞങ്ങൾ ഞങ്ങൾക്കുവേണ്ട സാധനസാമഗ്രികൾ വാങ്ങുന്ന രീതിയിലോ, ഞങ്ങളവരോടു പെരു മാറുന്ന രീതിയിലോ ഒരു കർഷകൻപോലും ഒരു പരാതിയും പറ യില്ല – തങ്ങളുടെ വർഗത്തെ വഞ്ചിക്കുകയും സൈന്യത്തിന്റെ വഴികാട്ടികളും ചാരന്മാരുമായി പ്രവർത്തിക്കാനായി സ്വയം മുന്നോ ട്ടുവരികയും ചെയ്തവരൊഴികെ.

ഏറ്റുമുട്ടലുകൾ ആരംഭിച്ചിരുന്നു. വരാൻപോകുന്ന കമ്യൂണിക്കെ കളിൽ (വാർത്താക്കുറിപ്പുകളിൽ) ഞങ്ങൾ ഞങ്ങളുടെ വിപ്ലവക രമായ നിലപാടുകൾ വ്യക്തമായി മുന്നോട്ടുവയ്ക്കും. ഇന്നു ഞങ്ങൾ തൊഴിലാളികൾ, കർഷകർ, ബുദ്ധിജീവികൾ എന്നിവ രോടെല്ലാം ഒരു ആഹ്വാനം പുറപ്പെടുവിക്കുന്നു. അക്രമത്തെ അക്രമം കൊണ്ടുതന്നെ ചെറുത്തുതോൽപ്പിക്കേണ്ട സമയമാ യെന്നു കരുതുന്നവരോട് ഒരു ആഹ്വാനം പുറപ്പെടുവിക്കുന്നു: അമേ രിക്കൻ കുത്തകകൾക്ക് തുണ്ടുതുണ്ടായി വിൽക്കുന്നതിൽനിന്ന് രാജ്യത്തെ രക്ഷിക്കാൻ മുന്നോട്ടുവരിക, നമ്മുടെ ജനതയുടെ

ജീവിതനിലവാരമുയർത്താൻ മുന്നോട്ടുവരിക. നമ്മുടെ ജനത ഓരോ ദിവസം കഴിയുന്തോറും വിശപ്പിന്റെ ക്രൂരമായ ആക്രമണത്തിൽപ്പെട്ട് കൂടുതൽ കൂടുതലായി പിടയുകയാണ്.

നാഷണൽ ലിബറേഷൻ ആർമി (ELN) ഓഫ് കൊളംബിയ.

ഏപ്രിൽ 1967

ഏപ്രിൽ 1–സൈന്യം കൂടുതൽ മികച്ച സേനകളുമായി മുന്നോട്ടുവന്നാൽ വിജയം നേടാൻ വേണ്ടി സ്വീകരിക്കാൻ സാധ്യമായ എല്ലാ നടപടികളും സ്വീകരിച്ചു.

ടൂമ നിരീക്ഷണസ്ഥാനത്തുനിന്ന് അപായസൂചന നൽകി. മൂന്നു പട്ടാളക്കാരെ അയാൾ കണ്ടു. അവരും അയാളെ കാണുകയും ഓടിപ്പോകുകയും ചെയ്തു. മധ്യവിഭാഗത്തിനെ ഏറ്റുമുട്ടലിനായി നിലയെടുത്തു നിൽക്കാനായി അയക്കാൻ തീരുമാനിച്ചു. ഒന്നുംതന്നെ സംഭവിച്ചില്ല. മുന്നണിവിഭാഗത്തെയും പിൻനിര വിഭാഗത്തെയും (റൊളാൻഡോയാണ് അതിന്റെ തലവൻ) ചെറിയ വീടിനു സമീപമുള്ള ക്യാമ്പിൽ കാര്യങ്ങൾ എങ്ങനെയാണെന്ന് അറിയാനായി അയക്കാൻ റാമോൺ തീരുമാനിച്ചു. അവർ ചില പശുക്കളെ കൈക്കലാക്കുകയും പിരബോയ് മലയിടുക്കിൽ പതിയിരുന്ന് ഒരു അംബുഷിനുള്ള തയാറെടുപ്പുകൾ നടത്തുകയും വേണം. കൃഷിയിടത്തിൽനിന്നും ലാഗുനില്ലാസ് ഹൈവേയിലേക്കെത്തുന്ന റോഡരികിലാണത്.

ജോവാകിനും അലെജാൻഡ്രോക്കുമായി മാംസം കരുതിവയ്ക്കേണ്ടതുകൊണ്ട് ഞങ്ങളൊരു കുതിരയെ കൊന്നു. അലെജാൻഡ്രോ രോഗിയാണ്. അതുകൊണ്ട് നദിയുടെ മുകൾഭാഗത്ത് അവനായി പെട്ടെന്നു തയാറാക്കിയ ക്യാമ്പിൽത്തന്നെ കഴിയേണ്ടിവരും. അവർക്ക് തുണയായി മുഗാൻഗ, യുസ്റ്റാക്കിയോ, സെറാപ്പിയോ[1] എന്നിവർ തങ്ങണം.

ഏപ്രിൽ 2–രോഗികളായവർക്കുവേണ്ടി മാറ്റിവയ്ക്കേണ്ട സാമഗ്രികളെല്ലാം ഞങ്ങൾ രാവിലെ എഴുന്നേറ്റ് അങ്ങോട്ടുമാറ്റാൻ തുടങ്ങി.

പുറപ്പെടാനുള്ള പ്ലാനുകൾ മാറ്റി. മലനിരകളിലെ ഇടുങ്ങിയ വഴിത്താരയിൽ മധ്യവിഭാഗം മറ്റുഭാഗങ്ങളുടെ ഒപ്പംതന്നെ പോകും. കാരണം ഞങ്ങൾ കരുതുന്നത് നദിക്കരയിലെ റോഡുവഴി യാത്രചെയ്യുന്നതാണു കൂടുതൽ നല്ലതെന്നാണ്.

ഏപ്രിൽ 3–ഞങ്ങൾ വെളുപ്പിനു മൂന്നുമണിക്കു പുറപ്പെട്ട് 9 മണിക്ക് കൃഷിയിടത്തിലെത്തിച്ചേർന്നു. ഒരു പ്രശ്നവുമുണ്ടായില്ല.

---

1. മുഗാൻഗ ക്യൂബൻപോരാളിയായ ഒക്ടേവിയോ ഡി ലാ കൺസെപ്ഷൻ (മോഗോ എൽ മെഡിക്കോ)ആണ്. പോളോ ബൊളീവിയൻ പോരാളിയായ അപോളിനാർ അകിനോ, അയാൾ ഡിസംബർ 19 ന് ഗറില്ലാസംഘത്തിൽ ചേർന്നു. ലൂഷ്യോ എഡിൽബർട്ടോ ഗാൽവൻ യുസ്റ്റാക്കിയോ പെറൂവിയൻ ELN ന്റെ പോരാളിയായിരുന്നു. അയാൾ ചിനോക്കൊപ്പം ഫെബ്രുവരിയിൽ ക്യാമ്പിലെത്തി. സെറാപ്പിയോ അകിനോ (സെറാപ്പിയോ) ഒരു ബൊളീവിയൻ പോരാളിയായിരുന്നു.

ഞങ്ങളുടെ ആളുകളുമായി ബന്ധപ്പെടാൻ ഞങ്ങൾ ശ്രമിച്ചു. ഉച്ച കഴിഞ്ഞതോടെ അവർ ക്യാമ്പടിച്ചിരുന്നിടത്ത് ഞങ്ങളെത്തിച്ചേർന്നു. അവരൊരു പശുവിനെ കൊന്നിരിക്കുന്നു. വലിയൊരളവ് ചോളവും ശേഖരിച്ചിട്ടുണ്ട്.

ഏപ്രിൽ 4–ഞങ്ങൾ പിറിറെൻഡയിലേക്കു പുറപ്പെട്ടു. അവിടെനിന്നു ഞങ്ങൾ ഗുട്ടിറസിലേക്കു പോകും. ഞങ്ങൾക്കും ഞങ്ങളുടെ രോഗികൾക്കുംവേണ്ട സപ്ലൈകൾ ലഭ്യമാക്കാമെന്ന പ്രതീക്ഷയോടെ. അതോടൊപ്പം ഡാന്റനും കാർലോസിനും പുറത്തുകടക്കാനൊരു വഴി കണ്ടെത്തുകയും വേണം. ഞങ്ങൾ പിരബോയിയിലെത്തുന്നതിനു മുമ്പ് സൈന്യം ഒരു അംബുഷ് തയാറാക്കിയിരുന്നതിന്റെ ലക്ഷണങ്ങൾ കണ്ടു. രണ്ടുദിവസം മുമ്പാണവർ നീക്കം ഉപേക്ഷിച്ചത്. രാത്രിയിൽ ഞങ്ങളൊരു വാസകേന്ദ്രത്തിൽ പ്രവേശിച്ചു. ഞങ്ങളാദ്യം കണ്ട വീട് ശൂന്യമായിരുന്നു. ഉടമസ്ഥൻ അതു ഉപേക്ഷിച്ചിരിക്കുന്നു. സേനയുടെ ചില സാമഗ്രികൾ ഞങ്ങൾ കണ്ടു. ഞങ്ങൾ അതെടുത്തു. മറ്റുവീടുകളിൽനിന്ന് കണ്ടെത്താൻ കഴിഞ്ഞ സാധനങ്ങൾ ഉപയോഗിച്ച് ഞങ്ങളൊരു ഭക്ഷണം തയാറാക്കി. ഗുട്ടിറെസിൽ സേനാ സാന്നിധ്യമുണ്ടോ എന്നറിയാൻ ഞങ്ങൾ ശ്രമിച്ചു. ഞങ്ങളുടെ അശ്രദ്ധ കാരണം ഒരു കൃഷിക്കാരൻ വീട്ടിൽനിന്നു രക്ഷപ്പെട്ടു. അതോടെ പരിപാടികൾ ഉപേക്ഷിക്കേണ്ടിവന്നു. ഞങ്ങൾ മലയിടുക്കിന്റെ അടിയിലേക്കു തിരിച്ചുവരാൻ തുടങ്ങി. സേന മലമുടികളിലൂടെ നാങ്കാഹുവാസുവിലേക്ക് തിരിച്ചതായി ഞങ്ങൾക്കറിയാൻ കഴിഞ്ഞു. ഞങ്ങൾക്ക് നദീമുഖത്തേക്കൊരു നിർബന്ധിത മാർച്ച് നടത്താതെ രക്ഷയില്ലാതായി. അവിടെ ഒരു അംബുഷിനുള്ള കാര്യങ്ങൾ ശരിയാക്കി.

ഏപ്രിൽ 5– ഞങ്ങളൊരു വെള്ളച്ചാട്ടത്തിന് അടുത്തെത്തി. അവിടെ റൊളാൻഡോയുടെ കമാൻഡിനു കീഴിൽ അംബുഷ് ഏർപ്പാടു ചെയ്തു. ഏറെക്കുറെ ഒരു കിലോമീറ്റർ അകലെ ഒരു സേനായൂണിറ്റ് ക്യാമ്പ് ചെയ്തിരിക്കുന്നതായി ഞങ്ങൾക്കറിയാൻ കഴിഞ്ഞു. അവിടെനിന്നുള്ള പട്ടാളക്കാർ കുളിക്കാനായിട്ടും മറ്റും വെള്ളച്ചാട്ടത്തിലേക്കു വന്നു. വെളിച്ചം പരക്കുന്നതിനുമുമ്പ് നാങ്കാഹുവാസു മുറിച്ചുകടക്കണമെന്നു തീരുമാനമായി. ഞങ്ങൾ വെളുപ്പിന് മൂന്നുമണിക്ക് യാത്ര തിരിച്ചു.

ഏപ്രിൽ 6– നിശ്ചയിച്ച സമയത്ത് ഞങ്ങൾ നദി മുറിച്ചുകടക്കാൻ പോയി. പ്രഭാതരശ്മികൾ ഞങ്ങളെ ഞങ്ങളുടെ പദ്ധതി നടപ്പാക്കാൻ അനുവദിക്കുന്നതുവരെ ഞങ്ങളവിടെത്തങ്ങി. മലയിടുക്കിന്റെ അടിഭാഗത്ത് സേന ക്യാമ്പടിച്ചിട്ടുണ്ടെന്ന് ഞങ്ങൾക്കറിയാം.

ഞങ്ങൾ യാത്ര തുടരുകയും വഴിതെറ്റുകയും ചെയ്തു. രാത്രിസമയത്ത്, നാങ്കാഹുവാസു നദിയിലേക്ക് മടങ്ങാൻ ഞങ്ങൾ തീരുമാനിച്ചു. സേനയ്ക്ക് കൊടുക്കാൻ കാലികളേയും കൊണ്ടുപോകുന്ന ചില കന്നുകാലി നോട്ടക്കാരുടെ മുന്നിൽ ഞങ്ങൾ ചെന്നുപെട്ടു. ഞങ്ങൾ കാലികളെയെടുത്ത് അവർക്ക് പണം നൽകി.

ഞങ്ങൾ മങ്കി ക്രീക്കിൽ ക്യാമ്പടിച്ചു.

ഏപ്രിൽ 7–ഞങ്ങളൊരു അംബുഷ് തയാറാക്കി. ഒരു നിരീക്ഷണ പോസ്റ്റ് സ്ഥാപിക്കാൻ സ്ഥലം തെരഞ്ഞു. അംബുഷ് റൊളാൻഡോയുടെ നേതൃത്വത്തിലാണ്. അതിൽ പിന്നണിവിഭാഗക്കാരും ഒപ്പം മുന്നണിവിഭാഗത്തിലെ ഏതാനും പേരുമുണ്ട്.

ഏപ്രിൽ 8–രോഗികളായവരെ കണ്ടെത്താനും, കൂടുതൽ കൃത്യമായിപ്പറഞ്ഞാൽ, അവർക്ക് ഞങ്ങൾക്കൊപ്പം നടക്കാൻ പറ്റുമോ എന്നറിയാനുമായി ഉർബാനോ എൽ മെഡിക്കോ, ജൂലിയോ എന്നിവരെ പറഞ്ഞയച്ചു. ഉർബാനോയും ജൂലിയോയും പോളോക്കൊപ്പം മടങ്ങിവന്നു. ജൊവാകിന്റെ ഒരു സന്ദേശം അവർ കൊണ്ടുവന്നു. ക്യാമ്പ്സ്ഥലം സേന കൈയടക്കിയിരിക്കുന്നു.

ഏപ്രിൽ 9 – പിറിറെൻഡെയും അതുവഴി ഹൈവേയിലേക്ക് എത്താൻ രണ്ടു വഴികൾ ഞങ്ങൾ തെരഞ്ഞെടുത്തു. ഉദ്ദേശ്യം പനിയിരുന്ന് ആക്രമണ സന്നാഹം (അംബുഷ്) ഒരുക്കൽ ആയിരുന്നു.

ഏപ്രിൽ 10–ഒരു സേനാ റോന്തുചുറ്റൽ സംഘം മുന്നോട്ടുവന്ന് ഞങ്ങളുടെ അംബുഷിൽപ്പെട്ടു. ഞങ്ങളവിടെ കാണുമെന്നുവർ പ്രതീക്ഷിച്ചിരുന്നതായി തോന്നുന്നു; കാരണം വലിയ മുൻകരുതലും ജാഗ്രതയും പുലർത്തിക്കൊണ്ടാണവർ മുന്നോട്ടു വന്നിരുന്നത്. ഞങ്ങൾക്ക് ഏറ്റുമുട്ടലിൽ ഞങ്ങളുടെ ആദ്യത്തെ സഖാവ് നഷ്ടമായി. റൂബിയോയെ. ഒരു സംഘാടകനെന്ന നിലയിലും ഒരു ഭാവി സൈനികകേഡറെന്ന നിലയിലും വാഗ്ദാനമായിരുന്ന ഒരു നല്ല സഖാവ്. അതായിരുന്നു അവന്റെ ആദ്യ ഏറ്റുമുട്ടൽ. അവരുടെ വെടിവെപ്പുകളെ രൂക്ഷമായ വെടിയുണ്ടവർഷം കൊണ്ട് ഞങ്ങൾ നേരിട്ടു. കൂട്ടംതെറ്റിയവരൊഴികെയുള്ളവർ കുതിച്ചു പാഞ്ഞു രക്ഷപ്പെട്ടു. ഉച്ചകഴിഞ്ഞ് തങ്ങളുടെ മരണപ്പെട്ടവരുടെ മൃതദേഹങ്ങൾ തിരിച്ചെടുക്കാനായി സേന തിരിച്ചുവന്നു. ഞങ്ങളെ അതിശയിപ്പിച്ചത്, അവർ വലിയ ജാഗ്രതയൊന്നും കാണിച്ചില്ലെന്നതാണ്. ഒരിക്കൽക്കൂടി അവർ അംബുഷിൽപ്പെട്ടു. ഞങ്ങൾ അതിനകം റാമോണിന്റെ ഉത്തരവുപ്രകാരം മുന്നണിവിഭാഗക്കാരും മധ്യവിഭാഗക്കാരുമായ കൂടുതൽപേരെക്കൂടി അണിനിരത്തി അംബുഷ് ശക്തിപ്പെടുത്തിയിരുന്നു. അവർ മേജർ സാഞ്ചെസി[1]ന്റെ കീഴിൽ 120 പേരുണ്ടായിരുന്നു. തന്റെ ബാക്കി സേനാംഗങ്ങളോട് കീഴടങ്ങാൻ ഉത്തരവിടാൻ ഈ ഓഫീസർ വിസമ്മതിച്ചു.

ഏപ്രിൽ 11–ക്യാമ്പ് സൈറ്റിലേക്കു പോകുന്ന വഴിത്തിരിവിലേക്ക് ഗറില്ലാദളം നീങ്ങി. ഞാനും ഉർബാനോയും മോയിസെസ് ഗുവേരയുമടക്കം നിരവധിപ്പേർ റൂബിയോയെ സംസ്കരിക്കാനായി പിന്നിൽത്തങ്ങി. തടവുകാരെ വിട്ടയച്ചു. മേജർ സാഞ്ചസിന് ഞങ്ങളുടെ ആദ്യ കമ്യൂണിക്കെ നൽകി.

ത്രീഹെഡ്സിലേക്കുപോകുന്ന വഴി ഞങ്ങൾ ഞങ്ങളുടെ രോഗികളായ സഖാക്കളെ കണ്ടെത്തി. അവരെ ഒളിത്താവളത്തിലേക്കു മാറ്റിയിരിക്കുകയായിരുന്നു. അവർ ആ ക്രീക്കിൽ സേനയുമായി ഒരേറ്റുമുട്ടലു

1. റൂബൻ സാഞ്ചസ് വാൽഡിവിയ

ണ്ടാകുമെന്നു പ്രതീക്ഷിച്ച് കഴിയുകയായിരുന്നു. അവരെല്ലാം നന്നായിരിക്കുന്നെന്ന് മുഗാൻഗ റിപ്പോർട്ടുചെയ്തു.

രണ്ടുദിവസം കഴിഞ്ഞുമാത്രം മാർച്ച് തുടരാനായി പിന്നണിവിഭാഗത്തെ അവിടെ വിട്ടു. അലെജാൻഡ്രോ അവർക്കൊപ്പം നിന്നു.

മുന്നണിവിഭാഗം ക്യാമ്പിലേക്കു പുറപ്പെട്ടു. അവർക്കു പിന്നാലെ ഞങ്ങളും.

ഏപ്രിൽ 13–ഉച്ചതിരിഞ്ഞ് ഞങ്ങൾ ക്യാമ്പിലെത്തി. അവിടെ മുന്നണിവിഭാഗം ഞങ്ങളെ കാത്തിരിക്കുന്നുണ്ടായിരുന്നു. ഒരു അംബുഷ് ഏർപ്പാടു ചെയ്തു. ഞങ്ങളെ അത്ഭുതപ്പെടുത്തിയത് അവർ ഗുഹകൾ കണ്ടുപിടിച്ചില്ലെന്നതാണ്.

ഏപ്രിൽ 14–സാധനസാമഗ്രികൾ ശേഖരിച്ചുവച്ചിടത്തേക്ക് ഞങ്ങൾ നീങ്ങി. സ്റ്റോറേജ് ഡിപ്പോ നമ്പർ ഒന്നിൽ സൂക്ഷിച്ചുവച്ചിരുന്ന 22 ക്യാൻ പാലൊഴികെ ബാക്കിയെല്ലാ സാധനങ്ങളും അവിടെയുണ്ട്. അതുമാത്രം കാണാനില്ല.

ആരോ കടന്നുപോയവർ കളവുനടത്തിയെന്ന് ഞങ്ങൾ നിഗമനത്തിലെത്തി. സേന അങ്ങനെ ചെയ്യുകയും ആയുധങ്ങൾ എടുക്കാതിരിക്കുകയും ചെയ്യുകയെന്നത് സംഭവ്യമല്ല.

ചെ രണ്ടാം സന്ദേശം തയാറാക്കി. ഡാന്റൻ പുറപ്പെടുമ്പോൾ അത് കൊണ്ടുപോകും.

ബൊളീവിയൻ ജനതയ്ക്ക്
കമ്യൂണിക്കെ നം: 2

വിപ്ലവകരമായ സത്യം X പിന്തിരിപ്പൻ നുണകൾ

1967 ഏപ്രിൽ 10ന് രാവിലെ ലെഫ്. ലൂയിസ് സാവേന്ദ്ര അരോംബാൽ നേതൃത്വം നൽകിയ ശത്രുവിന്റെ ഒരു റോന്തുചുറ്റൽ സംഘം (അതിൽ CITE യിലെ ഭൂരിപക്ഷം പട്ടാളക്കാരുമുണ്ടായിരുന്നു) ഞങ്ങളുടെ അംബുഷിൽ വന്നുചാടി. അതിൽ മരണപ്പെട്ടവർ മേൽപ്പറഞ്ഞ ഓഫീസറും സൈനികരായ ഏഞ്ചൽ ഫ്ളോറസ്, സെനോൺ പ്രാഡ മെൻഡിയേറ എന്നിവരാണ്. പരിക്കേറ്റയാൾ ബൊക്കെറോൺ റജിമെന്റിലെ വഴികാട്ടിയായ ഇഗ്നേഷ്യോ ഹുസാറിമ. അഞ്ചുസൈനികരും ഒരു നോൺ കമീഷൻഡ് ഓഫീസറും തടവുകാരായി പിടിക്കപ്പെട്ടു. നാലു സൈനികർ രക്ഷപ്പെട്ടു. അവർ മേജർ സാഞ്ചസ് കാസ്ട്രോയുടെ നേതൃത്വത്തിലുള്ള കമ്പനിയെ വിവരമറിയിച്ചു. ഇദ്ദേഹം തന്റെ സഖാക്കളുടെ രക്ഷയ്ക്കായി അടുത്തുള്ള യൂണിറ്റിൽനിന്നുള്ള 60 സൈനികരെ കൂടെക്കൂട്ടി സേനയെ ശക്തിപ്പെടുത്തിക്കൊണ്ട് വീണ്ടും തിരിച്ചുവന്നു. അവർ വീണ്ടും അംബുഷിൽ വന്നുചാടി. അതിൽ മരണമടഞ്ഞത് ലഫ്. ഹ്യൂഗോ അയാള, നോൺകമീഷൻഡ് ഓഫീസർ റൗൾ കാമെജോ, സൈനികരായ ജോസ് വിജബ്രിയേൽ, മാർസ

ലോ മാൽഡൊണാൾഡോ, ജയ്മി സനാബ്രിയ, ഞങ്ങൾക്ക് തിരിച്ചറിയാൻ പറ്റാഞ്ഞ മറ്റുരണ്ടുപേർ എന്നിവരാണ്.

മുറിവേറ്റവർ: അർമാൻഡോ കിറോഗ, ആൽബർട്ടോ കാർവജാൽ, ഫ്രെഡി അലോവ്, ജസ്റ്റോ സെർവാന്റസ്, ബെർണാബെ മാൻഡെജാറ എന്നിവരാണ്. മേജർ റൂബെൻ സാഞ്ചെസ് കാസ്ട്രോക്കും മറ്റു പതിനാറു സൈനികർക്കുമൊപ്പം ഇവരെയും തടവിൽ പിടിച്ചു. ELNന്റെ സമ്പ്രദായ പ്രകാരം മുറിവേറ്റവർക്ക് ഞങ്ങളാൽ സാധ്യമായ ചികിത്സകൾ നൽകി. ഞങ്ങളുടെ വിപ്ലവസമരത്തിന്റെ ലക്ഷ്യങ്ങളെക്കുറിച്ച് വിശദീകരിച്ചശേഷം ഞങ്ങൾ തടവുകാരെയെല്ലാം വിട്ടയച്ചു.

ശത്രുസേനയുടെ നഷ്ടങ്ങൾ ഇങ്ങനെയാണ്: മരണപ്പെട്ടവർ 10, അവരിൽ രണ്ടുപേർ ലഫ്റ്റനന്റുകൾ, 30 തടവുകാർ, അവരിൽ മേജർ സാഞ്ചെസ് കാസ്ട്രോയുമുണ്ട്; മുറിവുപറ്റിയ മറ്റ് ആറുപേരും. പിടിച്ചെടുത്ത ആയുധങ്ങൾ: 60 എം എം മോർട്ടാർ, ഓട്ടോമാറ്റിക് ആയുധങ്ങൾ, റൈഫിളുകൾ, M-1 കാർബൈനുകൾ, സെമി-ഓട്ടോമാറ്റിക് ആയുധങ്ങൾ. ഈ എല്ലാത്തരം ആയുധങ്ങൾക്കും വേണ്ട വെടിക്കോപ്പുകളും പിടിച്ചെടുക്കപ്പെട്ടു.

ഞങ്ങളുടെ ഭാഗത്തും ഒരാൾ മരണപ്പെട്ടെന്ന വിവരം ഞങ്ങൾ വ്യസനസമേതം അറിയിക്കുന്നു. ഞങ്ങൾ തെരഞ്ഞെടുത്ത സ്ഥലത്തും സമയത്തുമാണ് ഈ ഏറ്റുമുട്ടലുകൾ നടന്നതെന്ന കാര്യം തന്നെ സംഭവിച്ച നഷ്ടങ്ങളിലുള്ള ഈ വലിയ വ്യത്യാസത്തെ ആർക്കും മനസിലാക്കാവുന്നതാണ്. ഒപ്പംതന്നെ മനസിലാക്കാവുന്ന കാര്യം ബൊളീവിയൻ ഉന്നത സൈനികനേതൃത്വം അയക്കുന്നത് പരിശീലനമൊന്നുമില്ലാത്ത സൈനികരെ ആണെന്നതാണ്. അവർ കുട്ടികളിലത്രയധികമൊന്നും മെച്ചപ്പെട്ടവരല്ല. കശാപ്പുചെയ്യപ്പെടാനായി അവരെ അയക്കുകയാണവർ. അതേസമയംതന്നെ ലാ പാസിൽനിന്ന് ഔദ്യോഗിക പ്രസ്താവനകൾ നടത്തുകയും മരണാനന്തരച്ചടങ്ങുകളിലെ വലിയ ദുഃഖപ്രകടനങ്ങൾ നടത്തുകയും ചെയ്യുന്നു. അതിനുശേഷം ബൊളീവിയയിലെ രക്തച്ചൊരിച്ചിലിനുവേണ്ടി പിന്നിൽനിൽക്കുന്ന യഥാർഥ കുറ്റവാളികളെ അവർ ഒളിപ്പിക്കുകയും ചെയ്യുന്നു.

ഇപ്പോളവർ മുഖംമൂടിയൊക്കെ മാറ്റിക്കൊണ്ട് അമേരിക്കൻ "ഉപദേശകരെ" വിളിക്കാൻ തുടങ്ങിയിരിക്കുന്നു. ഇങ്ങനെത്തന്നെയാണ് വിയറ്റ്നാം യുദ്ധവും തുടങ്ങിയത്. ആ യുദ്ധത്തിൽ ഒരു വീരജനതയെ ചോരയിൽ മുക്കിക്കൊല്ലുകയും ലോകസമാധാനത്തെ അപകടത്തിലാക്കുകയുമാണ്. ഞങ്ങൾക്കെതിരെ എത്ര "ഉപദേശകരെ" അയക്കുമെന്നു ഞങ്ങൾക്കറിയില്ല. (എങ്ങനെയാണവരെ നേരിടേണ്ടതെന്ന് ഞങ്ങൾക്കറിയാം.) എങ്കിലും ഈ സൈനിക വിറ്റഴിക്കലിന്റെ തുടക്കത്തിൽ ഉൾപ്പെടുന്ന അപകടത്തെക്കുറിച്ച് ജനങ്ങൾക്ക് ഞങ്ങൾ മുന്നറിയിപ്പു നൽകുകയാണ്.

യുവാക്കളായ പുതിയ സൈനിക റിക്രൂട്ടുകൾക്ക് ഞങ്ങൾ താഴെ പ്പറയുന്ന നിർദേശങ്ങൾ നൽകുന്നു. യുദ്ധമാരംഭിക്കുമ്പോൾ, നിങ്ങൾ ആയുധം ഉപേക്ഷിച്ച് തലയിൽ കൈവെച്ച് നിങ്ങൾ നിന്നി ടത്തുതന്നെ അനങ്ങാതെ നിൽക്കണം. ഏറ്റുമുട്ടൽ മേഖലയിൽ മാർച്ചുചെയ്യുന്ന ഒരു കോളത്തിന്റെ മുന്നിൽ നിൽക്കരുത്; നിങ്ങളെ യുദ്ധത്തിലേക്കു തള്ളിവിടുന്ന ഓഫീസർമാർ അങ്ങേയറ്റം അപ കടകരമായ ആ സ്ഥാനത്തു നിൽക്കട്ടെ. മുന്നണിയിൽ സ്ഥാനം പിടിക്കുന്നവരെ കൊല്ലാൻ വേണ്ടിത്തന്നെയാണ് ഞങ്ങളെല്ലാ യ്പോഴും വെടിയുതിർക്കുക. പുതിയ റിക്രൂട്ടുകളുടെ നിഷ്കളങ്ക മായ രക്തംചിന്തുന്നത് ഞങ്ങളെ വേദനിപ്പിക്കുന്നുണ്ട്, പക്ഷേ ഒരു യുദ്ധത്തിലൊരിക്കലും ഒഴിവാക്കാനാവാത്ത അനിവാര്യതയാണത്.

നാഷണൽ ലിബറേഷൻ ആർമി (ELN) ഓഫ് ബൊളീവിയ

ഏപ്രിൽ 15 – റാമോൺ ഞങ്ങളുടെ ഭാവിപരിപാടികളെക്കുറിച്ച് സംസാരിച്ചു. അവയിതാണ്: അംബുഷുകൾ (പതിയിരുന്നുള്ള മിന്നലാ ക്രമണം) സംഘടിപ്പിച്ച് ശത്രുവിനെ ഹൈവേകളിൽനിന്നും റോഡുക ളിൽനിന്നും ഒഴിവാക്കൽ, ഒരു ഗ്രാമീണ താവളപ്രദേശം സംഘടിപ്പിക്കാ നായി കർഷകരുടെ പിന്തുണ നേടിയെടുക്കേണ്ടതിന്റെ ആവശ്യകത തുട ങ്ങിയവ. ഈ ഗറില്ലാ യൂണിറ്റിന്റെ മാർഗനിർദേശകതത്വങ്ങൾക്കോ സോഷ്യലിസത്തിന്റെ മഹത്തായ സത്യത്തിനോ നിരക്കുന്നതല്ല കളവും കൊള്ളയുമെന്ന് അദ്ദേഹം ചൂണ്ടിക്കാട്ടി. അതുകൊണ്ട്, ഈ കുറ്റം ചെയ്യു ന്നവരായി പിടിക്കപ്പെടുന്നവരെല്ലാംതന്നെ ശിക്ഷിക്കപ്പെടും; മരണശിക്ഷ യടക്കം.

ഏപ്രിൽ 16–ഉച്ചകഴിഞ്ഞ് ബെല്ലാവിസ്റ്റയെന്ന ജനവാസപ്രദേശത്ത് ഞങ്ങളെത്തിച്ചേർന്നു. നാങ്കാഹുവാസുനദിയുടെയും ഇക്വിരിനദിയുടെയും സംഗമപ്രദേശമാണത്. രോഗികളായ അലെജാൻഡ്രോയെയും താനിയ യെയും പിന്നിൽ ഉപേക്ഷിച്ചു; അവർക്ക് പിന്നീട് ഞങ്ങളുമായി ഒത്തു ചേരാം. ഞങ്ങളുടെ ലക്ഷ്യം സുക്രെയിൽനിന്ന് സാന്താക്രൂസിലേക്കു പോകുന്ന ആ പ്രദേശത്തെ ഹൈവേയിലെത്തിച്ചേരലാണ്. മുയുപ്പാമ്പ യുടെയോ മോൺടീഗുഡെയുടെയോ അരികത്തായി. ഡാന്റനെയും കാർലോസിനെയും പുറത്തുകടത്തലും ഭക്ഷ്യധാന്യങ്ങൾ സംഭരിക്കലു മാണ് ഞങ്ങളുടെ ലക്ഷ്യം.

ഏപ്രിൽ 17–മറ്റൊരു കർഷകനും ഞങ്ങളിൽനിന്നു രക്ഷപ്പെട്ടു. സേന മുന്നേറുമോ എന്നതുനോക്കി ഒരുദിവസം ഞങ്ങൾ കാത്തിരുന്നു. ഒരു വരുമാനമാർഗവുമില്ലാതെ ഭാര്യമാരെ വിട്ടുപോന്നതിൽ തനിക്കുള്ള ഉൽക്കണ്ഠ കാർലോസ് എന്നെ അറിയിച്ചു. റാമോണിനോട് സംസാരി ക്കാൻ ഞാൻ പറഞ്ഞു.

ഏപ്രിൽ 18–അലെജാൻഡ്രോ, താനിയ, രോഗികളായ അവരെ നോക്കാൻ ഇക്വിരി നദിക്കരികിൽ നിർത്തിയിരുന്ന എൽമെഡിക്കോ (നെ ഗ്രോ) എന്നിവർക്കായി ഞങ്ങൾ കാത്തിരുന്നു. അവരെത്തിച്ചേർന്നാൽ

ഞങ്ങൾ പുറപ്പെടും. പിന്നണി വിഭാഗം പ്രദേശത്തുതന്നെ രോഗികൾക്കൊപ്പം തങ്ങണമെന്നും (മോയിസെസും ജോവാക്വിനും കൂടി രോഗികളാണ്.) ഞങ്ങൾ തിരിച്ചെത്തുന്നതിനായി കാത്തിരിക്കണമെന്നും (അതിന് പരമാവധി മൂന്നു ദിവസം മാത്രമേ വേണ്ടിവരൂ) തീരുമാനിക്കപ്പെട്ടു.[1] ആ സമയത്തിനകം ഞങ്ങളെത്തിച്ചേരുന്നില്ലെങ്കിൽ അവർ ഇക്വിരിയിലേക്കു മടങ്ങുകയും അവിടെ ഞങ്ങളെ കാത്തിരിക്കുകയും വേണം. രാത്രി മുഴുവൻ ഞങ്ങൾ മാർച്ചു ചെയ്തു. പ്രഭാതമായപ്പോൾ ഞങ്ങളൊരു കരിമ്പിൻതോട്ടത്തിൽ കയറി പകൽവെളിച്ചം വരാൻവേണ്ടി കാത്തിരുന്നു. ഞങ്ങളുടെ ആളുകൾ വിശ്രമിക്കുകയും ഉറങ്ങുകയും ചെയ്തു.

ഞങ്ങൾ ഒരു കുതിരപ്പുറത്തുവന്ന കർഷകനെ പിടികൂടി. രക്ഷപ്പെട്ടയാളുടെ സഹോദരനാണത്, കാർലോസ് റോഡാസിന്റെ മകൻ.

ഏപ്രിൽ 19–ഞങ്ങളൊരു അമേരിന്ത്യൻ കർഷകന്റെ (പേര് നെമസിയോ കാരാബല്ലോ) വീടിനരികിൽ ക്യാമ്പുണ്ടാക്കി. രാത്രിവരുന്നതുവരെ അവിടെ ചെലവഴിച്ചു. ആ സമയത്ത് ഞങ്ങൾ പാചകം നടത്തി. രാവിലെ വെളിച്ചം വീശിയപ്പോൾ, ഒരു കോരിച്ചൊരിയുന്ന മഴയത്ത്, ഞങ്ങളൊരു കർഷകന്റെ വീട്ടിലെത്തി. അയാൾക്ക് സുന്ദരികളായ പെൺമക്കളുണ്ടായിരുന്നു. അയാൾ (അയാളുടെ അവസാനപേര് പടില്ല) ഞങ്ങളോട് ശത്രുത കാട്ടി. ഞങ്ങളൊരു ഇംഗ്ലീഷുകാരനെ[2] പിടികൂടി. അയാൾ ഉർബാനോ, ടൂമ, ഞാൻ[3] എന്നിവരെ കാണാതിരിക്കാൻ ഉടനടി നടപടികളെടുത്തു. സാധ്യമാണെങ്കിൽ അയാൾ ക്യൂബക്കാരുമായി സംസാരിക്കുന്നത് ഒഴിവാക്കണമെന്നും തീരുമാനിച്ചു. അതുകൊണ്ട് ഞങ്ങളയാളെ മുൻനിര വിഭാഗത്തിലേക്കയച്ചു. പിന്നീട് ഇന്റി അയാളുമായി സംസാരിക്കുകയും അയാളെ ചോദ്യം ചെയ്യുകയും ചെയ്തു.

ഏപ്രിൽ 20–മുയുപ്പാമ്പയിലേക്കുള്ള റോഡിൽ നെമസിയോ കാരബല്ലോയുടെ വീട്ടിൽ ഞങ്ങളെത്തി. അയാൾ വളരെ സൗഹൃദം ഭാവിക്കുകയും കാപ്പി വാഗ്ദാനംചെയ്യുകയും ചെയ്തു. ഞങ്ങളത് സ്വീകരിച്ചില്ല. ഒരിക്കൽ റോഡിലെത്തിയപ്പോൾ, ഡാന്റന്റെ നിർദേശപ്രകാരം, ഇംഗ്ലീഷ് പത്രപ്രവർത്തകനുമായി സംസാരിക്കാൻ അദ്ദേഹത്തെ അനുവദിച്ചു. ഗറില്ലകളുടെ നേതാവുമായി ഒരു ഇന്റർവ്യൂ നടത്താനും ഫോട്ടോയും മറ്റുമെടുക്കാനും താൻ സഹായിക്കാമെന്നും പകരമായി ഇംഗ്ലീഷുകാരൻ തങ്ങളെ സ്ഥലംവിടാൻ സഹായിക്കണമെന്നും ഡാന്റൻ അയാളോട് നിർദേശംവച്ചു.

---

1. ജോവാക്വിൻ നയിച്ച പിന്നണി വിഭാഗവുമായുള്ള ഈ വേർപെടൽ മൂന്നു ദിവസമാണ് ഉദ്ദേശിച്ചിരുന്നതെങ്കിലും പിന്നീടൊരിക്കലും രണ്ടുവിഭാഗത്തിനും ഒന്നിച്ചുചേരാൻ കഴിഞ്ഞില്ല.
2. ജോർജ് ആൻഡ്രൂ റോത്ത്. അയാളൊരു സി ഐ എ ഏജന്റായിരിക്കാമെന്ന് പോരാളികൾ സംശയിച്ചു. ആംഗ്ലോ–ചിലിയൻ പത്രപ്രവർത്തകനായ അയാൾ ലാഗുനില്ലാസിൽനിന്ന് ചില കുട്ടികളാൽ വഴി കാട്ടപ്പെട്ട് എത്തിച്ചേർന്നു. പ്രധാന ക്യാമ്പിൽ വച്ച് ബ്രോളിയോയുടെ ഒരു ഡയറി കണ്ടെടുക്കപ്പെട്ടതായും അതിൽനിന്നും സൈന്യത്തിന് സുപ്രധാന വിവരം കിട്ടിയെന്നും അയാൾ നുണ പറഞ്ഞു.
3. മൂവരും കറുത്ത നിറക്കാരായിരുന്നു.

പത്രപ്രവർത്തകൻ അതംഗീകരിച്ചപ്പോൾ ഇന്റിയുമായി ഒരിന്റർവ്യൂ അനുവദിച്ചു. ഞങ്ങൾ ക്യാമറ തിരിച്ചുനൽകുകയും ചില രേഖകൾ അയാൾക്കു നൽകുകയും ചെയ്തു.

മുയുപ്പാമ്പയിൽ കടക്കാനുള്ള ശ്രമം പരാജയപ്പെട്ടു. ഒരു കർഷകൻ അപായ സൈറൺ മുഴക്കുകയും ജനങ്ങളാകെ അണിനിരത്തപ്പെടുകയും ചെയ്തതാണു കാരണം. രണ്ടു കർഷകരും ഒരു ഡി ഐ സി[1] അംഗവും ചേർന്ന് മുന്നറിയിപ്പു നൽകി ഗ്രാമത്തെ അണിനിരത്തി. അവരെ കൊക്കോ ഭയപ്പെടുത്തി. കൊക്കോ മയമില്ലാത്ത ശബ്ദത്തിലവരോടു പറഞ്ഞു, "ആ തോക്കുകൾ തരൂ." അവരുടെ കൈകളിൽനിന്നവ കൊക്കോ പിടിച്ചെടുത്തു.

കാർലോസും ഡാന്റനും പിന്നിൽത്തന്നെ തങ്ങാനനുവാദം ചോദിച്ചു. റോത്തിന്റെ സഹായത്തോടെ പുറത്തുകടക്കാൻ ശ്രമിക്കാനാണവർ ഉദ്ദേശിക്കുന്നത്. അവർക്കു നല്ലതെന്നു തോന്നുന്നതു തെരഞ്ഞെടുക്കാൻ ഞങ്ങളവരെ അനുവദിച്ചു. കാർലോസ് കാരണമാണ് ഡാന്റൻ പിന്നിൽ തങ്ങാൻ തീരുമാനിച്ചതെന്ന് നാറ്റോ പറഞ്ഞു. അവരോട് ഗ്രാമത്തിൽ കടക്കരുതെന്നും അതിനെ ചുറ്റിവളഞ്ഞു പോകാനും ഞങ്ങൾ ആവശ്യപ്പെട്ടു.

പറ്റാവുന്നത്ര വേഗത്തിൽ ഞങ്ങൾ ഹൈവേയിൽനിന്നു പിൻവാങ്ങി. രാവിലെ വീണ്ടും ഞങ്ങൾ നെമസിയോയുടെ വീട്ടിലെത്തി. പക്ഷേ അയാളവിടെയുണ്ടായിരുന്നില്ല. അയാൾ കാമിരിയിലേക്കു പോയെന്ന് ചില അയൽക്കാർ പറഞ്ഞു (ഞങ്ങൾക്കൽപ്പം സംശയംതോന്നി).

ഞങ്ങളവിടെ ക്യാമ്പടിച്ചു. ഉച്ചയോടെ വെള്ളക്കൊടിയുമായി ഒരു വാഹനം കടന്നുവരുന്ന കാര്യത്തെപ്പറ്റി ഞങ്ങൾക്കു മുന്നറിയിപ്പു കിട്ടി. ഞങ്ങൾ ചില മുൻകരുതലുകളെടുത്തു. ഗ്രാമത്തിന്റെ ഡെപ്യൂട്ടി പ്രീഫെക്ടും പുരോഹിതനും ഒരു ഡോക്ടറു[2]മായിരുന്നു അത്. പട്ടാളം ഉറച്ചുനിൽക്കുകയാണെന്നും ഒരു രക്തപ്പുഴയൊഴുകുന്നത് അവർ ആഗ്രഹിക്കാത്തതുകൊണ്ട് ഞങ്ങളോട് സ്ഥലംവിടാൻ പറയാനുമാണ് ഞങ്ങൾ വന്നിരിക്കുന്നതെന്നും അവർ പറഞ്ഞു. ഞങ്ങൾക്കാവശ്യമുള്ള കുറച്ചു ഭക്ഷണവും മരുന്നുംതന്നാൽ ഞങ്ങളത് അനുസരിക്കാമെന്ന് മറുപടി പറഞ്ഞു. ഉച്ചകഴിഞ്ഞു നാലുമണിയോടെ ഒരു വിമാനം അവരയച്ചു. ഞങ്ങൾ തങ്ങിയിരുന്ന വീടിനുമേലവർ ബോംബിട്ടു. ഒരു ബോംബിൽനിന്നും തെറിച്ച ലോഹച്ചീളുകൊണ്ട് റിക്കാർഡോക്കൊരു ചെറിയ മുറിവുപറ്റി.

ഞങ്ങളുടെ സന്ദർശകർ – ദെബ്രെ, കാർലോസ്, ഇംഗ്ലീഷുകാരൻ– തടവുകാരാക്കപ്പെട്ടു.

ഏപ്രിൽ 21 – പ്രഭാതത്തിൽ ഞങ്ങൾ റോസോ കാരാസ്കോ എന്ന കർഷകന്റെ വീട്ടിലെത്തി. പ്രദേശം നന്നായറിയാവുന്ന ഒരാളാണ് അയാൾ. അയാൾ ഞങ്ങളോടു നന്നായി പെരുമാറുകയും ഞങ്ങൾക്ക് സ്വീകരിക്കാൻ കഴിയുന്ന റൂട്ടുകളെപ്പറ്റി വിവരിക്കുകയും തനിക്കുള്ളവയെല്ലാം

---

1. ഡിപ്പാർട്ട്മെന്റ്സ് ഓഫ് ക്രിമിനൽ ഇൻവെസ്റ്റിഗേഷൻ, ഒരു പൊലീസ് വിഭാഗം.
2. അവർ യഥാക്രമം ജസ്റ്റിനോ കോർക്കുയി, ലിയോ ഷോർസ്, മാരിയോ ക്യൂയെല്ലാർ എന്നിവരായിരുന്നു.

ഞങ്ങൾക്കു തരികയും ചെയ്തു.

രാത്രിയിൽ ഞങ്ങൾ മുയുപ്പാമ്പ – മോൺടീഗുഡോ റോഡിലുള്ള ഒരു വഴിത്തിരിവിലെത്തി. ടാപെറില്ലാസ് എന്ന സ്ഥലത്ത്. കർഷകർ ഞങ്ങളെ സ്വാഗതം ചെയ്തു. ഞങ്ങൾ റോഡാസ് ജീവിക്കുന്നിടത്തേക്കുള്ള തെരുവിലൂടെ നടന്നു. ഗ്രാമത്തിൽ ജനിച്ച ഒരാളിപ്പോൾ തിരിച്ചു വന്നിട്ടുണ്ടെന്നും അയാളൊരു ഒറ്റുകാരനാണെന്നു തോന്നുന്നതായുമയാൾ പറഞ്ഞു.

ഏപ്രിൽ 22 – ഞങ്ങൾ ഒരുപറ്റം ആളുകളെ പിടികൂടി. അവർ ഞങ്ങളുടെ പിന്നാലെ പിന്തുടരുകയായിരുന്നുവെന്ന് അവർ പറഞ്ഞു. അവരുടെ കയ്യിലൊരു മൗസർ റൈഫിളുണ്ടായിരുന്നു. നിറയെ പലചരക്കു കയറ്റിയ ഒരു ചെറിയ വാഹനം ഞങ്ങൾ തടഞ്ഞുനിർത്തി. പിന്നീട് മറ്റൊരു ലോറിയും. പല സാധനങ്ങളും ഞങ്ങൾ വാങ്ങി.

രാത്രിയായപ്പോൾ ഉർബാനോയും റിക്കാർഡോയും ഒരു അംബുഷിനടുത്തേക്കു നീങ്ങിയപ്പോൾ മലയിറങ്ങി സേന വരുന്നുണ്ടെന്ന കാര്യമവർ കണ്ടെത്തി. അവർ വെടിയുതിർത്തു. ആശയക്കുഴപ്പം ബാധിച്ച് സേന പിൻവാങ്ങി. കുറച്ചുകഴിഞ്ഞ് പൊതുവായൊരു പരസ്പരവെടിവെപ്പ് നടന്നു. ഫെർണാണ്ടോ[1] ഘട്ടംഘട്ടമായി സ്ഥലംവിടാൻ ഞങ്ങളോടു പറഞ്ഞു. ഞങ്ങളൊരു പിക് അപ്പ് ലോറിയും നിരവധി കുതിരകളേയും പിടിച്ചെടുത്തു. ഞാൻ ബാഗിൽ കൊണ്ടുനടന്നിരുന്ന 2000 ഡോളറുകൾ നഷ്ടപ്പെട്ടതിനെച്ചൊല്ലി ആശയക്കുഴപ്പമുണ്ടായി. ലോറോ[2]യെ കാണാതായതുകൊണ്ട്, ലോറോ മടങ്ങിവരാനായി കുറച്ചുനേരം ഉറച്ചുനിൽക്കാൻ മുന്നണിവിഭാഗത്തിന് നിർദേശം നൽകി.

ഏപ്രിൽ 24–രാവിലെ ആറുമണിയോടെ ഞങ്ങൾ പുരോഹിതന്റെ കൃഷിയിടത്തിലെത്തി. അവിടെ വലിയ ചോളത്തോട്ടങ്ങളും, ജോക്കോസ്[3], ബീൻസ് കൃഷികളും ഞങ്ങൾ കണ്ടു. വളരെയധികം മരിജുവാനയും. കുറച്ചുകൂടി പിന്നിലേക്ക് ക്യാമ്പ് മാറ്റാൻ ഫെർണാണ്ടോ ഉത്തരവിട്ടു. അതായത് ഒരു ക്രീക്കിന്റെ കരയിലേക്ക്. ബെനിഞ്ഞോയും അനിസെറ്റോ[4]യും ജൊവാകിനെ തെരയാനായി പോയി. കൊക്കോ കാമ്പക്കൊപ്പം സ്കൗട്ടിങ്ങിനും, ആവശ്യമെങ്കിൽ, മൃഗങ്ങളുടെ കടന്നുപോക്കു സാധ്യമാക്കാനായി റിയോഗ്രാൻഡെയിലേക്കു പോകുന്ന വഴിത്താര തയാ

---

1. ആദ്യം റാമോൺ എന്നറിയപ്പെട്ട ചെ ഏപ്രിൽ 22നു ശേഷം ഫെർണാണ്ടോ എന്നറിയപ്പെട്ടു. ഗറില്ലകളുടെ നേതാവിന്റെ പേര് റാമോണെന്നാണെന്ന് പട്ടാളം റോത്തിൽ നിന്നും അറിഞ്ഞ നിലയ്ക്ക് പേരു മാറ്റണമെന്ന റൊളാൻഡോയുടെ നിർദേശപ്രകാരമാണതു ചെയ്തത്.
2. യൂണിറ്റിൽനിന്നു വേർപെട്ടു പോയ ലോറോ (ബിഗോട്ടെസ്) ക്ക് മുറിവേൽക്കുകയും രണ്ടാഴ്ചയ്ക്കു ശേഷം പിടിക്കപ്പെടുകയും ചെയ്തു. അതു രഹസ്യമാക്കി വച്ച സേന അദ്ദേഹത്തെ ക്രൂരമായ പീഡനത്തിനിരയാക്കിയ ശേഷം കൊന്നു. അദ്ദേഹത്തിന്റെ മൃതശരീരം ഒരു ഹെലികോപ്റ്ററിൽനിന്നും കാട്ടിലെറിഞ്ഞു.
3. ഒരുതരം പച്ചക്കറി.
4. അനിസെറ്റോ റെയ്ഗാന (അനിസെറ്റോ): 1967 ജനുവരിയിൽ ഗറില്ലകൾക്കൊപ്പം ചേർന്ന ഒരു ബൊളീവിയൻ പോരാളി.

റാക്കാനുമായി പുറപ്പെട്ടു.

ഏപ്രിൽ 25–ഞങ്ങളെ കണ്ടുപിടിക്കപ്പെടാതിരിക്കാനായി ക്യാമ്പ് മാറ്റുകയും ക്രീക്കിന്റെ മറുപുറത്തെ മലയിൽ ഒരു നിരീക്ഷണ പോസ്റ്റ് സ്ഥാപിക്കുകയും ചെയ്തു. ഈ നില അത്ര നല്ലതല്ലെന്ന് ഞങ്ങൾക്കു തോന്നി. കാരണം ഒരേറ്റുമുട്ടൽ ആരംഭിച്ചാൽ അക്കരെ കടക്കാൻ ശ്രമിക്കുക ഒരാൾക്ക് ബുദ്ധിമുട്ടാകും. സ്ഥാനം മാറ്റാൻ ഫെർണാണ്ടോ റൊളാൻഡോക്ക് നിർദേശം നൽകി.

നിരീക്ഷണസ്ഥാനത്തുനിന്ന് നോക്കിയപ്പോൾ ഒരു കോളം മുന്നോട്ടുവരുന്നതു കണ്ടു. മുമ്പ് പ്രതീക്ഷിക്കാതിരുന്ന രീതിയിൽ നിലയെടുക്കാൻ ഫെർണാണ്ടോ ഞങ്ങളോടു പറഞ്ഞു. ഒരു അംബുഷിനു പറ്റിയതല്ലാത്ത സ്ഥലങ്ങളിൽ വെച്ചേറ്റുമുട്ടൽ നടത്താൻ ഞങ്ങൾ നിർബന്ധിതരായി. ശത്രുവിന്റെ നീക്കങ്ങൾ നിരീക്ഷിക്കാനുള്ള സാധ്യതകൾ കുറവായിരുന്നു. വേണ്ടത്ര ഒളിവും മറയുമുണ്ടായിരുന്നുമില്ല. ഞങ്ങൾ ഏറെക്കുറെ തുറസായ സ്ഥലത്തുതന്നെയായിരുന്നു. ഞങ്ങൾ പ്രശ്നങ്ങൾ പരിഹരിക്കാൻ ശ്രമിച്ചു.

റോഡിന്റെ മധ്യത്തിലൂടെ എല്ലാ മുൻകരുതലുകളുമെടുത്താണ് സേന വന്നുകൊണ്ടിരുന്നത്. (അവർ മൂന്നു നായ്ക്കളുമായാണ് വന്നത്) വഴികാട്ടി മുന്നിൽ നടന്നു. ബാക്കി സേനയ്ക്ക് 15–20 മീറ്റർ മുന്നിലായി രണ്ടു സൈനികരും നടന്നിരുന്നു. ആ സ്ഥാനത്ത് ഫെർണാണ്ടോയും മിഗ്വെലും ഉർബാനോയുമായിരുന്നു.

സൈനികർ നിലയെടുക്കുകയും ഏറ്റുമുട്ടലാരംഭിക്കുകയും ചെയ്തു. അവരുടെ ഭാഗത്തുനിന്നാണ് വെടിവെപ്പ് നടന്നത്. അവർ സ്വീകരിച്ചിരുന്ന പൊസിഷനുകൾ ഞങ്ങൾക്ക് കാണാൻ പറ്റിയിരുന്നില്ല.

തന്റെ സ്വതഃസിദ്ധമായ ധൈര്യത്തോടെ ഏറ്റവും വിഷമമേറിയ സ്ഥാനത്ത് റൊളാൻഡോ നിന്നു: റോഡിന് അഭിമുഖമായുള്ള തിരിവിന്റെ അറ്റത്ത്. ഏറ്റുമുട്ടലാരംഭിച്ചപ്പോൾ അവൻ ഒരു 30 എം എം മെഷിൻഗണ്ണിനെതിരെയായിരുന്നു. അതവന്റെ തുടയെല്ലിൽ പരിക്കേൽപ്പിച്ചു. അവനെ എടുത്തുകൊണ്ടുവരാനായി ചപ്പാക്കോയും ടൂമയും പോയി. (ഞങ്ങളുടെ ആറുപേരെ കാണാതായിരുന്നു.) ഉർബാനോ, അന്റോണിയോ, ഇന്റി, ചിഞ്ചു, ഞാൻ എന്നിവരുടെ സഹായത്തോടെ അവനെ അവിടെനിന്ന് മാറ്റാൻ ശ്രമിച്ചു.[1] ഈ നഷ്ടത്തിനു ശേഷം അംബുഷിന്റെ ചാർജെടുക്കാൻ എന്നോട് ആവശ്യപ്പെട്ടു.

റൊളാൻഡോയുടെ നഷ്ടത്തെപ്പറ്റി സംസാരിച്ചുകൊണ്ട് ഫെർണാണ്ടോ നമുക്കു നമ്മുടെ ഏറ്റവും വിലയേറിയ സഖാക്കളിൽ ഒരാളെ നഷ്ടമായെന്നും, ഒരു രാഷ്ട്രീയനേതാവും സൈനികനേതാവുമെന്ന നിലയിൽ വിലപ്പെട്ടവനായിരുന്നു അവനെന്നും പറഞ്ഞു. ഇതിനകംതന്നെ അവനൊരു തെളിയിക്കപ്പെട്ട പോരാളിയായിരുന്നു. തന്നെ സംബന്ധിച്ച് വ്യക്തി

1. രക്ഷപ്പെടുത്താൻ ശ്രമങ്ങൾ നടന്നെങ്കിലും റൊളാൻഡോ രക്തം വാർന്നു മരിച്ചു.

പരമായി അതൊരു വമ്പിച്ച നഷ്ടമാണെന്നും കാരണം മറ്റെല്ലാ ഗുണങ്ങൾക്കുമൊപ്പം നമ്മുടെ നേതൃത്വത്തിൻ കീഴിൽ പരിശീലനം നേടിയ ഒരാളായിരുന്നു അവനെന്നും അദ്ദേഹം പറഞ്ഞു.

അടുത്തിടെ സേന സൃഷ്ടിച്ച ഒരു വഴിത്താരയിലൂടെ ഞങ്ങൾ പിൻവാങ്ങി. അത് നാങ്കാഹുവാസുവിലേക്ക് നയിക്കുന്നതായിരുന്നു.

ഏപ്രിൽ 27–കുറച്ചുകൂടി സുരക്ഷിതവും അനുയോജ്യവുമായ ഒരു സ്ഥലം തേടി ഞങ്ങൾ ഞങ്ങളുടെ മാർച്ച് തുടർന്നു. ബെനിഞ്ഞോയെയും ഉർബാനോയെയും സ്കൗട്ടിങ്ങിനയച്ചു. ഞങ്ങൾ വിശ്രമിക്കുകയും യൂറിനയുടെ ബാക്കിയൽപ്പമുണ്ടായിരുന്നത് തിന്നുകയും ചെയ്തു. മല വലിയ കൊടുമുടികളിലേക്ക് ചെന്ന് അവസാനിക്കുന്നതിനാൽ ഈ പ്രദേശത്തുകൂടി യാത്ര തുടരുക അസാധ്യമാണെന്ന വിവരം ഞങ്ങൾക്കു കിട്ടി.

ഏപ്രിൽ 28–റിയോ ഗ്രാൻഡെയിലേക്കും അവിടെനിന്ന് വാല്ലെ ഗ്രാൻഡെയിലേക്കും പോകുന്ന ഒരു പഴയ വഴിത്താര പിന്തുടരാനും തുടർന്ന് ഇകിരിയിലേക്കു നീങ്ങാനും ഞങ്ങൾ തീരുമാനിച്ചു. ഓറഞ്ചുകളും (അവയ്ക്ക് കടുത്ത കയ്പാണ്) കുറച്ചു വെള്ളവുമുള്ള ഒരു പ്രദേശത്ത് ഞങ്ങൾ ക്യാമ്പടിച്ചു.

ഏപ്രിൽ 29–നിരവധി മണിക്കൂറുകൾ മാർച്ച് ചെയ്തതിനുശേഷം ഞങ്ങൾ പടിഞ്ഞാറേക്കാണു പോകുന്നതെന്നു ഞങ്ങൾ മനസിലാക്കി. ഞങ്ങൾക്കു വഴിതെറ്റി.

ഞങ്ങൾ ഒരു ക്യാമ്പുണ്ടാക്കി. ഒരു വഴിത്താരയുണ്ടാക്കാൻ ശ്രമിച്ചതിനൊപ്പം എന്റെ നേതൃത്വത്തിൽ ഒരു അംബുഷ് തയാറാക്കി. മലനിരകളിലേക്ക് നയിക്കുന്നതെന്നു തോന്നുന്ന ഒരു വഴിത്താര തങ്ങൾ കണ്ടെത്തിയതായി കൊക്കോയും കാംബയും റിപ്പോർട്ടുചെയ്തു.

ഏപ്രിൽ 30–മലനിരകൾ മുറിച്ചുകടക്കാൻ വഴിത്താര പിന്തുടർന്നു ഞങ്ങൾ യാത്രതിരിച്ചു. ഞങ്ങൾക്കുപോകേണ്ട ദിശയിലേക്കല്ല അത് പോകുന്നതെന്നു ബോധ്യമായതോടെ ആ വഴിത്താര ഉപേക്ഷിച്ചു. ഞങ്ങളൊരു ചെറിയ മലശിഖരത്തിൽ ക്യാമ്പടിച്ചു.

മെയ് 1967

മെയ് 1– രാവിലെ ഞങ്ങളൊരു മലമുകളിലെത്തി. അവിടെയൊരു വെള്ളച്ചാട്ടത്തിന്റെ ശബ്ദംകേട്ടു. കഴിഞ്ഞ ദിവസം വൈകിട്ടു മുതൽ വെള്ളമില്ലാതിരുന്നതിനാൽ താഴേക്കിറങ്ങാൻ തീരുമാനിച്ചു. 11 മണിയോടെ അൽപ്പം പാലുണ്ടായിരുന്നത് ചായപ്പൊടിയിട്ടു കഴിച്ചു. ഞങ്ങൾ സഖാവ് അൽമീഡ[1]യുടെ പ്രസംഗംകേട്ടു.

മെയ് 2– ഒരു ചെറിയ അരുവിയും ക്രീക്കും തുടങ്ങുന്നിടത്തെ ഒരു മുനമ്പിൽ ഞങ്ങൾ ക്യാമ്പടിച്ചു.

---

1. ജുവാൻ അൽമീഡ, ക്യൂബൻ വിപ്ലവത്തിന്റെ ഒരു കേന്ദ്രനേതാവ്. അദ്ദേഹത്തിന്റെ ഒരു മെയ്ദിന പ്രസംഗം റേഡിയോ ഹവാന പ്രക്ഷേപണം ചെയ്തു.

ഇക്വിരിയിലേക്ക് ഞങ്ങളെ എത്തിക്കാവുന്ന ഒരു ക്രീക്ക് (മലയിടുക്കും അടിത്തട്ടിൽ അരുവിയും) നോക്കി ഞങ്ങൾ തെക്കോട്ടു തിരിച്ചു. ഞങ്ങൾ സമതലത്തിലൂടെ യാത്ര തുടർന്നു.

മെയ് 3–ഏറ്റവും ചെറിയ റേഷൻ ഏർപ്പെടുത്തിയാലും ഞങ്ങളുടെ ഭക്ഷണം നാലുദിവസത്തേക്കേ തികയൂ (സൂപ്പും ടിന്നിലടച്ച മാംസവും). ഒരു മലനിരയുടെ ചെരുവിൽ രാത്രി ക്യാമ്പടിച്ചു. ആ മലയുടെ പേര് ഞങ്ങൾക്കറിയില്ല.

മെയ് 4–വടക്കോട്ടൊഴുകുന്ന ഒരു തോടിനരികിൽ ഉച്ച തിരിഞ്ഞതോടെ ഞങ്ങളെത്തിച്ചേർന്നു. അതിന്റെ ഗതി നിർണയിക്കാൻ രാവിലെ ഞങ്ങൾ രണ്ട് സ്കൗട്ടിങ് സംഘങ്ങളെ അയച്ചു.

കൊക്കോയും അനിസെറ്റോയും താഴേക്കുപോയി. ബെനിഞ്ഞോയും പാബ്ലിറ്റോ[1]യും മുകളിലേക്കുപോയി. ഞങ്ങളുടെ വലതുവശത്തുള്ള സമതലത്തിലേക്കൊരു വഴിവെട്ടിത്തെളിക്കലാണ് അവരുടെ ലക്ഷ്യം.

ആറുമണിയോടെ രാത്രിയായി. തോട് ഫ്രിയാസ് നദിയാണെന്നു കരുതുന്നു. ഇക്വിരോ അല്ലെങ്കിൽ കോൺഗ്രിയാണതെന്ന് മറ്റുള്ളവർ കരുതുന്നു.

മെയ് 5–ഞങ്ങൾ ലോറോയുടെ അറസ്റ്റിനെക്കുറിച്ച് റേഡിയോയിൽ കേട്ടു. ഒരു കർഷകനാണവനെ പിടിച്ചുകൊടുത്തത്. ഉച്ചകഴിഞ്ഞ് ഞങ്ങൾ ഒരു ഉപേക്ഷിക്കപ്പെട്ട കുടിലിലെത്തി. അതു തന്റെ പര്യവേക്ഷണ സമയത്ത് നിർമിച്ചതിൽ ഒന്നാണെന്ന് ബെനിഞ്ഞോ തിരിച്ചറിഞ്ഞു. അതുകൊണ്ട് ഞങ്ങൾ കോൺഗ്രി ക്രീക്കിലാണ്[2]. ഒരുപക്ഷേ ത്രീഹെഡ്സ് ക്യാമ്പിലെത്താൻ ഒരുദിവസം ആഞ്ഞുപിടിച്ചു മാർച്ചുചെയ്താൽ മതിയാകും; ബിയർക്യാമ്പിലെത്താൻ അരദിവസവും.

ദെബ്രെയുടെ അമ്മ ബൊളീവിയയിലെത്തിയ കാര്യം റേഡിയോ റിപ്പോർട്ടു ചെയ്തു. അയാളെ ഒരു മിലിട്ടറി ട്രിബ്യൂണലാണ് വിചാരണ ചെയ്യുന്നത്. അത് മരണശിക്ഷയ്ക്കുവേണ്ടി കോൺഗ്രസിനുമേൽ സമ്മർദം ചെലുത്തുകയാണ്. അതംഗീകരിക്കപ്പെട്ടാൽ ദെബ്രെക്കുമേൽ അത് പ്രയോഗിക്കപ്പെടും.

മെയ് 6– ഞങ്ങൾ മാർക്കോസിന്റെ ചെറിയ വീട്ടിലെത്തി. അവിടെ രാത്രി തങ്ങിയ ഞങ്ങൾ അവസാനത്തെ കഷണം ഭക്ഷണവും (രണ്ടു ടിൻ മാംസം) തിന്നുതീർത്തു. ഞങ്ങൾ ബിയർക്യാമ്പിലെത്തുമ്പോൾ കുറച്ചുക്യാനുകളിൽ പാൽ, കാപ്പി, പഞ്ചസാര ഒക്കെയുണ്ടാകുമെന്നും

---

1. ഫ്രാൻസിസ്കോ ഹുവാങ്ക (പാബ്ലിറ്റോ, പാബ്ലോ); ഫെബ്രുവരിയിൽ ഗറില്ലാക്യാമ്പിലെത്തിച്ചേർന്ന ഒരു ബൊളീവിയൻ പോരാളി.
2. കോൺഗ്രി ക്രീക്കിന് ഗറില്ലാ പോരാളികൾ ആ പേരിടാൻ കാരണം മാർച്ചിൽ അവിടെ വച്ച് കോൺഗ്രി (ബ്ലാക്ക് ബീൻസ് അഥവാ ചോറുകൊണ്ടുള്ള ഒരു ക്യൂബൻ പലഹാരം) വളരെയേറെ വിളമ്പിയതിന്റെ പേരിലാണ്. അവർ പര്യവേക്ഷണയാത്രയ്ക്കു പോയി മടങ്ങുമ്പോഴായിരുന്നു അത്.

അതുകൊണ്ടൊരു പ്രാതൽ കഴിക്കാൻ പറ്റുമെന്നും പ്രതീക്ഷിക്കുന്നു. കൊച്ചബാംബയിലെ[1] സംഭവങ്ങളുടെ വാർത്തകൾ ഞങ്ങൾ കേട്ടു.

മെയ് 7–ബിയർക്യാമ്പിലെത്തിയപ്പോൾ ഞങ്ങൾ പ്രതീക്ഷിച്ചപോലെ കുറച്ച് കാപ്പി ഞങ്ങൾ കണ്ടെത്തി. അതിന്റെ സൂചന ജോവോകിൻ അവിടെയില്ല എന്നതാണ്.

ഞങ്ങൾ പ്രധാന ക്യാമ്പിനു നേരെ യാത്ര തുടർന്നു. കൃഷിയിടത്തിലേക്ക് ഒരു സ്കൗട്ടിങ്ങ് ഗ്രൂപ്പായി അഞ്ചുപേരെ അയച്ചു. സേന അവിടെ അയതിന്റെ ക്യാമ്പ് സ്ഥാപിച്ചു.

മെയ് 8–ഞങ്ങളൊരു അംബുഷിന് ഏർപ്പാടുകൾ ചെയ്തു. രണ്ടുപേരെ പിടികൂടിയെങ്കിലും വളരെക്കുറച്ചു ഭക്ഷണമെ കിട്ടിയുള്ളൂ. വെടിവയ്ക്കുകയും അവരെ മുറിവേൽപ്പിക്കുകയും ചെയ്യുകയെന്ന ഒരു അബദ്ധം ഞങ്ങൾക്കു സംഭവിച്ചു; വലിയതോതിൽ മുറിവുപറ്റിയില്ലെങ്കിലും. രാത്രിയിൽ ഞങ്ങളുടെ അംബുഷിൽ 28 പട്ടാളക്കാർ വന്നുവീണു. ആറുപേരെ തടവിൽപ്പിടിച്ചു. മൂന്നുപേർ കൊല്ലപ്പെട്ടു. ഒരാൾക്കു മുറിവേറ്റു. ഞങ്ങൾക്കു പത്തു റൈഫിളുകൾ കിട്ടി. ബാക്കിയുള്ളവർ ഓടി രക്ഷപ്പെട്ടു. 1500 വെടിയുണ്ടകളും ഞങ്ങൾക്കു കിട്ടി.

മെയ് 9– ഞങ്ങൾ പിന്നിലേക്കു പോന്നു. വളരെ രാവിലെ ഒരു മലയുടെ മുകളിലെത്തിയ ഞങ്ങളവിടെ വിശ്രമിച്ചു. ഒരു പുതിയ റൂട്ടിൽ ഞങ്ങൾ പിറിറെൻഡാ തടാകത്തിലേക്കു നീങ്ങി. ഞങ്ങൾ ഒരൽപ്പം ചാർക്കി കഴിച്ചു. കൊന്ന പശുവിന്റെ അവസാന അവശിഷ്ടങ്ങൾ ശേഖരിച്ചു. വിമാനങ്ങളും പീരങ്കികളുമായി സൈന്യം ക്യാമ്പാക്രമിച്ചു.

മെയ് 10– ഇന്നെനിക്ക് ഇരുപത്തേഴു വയസായി. കഴിഞ്ഞ രണ്ടുദിവസമായി ഞാൻ വിശന്നു വലയുകയാണ്. ഞാനാകെ കഴിച്ചത് പന്നിക്കൊഴുപ്പിന്റെ അൽപ്പം സൂപ്പുമാത്രമാണ്. അതുമാത്രമാണ് ഞങ്ങൾക്കു ബാക്കിയുള്ളത്.

മെയ് 11– പിറിറെൻഡയിലേക്കു നയിക്കുന്ന ഒരരുവിയിലൂടെ പോകുമ്പോൾ, ഒരു ചെറിയ കയറ്റം കയറിയശേഷം, ഒരു കാട്ടുപന്നിയെ കൊന്നതായി ഞങ്ങൾക്കറിവു കിട്ടി. അതിനെക്കൊണ്ട് ഞങ്ങൾ കുറച്ചൊക്കെ ഞങ്ങളുടെ വിശപ്പു മാറ്റി. രണ്ടുമണി (ഉച്ചയ്ക്ക്) യോടെ ഞങ്ങൾ മാർച്ച് തുടങ്ങി. മലമുടിയിൽനിന്ന് അധികമകലെ അല്ലാതെ ക്യാമ്പടിച്ചു. അവിടെ നിന്നൊരാൾക്ക് തടാകം കാണാൻ കഴിയും.

മെയ് 12– ഞങ്ങളിപ്പോൾ പിറിറെൻഡയിലാണ്. ഞങ്ങളൊരു കൃഷിത്തോട്ടത്തിനരികിലാണ് ക്യാമ്പടിച്ചിരിക്കുന്നത്. അതിൽനിന്നു ഞങ്ങൾ കുറച്ച് ജോക്കോസും(ഒരുതരം പച്ചക്കറി) കുറച്ച് കാലബാഷും(കറിയു

1. ELN കമ്യൂണിക്കെ നം: 1 മെയ് 1, 1967 ൽ കൊച്ചബാംബയിലെ *പ്രേൻസാലിബ്രെ*യിൽ പ്രസിദ്ധീകരിച്ചു. അത് ELN ന്റെ നിലനിൽപ്പിനെയും രാഷ്ട്രീയകാഴ്ചപ്പാടുകളെയും ബൊളീവിയയിൽ ഉടനീളമറിയിച്ചു. മേജർ സാഞ്ചസിൽനിന്നും ദെബ്രെയിൽനിന്നും സേന പിടിച്ചെടുത്ത കോപ്പികൾ കൊച്ചബാംബയിലെ സേനയുടെ ഓഫീസിൽ നിന്നും പുറത്തു പോകുകയായിരുന്നു. ആ പത്രത്തിന്റെ പത്രാധിപരായ കാർലോസ് ബെക്കാർ ഗോമസിനെ പിന്നീട് അറസ്റ്റു ചെയ്യുകയുണ്ടായി.

ണ്ടാക്കാൻ പറ്റുന്ന ഒരു പഴം) ശേഖരിച്ചു. വീടു[1] കണ്ടുപിടിക്കാനായി റോഡിനുനേരെ ഒരുപറ്റം സ്കൗട്ടുകളെ പറഞ്ഞുവിട്ടു. ഭക്ഷണം പാകം ചെയ്തു.

റാമോൺ ഒരു തടവുകാരന്റെ (ലെഫ്റ്റനന്റ് ലാറെഡോ) കൈയിൽ നിന്നു കിട്ടിയ ഡയറിയിൽ നിന്നൊരു ഭാഗം വായിച്ചു. അതിനകത്ത് സൈനികർക്കിടയിൽ ഏറ്റുമുട്ടലിനുള്ള ആത്മവീര്യമില്ലാത്തതിനെക്കുറിച്ചു പറഞ്ഞിട്ടുണ്ട്. തങ്ങളുടെ മേഖലയിൽ ഗറില്ലകളുടെ സാന്നിധ്യമുണ്ടെന്നറിഞ്ഞതോടെ സൈനികർ അച്ചടക്കലംഘനം നടത്തുകയും നിലവിളിക്കുകയും ചെയ്ത ഉദാഹരണങ്ങളും ചൂണ്ടിക്കാട്ടിയിട്ടുണ്ട്. പിറിറെൻഡയിലെ നിവാസികളെ ഒഴിപ്പിച്ചതായും, ആളുകൾ മാറിനിന്ന നാലുദിവസങ്ങളിൽ അവരുടെ കന്നുകാലികളെ മുഴുവൻ സൈനികർ ഭക്ഷിച്ചതായും പറഞ്ഞിരുന്നു.

ഞങ്ങളുടെ ആളുകൾ വീടിനുനേരെ നീങ്ങി. ഞാൻ ക്യാമ്പിൽ വില്ലി, ആർട്ടുറോ, ഡാരിയോ[2] എന്നിവർക്കൊപ്പം ബാക്കിയായി.

ഞങ്ങൾക്കിപ്പോൾ പത്തുദിവസത്തേക്കുവേണ്ട ഭക്ഷണമുണ്ട് (അരിയും ചോളവും). ഞങ്ങളിവിടെ അഞ്ചുദിവസം തങ്ങാനും തുടർന്ന് ഗുട്ടിറസിലേക്കു പോകുന്ന ഹൈവേയിൽ ഒരാക്രമണം നടത്താനും പദ്ധതിയിട്ടിട്ടുണ്ട്.

മെയ് 13–ഞങ്ങൾ വിശ്രമിക്കുകയാണ്. ഇവിടെയൊരു ചോളമില്ലും ഇളംചോളവും ഉള്ള നിലയ്ക്ക് ഞങ്ങളതുകൊണ്ട് പലഹാരമുണ്ടാക്കുകയാണ്.

ബൊളീവിയൻ ജനതയ്ക്ക്
കമ്യൂണിക്കെ നം: 3

വിപ്ലവകരമായ സത്യം X പിന്തിരിപ്പൻ നുണകൾ

മെയ് 8 ന് നാങ്കാഹുവാസു ഗറില്ലാ മേഖലയിൽ, സെക്കന്റ് ലെഫ്റ്റനന്റ് ഹെന്റി ലാറെഡോയുടെ നേതൃത്വത്തിലുള്ള ഒരു കമ്പനി സേനയെ ഞങ്ങൾ പതിയിരുന്നാക്രമിച്ചു. അതിൽമുകളിൽപ്പറഞ്ഞ ഓഫീസറും നോൺ–കമീഷൻഡ് ഓഫീസർമാരുടെ ട്രെയിനിങ് സ്കൂളിലെ വിദ്യാർഥികളായ റോമൻ അരോയോ ഫ്ളോറസും ലൂയിസ് പെലേസും കൊല്ലപ്പെട്ടു.

താഴെപ്പറയുന്ന സൈനികരെ തടവുകാരാക്കി: ജോസ് കമാച്ചോ റോജാസ്, ബൊളിവർ റെജിമെന്റ്; നെസ്റ്റർ ക്യൂവെന്റ്സ്, ബൊളിവർ റെജിമെന്റ്; വാൾഡോ വെയ്സാഗ (നോൺ കമീഷൻഡ് ഓഫീസേഴ്സ് സ്കൂൾ); ഹ്യൂഗോ സോട്ടോ ലോറ (നോൺ കമീ

1. കർഷകനായ ചിച്ചോ ഒട്ടേറയുടെ വീട്.
2. സൈമൺ ക്യൂബ (വില്ലി) ഡേവിഡ് അഡ്രിയ സോളയും (ഡാരിയോ) ബൊളീവിയൻ പോരാളികളായിരുന്നു. ഫെബ്രുവരിയിലാണ് അവർ ഗറില്ലാസേനയിൽ ചേർന്നത്.

ഷൻഡ് ഓഫീസേഴ്സ് സ്കൂൾ); മാക്സ് ടോറെസ് ലിയോൺ (നോൺ കമീഷൻഡ് ഓഫീസേഴ്സ് സ്കൂൾ); റോജർ റോജാസ് ടൊളെഡോ (ബ്രൗൺ റെജിമെന്റ്); ജാവിയർ മയൻ കൊറെല്ല (ബ്രൗൺ റെജിമെന്റ്); നെസ്റ്റർ സാഞ്ചസ് ക്യൂവെല്ലാർ (ബ്രൗൺ റെജിമെന്റ്)

നിൽക്കാൻ ഞങ്ങൾ നൽകിയ ആജ്ഞ അനുസരിക്കാതിരുന്നപ്പോൾ നടന്ന ഒരു ആക്ഷനിലാണ് ഒടുവിൽപ്പറഞ്ഞ രണ്ടുപേർക്ക് മുറി വേറ്റത്. എല്ലായ്പ്പോഴുമെന്നതുപോലെ, ഞങ്ങളുടെ ഉദ്ദേശ്യലക്ഷ്യ ങ്ങളെ പറ്റിയും സമരത്തിന്റെ സാധ്യതകളെക്കുറിച്ചും ഒരു വിശദീ കരണം നൽകിയ ശേഷം ഞങ്ങളവരെ വിട്ടയച്ചു. കൂടെ ഞങ്ങൾ ഏഴ് എം –1 കാർബൈനുകളും നാല് മൗസറുകളും പിടിച്ചെടുക്കു കയും ചെയ്തു. ഞങ്ങളുടെ സേനകൾക്ക് നഷ്ടമൊന്നും പറ്റിയില്ല.

മർദകരുടെ സേന ഇടയ്ക്കിടെ ഗറില്ലകളുടെ മരണത്തെക്കുറിച്ച് പ്രഖ്യാപിക്കുന്ന പ്രസ്താവനകൾ ഇറക്കുന്നുണ്ട്. അവരുടെ നഷ്ട ങ്ങളെപ്പറ്റിപ്പറയുമ്പോൾ അതിനകത്ത് അൽപ്പസ്വൽപ്പം സത്യ മൊക്കെ ചേർക്കുകയും, ഞങ്ങളുടെ നഷ്ടങ്ങളെപ്പറ്റിപ്പറയുമ്പോൾ അതിൽ തികഞ്ഞ കൽപ്പിത കഥകൾ ഉൾപ്പടുത്തുകയും ചെയ്യുന്നു. അവരുടെ കഴിവുകേട് നിമിത്തം നിരാശരായി, അവർ നുണകളിൽ അഭയം തേടുകയാണ്. അതല്ലെങ്കിൽ അവർ തങ്ങ ളുടെ സ്വാഭാവികമായ എതിരാളികളായ പത്രപ്രവർത്തകരെ അവ രുടെ രാഷ്ട്രീയ വീക്ഷണങ്ങളുടെ പേരിൽ കഠിനമായി പീഡിപ്പി ക്കുകയും എല്ലാ പ്രശ്നങ്ങൾക്കും കാരണമവരാണെന്ന് കുറ്റപ്പെ ടുത്തുകയും ചെയ്യുന്നു.

ബൊളീവിയയിലെ ELN മാത്രമാണ് സായുധസമരത്തിന് ഏക ഉത്തരവാദികളെന്ന കാര്യം ഞങ്ങൾ ലോകത്തെ അറിയിക്കുന്നു. അതിലവർ ജനങ്ങളുടെ തലപ്പത്തു നിൽക്കുന്നു, അന്തിമവിജയം നേടുന്നതുവരെ പോരാട്ടം അവസാനിക്കില്ല. ആ സമയത്ത് യുദ്ധ ത്തിനിടയിൽ കുറ്റകൃത്യങ്ങൾ ചെയ്തവരെ എങ്ങനെയാണ് കൈകാര്യം ചെയ്യേണ്ടതെന്ന് ഞങ്ങൾക്കറിയാം. മർദകസേനകള ഴിച്ചുവിടുന്ന തെമ്മാടിത്തങ്ങളെ നേരിടാൻ വേണ്ടതെന്ന് ഞങ്ങ ളുടെ സേനയുടെ നേതൃത്വം കരുതുന്ന ഏതെങ്കിലുമൊക്കെ ശക്ത മായ നടപടികൾക്ക് പുറമെയായിരിക്കും അത്.

ബൊളീവിയയിലെ ELN

മെയ് 14–അമ്മമാരുടെ ദിനം. എനിക്ക് വലിയ പ്രാധാന്യം തോന്നുന്ന ദിനം. കാരണം ഈ ദിനത്തിൽ ഞാനെന്റെ മുഴുഹൃദയത്തോടും കൂടി എന്റെ പ്രിയപ്പെട്ട അമ്മയുടെ[1] സമീപത്തായിരിക്കാൻ ആഗ്രഹിക്കുന്നു.

1. എൻഗ്രേഷ്യ ടമായോ.

ഞങ്ങൾ ഫെർണാണ്ടോക്കൊപ്പം ഒരു മീറ്റിങ് ചേർന്നു. അതിലദ്ദേഹം പറഞ്ഞത് കഴിഞ്ഞ കുറച്ചുദിവസങ്ങളിൽ നടന്ന ഭക്ഷണ മോഷണത്തിന്റെ കാര്യത്തിൽ താൻ വളരെയേറെ ഖിന്നനാണെന്നാണ്. ഗറില്ലാ സൈനികരെ വളരെയേറെ ആത്മവീര്യത്തകർച്ചയിലേക്കു നയിക്കുന്ന ഒരു കാര്യമാണത്.

ബെനിഞ്ഞോയുടെയും ഉർബാനോയുടെയും കേസുകൾ റിപ്പോർട്ടു ചെയ്യുന്നതിലും അദ്ദേഹത്തിനു വലിയ വേദനയുണ്ട്. (എൽ മെഡിക്കോ പറയുന്നത് ബെനിഞ്ഞോ ഒരു ക്യാൻ മാംസം തിന്നുവെന്നാണ്). പിന്നീട് ടൂമ എന്നോടു പറഞ്ഞത് ഇക്കാര്യം ശരിയാണെന്നും താനും കുറച്ചൊക്കെ തിന്നുവെന്നുമാണ്. ആ ആരോപണത്തിന്റെ കാര്യത്തിൽ (മങ്കി ക്രീക്കിൽ വെച്ച് അവൻ ഉണക്കിയ ഇറച്ചി എടുത്തെന്ന ആരോപണം) ഉർബാനോ നിരപരാധിയാണെന്ന് നിരവധി സഖാക്കൾ പറഞ്ഞു. ഇപ്പോൾ ഞങ്ങൾക്കൊക്കെ കഴിക്കാനായി ബാക്കിയുള്ളത് പന്നിക്കൊഴുപ്പ് സൂപ്പ് മാത്രമാണ്.

ഞങ്ങളേതാനും ദിവസംമുമ്പ് താമസിച്ചിരുന്ന കർഷകന്റെ വീട്ടിൽ സൈന്യമെത്തിയെന്ന വാർത്ത ഞങ്ങളറിഞ്ഞു.

മെയ് 15–വളരെ നേരത്തെ ഞങ്ങൾ ക്യാമ്പ് മാറ്റി. വളരെ മനോഹരമായ ആ തടാകത്തിന്റെ തീരത്തേക്ക് കുറച്ചുകൂടി ക്യാമ്പ് അടുപ്പിക്കാനാണ് ഞങ്ങൾ അതു ചെയ്തത്.

ഞങ്ങളുടെ ചിലയാളുകൾ ബീൻസ് തേടി നടന്നുകൊണ്ടിരുന്ന സമയത്ത് സൈന്യം സൈനികരും വിമാനങ്ങളുമായി ഞങ്ങളുടെ നേരെ മുന്നേറി. ആ ഏറ്റുമുട്ടലിനിടയിൽ ഞങ്ങളൊരു മലമുടിയിൽ കയറുകയും നിരീക്ഷണത്തിനായി അവിടെ തങ്ങുകയും ചെയ്തു. നല്ലപോലെ സാധനസാമഗ്രികൾ സ്റ്റോക്കുചെയ്തിരുന്ന ഒരു വീട്ടിൽ ഞങ്ങളെത്തിച്ചേർന്നു. ഞങ്ങളെല്ലാം പൊരിച്ച കോഴിയിറച്ചിയും ചോറും തിന്നു. അവിടെനിന്ന് വെളുപ്പിന് നാലുമണിക്ക് പുറപ്പെട്ടു. ഫെർണാണ്ടോ വളരെയേറെ രോഗബാധിതനായി. അതു നിയന്ത്രിക്കാൻ അദ്ദേഹത്തിന് കുത്തിവെപ്പുകൾ നൽകേണ്ടിവന്നു. അതിനായി ഞങ്ങളൊരു ചെറിയ സ്ട്രെച്ചറുണ്ടാക്കി അതിൽക്കിടത്തി ഒരു ചെറിയ കുന്നിലേക്ക് അദ്ദേഹത്തെ കൊണ്ടുപോയി. ഞങ്ങളുടെ സ്കൗട്ടിങ് പരിപാടിക്കിടയിൽ കണ്ടെത്താൻ കഴിഞ്ഞ ഒരു വണ്ടിയിൽ (കുതിരയോ കാളയോ വലിക്കുന്ന വണ്ടി) ഞങ്ങൾ അദ്ദേഹത്തെ കിടത്തി.

മെയ് 17– രണ്ടോമൂന്നോ ദിവസം മുമ്പ് തങ്ങിയിരുന്ന അതേ അറക്കമില്ലിൽ ഞങ്ങൾ ക്യാമ്പടിച്ചു. ഞങ്ങളവിടെ നിന്ന് അൽപ്പം സാമഗ്രികളും കുപ്പികളിൽ കുറച്ചു വെള്ളവും കണ്ടുപിടിച്ചു(വെള്ള ധാന്യപ്പൊടി, ചോളം, പഞ്ചസാര, പന്നിയിറച്ചി മൊരിച്ചത്, ചോളപ്പലഹാരം തുടങ്ങിയവ അവിടെ കണ്ടെത്തി).

കുറച്ചുമുമ്പ് ഈ അറക്കമില്ലുള്ള കാര്യം ലോറോ ഞങ്ങളോടു പറഞ്ഞിരുന്നു. അതുപോലെ ഇവിടെനിന്ന് നാങ്കാഹുവാസുവിലെത്തിച്ചേരുന്ന

ഒരു പാതയെക്കുറിച്ചും. ഞങ്ങളുടെ കൃഷിയിടത്തിൽനിന്നും ഒമ്പത് കിമീ താഴെയാണീ പാതയെത്തിച്ചേരുക.

മെയ് 18–ഒരു മലയുടെ അടിവാരത്തിൽ വെള്ളമുള്ള ഒരു സ്ഥലം ഞങ്ങൾ കണ്ടെത്തി. ഞങ്ങൾ അഞ്ചുദിവസം വിശ്രമിക്കാനും റോഡിലൂടെ ഒരംബുഷ് തയാറാക്കാനും പരിപാടിയിട്ടു. ഫെർണാണ്ടോ കാംബയുടെ ഒരു പല്ലു പറിച്ചു. മാസിക്കുരി നദിക്കരയിലെ പോരാട്ടങ്ങളെക്കുറിച്ച് ഞങ്ങൾ റേഡിയോയിലൂടെ കേട്ടു.

മെയ് 19–ക്രീക്കിലോ തടാകതീരത്തോ ഉള്ള ഒരു വീട്ടിലേക്ക് ഞങ്ങൾ പോയി. ഉടമസ്ഥൻ ബെനിറ്റോ മാൻഫ്രെഡി.

മെയ് 20–ഒരംബുഷിന്റെ മേൽനോട്ടം വഹിക്കാൻ എന്നെ പറഞ്ഞയച്ചു. അത് അതിനു പറ്റിയ സ്ഥലമല്ലാത്തതിനാൽ അതു മറ്റൊരിടത്തേക്കു മാറ്റണമെന്ന നിർദേശം ഞാനുന്നയിച്ചു. ഫെർണാണ്ടോ സമ്മതിച്ചു. മറ്റൊരു സ്ഥലത്തേക്കു മാറാൻ ഞങ്ങൾ തയാറെടുക്കുകയാണ്.

മെയ് 21–ക്യാമ്പിൽ ഒരു ശാന്തമായ ദിവസം. എന്നെ ഫെർണാണ്ടോ പാചകക്കാരന്റെ സഹായിയായി നിയമിച്ചു. അഞ്ചുദിവസമായി പാചകത്തിന്റെ ചാർജ് അദ്ദേഹം വഹിക്കുകയാണ്.

മെയ് 22–അറക്കമില്ലിലെ ജോലിക്കാരൻ എത്തിച്ചേർന്നു. അയാൾ, അയാളുടെ മകൻ, ഒരു പണിക്കാരൻ എന്നിവരെ[1] ഞങ്ങൾ ഞങ്ങളുടെ അംബുഷ് ഏർപ്പാടു ചെയ്ത സ്ഥലത്ത് തടഞ്ഞുവെച്ചു. പിറ്റേന്നുരാത്രി യാത്ര പുറപ്പെടാൻ ഞങ്ങൾ തീരുമാനിച്ചു. കാരണം ചാരന്മാർ ഞങ്ങളെ കണ്ടെത്തിയിട്ടുണ്ടെന്ന് ഞങ്ങൾ കരുതുന്നു. അവരുമായി സംസാരിച്ചപ്പോൾ അവർ സഹകരിക്കാമെന്നു പറഞ്ഞു. അവർ ഞങ്ങളെ വഞ്ചിക്കാനിടയുണ്ടെന്ന അപകടം ഏറ്റെടുക്കാൻ ഞങ്ങൾ തീരുമാനിച്ചു.

മെയ് 23–ജോലിക്കാരനെ ഞങ്ങൾ സാധനസാമഗ്രികളുടെ വിപുലമായ ഒരു ശേഖരം എത്തിച്ചുതരാൻ പറഞ്ഞുവിട്ടു (ഭക്ഷണവും മരുന്നുകളും). അയാളുടെ മകനെ ഞങ്ങൾ ബന്ദിയാക്കിവെച്ചു. പിറ്റേന്നു രാവിലെ 11 മണിക്കകം തിരിച്ചെത്തണമെന്നാണ് നിർദേശം. ആ സമയം കഴിഞ്ഞും മൂന്നുമണിക്കൂർ കാത്തിരുന്നിട്ടും അയാൾ തിരിച്ചു വരാതിരുന്നപ്പോൾ ഞങ്ങൾ നാങ്കാഹുവാസു നദിയിലേക്കു പോകുന്ന പാതയിലൂടെ അവിടെനിന്നും തിരിച്ചു.

മെയ് 24–ഞങ്ങൾ വൈകിട്ട് ഏഴുമണിയോടെ നദിയിലെത്തി. വന്ന വഴിയുടെ അടയാളങ്ങളില്ലാതിരിക്കാനായി ഞങ്ങൾ വെള്ളത്തിലൂടെ നടന്നു. മുമ്പുവന്നപ്പോൾ ഉണ്ടാക്കിയിരുന്ന പഴയ ക്യാമ്പിൽ ഞങ്ങൾ രാത്രി കഴിച്ചുകൂട്ടി.

മെയ് 25–രാവിലെ ഞങ്ങൾ സാലാഡില്ലോ തോട്ടിലെത്തി. ഈ തോടിനെ ഞങ്ങൾക്കൊപ്പമുള്ള കുട്ടിയുടെ മുത്തച്ഛന്റെ[2] വീട്ടിലെത്താനുള്ള വഴിയായി ഉപയോഗിച്ചു. അവനിപ്പോൾ ഞങ്ങളുടെ തടവുകാര

1. ഗുസ്മാൻ റോബിൾസ്, മോയിസെസ് റോബിൾസ്, വിസെന്റെ ടാപ്പിയ എന്നിവരാണവർ.
2. ബ്രൂണോ, മോയിസസ് റോബിൾസിന്റെ മഹാനായ വല്യമ്മാവൻ.

നാണ്. പ്രദേശനിവാസികൾ ലാ കുംബ്രെ എന്നുവിളിക്കുന്ന ഒരു സ്ഥലത്ത് ഞങ്ങൾ രാത്രി കഴിച്ചു.

മെയ് 26–ഞങ്ങൾ മുത്തച്ഛൻ ബ്രൂണോയുടെ കൃഷിയിടത്തിലെത്തി. കുറച്ചു മധുരനാരങ്ങയും രാത്രിയിൽ പന്നിയിറച്ചിയും യുക്കയും (ഒരു തരം സസ്യം) ഞങ്ങൾ കഴിച്ചു. ഇവിടെനിന്ന് ഒരുമണിക്കൂർ യാത്രചെയ്താലെത്തും എന്ന് ആളുകൾ പറയുന്ന രണ്ടു കർഷകരുടെ താമസസ്ഥലത്തേക്ക് ഞങ്ങൾ യാത്ര തുടർന്നു. അവരിൽനിന്ന് സൈന്യം ഇപിറ്റ എന്ന ചെറിയ ഗ്രാമത്തിൽ നിൽക്കുന്നുണ്ടെന്നും അവർ മുപ്പതു പേരുണ്ടെന്നും മനസിലാക്കാൻ കഴിഞ്ഞു.

മെയ് 27–ഞങ്ങളൊരു വൃദ്ധനെയും കൃഷിപ്പണിയിലെ സഹായിയേയും പിടികൂടി. അവർ ഞങ്ങളെ പിന്തുടർന്നുവന്നശേഷം തിരിച്ചുപോകാൻ ശ്രമിക്കുകയായിരുന്നു. ബ്രൂണോ പറയുന്നത് താൻ സാധനസാമഗ്രികളെത്തിക്കാൻ ശ്രമിച്ചെന്നും എന്നാൽ അറസ്റ്റുചെയ്യപ്പെട്ടുവെന്നുമാണ്. അയാളുടെ കൈയിലുണ്ടായിരുന്ന സാധനങ്ങളും പണവും സൈന്യം പിടിച്ചെടുത്തു.

ദെബ്രെക്ക്, അയാൾ പട്ടാളത്തിന്റെ അധികാര പരിധിയിലാണെന്ന കാരണം പറഞ്ഞ്, ഹേബിയസ് കോർപ്പസ് നിഷേധിച്ചു.[1]

മെയ് 28–രാവിലെ ഞങ്ങൾ കാമിരി–സാന്താക്രൂസ് ഹൈവേ മുറിച്ചുകടന്നു. കാരാഗുവാട്ടറെൻഡയെന്ന കുടിയേറ്റസ്ഥലം ഞങ്ങൾ പിടിച്ചു. ഞങ്ങളെ ഒരു കർഷകസ്ത്രീ കണ്ടു. പാബ്ലിറ്റോയുടെയും പാച്ചോയുടെയും ഭാഗത്തുനിന്നുണ്ടായ ഒരു തീരുമാനമില്ലായ്മ കാരണം അവൾ രക്ഷപ്പെട്ടു. ഒരു സ്ത്രീയാണെന്ന കാരണത്താൽ അവർ അവളെ തടഞ്ഞുനിർത്തിയില്ല. ഉടനടി തന്നെ ഫെർണാണ്ടോ ആ ഗ്രാമം പിടിച്ചടക്കാൻ ഉത്തരവിട്ടു. അത് ഉടനടിതന്നെ നടപ്പാക്കപ്പെട്ടു. ഞങ്ങളുടെ വഴികാട്ടികളായി പ്രവർത്തിച്ചിട്ടുള്ള കർഷകരെ പോകാനനുവദിച്ചു. ഞങ്ങൾ ഭക്ഷണം ശേഖരിച്ചു. വൈകിട്ട് ആറുമണിയോടെ ഇപിറ്റാ സിറ്റോയിലേക്കുള്ള റോഡിലൂടെ യാത്ര തുടർന്നു. അവിടെനിന്ന് ഞങ്ങൾ അൽപ്പം ഭക്ഷണം വാങ്ങി. ഞങ്ങളൊരു തോട്ടത്തിലേക്ക് ചീസ് (പാൽക്കട്ടി) വാങ്ങാനായി പോയി. അതുമുഴുവനും വിറ്റതിന്റെ പേരിൽ ഖേദം പ്രകടിപ്പിച്ച അവർ അവരുടേതിൽ നിന്നൽപ്പം ഞങ്ങൾക്കുനൽകി. ഫെർണാണ്ടോയെ ഒരധ്യാപകൻ[2] തിരിച്ചറിഞ്ഞു. പിന്നീട് ഞങ്ങളൽപ്പം ബ്രെഡ്ഡും വാങ്ങി.

---

1. 1967 മെയ് 20നു നടത്തിയ ഒരു പത്രസമ്മേളനത്തിൽ ബാരിയെന്റോസ് ദെബ്രേയുടെ ഒരു പത്രപ്രവർത്തകനെന്ന സ്റ്റാറ്റസ് അംഗീകരിക്കാൻ വിസമ്മതിക്കുകയും താൻ കോൺഗ്രസിനോട് വധശിക്ഷ പുന:സ്ഥാപിക്കാനാവശ്യപ്പെടുമെന്ന് പറയുകയും ചെയ്തു. 1967 ജനുവരി 26ന് ബൊളീവിയയിൽ വധശിക്ഷ നിർത്തലാക്കിയിരുന്നു.
2. എൽഫി ടാപ്പിയ

ഭാഗം രണ്ട്

മെയ് 1967
മാർച്ച് 1968

തന്റെ ബൊളീവിയൻ സമരകാലത്ത് 1967 മെയ് 29 മുതൽ 1968 ഫെബ്രുവരി വരെയുള്ള പോമ്പോയുടെ ഡയറി അദ്ദേഹവും ഗറില്ലാപോരാളികളിൽ അതിജീവിച്ച മറ്റു ക്യൂബക്കാരും ബൊളീവിയയിൽനിന്ന് അതിർത്തി കടന്ന് ചിലിയിലെത്തിയതോടെ ചിലിയൻ അധികാരികൾ അദ്ദേഹത്തിൽനിന്ന് പിടിച്ചെടുത്തു. അക്കാലത്ത് ചിലിയൻ സെനറ്റിന്റെ പ്രസിഡന്റായിരുന്ന സാൽവദോർ അലൻഡെ പിന്നീട് അതിന്റെ ഫോട്ടോകോപ്പികൾ ക്യൂബൻ സർക്കാരിനെത്തിച്ചു കൊടുത്തു.

ക്യൂബയിൽ തിരിച്ചെത്തിയശേഷം ഹാരി വില്ലെഗാസ് ഹവാനയിലെ ലാ കബാന സൈനികകേന്ദ്രത്തിൽ സെമിനാറുകളുടെ ഒരു സീരീസ് തന്നെ നടത്തി. തന്റെ കുറിപ്പുകളെയും വ്യക്തിപരമായ അനുഭവങ്ങളെയും അടിസ്ഥാനമാക്കിയാണത് നടത്തിയത്. അദ്ദേഹം അങ്ങനെ ബൊളീവിയയിലെ ഗറില്ലാസമരത്തിന്റെ ഒരു വിശദമായ വിവരണം അക്കാലത്ത് മുന്നോട്ടുവെച്ചിരുന്നു. ഈ സെമിനാർ പ്രബന്ധങ്ങളുടെ ഒരു രത്നച്ചുരുക്കമാണീ പുസ്തകത്തിന്റെ രണ്ടാംഭാഗം.

ചെ ഗുവേരയുടെ കൊലപാതകത്തിനുശേഷം ഗറില്ലകളെ വളഞ്ഞ് നിലയുറപ്പിച്ചിരുന്ന ബൊളീവിയൻ സേനയിൽനിന്നും സി ഐ എയിൽനിന്നും പോമ്പോയുടെ നേതൃത്വത്തിലുള്ള സംഘം എങ്ങനെയാണ് രക്ഷപ്പെട്ടതെന്നതിന്റെ കഥ ആദ്യമായി പുറത്തുവരുന്നത് ഈ പുസ്തകത്തിലൂടെയായിരുന്നു.

എൽ എസ് പിനോയിൽനിന്ന് റിയോ ഗ്രാൻഡെയിലേക്ക്

കർഷകനായ വഴികാട്ടി ഗ്രിഗോറിയോ വർഗാസിനൊപ്പം

മെയ് 29 ന് ഞങ്ങൾ വീണ്ടും എൽ എസ്പിനോയിലേക്കു തിരിച്ചു. പക്ഷേ ഞങ്ങൾ സഞ്ചരിച്ചിരുന്ന ലോറി ചെളിയിൽ പുതഞ്ഞ് നിന്നുപോയതു കാരണം ആ യാത്രയ്ക്കു വളരെയേറെ തടസവും കാലതാമസവും വന്നു. നിരവധി മണിക്കൂറുകൾക്കു ശേഷമേ ഞങ്ങൾക്കതിനെ പുറത്തെടുക്കാനായുള്ളൂ. പക്ഷേ അൽപ്പം കഴിഞ്ഞയുടനെ അതിന്റെ മോട്ടോർ കത്തിപ്പോയതിനാൽ അതിനെ എന്നെന്നേക്കുമായി ഞങ്ങൾക്കു ഉപേക്ഷിക്കേണ്ടിവന്നു. അതിനിടയിൽ ഞങ്ങളുടെ മുന്നണി വിഭാഗം (അതൊരു ജീപ്പിലായിരുന്നു പോയിരുന്നത്) എൽ എസ്പിനോ ജനവാസകേന്ദ്രത്തിൽ ഒരു കൃഷിയിടം കയ്യടക്കിയിരുന്നു. കാലതാമസം കാരണം ഉൽക്കണ്ഠാകുലരായി അവർ ഞങ്ങളെതേടി പുറപ്പെട്ടു. അവർ നാലുതവണ ജീപ്പ് ട്രിപ്പുകൾ നടത്തി ഞങ്ങളെയെല്ലാവരെയും പുതിയ സ്ഥാനത്തെത്തിച്ചു. ഞങ്ങൾ പ്രാതൽ കഴിക്കുകയും തുടർന്ന് ടർക്കികോഴി, കോൺഗ്രി, പന്നി എന്നിവയൊക്കെ പാകം ചെയ്യുകയും ചെയ്തു. പിന്നീട് ഞങ്ങൾ മറ്റൊരു ലോറി പിടിച്ചെടുക്കുകയും രണ്ട് അംബുഷുകൾ ഏർപ്പാടു ചെയ്യുകയും ചെയ്തു. ഒന്നിന്റെ ചാർജ് മിഗ്വെലിനും മറ്റേതിന്റേത് അന്റോണിയോയ്ക്കുമായിരുന്നു.

ഏതു റൂട്ട് സ്വീകരിക്കണമെന്ന കാര്യത്തിൽ വലിയ ആശയക്കുഴപ്പമുണ്ടായിരുന്നു. ഒടുവിൽ മുചിരിയിലെ കൃഷിയിടത്തിനുനേരെ തിരിക്കാമെന്നു തീർച്ചയാക്കി. അത് എൽ എസ്പിനോക്കും ലിമോണിനുമിടയിലായിരുന്നു. അവിടെ വെള്ളവുമുണ്ടായിരുന്നു. ഒരിക്കൽക്കൂടി ഞങ്ങൾ യാത്രചെയ്തിരുന്ന ട്രക്ക് ചെളിയിൽ പുതഞ്ഞു. ഇത്തവണ അതിനെ വീണ്ടെടുക്കാനുള്ള ശ്രമങ്ങളെല്ലാം പാഴായി. മുൻനിരവിഭാഗം ജീപ്പിൽ

മുന്നോട്ടുപോയപ്പോൾ, ബാക്കി സഖാക്കൾ കാൽനടയായി യാത്ര തുടർന്നു.

പുലർച്ചെ (മെയ് 30) യായപ്പോൾ ഞങ്ങൾ റെയിൽറോഡ് ട്രാക്കുകളിലെത്തി. ഏതു റൂട്ട് തെരഞ്ഞെടുക്കണമെന്ന കാര്യത്തിൽ ഞങ്ങൾക്കു കിട്ടിയ വിവരം തെറ്റാണെന്നു മനസിലായി. ഞങ്ങൾ അംബുഷിന് തയാർ ചെയ്യുകയെന്ന അത്യാവശ്യകാര്യം ചെയ്തു. മുന്നണിവിഭാഗം ഒരു റൂട്ട് കണ്ടെത്തി. അതവരെ യാസിമിയെന്റോസ് പെട്രോളിഫെറോസ്[1] അളന്നു തിരിച്ചിട്ടിരുന്ന സ്ഥലങ്ങളിലൂടെ കൊണ്ടുപോയി. ഒരാൺകുട്ടി ഒരു പട്ടിയേയും കൊണ്ട് നടക്കുന്നതായി അന്റോണിയോ ഞങ്ങളോടു പറഞ്ഞു. അന്റോണിയോ അവനോടു നിൽക്കാൻ പറഞ്ഞപ്പോൾ അവൻ ഓടിക്കളഞ്ഞു. അവനൊരു നിരപരാധിയായ വഴിയാത്രക്കാരനാണെന്ന നിലയിൽ അന്റോണിയോ വെടിവെച്ചില്ല.

പാതയിൽ നിന്ന് അമ്പതുമീറ്റർ പിന്നിലുള്ള ഒരു വന്മരത്തെ മധ്യഭാഗത്താക്കി ഉടനടി ഒരു അംബുഷ് തയാറാക്കാൻ ചെ ഉത്തരവിട്ടു. പിന്നീട് നാറ്റോ അയാളുടെ FALടാങ്ക് വിരുദ്ധ ഗ്രനേഡുകൾ വിക്ഷേപിക്കാനുള്ള സംവിധാനമുള്ള മൗസർ റൈഫിളുമായി വന്നതോടെ അംബുഷ് കുടുതൽ ശക്തമാക്കപ്പെട്ടു.

ട്രാക്കുകളിൽ റെയിൽ റോഡ് കാറുകളുടെ ശബ്ദം കേട്ടതോടെ കൂടുതൽ ആളുകളെയയച്ച് അംബുഷ് ഏർപ്പാടുകൾക്ക് ശക്തികൂട്ടണമെന്ന് ഞങ്ങളോടു പറയാനായി അന്റോണിയോ റൗളിനെ അയച്ചു. തന്റെ പരിക്കേറ്റ കാല് കാരണം അവൻ വലിയ സമയമെടുത്തതിനാൽ ഞങ്ങൾക്കടുത്തെത്തിച്ചേരുന്നതിനുമുമ്പുതന്നെ വെടിയൊച്ചകൾ കേട്ടതായി അവൻ പിന്നീടു പറഞ്ഞു. ശത്രു ഞങ്ങളുടെ അംബുഷിൽ അകപ്പെട്ടപ്പോൾ അവർക്ക് മൂന്നുപേരെ നഷ്ടമായി. മുന്നേറാൻ തന്നെ അവർ നടത്തിയ ശ്രമമാണതിനു കാരണമായത്.

ഞങ്ങൾ അംബുഷ് പിൻവലിച്ച് മാർച്ച് പുനരാരംഭിച്ചു.

മുന്നണി വിഭാഗം മൂന്ന് സ്കൗട്ടിങ് ദൗത്യങ്ങൾ സംഘടിപ്പിച്ചു. വെള്ളം തേടിയായിരുന്നു ആ യാത്രകൾ. പക്ഷേ എല്ലാം വിഫലമായി.

പുതിയ റോഡുകൾ തേടി മിഗ്വെൽ ജീപ്പിൽ യാത്രയായി. പക്ഷേ വെള്ളമില്ലാത്തതുകാരണം അതിടയ്ക്കിടെ നിൽക്കാൻ തുടങ്ങി. അതിന്റെ റേഡിയേറ്ററിലേക്ക് മൂത്രമൊഴിക്കാൻ ചെ ഞങ്ങളെല്ലാവരോടും പറഞ്ഞു. അതോടെ പ്രശ്നം പരിഹരിക്കപ്പെട്ടു. ഞങ്ങൾ യാത്ര തുടർന്നു. അന്നു രാത്രി വളരെ വൈകിയ ശേഷം ഞങ്ങൾ മൂന്നു ടർക്കികളെ പൊരിച്ചു.

ഞങ്ങൾ ഘട്ടംഘട്ടമായി മുന്നോട്ടുനീങ്ങി. ഞങ്ങളുടെ ട്രൂപ്പും മുന്നണി വിഭാഗവും മാറിമാറി ജീപ്പു ഉപയോഗിക്കുകയും നടക്കുകയും ചെയ്തു. ഞങ്ങൾ ഏതാണ്ട് നാലഞ്ചു കി മീ മുന്നോട്ടുപോയപ്പോൾ, അരികിലുള്ള നടവഴിയിലൂടെ നടന്നുപോകുന്ന ഒരു വേട്ടക്കാരനെ കണ്ടു.

---

1. യാസിമിയെന്റോസ് പെട്രോളിഫെറോസ് ഫിസ്കാലെസ് ബൊളീവിയാനോസ് (YPFB- ബൊളീവിയൻ സ്റ്റേറ്റ് ഓയിൽ കമ്പനി).

അയാൾ വളരെ സംശയിക്കേണ്ട ഒരാളായി ഞങ്ങൾക്കു തോന്നി. അയാളുടെ പേര് ഗ്രിഗോറിയോ വർഗാസ്. മൃഗങ്ങൾക്കായി കെണികൾ വെക്കാനായി അയാൾ തന്റെ സൈക്കിളിൽ വന്നതാണ്. എങ്ങനെ മെയിൻ റോഡിൽക്കയറാമെന്നും നദിയിലേക്കെത്ര ദൂരമുണ്ടെന്നും ഞങ്ങളിതിനകം തന്നെ ഒരു വെള്ളം നിറഞ്ഞ കുളം കടന്നാണ് പോന്നതെന്നുമെല്ലാം അയാൾ പറഞ്ഞു. എല്ലാവരും വിലയേറിയ ആ ദ്രാവകത്തിനായി ഒരന്വേഷണം സംഘടിപ്പിച്ചു. ഫെർണാണ്ടോയൊഴികെ എല്ലാവരും താന്താങ്ങളുടെ ബാക്കിവയ്ക്കപ്പെട്ട അൽപ്പം ക്വാട്ട കൂടി കുടിച്ചുതീർത്തു.

ഗ്രിഗോറിയോയെ വഴികാട്ടിയാക്കി ഒരു ഗ്രൂപ്പ് അരുവിതേടിപ്പോയി. അവർ തിരിച്ചുവരുന്ന അതേ സമയത്ത് ഒരു അകലത്തിൽ സൈനികട്രക്കുകളുടെ മോട്ടോറുകളുടെ ശബ്ദം ഗ്രിഗോറിയോ കേട്ടു. അപകടസൂചന നൽകപ്പെട്ടു. പാപ്പിയുടെ നേതൃത്വത്തിലൊരു ഗ്രൂപ്പ് ഉടനടി ഒരംബുഷ് തയാറാക്കാനായിപ്പോയി. നാറ്റോയാകെ പരിഭ്രാന്തനായി. ബ്ലാങ്കുകൾ ലോഡുചെയ്യുന്നതിനുപകരം അവൻ ലെഡ്ബുള്ളറ്റുകൾ ലോഡ് ചെയ്ത് ഗ്രനേഡ് വെടിയുതിർത്തു. അത്ഭുതമെന്നു പറയട്ടെ, പരിക്കൊന്നും പറ്റാതെ അവൻ രക്ഷപ്പെട്ടു. പക്ഷേ ബാരൽ നശിച്ചുപോയി.

ആ സ്ഫോടനശബ്ദം കേട്ടയുടൻ പട്ടാളക്കാർ ട്രക്കുകളുപേക്ഷിച്ച് കാടുകളിൽ അഭയം തേടി. അവിടെ ഒളിച്ചിരുന്നുകൊണ്ടവർ ഞങ്ങളുടെ ആക്രമണത്തെ തുരത്തി.

പതിനഞ്ചു കി.മീ കൂടി യാത്രചെയ്തശേഷം ഞങ്ങളൊരു തടാകക്കരയിലെത്തി. ഞങ്ങൾ വിശ്രമിച്ചു; ഭക്ഷണം കഴിച്ചു; തുടർന്ന് മുന്നോട്ടു നീങ്ങി. നിരവധി മണിക്കൂറുകൾ നടന്നതിനുശേഷം ഞങ്ങൾ റേഡിയോയിൽ സർക്കാരിന്റെ പ്രക്ഷേപണം കേട്ടു. മെയ് 30ന് രണ്ടുപട്ടാളക്കാർ കൊല്ലപ്പെട്ടുവെന്നും മൂന്നുപേർക്ക് പരിക്കേറ്റുവെന്നും അതിൽ പറഞ്ഞിരുന്നു. പക്ഷേ മറ്റൊരു പ്രദേശത്തുവെച്ച് ഏറ്റുമുട്ടൽ നടന്നതായാണ് അവർ പറഞ്ഞത്.

ഞങ്ങൾ ഞങ്ങളുടെ റൂട്ടിലൂടെ യാത്ര തുടർന്നു. റെയിൽറോഡ് ട്രാക്കുകൾ പിന്തുടരുമ്പോൾ ഞങ്ങൾ അബാപ്പോ നഗരത്തിലെ ലൈറ്റുകൾ കണ്ടു. ഉടനെ ഞങ്ങൾ വഴിമാറിക്കൊണ്ട് ഗ്രിഗോറിയോയുടെ മുതലാളിയുടെ കൃഷിയിടം തേടി പുറപ്പെട്ടു. ഗ്രിഗോറിയോ മിഗ്വലിന്റെ ഷർട്ടും വേറെ ചെരിപ്പുകളുമിട്ടു. അതിലൂടെ ആരെങ്കിലും അവനെക്കണ്ടു തിരിച്ചറിയുന്നതിനോ, അല്ലെങ്കിൽ അവന്റെ ചെരിപ്പിന്റെ പാടുകൾ കണ്ടവനെ തിരിച്ചറിയുന്നതിനോ ഉള്ള സാധ്യതകൾ ഒഴിവാക്കാനാണ് ഉദ്ദേശിച്ചത്.

ഞങ്ങൾ ക്ഷീണിതരായി. രാവിലെ വരെ ഞങ്ങൾ വിശ്രമിച്ചു.

ഏഴുകിലോമീറ്റർ കൂടി തുടർന്ന് നടന്ന് ഞങ്ങൾ കൃഷിയിടത്തിലെത്തി. ബെനിഞ്ഞോയും ഉർബാനോയും ചേർന്ന് ഒരു പന്നിയെ പിടികൂടി.

പിന്നീട് ചെ ഇന്റിയോടും എന്നോടും പോയി മുന്നണിവിഭാഗത്തെ ക്കാണാൻ പറഞ്ഞു. ഒരു സുരക്ഷാ നടപടിയെന്ന നിലയിൽ ഞങ്ങൾ കാംബയെ കാമിരി–ലാഗുനില്ലാസ് ഹൈവേയുടെ മറുപുറത്തുനിർത്തി.

അവനിലധികമൊന്നും വിശ്വാസമില്ലാത്ത[1] ഒരു സ്ഥിതി അതിനകം വന്നുചേർന്നിരുന്നു. ജൂലിയോയും പിന്നിൽനിന്നു. ബാക്കി ഞങ്ങളെല്ലാം ഹൈവേ മുറിച്ചുകടന്ന് ഹൈവെയിൽനിന്ന് 50 മീറ്ററോ അതിലധികമോ അകലെയായി ഒരു കുറ്റിക്കാട്ടിൽ ഒരു ഭക്ഷണം സംഘടിപ്പിച്ചു. ക്രീക്കിലെ വെള്ളം കടുത്ത കയ്പുള്ളതായിരുന്നു.

കുറച്ചുകഴിഞ്ഞ് ചെ ചില തടവുകാരുമായി വന്നു. തന്റെ രണ്ടാനച്ഛൻ സിമോണിയാണ് കൃഷിയിടത്തിന്റെ ഉടമസ്ഥനെന്നു അതിലൊരാൾ പറഞ്ഞു. മറ്റൊരാൾ കാലിവളർത്തുകാരനായ ബ്രോളിയോ റോബിൾസ്. അയാളുടെ മകനുമുണ്ടായിരുന്നു. അവരുടെ കുതിരയെ ഉപയോഗിച്ച് ഞങ്ങൾ മുറിച്ച പന്നിയെ ക്രീക്കിലേക്കു കൊണ്ടുപോയി. തുടർന്ന് ഞങ്ങൾ തടവുകാരെ വിട്ടയച്ചു. ഓരോരുത്തർക്കും 10 ബൊളീവിയൻ പെസോ[2] വീതം നൽകി. ഭക്ഷണശേഷം ഗ്രിഗോറിയോക്ക് നൂറു പെസോ നൽകി. അയാളെ ഞങ്ങൾ ഒളിപ്പിച്ചിരിക്കുകയായിരുന്നു.

ജൂൺ 3 ന് രാവിലെ ആറരയ്ക്ക് പൈപ്പുലൈനിന്റെ ഓരംചേർന്ന് പോകുന്ന റോഡിലൂടെ നീങ്ങിയ ഞങ്ങൾ ഇടതുവശത്തേക്കു തിരിഞ്ഞ് നാലുകിലോമീറ്റർ പോയി. തുടർന്ന് ക്യാമ്പടിച്ചു. ഒരു അംബുഷ് തയാറാക്കാൻ പറ്റിയ സ്ഥലംതേടി ചെ ഒരു സ്കൗട്ടിങ് പാർട്ടിയെ അയച്ചു. ഒരുമണിക്ക് അവിടെ ഞങ്ങൾ നിലയെടുത്തു. ചെയും റിക്കാർഡോയും മധ്യത്തിൽ മധ്യവിഭാഗത്തിലെ സഖാക്കൾക്കൊപ്പം; ഇടതു പാർശ്വത്തിൽ മുന്നണിവിഭാഗത്തിനൊപ്പം മിഗ്വെൽ; വലതു ഭാഗത്ത് മൂന്നു സഖാക്കൾക്കൊപ്പം ഞാൻ. ഭൂപ്രദേശത്തിന്റെ സ്വഭാവംമൂലം, ചെ ഞങ്ങൾക്ക് താഴെപ്പറയുന്ന നിർദേശങ്ങൾ നൽകി.

ഇടതുവശത്തുനിന്ന് വാഹനങ്ങൾ റിക്കാർഡോയുടെ ഫയറിങ് റേഞ്ചിലെത്തിയാൽ, അവരുടെ പിന്നോട്ടുപോക്കു തടയാൻ മിഗ്വെലാണാദ്യം വെടിയുതിർക്കേണ്ടത്. അവർ വലതുഭാഗത്തുനിന്നാണ് വരുന്നതെങ്കിൽ അവർ ചെയുടെ റേഞ്ചിൽ പ്രവേശിക്കും. അദ്ദേഹമാണ് അവർക്കുമേൽ വെടിവെപ്പ് ആരംഭിക്കേണ്ടത്. ഞങ്ങളുടെ ഗ്രൂപ്പ് ഒരു മഞ്ഞത്തുണിക്കഷണംകൊണ്ട് അടയാളം കാട്ടിയാലാണ് വാഹനത്തിൽ പട്ടാളക്കാരാണ് എന്നുറപ്പിക്കുക. രണ്ടിലേറെ ട്രക്കുകൾ വന്നാൽ ഞങ്ങളുടെ ഗ്രൂപ്പിന്റെ ഉത്തരവാദിത്വം മൂന്നാമത്തെതിനെ കൈകാര്യം ചെയ്യലാണ്. അതിലൂടെ അവരെ മുന്നേറുന്നതിൽനിന്നും പിന്നോട്ടുപോകുന്നതിൽനിന്നും തടഞ്ഞുവെക്കണം.

ഒരുമണിക്കും അഞ്ചുമണിക്കുമിടയിൽ രണ്ടു സിവിലിയൻ ട്രക്കുകൾ കടന്നുപോയി. 5.30 ന് ഒരു സൈനികട്രക്ക് കടന്നുപോയി. ട്രക്കിൽ

---

1. കാംബ ഏറ്റുമുട്ടലിൽ പ്രദർശിപ്പിച്ചിരുന്ന ചില ദൗർബല്യങ്ങൾ ഗറില്ലകളുടെ ജനറൽ സ്റ്റാഫ് അംഗങ്ങൾ നിരീക്ഷിച്ചിരുന്നു. മുമ്പ് സൈനിക പരിശീലനം കിട്ടാഞ്ഞതിന്റെ പ്രശ്നമാണ് ഇതിനു കാരണമെന്നവർ കരുതി.
2. അക്കാലത്തെ വിനിമയനിരക്കുപ്രകാരം 11.88 ബൊളീവിയൻ പെസോ ആയിരുന്നു ഒരു യു എസ് ഡോളർ.

സൈനികരുണ്ടെന്ന സൂചന ഞാൻ നൽകി. ചെ വെടിയുതിർത്തില്ല. പിന്നീട് ഞാൻ ആ സൂചന നൽകിയതിന് ചെ എന്നെ വിമർശിച്ചു. നിരപരാധികളായ രണ്ടുപേരെ കൊന്നതൊരു ഗുരുതരമായ തെറ്റാകുമായിരുന്നു, അവർ രണ്ടുപേരും കമ്പിളിയിൽ പൊതിഞ്ഞിരിക്കുകയായിരുന്നു, മിക്കവാറും ഉറങ്ങുകയായിരുന്നിരിക്കണം. അവർ രണ്ടിനുപകരം നാലുപേരുണ്ടെന്ന ധാരണയിലാണ് ഞാൻ അങ്ങനെ സൂചനകാട്ടിയതെന്നു ഞാൻ പറഞ്ഞു.

വൈകിട്ട് ആറുമണിയോടെ, അംബുഷ് പിൻവലിക്കാനും യാത്രതുടരാനും ക്രീക്ക് തേടിപ്പിക്കാനും ഉത്തരവ് നൽകപ്പെട്ടു. അവിടെയെത്തിയാൽ ഒരു ഭക്ഷണം തയാറാക്കാം. ഞങ്ങൾ മുന്നോട്ടുപോയതോടെ, ട്രക്കുകൾ പോകുന്നതും ഒരു ശബ്ദം ചോദിക്കുന്നതും കേട്ടു. “നാമിപ്പോഴും അടുത്തെത്തിയിട്ടില്ല അല്ലേ ഗ്രിഗോറിയോ?” ആരോ ഉത്തരം പറഞ്ഞു, “ഇല്ല, അത് കുറച്ചുകൂടെ അപ്പുറമാണ്.”ഞങ്ങളുടെ ഗൈഡായിരുന്ന അതേ ഗ്രിഗോറിയോ തന്നെയാകും അതെന്ന് ഞങ്ങൾ കരുതി.

ജോവാകിന്റെ ഗ്രൂപ്പിനെത്തേടി

ഞങ്ങൾ ക്രീക്കിന്റെ വശങ്ങളിൽക്കൂടി ഒരു ഒറ്റയടിപ്പാതയെ പിന്തുടർന്ന് മുന്നോട്ടുപോയി. അതു ഞങ്ങളെ മെയിൻ റോഡിൽ നിന്നു കുറച്ചുമാറിയുള്ള ഒരു സ്ഥലത്തെത്തിച്ചു. അവിടെ ഞങ്ങളൊരു അംബുഷ് ഏർപ്പാട് ചെയ്യുന്ന കാര്യം പരിഗണിച്ചു. ഞങ്ങൾ ആ പാത പിന്തുടർന്നുകൊണ്ട് റിയോ ഗ്രാൻഡെയിലും റോസിറ്റ നദി റിയോ ഗ്രാൻഡെയിൽ ചേരുന്ന നദീമുഖത്തുമെത്തിച്ചേരാൻ ശ്രമിച്ചു. ഈ പ്രദേശത്ത് ജോവാകിന്റെ ഗ്രൂപ്പുണ്ടായിരിക്കണമെന്ന് ചെ കരുതി. കാരണം സമായിപട്ടയിലെത്താൻ ഈ റൂട്ട് ഉപയോഗിക്കാമെന്ന ചെയുടെ ആശയത്തെക്കുറിച്ച് ജോവാകിനറിയാം. സമായിപട്ടയെ ഒരു ഗറില്ലാ പ്രവർത്തനമേഖലയായി തെരഞ്ഞെടുത്തിരുന്നു.

ഒരു ചെറിയ താഴ്‌വരയിലെ മലയിടുക്കിൽ ഞങ്ങൾ രാത്രി കഴിച്ചു. തെക്കുനിന്നുള്ള ഒരു തണുത്ത കാറ്റുവീശി. അതു ഞങ്ങളെയാകെ കടുത്ത തണുപ്പിൽ അസ്വസ്ഥരാക്കി. ഒരു ചാറ്റൽമഴ ആരംഭിച്ചത് ഞങ്ങളെയെല്ലാം കുളിപ്പിച്ചു. അതേസമയം ആ ചാറ്റൽമഴ ചെറിയ കുഴികളെ വെള്ളംകൊണ്ടു നിറച്ചു. അതുകൊണ്ട് ഞങ്ങൾ ഭക്ഷണം പാകം ചെയ്യാൻതുടങ്ങി. ഞങ്ങൾ ഓട്ട്മീലും പാൽച്ചായയും തയാറാക്കി,

ഞങ്ങൾക്ക് ഒരു ചെറിയ ദൂരമേ നടക്കാൻ കഴിഞ്ഞുള്ളൂ. വഴിവെട്ടിത്തെളിക്കുന്ന ടീമിന്റെ കൈകളും കാലുകളും തണുപ്പും നനവും കൊണ്ട് മരവിച്ചു. ഞങ്ങളൊരു ചെറിയ മല മറികടന്ന് ക്യാമ്പടിച്ചു. ഞങ്ങളുടെ ഊഞ്ഞാൽക്കിടക്കകൾ ഉണക്കാനായി തീ കൂട്ടി. ഞങ്ങളുടെ ബാക്കി വെള്ളം രാവിലത്തെ ഭക്ഷണത്തിനായി മാറ്റിവെച്ചു.

ചെ സ്കൗട്ടിങ് ദൗത്യത്തിനു പോകാൻ മുന്നണിവിഭാഗത്തിൽപ്പെട്ടവരിൽനിന്നൊരു ഗ്രൂപ്പിനെ അയച്ചു. ഞങ്ങൾ റിയോ ഗ്രാൻഡെയുടെ കര

യിലേക്ക് നീങ്ങി. അവിടെ ഞങ്ങൾ കാപ്പിയുണ്ടാക്കി. തുടർന്ന് അദ്ദേഹം കൊക്കോ, ജൂലിയോ, അനിസെറ്റോ എന്നിവരെ പ്രദേശത്ത് പര്യവേക്ഷണം നടത്താനായി അയച്ചു. അവരേതെങ്കിലും വീടുകണ്ടാൽ, അവരത് കയ്യടക്കണം. അതുതന്നെയവർ ചെയ്തു. അതേദിവസം തന്നെ രാത്രി എട്ടുമണിക്ക് ഞങ്ങൾ വീണ്ടും യാത്ര പുറപ്പെട്ടു. ആ രാത്രി കനത്ത ഇരുട്ടായിരുന്നു. ഞങ്ങൾക്ക് ഇടയ്ക്കിടെ കാൽവഴുതുകയും പലപ്പോഴും വീഴുകയും ചെയ്തുകൊണ്ടിരുന്നു. ഒടുവിൽ ഞങ്ങളവർ കയ്യടക്കിയ വീട്ടിലെത്തിച്ചേർന്നു. അവിടെ ഞങ്ങൾ ഒരു ആടിനെ കൊല്ലാൻ തയാറായി. പക്ഷേ ഒരു പന്നിയെ നമുക്കു കൊന്നുകൂടേയെന്ന് സഖാക്കൾ ചെയോടു ചോദിച്ചു. അതുതന്നെ നടന്നു.

വീട് നിലനിന്നിരുന്നത് പ്യൂയെർട്ടോ കമാച്ചോയിൽനിന്ന് ഏതാണ്ട് മൂന്നു കി മീ അകലെയായിട്ടാണ്. പന്നിയെ പാകംചയ്തും അൽപ്പം ലോക്രോ[1] തയാറാക്കിയും രാത്രി മുഴുവൻ ചെലവഴിച്ചശേഷം ഞങ്ങൾ രാവിലെ പുറപ്പെട്ടു. ഒരു വഴികാട്ടിയെന്ന നിലയിൽ കാലിവളർത്തൽക്കാരനായ വീട്ടുടമസ്ഥന്റെ മകനെ ഞങ്ങൾ കൊണ്ടുപോയി.

മുൾച്ചെടികൾ നിറഞ്ഞ മണൽക്കരയിലൂടെ ഞങ്ങൾ നടന്നു. ഒരു കൃഷിയിടത്തിലെത്തി ക്യാമ്പടിച്ചു. ആ കൃഷിയിടത്തിൽ ചോളം, വാഴകൾ, പച്ചക്കറികൾ തുടങ്ങിയവയാണുണ്ടായിരുന്നത്.

ജൂൺ 8 ന് രാജ്യത്തെ ഉപരോധാവസ്ഥയെക്കുറിച്ചും തങ്ങളുടെ വേതനം പകുതിയാക്കി വെട്ടിക്കുറച്ചതിനെതിരെ കർഷകർ പണിമുടക്കു ഭീഷണിയുയർത്തിയതിനെക്കുറിച്ചും ഞങ്ങൾ കേട്ടു.

പ്രഭാതത്തിൽ ഞങ്ങൾ ഞങ്ങളുടെ ക്യാമ്പ് കുറച്ചുകൂടി മുന്നിലേക്കു മാറ്റി. സൈന്യത്തിന്റെ തെരച്ചിൽപ്പാർട്ടികളെ ഒഴിവാക്കാനായിരുന്നു അത്. നാറ്റോ, ബെനിഞ്ഞോ, ഉർബാനോ, ലിയോൺ എന്നിവർ ഒരു വഴിയുണ്ടാക്കാൻ ശ്രമിച്ചു. അതുപക്ഷേ, അസാധ്യമായിത്തീർന്നു. കാരണമത് ചെന്നെത്തിയത് മറികടക്കാൻ പറ്റാത്ത ചെങ്കുത്തായ മിനുസമേറിയ പാറക്കെട്ടുകളിലാണ്. നദി കടക്കാനുള്ള മാർഗം ഒരു ചങ്ങാടമുണ്ടാക്കലോ അല്ലെങ്കിൽ ചുറ്റിവളയലോ ആണ്. പക്ഷേ ചുറ്റിവളയലെന്നത് അതിലുൾപ്പെടുന്ന ദൂരം പരിഗണിക്കുമ്പോൾ ബുദ്ധിമുട്ടാണ്.

ഞങ്ങളൊരു ചങ്ങാടമുണ്ടാക്കാൻ ശ്രമിച്ചു. ഒരൊന്നാന്തരം നിരീക്ഷണപോസ്റ്റായി ഉപയോഗിക്കാവുന്ന ഒരു സ്ഥലത്ത് ഞങ്ങളൊരു അംബുഷ് തയാറാക്കി. നദി കടക്കാനുള്ള ശ്രമം പാഴായി. കാരണം വെള്ളത്തെത്തിനത്രമാത്രം തണുപ്പായതിനാൽ അത് ഞങ്ങളുടെ മസിലുകളെ മരവിപ്പിച്ചു. നാറ്റോ അതൊന്നു ശ്രമിച്ചു നോക്കി. പക്ഷേ ഞങ്ങൾക്കവനെ വെള്ളത്തിൽനിന്നും വലിച്ചുകയറ്റണ്ടിവന്നു.

കുറച്ചുമുമ്പു വിട്ടുപോന്ന വീട്ടിലേക്കുതന്നെ തിരിച്ചുപോയി ഒരു തോണി നദിയിലേക്കു കൊണ്ടുവരാനായി പാച്ചോ, കൊക്കോ, നാറ്റോ,

1. മാംസം, ഉരുളക്കിഴങ്ങ്, ചോറ്, കിഴങ്ങുവർഗ പച്ചക്കറികൾ എന്നിവ ഉപയോഗിച്ചുണ്ടാക്കുന്ന കിഴക്കൻ ബൊളീവിയയിലെ ഒരു ഭക്ഷണം.

അനിസെറ്റോ എന്നിവരെ ഞങ്ങൾ പറഞ്ഞുവിട്ടു. വഴിയിലവർ മറുകരയിൽക്കൂടി നീങ്ങിയിരുന്ന ഒരു സേനായൂണിറ്റിന്റെ മുന്നിൽപ്പെട്ടു. ഞങ്ങൾ വെടിയൊച്ച കേട്ടു. തുടർന്ന് അനിസെറ്റോയും നാറ്റോയും വന്ന് ഏറ്റുമുട്ടലിന്റെ വിവരം പറഞ്ഞു. കൊക്കോയും പാച്ചോയും അവിടെത്തന്നെ നിന്നു പൊരുതിക്കൊണ്ടിരിക്കുകയാണ്. മറ്റുള്ളവർക്ക് പിൻവാങ്ങാൻ സൗകര്യം ഒരുക്കുകയായിരുന്നു അവർ.

കൂടുതൽ യോജിച്ച ഒരു സ്ഥലത്തേക്ക് ഞങ്ങൾ അംബുഷ് മാറ്റി സ്ഥാപിച്ചു. പ്രവർത്തനങ്ങൾക്കുവേണ്ട ഒരു പാത നിർമിക്കാനും തുടങ്ങി.

പാച്ചോ പത്ത് വെടിയുതിർത്തിരുന്നു. ശത്രുവിന് ചില നഷ്ടങ്ങൾ വരുത്തിക്കാണുമെന്നാണ് അദ്ദേഹം കരുതുന്നത്. ഞങ്ങൾ അംബുഷ് നിലനിർത്തി. ഒരു ശാന്തമായ ദിവസം കടന്നുപോയി. ബെനിഞ്ഞോയും ഉർബാനോയും വഴിവെട്ടിത്തെളിക്കൽ തുടർന്നു.

ഞങ്ങൾ വളരെ രാവിലെ (ജൂൺ 12) പുറത്തുകടന്ന് അടിയിലൊരു വെള്ളം നിറഞ്ഞ കുഴിയുള്ള മലയിടുക്കിൽ ക്യാമ്പ്ചെയ്തു. വെള്ളമെടുത്തു ചായയുണ്ടാക്കി. തലേന്നത്തെ ഏറ്റുമുട്ടലിന്റെ വിവരം റേഡിയോ പ്രക്ഷേപണത്തിലുണ്ടായിരുന്നു. ഒരാൾ മരണമടയുകയും ഒരാൾക്ക് പരിക്കേൽക്കുകയും ചെയ്തിരിക്കുന്നു. പാച്ചോയുടെ വെടിയുണ്ടകൾ പാഴായില്ല. അതിനൊപ്പം ഞങ്ങളുടെ സേനയുടെ ഘടനയെക്കുറിച്ചുള്ള അവരുടെ റിപ്പോർട്ട് ഞങ്ങളെ അത്ഭുതപ്പെടുത്തി: 17 ക്യൂബക്കാർ, 3 പെറുക്കാർ, 14 ബ്രസീലുകാർ, 3 അർജന്റീനക്കാർ. ആദ്യ രണ്ടു സംഖ്യകളും കൃത്യമായിരുന്നു. പിന്നത്തേതു വെറും കളവും.

ഞങ്ങളൊരു ആഴമുള്ളതും ചൂടുള്ളതുമായ ഗുഹയിൽക്കൂടി കടന്നുപോയി. അതു ഞങ്ങളെ അവിടെ താമസിക്കാൻ മാടിവിളിച്ചു. പക്ഷേ ഞങ്ങൾ മുന്നോട്ടുതന്നെ പോയി. ചെളിനിറഞ്ഞ പ്രദേശം മുറിച്ചുകടന്ന് ഞങ്ങളൊരു ക്രീക്കിലെത്തി. ആ ക്രീക്കിനകത്തെ തോട് റിയോ ഗ്രാൻഡെയിലാണ് ചെന്നു പതിക്കുന്നത്. റോസിറ്റയുടെ നദീമുഖത്തു നിന്ന് മൂന്നുകിലോമീറ്ററകലെ ചെ കൊക്കോയെയും അനിസെറ്റോയയും പ്രദേശത്ത് പര്യവേക്ഷണം നടത്താനായി പറഞ്ഞയച്ചു. പക്ഷേ അവർ നദീമുഖത്തെത്തിയില്ല. കാരണം വഴിയിലൊരു കുന്നുണ്ടായിരുന്നു. അവർ അത് കയറിമറിഞ്ഞാൽ അവർക്ക് മടങ്ങിവരവ് ഇരുട്ടിലാക്കേണ്ടിവരും. ഞങ്ങൾ ഞങ്ങളുടെ കർഷക വഴികാട്ടിയെ 150 പെസോയും കൊടുത്ത് പറഞ്ഞയച്ചു.

റിയോ ഗ്രാൻഡെയിലും റോസിറ്റയിലും നിന്ന് ഫ്ളോറിഡയിലേക്ക്

ഞങ്ങൾ നദി കടന്നു. വെള്ളത്തിനു കടുത്ത തണുപ്പായിരുന്നു. ചിനോയും അന്റോണിയോയും ഒടുവിലാണ് കടന്നത്. ഒഴുക്ക് അവരെ ഏറെക്കുറെ അടിച്ചുകൊണ്ടുപോകുന്നതിനടുത്തെത്തി.

ഞങ്ങൾ നല്ലൊരു ദൂരം നടന്നു. മൂന്നുമണി(ഉച്ചതിരിഞ്ഞ്)യോടെ ഞങ്ങൾ ഒരു ക്രീക്കിന്റെ മുഖത്തെത്തി. അതു ഞങ്ങളുടെ ഭൂപടത്തിലി

ല്ലായിരുന്നു. റിക്കാർഡോ ഓടിപ്പോയ ഒരു ഹോച്ചി[1]യെ വെടിവെച്ചുകൊന്നു. അതിനർഥം ഞങ്ങൾക്കു മാംസം കിട്ടിയെന്നാണ്. അതൊരു സൂപ്പുണ്ടാക്കാനേയുള്ളൂവെങ്കിലും.

ഞങ്ങൾ മാർച്ചു തുടർന്നു. മൂന്നു ക്രീക്കുകൾ കൂടി കടന്നു. ഭൂപടത്തിലുണ്ടായിരുന്നത് അബാപ്പോസിറ്റോ മാത്രമായിരുന്നു. ചെറിയൊരു വനപ്രദേശത്തിന്റെ അറ്റത്ത് ഞങ്ങൾ രാത്രികഴിക്കാനായി തങ്ങി. ആ സമയത്ത് റിക്കാർഡോയും ഇന്റിയും നിരീക്ഷണം നടത്താൻ പോയി.

പൗളിനോ ബായിഗോറിയ

ജൂൺ 19 ന് സമയം 8.30 ന് ഞങ്ങൾ പുറപ്പെട്ടു. നീണ്ടൊരു മാർച്ചിനു ശേഷം ഞങ്ങൾ ഒരു കൃഷിയിടത്തിലെത്തി. അപ്പോഴും ഉച്ചയായിരുന്നില്ല. ഞങ്ങളുടൻതന്നെ പാചകവും ഭക്ഷ്യസാധനശേഖരണവും സംഘടിപ്പിച്ചു. അതുകൊണ്ട് ഭൂപടത്തിൽ കാണിച്ചിരിക്കുന്ന ഏതാനും വീടുകൾക്കുനേരെ യാത്രതുടരാൻ ഞങ്ങൾക്കായി. പാബ്ലിറ്റോയും ബെനിഞ്ഞോയും സ്കൗട്ടിങ് ദൗത്യത്തിനു പുറപ്പെട്ടു. അവരൊരു വീട്ടിലെത്തി അതു കയ്യടക്കുകയും ഒരു കർഷകനെ തടവുകാരനാക്കുകയും ചെയ്തു. അവിടേക്കു വരികയായിരുന്ന കുറച്ചു കർഷകരെക്കൂടി അവർ പിടികൂടി.

തടവുകാരാക്കിയ ആൺകുട്ടികളുടെ കൃഷിഭൂമിയിലേക്ക് പോകാൻ ഞങ്ങൾ തീരുമാനിച്ചു.[2] ഈ കൃഷിയിടം അബാപ്പോയിൽ നിന്നുവരുന്ന റോഡിന്റെ മുഖത്താണ് സ്ഥിതി ചെയ്യുന്നത്. അവിടെ ഞങ്ങൾക്ക് ഞങ്ങളുടെ ഊഞ്ഞാൽക്കിടക്കകൾ അത്രയധികം വട്ടപ്പേനുള്ള കാരണം തൂക്കിയിടേണ്ടിവന്നു. ആൺകുട്ടികളിലൊരാൾ, പൗളിനോ, ഞങ്ങളുടെ കൂടെ അവന് ചേരണമെന്ന് പറഞ്ഞു.[3]

കല്ലിനെ പിളർക്കാൻ ശേഷിയുള്ള ശക്തിയുള്ള കഠിന വെയിലും കൊണ്ട് ഞങ്ങളൊരു ചെറിയ ഗ്രാമത്തിലേക്കു തിരിച്ചു. ഞങ്ങൾ പൗളിനോയുടെ രണ്ടാനച്ഛന്റെ വീട്ടിലെത്തി ക്യാമ്പുചെയ്തു. അവിടെനിന്നു ഞങ്ങൾ പന്നികൾ, പച്ചക്കറികൾ, ചോളം എന്നിവ വാങ്ങി. തുടർന്ന് ഞങ്ങൾ ഗ്രാമത്തിലെ മേയറുടെ വീട്ടിലേക്കു പോയി. അയാൾ ഒരു കർഷകനായിരുന്നു; പേര് കാലിക്സ്റ്റോ. തന്റെ കൈവശമുള്ള വലിയ ലോഡ് ബീൻസ് ഞങ്ങൾക്കു വിൽക്കാൻ അയാൾ വിസമ്മതിച്ചു. ഒടുവിൽ അതിൽനിന്ന് ഏതാണ്ടൊരു ക്വിന്റൽ ഞങ്ങൾക്കു വിൽക്കാൻ അയാളെ നിർബന്ധിച്ചു സമ്മതിപ്പിച്ചു.

---

1. കിഴക്കൻ ബൊളീവിയയിൽ കാണപ്പെടുന്ന ഒരിനം അണ്ണാൻ.
2. ഗുവേരയുടെ ബൊളീവിയൻ ഡയറിയിൽ പറയുന്നതനുസരിച്ച് മോസ്കേര, ഒസ്ക്യൂറ നദികളുടെ സംഗമസ്ഥാനത്ത് നിന്ന് പത്ത് - പതിനഞ്ച് കിലോമീറ്റർ വടക്കായിരുന്നു അവരുടെ വീടുകൾ.
3. പൗളിനൊ ബായിഗേറിയ ഗറില്ലകളുടെ സന്ദേശവാഹകനായി പ്രവർത്തിക്കാൻ തയാറായ ഒരു യുവ ബൊളീവിയൻ കർഷകനായിരുന്നു. തന്റെ ദൗത്യത്തിനിടയിൽ പിടിക്കപ്പെട്ട അദ്ദേഹം ക്രൂരമർദനത്തിന് ഇരയായി.

സന്ധ്യയായതോടെ ഞങ്ങളുടെ കാവൽക്കാർ കാണാതെ മൂന്നുപേർ ഞങ്ങളുടെ ക്യാമ്പിലെത്തിച്ചേർന്നു. അതിന്റെപേരിൽ ചപ്പാക്കോയും അനിസെറ്റോയും ശിക്ഷിക്കപ്പെട്ടു. അവർ പന്നികളെ വാങ്ങുന്നവരാണെന്ന് കാലിക്സ്റ്റോ ഞങ്ങളെ ധരിപ്പിച്ചു.

ബെനിഞ്ഞോയെയും മോറോയെയും ചാർജ് ഏൽപ്പിച്ച് ഞങ്ങൾ കോൺഗ്രിയും പൊരിച്ച പന്നിയും തയാറാക്കിക്കഴിച്ചു.

മൂന്നു സന്ദർശകരെയും ചോദ്യംചെയ്യുന്ന കാര്യത്തിൽ വളരെ മോശപ്പെട്ട ഒരു പണിയാണു നടന്നത്. അവരുടെ കയ്യിലുണ്ടായിരുന്ന ആയുധങ്ങൾപോലും എടുത്തുമാറ്റിയില്ല.

മേയറുടെ മകളുടെ ബോയ്ഫ്രണ്ടായിരുന്നു പൗളിനോ. വന്നവരിലൊരാൾ ഒരു പട്ടാളഓഫീസറാണെന്നും പലപ്പോഴും അയാൾ ആ പ്രദേശത്തുകൂടെ കടന്നുപോകുമ്പോൾ ബലമായി കന്നുകാലികളെ പിടിച്ചുകൊണ്ടുപോവാറുണ്ടെന്നും അവളിൽനിന്നും പൗളിനോ മനസിലാക്കി. അതിനുമപ്പുറം, കാലിക്സ്റ്റോയെ മേയർ സ്ഥാനത്തേയ്ക്ക് നിർദേശിച്ചവരിൽ ഒരാളാണ് അയാൾ. ആ വിവരങ്ങളെല്ലാം ചെ അറിഞ്ഞതോടെ അദ്ദേഹം അവരെ മൂന്നുപേരെയും ഒന്നിച്ചുകൊണ്ടുവന്ന് ഓഫീസർ സ്വയം മുന്നോട്ടുവന്നില്ലെങ്കിൽ മൂന്നുപേരെയും ഒറ്റയടിക്കു കൊല്ലുമെന്നു ഭീഷണിപ്പെടുത്തി. ഓഫീസർ[1] കരഞ്ഞുകൊണ്ട് മുന്നോട്ടുവരികയും കൊല്ലരുതെന്ന് യാചിക്കുകയും ചെയ്തു. ആദ്യമയാളെ വെടിവെച്ചുകൊല്ലാനാണ് ചെ ഉദ്ദേശിച്ചത്. തുടർന്നദ്ദേഹം അത്ര നന്നായിരിക്കില്ലെന്നു പറഞ്ഞു. കാരണം അടിച്ചമർത്തൽ ആരംഭിക്കേണ്ടത് ശത്രുവായിരിക്കണം; നമ്മളല്ല.

അടുത്തദിവസം (മാർച്ച് 21) മാർച്ച് തുടരാനായി ഞങ്ങൾ സാധനങ്ങൾ റെഡിയാക്കി. ഉച്ചതിരിഞ്ഞ് മൂന്നുമണിക്ക് പുറപ്പെടാൻ തീർച്ചയാക്കി. മറ്റു സാമഗ്രികൾക്കൊപ്പം 14 പിടക്കോഴികളേയും ഞങ്ങൾ വാങ്ങി.

ഞങ്ങൾ ഞങ്ങളുടെ ക്യാമ്പിൽനിന്ന് ഏതാണ്ട് ഏഴുമൈൽ അകലെ എത്തുന്നതുവരെ ഞങ്ങളുടെ തടവുകാരെ കൊണ്ടുപോയി. തുടർന്നവരുടെ ഷൂസും വസ്ത്രങ്ങളും യാത്രയ്ക്കുള്ള മൃഗങ്ങളേയും വാങ്ങിയശേഷം അവരെ വിട്ടയച്ചു. അവരിൽനിന്നും പിടിച്ചെടുത്ത കോവർ കഴുതയെ രോഗബാധിതനായ ചെയ്ക്കുനൽകി.

സംശയമുണ്ടാകാതിരിക്കാനായി ഒരു തടവുകാരന്റെ മട്ടിൽ അഭിനയിച്ചുകൊണ്ട് പൗളിനോ ഞങ്ങൾക്കൊപ്പം പോന്നു. ഞങ്ങളുടെ നാലു കമ്യൂണിക്കെകളുമായി (ഒപ്പം രണ്ടു സന്ദേശങ്ങളും ഇന്റിയുടെ ഭാര്യ മറ്റിൽഡെ ലാറക്കൊരു കത്തും) നഗരത്തിലേക്ക് (കൊച്ചബാംബ) പോകാൻ അവൻ സമ്മതിച്ചു. ഞങ്ങൾക്കൊപ്പം ചേർന്ന ആദ്യ കർഷകനാണവൻ. 20കാരനായ അവന് ക്ഷയരോഗമുണ്ടായിരുന്നു. സാഹചര്യ

1. എസ്കിവേൻ, കാരാബിനെറോസ് വിഭാഗത്തിലെ ഒരു സെക്കന്റ് ലെഫ്റ്റനന്റ് ആയിരുന്നു അയാൾ.

മെല്ലാം വിലയിരുത്തിയശേഷം അവനെ ഒരു സന്ദേശവാഹകനായി അയക്കാൻ ഞങ്ങൾ തീരുമാനിച്ചു. ഗറില്ലാ യൂണിറ്റിനെ രണ്ടുഗ്രൂപ്പുകളായി വിഭജിച്ചു. രണ്ടിനും വേണ്ടത്ര പോരാട്ടശേഷിയുണ്ടായിരുന്നില്ല.

ബൊളീവിയൻ ജനതയ്ക്ക്
കമ്യൂണിക്കെ നം:4

വിപ്ലവകരമായ സത്യം X പിന്തിരിപ്പൻ നുണകൾ

അടുത്തിടെ നൽകിയ പത്രക്കുറിപ്പുകളിൽ മുൻനിര സേനാഘടകങ്ങൾ തമ്മിൽ നടന്ന ഏറ്റുമുട്ടലുകളിൽ തങ്ങൾക്കു നേരിട്ട ചില നഷ്ടങ്ങളെപ്പറ്റി സൈന്യം സംസാരിക്കുകയുണ്ടായി. അതേസമയം, പതിവുപോലെ, ഞങ്ങൾക്ക് വളരെയേറെ ആളുകളെ നഷ്ടപ്പെട്ടതായും അതു ഞങ്ങൾ പുറത്തുപറയുന്നില്ലെന്നും അവർ പറയുന്നു. ഞങ്ങൾക്ക് ഞങ്ങളുടെ എല്ലാ പട്രോൾപാർട്ടികളിൽനിന്നും വിവരം കിട്ടിയിട്ടില്ലെങ്കിലും, സംഭവിച്ച നഷ്ടം വളരെ ചെറുതാണെന്ന് ഞങ്ങൾക്ക് ഉറപ്പിച്ചു പറയാൻ കഴിയും. അതുപോലെ, സൈന്യം ചൂണ്ടിക്കാട്ടിയ അടുത്തിടെയുള്ള ആക്ഷനുകളിൽ ഞങ്ങൾക്കൊരു നഷ്ടവും സംഭവിച്ചിട്ടില്ല.

ഇന്റി പെറെഡോ ഞങ്ങളുടെ സേനയുടെ ജനറൽ കമാൻഡിന്റെ ഭാഗമാണ്. ആ ജോലിയിൽ അയാൾ പൊളിറ്റിക്കൽ കമ്മിസാറിന്റെ ജോലി നിർവഹിക്കുകയും അടുത്തിടെ നടന്ന നിരവധി ആക്ഷനുകൾക്ക് നേതൃത്വം കൊടുക്കുകയും ചെയ്തു. അയാൾ ആരോഗ്യവാനാണെന്നു മാത്രമല്ല, അദ്ദേഹത്തെ ശത്രുവിന്റെ വെടിയുണ്ട സ്പർശിച്ചിട്ടുപോലുമില്ല. അദ്ദേഹത്തിന്റെ മരണത്തെക്കുറിച്ചുള്ള കള്ളപ്രചരണം ഞങ്ങളുടെ സേനയെ നേരിടുന്നതിൽ തങ്ങൾക്കുള്ള കഴിവുകേടിന്റെ ഭാഗമായി സൈന്യം പ്രചരിപ്പിച്ചുകൊണ്ടിരിക്കുന്ന നുണയുടെ വ്യക്തമായ ഉദാഹരണമാണ്.

മറ്റു ലാറ്റിനമേരിക്കൻ രാജ്യങ്ങളിൽനിന്നുള്ള പോരാളികളുടെ സാന്നിധ്യത്തെക്കുറിച്ചുള്ള പ്രഖ്യാപനങ്ങളെ സംബന്ധിച്ചിടത്തോളം, സൈനികരഹസ്യങ്ങൾ സൂക്ഷിക്കേണ്ടതുകൊണ്ട് ഞങ്ങൾ കണക്കൊന്നും നൽകുന്നില്ല. ഞങ്ങളുടെ മുദ്രാവാക്യത്തിന്റെ ഭാഗമായി – വിപ്ലവകരമായ സത്യമെന്നതാണത് – ഞങ്ങൾ ലളിതമായിപ്പറയുന്നത്, ഞങ്ങളുടെ മിനിമം പ്രോഗ്രാം – ബൊളീവിയയുടെ മോചനം – അംഗീകരിക്കുന്ന ആരെയും ഞങ്ങൾ ബൊളീവിയൻ പോരാളികൾക്കുള്ള എല്ലാ അവകാശങ്ങളോടും ഉത്തരവാദിത്വങ്ങളോടും കൂടി ഞങ്ങളുടെ അണികളിൽ ചേർക്കുമെന്നതാണ്. ഞങ്ങളുടെ പ്രസ്ഥാനത്തിലെ ഭൂരിപക്ഷവും അത്തരക്കാരാണ്. നമ്മുടെ രാജ്യത്തിന്റെ മോചനത്തിനുവേണ്ടി ആയുധം കൈയിലേന്തി പ്രവർത്തിക്കുന്ന ആരും ബൊളീവിയൻ എന്ന അഭിമാനകരമായ

പേരിന് അർഹതയുള്ളവനാണ്; അവർക്കത് ലഭിക്കുകയും ചെയ്യുന്നു – അവർ എവിടെയാണ് പിറന്നതെന്ന് നോക്കാതെ തന്നെ. ആത്മാർഥമായ വിപ്ലവകരമായ സാർവദേശീയത എന്നതിന്റെ വ്യാഖ്യാനം അതാണ്.
ബൊളീവിയയിലെ ELN

നഗരസംഘടനയിൽനിന്ന് പൂർണമായും ഒറ്റപ്പെട്ടനിലയിൽ ക്യൂബയിൽനിന്നുള്ള സന്ദേശങ്ങൾ മാത്രമേ ഞങ്ങൾക്ക് സ്വീകരിക്കാൻ കഴിഞ്ഞിരുന്നുള്ളൂ. അങ്ങോട്ടൊന്നും അയക്കാൻ കഴിഞ്ഞുമില്ല. ഗറില്ലാസേന വളരണമെങ്കിൽ, നഗരവുമായി ബന്ധം സ്ഥാപിക്കേണ്ടത് ആവശ്യമാണ്; കാരണം ബൊളീവിയയിലെ ഗ്രാമീണമേഖലകളുടെ ഒറ്റപ്പെട്ടതും ദുസ്സഹവുമായ ജീവിതസാഹചര്യങ്ങൾ നേരിട്ടുതന്നെ ആളുകളെ റിക്രൂട്ട് ചെയ്യുകയെന്നത് ഏറെക്കുറെ അസാധ്യമാക്കി.

ഞങ്ങളൊരു ക്രീക്കിന്റെ മുഖത്ത് ക്യാമ്പ്ചെയ്തു.

ഞങ്ങൾ പുലർച്ചതന്നെ പുറപ്പെട്ട് ഉച്ചവരെ നദിയിലൂടെ നടന്നു. അവിടെനിന്ന് ഞങ്ങൾ നദിയിൽനിന്നു വിട്ടുമാറി ഒരു മലകയറി. ഞങ്ങളൊരു മലനിരയുടെ മുകളിൽ മൂന്നുമണിയോടെ ക്യാമ്പടിച്ചു. ഞങ്ങൾ മാർച്ച് പുനരാരംഭിച്ചു. പക്ഷേ ഒരുമണിക്കൂർപോലും കഴിയുന്നതിനുമുമ്പ് മഴപെയ്യാൻ തുടങ്ങി. അതോടെ ഞങ്ങളുടെ ഗൈഡായി പ്രവർത്തിച്ചിരുന്ന പൗളിനോക്ക് വഴിതെറ്റി. മുന്നണിവിഭാഗം രാത്രിയാകുന്നതിനുമുമ്പ് വീണ്ടുമത് കണ്ടെത്തി. പക്ഷേ അതിനകം രാത്രിയായി. മൃഗങ്ങൾക്കായി വഴിവെട്ടിത്തെളിക്കുകയും വേണമായിരുന്നു. അതിനാൽ ഞങ്ങൾ ക്യാമ്പടിച്ചു.

വഴിവെട്ടിത്തെളിച്ചിടത്തേക്ക് ഞങ്ങൾ കയറിയെത്തി. രണ്ടുമണിക്കൂർ നടന്നശേഷം, ഞങ്ങളൊരു ഒഴിഞ്ഞുകിടക്കുന്ന മലഞ്ചെരുവിലെത്തി. അവിടെ നിന്ന് ഞങ്ങൾക്ക് റിയോ ഗ്രാൻഡെ കാണാം. ആ ദൃശ്യം നയനമനോഹരമായിരുന്നു. ഞങ്ങളോരോരുത്തരും ആ സീനറിയുടെ പശ്ചാത്തലത്തിൽ പരസ്പരം ഫോട്ടോയെടുത്തു. ചെയെ ഒരു കുതിരപ്പുറത്തിരുത്തിയാണ് അവിടെ കൊണ്ടെത്തിച്ചത്.

ഞങ്ങളൊരു ചെങ്കുത്തായ ഇറക്കമിറങ്ങി. ഡ്യൂറാൻ മലയ്ക്കരികിലുള്ള ഒരു ക്രീക്കിൽ ഞങ്ങൾ വിശ്രമിച്ചു.

ഞങ്ങൾക്കു മുന്നിൽപ്പോയിരുന്ന കന്നുകാലിമേച്ചിൽക്കാർ ഉണ്ടാക്കിയ ഒരു വഴിയിലൂടെ ഞങ്ങൾ മുന്നോട്ടുപോയി. അക്കാര്യം ഞങ്ങൾക്ക് വ്യക്തമായത് അവർ തലേന്ന് ക്യാമ്പടിച്ച സ്ഥലത്ത് ഞങ്ങളെത്തിച്ചേർന്നപ്പോഴാണ്. അപ്പോഴും തീയണഞ്ഞിരുന്നില്ല. ഞങ്ങളവർക്കൊപ്പം എത്തിച്ചേരാൻ ശ്രമിച്ചുവെങ്കിലും ഒരു വലിയ തീ ഞങ്ങളുടെ മുറിച്ചുകടക്കലിനെ തടസപ്പെടുത്തിയതിനാൽ ഞങ്ങൾക്കതിനു കഴിഞ്ഞില്ല. അത് മന:പൂർവം ഉണ്ടാക്കിയതാണെന്നാണ് ഞങ്ങൾ കരുതിയത്. കുറച്ചുകഴിഞ്ഞ് ഒരു വിമാനം ആ പ്രദേശത്തുകൂടെ പറന്നു; അത് ആ തീ കാര

ണമാണോ അതോ മറ്റുകാരണങ്ങളാലാണോ പറന്നതെന്ന് ഞങ്ങൾക്കറിയില്ല. ഞങ്ങൾ പിറായിയിലെത്തി.

ഞങ്ങൾ പൗളിനോയുടെ സഹോദരിയുടെ വീട്ടിലെത്തുന്നതുവരെ മുന്നോട്ടുതന്നെ പോയി. പക്ഷേ പിന്നീട് ഫ്ളോറിഡയിലേക്കുള്ള റോഡിന്റെ സമീപത്തുള്ള ഒരു റോഡിലേക്ക് നീങ്ങാൻ ഞങ്ങൾ തീരുമാനിച്ചു. അത് പാനിയാഗുവായുടെ സഹോദരിയുടെ വീടാണ്. അവിടെ ഞങ്ങളൊരു പശുവിനെ വാങ്ങി. ഫ്ളോറിഡ ഗ്രാമത്തിലേക്കുപോയി സാധനസാമഗ്രികൾ വാങ്ങാൻ കൊക്കോയുടെ നേതൃത്വത്തിലൊരു ഗ്രൂപ്പിനെ സംഘടിപ്പിച്ചു.

അവർ കുറച്ചു പഞ്ചസാരയും ആ പ്രദേശത്ത് പട്ടാളമുണ്ടെന്ന വിവരവുമായി മടങ്ങിവന്നു.

ദിവസം സാധാരണമട്ടിൽ കടന്നുപോയി. ഞങ്ങൾ ഭക്ഷണം പാകം ചെയ്തു. പഞ്ചസാരയ്ക്കുവേണ്ടി ശ്രമിച്ചു. കാമ്പയെ ബ്രഡ്ഡുണ്ടാക്കാൻ ഏൽപ്പിച്ചു. ആ കടമ നിർവഹിക്കാനായി അംബുഷിലെ തന്റെ സ്ഥാനത്തുനിന്ന് ചെ അവനെ ഒഴിവാക്കി. മിഗ്വെലിന്റെ നേതൃത്വത്തിൽ മുന്നണിവിഭാഗമാണ് അംബുഷ് ഏർപ്പാടുചെയ്തത്.

ജൂൺ 26 ന്റെ ഏറ്റുമുട്ടൽ

ടൂമയുടെ മരണം

അംബുഷിലുള്ളവരെ ആ ജോലിയിൽനിന്നൊഴിവാക്കാനായി അന്റോണിയോ, ടൂമ, ആർട്ടുറോ, നാറ്റോ എന്നിവർക്കൊപ്പം പോകാൻ 4.30 ന് എനിക്ക് ഉത്തരവ് കിട്ടി. ഞങ്ങളവിടെ എത്തിയപ്പോൾ വെടിയൊച്ച കേട്ടു. ഞങ്ങൾ തറയിൽകിടന്ന് മുന്നിലെ നിലകളിലേക്ക് മുന്നേറി. പെട്ടെന്ന് വെടിയൊച്ച നിലച്ചു. ഞങ്ങൾക്ക് ബെനിഞ്ഞോയുടെ പൊസിഷനിലെത്തിച്ചേരാൻ കഴിഞ്ഞു. മണ്ണിൽപുതഞ്ഞുകിടക്കുന്ന നാല് ശരീരങ്ങളിലേക്ക് അവൻ വിരൽചൂണ്ടി. അംബുഷിന്റെ മധ്യത്തിൽ മിഗ്വെലായിരുന്നു. പിൻവാങ്ങാനുള്ള വഴിയൊന്നുമില്ലാത്തതിനാൽ അവൻ നിന്ന സ്ഥലം വരെ ഞങ്ങൾക്ക് ചെന്നെത്തേണ്ടതുണ്ടായിരുന്നു. അപ്പോൾ ഞങ്ങൾ ശത്രുവിന്റെ ദൃഷ്ടികളിൽപ്പെടും. സൈന്യം നദിയുടെ മറുകരയിലാകെ വ്യാപിക്കുകയും നിലയെടുക്കുകയും ചെയ്തുകഴിഞ്ഞിരുന്നു. ഞങ്ങൾ മുറിച്ചുകടന്നപ്പോളവർ വെടിയുതിർക്കുകയുണ്ടായില്ല. അവർ ഒരുപക്ഷേ കൂടുതൽ സൈനികസന്നാഹങ്ങൾ ശക്തിപ്പെടുത്തുന്നതിനുവേണ്ടി കാത്തിരിക്കുന്നതുകൊണ്ടാണ് അതെന്ന് വ്യക്തമാണ്. ഞങ്ങളവനെ ഒഴിവാക്കി ചാർജെടുക്കാനാണ് വന്നിരിക്കുന്നതെന്ന് മിഗ്വെലിനോടു പറഞ്ഞു. എങ്കിലും സ്ഥിതിഗതികൾ വിവരിക്കാനായി ചെയ്ക്കടുത്തേക്ക് ഒരു സന്ദേശവാഹകനെ അയക്കേണ്ടതുണ്ടെന്നു ഞങ്ങൾക്കു തോന്നി. അവനതു സമ്മതിച്ചശേഷം നദീമധ്യത്തിൽ കാണാവുന്ന രണ്ടു റൈഫിളുകൾ തനിക്കു ചെന്നെടുക്കാനായി വെടിയുതിർത്തൊരു സംരക്ഷണ

കവചമുണ്ടാക്കാൻ എന്നോടാവശ്യപ്പെട്ടു. ഞാനതിന് വിസമ്മതിച്ചു. കാരണം, ശത്രുവിന് നദിയിലേക്ക് വ്യക്തമായി കാണാനാകുന്ന സ്ഥിതിയുണ്ടോ എന്നറിയില്ല.

പിന്നീട് ചെ വരികയും ഞങ്ങൾ അദ്ദേഹത്തിന്റെ അടുത്തെത്തുകയും ചെയ്തു. അദ്ദേഹം എന്നോട് മിഗ്വെലിനൊപ്പം മറ്റേവശത്തിന്റെ ചാർജെടുക്കാൻ പറഞ്ഞു. പട്ടാളം വ്യാപിക്കുകയാണെന്ന് മിഗ്വെൽ ഞങ്ങൾക്കു സൂചന തന്നു. അവർ മരക്കൊമ്പുകളൊടിക്കുന്ന ശബ്ദം ഞങ്ങൾക്ക് വ്യക്തമായിക്കേൾക്കാം. ഞങ്ങൾ ചെയോട് കൂടുതൽ പേരെ അയക്കാനാവശ്യപ്പെട്ടു. അദ്ദേഹം പാച്ചോയേയും അന്റോണിയെയും അയച്ചു. ഞങ്ങളാ രണ്ടു സഖാക്കളേയും നിലയെടുപ്പിച്ചു കഴിഞ്ഞപ്പോൾ ട്രക്കുകൾ വരുന്ന ശബ്ദം കേട്ടു. അധികം വൈകാതെ ഒരു മൊത്തത്തിലുള്ള വെടിവെപ്പുണ്ടായി. മരത്തിന്റെ യാതൊരു മറയുമില്ലാത്ത ഒരു സ്ഥലത്താണ് ഞങ്ങൾ നിൽക്കുന്നത്. പാച്ചോക്ക് ഒരു ചെറിയ കിടങ്ങിൽ ഇറങ്ങിനിന്ന് തിരികെ വെടിവയ്ക്കാൻ പറ്റി. ഞാൻ തറയിൽ കിടന്ന് ഏതാനും വെടിയുതിർത്തു. പക്ഷേ ഞാൻ കിടക്കുന്നത് ചെരിവുപ്രതലത്തിലായതിനാൽ ശത്രുവിനതൊരു നേട്ടമുണ്ടാക്കുന്നുണ്ട്. എങ്ങനെയും കിടങ്ങിലേക്കെത്തിച്ചേരാൻ പാച്ചോ എനിക്ക് സൂചന നൽകി. ഞാനൊന്നു തിരിഞ്ഞപ്പോഴേക്കും കാലിലൊരു കനത്ത പ്രഹരം കിട്ടിയതായി അനുഭവപ്പെട്ടു. എനിക്കു മുറിവേറ്റതുകൊണ്ട് വെടിയുതിർക്കാൻ ഞാൻ പാച്ചോയോട് വിളിച്ചുകൂവി. പാച്ചോയുടെയും അന്റോണിയോയുടെയും വെടിയുണ്ടകൾ നൽകിയ സംരക്ഷണത്തിനുകീഴിൽ ഒരുവിധം ഞാൻ കാട്ടിലെത്തുന്നതിൽ വിജയിച്ചു. ഞാൻ മിഗ്വെലിനുമേൽ ചെന്നിടിച്ചു. പിൻവാങ്ങാനുള്ള നിർദേശം ചെ നൽകിയിട്ടുണ്ടെന്നവൻ പറഞ്ഞു.

പാതയുടെ അവസാനത്തിൽ ഞങ്ങൾ എൽ മെഡിക്കോയെ കണ്ടു. ടൂമയുടെ വയറ്റിൽ വെടിയേറ്റതായി അവൻ പറഞ്ഞപ്പോഴേക്കും ടൂമയുടെ ഉച്ചത്തിലുള്ള ശബ്ദം കേട്ടു, "മുഗാൻഗ, ശ്രദ്ധിക്ക്, ഇതാകെ പൊല്ലാപ്പായി."അവനെ ഞങ്ങളൊരു കുതിരപ്പുറത്തെടുത്തു കയറ്റി.

ടൂമയുടെ മുറിവ് വളരെ മോശമായിരുന്നു. കർഷകനായ ഫെനലോൻകോക്കയുടെ വീട്ടിൽ അവനെ ഓപ്പറേഷനു വിധേയനാക്കി. പക്ഷേ അതുകൊണ്ടൊരു കാര്യവുമുണ്ടായില്ല. ആ മുറിവിലൂടെ അവന്റെ കരൾ പുറത്തേക്കു തള്ളിവന്നിരുന്നു. അവൻ മരിച്ചു. എന്നെ സംബന്ധിച്ച് ടൂമ ഒരു പോരാളിയെന്നതിനേക്കാൾ എത്രയോ വിലപ്പെട്ടവനായിരുന്നു. അവനെന്റെ സഖാവും സന്തതസഹചാരിയും സുഹൃത്തും സഹോദരനും ഞങ്ങളുടെ ഗ്രൂപ്പിനെ മുഴുവൻ ആഹ്ലാദത്തിമിർപ്പിലാക്കുന്ന ഒരു വ്യക്തിത്വവുമായിരുന്നു. എനിക്കെന്റെ തന്നെ ഒരുഭാഗം നഷ്ടപ്പെട്ടതായിത്തോന്നി. ഞങ്ങൾക്ക് സിയറാ മെയ്സ്ത്രയിലെയും ലാസ് വില്ലാസ് ക്യാമ്പയിനിലേയും[1] കോംഗോയിലെയും ഒരു സമരസഖാവിനെ നഷ്ടമായി,

1. ക്യൂബൻ വിപ്ലവപ്പോരാട്ടത്തിനിടയിൽ കിഴക്കൻ ക്യൂബയിലെ സിയറാ മെയ്സ്ത്രയിൽനിന്നും മധ്യപ്രവിശ്യയായ ലാസ് വില്ലാസിലേക്ക് കലാപസേന നടത്തിയ സൈനിക നീക്കമാണ് ഇവിടെ പരാമർശിക്കപ്പെടുന്നത്.

ഇവിടെ ബൊളീവിയയിലെ പോരാട്ടത്തിൽവച്ച്. അതിന്റെ കൂടെ, സോഷ്യലിസത്തിന്റെ ആദ്യഘട്ടനിർമാണത്തിന്റെ അനുഭവങ്ങളിലൂടെ ഒന്നിച്ച് കടന്നുപോന്നവരാണ് ഞങ്ങൾ.

ടൂമയെ ഒരു കുതിരപ്പുറത്ത് കെട്ടിവെച്ചു. അതിനെ നടത്തിച്ചുകൊണ്ടുപോകുന്ന ചുമതല ഉർബാനോ ഏറ്റെടുത്തു.

ഞങ്ങളവനെ ആഴംകുറഞ്ഞ ഒരു കുഴിയിൽ അടക്കം ചെയ്തു. കാരണം ഭൂമി അത്രമാത്രം കടുപ്പമേറിയതായിരുന്നു. അത് ആഴത്തിൽ കുഴിക്കാൻ വേണ്ട ഉപകരണങ്ങളൊന്നുംതന്നെ ഞങ്ങൾക്കുണ്ടായിരുന്നില്ല.

ആ ഏറ്റുമുട്ടലിനിടെ ഞങ്ങൾ രണ്ടു പുതിയ ചാരന്മാരെ കസ്റ്റഡിയിലെടുത്തു. ഒരാളൊരു കാരാബിനെറോ ലെഫ്റ്റനന്റും (പേര് വാൾട്ടർ ലാൻഡിവർ) മറ്റൊരാളൊരു കാരാബിനെറോയും. ചെ അവർക്കൊരു ക്ലാസെടുത്തശേഷം അവരെ വിട്ടയച്ചു. അതിനുമുമ്പ് അവരുടെ എല്ലാ സാധനങ്ങളും ഞങ്ങൾ അഴിച്ചെടുത്തിരുന്നു. അടിവസ്ത്രം മാത്രമേ നൽകിയുള്ളൂ. പിന്നീട് ചെ ഞങ്ങളെ അതിന് കുറ്റപ്പെടുത്തി. അവരുടെ മനുഷ്യാന്തസ്സിനുമേലുള്ള കൈയേറ്റമാണതെന്നും അത് ചെയ്യാനാർക്കും അവകാശമില്ലെന്നും അദ്ദേഹം പറഞ്ഞു.

ഞങ്ങൾ സെൽസോ റോക്കയുടെ വകയായ ഒമ്പത് കുതിരകളുടെ പുറത്ത് സ്ഥലംവിട്ടു. പ്രഭാതത്തിൽ നിർത്താതെയുള്ള വെടിയൊച്ചകൾ ഞങ്ങൾ കേട്ടു. ഒരുപക്ഷേ സൈന്യം അടുത്തുവരുന്നതാകാം അതെന്ന് ഞങ്ങൾക്കു തോന്നി. ഒരുപക്ഷേ ഞങ്ങൾ വിട്ടയച്ച തടവുകാരെ തെറ്റിദ്ധരിച്ച് അവർക്കുനേരെ സൈന്യം വെടിയുതിർക്കുന്നതുമാകാം.

പാലിസയിലേക്കുള്ള വഴിയിൽ ലോസ് ആജോസ് നദിക്കു നേരെ

പാലിസയിലേക്കുള്ള ദിശയിൽ ഏതാണ്ട് രണ്ടുമണിയോടെ ഞങ്ങൾ യാത്ര തുടർന്നു. വഴിയിൽവെച്ച് ഞങ്ങൾ ഒരു കർഷകനെ കണ്ടു. അയാൾ വഴി സശ്രദ്ധം പരിശോധിക്കുകയായിരുന്നു. എന്താണുചെയ്യുന്നതെന്നു ഞങ്ങൾ ചോദിച്ചപ്പോൾ ഒരു വലിയപറ്റം ആളുകൾ കടന്നുപോയതായി തന്റെ ഭാര്യ പറഞ്ഞെന്നും അതു സത്യമാണോ എന്നു പരിശോധിക്കുകയായിരുന്നു താനെന്നും അയാൾ മറുപടി പറഞ്ഞു.

ഞങ്ങൾ ആ ദിവസം വൈകിട്ട് ഏഴുമണിക്ക് ലക്ഷ്യത്തിലെത്തി. പാച്ചോ ഒരു സഹോദരനെപ്പോലെ എന്റെ കാര്യം ശ്രദ്ധിച്ചുകൊണ്ടിരുന്നു. ഞങ്ങൾക്ക് ഡോൺ ലൂക്കാസിന്റെ വീട്ടിലേക്കുപോകാൻ ഒരു വഴികാട്ടിയെ കിട്ടി. ഞങ്ങളൊരു ഉപേക്ഷിക്കപ്പെട്ട വീട്ടിലേക്കുപോയി. അവിടെ ഞങ്ങൾ നിന്നപ്പോൾ ബെനിഞ്ഞോ അവിടെക്കണ്ട പശുക്കളുടെ പാല് കറന്നെടുത്തു. അതേസമയം, ചിഞ്ചുവും മോറോയും വരാൻ താമസിക്കുന്നത് ചെയെ കോപാകുലനാക്കി.

അന്ന് അടുത്തിടെ നടന്ന ഏറ്റുമുട്ടലിന്റെ വിവരം റേഡിയോ പ്രക്ഷേപണം ചെയ്തു. സൈന്യത്തിന് മൂന്നുമരണവും രണ്ടുപേരുടെ മുറിവും

സംഭവിച്ചതായും ഏറ്റുമുട്ടൽ നടന്നത് മോസ്കുവേരാ നദി പ്രദേശത്തായിരുന്നുവെന്നും വാർത്തയിൽ പറഞ്ഞിരുന്നു. അപ്പോൾ ഒരു സൈനികൻ മരിച്ചതായി നടിച്ചതായിരുന്നിരിക്കണം; നാല് ശരീരങ്ങൾ ഞങ്ങൾ എണ്ണിയതാണ്.

ചെയുടെ അപഗ്രഥനവും നിർദേശങ്ങളും

അടുത്തദിവസം രാവിലെ ഞങ്ങൾ യാത്ര തുടർന്നു (ജൂൺ 29ന്). ഒരു ജംഗ്ഷനിലെത്തിയപ്പോൾ ഞങ്ങൾ നിന്നു. അവിടെവെച്ച് ചെ ഏറ്റുമുട്ടലിന്റെ ഫലങ്ങൾ അപഗ്രഥിക്കാനൊരു മീറ്റിങ് സംഘടിപ്പിച്ചു. തുലനനില നോക്കുമ്പോൾ, സൈന്യത്തിന്റെ വീക്ഷണകോണിൽ വിജയികൾ നമ്മളാണ്. പക്ഷേ നമ്മുടെ വീക്ഷണകോണിൽനിന്ന് നമുക്കൊരു പരാജയം സംഭവിച്ചു. കാരണം ശത്രുവിന് അവന്റെ നഷ്ടം നികത്താൻ പറ്റും. നമുക്കത് സാധ്യമല്ല. നാമിപ്പോൾ കുറേശ്ശെ മെലിഞ്ഞുമെലിഞ്ഞ് വരികയാണ്. അതുകൊണ്ടിപ്പോൾ ജോവാകിനെ കണ്ടെത്തി നഗരങ്ങളിലെ ശക്തികളുമായി ബന്ധപ്പെടേണ്ടത് ആവശ്യമാണ്. മെലിഞ്ഞുവരൽ എണ്ണത്തിന്റെ കാര്യത്തിൽ മാത്രമല്ല ഗുണത്തിന്റെ കാര്യത്തിൽക്കൂടിയാണെന്ന് അദ്ദേഹം പറഞ്ഞു. കാരണം മരണം കൊണ്ടുപോകുന്നത് നമ്മുടെ ഏറ്റവും മികച്ച ആളുകളെയാണ്.

ചെ. റൂബിയോയെക്കുറിച്ച് പറഞ്ഞു. അവന്റെ ത്യാഗമനോഭാവത്തെയും ഇവിടെ ബൊളീവിയയിൽവന്ന് പോരാട്ടത്തിൽച്ചേരാനായി അവൻ ഉപേക്ഷിച്ച ചുമതലകളെയും ജോലിയെയും കുറിച്ചും, ക്യൂബൻ വിപ്ലവത്തിൽ അവനെ ഏൽപ്പിച്ച ചുമതലകളെക്കുറിച്ചും, അതിലെല്ലാം അവൻ സ്വന്തം കഴിവു തെളിയിച്ചതിനെപ്പറ്റിയുമെല്ലാം. ഞങ്ങൾ ചപ്പാറെയിൽ തുറക്കാൻ പ്ലാനിട്ടിരുന്ന മുന്നണിയിൽ റോളാൻഡോയുടെ പാർശ്വത്തിലായി സെക്കൻഡ്-ഇൻ കമാൻഡ് സ്ഥാനത്തിനായി റൂബിയോയെയാണ് തെരഞ്ഞെടുത്തിരുന്നതെന്നും ചെ പറഞ്ഞു.

റൊളാൻഡോയെക്കുറിച്ച് സംസാരിക്കാൻ തുടങ്ങിയപ്പോൾ അദ്ദേഹത്തിന്റെ നേതൃത്വപരമായ ഗുണങ്ങളിലാണ് ചെ ഊന്നിയത്. മൊത്തം ഗറില്ലാസേനയിലും, രാഷ്ട്രീയമായും സൈനികമായും ഏറ്റവും മികവുറ്റ കേഡറായിരുന്നു റൊളാൻഡോ. അദ്ദേഹത്തിന്റെ മരണം ചെയുടെ ഹൃദയത്തിൽ ആഴത്തിൽ മുറിവേൽപ്പിച്ചിരിക്കുന്നു. റൊളാൻഡോ തന്റെ പക്ഷത്തുണ്ടായിരുന്നുവെന്നതിലും അവനെ പരിശീലിപ്പിക്കാൻ താൻ സഹായിച്ചുവെന്നതിലും താൻ അഭിമാനിക്കുന്നുവെന്നും ചെ പറഞ്ഞു.

ടൂമയിലേക്ക് കടക്കുന്നതിനുമുമ്പ്, മരണപ്പെട്ട ഏറ്റവും വിലയേറിയവരായ ബൊളീവിയൻ സഖാക്കളുടെ കാര്യത്തിലേക്ക് ഇപ്പോൾത്തന്നെ കടക്കുന്നില്ലെന്ന് അദ്ദേഹം പറഞ്ഞു. ഇപ്പോൾ വീണുപോയ ക്യൂബൻ സഖാക്കളുമായി തന്നെ ബന്ധിച്ചിരുന്ന ശക്തമായ സൗഹാർദബന്ധങ്ങളെക്കുറിച്ച് ഞങ്ങളെല്ലാവരും അറിയണമെന്ന് താൻ ആഗ്രഹിക്കുന്നുവെന്ന് അദ്ദേഹം പറഞ്ഞു. അവർക്കൊപ്പം താനത്രയേറെ സമയം

ചെലവഴിച്ചതുകൊണ്ടു കൂടിയാണത്. അതേ ശക്തമായ ബന്ധങ്ങൾ നമ്മളെ ഏവരേയും– ക്യൂബക്കാരെയും ബൊളീവിയക്കാരെയും– ഒന്നിച്ചു ചേർക്കുമെന്ന കാര്യത്തിൽ തനിക്കുറപ്പുണ്ടെന്നും, ലാറ്റിനമേരിക്കക്കാരെന്ന നിലയിൽ നാമെല്ലാവരും ഒന്നാണെന്നും തുടർന്ന് അദ്ദേഹം പറഞ്ഞു.

താനിപ്പോൾ ഈ രാജ്യത്തെ തന്റേതന്നെ സ്വന്തം രാജ്യമെന്ന നിലയിൽ സ്നേഹിച്ചുതുടങ്ങിയിരിക്കുന്നതായി അദ്ദേഹം പറഞ്ഞു. മലനിരകളിലേക്ക് വിരൽ ചൂണ്ടിക്കൊണ്ട്, താൻ അവയെ സിയറ മെയ്സ്ത്രയെന്നതുപോലെ സ്നേഹിക്കുന്നതായും, എന്നാൽ മരിക്കണമെന്നുണ്ടെങ്കിൽ അർജന്റീനയിൽ വെച്ചാകണമെന്നതാണ് തന്റെ ആഗ്രഹമെന്നും അദ്ദേഹം പറഞ്ഞു.

അദ്ദേഹം ടൂമയെക്കുറിച്ചു സംസാരിക്കാൻ തുടങ്ങിയതോടെ, അദ്ദേഹത്തിൽ വികാരവായ്പ് വന്നുനിറഞ്ഞു. അവരൊന്നിച്ചു ചെലവഴിച്ച വർഷങ്ങളെക്കുറിച്ച് അദ്ദേഹം ഓർമിച്ചു. ലാസ് വില്ലാസ് കൈയടക്കലിനെക്കുറിച്ചും ക്യൂബൻ വിപ്ലവത്തിന്റെ വിജയത്തിനുശേഷം വന്ന സമാധാനകാലത്തെപ്പറ്റിയുമെല്ലാം അദ്ദേഹം സംസാരിച്ചു. ടൂമയുടെ മരണം വ്യക്തിപരമായി തനിക്ക് കനത്ത ഒരു ആഘാതമാണെന്നും അവൻ തന്റെ മകനെപ്പോലെയായിരുന്നെന്നും അദ്ദേഹം പറഞ്ഞു. “ഏറെക്കുറെ ഒരു വർഷം മുമ്പ് ഈ ദൗത്യം ആരംഭിച്ചവരിലെ ആദ്യത്തെ ആളുകളെ നമുക്കു നഷ്ടപ്പെട്ടിരിക്കുന്നു.”

അംബുഷുകൾ തയാറാക്കിയിരുന്ന രീതിയെ അദ്ദേഹം പൊതുവായ രീതിയിൽ വിലയിരുത്തി. സ്ഥിരം പൊസിഷനുകളുടെ കാര്യത്തിലോ ഒളിഞ്ഞിരിക്കുന്ന പാതകളെക്കുറിച്ചോ കാര്യമായ ഗൗരവത്തിലുള്ള തയാറെടുപ്പുകളൊന്നും ഇല്ലായിരുന്നതിനാൽ അതൊരു ഫലപ്രദമായ പ്രവർത്തനം സാധ്യമാക്കുകയില്ല എന്ന് അദ്ദേഹം പറഞ്ഞു. ഗറില്ലാ അടവുകളുടെ കാര്യത്തിൽ ഞങ്ങൾക്ക് ക്ലാസുകളും നിർദേശങ്ങളും തരാമെന്ന് അദ്ദേഹം വാഗ്ദാനം ചെയ്തു.

വിയറ്റ്നാമിലെ വീരജനതയിൽനിന്നും നാം പാഠങ്ങൾ പഠിക്കേണ്ട ആവശ്യമുണ്ടെന്നും അതു നമ്മുടെതന്നെ സാഹചര്യങ്ങളുമായി പൊരുത്തപ്പെടുത്തേണ്ടതുണ്ടെന്നും അദ്ദേഹം സൂചിപ്പിച്ചു, അതിനെല്ലാം ഉപരിയായി, അവരുടെ ഗറില്ലാ അടവുകളുടെ ഏറ്റവും കാതലായ സ്വഭാവവിശേഷങ്ങൾ നാം കാണാതിരുന്നുകൂടെന്നും അദ്ദേഹം പറഞ്ഞു. ചില തത്വങ്ങൾ അനുഭവപരമായി നാം പ്രയോഗിക്കുക മാത്രമായിരുന്നെന്ന് അദ്ദേഹം പറഞ്ഞു. കടന്നാക്രമണപരമായി പ്രവർത്തിക്കുന്നതുപോലെയുള്ള കാര്യങ്ങൾ. നാം അങ്ങേയറ്റം ധീരതയോടെയും ചങ്കൂറ്റത്തോടെയുമാണ് പ്രവർത്തിക്കുന്നതെന്ന് നിഷേധിക്കാനാവില്ല. പക്ഷേ അതു നമ്മെ ജാഗ്രതയോടെയും ശ്രദ്ധയോടെയും പ്രവർത്തിക്കുക, നമ്മുടെ അംബുഷുകൾ ശ്രദ്ധാപൂർവം സംഘടിപ്പിക്കുക എന്നീ കാര്യങ്ങൾ അവഗണിക്കുന്നതിലേക്ക് നയിക്കരുത്. വലിയ സേനകളെ ചെറിയ സേനക

ളെക്കൊണ്ട് പരാജയപ്പെടുത്താനും മർദനത്തിന്റെ ഏറ്റവും വലിയ ശക്തിയെ–സാമ്രാജ്യത്വത്തെ– തടുത്തുനിർത്താനും വേണ്ട രീതികൾ വിയറ്റ്നാംകാർ വികസിപ്പിച്ചിരിക്കുന്നു. ജീവന്റെ സാമ്പത്തികശാസ്ത്രത്തിന്റെ നയം നാം സ്ഥിരതയോടെ പ്രയോഗിക്കണമെന്ന് അദ്ദേഹം വിശദീകരിച്ചു. സ്ഫോടകവസ്തുക്കളുടെ പരമാവധി മികച്ച ഉപയോഗം സാധിക്കണമെന്ന കാര്യത്തിൽ നാം ബോധവാന്മാരാകണം; നമ്മുടെ കടന്നാക്രമണസ്വഭാവം ഉപേക്ഷിക്കാതെതന്നെ ക്യൂബയിലത് ഇടയ്ക്കിടെയും ഫലപ്രദമായും ഉപയോഗിച്ചിരുന്നു. നാം അതിവിടെ ബൊളീവിയയിൽ ഉപയോഗിച്ചിട്ടേയില്ല. സൈനികവിരുദ്ധമൈനുകളും ബൂബിട്രാപ്പുകളും (തൊട്ടാൽ പൊട്ടിത്തെറിക്കുംവിധം മറച്ചു വയ്ക്കപ്പെടുന്ന ബോംബ്കെണി) ഉപയോഗിച്ച് ശത്രുവിന് നാശംവരുത്താം. അവ ശത്രുവിന്റെ അണികളിൽ ഭയമുണ്ടാക്കുകയും അവരുടെ ആത്മവീര്യം തകർക്കുകയും ചെയ്യും. അക്കാരണത്താൽ സായുധസമരത്തിലെന്നപോലെ മന:ശാസ്ത്രയുദ്ധത്തിലും അവയൊരു ഘടകമാണ്.

> നാം ഇത്തരം കാര്യങ്ങളിലൂടെ നമുക്ക് നേട്ടമുണ്ടാക്കാൻ ആലോചിക്കാതിരിക്കാൻ കാരണം, നമുക്ക് നമ്മുടെ ധൈര്യംകൊണ്ട് സർവപ്രശ്നങ്ങളും പരിഹരിക്കാനാവുമെന്നു കരുതിയതാണ്. പക്ഷേ ഇത് വെറുമൊരു ധീരതയുടെ മാത്രം യുദ്ധമല്ല. ധൈര്യത്തിനൊപ്പം ബുദ്ധിയും വേണം. ഏറ്റവും ബുദ്ധിയുള്ള ഭാഗം വിജയിക്കും.

ചെ ഉപസംഹരിച്ചു.
ഖനികളിലെ സമരത്തിന്റെ വാർത്തകൾ ഞങ്ങൾ കേട്ടു.[1]

1 ജൂൺ 23–24 രാത്രിയിൽ; ഏകാധിപത്യത്തിനെതിരെ ബൊളീവിയൻ ഖനിത്തൊഴിലാളികൾ ആരംഭിച്ച, വിപുലീകൃതമായിക്കൊണ്ടിരുന്ന സമരത്തെ അടിച്ചമർത്താനുള്ള ശ്രമത്തിന്റെ ഭാഗമായി സിംഗ്ലോ XX മൈനുകളിൽ തൊഴിലാളികളുടെ വീടുകൾക്കുനേരെ സൈന്യം വെടിയുതിർത്തു. ആ സംഘർഷം ആഴ്ചകളായി രൂക്ഷമായിക്കൊണ്ടിരിക്കുകയായിരുന്നു. ജൂൺ 6 ന് ഗുവാനിനിയിൽ ഖനിവേലക്കാരുടെ യോഗം ഗറില്ലാസമരത്തോട് അനുഭാവം പ്രഖ്യാപിച്ചു. രാജ്യത്താകെ സൈന്യം ഉപരോധാവസ്ഥ പ്രഖ്യാപിച്ചു. ജൂൺ 15ന് വ്യവസായ യൂണിയനുകൾ ഒരു അടിയന്തരാവസ്ഥ പ്രഖ്യാപിക്കുകയും 23ന് വിദ്യാർഥികളും തൊഴിലാളികളും ഒരു പരസ്പര പ്രതിരോധസഹായക്കരാർ ഒപ്പുവയ്ക്കുകയും ചെയ്തു. മൈനിംഗ്ജില്ലയെ തൊഴിലാളികൾ "സ്വതന്ത്രപ്രദേശ"മായി പ്രഖ്യാപിക്കുകയും ഗറില്ലകൾക്ക് ഒരുദിവസത്തെ വേതനവും മരുന്നുകളും സംഭാവന ചെയ്യാൻ തീരുമാനിക്കുകയും ചെയ്തു. ജൂൺ 24ന് സാൻ ജ്യൂവാൻ അവധിദിവസത്തിൽ രാജ്യവ്യാപകമായ ചെറുത്തുനിൽപ്പ് പ്ലാൻചെയ്യാനായി തൊഴിലാളികൾ സിംഗ്ലോ XX മൈനുകളിൽ ഒരു മീറ്റിങ് ചേരാൻ ഒത്തുചേർന്നപ്പോൾ, സായുധസേനകൾ പ്രധാന ടിൻ ഖനികൾ കൈയടക്കുകയും താമസക്കാരെ കൂട്ടക്കൊലചെയ്യുകയും ചെയ്തു. ഉറങ്ങിക്കിടന്നവരെയാണ് കൊന്നൊടുക്കിയത്. അതിന്റെ ഫലമായി സിംഗ്ലോ XXഖനിയിൽ സ്ത്രീകളും കുട്ടികളുമടക്കം 87 പേർ മരിച്ചു. സിംഗ്ലോ XX ലെ ഖനിത്തൊഴിലാളി യൂണിയന്റെ സെക്രട്ടറി ജനറൽ റോസെൻഡോ ഗാർഷ്യയും കൊലചെയ്യപ്പെട്ടു. അദ്ദേഹമാണ് ഗറില്ലാസമരത്തിന് പിന്തുണ സംഘടിപ്പിച്ചുകൊണ്ടിരുന്നത്.

ബൊളീവിയയിലെ ഖനിവേലക്കാരോട്
കമ്യൂണിക്കെ നം: 5

സഖാക്കളേ,

തൊഴിലാളിവർഗത്തിന്റെ രക്തം വീണ്ടും ഖനികളിൽ ഒഴുകിയിരിക്കുന്നു. അടിമകളാക്കപ്പെട്ട ഖനിത്തൊഴിലാളികളുടെ രക്തം ഭരണവർഗം നിരന്തരം കുടിച്ചുവറ്റിക്കാൻ തുടങ്ങിയിട്ട് നിരവധി നൂറ്റാണ്ടുകളായി. ആ കൊടിയ അനീതി ശക്തമായ പ്രതിഷേധത്തിന്റെ പൊട്ടിത്തെറിക്കലുകൾക്ക് ഇടയാക്കുന്നിടങ്ങളിലൊക്കെ അവർ ഖനിത്തൊഴിലാളികളുടെ രക്തംചിന്തുകയും ചെയ്യുന്നു. ഈ ആവർത്തിച്ചുകൊണ്ടിരിക്കുന്ന സൈക്കിൾ (ചക്രം) ഒരു മാറ്റവുമില്ലാതെ നൂറുകണക്കിനു കൊല്ലങ്ങളായിത്തുടരുകയാണ്.

അടുത്തവർഷങ്ങളിൽ, ഈ പാറ്റേൺ താൽക്കാലികമായി തകർന്നു. ഏപ്രിൽ 9 ന്റെ[1] വിജയത്തിൽ ഉയിർത്തെഴുന്നേൽപ്പു സംഘടിപ്പിച്ച തൊഴിലാളികളായിരുന്നു നിർണായക പങ്കുവഹിച്ചത്. ഒരു പുതിയ പ്രഭാതം പിറക്കുമെന്ന പ്രതീക്ഷയ്ക്ക് ആ സംഭവം വഴിവെച്ചു. അങ്ങനെ തൊഴിലാളികൾ ഒടുവിൽ അവരുടെതന്നെ യജമാനന്മാരാകുമെന്ന പ്രതീക്ഷയുണർന്നു. പക്ഷേ ലോക സാമ്രാജ്യത്വത്തിന്റെ പ്രവർത്തനങ്ങൾ, കാണാൻ കണ്ണുള്ള എല്ലാവർക്കും മുന്നിൽ വെളിപ്പെടുത്തിയിരിക്കുന്ന കാര്യം, സാമൂഹ്യവിപ്ലവത്തിന്റെ കാര്യം വരുമ്പോൾ അവിടെ പകുതി വെന്ത പരിഹാരങ്ങളൊന്നും സാധ്യമല്ലെന്നാണ്. ഒന്നുകിൽ മുഴുവൻ അധികാരവും പിടിച്ചെടുക്കണം. അല്ലെങ്കിൽ അത്രമാത്രം ത്യാഗങ്ങളോടെയും, അത്രമാത്രം ചോര ചൊരിഞ്ഞും നേടിയ നേട്ടങ്ങളൊക്കെ നഷ്ടപ്പെടും.

മൈനിങ് തൊഴിലാളികളുടെ സന്നദ്ധ സായുധ സംഘങ്ങളാണ് തുടക്കത്തിൽ ഏക ഗൗരവമുള്ള ശക്തിയായിരുന്നത്. തുടർന്ന് തൊഴിലാളിവർഗത്തിന്റെ സായുധസന്നദ്ധസംഘങ്ങൾക്കൂടി രൂപംകൊണ്ടു. ഒപ്പം ഉയർന്ന വർഗത്തിൽനിന്ന് നിലംപതിച്ചവരുടെയും കർഷകരുടെയുമൊക്കെ സായുധസന്നദ്ധസംഘടനകളും രൂപംകൊണ്ടു. ഈ ഗ്രൂപ്പുകളുടെ അംഗങ്ങൾ അവരുടെ താൽപ്പര്യങ്ങളുടെ സമാനത കാണാൻ കഴിവുള്ളവരായിരുന്നില്ല. ജനവിരുദ്ധശക്തികളുടെ വാചകക്കസർത്തുകൾക്കു കീഴിൽ പരസ്പര സംഘട്ടനങ്ങൾ ഉടലെടുത്തു. ഒടുവിൽ സായുധസേന ആട്ടിൻതോ

---

1 1952 ഏപ്രിൽ 9 ആണ് ബൊളീവിയൻ സൈനികസർക്കാരിനെ പുറന്തള്ളി റവലൂഷണറി നാഷണലിസ്റ്റ് മുന്നണിയുടെ നേതൃത്വത്തിലുള്ള ഭരണത്തെ അധികാരത്തിലേറ്റിയ ഉയിർത്തെഴുന്നേൽപ്പ് നടന്നത്. ആ ഉയർത്തെഴുന്നേൽപ്പിൽ ബൊളീവിയൻ ഖനിത്തൊഴിലാളികൾ ഒരു മുഖ്യമായ പങ്കുവഹിച്ചു.

ലിട്ട ചെന്നായയെപ്പോലെ വീണ്ടും പ്രത്യക്ഷപ്പെട്ടു. തുടക്കത്തിൽ ചെറുതും അപ്രധാനവുമായിരുന്നെങ്കിൽ, ഈ സേന പിന്നീട് തൊഴിലാളിവർഗത്തിനെതിരായ ഒരു ഉപകരണമായി രൂപാന്തരപ്പെട്ടു. അതുപോലെ, സാമ്രാജ്യത്വത്തിന്റെ ഏറ്റവും വിശ്വസ്തനായ പിന്താങ്ങിയായുമത് മാറി. അക്കാരണത്താൽ സാമ്രാജ്യത്വവാദികൾ സൈനികാട്ടിമറിക്ക് അവരുടെ പച്ചക്കൊടി വീശി.

തൊഴിലാളിവർഗത്തിന്റെ ഭാഗത്തുനിന്ന് അടവുപരമായ തെറ്റുകൾ ആവർത്തിക്കപ്പെട്ടതുകൊണ്ടുണ്ടായ പരാജയത്തിൽനിന്ന് നാമിപ്പോൾ കരകയറുകയാണ്. നാം രാജ്യത്തെ ആഴമേറിയ ഒരു സാമൂഹ്യവിപ്ലവത്തിനായി ക്ഷമാപൂർവം തയാറാക്കിക്കൊണ്ടിരിക്കുകയാണ്. അത് വ്യവസ്ഥയെ അടിമുതൽ മുടിവരെ മാറ്റും.

വീരോചിതമാണെങ്കിലും ഫലരഹിതമായ തെറ്റായ അടവുകൾ നാമാവർത്തിച്ചുകൂടാ. അതു തൊഴിലാളിവർഗത്തെ ഒരു ചോരപ്പുഴയിൽ മുക്കുകയും അതതിന്റെ അണികളെ കുറയ്ക്കുകയും നമ്മുടെ ഏറ്റവും സമരോത്സുകമായ ഘടകങ്ങളെ നമ്മുടെ കൂടെയില്ലാതാക്കുകയും ചെയ്യും.

നീണ്ട മാസങ്ങളിലെ സമരങ്ങളിലൂടെ, ഗറില്ലകൾ രാജ്യത്തെ പിടിച്ചുകുലുക്കി. അവർ സൈന്യത്തിന് ഒട്ടനവധിപേരെ നഷ്ടമാക്കുന്ന കനത്ത പ്രഹരങ്ങളേൽപ്പിച്ചു. അത് അതിനകത്ത് ഒരു ആത്മവീര്യത്തകർച്ചയും സൃഷ്ടിച്ചു. അതേസമയം ഗറില്ലാസേനയ്ക്ക് കാര്യമായൊരു നാശവും വന്നതുമില്ല. എന്നാൽ അതേ സൈന്യംതന്നെ, മണിക്കൂറുകൾ നീണ്ടുനിന്ന ഏറ്റുമുട്ടലിനൊടുവിൽ, ഒരുദിവസം യജമാനന്മാരായി. അവർ തൊഴിലാളികളുടെ ശവശരീരത്തിനു മുകളിൽ ആൺമയിലുകളെന്നപോലെ നൃത്തം ചവിട്ടി. വിജയവും പരാജയവും തമ്മിലുള്ള വ്യത്യാസം നിലകൊള്ളുന്നത് ശരിയായതും തെറ്റായതുമായ അടവുകൾ സ്വീകരിക്കുന്നതിലാണ്.

സഖാവ് ഖനിവേലക്കാരാ, ബഹുജനസമരത്തിന്റെ തെറ്റായ അപ്പസ്തോലന്മാർക്ക് ഇനിമുതൽ നാം ഒരു ശ്രദ്ധയും നൽകിക്കൂടാ. അവർ അതിനെ വ്യാഖ്യാനിക്കുന്നത്, ഒരു സേനയുടെ രൂപഭാവങ്ങളോടെ ജനങ്ങൾ മർദകരുടെ മുന്നിലേക്ക് മാർച്ചുചെയ്യുന്നതായാണ്. നമുക്ക് യാഥാർഥ്യത്തിൽനിന്ന് പഠിക്കാം! മെഷിൻഗണ്ണുകൾക്കെതിരെ നഗ്നമായ വിരിമാറുകൾ, അതെത്രതന്നെ ധീരോദാത്തമായാലും, ഒരു ഫലവുമില്ലാത്തതാണ്. നശീകരണത്തിന്റെ ആധുനിക ഉപകരണങ്ങൾക്കെതിരെ ബാരിക്കേഡുകൾ, അവയെത്രതന്നെ നന്നായി ഉയർത്തപ്പെട്ടാലും ഫലരഹിതമാണ്. വലിയ കർഷക അടിത്തറയും വിശാലമായ ഭൂപ്രദേശവുമുള്ള അൽപ്പവികസിതരാജ്യങ്ങളിൽ, ബഹുജനസമരങ്ങൾ ഒരു ചെറുതും ചലനാത്മകവുമായ മുന്നണിപ്പോരാളി വിഭാഗത്തെ–ഗറില്ലകളെ–ചുറ്റി

പ്പറ്റിയാണ് പ്രവർത്തിക്കുന്നത്; ശക്തമായി ജനങ്ങൾക്കിടയിൽ അടിയുറപ്പിച്ചുകൊണ്ട്. ഈ ഗറില്ലാസേന ശത്രുസേനയുടെ ചെലവിൽ നിരന്തരമായി കരുത്താർജിക്കും. ജനകീയ വിപ്ലവാഭിനിവേശത്തിന്റെ രൂപീകരണത്തിലേക്കൊരു രാസത്വരകമായി പ്രവർത്തിക്കും–വിപ്ലവപരിതഃസ്ഥിതി രൂപീകരിക്കപ്പെടുന്നതു വരെ. ആ സമയത്ത് ഒരൊറ്റ സമയോചിതവും ലക്ഷ്യവേധിയുമായ പ്രഹരം കൊണ്ട് ഭരണകൂടാധികാരത്തെ മറിച്ചിടാനാകും.

നന്നായി കേൾക്കുക: ഞങ്ങളാഹ്വാനം ചെയ്യുന്നത് മൊത്തത്തിലുള്ള നിഷ്ക്രിയത്വത്തിനുവേണ്ടിയല്ല. വിജയം ഉറപ്പുതരാത്ത പ്രവർത്തനങ്ങളിലായി ശക്തികളെ ഉപയോഗിച്ചുതീർക്കരുതെന്നു മാത്രമാണ് ഞങ്ങൾ വളരെ ലളിതമായി ആവശ്യപ്പെടുന്നത്. സർക്കാരിന്മേൽ തങ്ങളുടെ സമ്മർദം എപ്പോഴും അനുഭവപ്പെടുന്ന തരത്തിൽ തൊഴിലെടുക്കുന്ന ബഹുജനങ്ങൾ പ്രവർത്തിക്കണം; കാരണം മുന്നണികൾക്കു പരിധിയൊന്നുമില്ലാത്ത ഒരു വർഗസമരമാണിത്. അവൻ എവിടെയായിരുന്നാലും, ഒരു പൊതുശത്രുവിനെതിരെ തന്റെ മുഴുവൻ ശക്തിയും എടുത്തു പൊരുതാൻ ഒരു തൊഴിലാളിക്കു കടമയുണ്ട്.

സഖാവ് ഖനിവേലക്കാരാ, കൈകൾ വിടർത്തിപ്പിടിച്ച് ELN ഗറില്ലകൾ നിങ്ങളെ കാത്തിരിക്കുന്നു. ഞങ്ങളുടെ ഓരംചേർന്ന് ഇതിനകംതന്നെ പൊരുതിത്തുടങ്ങിയിരിക്കുന്ന ഭൂമിക്കടിയിലെ തൊഴിലാളികൾക്കൊപ്പം ചേരാൻ ഞങ്ങൾ നിങ്ങളെ ക്ഷണിക്കുന്നു. ജനവിരുദ്ധ ശക്തികളുടെ വാചകക്കസർത്തുകളിൽ തട്ടിത്തകർന്നുപോയ തൊഴിലാളി–കർഷക ഐക്യം ഇവിടെ നമുക്ക് വീണ്ടും പടുത്തുയർത്താം. നമുക്കിവിടെ പരാജയത്തെ വിജയമാക്കി മാറ്റാം. നമുക്ക് തൊഴിലാളിവർഗ വിധവകളുടെ വിലാപങ്ങളെ വിജയത്തിന്റെ മധുരഗാനങ്ങളാക്കി പരിവർത്തിപ്പിക്കാം. ഞങ്ങൾ നിങ്ങളെ കാത്തിരിക്കുന്നു.

ELN

ഞങ്ങൾ മഴയത്ത് ഡോൺ ലൂക്കാസിന്റെ കൃഷിയിടത്തിലെത്തി. അതിനടുത്ത വീടുകളിലൊന്നിൽ നിലയെടുത്തു. ആ വയസൻ വളരെയേറെ സഹകരണ മനോഭാവമുള്ളവനായിത്തോന്നി; അദ്ദേഹത്തിന്റെ പെൺമക്കളിലൊരാൾ ഞങ്ങളെ സഹായിച്ചതിന് അയാളെ ശരിക്കും ശകാരിച്ചെങ്കിലും.

ഞങ്ങൾ രണ്ടുകർഷകരെ തടവുകാരാക്കി. വയസൻ ഞങ്ങളെ അനുഗമിക്കാൻ സ്വമേധയാ മുന്നോട്ടുവന്നു.

രാവിലെ(ജൂലൈ 1) ഞങ്ങൾ ബാർച്ചിലോണിന്റെ ദിശയിൽ നടന്നു. ഒരു വിശ്രമവേളയിൽ വലിയ വാചകമടിക്കാരനായ ആൻഡ്രെസ് കൊക്ക എന്ന കർഷകനെ ഞങ്ങൾ തടഞ്ഞുവെച്ചു.

വഴിയിൽവച്ച് എന്റെ കുതിര എന്നെ പലതവണ തട്ടിത്താഴെയിട്ടു. ഒടുവിൽ യെപ്പെസ് എന്നൊരാളുടെ വീട്ടിൽ ഞങ്ങൾ ക്യാമ്പടിച്ചു. അയാൾക്ക്[1] മൂന്ന് മക്കളുണ്ട്. ഒരാൾക്കുമാത്രമേ വായിക്കാനറിയൂ.

ഞങ്ങൾ ഡോൺ നിക്കോമെഡീസ് ആർട്ടിയേഗയുടെ വീട്ടിലെത്തി. അവർ ഞങ്ങൾക്ക് പൊഞ്ചാഡോസ് (വീട്ടിലുണ്ടാക്കുന്ന സിഗരറ്റുകൾ) തന്നു.

പ്രധാന വീടു തേടി ഞങ്ങൾ പിയോജ്ജേറ നദിയിലേക്കു പോയി. അവിടെ ഞങ്ങൾ ഭക്ഷണം കഴിച്ചു. ചെ കർഷകരുടെ ഫോട്ടോയെടുത്തു.

അടുത്തദിവസവും(ജൂലൈ 3) ഞങ്ങളവിടെത്തന്നെ തങ്ങി. കാരണം ചെ ഏറെക്കുറെ രോഗബാധിതനായിരുന്നു. രാത്രിയിൽ അൽപ്പംപോലും അദ്ദേഹത്തിന് ഉറങ്ങാൻ കഴിഞ്ഞിരുന്നില്ല. ചെയോട് അവിടെ തങ്ങണമെന്ന് ബോധ്യപ്പെടുത്താനായി എനിക്ക് വിശ്രമം ആവശ്യമാണെന്നും എപ്പോഴും കുതിരപ്പുറത്ത് തൂങ്ങിക്കിടന്നാൽ എന്റെ കാലൊരിക്കലും ശരിക്ക് സുഖപ്പെടുകയില്ലെന്നും എൽ മെഡിക്കോ അദ്ദേഹത്തോടു പറഞ്ഞു.

ആ ജനവാസപ്രദേശത്തിനു മുകളിലൂടെ ഒരു വിമാനം താണുപറന്നുപോയി. അതോടെ, രാത്രിയിൽ ബോംബിങ്ങുണ്ടാകുമെന്ന കിംവദന്തി പരന്നു. അവിടത്തെ താമസക്കാർ അവരുടെ വീടു ഉപേക്ഷിച്ച് കാപ്പിത്തോട്ടങ്ങളിലാണ് രാത്രി കഴിച്ചുകൂട്ടിയത്.

ഞങ്ങൾ വളരെ രാവിലെ പുറപ്പെട്ടു. ഏറെക്കുറെ എല്ലാ സഖാക്കൾക്കും വയറിനു തകരാറുവന്നു.

ചെയുടെ ആസ്ത്മ വളരെ മോശമാകുകയായിരുന്നു. എന്റെ സഞ്ചിയിലൊന്നുകൂടി സൂക്ഷിച്ച് പരതിനോക്കിയപ്പോൾ ആസ്ത്മ മരുന്നിന്റെ ചെറിയ ഡപ്പി കിട്ടി. അതിന്റെ അടിയിൽ അൽപ്പസ്വൽപ്പം മരുന്ന് ബാക്കിയുണ്ടായിരുന്നു. ഒരു ഇൻഹേലറിൽ ഉപയോഗിക്കാവുന്നത്രയില്ല. പക്ഷേ തോണ്ടിയെടുത്ത് ഒരു കുത്തിവെപ്പ് നടത്താൻ മാത്രമുണ്ടുതാനും.

ലോസ് ആജോസിൽനിന്നുള്ള റോഡിൽ യെപ്പെസ് സഹോദരന്മാരിലെ മൂത്തയാളെ[2] കണ്ടുമുട്ടി. പട്ടാളം ഒരിടുങ്ങിയ പാതയിലാണെന്നും എൽ ഫിലോയിലേക്കുള്ള റോഡിൽ പട്ടാളക്കാർ കടന്നുപോകുന്നതു കണ്ടതായും അയാൾ ഞങ്ങളോടു പറഞ്ഞു. ഞങ്ങൾ യാത്ര തുടർന്ന് ഉച്ചതിരിഞ്ഞപ്പോൾ ജംഗ്ഷനിലെത്തി. അവിടെ ഞങ്ങൾ മാനുവൽ കാറില്ലോയുടെ വീട്ടിൽ കഴിഞ്ഞു.

കർഷകർ മുഴുവൻ ഭയാക്രാന്തരായി ഓടിക്കളഞ്ഞു. അതിൽ അസാധാരണമായൊന്നുമില്ല, ഞങ്ങളെപ്പോഴൊക്കെ ഒരു ഗ്രാമത്തിലെത്തിയോ, അപ്പോഴൊക്കെ അത് സംഭവിച്ചിട്ടുണ്ട്. റാമോൺ എന്നുപേരുള്ള ഒരു കർഷകന്റെ വീട്ടിൽ ഞങ്ങളെത്തി. ഞങ്ങളവിടെ താമസിക്കുന്നത് അയാളുടെ അമ്മായിയമ്മക്ക് ഇഷ്ടപ്പെട്ടില്ല. ഞങ്ങളുമായി തനിക്കുള്ള ഇടപാടുകൾ വെറും ബിസിനസ്സ് മാത്രമാണെന്ന് അയാൾ അവരെ ബോധ്യപ്പെടുത്തി.

---

1. ആ കർഷകന്റെ പേര് ആൻഡ്രെസ് യെപ്പെസ്, അയാളുടെ മക്കൾ ജ്യൂവാൻ, ഹിപ്പോലിറ്റോ, റെനാൻ യെപ്പെസ് എന്നിവരായിരുന്നു.
2. റെനാൻ യെപ്പെസ്.

ഞങ്ങൾ പെനാ കൊളൊറാഡോയിലേക്ക് തിരിച്ചു. ആൾട്ടോ ഡെൽ പലെർമോയിൽ വീണ്ടും ഒന്നുചേരാനായി ഞങ്ങൾ നിന്നു. അവിടെവെച്ചൊരു ഭീകരമായ കാറ്റുണ്ടായി. ഞങ്ങളെ അത് അടിച്ചുകൊണ്ടുപോയില്ലെന്നേയുള്ളൂ. അവിടെനിന്ന് ഞങ്ങൾക്ക് ഹൈവേ കാണാമായിരുന്നു.

ഞങ്ങൾ യാത്ര തുടർന്നു. നിറയെ സാധനസാമഗ്രികളുള്ള പലചരക്കുകടയിൽ ഞങ്ങളെത്തി. ഞങ്ങൾ സിഗരറ്റുകൾ, പാൽ, അയില, കാരമെൽ (മൈസൂർപാക്ക് പോലൊരു പലഹാരം) തുടങ്ങിയവ വാങ്ങി. ഭാരം കൂടാതിരിക്കാനായി അധികമൊന്നും വാങ്ങിയില്ല. രാത്രിയിൽ ഞങ്ങൾ ഹൈവേയിലെത്തി. ഒരു വൃദ്ധ താമസിക്കുന്ന വീട്ടിലേക്ക് അവിടെ പാചകം ചെയ്യാൻ അനുവദിക്കുമോ എന്നു ചോദിക്കാനായി ചെ അന്റോണിയോയെ അയച്ചു. പക്ഷേ അവർ വാതിൽ തുറക്കാൻ തയാറായില്ല. അതോടെ പലചരക്കുകടക്കാരൻ ഞങ്ങൾക്ക് സാധനം തരാനും വിസമ്മതിച്ചു. അതോടെ ഞങ്ങൾ അവരെക്കൊണ്ട് ബലമായി രണ്ടുകാര്യങ്ങളും സമ്മതിപ്പിച്ചു.

ഞങ്ങളുടെ പദ്ധതി ഹൈവേയിൽ ഒരു വാഹനം നിർത്തിച്ച് സമായിപട്ട നഗരത്തിലെത്താനായി അതു ഉപയോഗിക്കുക എന്നതായിരുന്നു. അവിടെ ഞങ്ങൾ ഒരു ഫാർമസിയും ആശുപത്രിയും റെയ്ഡ് ചെയ്യാൻ തീരുമാനിച്ചു. അതിലൂടെ ഞങ്ങൾക്ക് വിവിധതരം മരുന്നുകൾ ലഭ്യമാകും. പ്രത്യേകിച്ചും ചെയ്ക്ക് വേണ്ട ആസ്ത്മ മരുന്നുകൾ. ആസ്ത്മയ്ക്കുള്ള മരുന്നില്ലാത്തതിനാൽ അദ്ദേഹത്തിന്റെ ആസ്ത്മ മിനിട്ട് വച്ച് വഷളാകുകയായിരുന്നു.

ഒരുവർഷത്തെ ഏറ്റുമുട്ടലിനിടയിൽ തന്റെ ആസ്ത്മ നിയന്ത്രിക്കാൻ എത്ര മരുന്നുവേണ്ടിവരുമെന്ന് അദ്ദേഹം കണക്കാക്കിയിരുന്നു. ചെയുടെ തന്നെ നിർദേശപ്രകാരം സൈന്യം കൈയടക്കിയ ഗുഹകളിൽ അത് സുരക്ഷിതമായി സൂക്ഷിക്കുകയും ചെയ്തു. തനിക്കൊപ്പം ചെറിയ അളവുകൾ മാത്രമേ അദ്ദേഹം കൊണ്ടുനടന്നുള്ളൂ. അത് അദ്ദേഹം പല ക്നാപ്പ്സാക്കുകളിലായി വിഭജിച്ചു. അദ്ദേഹത്തിന് തുടർച്ചയായി ആസ്ത്മയുടെ ശല്യമുണ്ടായതിനാൽ മരുന്നു മുഴുവൻ ഉപയോഗിച്ചുതീർന്നു.

സമായിപട്ടയ്ക്കു മേലുള്ള ആക്രമണം

ഫ്ളോറിഡ പ്രവിശ്യയുടെ തലസ്ഥാനമായ സമായിപട്ടയ്ക്കു മേലുള്ള ആക്രമണം ഗറില്ലാദളത്തിലെ എല്ലാ അംഗങ്ങളും ചെയ്ക്കാവശ്യമായ മരുന്നുകിട്ടാനുള്ള ഏക മാർഗമെന്ന നിലയിൽ നിർദേശിച്ചതായിരുന്നു. അദ്ദേഹമതിന് തികച്ചും എതിരായിരുന്നു. അദ്ദേഹം കരുതിയത് തനിക്ക് മരുന്നില്ലാതായിത്തീർന്നത് തന്റെതന്നെ കുറ്റംകൊണ്ടാണെന്നും അതു ലഭിക്കാനായി മറ്റു സഖാക്കളുടെ ജീവൻ അപകടത്തിലാക്കുന്നത് ശരിയല്ലെന്നുമായിരുന്നു. അദ്ദേഹത്തെ ബോധ്യപ്പെടുത്താൻ നീണ്ട ചർച്ചകൾ വേണ്ടിവന്നു. ബാക്കി ഗറില്ലകൾക്കും പലതരം മരുന്നുകൾ അത്യാവശ്യമുണ്ടെന്ന കാര്യം വിശദീകരിച്ചപ്പോൾ അദ്ദേഹം ഒടുവിലതിനു സമ്മതം മൂളി.

പാപ്പി, കൊക്കോ, പാച്ചോ, അനിസെറ്റോ, ജൂലിയോ, ചിനോ എന്നിവരെ ആ ആക്രമണദൗത്യത്തിനായി തെരഞ്ഞെടുത്തു. അന്ന് ജൂലൈ 6 ആയിരുന്നു.

ഒട്ടേറെ വാഹനങ്ങളെ ഹൈവേയിൽ തടഞ്ഞുനിർത്തി. ഒരു വാഹനം രക്ഷപ്പെടാൻ ശ്രമിച്ചു. നിർത്താൻ പലതവണ ഉച്ചത്തിൽ വിളിച്ചുപറഞ്ഞിട്ടും അതു നിർത്താതായതോടെ, ഒടുവിൽ ഇന്റി അതിന്റെ ടയറിന് വെടിവെച്ചു.

ഒരു പിക്അപ്പ് വാഹനത്തെയാണ് ടൗണിലേക്കെത്താൻ നമ്മുടെ സഖാക്കൾ ഉപയോഗിച്ചത്. അവിടെ അവർ ചിലതരം പാനീയങ്ങൾ വാങ്ങുകയും അവിടെനിന്നിരുന്നവരെ അതു കുടിക്കുന്നതിൽ പങ്കുചേരാൻ ക്ഷണിക്കുകയും ചെയ്തു. രണ്ട് അർധ സൈനികർ (കാരാബിനെറോകൾ) വന്നു. അവരെ നിരായുധരാക്കിയശേഷം ഭക്ഷണത്തിൽ പങ്കുചേരാൻ ക്ഷണിച്ചു. സാധനസാമഗ്രികൾ, വസ്ത്രങ്ങൾ, മറ്റുസാധനങ്ങൾ എന്നിവ വാങ്ങിച്ചു. അവിടത്തെ ഒരു നിവാസി പാച്ചോയോട് നിങ്ങളൊരു അർജന്റീനക്കാരനാണോ എന്നു ചോദിച്ചപ്പോൾ അദ്ദേഹം ഒരു ദക്ഷിണ അമേരിക്കൻ ചുവയോടെ "അതെ, പക്ഷേ ലാ പാസിൽ നിന്നാണ്"എന്നു മറുപടി പറഞ്ഞു. അവരെ ഒഴിവാക്കുകയെന്നതേ അദ്ദേഹത്തിനു ലക്ഷ്യമുണ്ടായിരുന്നുള്ളൂ (ആ ദിവസം മുതൽ പാച്ചോയെ 'ലാ പാസിൽ നിന്നുള്ള അർജന്റീനക്കാരൻ' എന്ന് ഞങ്ങൾ വിളിച്ചുതുടങ്ങി).

അവരവരുടെ പാനീയങ്ങൾ കുടിച്ചുകൊണ്ടിരിക്കുന്നതിനിടയിൽ ലെഫ്. ജ്യുവാൻ വാക്കഫ്ളോർ എത്തിച്ചേർന്നു. ഈ സാഹചര്യം നേരിട്ടതോടെ, സഖാക്കൾ ഒരു ആകസ്മിക ആക്രമണത്തിനു പരിപാടിയിട്ടു. അവരതിനുവേണ്ടി നിലയെടുത്തു. ചിനോ, ജൂലിയോ, അനിസെറ്റോ എന്നിവരെ തടവുകാരെയും ടെലഫോണും മറ്റുകാര്യങ്ങളും ശ്രദ്ധിക്കാനായി നിർത്തി. ലെഫ്റ്റനന്റിനെ ജയിലിലേക്ക് നടത്തി. അയാളെ പാസ്‌വേഡ് പറയാൻ നിർബന്ധിതനാക്കി. അങ്ങനെ വാതിൽ തുറന്നു. അതു തുറന്നുകൊണ്ടിരിക്കുമ്പോൾത്തന്നെ റിക്കാർഡോയും പാച്ചോയും വെടിയുതിർത്തുകൊണ്ട് അകത്തുകയറി. അവർക്കുപിന്നിലായി ലെഫ്റ്റനന്റിനെയുംകൊണ്ട് കൊക്കോയും. ആക്രമണം സേനാംഗങ്ങളെ അമ്പരപ്പിച്ചു. അവർക്ക് കിടക്കകളിൽ നിന്നെഴുന്നേറ്റ് ആക്രമണത്തെ ചെറുക്കാൻ വേണ്ടത്ര സമയം കൊടുത്തില്ല. ഒരാൾ മാത്രം(അയാൾ ഉണർന്നു കിടക്കുകയായിരുന്നു.) തറയിലേക്ക് എടുത്തുചാടി ഒളിക്കുന്നതിൽ വിജയിച്ചു. അയാൾ ദ്രാവകവീപ്പകൾക്കു പിന്നിലൊളിച്ച് പാച്ചോക്കുനേരെ വെടിവെച്ചു. എന്താണു സംഭവിക്കുന്നതെന്നുകണ്ട റിക്കാർഡോ പാച്ചോയെ തള്ളിമാറ്റിയതിനാൽ അദ്ദേഹം രക്ഷപ്പെട്ടു. പാച്ചോ ഉടനടിതന്നെ പ്രതികരിച്ചുകൊണ്ട്, ഗ്രനേഡെറിഞ്ഞ് അയാളെ കൊന്നു. ആ ഒരു മരണം മാത്രമേ ആ ഏറ്റുമുട്ടലിനിടയിൽ നടന്നുള്ളൂ.

സൈനികവും രാഷ്ട്രീയവുമായ വീക്ഷണകോണിൽനിന്ന് ആക്രമണമൊരു വിജയമായിരുന്നു. ഞങ്ങളൊരു പ്രവിശ്യാതലസ്ഥാനം പിടിച്ചു. അതിന് ദേശീയവും അന്തർദേശീയവുമായ പ്രത്യാഘാതങ്ങളുണ്ടാകും.

ഒമ്പത് പട്ടാളക്കാരെ തടവുകാരാക്കി. ഞങ്ങൾക്ക് അഞ്ചു മൗസറുകളും ഒരു BZഉം സൈനികസാമഗ്രികളും ഞങ്ങളുടെ മൊത്തം റൂട്ടും അടയാളപ്പെടുത്തിയ ഒരു ഭൂപടവും ലഭിച്ചു. ആ ഭൂപടത്തിൽ ഞങ്ങൾ പുറത്തുവരുമെന്നും സമായിപട്ടയിലേക്ക് കടന്നുകയറുമെന്നും വരെ മുൻകൂട്ടിക്കണ്ടിരുന്നു.

ആ സമയത്ത് അത്ര കൃത്യമായ രഹസ്യവിവരങ്ങൾ ലഭിച്ചിട്ടും അവരൊരു സുരക്ഷാസന്നാഹങ്ങളും ശക്തിപ്പെടുത്തിയില്ല എന്നകാര്യം ഞങ്ങളെ അത്ഭുതപ്പെടുത്തി. പിന്നീട് ലഭ്യമായ വിവരങ്ങൾ പ്രകാരം, എൽ ഫിലോയിൽ ഞങ്ങളൊരു താവളം സ്ഥാപിക്കുന്നതിനെ തടയുകയെന്നതാണ് കൂടുതൽ പ്രധാനമെന്നവർ കരുതിയിരുന്നതാകാം അതിന് കാരണമെന്ന് ഞങ്ങൾ തീരുമാനിച്ചു. അവിടെ താവളമുറപ്പിച്ചുകൊണ്ട് ഞങ്ങൾ ഗറില്ല പ്രവർത്തനങ്ങൾ നടത്തുകയും, പ്രദേശം ഞങ്ങളുടെ കൈയിലമരുകയും ചെയ്താൽ ഞങ്ങളെ തുരത്താൻ പ്രയാസകരമായിരിക്കുമെന്നവർ കണക്കുകൂട്ടി. ഗ്രാമങ്ങൾ, റോഡുകൾ, ഉയർന്ന പ്രദേശങ്ങൾ എന്നിവയൊക്കെ ഞങ്ങളവിടെ എത്തുന്നതിനുമുമ്പേ കൈയടക്കിക്കൊണ്ട് ഞങ്ങൾക്കവിടെ താമസിക്കുക ബുദ്ധിമുട്ടാക്കിത്തീർക്കാൻ അവർ ശ്രമിച്ചു.

തിരികെപ്പോരുന്നതിനിടയിൽ, തടവുകാരെ ഞങ്ങൾ സ്വതന്ത്രരാക്കി. സമായിപട്ട നഗരത്തിൽനിന്ന് ഒരു കി മീ പുറത്തുകടന്നതോടെ അവരുടെ സാധനസാമഗ്രികളെല്ലാം പിടിച്ചെടുത്തശേഷമായിരുന്നു അത്. മരുന്നിനെ സംബന്ധിച്ചിടത്തോളം, ഞങ്ങൾക്കു വേണ്ടവയിൽ ചിലത് കിട്ടി. പക്ഷേ ആസ്ത്മക്കു മരുന്നൊന്നും കിട്ടിയില്ല[1]. ചെ ഉടനടിതന്നെ പലചരക്കുകടയിലേക്കു പിന്മാറാൻ ഉത്തരവിട്ടു. അവിടെയെത്തിയപ്പോൾ ഞങ്ങൾ അവർക്ക് പാലൊഴിച്ച കാപ്പി നൽകി.

ഗറില്ലായൂണിറ്റിൽ ഓരോരുത്തരും ചെലവഴിച്ച കാലമെത്രയെന്നതിന്റെ ക്രമത്തിൽ ഷൂസുകൾ വിതരണം ചെയ്തു.

തുടർന്ന് ഞങ്ങൾ അടുത്തുള്ള റാമോണിന്റെ വീട്ടിലേക്കു മാർച്ചു ചെയ്തു. അവിടെ ഞങ്ങൾക്കു തൊട്ടുമുമ്പത്തെ സന്ദർശനത്തിൽ ഒരു ശത്രുതാപരമായ സമീപനവും അനുഭവപ്പെട്ടിരുന്നില്ല. ഞങ്ങൾ അവിടെ എത്തിയപ്പോൾ, കർഷകൻ പുറത്തുപോയി വഴിത്തിരിവിലെത്തി പട്ടാള സാന്നിധ്യമുണ്ടോയെന്നു പരിശോധിച്ചു. "എല്ലാം ശാന്തം" (അങ്ങനെയാണവർ ആരും അവിടെയില്ല എന്നകാര്യം സൂചിപ്പിക്കുക) അയാൾ പറഞ്ഞു. ചെയ്ക്കൊരു വിധം കടുത്ത രോഗമായിക്കഴിഞ്ഞിരുന്നു. ടലാമോണലിന്റെ ഡപ്പിയിലെ അവശിഷ്ടങ്ങളിൽ അൽപ്പം ചൂടുവെള്ളമൊഴിച്ച് അതു ഉപയോഗിച്ചുകൊണ്ട് കടുത്ത ആസ്ത്മയുടെ ആക്രമണത്തെ നിയന്ത്രണവിധേയമാക്കാൻ അദ്ദേഹം ശ്രമിച്ചു. ഈ കർഷകനാണ്

1. ആർമി മേജർ അർനാൾഡോ സോസെഡോ പരാഡ പിന്നീടെഴുതിയത്, ഗുവേരയ്ക്ക് ആസ്ത്മ മരുന്ന് ആവശ്യമാണെന്ന് മനസിലാക്കിയതോടെ അതു കിട്ടുകയില്ലെന്ന് അവർ ഉറപ്പാക്കിയെന്നാണ്.

ഞങ്ങളോട് ലോസ് ആജോസിലെയും സാൻജ്യുവാനിലെയും സൈനികസാന്നിധ്യത്തെക്കുറിച്ചു പറഞ്ഞത്.

സമായിപട്ടയിൽനിന്ന് എൽ ഫിലോയുടെ പ്രാന്തപ്രദേശങ്ങളിലേക്ക്

പട്ടാളക്കാരുമായൊന്നും അഭിമുഖീകരിക്കാതെ ഞങ്ങൾ ആ വീട്ടിൽ നിന്ന് നദിയിലേക്കു നടന്നു. അവർ അവിടെ ഇല്ലെന്നായിരുന്നു ഞങ്ങൾക്കു കിട്ടിയ എല്ലാ സൂചനകളും പറഞ്ഞത്. ഞങ്ങളെ വേഗം പറഞ്ഞുവിടാനാണ് കർഷകൻ സേനാ സാന്നിധ്യത്തെപ്പറ്റി നുണ പറഞ്ഞതെന്ന് ചെ കരുതി. അങ്ങനെ ഞങ്ങളെ പറഞ്ഞുവിടാനായാൽ അയാൾക്കു ഗറില്ലകളുടെ ശല്യമൊഴിവാക്കാമല്ലോ.

ഞങ്ങൾ പിറായിയിലേക്ക് യാത്ര തുടർന്നു. ഞങ്ങളവിടെ അടുത്തുള്ള ഒരു ഗുഹയിൽ ക്യാമ്പടിച്ചു.

ഞങ്ങൾ കൃത്യമായ ഒരു വഴിത്താരയൊന്നും പിന്തുടരാതെ ഞങ്ങളുടെ മാർച്ച് പുനരാരംഭിച്ചു. കാരണം എൽ ഫിലോയിലേക്കുള്ള പാത ഞങ്ങൾക്കു നഷ്ടപ്പെട്ടുപോയിരുന്നു. ഞങ്ങളൊരു താൽക്കാലിക കെട്ടിടത്തിൽ ക്യാമ്പടിച്ചു.

വീണ്ടും മാർച്ച് പുനരാരംഭിച്ചു. ഒടുവിൽ ഞങ്ങൾ റോഡ് രണ്ടായി പ്പിരിയുന്നിടത്തെത്തി. അവിടെ ഞങ്ങളുടെ മുന്നണി വിഭാഗം ഞങ്ങളെ കാത്തിരിക്കുന്നുണ്ടായിരുന്നു. ഞങ്ങൾ വലതുവശത്തെ വഴിയിൽക്കൂടി പോകാൻ തീരുമാനിച്ചു. അവിടെ വീണ്ടും ഞങ്ങളൊരു താൽക്കാലിക കെട്ടിടത്തിലെത്തി. അവിടെനിന്ന് കുറെ അകലെ എൽ ഫിലോയെന്ന് ഞങ്ങൾ വിചാരിച്ച കുറച്ച് കൃഷിചെയ്തിരിക്കുന്ന ഒരു പ്രദേശം കാണാനായി. പക്ഷേ റോഡ് അവിടേക്കെത്തിയില്ല. അത് ഒരു പാറക്കെട്ടിനരികെ അവസാനിച്ചു.

റേഡിയോ എൽ ഡൊറാഡോയിലെ ഏറ്റുമുട്ടൽ റിപ്പോർട്ടു ചെയ്യുന്നുണ്ടായിരുന്നു. ഞങ്ങൾ ഭൂപടത്തിലത് അടയാളപ്പെടുത്താൻ നോക്കി. റേഡിയോയിൽനിന്നു കേട്ട വിവരമനുസരിച്ച് അത് ഞങ്ങളുടെ പ്രദേശത്തിനടുത്താണ്. സമായിപട്ടക്കും റിയോ ഗ്രാൻഡോക്കുമിടയിൽ. പക്ഷേ അങ്ങനെയൊന്ന് നിലവിലില്ല. പക്ഷേ നാങ്കാഹുവാസുവിനും മുയുപ്പാമ്പക്കുമിടയിൽ ഈ പേരുള്ള ഒരു സ്ഥലം ഞങ്ങൾ കണ്ടെത്തി. ഞങ്ങൾ ക്യാമ്പടിച്ചു.

കനത്ത മഴ വന്നു. ഞങ്ങൾ ഞങ്ങളുടെ മുന്നണി വിഭാഗത്തിൽനിന്നു വേർപെട്ടു.

ചിഞ്ചു ഒരു പശുക്കുട്ടിയെ കൊന്നു. നാറ്റോയും അനിസെറ്റോയും അവനെ സഹായിക്കാനായി പോയി. പക്ഷേ അവരെ കാണാതായി. ലിയോൺ അവരെത്തേടിപ്പോയി. അവരെ അവൻ കണ്ടെത്തി. ആ ഇറച്ചി ക്യാമ്പിലെത്തിക്കാൻ ഞങ്ങളെല്ലാം പ്രയത്നിച്ചു.

മുൻനിരവിഭാഗം വെട്ടിത്തെളിച്ചിരുന്ന പാതയുടെ വിവരം മിഗ്വെലിൽനിന്നു കിട്ടാനായി വിശ്രമിച്ചുകൊണ്ട് കാത്തിരിക്കുമ്പോൾ, ഇക്വിരിയിലെ ഒരേറ്റുമുട്ടലിനെപ്പറ്റി ഞങ്ങൾ റേഡിയോ വാർത്ത കേട്ടു. അവിടെ ജോവാക്വിൻ ഞങ്ങളെ കാത്തിരിക്കുന്നുണ്ടാകാമെന്ന സാധ്യതയുണ്ട്. ബെനിഞ്ഞോ ഏറ്റുമുട്ടിയത് ജോവാക്വിനുമായാകാം, അല്ലാതെ സേനയുമായിട്ടായിരിക്കില്ല എന്ന സാധ്യത അത് ശരിവച്ചു.[1] കാരണം ശത്രു ആ വഴി മുകളിലേക്കു വന്നിരുന്നെങ്കിൽ അത് ജോവാക്വനെതിരെയാകും എത്തിച്ചേരുക. ഒരു ഗറില്ല മരണപ്പെട്ടതായാണ് വാർത്തയിലുണ്ടായിരുന്നത്.[2]

രാവിലെ (ജൂലൈ 13) ഞങ്ങളൊരു ചെങ്കുത്തായ മലയിറങ്ങി ഒരു ക്രീക്കിലെത്തി. അവിടെയാണ് ഞങ്ങളുടെ മുന്നണി വിഭാഗം ക്യാമ്പടിച്ചിരുന്നത്. ഉച്ചതിരിഞ്ഞതോടെ ഞങ്ങളൊരു ഉപേക്ഷിക്കപ്പെട്ട കൃഷിയിടത്തിലെത്തി. അവിടെ നാരങ്ങയും ഓറഞ്ചുമുണ്ടായിരുന്നു. പന്നികളുടെ വഴിത്താരയും. ഞങ്ങളാ വഴിത്താര പിന്തുടർന്ന് റേലിയോ മാൻസില്ല എന്ന ഒരു കർഷകന്റെ വീടു കണ്ടെത്തി. അയാൾ ഞങ്ങൾക്ക് സൈന്യത്തെക്കുറിച്ച് വിവരംനൽകി. അവർ റോഡിൽ ഞങ്ങളെ കാത്തുനിൽക്കുന്നുവെന്നതിലേക്കാണ് എല്ലാം വിരൽ ചൂണ്ടുന്നത്. പക്ഷേ ഞങ്ങൾക്കു വഴിതെറ്റിയതിനാൽ ഞങ്ങൾ പിന്നിലായിപ്പോയി. മേയറുടെ വീട്ടിൽ ഒരു മുന്നണി ഗാർഡ് വിഭാഗത്തെ വിന്യസിച്ചിരിക്കുന്നു. മേയർ ഓടിപ്പോയി. പിന്നീട് ഞങ്ങൾ കണ്ടെത്തിയത് പ്രദേശത്ത് ഞങ്ങളുണ്ടെന്നവിവരം ഒരു സ്ത്രീ ശത്രുവിന് നൽകിയിരുന്നുവെന്നാണ്. മേയറുടെ അളിയനെ ഞങ്ങൾ തടവുകാരനാക്കി.

രാത്രി മുഴുവൻ മഴ പെയ്തു. എങ്കിലും ഞങ്ങൾ പന്നിയിറച്ചി പൊരിക്കുകയും പച്ചക്കറിയും ചോളവും പാകംചെയ്യുകയും ചെയ്തു.

ജൂലെ 14ന് ഉച്ചയ്ക്ക് അൽപ്പം ഓറഞ്ചുകൾ വീതിച്ചെടുത്തശേഷം ഞങ്ങൾ മാർച്ച് തുടങ്ങി. ഞങ്ങൾ വഴികാട്ടികളായി ഔറേലിയോയെയും മേയറുടെ അളിയൻ പാബ്ളോയെയും കൊണ്ടുപോയി. ഞങ്ങൾ പാമ്പായിലേക്കാണ് പോകുന്നത്. അവിടെനിന്ന് ഫ്ളോറിഡയിലേക്കുള്ള റോഡിലെ കല്ലുകൊണ്ടുള്ള വീട്ടിലേക്കും. അവിടെവച്ച് സന്ധിക്കാമെന്നാണ് പൗളിനോക്ക് നൽകിയിരിക്കുന്ന നിർദേശം.

പാമ്പായിലെത്തിച്ചേരുന്നതിനു തൊട്ടുമുമ്പ് കുറച്ചകലെ രണ്ടുപേർ കുതിരപ്പുറത്തു സഞ്ചരിക്കുന്നതുകണ്ടു. മിഗ്വെലിനെ വിവരമറിയിക്കാൻ പാപ്പിയെ വിട്ടു. കാരണം ഞങ്ങളുടെ മുന്നണിവിഭാഗം ഒരു ഉറക്കത്തി

1. ഏപ്രിൽ 25 ന് ബെനിഞ്ഞോയും അനിസെറ്റോയും സേനയുമായി ഏറ്റുമുട്ടിയതായുള്ള സാധ്യതയെ കുറിച്ചാണിവിടെ പരാമർശം. അക്കാര്യം ചെയുടെ *ബൊളീവിയൻ ഡയറി*യിൽ കാണാം.

2. സെറാപ്പിയോ അക്വിനോ (സെറാപ്പിയോ), ജോവാക്വിന്റെ ദളത്തിലെ ഒരു അംഗം. ഇക്വിരാ നദിയിൽ വച്ച് അദ്ദേഹം ജൂലൈ 9 ന് കൊല്ലപ്പെട്ടു.

ലൂടെ കടന്നുപോകുന്നതിനാൽ അവർക്ക് ആ രണ്ടുപേരെ കാണാൻ പറ്റില്ല.

ആ രണ്ടുപേർ ഒരു പട്ടാളക്കാരനും ഒരു യുവകർഷകനായ ആൻസെൽമോയുമാണെന്നു വ്യക്തമായി. അവർ പട്ടാളത്തിനായി ചോളവും ഗോതമ്പുപൊടിയും കൊണ്ടുപോകുകയാണ്. എൽ ഫിലോയിലെ രണ്ടാം ലെഫ്റ്റനന്റിന് അയാളുടെ കമാൻഡിങ് ഓഫീസർ കൊടുത്തയച്ചിരിക്കുന്ന ഒരു സന്ദേശവും അവർ കൊണ്ടുപോകുന്നുണ്ട്. ചെ ഞങ്ങളുടെ റൂട്ടുമാറ്റാനും പഴയ വഴിത്താരയിലൂടെ ഫ്ളോറിഡയിലേക്കു പോകാനും തീരുമാനിച്ചു. ഞങ്ങളവിടെ ഞങ്ങളുടെ വഴികാട്ടിക്കും തടവുകാർക്കുമൊപ്പം ക്യാമ്പടിച്ചു.

ഞങ്ങൾ പുറപ്പെട്ടു. ഏറെക്കുറെ മറികടക്കുക അസാധ്യമായ വളരെ ബുദ്ധിമുട്ടേറിയ ഭാഗങ്ങളെക്കുറിച്ച് ഔറേലിയോ ഞങ്ങളോടു പറഞ്ഞു. അവ വളരെ വിഷമകരമായിരുന്നു. പക്ഷേ പ്രതീക്ഷിച്ചത്ര കടുത്തതായിരുന്നില്ല. വഴിയിൽ അയാൾ മേയറുടെ ചില പശുക്കളെ ചൂണ്ടിക്കാട്ടി. ആ പ്രദേശം മുഴുവൻ മേയറുടേതാണ്. അയാളാണ് അവിടെയുള്ള കർഷകരെ ചൂഷണംചെയ്യുന്നത്. ഉച്ചയ്ക്കുശേഷം ഭക്ഷണത്തിനായി ഒരു പശുവിനെക്കൊല്ലാൻ ഔറേലിയോ ഞങ്ങളോടു പറഞ്ഞു. ഞങ്ങൾ മൂന്നെണ്ണത്തെ പിടികൂടി. ഒന്നിനെ വിടാൻ ചെ പറഞ്ഞു. മറ്റേതിനെ ഞങ്ങൾ കൊന്നു. ഞങ്ങൾ പാചകവും മാംസം പാകപ്പെടുത്തലുമായി രാത്രി കഴിച്ചു.

അടുത്തദിവസം രാവിലെ ഞങ്ങൾ മൃഗങ്ങൾക്കായി കുറ്റിക്കാട് വെട്ടിത്തെളിക്കൽ ആരംഭിച്ചു. ഞങ്ങൾക്ക് വളരെ പതുക്കെയേ മുന്നോട്ടുപോകാൻ പറ്റിയുള്ളൂ. കാരണം കടുത്ത ക്ഷീണവും പാതയുടെ ദുരവസ്ഥയും തന്നെ. മുന്നണിവിഭാഗം യാത്രതുടർന്നു. ഞങ്ങൾ അവരിൽനിന്ന് വേർപെട്ട് കിടന്നുറങ്ങി. കാരണം ഭാരം കയറ്റിയ കുതിരകൾക്ക് കടന്നുപോകാൻ കഴിഞ്ഞില്ല.

ഞങ്ങൾക്ക് റോഡിലെ കുണ്ടുകുഴികൾ കാരണം വളരെക്കുറച്ചേ മുന്നോട്ടുപോകാൻ പറ്റിയുള്ളൂ. ഞങ്ങളുടെ വഴികാട്ടി അടുത്തൊരു ഓറഞ്ചുതോട്ടമുണ്ടെന്നു ഞങ്ങളെ വിശ്വസിപ്പിച്ചു. ഞങ്ങളവിടെ എത്തിയപ്പോൾ പഴവർഗത്തോട്ടം തികച്ചും തരിശായിക്കിടക്കുന്നതു കണ്ടു. ഡുറാൻ മലയുടെ ചെരുവിൽ ഞങ്ങൾ ക്യാമ്പടിച്ചു.

പ്രഭാതത്തിൽ (ജൂലൈ 18) മിഗ്വെൽ വെട്ടിത്തെളിച്ച പാതയിലൂടെ ഞങ്ങൾ മുന്നോട്ടുപോയി. പിറായിയിലേക്ക് റോഡ് തിരിയുന്ന തിരിവിൽ ഞങ്ങളെത്തിച്ചേർന്നു. അവിടെ ഞങ്ങൾ വിശ്രമിച്ചു. മുൻപദ്ധതിപ്രകാരം പൗളിനോ അവനെ കൊണ്ടുവരാനേൽപ്പിച്ച സംഗതികൾ ഗുഹയിൽ കൊണ്ടുവന്നു വച്ചിട്ടുണ്ടോയെന്നറിയാനായി കൊക്കോ, പാച്ചോ, പാബ്ലിറ്റോ എന്നിവർ പോയി. തടവുകാരെ വിട്ടയച്ചു. ഞങ്ങൾ ഔറേലിയോയ്ക്ക് ഒരു കട്ടിലും കുറച്ചു തീപ്പെട്ടികളും നൽകി. യുവ സൈനികൻ കാണാതെ കുറച്ച് പണവും അയാൾക്കു കൊടുത്തു.

പിന്നീട് ഒരുമാസം മുമ്പ് ഞങ്ങൾ ക്യാമ്പടിച്ചിരുന്ന പിറായിയിലെ സ്ഥലത്തു ഞങ്ങളെത്തി. രാത്രിയിൽ കൊക്കോ തിരിച്ചെത്തി. ഞങ്ങൾ വച്ചുപോയിരുന്ന റൈഫിൾ അവിടെത്തന്നെയുണ്ടായിരുന്നെന്നു പറഞ്ഞു. പൗളിനോയുടെ ലക്ഷണമൊന്നുമില്ലെന്നും എന്നാൽ സേനയുടെ നിരവധി ലക്ഷണങ്ങൾ അവിടെ കാണാൻ പറ്റിയെന്നും പറഞ്ഞു. ഞങ്ങളെയത് ആശങ്കാകുലരാക്കി. കാരണം, ഞങ്ങളുടെ ക്യാമ്പിലും സേനയുടെ വരവിന്റെ പല ലക്ഷണങ്ങളും കാണാൻ കഴിഞ്ഞു.

രാഷ്ട്രീയസ്ഥിതിയെക്കുറിച്ചുള്ള ചെയുടെ വിലയിരുത്തൽ

ഏറ്റവുമൊടുവിലത്തെ വാർത്ത കേട്ടശേഷം ചെ ഞങ്ങളോടു സംസാരിച്ചു. ബാരിയെന്റോസ് സർക്കാർ നേരിടുന്ന രാഷ്ട്രീയ പ്രതിസന്ധിയെക്കുറിച്ച് അദ്ദേഹം അപഗ്രഥനം നടത്തി. ഒവാൻഡോയോ[1] മറ്റേതെങ്കിലും വലിയ ജനറലോ അധികാരത്തിൽവരുമെന്നതല്ല അപകടമെന്നും മറിച്ച് കുറച്ചൊക്കെ വിശ്വാസ്യതയുള്ള ലെച്ചിനെപ്പോലൊരു കപടവിപ്ലവകാരി അധികാരത്തിൽ വന്നേക്കാമെന്നതാണ് അപകടകരമെന്നും ഞങ്ങളുടെ നേതാവ് ഞങ്ങളോടു ചൂണ്ടിക്കാട്ടി.

ഈ ദിവസങ്ങളിലാണ് ചെ തന്റെ യുദ്ധഡയറിയിൽ ഇങ്ങനെ എഴുതിക്കൊണ്ടിരുന്നത്: "ഈ നിമിഷത്തിൽ ഒരു നൂറുപേർകൂടി ഞങ്ങൾക്കില്ലയെന്നതാണ് കടുത്ത ദുര്യോഗം." ഞങ്ങൾക്കത്രയുംപേർ കൂടിയുണ്ടായിരുന്നെങ്കിൽ ബൊളീവിയൻ സർക്കാർ നിലംപൊത്തിയേനെ എന്ന കാര്യത്തിൽ അദ്ദേഹത്തിനു സംശയമില്ല. ഒരു ചെറിയപറ്റം ഗറില്ലകളെക്കൊണ്ട് ഞങ്ങളാ സർക്കാരിനുമേൽ ചെലുത്തിയ സമ്മർദം വച്ചുനോക്കുമ്പോൾ അതുറപ്പാണ്.

ഞങ്ങൾ മാർച്ച് തുടർന്നു. തൊട്ടുമുമ്പേ ഞങ്ങൾ സന്ദർശിച്ച രണ്ടു വീടുകളിലെത്തി. ഞങ്ങൾ ബെഞ്ചമിൻ പാനിയാഗുവയുടെ ആൺമക്കളിലൊരാളെയും പൗളിനോയുടെ അളിയനേയും കണ്ടുമുട്ടി. പൗളിനോക്കുവേണ്ടി, ഒരു ഗറില്ലാ സഹകാരിയെന്നനിലയിൽ സൈന്യം അന്വേഷണം നടത്തുന്നതായി ഞങ്ങളറിഞ്ഞു. പൗളിനോയെക്കുറിച്ചൊന്നുംതന്നെ ആർക്കുമറിയില്ല. ഞങ്ങൾ കണ്ടെത്തിയ പാതകൾ ഞങ്ങൾക്കു പിന്നാലെ കടന്നുപോയ ഒരു നൂറംഗ സംഘത്തിന്റേതാണെന്നും ഞങ്ങൾക്കു മനസിലായി. അവർ ഫ്ളോറിഡയിലേക്കാണ് നീങ്ങിയിരിക്കുന്നത്.

കൊക്കോ, കാമ്പ, ലിയോൺ, ജൂലിയോ എന്നിവരെ പര്യവേക്ഷണത്തിനും ഫ്ളോറിഡയിൽനിന്നും സാധനസാമഗ്രികൾ വാങ്ങാനുമായി ചെ

1 1964 ലെ അട്ടിമറിയുടെ നേതാക്കളിലൊരാളായ ആൽഫ്രെഡോ ഒവാൻഡോ ബാരിയെന്റോസിനുകീഴിൽ സായുധസേനകളുടെ കമാൻഡർ-ഇൻ-ചീഫായിരുന്നു. 1965–66 കാലത്തും 1969–70 കാലത്തും അയാൾ ബൊളീവിയൻ പ്രസിഡന്റായിത്തീർന്നു.

അയച്ചു. അവർ പെഡ്രോ മെൽഗർ എന്നുപേരുള്ള ഒരാളുമായി തിരിച്ചു വന്നു. മൊറോക്കാ എന്ന ചെറുഗ്രാമത്തിലെ എല്ലാവരേയും (മേയർ കാലിക്സ്റ്റോയടക്കം) തടവുകാരാക്കിയതായും ലാ പാസിലേക്കയച്ചതായും അയാൾ പറഞ്ഞു. ഗറില്ലകളുമായി ബന്ധമുണ്ടെന്നതാണ് അവരുടെമേൽ ആരോപിച്ചിരിക്കുന്ന കുറ്റം. ഞങ്ങൾ പിൻവാങ്ങിയ ദിവസം സൈന്യം രാവിലെയാകുംവരെ മുന്നേറിയില്ലെന്നും, ഞങ്ങളെ പിൻതുടരാൻ തയാറാകാതെ അവർ ടെജേറ വരെ മാത്രമേ പോയുള്ളൂവെന്നും അയാൾ പറഞ്ഞു. ഞങ്ങൾ പിൻവാങ്ങിയശേഷം നാലുദിവസം കഴിഞ്ഞാണ് മൃഗങ്ങൾ ഭക്ഷിച്ച നിലയിൽ ടൂമയുടെ മൃതദേഹം കണ്ടെത്തിയതെന്നും അയാളിൽനിന്ന് ഞങ്ങളറിഞ്ഞു.

മെൽഗർ നൽകിയ വിവരങ്ങളിൽനിന്നും ജോവാകിന്റെ നേതൃത്വത്തിലുള്ള ഗ്രൂപ്പ് ഒരുപക്ഷേ ഞങ്ങളുടെ ദിശയിൽ നീങ്ങുന്നുണ്ടാകുമെന്നു ചെ കരുതി. അതിലുമേറെയായി, ഒരു ഗറില്ലാസംഘം കടന്നുപോയതായും അവർക്കിടയിലൊരു സ്ത്രീയുണ്ടെന്നും മേയർ പറഞ്ഞതായി മെൽഗർ നൽകിയ വിവരവും ചെയെ അങ്ങനെ കരുതാൻ പ്രേരിപ്പിച്ചു. ആ സ്ത്രീ താനിയയായിരിക്കുമെന്ന് ചെ ഊഹിച്ചു. അന്നേ ദിവസം തന്നെ റേഡിയോ മരിച്ച ഗറില്ലയെ തിരിച്ചറിയാനായി മൃതദേഹം സാന്താക്രൂസിലെത്തിച്ചെന്നും അത് ഖനിത്തൊഴിലാളി നേതാവ് മോയിസെസ് ഗുവേര[1]യാണെന്നും പറഞ്ഞു.

ഞങ്ങൾ പ്രദേശത്തുതന്നെ തങ്ങി. നദിയിൽനിന്ന് മുന്നൂറുമീറ്റർ മാറി. പിന്നീട് രാത്രിയായതോടെ ടെജെറിയയിൽനിന്നും ഞങ്ങളൊരു പന്നിയും ശർക്കരപ്പാനിയും വാങ്ങി.

ഞങ്ങൾ രാവിലെ (ജൂലൈ 22) മുന്നോട്ടുനീങ്ങി. ഞങ്ങൾ മൊറോക്കോയിലേക്കുള്ള റോഡ് ഉപേക്ഷിച്ച് തടാകത്തിന് അരികിലൂടെയാണു പോയത്. ഞങ്ങളെങ്ങോട്ടാണു പോകുന്നതെന്ന കാര്യം എല്ലാവരേയും തെറ്റിദ്ധരിപ്പിക്കലായിരുന്നു ലക്ഷ്യം. കുറച്ച് കഴിഞ്ഞ് ഞങ്ങൾ രണ്ടു കർഷകരെ കണ്ടുമുട്ടി. പ്രദേശത്തെ ഞങ്ങളുടെ സാന്നിധ്യത്തെക്കുറിച്ച് ആരോടുമൊന്നും പറഞ്ഞുപോകരുതെന്ന് അവർക്ക് കർശനമായ താക്കീതുനൽകിയെങ്കിലും അത് ഞങ്ങളെ പിന്തുടരുന്നവരെ തെറ്റിദ്ധരിപ്പിക്കാനുള്ള ഞങ്ങളുടെ പദ്ധതിയെ ഭാഗികമായി തകർത്തു.

മിഗ്വെലിനു വഴിതെറ്റിയതുകൊണ്ട് ഞങ്ങൾക്ക് ഒരു ക്രീക്കിലെത്തുന്നതുവരെ പ്രശ്നങ്ങൾ നേരിട്ടു. അവിടെ ഞങ്ങൾ രാത്രി കഴിച്ചു.

ബുസ്റ്റോസിന്റെ ഭാര്യ തന്റെ ഭർത്താവ് ചെയുമായി ഒരു കൂടിക്കാഴ്ച നടത്തിയതായും രാഷ്ട്രീയ പ്രശ്നങ്ങൾ ചർച്ചചെയ്തതായും സമ്മതിച്ചതായി റേഡിയോ പ്രഖ്യാപിച്ചു. ലാ പാസിൽ വച്ചായിരുന്നു അതെന്നും, താൻ അതെല്ലാം ഭർത്താവു പറഞ്ഞാണ് അറിഞ്ഞതെന്നും അവൾ പറഞ്ഞിരുന്നത്രെ.

1. തെറ്റായ വാർത്തയായിരുന്നു അത്. മരണപ്പെട്ട ഗറില്ല സെറാപ്പിയോ ആയിരുന്നു.

ബുസ്റ്റോസ് ആവശ്യത്തിലധികം കാര്യങ്ങൾ സംസാരിച്ചതായും അയാളൊരു വഞ്ചകനായി മാറിയതായും ഞങ്ങൾ കണക്കാക്കി. കാരണം റേഡിയോ പറഞ്ഞത് ലാ പാസിലെത്തിയ അയാളോട് കാമിരിയിലെ കൃഷിയിടത്തിലെത്താൻ നിർദേശിച്ചതായും അത് അയാൾ നിഷേധിച്ചില്ലെന്നുമാണ്. എങ്കിലും താൻ 'വഞ്ചിക്കപ്പെട്ട'തായിത്തോന്നിയതിനാൽ മനസില്ലാമനസോടെയാണത്രേ അയാൾ കൃഷിയിടത്തിലേക്കു തിരിച്ചത്.[1]

പര്യവേക്ഷണത്തിന്റെ ദിനങ്ങൾ

രണ്ടുപാതകളും എവിടേക്കാണു പോകുകയെന്നത് അറിഞ്ഞശേഷം ഒരു തീരുമാനമെടുക്കാനായി ചെ രണ്ട് സ്കൗട്ടിങ് സംഘങ്ങളെ അയച്ചു. അതിൽനിന്നറിയാൻ പറ്റിയത് ഫ്ളോറിഡയിലേക്ക് ഒഴുകി ചെല്ലുന്നതിനടുത്ത് പിറായ് നദിയിലേക്കാണ് ഒന്ന് എത്തിച്ചേരുകയെന്നും മറ്റേത് മലനിരകളുടെ അതിർത്തികളിലൂടെ പോകുന്നുവെന്നുമാണ്. ഒരുപക്ഷേ അത് റോസിറ്റയിലാകാം വന്നെത്തുക. വാഹനങ്ങളുടെ ശബ്ദങ്ങൾ കേട്ടു.

ഉച്ചയോടെ ഞങ്ങളൊരു താൽക്കാലിക മരക്കുടിലിലെത്തി. പറഞ്ഞയച്ച സ്കൗട്ടിങ് പാർട്ടികൾ തിരിച്ചെത്താനായി അവിടെ കാത്തിരുന്നു. അതിലൊന്ന് മിഗ്വെലിന്റെയും മറ്റേത് ബെനിഞ്ഞോയുടെയും നേതൃത്വത്തിലായിരുന്നു. ഞങ്ങൾ ക്രീക്കിലൂടെ താഴേക്ക് പോകാനും പിറ്റേന്നും പര്യവേക്ഷണം തുടരാനും തീരുമാനിച്ചു.

പ്രഭാതത്തിൽ (ജൂലൈ 25) കൊക്കോയുടെ നേതൃത്വത്തിൽ പുതിയൊരു സ്കൗട്ടിങ് സംഘത്തെ പറഞ്ഞയച്ചു. അവർ ബെനിഞ്ഞോയുടെ പാർട്ടിക്കൊപ്പം മലമുടികളിൽക്കയറിനോക്കി. ക്രീക്ക് സുസ്പിയോ ആണെന്നും അതുകൊണ്ടത് നേരിട്ടുതന്നെ റോസിറ്റയിലെത്തിച്ചേരുമെന്നും മിഗ്വെൽ കരുതി. ഈ റൂട്ടിലൂടെ പോകണമെങ്കിൽ കൈക്കോടാലികളും മറ്റുംകൊണ്ട് ഒരു വഴി വെട്ടിത്തെളിച്ചുണ്ടാക്കണം.

റേഡിയോ രണ്ട് ഏറ്റുമുട്ടലുകൾ റിപ്പോർട്ടുചെയ്തു. മുയുപ്പാമ്പയിലേക്കുള്ള വഴിയിൽ ഒന്ന് ടാപെറില്ലാസിലും മറ്റൊന്ന് സാൻജുവാൻ ഡെൽ പോങ്റോയിൽ നടന്നതായും. അത് വടക്ക് സമായിപട്ടയിലേക്കുള്ള വഴിയിലാണ്. മറ്റുവാക്കുകളിൽ പറഞ്ഞാൽ ഈ രണ്ട് ഏറ്റുമുട്ടലുകളും പ്രദേശത്തിന്റെ രണ്ടറ്റങ്ങളിലായാണ് നടന്നത്.[2] 1967 ജൂലൈ 26 ന് ഞങ്ങളൊരു വഴിത്താര വെട്ടിയുണ്ടാക്കാൻ തുടങ്ങി. ഈ ജോലിക്കായി ബെനി

---

1. പിടിക്കപ്പെട്ട ശേഷം ബുസ്റ്റോസ് തന്നെ ഗറില്ലകൾ പിടികൂടിയെന്ന നിലപാടാണ് സ്വീകരിച്ചത്. താൻ ചെ ഗുവേരയുമായി നടത്തിയ ചർച്ചകളുടെ വിശദവിവരങ്ങൾ അയാൾ സൈന്യത്തിനു നൽകി. ബൊളീവിയൻ അധികാരികൾക്കായി അയാൾ ഗറില്ലകളുടെ രേഖാചിത്രങ്ങൾ നൽകി. 1967 നവംബറിൽ അയാളെയും ദെബ്രെയെയും 30 വർഷത്തെ തടവിനു ശിക്ഷിച്ചു. 1970 ൽ മാപ്പു നൽകി ഇരുവരെയും വിട്ടയച്ചു.

2 സൈനികനേതൃത്വം മന:പൂർവം നൽകിയ ഒരു കള്ളവാർത്തയായിരുന്നു അത്. ഗറില്ലകൾ റേഡിയോ വാർത്തകൾ കേൾക്കുമെന്നവർക്ക് അറിയാമായിരുന്നു.

ഞ്ഞോ, ഉർബാനോ, കാമ്പ എന്നിവരെ നിയോഗിച്ചു; അതിനകം കാമ്പയെ നിയോഗിക്കുന്നതിൽ അർഥമില്ലാതായിക്കഴിഞ്ഞിരുന്നുവെങ്കിലും. കാരണം അവന്റെ ആത്മവീര്യം ഇതിനകം പാടെ തകർന്നുകഴിഞ്ഞിരുന്നു. പോരാടുന്ന കാര്യംപോട്ടെ, ജോലിചെയ്യാൻപോലും അവന് മടിയായിക്കഴിഞ്ഞിരുന്നു.

ജൂലൈ 26, 1967

ചെ ഒരു യോഗം വിളിച്ച് ഞങ്ങളെ സംബന്ധിച്ച് ഈ ദിവസത്തിന്റെ പ്രാധാന്യത്തെക്കുറിച്ചും ക്യൂബൻ വിപ്ലവത്തെക്കുറിച്ചും സംസാരിച്ചു. ലാറ്റിനമേരിക്കൻ വിപ്ലവത്തിൽ അതിനുള്ള പ്രാധാന്യത്തെക്കുറിച്ച് ഊന്നിപ്പറഞ്ഞു. ലാറ്റിനമേരിക്കയിലെ ദേശീയ വിമോചന പ്രസ്ഥാനങ്ങളും അലയൻസ് ഫോർ പ്രോഗ്രസിലൂടെ[1] സാമ്രാജ്യത്വം നടപ്പാക്കുന്ന പരിഷ്കരണ പരിപാടികളും അതിനൊപ്പം വൻകരയിലാകെ നടന്നുകൊണ്ടിരിക്കുന്ന കപട ജനാധിപത്യവൽക്കരണപ്രക്രിയകളുമെല്ലാം ക്യൂബൻ വിപ്ലവത്തിന്റെയും അത് മുന്നോട്ടുവച്ച ഉദാഹരണത്തിന്റെയും അനന്തരഫലങ്ങളാണെന്നദ്ദേഹം പ്രസ്താവിച്ചു. നാമെല്ലാം ക്യൂബൻ വിപ്ലവത്തിൽ നിന്നും പാഠംപഠിക്കണം. അതിന്റെ ഗുണപരമായ നേട്ടങ്ങളെ സ്വാംശീകരിക്കുകയും നിഷേധാത്മകമായ അനുഭവങ്ങളെ ഒഴിവാക്കാനായി അവയെക്കുറിച്ച് പഠിക്കുകയും വേണം. എത്രതന്നെ ബുദ്ധിമുട്ടേറിയതായി ത്തോന്നിയാലും പോരാട്ടത്തിന്റെ വൻകരാടിസ്ഥാനത്തിലുള്ള സ്വഭാവം അനിവാര്യമായും ജനങ്ങളെ ഒന്നിച്ചുകൊണ്ടുവരികയും ഐക്യപ്പെടുത്തുകയും ചെയ്യും. ക്യൂബൻ വിപ്ലവമായിരുന്നു ലാറ്റിനമേരിക്കയിലെ ജനതകളുടെ സത്യസന്ധവും നിർണായകവുമായ വിപ്ലവങ്ങളുടെ തുടക്കം. ഈ ഉദ്ഗ്രഥനത്തിന്റേതായ മഹത്തായ വൈരുധ്യാത്മക പ്രക്രിയ ഒടുവിൽ അതിരുകളില്ലാത്ത ഒരു ലാറ്റിനമേരിക്കൻ സമുദായത്തിന്റെ രൂപീകരണത്തിലേക്ക് നയിക്കും. ഒന്നുകിൽ ഭൂപരമായി; അല്ലെങ്കിൽ ആശയപരമായി. ഒരു മഹത്തായ സോഷ്യലിസ്റ്റ് അമേരിക്കയിലേക്ക്.

രാവിലെ വാർത്തകേട്ടതിനുശേഷം യാത്ര പുറപ്പെടാൻ തയാറാകുകയായിരുന്നു. അപ്പോഴേക്കും ശ്വാസംകിട്ടാത്ത വിധം ഓടിക്കിതച്ചുകൊണ്ട് വില്ലിയെത്തി. താൻ പട്ടാളത്തെ കണ്ടതായി അവൻ പറഞ്ഞു.

---

1. 1961 ൽ അമേരിക്ക പ്രഖ്യാപിച്ച അലയൻസ് ഫോർ പ്രോഗ്രസ് (പുരോഗതിക്കായുള്ള സഖ്യം) ക്യൂബൻ വിപ്ലവത്തിന്റെ ആവർത്തനങ്ങൾ ഒഴിവാക്കാനുള്ള നടപടിയായിരുന്നു. പത്തുവർഷക്കാലത്തേക്ക് ലാറ്റിനമേരിക്കൻ സർക്കാരുകൾക്കത് 20 ബില്യൻ ഡോളർ വായ്പകളായി അനുവദിച്ചു. തങ്ങൾക്കനുകൂലമായി നീങ്ങുന്ന ലൈനുകളെ പ്രോത്സാഹിപ്പിക്കാനും അതിന്റെ വക്താക്കളുടെ കീശ നിറയ്ക്കാനുമായി ഗ്രാറ്റുവിറ്റികളായി ദശലക്ഷക്കണക്കിനു ഡോളറുകൾ വേറെയും നൽകി.

ജൂലൈ 27ന്റെ ഏറ്റുമുട്ടൽ

അന്റോണിയോ, ആർട്ടുറോ, ചപ്പാക്കോ, വില്ലി എന്നിവരുൾക്കൊള്ളുന്ന പിൻനിരയെ റിക്കാർഡോ, ഇന്റി, ചിനോ, ലിയോൺ, യുസ്റ്റാക്കിയോ എന്നിവരെക്കൂടിച്ചേർത്ത് ചെ ശക്തിപ്പെടുത്തി. അന്റോണിയോയെ ഓപ്പറേഷന്റെ മേധാവിയായി നിയമിച്ചു.

ഒരു ചെറിയ കയറ്റം കയറിയതോടെ പട്ടാളത്തെ കാണാമെന്നായി. അവർ എട്ടുപേരുണ്ടായിരുന്നു. അവർ സിഗ്നൽ നൽകുകയും മൂന്ന് മോർട്ടാർ ഷെല്ലുകൾ പൊട്ടിക്കുകയും ചെയ്തു. തുടർന്ന് അവർ ഏതോ ഒരു മെൽഗറെ[1] വിളിച്ചു. ആരോ ഒരു മലയിടുക്കിലേക്കിറങ്ങാൻ വേണ്ടിയെന്ന പോലെ കയറിവന്നു. മറ്റുരണ്ടുപേര് അവനെ പിന്തുടർന്നു. അവരൊരു ചെറിയ കുറ്റിക്കാട്ടിലേക്കു കയറുകയും അതിൽനിന്നു പുറത്തുവരികയുംചെയ്തു. റോഡിലേക്ക് നോക്കിക്കൊണ്ട് പിന്നിൽ തങ്ങിയവൻ അവർക്കൊപ്പം ചേർന്നു. അവർ കാര്യമായ മുൻകരുതലൊന്നുമില്ലാതെ മുന്നോട്ടുവന്നു. മറ്റുള്ളവർ പിന്നിൽത്തന്നെ തങ്ങി. അതിനർഥം അവരെല്ലാവരും ഞങ്ങളുടെ അംബുഷിന് അകത്തായിക്കഴിഞ്ഞിട്ടില്ലെന്നാണ്. വെടിയുതിർക്കൽ ആരംഭിച്ചു. നാലു പട്ടാളക്കാർ വീണു. ഞങ്ങളുടെ രീതിയനുസരിച്ച് മൂന്നുപേർ മരിച്ചതായും ഒരാൾക്കു പരിക്കേറ്റതായും ഞങ്ങൾ കണക്കാക്കി.

ചെ ഞങ്ങളോട് വളരെ വിഷമംപിടിച്ചതും ചെങ്കുത്തായതുമായ ഒരു പാതയിലൂടെ പിൻവാങ്ങാൻ നിർദേശിച്ചു. അതിലൂടെ കുതിരകൾക്ക് കയറാൻ പറ്റുമായിരുന്നില്ല. അവ ഇടയ്ക്കിടെ വീഴാൻ തുടങ്ങി. അതുകൊണ്ട് കാൽനടയായി മുന്നോട്ടുപോകേണ്ടിവന്നു. വഴി മിക്കവാറും എല്ലായിടത്തും ആഴം കുറഞ്ഞ വെള്ളത്തിലൂടെയായിരുന്നു.

പാച്ചോ, കൊക്കോ, റൗൾ, അനിസെറ്റോ എന്നിവരടങ്ങുന്ന ഒരു മുന്നണിവിഭാഗം ക്രീക്കിന്റെ മുഖത്തെത്തുകയെന്ന ദൗത്യവുമായി പുറപ്പെട്ടു. ഇത് സുസ്പിനോ നദിയാണെങ്കിൽ ഞങ്ങളുടെ വരവും കാത്ത് അവരതിന്റെ മുഖത്തൊരു അംബുഷ് ഏർപ്പാട് ചെയ്ത് ഞങ്ങൾക്ക് മറയൊരുക്കണം. മുന്നണിവിഭാഗം വളരെയേറെ മുന്നോട്ടുപോയതിനാൽ ഞങ്ങൾ ആ രാത്രി രണ്ടുസ്ഥലത്തായി കഴിച്ചുകൂട്ടേണ്ടിവന്നു.

അടുത്തദിവസം ഉച്ചകഴിഞ്ഞ് ഞങ്ങൾ ക്രീക്കിന്റെ മുഖത്തെത്തി. അവിടെ ഞങ്ങൾ കുറച്ചുസമയത്തേക്ക് വിശ്രമിച്ചു. ആ ദിവസം പൗളിനോയുടെ രണ്ടാനച്ഛന്റെ കൃഷിയിടത്തിനപ്പുറം കടക്കേണ്ടതിന്റെ ആവശ്യകത ചെ വിശദീകരിച്ചു. അങ്ങനെയായാൽ താഴെയുള്ള റോഡിലൊരു ആക്രമണം ഏർപ്പാടുചെയ്ത് സൈന്യത്തിന് ഞങ്ങളുടെ മുന്നോട്ടുപോക്കിനെ തടയാനാകില്ല.

ഞങ്ങൾ മാർച്ച് വീണ്ടും ആരംഭിച്ചപ്പോൾ, ചെ എന്നോട് മിഗ്വെലി

1. അന്റോണിയോ മെൽഗർ, യുദ്ധത്തിൽ മരിച്ച ഒരു ബൊളീവിയൻ സേനാ വഴികാട്ടി.

നൊരു സന്ദേശം എത്തിക്കാൻ ആവശ്യപ്പെട്ടു. ക്യാമ്പടിക്കാൻ പറ്റിയ ഒരു നല്ല സ്ഥലം തെരഞ്ഞെടുക്കാൻ ആവശ്യപ്പെട്ടുകൊണ്ടായിരുന്നു അത്. രണ്ടുവഴികൾക്കിടയിൽക്കിടക്കുന്ന ഒരു സ്ഥലം അവൻ തെരഞ്ഞെടുത്തു. ഒരു വഴിയുടെ അരികിലായും നദിയുടെ കരയിലായും ആയിരുന്നു ആ സ്ഥാനം. ഞങ്ങളവിടെ എത്തിച്ചേർന്നപ്പോൾ ആ സ്ഥലം നല്ലതല്ലെന്നും സൈന്യം അതുവഴി കടന്നുപോയാൽ നാം ഏറ്റുമുട്ടലിന് നിർബന്ധിതരാകുമെന്നും ചെ പറഞ്ഞു.

പിന്നീടൊരു മീറ്റിങ് നടന്നു. അതിൽ ചിനോ തന്റെ രാജ്യത്തിന്റെ സ്വാതന്ത്ര്യദിനത്തെ പറ്റിപ്പറഞ്ഞു. 1821 ജൂലൈ 28 നാണത്.[1] അന്നത്തെ പോരാട്ടത്തെ അദ്ദേഹം ഇന്നത്തേതുമായി താരതമ്യപ്പെടുത്തി. അവസാനിപ്പിക്കുന്നതിനുമുമ്പ്, ഏണസ്റ്റോ ചെ ഗുവേരയെപ്പോലൊരു മനുഷ്യന്റെ അരികിൽനിന്ന് പൊരുതാൻ കഴിയുന്നതിൽ തനിക്കുള്ള അഭിമാനം അദ്ദേഹം പ്രകടമാക്കി.

നമ്മുടെ ക്യാമ്പിന്റെ വളരെ മോശമായ സ്ഥാനം കാരണം ഉണരേണ്ട സമയം വെളുപ്പിന് 4.30 ആക്കി. അപ്പോൾ ഞങ്ങൾക്ക് 5 മണിക്കുതന്നെ പൗളിനോയുടെ കൃഷിയിടത്തിൽ എത്താനായി പുറപ്പെടാൻ കഴിയും.

ജൂലൈ 30 ന്റെ പോരാട്ടം

റിക്കാർഡോയുടെയും റൗളിന്റെയും മരണം

രാവിലെ, മോറോ കാവൽനിൽക്കുകയും കാപ്പിയുണ്ടാക്കുകയും ചെയ്തുകൊണ്ടിരിക്കുമ്പോൾ അവൻ ഒരു വെളിച്ചം കണ്ടു. അരികിൽ ഉണർന്നു കിടന്നിരുന്ന ചെയോടും മിഗ്വെലിനോടും അവൻ കാര്യം പറഞ്ഞു. അവർ എന്നോട് പ്രകാശത്തിൽനിന്നും ഒഴിഞ്ഞുമാറാൻ പറഞ്ഞു. ശത്രുവിന്റെ മുന്നേറ്റ സംഘം ഒരു സൈന്യത്തിന്റെ ക്യാമ്പെന്ന തെറ്റിദ്ധാരണ ഞങ്ങളിലുണ്ടാക്കാനായി 'ട്രിനിഡാഡ് റെജിമെന്റ്' എന്നു വിളിച്ചുകൂകി. അതുകേട്ടതോടെ മോറോ വെടിയുതിർത്തു. അവന്റെ എം 2 ജാമായി. പക്ഷേ മിഗ്വെൽ തന്റെ ഗാരണ്ടിൽ നിന്നു വെടിയുതിർത്തുകൊണ്ടവന് സംരക്ഷണം നൽകി. ചെ ഞങ്ങളോടൊരു പ്രതിരോധനിരയൊരുക്കാൻ പറഞ്ഞു. ഒരു ചെറിയ കിടങ്ങിലൊളിച്ചിരുന്ന സൈനികരുടെ നേരെ ബെനിഞ്ഞോ ഒരു ഗ്രനേഡെറിഞ്ഞു. ഗ്രനേഡ് അതിന്റെ ലക്ഷ്യത്തിലെത്താതെ വെള്ളത്തിൽ വീണുപൊട്ടി. പക്ഷേ അത് സൈനികരെ ഭയാക്രാന്തരാക്കി. അവർ ജീവനും കൈയിൽപിടിച്ച് തിരിഞ്ഞോടി. ഞങ്ങൾ നല്ല സമയത്തുതന്നെ പിന്മാറ്റം തുടങ്ങി. പക്ഷേ കുതിരകളെ തയാറാക്കുന്നതിലുണ്ടായ കാലതാമസവും സൈന്യത്തിന്റെ കഴിവുകേ

1. പെറു സ്പെയിനിൽനിന്ന് സ്വാതന്ത്ര്യം പ്രഖ്യാപിച്ച ദിനം.

ടുംകാരണം ഞങ്ങൾക്കുണ്ടായ ആത്മവിശ്വാസവും ഞങ്ങളുടെ വേഗം കുറച്ചു. ഞങ്ങൾ കൃഷിയിടം കടക്കുന്നതിനുമുമ്പെ സൂര്യൻ ഉദിച്ചുയർന്നു. ചിനോ ഒരു കുതിരയെ കൊണ്ടുവരികയായിരുന്നു. അതിന്റെ മേലെയുണ്ടായിരുന്ന ചാക്ക് മറിഞ്ഞു താഴെ വീണു (ബീൻസ് ആയിരുന്നു അതിൽ). അത് വേഗം ശേഖരിക്കുന്നതിനു പകരം അദ്ദേഹം പിന്നണി വിഭാഗം എത്തിച്ചേരുന്നതുവരെ കാത്തിരുന്നു. മുഗാൻഗ, തന്റെ വക ഒരു പങ്കെന്നനിലയിൽ, താൻ പിടിച്ചെടുത്ത ചില പുതിയ ബൂട്ടുകൾ പരീക്ഷിച്ചുനോക്കാൻ തുടങ്ങി. വെടിവെപ്പിന്റെ സമയത്ത് ഞങ്ങൾക്കു കിട്ടിയിരുന്ന കുതിരകളിലൊന്ന് (ഒരു മോർട്ടാർ, റൈഫിളുകൾ, തുണികൾ മുതലായവയായിരുന്നു അതിന്റെ പുറത്ത്) കുതിച്ചുപാഞ്ഞു രക്ഷപ്പെട്ടു.

ഈ കാലതാമസം ശത്രുവിന്റെ മുന്നണി വിഭാഗത്തിന് (25 പേർ) സായുധസേനകളുടെ പ്രധാനവിഭാഗത്തിന് (മൊത്തം 120 പേർ) വിവരം നൽകാൻ സഹായകമായി. അവർ ഞങ്ങളെ പിൻതുടരാൻ തുടങ്ങി. ഞങ്ങൾ മൂന്ന് കടവുകൾ കടന്നു. നാലാമത്തെ ഇടത്തേക്ക് നടന്നുകൊണ്ടിരുന്നപ്പോൾ വെടിവെപ്പിനെ നേരിട്ടാണ് അത് ചെയ്യേണ്ടിവന്നത്. അപ്പോൾ ചെയുടെ കുതിര വഴുതിവീണു. ജൂലിയോ, കൊക്കോ, മിഗ്വെൽ, ചെ എന്നിവർ ഉടനടിതന്നെ ഒരു പ്രതിരോധനിരയൊരുക്കി ശത്രു സ്വതന്ത്രമായി വെടിയുതിർക്കുന്നതിനെ തടയാൻ ശ്രമിച്ചു. സൈന്യം ഒളിക്കാൻ നിർബന്ധിതമായപ്പോൾ അവർ ഏറെക്കുറെ ഞങ്ങൾക്കു മുകളിലെത്തിക്കഴിഞ്ഞിരുന്നു.

ജൂലിയോ ഒരു കല്ല് മറികടക്കാൻ ശ്രമിക്കുന്നതിനിടയിൽ വെള്ളത്തിൽ തെറ്റിവീണു. "ഒരുത്തനെക്കിട്ടി ഒരുത്തനെക്കിട്ടി" എന്ന് സൈനികർ വിളിച്ചുകൂകാൻ തുടങ്ങി. അവരുടെ വെടിയേറ്റാണ് ജൂലിയോ വീണതെന്ന് അവർ കരുതി.

ഞങ്ങൾ വീട്ടിലെത്തി, പൗളിനോയുടെ സഹോദരിമാരിൽ ഒരാളോട് സംസാരിച്ചു. പൗളിനോയെ തടവുകാരനായി പിടിച്ചതായും അവൻ സമായിപട്ടയിലുണ്ടെന്നും അവൾ ഞങ്ങളോടു പറഞ്ഞു. ഗ്രാമത്തിലെ ആണുങ്ങളെയെല്ലാം അറസ്റ്റുചെയ്ത് ലാ പസിലേക്കു കൊണ്ടുപോയ കാര്യം ശരിയാണെന്നും അവൾ പറഞ്ഞു. അതിനിടയിൽ, ഞങ്ങളുടെ പിന്മാറ്റം തടയാനായി സൈന്യം ഒരു കുറുക്കുവഴി സ്വീകരിച്ചു. ചെ ബെനിഞ്ഞോയെയും പാബ്ളിറ്റോയെയും മാർച്ച് തുടരാനുള്ള സൗകര്യമുണ്ടാക്കാനായി ഒന്നാമത്തെ കൃഷിയിടത്തിൽ നിർത്തി.

ഞങ്ങളുടെ ഗ്രൂപ്പ് നദി ഓടിക്കടന്നു. കാരണം പട്ടാളം നദിയും ഇടവഴികളും നിയന്ത്രണത്തിലാക്കിക്കഴിഞ്ഞിരുന്നു. മുന്നണിഭാഗത്തിന്റെ ഒരുഭാഗം - പാച്ചോ, അനിസെറ്റോ, റൗൾ - അബാപോ റോഡ് കവർ ചെയ്തുനിൽക്കുകയായിരുന്നു. പിന്നണിവിഭാഗം (ചിഞ്ചുവിനെക്കൂട്ടി അതിനെ ശക്തിപ്പെടുത്തിയിരുന്നു) നദി മുറിച്ചുകടക്കാനാവാതെ പിന്തിരിഞ്ഞു. കാരണം സൈന്യത്തിന്റെ വെടിയുണ്ടവർഷമായിരുന്നു ആ ഫോർഡിൽ. അനിസെറ്റോയും ചിഞ്ചുവും മുറിച്ചുകടക്കാൻ ശ്രമിച്ചു.

പക്ഷേ ചിഞ്ചുവിന് ഇതിനിടയിൽ പരിക്കേറ്റു. വെടിയുണ്ടകളുടെ ഒരു കർട്ടൻകൊണ്ട് മറയുണ്ടാക്കി പാച്ചോയും റൗളും ചിഞ്ചുവിനെ രക്ഷിക്കാൻ പുറപ്പെട്ടു. ആ ശ്രമത്തിനിടയിൽ റൗൾ മരിച്ചു. അവർക്കരികിലെത്താൻ നോക്കുമ്പോൾ റൗളിന്റെ മുഖത്തുതന്നെ വെടിയേറ്റു. പാച്ചോ ചിഞ്ചുവിനെ എടുത്തുകൊണ്ടുപോകാൻ ശ്രമിച്ചു, അവന്റെ ചന്തിയിൽ വെടിയേറ്റു. അത് അവന്റെ വൃഷണങ്ങളെ ഉരസിക്കടന്നുപോയി. അവൻ റൗളിന്റെ മൃതശരീരത്തിനു പിന്നിലൊളിക്കുകയും ഒരു മെഷീൻഗണ്ണിനെ നിശ്ശബ്ദമാക്കുന്നതിൽ വിജയിക്കുകയും ചെയ്തു. വെടിവർഷത്തിന് ഒരൽപ്പസമയത്തിന്റെ ഇടവേളയുണ്ടായി. അതു ഉപയോഗപ്പെടുത്തി ആർട്ടുറോയും മറ്റുചില സഖാക്കളും ചിഞ്ചുവിനെ എടുത്തുകൊണ്ടുപോയി.

ഞങ്ങളുടെ ഭാഗത്ത്, ഞങ്ങൾ കുറേക്കൂടി മികച്ച ഒരു സ്ഥലത്തെത്തി. പട്ടാളം ഒരു ഒറ്റപ്പാതയിലൂടെ പിന്മാറാൻ നിർബന്ധിതരായി. ഞങ്ങൾ ഞങ്ങളുടെ പ്രതിരോധനിര സംഘടിപ്പിച്ചു. ചെ, ഇന്റി, ചിനോ, മോറോ, ഞാൻ എന്നിവർ ഒരു പ്രതിരോധനിര സ്ഥാപിച്ചപ്പോഴേക്കും ചിഞ്ചുവിന് ഗുരുതരമായ മുറിവേറ്റുവെന്ന വാർത്തയുമായി കാംബയെത്തി.

ചെ, ഉർബാനോ, നാറ്റോ, ലിയോൺ എന്നിവരെ ഞങ്ങളുടെ സഹായത്തിനായും മിഗ്വെലിനെയും യുസ്റ്റാക്കിയോയെയും തേടാനുമായി പറഞ്ഞയച്ചു. കുറച്ചുകഴിഞ്ഞ് കാമ്പ സൈന്യം അപ്രതീക്ഷിതമായി മിഗ്വെലിനെ പിടികൂടിയെന്ന വാർത്തയും കൊണ്ടുവന്നു. കൊക്കോ നിരീക്ഷകനായി നിന്നിരുന്നിടത്തേക്ക്, നദിയിലൂടെ താഴേക്ക് ഞങ്ങൾ പിൻവാങ്ങി.

മുറിവേറ്റവരുടെ പിന്മാറ്റത്തെ സഹായിക്കുന്ന ജോലിയേൽപ്പിച്ചിരുന്ന ഉർബാനോ ബെനിഞ്ഞോയെയും പാബ്ലിറ്റോയേയും കണ്ടെത്തി. അവരെ ആ ഫോർഡിൽ കണ്ടെത്തിയതോടെ അവരുടെ സഹായമവൻ തേടി. അതോടെ സൈന്യത്തിന് മുന്നോട്ടുവരാനും മിഗ്വെലിനെ അമ്പരപ്പിച്ചുകൊണ്ട് വെടിയുണ്ടകൾ ഉതിർക്കാനുമായി. ബെനിഞ്ഞോയുടെയും പാബ്ലിറ്റോയുടെയും സഹായത്തോടെ അന്റോണിയോയുടെ ഗ്രൂപ്പ് എവിടെയാണെന്ന് കണ്ടെത്താനായി. മുറിവേറ്റവരെ വഹിച്ചുകൊണ്ടുപോയി. ബെനിഞ്ഞോ കൈക്കോടാലികൊണ്ട് ഞങ്ങൾക്ക് പിന്മാറാനുള്ള വഴി വെട്ടിയുണ്ടാക്കി. ഉർബാനോ ചിഞ്ചുവിന് ഫസ്റ്റ്എയ്ഡ് നൽകി. തന്റെ ബനിയൻ ഉപയോഗിച്ച് അദ്ദേഹത്തിന്റെ മുറിവുകെട്ടി. ആ രാത്രി പത്തുമണിയോടെ ചിഞ്ചു (റിക്കാർഡോ) മരിച്ചു. ഞങ്ങൾ നല്ലൊരു ഒളിസ്ഥലത്ത് അദ്ദേഹത്തിന്റെ മൃതദേഹം മറവുചെയ്തു.

ഞങ്ങൾ മാർച്ച് പുനരാരംഭിച്ചപ്പോൾ പ്രഭാതമായിക്കഴിഞ്ഞിരുന്നു. യാതൊരു അടയാളവും അവശേഷിക്കാതെയാണ് ഞങ്ങൾ പോന്നത്. രാവിലെത്തന്നെ ഞങ്ങൾ ക്രീക്കിലെത്തി. അവിടെ മിഗ്വെൽ കാത്തുനിൽക്കുന്നുണ്ടായിരുന്നു. ചെ അവനു നൽകിയ നിർദേശങ്ങളവനാകെ തെറ്റിദ്ധരിച്ചു. താൻ വന്ന കാലടിപ്പാടുകൾ അവശേഷിപ്പിച്ചുകൊണ്ടാണ് എത്തിച്ചേർന്നത്.

ഞങ്ങളെ സംബന്ധിച്ച് വളരെ മോശമായിത്തീർന്ന അംബുഷിന്റെ ബാലൻസ് ഷീറ്റ് തയാറാക്കാനായി ചെ അവിടെ തങ്ങി. ഞങ്ങൾക്ക് രണ്ടു പേരെ നഷ്ടമായി. മൂന്നാമതൊരാൾക്ക് മുറിവേറ്റു. ക്യൂബയിൽനിന്നു ലഭിച്ച സന്ദേശങ്ങളടങ്ങിയ ഒരു ടേപ്പ്റിക്കാർഡറും ദെബ്രെയുടെ പുസ്തകവും ഞങ്ങൾക്ക് കൈമോശം വന്നു. ചെയുടെ കയ്യെഴുത്തുപ്രതികൾ, ട്രോത്സ്കിയുടെ റഷ്യൻ വിപ്ലവത്തെക്കുറിച്ചുള്ള പുസ്തകം, റിക്കാർഡോയുടെ ഡയറി, ഞങ്ങളുടെ മരുന്നു ശേഖരം മുഴുവനും എന്നിവയും നഷ്ടപ്പെട്ടു. മരുന്നിന്റെ ആവശ്യകത അപ്പോൾത്തന്നെ ഗുരുതരമായി അനുഭവപ്പെട്ടു. കാരണം റിക്കാർഡോയുടെ ജീവൻ രക്ഷിക്കാൻ ഞങ്ങൾക്ക് പ്ലാസ്മ വേണമായിരുന്നു. ഒടുവിലത് കിട്ടാതെ തന്നെ അദ്ദേഹം മരിച്ചു. പ്ലാസ്മ വില്ലിയുടെ ക്നാപ്പ്സാക്കിലായിരുന്നു. നഷ്ടപ്പെട്ട 11 ക്നാപ്പ്സാക്കിലൊന്ന് അതായിരുന്നു.

ഈ ഫലങ്ങളിലേക്ക് എത്തിക്കുന്നതിൽ നമുക്കു വന്ന പ്രധാനപ്പെട്ട തെറ്റുകൾ ചെ എണ്ണിപ്പറഞ്ഞു. സൈന്യത്തിന് കൂടുതൽ നഷ്ടമുണ്ടായെങ്കിലും, ശക്തികളുടെ ബലാബലം വച്ചു നോക്കുമ്പോൾ അതു നിസ്സാരമാണെന്ന് ചെ പറഞ്ഞു. പ്രക്ഷേപണം ചെയ്യപ്പെട്ട വാർത്തയനുസരിച്ച് നാലുപേർ മരണപ്പെടുകയും അത്രയുംപേർക്ക് പരിക്കേൽക്കുകയും ചെയ്തു (ആ വാർത്ത വ്യക്തമായിക്കേൾക്കാൻ കഴിഞ്ഞിരുന്നില്ല). ചിലിയുടെ പ്രക്ഷേപണം പറഞ്ഞത് മൂന്നുമരണവും ആറ് മുറിവേറ്റവരുമെന്നാണ്. ആ സമയത്ത് ഞങ്ങളുടെ സേനയെ എണ്ണത്തിൽ ബലപ്പെടുത്താൻ സാധ്യതയില്ലാത്തതിനാൽ, നമ്മുടെ നഷ്ടം വിവരണാതീതമാണ്. നമ്മുടെ നഷ്ടപ്പെട്ട സഖാക്കളുടെ നിലവാരം വച്ചുനോക്കുമ്പോൾ അതിനിയും വമ്പിച്ചതാണ്.

അദ്ദേഹം മരിച്ചവരെക്കുറിച്ചു പറഞ്ഞു: റൗളിനെയും ചിഞ്ചുവിനെയും കുറിച്ച്. റൗളിനെ അദ്ദേഹത്തിന് അത്രയധികമൊന്നും അറിയില്ലാതിരുന്നതുകൊണ്ട് വളരെക്കുറച്ചേ അവനെക്കുറിച്ചു പറഞ്ഞുള്ളൂ. ചിഞ്ചുവിനെ സംബന്ധിച്ച്, അദ്ദേഹം പൊതുവായ രീതിയിൽ സംസാരിച്ചു. കോംഗോയിലെ ഉയിർത്തെഴുന്നേൽപ്പിന്റെ ഘട്ടത്തിൽ അദ്ദേഹം വഹിച്ച പങ്ക് ചെ അനുസ്മരിച്ചു. അവിടെ എല്ലാ പ്രായോഗികാർഥത്തിലും അദ്ദേഹം ചെയുടെ വലംകൈയായിരുന്നു. ചെ അവസാനിപ്പിച്ചത് ബൊളീവിയൻ പോരാട്ടത്തിൽ ചിഞ്ചു പ്രദർശിപ്പിച്ച മനോഭാവത്തെപ്പറ്റി ചില വിമർശനപരമായ അഭിപ്രായപ്രകടനങ്ങളോടെയാണ്. കോംഗോയിൽ സമരത്തിൽ പങ്കെടുത്തവരായി ഇവിടെയുള്ളവരിൽ മരിച്ച രണ്ടാമത്തെ ആളാണ് ചിഞ്ചു.

എനിക്കതൊരു കനത്ത പ്രഹരമായിരുന്നു. ഞങ്ങളൊന്നിച്ചാണ് പ്രയാസമേറിയ നിമിഷങ്ങൾ തരണംചെയ്തത്. അത്തരം സമയങ്ങൾ മനുഷ്യജീവികളിൽ അടുപ്പത്തിന്റെയും സ്നേഹപരിഗണനകളുടെയും ശക്തിയായ വികാരങ്ങൾ സൃഷ്ടിക്കും. സമരം സംഘടിപ്പിക്കുന്നതിന്റെ ആദ്യനാളുകളിൽ ഞങ്ങൾ ഒന്നിച്ചു പ്രവർത്തിച്ചു. നഗരത്തിലെ ഒളിവു ജീവിതത്തെ തരണംചെയ്യാനുള്ള നിയമങ്ങൾ ഞങ്ങളൊന്നിച്ചു പഠിച്ചു.

അദ്ദേഹം വലിയകാര്യങ്ങളാവശ്യപ്പെടുന്ന സഖാവായിരുന്നു. തന്നിൽനിന്നും മറ്റുള്ളവരിൽനിന്നും. തന്റെ അമ്മയെയും ഭാര്യയെയും മൂന്നുമക്കളെയും ബാക്കിയാക്കിയാണ് അദ്ദേഹം കടന്നുപോയത്.

റോസിറ്റനദിക്കരികിൽ

പുതിയ ക്യാമ്പടിക്കലുകൾ

പിന്നീട് ഞങ്ങൾ ഞങ്ങളുടെ ക്യാമ്പിന്റെ പ്രതിരോധം പടുത്തുയർത്താൻ തുടങ്ങി. അതിന്റെ സ്ഥാനം അതിനേക്കാൾ ഒരിക്കലും ഒന്നും നന്നാകാനാകാത്തവിധം അത്രമാത്രം മെച്ചപ്പെട്ടതായിരുന്നു. ഒരു മുഴുവൻ ബറ്റാലിയനെത്തന്നെ തറപറ്റിക്കാൻ പോന്നവിധം പറ്റിയ ഒരു സ്ഥാനമായിരുന്നു അത്. ഞങ്ങളുടെ ആശയം ആരും കാണാതെ അവിടെ കഴിച്ചുകൂട്ടുകയെന്നതായിരുന്നു. സൈന്യം ക്രീക്കിലൂടെ ഞങ്ങളെത്തേടി മുകളിലേക്കുവന്നാൽ, ഞങ്ങളവരെ കടന്നുപോകാൻ അനുവദിക്കും. എന്നിട്ടവർ പുറത്തുകടക്കാൻ നോക്കുമ്പോൾ ഞങ്ങളവരെ ശക്തമായി കടന്നാക്രമിക്കും.

ഒരു വഴി വെട്ടിത്തെളിക്കൽ ആരംഭിക്കാൻ കാമ്പയും മിഗ്വെലും പുറപ്പെട്ടു. പക്ഷേ അവർ പുരോഗതിയൊന്നും നേടിയില്ല. നാട്ടിൻപുറമാകെ ഒരു മുള്ളുനിറഞ്ഞ പച്ചപ്പുതപ്പാണ്. എന്തെങ്കിലും ഭക്ഷിക്കണമെന്നതുകൊണ്ട് ഞങ്ങളൊരു കുതിരയെക്കൊന്നു.

ബെനിഞ്ഞോയും പാബ്ലിറ്റോയും വഴിവെട്ടിത്തെളിക്കലിൽ അൽപ്പം മുന്നേറി. ക്യാമ്പിലേക്ക് മടങ്ങിയെത്താനവർ രണ്ടുമണിക്കൂറെടുത്തു.

ചെയുടെ ആസ്ത്മ മോശമാകുകയായിരുന്നു. ബാക്കിയുള്ള അനസ്തീഷ്യ കുത്തിവെപ്പുകൾകൊണ്ട് ആസ്ത്മയുടെ ആക്രമണങ്ങളെ ഒതുക്കിനിർത്താനായില്ലെങ്കിൽ അദ്ദേഹത്തിനൊരു എനിമ നൽകേണ്ടി വരുമെന്ന നിലക്കായിരുന്നു കാര്യങ്ങൾ. അത് വളരെയേറെ അപകടകരമായിത്തീരുമെന്നാണ് താൻ കരുതുന്നതെന്ന് മോറോ എന്നോടു പറഞ്ഞു. എന്തും സംഭവിക്കാമെന്നു താൻ ഭയപ്പെടുന്നതിനാൽ ഒരു കാൽസ്യം ഇൻജക്ഷൻ താൻ തയാറാക്കിവച്ചിട്ടുണ്ടെന്നും, സ്ഥിതിഗതികൾ ഗുരുതരമായിത്തീർന്നാൽ, അത് താലമോണാലിന്റെ ഫലങ്ങളെ നിർവീര്യമാക്കുമെന്നും അദ്ദേഹം പറഞ്ഞു.

റിയോ ഗ്രാൻഡെയിലേക്ക് നയിക്കുമെന്ന് ഞങ്ങൾ കരുതുന്ന ഒരു ക്രീക്ക് സ്കൗട്ടിങ് സംഘങ്ങൾ കണ്ടുപിടിച്ചു. അതിനെ പിന്തുടരാനും ദൂരെക്കാണുന്ന ഒരു തെളിഞ്ഞ പ്രദേശത്തെത്തി അതു കൃഷിയിടങ്ങളാണോ എന്നുറപ്പിക്കാനും ചെ മിഗ്വെലിനോട് ആവശ്യപ്പെട്ടു. ഫലം നിഷേധാത്മകമായിരുന്നു.

ഒരുമണിക്കൂർ ദൂരത്തിനടുത്തുള്ള മറ്റൊരു സ്ഥലത്തേക്ക് ഞങ്ങൾ ക്യാമ്പ് മാറ്റി സ്ഥാപിച്ചു. വഴിവെട്ടിത്തെളിച്ചെത്തിപ്പെട്ടതിന്റെ അറ്റത്തായിരുന്നു അത്. മിഗ്വെലും അനിസെറ്റോയും ക്രീക്ക് വഴി താഴേക്കുപോ

യി. തങ്ങൾക്കെന്തെങ്കിലും കണ്ടുപിടിക്കാൻ പറ്റുമോ എന്നറിയാൻ. രണ്ടു ടീമുകൾ വഴിവെട്ടിത്തെളിക്കാനായിപ്പോയി. ബെനിഞ്ഞോ, കാമ്പ എന്നിവരൊരു ടീം. ഞാനും ഉർബാനോയും മറ്റൊരു ടീം. ഞങ്ങൾക്ക് കാര്യമായ പുരോഗതി നേടാനായില്ല.

ബൊളീവിയയുടെ സ്വാതന്ത്ര്യദിനമായി കൊണ്ടാടുന്ന ആഗസ്റ്റ് 6[1] ആഘോഷിക്കാനായി ഞങ്ങൾ രാത്രിയിലൊരു മീറ്റിങ് കൂടി.

ആ രാത്രി മിഗ്വെൽ തിരിച്ചെത്തിയില്ല. രാത്രിയാകുന്നതിനുമുമ്പേ തിരിച്ചെത്തണമെന്ന ചെയുടെ ആജ്ഞയ്ക്കു വിപരീതമായിരുന്നു അത്. അടുത്തദിവസം വെളുപ്പാൻകാലത്തുതന്നെ ക്യാമ്പ് പൊളിക്കാനതൊരു കാരണമായി. ഞങ്ങളതിന് അനുസൃതമായ സുരക്ഷാമുൻകരുതലുകളും എടുത്തു. അന്റോണിയോയുടെ നേതൃത്വത്തിലൊരു ഗ്രൂപ്പ് ക്രീക്കിലൂടെ മുകളിലേക്ക് പോയി. മറ്റേത് ബെനിഞ്ഞോയുടെ നേതൃത്വത്തിൽ ക്രീക്കിലൂടെ താഴേക്കും. അവർ പരമാവധി ജാഗ്രതയോടെ വേണം മുന്നോട്ടുപോകാനെന്നും ക്രീക്ക് നദിയിലേക്കൊഴുകിച്ചേരുന്നിടത്തെത്താൻ ശ്രമിക്കണമെന്നും ചെ ഉത്തരവ് നൽകി.

ഉച്ചയോടെ ബെനിഞ്ഞോ മിഗ്വെലിനൊപ്പം മടങ്ങിയെത്തി. അദ്ദേഹം രാത്രി തിരിച്ചെത്താതിരുന്നതിന്റെ കാരണം രാത്രി മടങ്ങിയെത്താൻ വളരെ വൈകുമെന്നതിനാൽ താൻ നിന്നിരുന്നിടത്തുതന്നെ രാത്രി കഴിച്ചുകൂട്ടാൻ നിർബന്ധിതനായതാണ്.

മറ്റൊരു ക്രീക്ക് കണ്ടെത്തി; അതിലേക്ക് ഞങ്ങൾ രാവിലെ നീങ്ങി.

ഗ്രൂപ്പിൽ പ്രത്യക്ഷപ്പെട്ടുകൊണ്ടിരിക്കുന്ന ആത്മവീര്യച്ചോർച്ചയുടെ സൂചനകളെക്കുറിച്ച് മോറോ എന്നോട് സംസാരിച്ചു. പിന്നീട് അദ്ദേഹം ചെയോടും അതേക്കുറിച്ച് പറഞ്ഞു. അദ്ദേഹം ഉയർത്തിയ പോയിന്റുകൾ ഏറെക്കുറെ താഴെപ്പറയും പ്രകാരമായിരുന്നു: താൻ ചതിക്കപ്പെട്ടുവെന്ന് ലിയോൺ പറഞ്ഞു; കൃഷിയിടം നോക്കിനടത്തുന്ന പണി തന്നെ ഏൽപ്പിച്ചപ്പോൾ പാർട്ടി തന്റെ ഭാര്യക്ക് 200 പെസോ നൽകുമെന്നു പറഞ്ഞിരുന്നു. പക്ഷേ അവർ അവൾക്കൊന്നും കൊടുത്തില്ല. കാമ്പയുടെ കാര്യത്തിൽ അവന്റെ മനോഭാവത്തിന്റെ കാര്യത്തെക്കുറിച്ച് പറയേണ്ട കാര്യമില്ല. വില്ലിക്ക് തന്റെ വീട്ടിൽ പോകണം. കൂടെ ചെയ്ക്കും ആത്മനിയന്ത്രണം നഷ്ടപ്പെടുകയും തന്റെ ചെറിയ പെൺകുതിരയെ മുറിവേൽപ്പിക്കുകയും ചെയ്തു.

അന്നുരാത്രി (ആഗസ്ത് 8) ഒരു മീറ്റിങ് ചേർന്നു. ചെയ്ക്ക് എഴുന്നേറ്റുനിൽക്കാൻ പോലും പറ്റിയിരുന്നില്ല. അദ്ദേഹം ആരംഭിച്ചത് സ്വയംവിമർശനത്തോടെയാണ്. തന്റെ പെൺകുതിരയെ മുറിവേൽപ്പിക്കുന്നതിലേക്കെത്തിച്ച മാനസികാവസ്ഥയെക്കുറിച്ചായിരുന്നു അത്.

> വലിയ തീരുമാനങ്ങളാവശ്യപ്പെടുന്ന ഒരുനിമിഷത്തിൽ നാമെത്തിച്ചേർന്നിരിക്കുകയാണ്. ഇത്തരം സമരങ്ങൾ വിപ്ലവകാരികളാകാൻ നമുക്ക് അവസരമൊരുക്കുന്നു; മനുഷ്യജാതിയുടെ ഏറ്റവുമുയർന്ന നിലവാരം കൈവരിക്കാൻ. അതേസമയം തന്നെ പൂർണതയുള്ള

1 1825 ൽ ബൊളീവിയ സ്വാതന്ത്ര്യം നേടി.

ആണുങ്ങളാകാൻ അത് നമ്മെ കഴിവുറ്റവരാക്കുകയും ചെയ്യുന്നു. ഈ രണ്ട് അവസ്ഥകളും നേടിയെടുക്കാൻ കഴിവില്ലാത്തവർ അക്കാര്യം തുറന്നുപറയുകയും സമരം ഉപേക്ഷിക്കുകയും ചെയ്യണം.

താൻ ഓരോ പോരാളിയോടും സ്വകാര്യമായി സംസാരിക്കുമെന്നും അതുകൊണ്ട് താന്താങ്ങളുടെ തീരുമാനം ഭയലേശമെന്യേ വിശദീകരിക്കാൻ ഓരോരുത്തർക്കും കഴിയുമെന്ന് അദ്ദേഹം പറഞ്ഞു. സമരം ഉപേക്ഷിക്കാൻ തീരുമാനിക്കുന്നവർക്ക് സുരക്ഷാസാഹചര്യങ്ങൾ അനുവദിക്കുമ്പോൾ പോകാൻ കഴിയും. മരുന്നുതേടി ഒരു ഗ്രൂപ്പിനെ അയക്കാനുള്ള തന്റെ തീരുമാനം അദ്ദേഹം വിശദീകരിച്ചു. കാരണം തന്റെതന്നെ ദുർബലമായ അവസ്ഥ മൊത്തം ഗറില്ലാദളത്തിന്റെയും പോരാട്ടവീര്യത്തിന്മേൽ ഒരു മോശപ്പെട്ട ഫലമുണ്ടാക്കുകയാണ്.

അതു ചെയ്യാനായി, താഴെപ്പറയുന്ന പ്ലാനിന്റെ ഒരു രൂപരേഖ അവതരിപ്പിച്ചു: ബെനിഞ്ഞോ, നാറ്റോ, ജൂലിയോ, കൊക്കോ, അനിസെറ്റോ, പാബ്ലിറ്റോ, ഡാരിയോ, കാമ്പ എന്നിവർ പുറപ്പെടും. ആദ്യ ദിനം തിരികെ റിപ്പോർട്ടുചെയ്യാൻ കാമ്പ തിരിച്ചുവരണം. രണ്ടാംദിനം പാബ്ലിറ്റോയും ഡാരിയോയും അതുചെയ്യണം. ബാക്കിവരുന്ന അഞ്ചുപേർ നാങ്കാഹുവാസുവിൽ മരിച്ച കർഷകനായ[1] വർഗാസിന്റെ വീടുവരെ പോകണം. അവരവിടെച്ചെന്നശേഷം, കൊക്കോയും അനിസെറ്റോയും ഞങ്ങളുടെ അടുത്തേക്ക് തിരിച്ചുവരണം. മറ്റു മൂന്നുപേർ – നാറ്റോ, ബെനിഞ്ഞോ, ജൂലിയോ – നാം ത്രീഹെഡ്സ് ക്യാമ്പിലൊളിച്ചുവച്ച മരുന്നുകളെടുക്കാൻ അവിടേക്കു പോകണം.

രാവിലെ, വഴിവെട്ടിത്തെളിക്കുന്നവർ അവരുടെ പണി തുടർന്നു. എന്റെ ഉത്തരവാദിത്വത്തിൻകീഴിൽ അംബുഷ് തയാറാക്കി. ഞാൻ പോരാട്ടങ്ങളിൽ പങ്കെടുത്തുതുടങ്ങിയിരുന്നു. എന്റെ കാലുകൾ പൂർണമായും സുഖപ്പെട്ടിരുന്നില്ലെങ്കിലും, എനിക്കു നടക്കാൻ കഴിഞ്ഞിരുന്നു.

അടുത്ത ദിവസം (ആഗസ്റ്റ് 10) ഗ്രൂപ്പ് വെള്ളം കണ്ടെത്തിയിട്ടില്ലെന്ന വാർത്തയുമായി കാമ്പ വന്നു. അവരതു കണ്ടെത്തുമ്പോൾ പാബ്ലിറ്റോയും ഡാരിയോയും തിരിച്ചുവരും. അതല്ലെങ്കിലവർ നദിയിലെത്തുന്നതുവരെ യാത്ര തുടരും. അന്റോണിയോയും ചപ്പാക്കോയും ഒരു യൂറിനയെ പിടിച്ചു. അത് ചെയുടെ ആരോഗ്യസ്ഥിതി മെച്ചപ്പെടുത്തി. കുതിരമാംസം അദ്ദേഹത്തിന് അലർജിയുണ്ടാക്കിയിരുന്നതിനാൽ അത് അദ്ദേഹത്തിന് വലിയ പ്രശ്നമായിരുന്നു. യൂറിന മാംസം അദ്ദേഹം കഴിക്കണമെന്നു പറഞ്ഞപ്പോൾ, തനിക്കൊരു പ്രത്യേകാവകാശവും വേണ്ടെന്നുപറഞ്ഞ് അദ്ദേഹം അതു നിരാകരിച്ചു. ഞങ്ങളെല്ലാം വല്ലാതെ നിർബന്ധിച്ചശേഷമേ അദ്ദേഹം കീഴടങ്ങിയുള്ളു.

വർഗാസിന്റെ വീട്ടിലെത്തിച്ചേരണമെങ്കിൽ ഇനി മൂന്നുദിവസംകൂടി

1 എപ്പിഫാനിയോ വർഗാസ്. ഒരു കർഷകനായ അയാൾ മാർച്ച് 23 ന്റെ അംബുഷിൽ സൈന്യത്തിന്റെ വഴികാട്ടിയായി പ്രവർത്തിക്കാൻ നിർബന്ധിക്കപ്പെട്ട് കൊല്ലപ്പെടുകയായിരുന്നു.

വേണ്ടിവരുമെന്ന ബെനിഞ്ഞോയുടെ സന്ദേശവുമായി ഡാരിയോയും പാബ്ലിറ്റോയുമെത്തിച്ചേർന്നു. പര്യവേക്ഷണയാത്രയിൽ കണ്ടെത്തിയ മറ്റൊരു ക്രീക്കിലേക്ക് ക്യാമ്പ് മാറ്റി സ്ഥാപിച്ചു. അർധരാത്രിയാകുമ്പോൾ അപ്രത്യക്ഷമാകുകയും പിന്നീട് വീണ്ടും പ്രത്യക്ഷപ്പെടുകയും ചെയ്യുന്ന ഒരു സ്വഭാവം ആ ക്രീക്കിലൂടെ ഒഴുകുന്ന തോടിനുണ്ടായിരുന്നു.

ആഗസ്റ്റ് 12 ന് മോൺടീഗുഡോയിലെ ഒരേറ്റുമുട്ടലിന്റെ വാർത്ത റേഡിയോയിൽ ഞങ്ങൾ കേട്ടു. അന്റോണിയോ ഫെർണാണ്ടസ് എന്നൊരു 'സാമൂഹ്യവിരുദ്ധ' ന്റെ (ഒരു ഗറില്ല) മൃതദേഹത്തെക്കുറിച്ചും അത് സൂചിപ്പിച്ചു. ഞങ്ങളുടെ ഫയലുകളിൽക്കൂടി കടന്നുപോയപ്പോൾ ആ പേരുമായി ഏറ്റവും സാമ്യംതോന്നിയത് ടറാറ്റയിൽനിന്നുള്ള അന്റോണിയോ ജിമെനസുമായാണ്.[1] (പെഡ്രോ).

കൊക്കോയും അനിസെറ്റോയും വർഗാസിന്റെ വീട്ടിൽ സൈനികരുടെ സാന്നിധ്യമുണ്ടെന്ന വാർത്തയുമായി വന്നു.

മൂന്നുദിവസത്തിനുശേഷം മോൺടീഗുഡോ പ്രദേശത്തൊരു ഏറ്റുമുട്ടൽ നടന്നതിന്റെ റേഡിയോ റിപ്പോർട്ട് കേട്ടു. അതിൽ രണ്ടുപേർ തടവുകാരാക്കപ്പെട്ടു. എല്ലാ സൂചനകളും കാണിക്കുന്നത് ജോവാകിന്റെ ഗ്രൂപ്പ് ഒരു വിഷമകരമായ സ്ഥിതിയിലാണെന്നാണ്. ഏറ്റുമുട്ടലുകളുടെ കുറഞ്ഞ ഇടവേളകൾ നൽകുന്ന സൂചനകൾ ഇതാണ്. ചുഗുയായായാക്കോയിൽ ഒരേറ്റുമുട്ടൽ നടന്നതായും സേനയ്ക്ക് നഷ്ടങ്ങളൊന്നും വന്നില്ലെന്നും[2] റേഡിയോ റിപ്പോർട്ട് ചെയ്തു (ഈ രണ്ടു പ്രദേശങ്ങളും പരസ്പരം വളരെ അകലത്തിലായിരുന്നു).

റോസിറ്റനദിയിലേക്കുള്ള യാത്ര

നദിയുടെ അരികിലെന്ന് ഞങ്ങൾ കരുതിയ ഒരു വെള്ളക്കുഴിക്കുനേരെ ഞങ്ങൾ നീങ്ങി. അതിന് അതിന്റെ ഫലവുമുണ്ടായി. വയറിളക്കം പിടിച്ച് ഞങ്ങളെല്ലാവരും അവശരായി.

പിന്നീടൊരു വിമാനം വന്ന് നദിക്കുമേലെ വട്ടമിട്ടു പറന്നു. രാവിലെ തന്നെ ഒരു നിർബന്ധിത മാർച്ചിനു പുറപ്പെടാനായി ഞങ്ങളുടെ സാധനസാമഗ്രികളെല്ലാം തയാറാക്കിവെക്കാൻ ചെ കൽപ്പന നൽകി. ഞങ്ങൾ നദിയിലെത്തിച്ചേരാനും തുടർന്ന് റോസിറ്റ റിയോ ഗ്രാൻഡെയിൽച്ചേരുന്നിടത്തേക്കു പോകാനും ശ്രമിക്കും. ഈ നദിയിലൂടെയാണ് സൈന്യം മുന്നേറുകയെന്ന കണക്കുകൂട്ടലാണ് ഞങ്ങൾക്കുള്ളത്. അവർ വരുന്നതിനുമുമ്പ് ഞങ്ങൾക്ക് പുറത്തുകടക്കണം.

പ്രഭാതം പൊട്ടിവിടരുമ്പോഴേ പുറപ്പെട്ട് റോസിറ്റയിലൂടെ താഴേക്കു പോയി നദിയുടെ താഴേക്കുള്ള ഭാഗത്ത് ശ്രദ്ധാപൂർവം പര്യവേക്ഷണം

---

1. ഇയാനോ മലനിരകളിൽ ആഗസ്റ്റ് 9ന് അന്റോണിയോ ജിമെനെസ് (പെഡ്രോ) കൊല്ലപ്പെട്ടു.
2. ആ റിപ്പോർട്ട് സൈന്യത്തിന്റെ ഒരു കള്ളപ്രചരണമായിരുന്നു.

നടത്താൻ ഒരു മുന്നണിഗ്രൂപ്പിനെ പിന്നീട് തെരഞ്ഞെടുത്തു. രോഗികളായവർ എനിക്കൊപ്പം യാത്രചെയ്യും. പിന്നണിവിഭാഗം പിന്തുടരും. മുന്നണിവിഭാഗത്തെ അവരുടെ അംബുഷ് പോസ്റ്റിൽനിന്ന് പിന്നണി വിഭാഗം ഒഴിവാക്കുന്നതോടെ അവർ വീണ്ടും മുന്നോട്ടുപോകും. നദിയുടെ അറ്റത്തെത്തിച്ചേരുന്നതുവരെ ഞങ്ങൾ അങ്ങനെ പോകും.

സൈന്യം ഗുഹകൾ കണ്ടെത്തുന്നു

ആഗസ്റ്റ് 14 നും 17–നുമിടയിൽ കേട്ട ഏറ്റവും പ്രധാനപ്പെട്ട വാർത്ത ശത്രു ഗുഹകൾ കണ്ടെത്തിയെന്നതാണ്. അവിടേക്കാണ് ഞങ്ങളുടെ സഖാക്കൾ പോയിരിക്കുന്നത്. എല്ലാത്തിന്റെയും കിറുകൃത്യമായ വിവരണമാണ് നൽകിയിരിക്കുന്നത്. ആരോ കാര്യങ്ങളെല്ലാം പട്ടാളത്തിനെത്തിച്ചുവെന്നത് വ്യക്തമാണ്.[1]

മരുന്നുംതേടിപ്പോയ സഖാക്കളുടെ വിധിയെന്തായി എന്നതിൽ ചെ അങ്ങേയറ്റം ആശങ്കാകുലനായി.

അടുത്തദിവസം കാമ്പ ഗറില്ലാകോളം ഉപേക്ഷിക്കാനുള്ള തന്റെ ആഗ്രഹം പരസ്യമായിത്തന്നെ ഉന്നയിക്കാൻ തീരുമാനിച്ചു (ആഗസ്റ്റ് 18 ന്). താൻ ശാരീരികമായി നല്ല നിലയിലല്ലെന്നും പോരാട്ടത്തിനെന്തെങ്കിലും ഭാവിയുള്ളതായി താൻ കരുതുന്നില്ലെന്നും അവൻ പറഞ്ഞു.

ഉച്ചയോടെ ഞങ്ങൾ ക്രീക്കിലെത്തി. മിഗ്വെൽ, കൊക്കോ, ഇന്റി, അനിസെറ്റോ എന്നിവരടങ്ങുന്ന സ്കൗട്ടിങ് സംഘം മലനിരകളെ ഒഴിവാക്കിക്കൊണ്ട് എവിടെവെച്ച് നദി കടക്കാമെന്നത് അറിയാനായി പുറപ്പെട്ടു.

ആർട്ടുറോയും ഉർബാനോയും (അവരായിരുന്നു ഗാർഡ് ഡ്യൂട്ടിക്കാർ) ഒരു ആന്റയെ (പന്നിപോലുള്ള മൂക്കുനീണ്ട ഒരു മൃഗം) വെടിവെച്ചുപിടിച്ചു. അതായിരുന്നു ഞങ്ങൾ കണ്ട ആദ്യത്തെ ആന്റ. ആ പ്രദേശത്തവ ധാരാളമായുണ്ടായിരുന്നു. അതൽപ്പം ആശ്വാസം നൽകി. മൃഗങ്ങളെ അവസാനം വരെ സംരക്ഷിക്കുകയെന്ന ചെയുടെ ആശയം സാധ്യവുമാക്കി. ഞങ്ങൾ മൃഗങ്ങളെ സംരക്ഷിക്കേണ്ടതുണ്ട്. ഒന്നാമതായി അതിനുള്ള കാരണം അവ ഭക്ഷ്യകരുതൽശേഖരമാണ്. രണ്ടാമതായി ചെയ്ക്കു യാത്ര ചെയ്യാനുള്ള ഏക വഴിയുമാണത്. അദ്ദേഹത്തിന് ഒരു അടിപോലും നടക്കാൻവയ്യ.

---

1. ജോവാകിന്റെ കോളത്തെ പിന്തുടർന്നിരുന്ന യൂസേബിയോയും ചിങ്കോലായും ജൂലൈ അവസാനം ഒളിച്ചോടി. അവർ കോളത്തിൽനിന്നും പുറത്താക്കപ്പെട്ടിരുന്നു. കുറേ ദിവസങ്ങൾക്കുശേഷം അവർ പിടിയിലായി. ആഗസ്ത് 4ന് ചിങ്കോലോ സൈനത്തെ നാങ്കാഹുവാസുവിലെ സാധനസാമഗ്രികൾ സംഭരിച്ചുവച്ചിരുന്ന ഗുഹകളിലേക്ക് നയിച്ചു. ഗുഹകളിൽ ആയുധശേഖരങ്ങൾ, വെടിമരുന്നുകൾ, സൈനികസന്നാഹങ്ങൾ, രേഖകൾ, ഫോട്ടോകൾ, ബൊളീവിയൻ സർക്കാരിന് സഹായകരമാകുന്ന മറ്റുകാര്യങ്ങൾ എന്നിവയൊക്കെയുണ്ടായിരുന്നു. ELN ന്റെ നഗരപിന്തുണാസംവിധാനത്തിലെ ആളുകളെയും അംഗങ്ങളെയും വേട്ടയാടുന്നതിനും അറസ്റ്റുചെയ്യുന്നതിനും സൈന്യത്തിനവ സഹായകരമായി.

ഞങ്ങളുടെ സ്ഥിതി ശോചനീയമാകുകയായിരുന്നു. മോറോ ഒരു ദിവസം മുമ്പുമുതൽ കടുത്ത പുറംവേദനകൊണ്ടു കഷ്ടപ്പെടുകയാണ്. അദ്ദേഹത്തിന് വിശപ്പേയില്ല. പാച്ചോയുടെ അസുഖം ഭേദമായി.

അടുത്തദിവസം (ആഗസ്ത് 21) ശാന്തമായിരുന്നു. വഴിവെട്ടിത്തെളിക്കൽ തുടർന്നു. ഞങ്ങൾ എത്തിച്ചേർന്നിടത്തുതന്നെ ഞങ്ങൾ അന്ന് തങ്ങി. അഞ്ചു കുരങ്ങന്മാരെ പിടിച്ചു. മോറോയുടെ ആരോഗ്യനില കുറച്ചുകൂടി വഷളായി.

ചെയുടെ കാലിലെ മറ്റൊരു പഴുത്ത മുഴകൂടി കുത്തിത്തുറന്നു ചലം കളഞ്ഞു. ആസ്ത്മ ശമിപ്പിക്കാൻ ഗുളികകൾ കഴിച്ചു.

എന്റെ കാൽ ഭേദമായി വരികയാണ്.

ഞങ്ങൾ മുന്നോട്ടുതന്നെ പോയി, വഴിയുടെ അറ്റത്തെത്താമെന്നു പ്രതീക്ഷിച്ചുകൊണ്ട്. അപ്പോൾ മോറോയുടെ മൃഗം ഒരു മലയിടുക്കിലേക്കു വീണു. അതിനെ പുറത്തുകടത്താനായി വലിയൊരുസമയം ഞങ്ങൾ ചെലവാക്കി. വഴിവെട്ടിത്തെളിച്ചവരെ ചെ ശകാരിച്ചു. അവരവരുടെ പണി വളരെ മോശമായാണ് ചെയ്തതെന്ന് ചെയ്ക്കു തോന്നി. വെള്ളക്കുതിര ഒരു ചതുപ്പിലകപ്പെട്ടു. ഞങ്ങൾക്കതിനെ ഒഴിവാക്കേണ്ടി വന്നു. അതിന് കടിഞ്ഞാണിന്റെ ഭാഗത്ത് മുറിവും പഴുപ്പും വയറ്റിലൊരു മുഴയുമുണ്ടായിരുന്ന നിലയ്ക്കതൊരു വലിയ നഷ്ടമല്ല. എങ്കിൽപ്പോലും അതിൽനിന്നിപ്പോഴും രക്ഷിച്ചെടുക്കാമായിരുന്ന മാംസം ഉപയോഗപ്പെടുത്താതിരുന്നതിന് ചെ ഞങ്ങളെ ശാസിച്ചു.

വേട്ടക്കാരെന്ന് അവകാശപ്പെട്ട രണ്ടു കർഷകരെ ഞങ്ങൾ പിടികൂടി. സൈന്യം വർഗാസിന്റെ വീട്ടിനകത്തുണ്ടെന്നും, ഞങ്ങൾ ഏറെക്കുറെ അതിനടുത്ത് എത്തിക്കഴിഞ്ഞെന്നും അവർ പറഞ്ഞു. പട്ടാളക്കാർ ചെറു സംഘങ്ങളായി ചുറ്റിനടക്കാനും മീൻപിടിക്കാനുമായി പുറത്തുപോകുന്നുണ്ടെന്നും ഞങ്ങൾ പിന്നീടറിഞ്ഞു. ഇപിറ്റ, കരാഗുവാട്ടാറെൻഡ, ടാട്ടറെൻഡ, നുമാവോ എന്നിവിടങ്ങളിൽ ഗാരിസനുകൾ (വലിയ സൈനിക സംഘങ്ങൾ) നിലയുറപ്പിച്ചിട്ടുണ്ടെന്നും ഞങ്ങൾക്കു മനസിലായി.

കർഷകരിൽനിന്നു ഞങ്ങൾക്കു ലഭിച്ച വിവരങ്ങൾ നൽകുന്ന സൂചന കാണിക്കുന്നത് ഞങ്ങൾക്കറിയാവുന്ന എല്ലാ പ്രദേശങ്ങളിലും സൈന്യം അംബുഷുകൾ തയാർ ചെയ്യുകയാണെന്നാണ്. അങ്ങനെ അപരിചിതമായ പ്രദേശങ്ങളിൽ പ്രവർത്തിക്കാൻ ഞങ്ങളെ നിർബന്ധിതരാക്കുകയാണ് അവർ.

വേട്ടക്കാർ കൊണ്ടുവന്നിരുന്ന ഡൈനാമിറ്റുകൾ ഉപയോഗിച്ച് മീൻ പിടിക്കാനായി ഞങ്ങൾ പോയി.

ഞങ്ങൾ രാവിലെതന്നെ എഴുന്നേറ്റു (ആഗസ്ത് 24). അതല്ലെങ്കിൽ മീൻ പിടിക്കാൻ വരുന്ന പട്ടാളക്കാർ ഞങ്ങളെ കണ്ടേക്കാനിടയുണ്ട്.

മലയടിവാരത്തിൽനിന്നും അതിലൂടെ കടന്നുപോകാൻ മൃഗങ്ങൾക്കുള്ള തടസങ്ങളെക്കുറിച്ച് മുന്നണിവിഭാഗം ഞങ്ങൾക്കറിവുനൽകി. ചെ പിന്നണി വിഭാഗത്തെക്കൊണ്ടൊരു അംബുഷ് തയാറാക്കി. അതിനെ

മധ്യവിഭാഗത്തിൽനിന്നുള്ളവരെ ഉപയോഗിച്ചു ശക്തമാക്കുകയും ചെയ്തു. മിഗ്വെൽ, ഉർബാനോ, കാമ്പ, ഡാരിയോ എന്നിവരേയും ഒപ്പം വേട്ടക്കാരെന്നു പറഞ്ഞവരിൽ ഒരാളെയും (ഹ്യൂഗോ ഗുസ്മാൻ) കൂട്ടി ചെ ഒരു സ്കൗട്ടിങ് സംഘത്തേക്കയച്ചു. പിന്നീട് ഞങ്ങൾ മൂന്നുസാധാരണക്കാർ വെടിവയ്ക്കുന്നതു കണ്ടു. അതൊരു സൂചനയായിരുന്നെന്നു തോന്നി. കാരണം, ഉടനെ തന്നെ പട്ടാളക്കാർ മീൻപിടുത്തത്തിനെത്തി.

ഉച്ചഭക്ഷണത്തിന് ഞങ്ങൾ സൂച്ചി(ഒരുതരം കഴുകൻ)കൊണ്ടു തയാറാക്കിയ ഒരു സൂപ്പും മിഗ്വെൽ പിടിച്ച ഒരു അഴുകിത്തുടങ്ങിയ പൂച്ചയെ ആന്റയുടെ എല്ലുകൾ കൂടിച്ചേർത്ത് പാചകം ചെയ്തതും ചേർത്ത് കഴിച്ചു.

അടുത്ത ദിവസം പിരിമുറുക്കത്തിന്റേതായിരുന്നു. ഞങ്ങൾ സൈന്യം എത്തിച്ചേരുമെന്നു പ്രതീക്ഷിച്ചിരിക്കുകയാണ്. അവർ മറുകരയിലൂടെ വരും. അവർ ഞങ്ങളുടെ സ്ഥാനത്തിന്റെ എതിർവശത്ത് ഏറെസമയം നിന്നു. തുടർന്നവർ ഒരു വളവുതിരിഞ്ഞ് മീൻ പിടിക്കാനായി നദിയിലേക്കുപോയി.

ഗറില്ലാ പ്രവർത്തനങ്ങൾ

ഉച്ചകഴിഞ്ഞ്, ചെ അന്റോണിയോയെ വിളിച്ച് ഒന്നല്ലെങ്കിൽ മറ്റൊരു രീതിയിൽ ആക്രമിക്കാൻ ഉത്തരവുനൽകി. അതൊരു ചെറിയ ഗ്രൂപ്പാണെങ്കിൽ അവരെ മീൻപിടിക്കാൻ അനുവദിച്ചശേഷം തടവുകാരാക്കണം. അവരിൽനിന്ന് സൈനികരുടെ സ്ഥാനം മനസിലാക്കാം. ഞങ്ങളുടെ ലക്ഷ്യം ഹോണോറാറ്റോ റോജാസിന്റെ കൃഷിയിടത്തിലെത്തിച്ചേരുകയാണ്. തുടർന്ന് റിയോ ഗ്രാൻഡെയിലൂടെ മുകളിലേക്കു പോയി അസെറോയിലോ ഫ്രിയാസ് നദിയിലോ എത്തിച്ചേരാൻ ശ്രമിക്കുക. അവിടെനിന്നും ഞങ്ങൾ മുയുപ്പാമ്പ മേഖലയിലേക്ക് യാത്രതുടരും. അവിടെയായിരിക്കും ജോവാകിന്റെ ഗ്രൂപ്പ് പ്രവർത്തിക്കുന്നതെന്ന് ഞങ്ങൾ കരുതി.

ആക്രമണത്തിന്റെ ആസൂത്രണം മോശമായിത്തീർന്നു. മുൻ ദിവസങ്ങളിൽനിന്നു വ്യത്യസ്തമായി, സൈന്യം വളരെ കരുതലോടെയാണ് എത്തിച്ചേർന്നത്. അവർ രണ്ടുഗ്രൂപ്പുകളായി തിരിഞ്ഞു; അതിലൊന്ന് നദിയുടെ തിരിവിനു പിന്നിൽനിന്നു. മറ്റേവിഭാഗം വളരെയേറെ സുരക്ഷാ ഏർപ്പാടുകളോടെ നദിക്കരയിലൂടെ നദിയുടെ കടവി(നദി ഇറങ്ങിക്കടക്കാൻ പറ്റുന്ന ആഴം കുറഞ്ഞ ഭാഗം) ലേക്കെത്തി. അവരെന്റെ സ്ഥാനത്തിനപ്പുറം കടന്നു. അത് പാച്ചോയുടെ അടുത്തായിരുന്നു. ഞങ്ങൾ വെടിയുതിർത്തില്ല. അന്റോണിയോയാണ് വെടിവെപ്പുതുടങ്ങാൻ തീരുമാനിച്ചിരുന്നത്. അവൻ വലതു പാർശ്വത്തിലാണ്. അവനാണ് അംബുഷിന്റെ ചാർജ്.

കടവിലേക്ക് രണ്ടു യുവസൈനികരെത്തിച്ചേർന്ന് വസ്ത്രങ്ങളഴിക്കാൻ തുടങ്ങി. ഒന്നാമത്തെ ആൾ അയാളുടെ കാൽ വെള്ളത്തിലേക്കു വെച്ചയുടൻ ആവശ്യത്തിൽ കവിഞ്ഞ ധൃതികാട്ടിക്കൊണ്ട് അന്റോണിയോ വെടിയുതിർത്തു. അതിന്റെ ഉന്നം പിഴച്ചു. ബാക്കി ഞങ്ങളെല്ലാം ഞങ്ങ

ളുടെ വെടി പട്ടാളക്കാരുടെ ഗ്രൂപ്പിനുനേരെ കേന്ദ്രീകരിച്ചു. അവർ അവരുടെ റൈഫിളുകൾ വലിച്ചെറിഞ്ഞ് ജീവനും കൊണ്ടോടി. അവർ പരിക്കൊന്നും പറ്റാതെ രക്ഷപ്പെട്ടു. പാച്ചോയും ഞാനും നദിയുടെ തിരിവിൽ നിന്ന് അവർക്കുനേരെ വെടിവെച്ചു. അപ്പോൾ ഞങ്ങളുടെ സ്ഥാനങ്ങളിലേക്കുവന്ന ചെയോട് ഇന്റിയും കൊക്കോയും പാബ്ലിറ്റോയും തങ്ങൾ നദിയുടെ മറുകരയിലെത്തി റൈഫിളുകൾ ശേഖരിക്കാമെന്നു പറഞ്ഞു. യുസ്റ്റാക്കിയോ, (പ്രത്യക്ഷത്തിൽത്തന്നെ ശ്രദ്ധ വ്യതിചലിച്ചമട്ടിലാണ് അവൻ നിന്നിരുന്നത്) ഞങ്ങളുടെ തന്നെയാളുകളാണ് നദിയിലൂടെ പോകുന്നതെന്നറിയാതെ അവർക്കുനേരെ വെടിവെച്ചു. ഇന്റിക്ക് പരിക്ക് പറ്റിയില്ലെന്നത് ഭാഗ്യമെന്നേ പറയേണ്ടൂ. ചെ ക്രുദ്ധനായി അവന്റെ ഷർട്ടിൽ കടന്നുപിടിച്ചു. "തുലയട്ടെ ഫെർണാണ്ടോ, എന്നോടിതുവരെ ഇങ്ങനെയൊരു കാര്യമാരും ചെയ്തിട്ടില്ല" അവൻ പറഞ്ഞു. ചെ അവനെ വിടുകയും മാപ്പുപറയുകയും ചെയ്തു. പിന്നീടു ഞങ്ങൾ ഞങ്ങളുടെ പരാജയം വിലയിരുത്താനൊരു യോഗം ചേർന്നു.

ചെ ഒരു പിൻവാങ്ങലിന് ഉത്തരവിട്ടു. രോഗികളായ എല്ലാവരേയും ചെ ഞങ്ങളുടെ കീഴിലാക്കി. മോറോ പിന്നണി വിഭാഗത്തിനൊപ്പം പിന്നിൽത്തന്നെ തങ്ങി. അവർ ഏതാണ്ട് ഇരുന്നൂറുമീറ്റർ ക്യാമ്പിനു പിന്നിലായിരുന്നു. അദ്ദേഹം അവിടെ കിടന്നുറങ്ങി. അദ്ദേഹം അത്രയധികം അവശനായതിനാൽ അദ്ദേഹത്തിന് നടക്കാൻ കഴിഞ്ഞില്ല.

ഞങ്ങൾ ഞങ്ങളുടെ മാർച്ച് തുടങ്ങി. ഏറെക്കുറെയെല്ലാവരും വെള്ളത്തിൽനിന്നു പുറത്തുകടന്നാണ് നടന്നത്. എന്റെ കയ്യിൽ ഭക്ഷണമൽപ്പം ബാക്കിയുണ്ടായിരുന്നത് മോറോക്കു നൽകി.

ഞങ്ങൾ ഞങ്ങളുടെ ദാഹം ശമിപ്പിക്കാനായി ഇളംമുളന്തണ്ടുകൾ ചവച്ച് നീരുകുടിക്കാൻ തുടങ്ങി. ആ ദ്രാവകത്തിന് കയ്പായിരുന്നെങ്കിലും ദാഹം കുറച്ചൊക്കെ ശമിപ്പിക്കാനത് സഹായിച്ചു.

ഇതെല്ലാമുണ്ടെങ്കിലും ഞങ്ങൾക്കൊരു സന്തോഷകരമായ അദ്ഭുതം ഉടനെയുണ്ടായി. ബെനിഞ്ഞോയും നാറ്റോയും ജൂലിയോയും പ്രത്യക്ഷപ്പെട്ടു. ഞങ്ങളൊരിക്കലും ഇനിയവരെ കാണാനിടയില്ലെന്നും, ഇനി അഥവാ കാണാനിടയായാലത് ഹോണോറാറ്റോയുടെ വീട്ടിൽവെച്ചായിരിക്കുമെന്നുമാണ് ഞങ്ങൾ കരുതിയത്. ഞങ്ങളാ സഖാക്കളിൽനിന്നും നുമാവോയിലും വർഗാസിലും സൈന്യം തമ്പടിച്ചിട്ടുണ്ടെന്നും വർഗാസിൽനിന്ന് ഇപിറ്റയിലേക്കുള്ള റോഡിൽ റോന്തുചുറ്റൽ നടക്കുന്നുണ്ടെന്നുമറിഞ്ഞു. ചിലേടങ്ങളിൽ വാഹനങ്ങളിലും, മറ്റു ചില സ്ഥലങ്ങളിൽ കാൽനടയായുമാണ് റോന്തുചുറ്റൽ. സഖാക്കൾ നാങ്കാഹുവാസുവിലെത്തിയപ്പോൾ അവിടെ സൈന്യത്തിന്റെ പുതിയ അടയാളങ്ങളും അവിടെ ഏറെക്കുറെ ഒരു ഹൈവേ തന്നെ പണികഴിച്ചിരിക്കുന്നതായും കണ്ടു. കോൺഗ്രി ക്രീക്കിൽ സൈന്യം നല്ല റോഡുകൾ പണിതിട്ടുണ്ട്. വളരെയേറെ വഴുക്കലുള്ള മൂന്നു റൂട്ടുകൾ മലകളിലേക്ക് കയറാനായി അവിടെയുണ്ട്. കൂടുതലുള്ളിൽ ഞങ്ങൾ തുടക്കത്തിൽ ബിയർക്യാമ്പ് സ്ഥാപി

ച്ചിടത്ത്, ഇപ്പോഴൊരു ഗറില്ലാവിരുദ്ധ സേനാ ക്യാമ്പ് സ്ഥാപിച്ചിരിക്കുന്നു.

ഇത് സൈന്യത്തിന്റെ ഭാഗത്തുനിന്ന് മികച്ചൊരു മനഃശാസ്ത്രപരമായ നീക്കമാണെന്ന് ചെ പറഞ്ഞു. കാരണം ഏറ്റുമുട്ടലിൽ ശത്രുവിൽനിന്നു പിടിച്ചെടുത്തതായി സങ്കൽപ്പിക്കപ്പെടുന്ന ക്യാമ്പുകളിലാണ് അവർ അവരുടെ സൈനികരെ പരിശീലിപ്പിക്കുന്നത്. അത് സൈന്യത്തിന്റെ പൊരുതാനുള്ള ആത്മവീര്യത്തെ ശക്തമാക്കും.

കണ്ട കാര്യങ്ങൾ വച്ചു നോക്കുമ്പോൾ, പ്രദേശത്ത് 350 ലേറെ സൈനികരുള്ളതായിട്ടാണ് സഖാക്കൾ പറഞ്ഞത്. അവർ തിരിച്ചുവരുമ്പോൾ അവർ മുത്തച്ഛന്റെ കൃഷിയിടത്തിലെത്തി.[1] അവർ അവിടെനിന്നു പുറപ്പെടുമ്പോൾ ഞങ്ങൾ വെടിയുതിർക്കുന്നത് കേട്ടു. അവർ അടുത്തൊരിടത്ത് ക്യാമ്പടിച്ചു. അതിലൂടെ പിന്നീടവർക്ക് ഞങ്ങളുടെ സ്ഥാനം കണ്ടെത്താനോ വഴി പിന്തുടരാനോ പറ്റുമെന്നായിരുന്നു കണക്കുകൂട്ടൽ. അൽപ്പകാലം മുമ്പ് ജോവാകിന്റെ ആളുകൾ പ്രദേശത്തുണ്ടായിരുന്നുവെന്ന കാര്യത്തിൽ ബെനിഞ്ഞോക്ക് ഉറപ്പുണ്ട്.

മോറോയുടെ ദാഹം ശമിപ്പിക്കാൻ ഞങ്ങൾക്ക് വെള്ളമില്ലാതായി. ചെയുടെ കൈയിലുണ്ടായിരുന്ന മൂന്നുകുപ്പിയും അദ്ദേഹം കുടിച്ചുതീർത്തു. ഉള്ളിൽ നിറയെ വെള്ളമുള്ള കാരക്കോർ എന്നുപേരുള്ള ഒരുതരം കള്ളിമുൾച്ചെടി തേടി നിരവധി സഖാക്കൾ പുറപ്പെട്ടു.

ഉച്ചകഴിഞ്ഞതോടെ അത്തരം കുറച്ചു ചെടികൾ ഞങ്ങൾ കണ്ടെത്തി. ചെ വളരെയേറെ സ്നേഹത്തോടെ വളർത്തിയിരുന്ന പെൺകുതിരയെ കൊല്ലാനും ഞങ്ങൾ തീരുമാനിച്ചു. മോറോക്കുവേണ്ടി മൂന്നുകുപ്പി കള്ളിമുൾച്ചെടിയുടെ വെള്ളം ഞങ്ങൾ ശേഖരിച്ചു.

അടുത്തദിവസം (ആഗസ്ത് 24) ഞങ്ങൾക്ക് കടുത്ത ദാഹം അനുഭവപ്പെട്ടു. മിഗ്വെലും ചിനോയും അവരുടെതന്നെ മൂത്രം കുടിച്ചു. അതിന്റെ ഫലമായി അവർക്ക് മസിലുകയറ്റവും വയറിളക്കവും പിടിച്ചു.

ഞങ്ങൾക്ക് ക്യൂബയിൽനിന്നൊരു സന്ദേശംകിട്ടി. ഞങ്ങൾക്കത് ശരിയായി കോപ്പി ചെയ്യാൻ പറ്റിയില്ല.

പിന്നണി വിഭാഗം (സെന്റർ ഗ്രൂപ്പിലെ അംഗങ്ങളെക്കൂടി ചേർത്ത് അതിനെ ബലപ്പെടുത്തിയിരുന്നു) വെള്ളം തേടിപ്പോയ സഖാക്കൾ അവരുടെ മടങ്ങിവരവിനിടയിൽ കടന്നുപോകേണ്ടിവരുന്ന സ്ഥലത്ത് കാത്തിരുന്നു.

ആഗസ്ത് 30 ന് ഉച്ചയോടെ ഞങ്ങളൊരു ഉയർന്ന സ്ഥലത്തെത്തി. അവിടെനിന്നുകൊണ്ടു ഞങ്ങൾക്ക് മാസിക്കുരി റിയോ ഗ്രാൻഡെയിൽ ചേരുന്ന സംഗമസ്ഥാനം കാണാൻ പറ്റിയിരുന്നു. അവിടേക്ക് ഒരുദിവസത്തെ മാർച്ച് മാത്രമേ വേണ്ടിവരൂവെന്ന് ഞങ്ങൾ കരുതി. പക്ഷേ വഴിവെട്ടുകാർ തളർന്നു കഴിഞ്ഞിരുന്നു. ഒരു മലയിടുക്കിലൂടെ താഴേ

1. മെയ് 26 ന് സന്ദർശിച്ച കൃഷിയിടമാണത്. അതു മോയിസെസ് റോബിൾസിന്റെ (അവൻ ഗറില്ലാപോരാളികളുടെ വഴികാട്ടിയായിരുന്നു) മഹാനായ വല്യമ്മാവന്റെ കൃഷിയിടങ്ങളായിരുന്നു.

ക്കുപോകാൻ മിഗ്വെൽ അനുവാദം തേടി. പക്ഷേ അനുവാദം കിട്ടുന്നതിനകംതന്നെ ബെനിഞ്ഞോ, ഉർബാനോ, ജൂലിയോ എന്നിവർ താഴേക്കു പോയിക്കഴിഞ്ഞിരുന്നു. നാലുമണിയായപ്പോൾ ഒരു ശബ്ദം വിളിച്ചുകൂകുന്നത് ഞങ്ങൾകേട്ടു. "വെള്ളം...." ചില ക്യാനുകളിൽ നിറയെ വെള്ളവുമായി ഉർബാനോ വന്നു. അതൊരു അനുഗ്രഹമായി. കാരണം ഞങ്ങൾ ദാഹംകൊണ്ട് മരിക്കുകയായിരുന്നു. ചെ ഏറ്റവും മുകളിലിരുന്ന് മലയിടുക്കിലേക്കിറങ്ങിപ്പോകാൻ കഴിയാതിരുന്ന തന്റെ മൃഗസമാനരായിത്തീർന്ന ഗറില്ലാപോരാളികളെ വീക്ഷിച്ചു. നാറ്റോ, ലിയോൺ, ഇന്റി എന്നിവർ അദ്ദേഹത്തിനൊപ്പം തങ്ങി; പിന്നീട് വെള്ളവും ഭക്ഷണവും അവർക്കെത്തിച്ചുകൊടുത്തു. ഞങ്ങൾ വെള്ളമില്ലാതെ മൂന്നുദിവസം കഴിച്ചുകൂട്ടിക്കഴിഞ്ഞിരുന്നു.

ഞങ്ങൾ പകലവിടെത്തന്നെ കഴിച്ചുകൂട്ടാൻ തീരുമാനിച്ചു. മൃഗങ്ങൾക്കു കടന്നുപോകാൻ കഴിയുന്ന ഒരു സ്ഥലംതേടി ഒരു സ്കൗട്ടിങ് പാർട്ടി നദിയിലൂടെ താഴേക്കുപോയി. തങ്ങളൊരു സ്ഥലം കണ്ടെത്തിയെന്ന വിവരവുമായി സ്കൗട്ടുകളായ അനിസെറ്റോയും ലിയോണും വന്നു.

കോവർകഴുതകൾക്ക് താഴേക്കിറങ്ങാൻ പറ്റി. പക്ഷേ കുതിരയൊരു കിടങ്ങിൽ വീണു. സത്യം പറഞ്ഞാൽ, അത്രയേറെ വിശന്നുവലഞ്ഞതുകൊണ്ട്, ആ കുതിര ചത്തെങ്കിൽ എന്നു ഞങ്ങൾ ആഗ്രഹിച്ചിരുന്നു. ചെയ്ക്ക് സഞ്ചരിക്കണമെങ്കിൽ അതിനെ ആവശ്യമാണെന്ന കാര്യം പോലും ഞങ്ങൾ മറന്നു.

വാഡോ ഡെൽ യെസോയിൽ

ഞങ്ങൾ മെല്ലെ മുന്നേറി. റിയോ ഗ്രാൻഡെ ഒരു മണിക്കൂർ യാത്രയെക്കാൾ അടുത്താണ് എന്ന വിവരവുമായി ജൂലിയോ സ്കൗട്ടിങ്ങിൽനിന്ന് മടങ്ങിവന്നു.

ഏതാണ്ട് രാവിലെ ആറുമണിക്ക് ഞങ്ങൾ മലയിടുക്കിലെത്തി. അത് താഴേക്കു ഹോണോറാറ്റോ റോജാസി[1]ന്റെ കൃഷിയിടത്തിലേക്ക് എത്തിച്ചേരുന്ന ഒന്നായിരുന്നു. ഏഴുമണിക്ക് ഞങ്ങൾ റോഡ് ജംഗ്ഷനിലെത്തിച്ചേർന്നു. ഞങ്ങൾ വീട്ടിലേക്ക് സ്കൗട്ടുകളെ അയച്ചു. വീട്ടിലൊരാളെയും കണ്ടില്ല. അൽപ്പസമയം മുമ്പ് ആളുകൾ പുറപ്പെട്ടതിന്റെ അടയാളങ്ങൾ കണ്ടു. തീയപ്പോഴും കത്തിക്കൊണ്ടിരുന്നു. ഞങ്ങൾ ധാന്യപ്പൊടി കഴിക്കുകയും ആട്ടിറച്ചി പൊരിച്ചതുണ്ടാക്കാനായി രണ്ടാടുകളെ കശാപ്പു ചെയ്യുകയുംചെയ്തു. 1967 സെപ്തംബർ ഒന്നായിരുന്നു അന്ന്.

1. ഫെബ്രുവരി 10 ന് ഗറില്ലകൾ കണ്ടെത്തിയ ഒരു കർഷകൻ. ആഗസ്ത് 31ന് വെറും 24 മണിക്കൂർ മുമ്പ്, റോജാസ് ജോവാകിൻ നയിച്ചിരുന്ന പിന്നണി വിഭാഗത്തെ റിയോ ഗ്രാൻഡെയിലെ പ്യൂവെർട്ടോ മൗറിഷോ ഫോർഡിൽ സൈന്യം തയാറാക്കിയിരുന്ന അംബുഷിലേക്ക് നയിച്ചിരുന്നു. അയാളുടെ വഞ്ചന ആ ഗ്രൂപ്പ് തുടച്ചുനീക്കപ്പെടുന്നതിനിടയാക്കി.

സെപ്തംബർ 2 ന് നന്നേ പുലർച്ചയ്ക്ക് ഞങ്ങൾ വീട്ടിൽ മിഗ്വെൽ, കൊക്കോ, പാബ്ലോ, ബെനിഞ്ഞോ എന്നിവർ അടങ്ങുന്ന ഒരു അംബുഷ് തയാറാക്കി. ബാക്കിയുള്ളവരെല്ലാം ക്രീക്കിന്റെ ഓരംചേർന്ന് പിൻവാങ്ങി. 10 മണികഴിഞ്ഞതോടെ അംബുഷിന്റെ ചാർജ് ചിനോയും ഞാനും യുസ്റ്റാക്കിയോയും ഏറ്റെടുത്തു. ഒരാൾ നിരീക്ഷണം നടത്തുകയും അപ്പോൾ മറ്റുരണ്ടുപേർ വിശ്രമിക്കുകയും ചെയ്യാനായിരുന്നു നിർദേശം. പട്ടാളം വരികയാണെങ്കിൽ പട്ടി കുരയ്ക്കുന്നതുപോലൊരു ശബ്ദമുണ്ടാക്കിക്കൊണ്ട് മറ്റുള്ളവർക്ക് അപായസൂചന നൽകണം. ഞാൻ മൂന്നുമണിക്കൂർ നിരീക്ഷണം നടത്തിയശേഷം ആ ചുമതല ഒരു മണിക്കൂർ നേരത്തേക്കായി ചിനോയെ ഏൽപ്പിച്ചു. ഏതാണ്ട് ഒരു മണിയോടെ, "ഒരു പട്ടാളക്കാരൻ" എന്നൊരു ശബ്ദവും തുടർന്ന് വെടിയൊച്ചകളും കേട്ടു. തന്നെ കണ്ടെത്തിയെന്നു മനസിലാക്കിയ പട്ടാളക്കാരനാണ് വെടിവെച്ചത്. അയാൾ ചിനോക്കുനേരെ വെടിയുതിർക്കുകയായിരുന്നു. ചിനോക്ക് തന്റെ അരികിൽ തന്റെ റൈഫിളുണ്ടായിരുന്നില്ല. അദ്ദേഹം റൈഫിൾ തേടി ചുറ്റിക്കറങ്ങാൻ തുടങ്ങി. ഭാഗികമായി കണ്ണുകാണാത്തവൻ ആകയാൽ അദ്ദേഹത്തിനതു കണ്ടെത്താൻ കഴിഞ്ഞില്ല. ഞാനുടനെത്തന്നെ പട്ടാളക്കാരന്റെ നിഴലിനു പിന്നാലെ വെടിയുതിർത്തു. പട്ടാളക്കാരനും കൂടെയുള്ള കർഷകനും വളവു തിരിഞ്ഞു മറഞ്ഞുകഴിഞ്ഞിരുന്നു. അവരുടെ കുതിരയെ കൊല്ലാൻ എനിക്കു കഴിഞ്ഞു.

ചെ ആ സംഭവത്തിൽ ഖിന്നനായി ഒട്ടേറെ സംസാരിച്ചു. എന്റെ നേരെയുള്ള തട്ടിക്കയറ്റം ചെറുതായിരുന്നു. ചിനോക്കെതിരായ കടന്നാക്രമണം ശരിക്കും നോവിക്കുന്നതായിരുന്നു.

മിഗ്വെൽ നിരവധി കർഷകരെ പിടികൂടി. അവരുടെ അവസാന പേരുകൾ ബാന്റോസ്, വെയ്സാഗ, ബുർഗോസ് എന്നൊക്കെയായിരുന്നു. ഒരു കാളയെ അവരിൽനിന്നു വാങ്ങിയശേഷം ഞങ്ങളവരെ വിട്ടയച്ചു. ഹോണോറാറ്റോ റോജാസ് ഒരു കടുവയുടെ കടിയിൽനിന്ന് സുഖം പ്രാപിക്കാനായി വല്ലെ ഗ്രാൻഡെയിലുണ്ടെന്ന് അവർ പോകുന്നതിനുമുമ്പ് ഞങ്ങളോടു പറഞ്ഞു.

ആ ദിവസം (സെപ്തംബർ 2) വിദേശ റേഡിയോ ഒരുകൂട്ടം ഗറില്ലകൾ കൊല്ലപ്പെട്ടതായി റിപ്പോർട്ടുചെയ്തു. ക്യൂബക്കാരനായ ജൊവാക്വിന്റെ നേതൃത്വത്തിൽ പത്തുപേർ കൊല്ലപ്പെട്ടെന്നായിരുന്നു വാർത്ത. (തുടർന്നുള്ള സംഭവഗതികളിൽ ഇതിനുള്ള പ്രാധാന്യം നിമിത്തം ഇക്കാര്യം വിശദമായിത്തന്നെ മനസിൽ സൂക്ഷിക്കേണ്ടതുണ്ട്.)

സെപ്തംബർ 3 ന് ബെനിഞ്ഞോ, ഇന്റി, ലിയോൺ, പാബ്ലിറ്റോ, ജൂലിയോ എന്നിവർ അടങ്ങുന്ന ഒരുസംഘത്തെ നയിച്ചുകൊണ്ട് കൊക്കോ ഭക്ഷ്യവസ്തുക്കൾ ശേഖരിക്കാനായി ഒരു വീട്ടിലേക്കു പോയി. അവർ രണ്ടുകർഷകരെ പിടികൂടി. അവർ പറഞ്ഞത് തങ്ങൾ പട്ടാളത്തെ കണ്ടിട്ടില്ലെന്നും ഏതാനും മാസങ്ങളായി തങ്ങൾക്ക് ഗറില്ലകളെക്കുറിച്ചുള്ള ഏകവിവരം തൊട്ടുതലേദിവസം ഓടിരക്ഷപ്പെട്ട ചില കർഷകർ പറഞ്ഞ അറിവ് മാത്രമാണെന്നുമാണ്.

ആ വലിയ ഭൂവുടമയുടെ വീട്ടിലെത്തിയപ്പോൾ, അവിടെ ഉത്തരവാദിത്വമുണ്ടായിരുന്നയാൾ വിവരം തരാൻ ഇഷ്ടപ്പെട്ടില്ല. അതിനാൽ അയാളെ ഭീഷണിപ്പെടുത്തി. ആ വാഗ്വാദം കേട്ട് എന്താണു കാര്യമെന്നറിയാൻ ഒരുകൂട്ടം പട്ടാളക്കാർ പ്രത്യക്ഷപ്പെട്ടു. അവർ ഉടനെത്തന്നെ സഖാക്കളുടെ പിന്മാറ്റം തടയാനായി കാട്ടിലേക്കോടാൻ തുടങ്ങി. അതെന്തായാലും, കൂക്കിവിളിയും വെടിയുതിർക്കലുമെല്ലാംകൊണ്ട് ഞങ്ങളുടെ സഖാക്കൾക്ക് ആ അർധചുറ്റിവളയലിനെ മുറിച്ച് രക്ഷപ്പെടാനായി.

പത്തുപേരുള്ള ഗ്രൂപ്പിലെ ഏക ജീവനുള്ള വ്യക്തിയെന്നനിലയിൽ ജോസ് കാസ്റ്റില്ലോയെ തടവിലാക്കിയിരിക്കുന്നതായി അന്നേ ദിവസം റേഡിയോ പറഞ്ഞു. അവർ ആ ഏറ്റുമുട്ടൽ നടന്നത് മാസിക്കുരിയിലെ വാഡോ ഡെൽ യെസോയി[1]ലാണെന്ന് പറഞ്ഞു.

എല്ലാം സൂചിപ്പിക്കുന്നത് സെപ്തംബർ 2 മുതൽ ഞങ്ങൾ കേൾക്കുന്ന വാർത്ത തെറ്റാണെന്നാണ്.

ഏറ്റുമുട്ടൽ നടന്ന സ്ഥലമായി മാസിക്കുരി നദിയിലെ വാഡോ ഡെൽ യെസോയെ സൂചിപ്പിച്ചിരിക്കുന്നു. ഞങ്ങളവിടെ ആയിരിക്കുകയും ഒരൊറ്റ വെടിയൊച്ചപോലും കേൾക്കാതിരിക്കുകയും ചെയ്യുമ്പോൾ അതെങ്ങനെ സത്യമാകും? മൊത്തം ഗ്രൂപ്പിനെയും അവർ ഉന്മൂലനം ചെയ്തു എന്നതെങ്ങനെ സാധ്യമാകും? നാം നമ്മളെ ഗറില്ലാ അടവുകൾ ഉപയോഗിച്ച് നയിക്കുകയാണെങ്കിൽ അത് പ്രായോഗികമായി അസാധ്യമാണ്. കൂടുതലെന്നോണം അവർ പ്രഖ്യാപിച്ചിരിക്കുന്ന ജീവനുള്ള ആൾ ജോസ് കാസ്റ്റില്ലോ (പാക്കോ)യാണ്. അദ്ദേഹം പുറന്തള്ളപ്പെട്ടവരിൽ[2] പെട്ടവനാണ്. മറ്റുവാക്കുകളിൽ പറഞ്ഞാൽ സമരം ഉപേക്ഷിക്കാൻ ആഗ്രഹിച്ചവനും ജോവാക്വിന്റെ ഗ്രൂപ്പ് തടവിൽ പാർപ്പിച്ചിരുന്നവരിൽ ഒരാളും. അയാൾ രക്ഷപ്പെട്ടതായിരിക്കാനും സാധ്യതയുണ്ട്.

പക്ഷേ അത് സത്യമായിരുന്നു. മുൻകൂട്ടിക്കാണാൻ കഴിയാതിരുന്ന സംഭവപരമ്പരകൾമൂലം ഞങ്ങളിൽനിന്ന് വേർപെട്ടുപോയ പിന്നണിവിഭാഗം (അതിന്റെ തലവൻ ധീരനായ വിലോ അക്യൂനയായിരുന്നു) ഉന്മൂലനം ചെയ്യപ്പെട്ടു. കുറെക്കാലം കൊണ്ട് ഞങ്ങളുടെ നിരവധി ചോദ്യ

---

1. അംബുഷ് നടന്നത് വാഡോ ഡെൽ യെസോ (യെസോ ഫോർഡ്) യിലായിരുന്നില്ല, മറിച്ച്, റിയോ ഗ്രാൻഡെയിലെ പ്യൂവെർട്ടോ മൗറീഷ്യോ ഫോർഡിലായിരുന്നു. ബൊളീവിയൻ ആർമിയിലെ എട്ടാംഡിവിഷന്റെയും നാലാം ഡിവിഷന്റെയും കമാൻഡർമാർ തമ്മിലുള്ള ശത്രുതയുടെയും മത്സരത്തിന്റെയും ഭാഗമായാണ് സൈനികവാർത്താ പ്രക്ഷേപണങ്ങളിൽ തെറ്റായ ഒരു സ്ഥലം പരാമർശിക്കപ്പെടുന്നതിനിടയാക്കിയത്. നാലാം ഡിവിഷന്റെ അധികാരപരിധിയിലുള്ള ഒരു സ്ഥലത്തുവെച്ചാണ് എട്ടാം ഡിവിഷൻ അതിന്റെ അംബുഷും മറ്റുപരിപാടികളും നടപ്പാക്കിയത്. അവർ ആ വസ്തുതയെ മറച്ചുവയ്ക്കാനായാണ് കൂട്ടക്കൊല നടന്ന സ്ഥാനത്തെക്കുറിച്ച് കള്ളപ്രചരണം നടത്തിയത്.
2. ഗറില്ലാ യൂണിറ്റിലെ നാലുപേരെ- ജോസ് കാസ്റ്റില്ലോ (പാക്കോ, പാകിറ്റി), ജൂലിയോ വെലാസ്കോ (പെപ്പെ), ഹ്യൂഗോ ചോകേ (ചിങ്കോലോ), യൂസേബിയോ ടാപ്പിയ (യൂസേബിയോ) – മാർച്ച് 25ന് പുറത്താക്കിയിരുന്നു.

ങ്ങൾക്കുള്ള ഉത്തരങ്ങളെല്ലാം ചേർത്ത് തുന്നിക്കൂട്ടി. ചില പത്രപ്രവർത്തകരുടെ വിവരണങ്ങളെ ആസ്പദമാക്കി ഞങ്ങൾക്കിപ്പോൾ ആ കൂട്ടക്കൊലയുടെ ഒരു ജീവനുള്ള ചിത്രം കയ്യിലുണ്ട്. അത് സാധ്യമാക്കിയതൊരു നീചമായ ചതിയാണ്. ചതിപ്രയോഗമായിരുന്ന ആ അംബുഷിൽനിന്നു രക്ഷപ്പെട്ട ഏക വ്യക്തിയായ പാകിറ്റോയുടെ വിവരണങ്ങളും ആ ചിത്രം രൂപീകരിക്കാൻ സഹായകമായിത്തീർന്നു.

ഞങ്ങളുടെ പിന്നണിവിഭാഗം: ജോവാകിന്റെ കോളം

ഞങ്ങളുടെ പിന്നണിവിഭാഗത്തിന്റെ നേതൃത്വം ജോവാകിനായിരുന്നു. അതിൽ ബ്രോളിയോ, മാർക്കോസ്, പെഡ്രോ, വാൾട്ടർ, ഏണസ്റ്റോ, പോളോ, വിക്റ്റർ എന്നിവരും പുറത്താക്കപ്പെട്ട വ്യക്തികളായ പെപ്പെ, യൂസേബിയോ, ചിങ്കോലോ, പാക്കോ എന്നിവരുമടങ്ങിയിരുന്നു. നെഗ്രോ രോഗികളെ ചികിത്സിക്കാനായി അവർക്കൊപ്പം തങ്ങി. അവനും താനിയ, അലെജാൻഡ്രോ, സെറാപ്പിയോ, മോയിസെസ് എന്നിവരും യഥാർഥത്തിൽ സെന്റർ ഗ്രൂപ്പ് അംഗങ്ങളായിരുന്നു. ചെയുടെ തിരിച്ചുവരവ് കാത്ത് എല്ലാംകൂടെ 17 സഖാക്കളാണ് പിന്നിൽ തങ്ങിയത്.

ഞങ്ങൾ ഏപ്രിൽ 17 ന് പുറപ്പെട്ടശേഷം, പിന്നണിവിഭാഗം നദിയുടെ മറുകരയിലേക്ക് സ്ഥാനം മാറി. ഏറെക്കുറെ 500 മീറ്റർ അകലെ, തീരത്തിന്റെ അടിഭാഗത്തായി. അവിടെ അവർ അഞ്ചുദിവസം തങ്ങിയശേഷം മുമ്പുണ്ടായിരുന്നിടത്തുനിന്ന് 400 മീറ്റർ അകലെയുള്ള മറ്റൊരിടത്തേക്കവർ മാറി. ആദ്യസ്ഥലത്ത് തങ്ങിയതിനേക്കാൾ കൂടുതൽ ദിവസം അവരീ സ്ഥലത്തുതങ്ങി. അടുത്തുള്ള കർഷകരുടെ വീടുകളിൽനിന്നവർ ഭക്ഷ്യസാമഗ്രികൾ വാങ്ങി സൂക്ഷിച്ചു.

ഒടുവിൽ പുറപ്പെടാനായി ജോവാകിൻ എല്ലാവരോടും അവരുടെ ക്നാപ്പ്സാക്കുകൾ തയാറാക്കാനാവശ്യപ്പെട്ടു. ഏതാണ്ട് രാവിലെ 7 മണിക്ക് അവർ സൈന്യത്തിനെതിരെ ഒരു അംബുഷ് ഏർപ്പാട് ചെയ്തു. എല്ലാവരും അതിനായി പോയി. അലെജാൻഡ്രോ, താനിയ, സെറാപ്പിയോ, ചിങ്കോലോ എന്നിവർ മാത്രമേ പിന്നിൽത്തങ്ങിയുള്ളൂ. കർഷകരുടെ വീടുകൾക്കടുത്താണ് അംബുഷ് ഏർപ്പാട് ചെയ്തത്. നാങ്കാഹുവാസുവിന്റെ കരയിലായിരുന്നു അത്. പാക്കോ, ഗുവേര (മോയിസെസ്) എന്നിവർ പിന്നണി വിഭാഗമായിനിന്നു.

താനൊരു ശബ്ദംകേട്ട ഭാഗത്തേക്ക് ജോവാകിൻ ആവശ്യമില്ലാത്ത ധൃതികാട്ടിക്കൊണ്ട് വെടിയുതിർത്തതിനാൽ അംബുഷ് പൊളിഞ്ഞുപോയി. ഒട്ടേറെ ചർച്ചകൾക്കും വിമർശനങ്ങൾക്കും ദൃക്സാക്ഷിവിവരണങ്ങൾക്കുമെല്ലാം ശേഷം അവർ ആ സൈറ്റ് ഉപേക്ഷിച്ചു. അവർ ദിവസം മുഴുവൻ നടന്നു. എപ്പോഴും നദിക്കരയിലൂടെയായിരുന്നു യാത്ര. എപ്പോഴുമവർ കർഷകഭവനങ്ങളിൽനിന്ന് അകലേക്കാണ് പോയത്. നദി

യിൽനിന്ന് 400 മീറ്റർ അകലെ വന്നുചേരുന്ന ഒരു ആഴമേറിയ മലയിടുക്കിൽ അവർ എത്തിച്ചേർന്നു. അതിന്റെ ചെരിവുകളുടെ മേലെ അവർ ക്യാമ്പടിച്ചു. ഒരു കുത്തനെയുള്ള ഉയർന്ന മല കയറിയാൽ അവർക്ക് ആ പ്രദേശം മുഴുവൻ വ്യക്തമായി കാണാൻ പറ്റുമായിരുന്നു.

അവിടെ അവർ ഒരു സ്ഥിരം നിരീക്ഷണപോസ്റ്റ് സ്ഥാപിച്ചു. ആ ചെരുവിന് അവർ നിരീക്ഷണമലയെന്ന് പേരിട്ടു. (ഈ സ്ഥലങ്ങളെല്ലാം തെരഞ്ഞെടുത്തത് തന്റെ സ്കൗട്ടിങ് ദൗത്യത്തിനിടയിൽ ബ്രോളിയോയാണ്.) ആ സ്ഥലത്തുനിന്നവർക്ക് നദിയിലൂടെയും കർഷകരുടെ വീടുകളിലും സൈന്യം നടത്തുന്ന എല്ലാ നീക്കങ്ങളേയും നിരീക്ഷിക്കാൻ പറ്റിയിരുന്നു. പത്തുദിവസത്തേക്ക് വീടുകൾക്കുമേലെ ഹെലികോപ്റ്ററുകൾ പറന്നു. ആ പ്രദേശം കൈയടക്കിയിരിക്കുന്ന പട്ടാളക്കാർക്ക് വേണ്ട സാമഗ്രികൾ എത്തിച്ചുകൊടുക്കാനായി സൈന്യം അവിടെ എത്തിച്ചേർന്നിട്ടുണ്ടെന്ന് അനുമാനിക്കപ്പെട്ടു. കൂടെ, കർഷകവഴികാട്ടികളും കർഷക വേഷത്തിലുള്ള പട്ടാളക്കാരും നദിയിലൂടെ വഴിത്താരകൾ തേടി ഉള്ളിലേക്ക് നടന്നുനോക്കാൻ തുടങ്ങി. ഈ എല്ലാ അന്വേഷണനിരീക്ഷണങ്ങൾക്കും ശേഷം നദിയുടെ വശത്തുള്ള മേഖലയിൽ നാല് സൈനികവിമാനങ്ങൾ ബോംബുവർഷം നടത്തി. അതായത്, ഗറില്ലകളുടെ ക്യാമ്പിന്റെ നേരെ മറുപുറത്ത്. അത് നാലുദിവസം തുടർന്നു. അതിനുശേഷമവർ വീണ്ടും വഴിത്താരകൾ പിന്തുടരാൻ തുടങ്ങി. ഒടുവിൽ കുതിരപ്പുറത്തു സഞ്ചരിച്ച നിരവധി കർഷകർ നദി മുറിച്ചുകടന്ന് ബോംബിട്ട ഭാഗങ്ങളിൽക്കൂടി കടന്നുപോയി.

മലയിടുക്കിൽനിന്നു പുറത്തുവരുന്ന അതിന്റെ മുഖത്ത് നദിക്കരയെ നിരീക്ഷണവിധേയമാക്കാൻ പറ്റുന്ന രീതിയിൽ മറ്റൊരു നിരീക്ഷണ പോസ്റ്റ് കൂടി സ്ഥാപിച്ചു. അന്നുമുതൽ അവർ ചെയെത്തേടിയും പ്രദേശം പരിചയപ്പെടാനായും പര്യവേക്ഷണ ദൗത്യങ്ങൾ സംഘടിപ്പിച്ചു തുടങ്ങി. ഇത്തരമൊരു സ്കൗട്ടിങ് ദൗത്യത്തിനിടയിൽ പോളോയും ബ്രോളിയോയും രണ്ടുകർഷകരെ കണ്ടുമുട്ടി. അവർ ആ കർഷകരുടെ കുതിരകളെ കൊണ്ടുപോന്നു. അത് ക്യാമ്പിൽ വലിയ തോതിൽ സ്വാഗതം ചെയ്യപ്പെട്ടു. കാരണം കുതിരകളെ ഭക്ഷിക്കാം; അതിനകം ക്യാമ്പിൽ അൽപ്പം ചോളം മാത്രമാണ് ബാക്കിയുണ്ടായിരുന്നത്.

രണ്ടുദിവസം കഴിഞ്ഞപ്പോൾ നിരവധി കർഷകർ ഒരിക്കൽക്കൂടി നദിയിലൂടെ താഴേക്കുപോകുന്നതുകണ്ടു. നിരീക്ഷണത്തിനായി സഖാക്കളെ നിർത്തിയ അതേ ഭാഗത്തുകൂടിയാണവർ കടന്നുപോയത്. ഇക്കാര്യമറിഞ്ഞ് തങ്ങളെ കർഷകർ കണ്ടെത്തിയെന്ന് കണക്കാക്കി, ഉടനടിതന്നെ ക്യാമ്പ് ഉപേക്ഷിക്കാനും മറ്റൊരിടത്തേക്ക് മാറാനും കൽപ്പനകൾ നൽകപ്പെട്ടു. ഇതു നടപ്പാക്കപ്പെട്ടു. ഒരു പകലും രാത്രിയും മുഴുവൻ സഞ്ചരിച്ചുകഴിഞ്ഞപ്പോൾ അവർ ഒരു ചെറിയ മലയിടുക്കിൽ എത്തിച്ചേർന്നു. അവിടെയൊരു നിശ്ചലമായ ചെറിയ തടാകവുമുണ്ടായിരുന്നു. അവിടെ അവർ പുതിയ ക്യാമ്പടിച്ചു. അവിടെനിന്നവർ ചെയെത്തേടി കുറഞ്ഞ

ഇടവേളകളിൽ സ്കൗട്ടിങ് സംഘങ്ങൾ അയച്ചു. സൈന്യത്തിന്റെ ചലനങ്ങളേയും നിരീക്ഷിച്ചു.

ഒരുദിവസം ഒരു സംഘത്തെ ഭക്ഷണം ശേഖരിക്കാനായി കർഷകരുടെ വീടുകളിലേക്കയച്ചു. കാരണം അവരുടെ ഭക്ഷണമെല്ലാം തീർന്നിരുന്നു. ആ ഗ്രൂപ്പ് തിരിച്ചുവന്നപ്പോൾ കർഷകരുടെ വീടുകൾ ഉപേക്ഷിച്ച് സൈന്യം പോയിക്കഴിഞ്ഞെന്ന സ്വാഗതാർഹമായ വാർത്തയും കൊണ്ടുവന്നു.

അവർ വലിയൊരളവ് ചോളം കൊണ്ടുവന്നു. ഒരു കർഷകനിൽ നിന്നും കടംവാങ്ങിയ കോവർകഴുതയുടെ പുറത്ത് പാതിവഴിവരെ ഒരു ചാക്ക് നിറയെ ചോളം എത്തിച്ചു. പിറ്റേന്ന് ഒട്ടേറെ സഖാക്കളെ അതു പോയി എടുത്തുകൊണ്ടുവരാൻ ഏർപ്പാടാക്കി. പതിവുമട്ടിലുള്ള സ്കൗട്ടിങ് ദൗത്യം മാർക്കോസും പെഡ്രോയുമാണ് നടപ്പാക്കിയത്. ചോളം കൊണ്ടുവരാനുള്ള ഗ്രൂപ്പിന്റെ മുന്നിൽ ബ്രോളിയോ പോയി. അവന്റെ ലക്ഷ്യം അവിടെക്കണ്ട ഒരു കുതിരയെ പിടിക്കലായിരുന്നു. തിരികെ വരുമ്പോൾ അവർ ചോളം കൊണ്ടുവന്നു; എന്നാൽ കുതിരയെ കണ്ടെത്താൻ പറ്റിയില്ല. ഒരു മലകയറുന്നതിനിടയിൽ അവർക്കൊപ്പം പോയിരുന്ന പെപ്പെ വളരെ പിന്നിലായി. അവർ മലയുടെ നെറുകയിലെത്തിയപ്പോൾ മറ്റു സഖാക്കൾ അവനെ അവിടെ കാത്തിരിക്കണമെന്നും തുടർന്ന് യാത്ര തുടരണമെന്നും തീരുമാനിക്കപ്പെട്ടു. തനിക്ക് വളരെ നേരത്തെ ക്യാമ്പിലെത്തണമെന്ന് ബ്രോളിയോ പറഞ്ഞു. ഏണസ്റ്റോയെ ഗ്രൂപ്പിന്റെ ചാർജേൽപ്പിച്ചുകൊടുത്ത് അവൻ മുന്നിൽ പോയി. കുറച്ചുകഴിഞ്ഞിട്ടും പെപ്പെ എത്തിച്ചേരാതായപ്പോൾ ഏണസ്റ്റോ പോളോയേയും പാക്കോയേയും അവനെ കണ്ടെത്താനായി ഒരു നിശ്ചിത സ്ഥലത്തേക്കയച്ചു. അവർ പോയി. പക്ഷേ പെപ്പെ ഒരിടത്തും പ്രത്യക്ഷപ്പെടാതിരുന്നതു കാരണം അവർ ഗ്രൂപ്പിനടുത്തേക്ക് തന്നെ തിരിച്ചെത്തി. ജോവാകിനോട് നടന്ന കാര്യങ്ങൾ റിപ്പോർട്ടുചെയ്യാനായി പറ്റാവുന്നത്ര വേഗം ക്യാമ്പിലെത്താൻ ഏണസ്റ്റോ കൽപ്പന നൽകി.

ഇതുകേട്ട ജോവാകിൻ വലിയ ഉൽക്കണ്ഠയോടെ യൂസേബിയോ, പാക്കോ തുടങ്ങിയവരോട് ഒളിച്ചോടാനുള്ള തന്റെ ഉദ്ദേശ്യത്തെക്കുറിച്ച് പെപ്പെ എന്തെങ്കിലും പറയുന്നത് കേട്ടിരുന്നോ എന്ന് അന്വേഷിച്ചു. കർഷകരുടെ വീടുകളുടെ ഭാഗത്തേക്ക് മാർക്കോസും പെഡ്രോയും അവനെ ത്തേടിപ്പോയി. അടുത്തദിവസം കടുത്ത ദേഷ്യത്തോടെ തിരിച്ചുവന്ന അവർ പെപ്പെ ഒളിച്ചോടിയെന്ന് റിപ്പോർട്ടുചെയ്തു. അവൻ കർഷകരുടെ വീടുകളിലെത്തുകയും ഗറില്ലകൾ വെറുമൊരുപറ്റം കൊലപാതകി[1]കളാണെന്ന് പറയുകയും ചെയ്തു.

ആ സ്ഥലത്തവർ കുറച്ചുദിവസംകൂടി തങ്ങി. ആ സ്ഥലത്തെ അവർ തടാകക്യാമ്പെന്നു വിളിച്ചു. തുടർന്ന് അതു ഉപേക്ഷിച്ച്, നിരീക്ഷണക്യാ

---

1. മെയ് 23 ന് പെപ്പെ ഒളിച്ചോടി. അടുത്തദിവസം സൈന്യം അവനെ പിടികൂടി വധിച്ചു.

മ്പിലേക്കോ അതിനടുത്തേക്കോ മാറി. അവിടെ ഒരു ചെറിയ മലയിടുക്കിലവർ പുതിയ ക്യാമ്പ് സ്ഥാപിച്ചു. ഏറെക്കുറെ മെയ് മധ്യത്തോടെയായിരിക്കാം ഇതു നടന്നത്.

മാർക്കോസിന്റെയും വിക്ടറിന്റെയും മരണം

പിന്നീടവർ ഒരു കർഷകന്റെ വീട്ടിലേക്കൊരു സംഘം പോരാളികളെ വിട്ട് ധാരാളം ഭക്ഷ്യസാമഗ്രികൾ ശേഖരിച്ചു. രണ്ടുദിവസത്തിനുശേഷം (ജൂൺ 2) അതേ വീട്ടിലേക്ക് മാർക്കോസ്, വിക്ടർ, പെഡ്രോ എന്നിവർ പോയി. അവർ അതിനടുത്തെത്തിയപ്പോൾ സൈന്യത്തിന്റെ ഒരു അംബുഷിനകത്ത് പെട്ടു. മാർക്കോസും വിക്ടറും കൊല്ലപ്പെട്ടു. പെഡ്രോ പരിക്കൊന്നും പറ്റാതെ രക്ഷപ്പെട്ടു. ആ സഖാക്കളുടെ മരണം വലിയ വേദനയുണ്ടാക്കി; പ്രത്യേകിച്ചും മാർക്കോസിന്റെ മരണം.

അതിനുശേഷമവർ കർഷകരുടെ വീടുകളിലേക്കു തിരിച്ചുപോയില്ല. സമയം കഴിഞ്ഞുപോയതോടെ, അവർക്ക് ഭക്ഷിക്കാൻ ആകെയുണ്ടായിരുന്ന ചോളം ഏറെക്കുറെ തീർന്നു. ജോവാകിൻ ആശങ്കാകുലനും പരിഭ്രാന്തനുമായി. ബ്രോളിയോ, മറ്റു സഖാക്കൾക്കൊപ്പം ഏറെക്കുറെ എല്ലാ ദിവസങ്ങളിലും സ്കൗട്ടിങ്ങിനു പോയി.

ജൂലൈ മധ്യംവരെ അവർ ആ സ്ഥലത്തുതന്നെ തങ്ങി.

അൽപ്പം ചോളം മാത്രമാണ് ബാക്കിയെന്നു വന്നതോടെ അവർ കർഷകരുടെ വീടുകളിലേക്കുപോകാൻ തീർച്ചയാക്കി. അവിടെ വെടിവെപ്പ് നടത്തേണ്ടിവന്നാൽപ്പോലും അതുതന്നെ ചെയ്യാനായിരുന്നു തീരുമാനം. സ്ഥിതിഗതികൾ ആകെ ശോചനീയമായിരുന്നു. വലിയൊരളവിൽ അവർ പട്ടിണിയും വിശപ്പും അനുഭവിച്ചു.

നിരവധിപേരുള്ള ഒരു സംഘം പുറപ്പെട്ടു. വഴിയിലവർ മാർക്കോസിന്റെയും വിക്ടറിന്റെയും മൃതശരീരങ്ങൾ കണ്ടു. അവയിൽ എല്ലുകൾ മാത്രമായിരുന്നു ബാക്കി. അവരുടെ ഷൂസു കണ്ടാണ് അവരെ തിരിച്ചറിഞ്ഞത്. അവരെ മറവുചെയ്തശേഷം അവർ യാത്രതുടർന്നു. ഉപേക്ഷിക്കപ്പെട്ട വീടുകളും സൈന്യത്തിന്റെ കാലടിപ്പാടുകളും മാത്രമേ കാണാൻ പറ്റിയുള്ളൂ. ആദ്യത്തെ വീടുകളിൽ പട്ടാളക്കാർ ചോളമെല്ലാം കൂട്ടിയിട്ട് തീ കത്തിച്ചിരുന്നു. പച്ചക്കറികളെല്ലാം വെട്ടിയരിഞ്ഞുകളഞ്ഞു. അതവിടെക്കിടന്ന് ചീഞ്ഞുപോകണമെന്നായിരുന്നു ഉദ്ദേശ്യം.

മറ്റു ഗതിയില്ലാതെ ആ കത്തിക്കരിഞ്ഞ ചോളക്കൂമ്പാരത്തിൽ പരതി കത്താതെ ബാക്കിവന്നവ അവർ ശേഖരിച്ചു. നല്ലൊരളവ് ചോളം ബാക്കി കിട്ടി. രണ്ടു ട്രിപ്പുകളായിട്ടാണ് അവർ അത് കൊണ്ടുപോയത്. അതോടെ വിശപ്പിന്റെ പ്രശ്നത്തിന് പരിഹാരമായി.

അലെജാൻഡ്രോയും പോളോയും ഒബ്സർവേറ്ററി മലയിൽ ഗാർഡ് ഡ്യൂട്ടി ചെയ്യുമ്പോൾ, കയറ്റം കയറിവന്നുകൊണ്ടിരുന്ന സൈന്യവുമായി ഏറ്റുമുട്ടി. അൽപ്പനേരത്തെ പരസ്പര വെടിവെപ്പിനുശേഷം പിന്മാറിയ അവർ സൈന്യം മുന്നേറി അടുത്തെത്തുന്ന കാര്യം റിപ്പോർട്ട് ചെയ്തു.

ജോവാകിൻ ക്യാമ്പ് ഉപേക്ഷിക്കാൻ കൽപ്പന നൽകി. പക്ഷേ ആദ്യം ചോളം നീക്കണം. അത് ഒരു ഗ്രൂപ്പിനെ ഏൽപ്പിച്ചു. മറ്റൊരു ഗ്രൂപ്പ് ഒരു അംബുഷ് തയാറാക്കി. സുരക്ഷിതമായ ഒരു ദൂരത്തിലേക്ക് ചോളം കൊണ്ടുചെന്നെത്തിച്ച ശേഷം എല്ലാവരും പിൻവാങ്ങി. ഒരു രാത്രിയും പകലും മുഴുവനുമവർ നടന്നു. ആദ്യം തമ്പടിച്ച തടാകക്കരയിലെ ക്യാമ്പിലേക്കവരെത്തി. അവിടെ എത്തുന്നതിനുമുമ്പ്, ക്യാമ്പിലേക്ക് കയറാനായി അവർ മലയിറങ്ങിവരുന്ന സമയത്ത്, പാക്കോ ചില ശബ്ദങ്ങൾ കേട്ടു. പക്ഷേ അവരതിന് വലിയ പ്രാധാന്യമൊന്നും കൊടുത്തില്ല.

കുറച്ചുകഴിഞ്ഞതോടെ, കാവൽജോലിക്കേർപ്പാടുചെയ്തിരുന്ന മോയിസെസ് ഗുവേര, പട്ടാളം ക്യാമ്പിനുനേരെ മലയിറങ്ങിവരുന്നതു കണ്ടു. അദ്ദേഹവും പാക്കോയും വെടിവെച്ച് പട്ടാളത്തെ തടഞ്ഞുനിർത്തുന്നതിൽ കുറച്ചൊക്കെ വിജയിച്ചു. അപ്പോഴേക്കും മറ്റു സഖാക്കളുമെത്തി. ഏതാനും മിനിട്ടുകൾ വെടിവെപ്പു നടന്നു. അപ്പോഴേക്കും ഗ്രൂപ്പിലെ ബാക്കി അംഗങ്ങൾ ക്നാപ്പുസാക്കുകളും ചോളവും പാക്ക് ചെയ്തെടുത്തു. 30 കാലിബർ മെഷിൻഗണ്ണും അവർ പാക്ക്ചെയ്തു. തുടർന്നവർ ഓരോരുത്തരായി പിൻവാങ്ങി. ആ രാത്രിയവരൊരു ചെറിയ മലയിൽ തമ്പടിച്ചു. സൈന്യം അവരെ പിന്തുടർന്നില്ല.

അടുത്ത ദിവസം (ജൂലൈ 9) നടത്തം തുടർന്ന അവർ യാകി (അഥവാ ഇകിര) നദിയിലെത്തിച്ചേർന്നു. അവർ കാലടിപ്പാടുകൾ അവശേഷിപ്പിക്കാതിരിക്കാനായി നദിയുടെ മുകളിലേക്ക് നടന്നു. ആ മാർച്ച് തികച്ചും കഠിനമായിരുന്നു. ഓരോരുത്തരും വളരെയേറെ ഭാരം ചുമന്നിരുന്നതുകൊണ്ട് അവരെല്ലാം തികച്ചും ക്ഷീണിതരായിത്തീർന്നു. ഏറ്റവും ക്ലേശിച്ചത് കാലിനു പരിക്കേറ്റ് നീരുവന്ന് വീർത്ത സെറാപ്പിയോയാണ്.

സെറാപ്പിയോയുടെ മരണം

ഗ്രൂപ്പ് വിശ്രമിക്കുന്നതിനിടയിൽ സമയം ലാഭിക്കാനായി സെറാപ്പിയോ മുന്നോട്ടുനടന്നു. കുറച്ചുപിന്നിലായി അവന്റെ ക്നാപ്പ്സാക്ക് ചുമക്കാൻ സഹായിച്ചിരുന്ന പെഡ്രോയും യൂസേബിയോയും നടന്നു. അവർ അവന്റെ അടുത്തെത്താറായപ്പോൾ സെറാപ്പിയോ അവരോട് മുന്നോട്ടു വരരുതെന്നും സൈന്യം അവിടയൊരു അംബുഷ് തയാറാക്കിയിട്ടുണ്ടെന്നും വിളിച്ചു പറഞ്ഞു. അപ്പോഴേക്കും സെറാപ്പിയോക്ക് വെടിയേറ്റു. അദ്ദേഹം കൊല്ലപ്പെട്ടു. അങ്ങനെ അവൻ മൊത്തം ഗ്രൂപ്പും അംബുഷിൽപ്പെടുകയെന്ന ദുരന്തം ഒഴിവാക്കി.

ഗറില്ലാപോരാളികൾക്ക് പിന്നോട്ടുമാറി സൈന്യം മുന്നേറുന്നതിനെതിരെ ഒരു പ്രതിരോധമൊരുക്കേണ്ടിവന്നു. സൈന്യം മുന്നേറാതിരുന്നതിനാൽ, അവർ നദിയിലൂടെ താഴേക്ക് പിൻവാങ്ങി. ആ നിമിഷത്തിൽ പ്രദേശത്തിനു മുകളിലൂടെ വിമാനങ്ങൾ ചുറ്റിപ്പറന്നെങ്കിലും അവ ആക്രമണം നടത്തിയില്ല.

ഗ്രൂപ്പ് കാട്ടിനകത്തേക്കുകയറി നദിക്കരയിൽ രാത്രി ക്യാമ്പടിച്ചു. അവ

രൊരു വലിയ അളവ് ചോളം പാകംചെയ്തു. (രണ്ടുദിവസത്തേക്കു വേണ്ടത്ര) രാവിലെ അവർ ആ പ്രദേശം ഉപേക്ഷിച്ച് ഒരു ചെങ്കുത്തായ മലയിലേക്ക് കയറി. കൈയിലുള്ള ചോളത്തിൽ വലിയഭാഗം ഉപേക്ഷിക്കാൻ ജോവാകിൻ ഉത്തരവിട്ടു. വേഗത്തിൽ നീങ്ങുന്നതിനു തടസമായ വലിയ ഭാരങ്ങൾ ഒഴിവാക്കേണ്ടത് തങ്ങൾക്കു ചുറ്റുമായി സൈന്യം നടത്തിയ ചുറ്റിവളയൽ പൊളിച്ച് പുറത്തുകടക്കാനാവശ്യമായിരുന്നു. തുടർന്ന് കുറേദിവസത്തേക്ക് കൂടുതൽ ഏറ്റുമുട്ടലുകളൊഴിവാക്കി അവർ വേഗത്തിൽ നടന്നു. ചുറ്റിവളയലിൽ നിന്നു പുറത്തുകടക്കുന്നതിൽ അവർ വിജയിച്ചു. തുടർന്നവരൊരു ജനവാസ പ്രദേശത്തെത്തിച്ചേർന്നു. അവിടെ തങ്ങളെയാരും കാണാതിരിക്കാൻ അവരെല്ലാ ശ്രമവും നടത്തി. സുക്രെയിലേക്കുള്ള റോഡിലെത്തിച്ചേർന്ന് ഭക്ഷ്യസാമഗ്രികൾ സംഘടിപ്പിക്കലായിരുന്നു അവരുടെ ലക്ഷ്യം. അതുകൊണ്ടാണവർ ആരും തങ്ങളുടെ സാന്നിധ്യമറിയരുതെന്ന് തീരുമാനിച്ചത്. പക്ഷേ ആളുകൾ അവരെക്കണ്ടു. അതുകൊണ്ടവർ ഗ്രാമീണരെ ചോദ്യം ചെയ്യുകയും സ്ഥലമേതെന്നും സൈന്യം എവിടെയാണെന്നും അന്വേഷിക്കുകയും ചെയ്തു. സൈനികർ തികുച്ചയെന്ന സമീപഗ്രാമത്തിലുണ്ടെന്നും തങ്ങളുടെ പ്രദേശത്തിന്റെ പേര് ടാപെറില്ലാസ് ആണെന്നും അവർ ഉത്തരം നൽകി.

ടാപെറില്ലാസിലും മോൺടീഗുഡോയിലും

അവർ മാർച്ച് തുടർന്ന് ഒരു മലയിലെത്തി. അവിടെനിന്നവർ ഒരു ചെറുസംഘത്തെ സാധനസാമഗ്രികൾ വാങ്ങാൻ വീടുകളിലേക്കയച്ചു. അഞ്ചുസഖാക്കൾ സാധനങ്ങൾ നീക്കുകയും ക്യാമ്പടിക്കാനായി ഒരു സ്ഥലം നോക്കുകയും ചെയ്തു.

ആ രാത്രി പത്തുമണിയോടെ സംഘം സാധനസാമഗ്രികളുമായി തിരിച്ചെത്തുകയും പട്ടാളം വളരെ ദൂരെയാണെന്ന് ഉറപ്പുപറയുകയും ചെയ്തു. കൂടുതൽ ഭക്ഷണം വേണമെന്നുണ്ടെങ്കിൽ തിരിച്ചുവന്നാൽ മതിയെന്നും സാധനങ്ങൾ നിങ്ങൾക്കു വിൽക്കാൻ തങ്ങൾക്ക് സന്തോഷമേയുള്ളുവെന്നും കർഷകർ അവരോടു പറഞ്ഞിരുന്നു.

കുറച്ചുകൂടി സാധനങ്ങൾ വാങ്ങാനവർ തിരികെ പോകുന്നതിന്റെ കാര്യത്തിൽ ജോവാകിന് സമ്മതമായിരുന്നു. പക്ഷേ അവർ പോയില്ല. (അതൊരു ഭാഗ്യമായിത്തീർന്നു. അവരെല്ലാം കടുത്ത ക്ഷീണംകൊണ്ടാണ് പോകാതിരുന്നത്. അന്നുരാത്രിതന്നെ കർഷകരുടെ വീടുകളിൽ സൈന്യം എത്തിച്ചേർന്നിരുന്നു.) അടുത്ത ദിവസം, അവർ ഭക്ഷണവും സാധനസാമഗ്രികളും ചുമക്കാനായി പങ്കുവെക്കുന്നതിനിടയിൽ അവരുടെ വഴിത്താര പിന്തുടർന്ന് എത്തിച്ചേർന്ന സൈന്യം ക്യാമ്പിന്റെ സ്ഥാനം മനസിലാക്കി വെടിയുതിർത്തു. ഉടനടി തന്നെ ജോവാകിനും മറ്റുള്ളവരും പ്രതികരിക്കുകയും തിരികെ വെടിയുതിർക്കുകയും ചെയ്തു. അതൊരു ആകസ്മിക ആക്രമണമായിരുന്നെങ്കിലും ആർക്കും അപകട

മൊന്നുമുണ്ടായില്ല. നിബിഡവനത്തിലായിരുന്നു ആ ഏറ്റുമുട്ടലുണ്ടായത് എന്നതാണ് കാരണം.

പതിവുപോലെ, ഒരു സംഘം സൈന്യത്തെ തടഞ്ഞുനിർത്തി. മറ്റേ സംഘം സാധനസാമഗ്രികൾ സ്ഥലത്തുനിന്നു വളരെ ദൂരത്തെത്തിച്ചു. അവരെല്ലാം ഒന്നിച്ചുചേർന്നപ്പോഴാണ് യൂസേബിയോയും ചിങ്കോലോയും ഒളിച്ചോടിയ വിവരമറിഞ്ഞത്. അവർ രണ്ടുപേരുമവരുടെ ക്നാപ്പ്സാക്കുകൾ ഉപേക്ഷിച്ച് ആ നിർണായക നിമിഷത്തിൽ തടിതപ്പി.

ഗ്രൂപ്പ് സുരക്ഷിതമായൊരിടം തേടി നിരവധി ദിവസങ്ങളിലവിടെ ക്യാമ്പടിച്ചു. തുടർന്നവർ യാത്ര തുടർന്നു. പകലിൽ നീണ്ടയാത്രകൾ ചെയ്ത് മോൺടീഗുഡോക്കുനേരെ അവർ തിരിച്ചു. ആഗസ്റ്റ് 5 ന് അവർ ഒരുയർന്ന മലയിൽ ക്യാമ്പ്ചെയ്തു (അത് ഇനാവോയാണെന്ന് പിന്നീടവർ മനസിലാക്കി). ആ മലയിറങ്ങി ചുവായാക്കു ഗ്രാമത്തിലേക്കെത്തി വളരെയേറെ ഭക്ഷ്യസാമഗ്രികൾ അവർ വാങ്ങി. ക്യാമ്പിൽ താനിയ ഒറ്റയ്ക്ക് തങ്ങി. ഒരു രാത്രിയും രണ്ടുപകലുകളും കഴിഞ്ഞാണവർ തിരിച്ചെത്തിയത്. ഉടനടിതന്നെ സൈന്യം തങ്ങളെ പിന്തുടരുന്നുണ്ടെന്നു കരുതി അവരൊരു അംബുഷ് തയാറാക്കി. രണ്ടുദിവസമവർ കാത്തിരുന്നിട്ടും സൈന്യം വരാതായപ്പോൾ അംബുഷ് അവർ പിൻവലിച്ചു. എന്തായാലും ആ ദിവസംതന്നെ വഴിത്താരകൾ നോക്കി നടന്നിരുന്ന ഒരു കർഷകനെ സെൻട്രി പിടികൂടി. തടവുകാരനാക്കപ്പെട്ട അവൻ സൈന്യം സമീപത്തുണ്ടെന്നും സൈന്യം തന്നെ ബലമായി വഴിത്താര പിന്തുടരാൻ പറഞ്ഞയക്കുകയായിരുന്നെന്നും പറഞ്ഞു.

സൈന്യത്തിന്റെ ഒട്ടേറെ കമ്പനികൾചേർന്ന് ഗറില്ലകളെ വളയാൻ ശ്രമിക്കുകയായിരുന്നു.

അടുത്തദിവസം അവർ സ്ഥലം വിട്ട് 20 മിനിട്ട് കഴിഞ്ഞ്, സൈന്യം ക്യാമ്പിനുമേൽ ബോംബ് വർഷം തുടങ്ങി. മുന്നിൽ നടന്ന കർഷകനായ തടവുകാരൻ ബ്രോളിയോയുടെ ഒരുനിമിഷത്തെ അശ്രദ്ധ മുതലെടുത്ത് ഓടി രക്ഷപ്പെട്ടു.

ഏതാനും മണിക്കൂറുകൾക്കകം സൈന്യം കോളത്തിനടുത്തെത്തി അവരോട് കീഴടങ്ങാൻ ആവശ്യപ്പെട്ടു. ആകെയുള്ള രക്ഷാമാർഗം ഒരു തുറസായ മലഞ്ചെരിവു മാത്രമായിരുന്നു. പക്ഷേ ഏറെക്കുറെ പകുതിയോളം ആളുകളുമായി ജോവാകിൻ പിന്നിലായിപ്പോയിരുന്നു. ജോവാകിനുവേണ്ടി കാത്തിരിക്കാൻ സമയമില്ലെന്നു പറഞ്ഞുകൊണ്ട് ബ്രോളിയോ മലകയറാൻ തുടങ്ങി. മറ്റുള്ളവർ പിന്നാലെയും. അനുകൂലമായ ഒരു സ്ഥാനം കണ്ടെത്താതെ പട്ടാളത്തെ നേരിടാൻ പറ്റുമായിരുന്നില്ല. മലകയറുന്നവർക്കുനേരെ സൈന്യം വെടിയുതിർത്തെങ്കിലും അവർ മലകയറ്റം തുടർന്നു. ശത്രുവിനെ തടഞ്ഞുനിർത്താനായി. 30 കാലിബർ മെഷിൻ ഗണ്ണിൽനിന്നു വെടിയുതിർത്തുകൊണ്ട് നിലയുറപ്പിച്ച പെഡ്രോക്ക് വെടിയേറ്റു. അവൻ മരണമടഞ്ഞു. മലകയറി മറുപുറത്തെത്തിയ അവർ അവിടെ ജോവാകിനായി കാത്തിരുന്നു. ജോവാകിൻ വന്ന

പ്പോഴേക്കും മലയിൽ ശബ്ദങ്ങൾ കേട്ടുതുടങ്ങി. സൈന്യത്തിന് അവരെ വളയാൻ കഴിയുന്നതിന് മുമ്പ് അവർക്ക് പുറത്തുകടക്കാനായി.

ആ രാത്രിയവർ വിശ്രമിക്കാൻ സുരക്ഷിതമായ ഒരു ഇടം തേടി യാത്രതുടർന്നു. ഏറ്റവും ഉയരം കൂടിയ മലകൾ കയറിമറിഞ്ഞശേഷം (ആ മലകളിൽ നിന്നവർ വളരെ അടുത്തായിരുന്ന മോൺടീഗുഡോ ടൗൺ കണ്ടു.) അവർ തിരികെ വന്ന് അവരുടെ വഴിത്താരകൾ മാച്ചു കളഞ്ഞു. ടാപെറില്ലാസിനു ചുറ്റുമുള്ള പ്രദേശത്ത് അവർ ചുറ്റിത്തിരിഞ്ഞു. പിന്നീടവർ ഭക്ഷണം വാങ്ങാനായി ഒരു കർഷകന്റെ വീട്ടിലെത്തി.

അവിടെനിന്ന് യാതൊരു തെളിവും അവശേഷിപ്പിക്കാതെ വേഗം അവർ മടങ്ങി. ആ സ്ഥലം വിട്ട അവർ നിരവധി ദിവസങ്ങളോളം നടന്നു. ഒടുവിൽ അവർ തങ്ങൾ ചോളവും മറ്റുസാധനങ്ങളും സൂക്ഷിച്ചിരുന്ന ഒരു മലയിലെത്തി. അവർക്കവിടെ ഒന്നും കാണാനായില്ല. സൈന്യമതെല്ലാം പിടിച്ചെടുത്തുകഴിഞ്ഞിരുന്നു. തുടർന്നവർ ഇക്വിരയിലേക്ക് നടന്ന് തടാകത്തിനരികിലെ ക്യാമ്പിലെത്തിച്ചേരാൻ ശ്രമിച്ചു. അവിടെയെത്തിയവർ പ്രദേശത്താകെ സ്കൗട്ടിങ് നടത്തി. പ്രദേശത്തുടനീളം സേനാഘടകങ്ങൾ നിലയുറപ്പിച്ചിരുന്നു; അവർ നാങ്കാഹുവാസുവിലേക്ക് റോഡ് നിർമിക്കാനും തുടങ്ങിയിരുന്നു.

അക്കാരണത്താൽ ക്യാമ്പുപേക്ഷിച്ച് അവർ ഇക്വിരാ നദി മുറിച്ചുകടന്നു. റിയോ ഗ്രാൻഡെയെ ലക്ഷ്യമാക്കി നീങ്ങാൻ ജോവാകിൻ ഗ്രൂപ്പിന് ഉത്തരവു നൽകി. ഉയർന്ന മലകൾ നിറഞ്ഞതും അപകടകരമായ മലമുടികളുള്ളതുമായ ഒരു പ്രദേശത്തേക്കു കടന്ന അവരൊടുവിൽ തിങ്ങിനിറഞ്ഞ മരങ്ങളുള്ള ഒരു സമതല പ്രദേശത്തെത്തി. താനാകെ അവശനാകുന്നതുവരെ ബ്രോളിയോ ഗ്രൂപ്പിനുവേണ്ടി പണിയെടുക്കുകയും അതിന് വഴികാട്ടുകയും ചെയ്തു; ദിവസം മുഴുവനും അവൻ വഴിവെട്ടിക്കൊണ്ടിരുന്നു.

അടുത്തദിവസം അവർ വളരെ വേഗത്തിൽ പ്രധാനക്യാമ്പിന്റെ പ്രദേശത്തുകൂടെ കടന്നുപോയി. അവർ പരമാവധി വേഗം നടന്നു; പക്ഷേ ചില മോർട്ടോറുകളുടെ വെടിശബ്ദവും മെഷീൻഗൺ വെടികളുടെ ശബ്ദവും കേട്ടുവെന്നത് ഒഴികെ സംഭവങ്ങളൊന്നുമുണ്ടായില്ല. (സൈന്യം ക്യാമ്പ് കൈയടക്കിയ ശേഷം അവിടെ വെടിവെപ്പു പരിശീലനം നടത്തുകയായിരിക്കുമെന്നവർ അനുമാനിച്ചു). അപ്പോഴേക്കും ഗ്രൂപ്പിന്റെ നില ദയനീയമായിക്കഴിഞ്ഞിരുന്നു. ജോവാകിന് തീരെ നടക്കാൻ പറ്റാതാകുകയും അവന് വലിയ പ്രായം തോന്നിക്കുകയും ചെയ്തു. താനിയയുടെ അടിവയറ്റിൽ കടുത്ത വേദന അനുഭവപ്പെട്ടു.

ചതിയുടേതായ പുഴവഴിയിലേക്ക്

അവർ നദിയിലൂടെ താഴേക്ക് റിയോ ഗ്രാൻഡെയിലേക്ക് പോയി. ശരിക്കും തിന്നാനൊന്നുമില്ലാതെ മൂന്നു ദിവസം അവർ നടന്നു. അവരുടെ ബൂട്ടെല്ലാം കീറിപ്പറിഞ്ഞതിനാൽ ഏറെക്കുറെ നഗ്നപാദരായാണ

വർ നടന്നത്; ഷൂവിന്റെ കഷണങ്ങൾ കയറും തുണിക്കഷ്ണങ്ങളും കൊണ്ട് കാലിൽക്കെട്ടിക്കൊണ്ട്. അവർക്ക് കാര്യമായി വസ്ത്രങ്ങളുമില്ലായിരുന്നു. ജോവാകിൻ പാതി നഗ്നനായിരുന്നു. വിശ്രമിക്കാൻ ഇരുന്നതൊഴികെ ഒരിടത്തും അവർ നദിയിൽനിന്ന് വ്യതിചലിച്ചില്ല. അവർ അത് വളരെ വളരെ ശ്രദ്ധയോടെയാണ് നിർവഹിച്ചത്, എങ്കിലും എപ്പോഴുമൊരു ക്രമീകൃതമല്ലാത്ത രീതിയിൽ. ഈ രീതിയിൽ, നദിയുടെ മുഖത്തെത്തിച്ചേരുന്നതിനുമുമ്പേ, അവർ വല്ലെ ഗ്രാൻഡെയിൽനിന്ന് കഴുതകളേയും കൊണ്ടുവന്നിരുന്ന ഒരു കർഷകനെ കണ്ടുമുട്ടി. അവരവനെ തടഞ്ഞു നിർത്തി ഭക്ഷണത്തിനായി ഒന്നിനെ വാങ്ങി. തുടർന്നവർ റിയോ ഗ്രാൻഡെയിലേക്ക് തിരിച്ചു.

നദിക്കരയിലൂടെ ഒരുദിവസം നടന്നപ്പോളവർ ഹോണൊറാറ്റോ റോജാസിന്റെ വീട്ടിലെത്തി. താനൊരു സുഹൃത്താണെന്ന് അയാൾ പറഞ്ഞു. രണ്ടുപേരെ അയാളുടെ വീട്ടിലയച്ചു. അവരൊന്നുംതന്നെ കണ്ടില്ലെങ്കിലും, വെടിയൊച്ചകൾ കേട്ടതിനാൽ വീട്ടിൽ കടക്കാൻ പറ്റിയില്ലെന്നു പറഞ്ഞ് തിരിച്ചെത്തി. അലെജാൻഡ്രോ ജോവാകിനോട് രണ്ടുപേർ തനിക്കൊപ്പംവന്നാൽ താനൊരു തവണകൂടി ആ കർഷകന്റെ വീട്ടിൽപ്പോയി നോക്കാമെന്നു പറഞ്ഞു. ജോവാകിൻ സമ്മതിച്ചതോടെ, മൂന്നുപേർ പുറപ്പെട്ടു. കുറച്ചുകഴിഞ്ഞപ്പോൾ വാൾട്ടർ തിരിച്ചെത്തി താൻ കർഷകനെ കണ്ടെന്നും, ഏതുതരത്തിലും സഹകരിക്കാമെന്നും, കാരണം നിങ്ങളുടെയൊരു സുഹൃത്താണ് താനെന്നും അയാൾ പറഞ്ഞെന്നും റിപ്പോർട്ടു ചെയ്തു. അയാൾ പട്ടാളത്തിനെതിരാണത്രെ. ആരെങ്കിലും പുറത്തുവരുന്നുണ്ടോ എന്നു നോക്കാൻ മറ്റു രണ്ടു സഖാക്കൾ പുറത്തുനിന്നു

ആ രാത്രി, കർഷകനുമായി ചർച്ചചെയ്ത എല്ലാക്കാര്യങ്ങളും റിപ്പോർട്ടു ചെയ്യുകയും, രാത്രിയിലേക്ക് ക്യാമ്പടിക്കുകയും ചെയ്തശേഷം ജോവാകിനും മറ്റുള്ളവരും ഹോണോറാറ്റോയുടെ വീട്ടിലേക്കു മടങ്ങി.

അവർ രാത്രി വളരെ വൈകി തിരിച്ചെത്തി. ശേഷം കർഷകൻ ഒരു സുരക്ഷിതമായ സ്ഥലം കാട്ടിത്തരാമെന്നും അവിടെ അവർക്ക് വെള്ളവും മറ്റും കിട്ടുമെന്നും അവിടെ ക്യാമ്പടിച്ചശേഷം ചെയ്ക്കുവേണ്ടി ഒരു സെർച്ച് പാർട്ടിയെ അയച്ചാൽ മതിയെന്നും ആ കർഷകൻ വാഗ്ദാനം ചെയ്തെന്നു പറഞ്ഞു. അടുത്തുള്ള നഗരത്തിൽ പോയി സാധനങ്ങൾ വാങ്ങിത്തരാമെന്നും അയാൾ വാഗ്ദാനം ചെയ്തു. അവർ അയാൾക്കതിനായി നൂറുപെസോ കൊടുത്തു. ആ രാത്രി അവർ കർഷകൻ കൊണ്ടുവന്ന മീൻ കഴിച്ചു.

പിറ്റേന്ന്, അയാൾ സൂചിപ്പിച്ച സമയമായ വൈകിട്ട് നാലുമണിക്ക്, അവർ ക്യാമ്പുപേക്ഷിച്ച് ഹോണോറാറ്റോയുടെ വീട്ടിലെത്തി. അയാളവിടെ രണ്ടു കലം നിറയെ പാകംചെയ്ത ചോളവുമായി കാത്തിരിക്കുകയായിരുന്നു. അയാളവരെ ഭക്ഷിക്കാൻ ക്ഷണിച്ചു. തുടർന്നയാൾ അവരെ നദിക്കരയിലേക്കു ക്ഷണിച്ചു. അവർ മുകളിലേക്കു പോയി ഒരു വലിയ വളവു ചുറ്റിനടന്നു. പിന്നീട്, ഒരു മുന്നൂറുമീറ്റർ നടന്നശേഷം, അയാൾ

നിന്ന് മുന്നിൽക്കാണാവുന്ന ഒരു മലയിലേക്ക് സിഗ്നൽ കാട്ടി. തന്റെ അടുത്തുനിന്നവർക്കെല്ലാം ഹസ്തദാനം നൽകിയശേഷം അയാൾ ഗുഡ്ബൈ പറഞ്ഞു. ജോവാകിന്റെ കൈ കുലുക്കിയ അയാൾ താനിയയെ തുറിച്ചു നോക്കി. അവൾ അയാളുടെ മുഖത്തു നോക്കാതിരിക്കാൻ ശ്രമിച്ചു. പിന്നീട് ഹോണോറാറ്റോ വേഗത്തിൽ നടന്നുപോയി.

ബ്രോളിയോ കുറച്ചുകൂടി മുന്നോട്ടുനടന്ന് നദി മുറിച്ചു കടക്കാൻ തുടങ്ങി. ഒരൊറ്റ നിരയിൽ പറ്റാവുന്നത്ര വേഗത്തിൽ നദി കടക്കാനായിരുന്നു കൽപ്പന. ബ്രോളിയോ തീരത്തേക്കെത്തിയതോടെ വലിയ വെടിവെപ്പ് പൊട്ടിപ്പുറപ്പെട്ടു. നദിയുടെ രണ്ടു കരകളിൽനിന്നും ഒരേസമയം സേന ഗറില്ലാപോരാളികളെ പതിയിരുന്നാക്രമിച്ചു.

അതിനകംതന്നെ മരിച്ചനിലയിലോ, അല്ലെങ്കിൽ ഗുരുതരമായി മുറിവേറ്റോ അവർ വെള്ളത്തിൽ വീണു. തിരിച്ചു കരയിലേക്കെത്തുന്നതിനു കഴിഞ്ഞ ജോവാകിൻ നദിയിലൂടെ രക്ഷപ്പെടാനായി മുന്നോട്ടോടി. അദ്ദേഹത്തിന്റെ ശരീരം വെടിയുണ്ടകളേറ്റു തുളഞ്ഞു. പാക്കോ ഒരു ചെറിയ ദൂരംവരെ ഒഴുക്കവനെ കൊണ്ടുപോകാൻ അനുവദിച്ചശേഷം വെള്ളത്തിൽ പൊങ്ങിനിന്ന ഒരു കല്ലിനു പിന്നിലൊളിച്ചു. ഏണസ്റ്റോ അവന്റെ അരികിലേക്ക് നീന്തിയെത്തി. ആ നിമിഷത്തിൽത്തന്നെ സൈന്യം അവർ ഇരുവർക്കും നേരെ വെടിയുതിർക്കാൻ തുടങ്ങി. പാക്കോയുടെ കൈത്തണ്ടയിലും തോളിലും വെടിയേറ്റു. ഒരെണ്ണം അവന്റെ കക്ഷത്തിലൂടെ കടന്നുപോയി.

പട്ടാളക്കാർ പതിയെ മുന്നോട്ടുവന്ന് അവരോട് നദിക്കരയിൽനിന്ന് കൈകൾ മുകളിൽ പൊക്കിപ്പിടിച്ച് വെള്ളത്തിൽനിന്നു പുറത്തുവരാനാവശ്യപ്പെട്ടു. ഏണസ്റ്റോ അങ്ങനെ ചെയ്തു. പാക്കോക്ക് കൈകൾ ഉയർത്തിപ്പിടിക്കാൻ കഴിഞ്ഞില്ല. അതുമാത്രമല്ല, അവന്റെ തോളിൽ ക്നാപ്പ്സാക്കുണ്ടായിരുന്നുതാനും. വെള്ളത്തിൽനിന്നു പുറത്തുകടക്കാൻ ഏണസ്റ്റോ അവനെ സഹായിച്ചു.

ഒരിക്കൽ കരയിലെത്തിയതോടെ, പട്ടാളക്കാർ അവരെ വേർപെടുത്തി തൊഴിച്ചുമറിക്കാൻ തുടങ്ങി. അപ്പോൾ ട്രിനിഡാഡിൽനിന്നുള്ള ഒരു സർജന്റ് ഏണസ്റ്റോയെ തിരിച്ചറിഞ്ഞു. ഏണസ്റ്റോ എന്തോ അയാളോടു പറഞ്ഞു. അതോടെയവർ ഉടനെതന്നെ അവനുനേരെ ഒച്ചയെടുക്കാനും മുഖത്തുതന്നെ തൊഴിക്കാനും തുടങ്ങി. അവർ അവനെ വെടിവയ്ക്കുകയും കൈവലിച്ചുകീറുകയും ചെയ്തു. ആ നിമിഷത്തിൽ മറുകരയിൽ നിന്നൊരു ഓഫീസർ ശബ്ദമുയർത്തി തടവുകാരെ തന്റെ അടുത്തു കൊണ്ടുവരാൻ ഉത്തരവിട്ടു. അതിനവർ, “ശരി, ക്യാപ്റ്റൻ” എന്നു മറുപടി പറഞ്ഞു.

അവരെ രണ്ടുപേരെയും മറുകരയിൽകൊണ്ടുവന്ന് കുന്നുകൂട്ടിയിട്ടിരിക്കുന്ന മൃതദേഹങ്ങൾക്കരികിൽ ഇരുത്തി. അവരോട് മൃതദേഹങ്ങൾ തിരിച്ചറിയാൻ പറഞ്ഞു. വേദനയെപ്പറ്റി പരാതിപ്പെട്ടുകൊണ്ട് ഏണസ്റ്റോ തറയിലേക്കു വീണു. അവരവനെ ഒരു മൂലയിലേക്കു കൊണ്ടുപോയി.

ഒരു ചികിത്സകൻ അവന്റെ കൈകൾ ബാൻഡേജ് ചെയ്തു. ഇരുട്ടാകുകയായിരുന്നു. ഏണസ്റ്റോ വേദനയെപ്പറ്റി പരാതിപ്പെടുന്നത് തുടർന്നു. ഇതേവരെ അവനെ തൊഴിച്ചിരുന്നവർ ക്യാപ്റ്റൻ മാരിയോ വർഗാസിനൊപ്പം അവന്റെ അടുത്തേക്കു നീങ്ങി. അവർ അവനെ നദിക്കരയിലേക്കു കൊണ്ടുപോയി കൊലപ്പെടുത്തി. ശരീരത്തിലേക്ക് ഒരുപറ്റം മെഷീൻഗൺ വെടിയുണ്ടകൾ പായിച്ചുകൊണ്ടാണത് ചെയ്തത്.

ആ മൊത്തം ദൃശ്യവും വലിയ ബുദ്ധിമുട്ടോടെ പാക്കോ കണ്ടു. അവന്റെ മുറിവിൽനിന്നും രക്തമൊഴുകുന്നതിനാൽ അവനും കഠിനമായ വേദനയുണ്ടായിരുന്നു. താൻ അന്നു രാത്രി എങ്ങനെയാണ് തന്റെ സഖാക്കളുടെ മൃതദേഹങ്ങൾക്കൊപ്പം കഴിച്ചുകൂട്ടിയതെന്നവൻ പിന്നീട് വിവരിച്ചു. അവരെയെല്ലാം അവരുടെ സാധനസാമഗ്രികൾക്കൊപ്പം കൊണ്ടുവന്നു കൂട്ടി. നേരം പുലർന്നതോടെ, പട്ടാളക്കാർ പുറത്തിറങ്ങി നടക്കാൻ തുടങ്ങി. ഹോണോറാറ്റോ റോജാസ് പട്ടാളക്കാർക്കായി പൊരിച്ച പന്നിയിറച്ചിയുമായി വന്നു.

അവർ പോളോയുടെ മൃതദേഹം കണ്ടെത്തി. അതു തടിച്ചു വീർത്തിരുന്നു. പാക്കോ തന്റെ മുറിവുകൾ കാരണവും സഖാക്കളുടെ മൃതദേഹങ്ങൾ കണ്ടും വല്ലാത്ത ഒരു സ്ഥിതിയിലായിരുന്നു. അവിടെ അവ ഏറെക്കുറെ കഷണങ്ങളായി ചിതറിയ മട്ടിൽ കിടക്കുകയായിരുന്നു.

പിന്നീട് കോവർ കഴുതകളുമായി കർഷകർ വന്ന് മൃതദേഹങ്ങൾ വഹിച്ചുകൊണ്ടുപോയി. കർഷകർ തലയും താഴ്ത്തിപ്പിടിച്ച് നിശ്ശബ്ദരായാണു നടന്നത്.

പാക്കോ ഒരു മുഴുവൻ രാത്രിയും പകലും നഗ്നപാദനായി മാസിക്കുരിയിലെ ഗ്രാമത്തിലേക്ക് നടന്നു. അവർ അവന്റെ മുറിവുകൾ ഒരു പഴയ ഷർട്ടുകൊണ്ട് ബാൻഡേജ് ചെയ്തു. ഹൈവേയിലെത്തിയപ്പോൾ, ഏതാണ്ട് രാവിലെ മൂന്നുമണിക്ക്, അവർ അവനെ വല്ലെ ഗ്രാൻഡെയിലേക്ക് അവർ സംഘടിപ്പിച്ച രണ്ടു ട്രക്കുകളിൽ ഒന്നിൽ കയറ്റിക്കൊണ്ടുപോയി.[1]

പിന്നണിവിഭാഗത്തിന്റെ പ്രവർത്തനങ്ങളെക്കുറിച്ചുള്ള നിർമമമായ – അതേസമയം വീരോചിതവുമായ – ഈ വിവരണം ദൃഢനിശ്ചയത്തിന്റെയും തീരുമാനത്തിന്റെയുമായ ഒരുജ്ജ്വല ഉദാഹരണമാണ്. വാക്കിലും പ്രവൃത്തിയിലും ഒരുപോലെ വിശ്വസ്തത പുലർത്തിയ ഒരുപറ്റം വ്യക്തികളുടെ ഒരു കഥയാണത്.

പിന്നീടറിയാൻ കഴിഞ്ഞ മറ്റുവസ്തുതകൾ കൂടുതൽ വ്യക്തമായി ഹോണോറാറ്റോ റോജാസിന്റെ ചതിയേയും അതിന്റെ അനന്തരഫലങ്ങളേയും കാണിച്ചുതന്നു.

അലെജാൻഡ്രോ ഹോണോറാറ്റോയുടെ വീട്ടിലെത്തിയ ദിവസം ഒരു

1. സൈനികസ്രോതസുകളിൽനിന്ന് പിന്നീടറിഞ്ഞത് ക്യൂബയിൽ ജനിച്ചവനായ സിഐഎ ഏജന്റ് ഗബ്രിയേൽ ഗാർഷ്യ പാക്കോയുടെ ചോദ്യം ചെയ്യലിൽ പങ്കെടുത്തുവെന്നാണ്.

വിശ്വസ്ത സുഹൃത്തെന്ന നിലയിൽ പരിചയപ്പെടുത്തിയ ഒരാൾ അവിടെയുണ്ടായിരുന്നു. അയാൾ ഗറില്ലാ പ്രവർത്തനങ്ങളെപ്പറ്റി അന്വേഷിക്കുകയെന്ന തന്റെ ജോലിയുമായി ഒരു കർഷകന്റെ വേഷം ധരിച്ചെത്തിയ ഒരു സൈനികനായിരുന്നു.

ആ സാഹചര്യം കർഷകനുമുന്നിൽ രണ്ടു സാധ്യതകൾ അവശേഷിപ്പിച്ചു. ഒന്നുകിൽ അയാൾക്ക് സൈനികനെ ഗറില്ലകൾക്ക് കാട്ടിക്കൊടുക്കാം. അല്ലെങ്കിൽ അവരെ അയാൾക്ക് സൈന്യത്തിന് ഒറ്റിക്കൊടുക്കാം. അയാൾ രണ്ടാമത്തെ വഴി തെരഞ്ഞെടുത്തു. അതായത്, തനിക്കു കൂടുതൽ ശക്തമെന്നുതോന്നിയ വിഭാഗത്തിനൊപ്പം ചേർന്നു. പക്ഷേ അതു മാത്രമല്ല സൈനികർക്കുവേണ്ടി ഒരാൾപോലും അതിജീവിക്കില്ലെന്ന് തനിക്കുറപ്പുള്ള ഒരു സ്ഥലം അയാൾ തെരഞ്ഞെടുത്തു. കാരണം ആ വഞ്ചന തന്നെ സംബന്ധിച്ച് എത്ര വിലകൊടുക്കേണ്ടിവരുന്നതാവും എന്ന് അയാൾക്ക് അറിയാമായിരുന്നു.[1]

നടക്കാതിരുന്ന ഒരു കൂടിക്കാഴ്ച

ഞങ്ങളുടെ കോളം (ചെയുടെ നേതൃത്വത്തിൽ) സെപ്തംബർ 1 ന് വാഡോ ഡെൽ യെസോ കടവിൽ (അത് മാസിക്കുരി നദിയിലാണ്) എത്തിച്ചേർന്നിരുന്നുവെന്നത് ഓർമിക്കുമല്ലോ. ജോവാകിന്റെ ഗ്രൂപ്പിന്റെ മേലുള്ള അംബുഷ് നടന്നത് ആഗസ്ത് 31 ന് പ്യൂയെർട്ടോ മൗറിഷ്യോ കടവിലാണ് (റിയോ ഗ്രാൻഡെ നദിയിൽ). ഞങ്ങളോടൊപ്പം മൃഗങ്ങളുണ്ടെന്ന വസ്തുതയും, അവയ്ക്കായി വഴിവെട്ടിത്തെളിക്കണമെന്നതും ഞങ്ങളെ താമസിപ്പിച്ചു. അതാണ് രണ്ടു കോളങ്ങളും ഒന്നിച്ചെത്തിച്ചേരുന്നതിനെ തടഞ്ഞത്. ഇതായിരുന്നില്ല നടന്നതെങ്കിൽ അനന്തരഫലവും വ്യത്യസ്തമായേനെ. ഫെബ്രുവരി 10 ന് ഹോണോറാറ്റോ റോജാസ് എതിരെ വന്നപ്പോൾ ചെ പറഞ്ഞ അഭിപ്രായവും നാം ഓർമിക്കണം: "അയാൾക്ക് നമ്മെ സഹായിക്കാൻ കഴിയില്ല, അയാൾക്കുണ്ടാക്കാൻ കഴിയുന്ന അപകടങ്ങൾ മുൻകൂട്ടിക്കാണാനും അയാൾ അശക്തനാണ്; അതുകൊണ്ട് അയാൾ മിക്കവാറും അപകടകാരിയാണ്."

യുക്തിപരമെന്നു പറയട്ടെ, ഒരാൾക്കും അംബുഷിനെക്കുറിച്ച് പൂർണമായ തീർച്ചയൊന്നുമുണ്ടായിരുന്നില്ല. അതേക്കുറിച്ചൊന്നും അറിയാതിരിക്കാനുള്ള എല്ലാ സുരക്ഷാസംവിധാനങ്ങളും സൈന്യം ഒരുക്കിയിരുന്നു. അതുകൊണ്ടാണ് ഞങ്ങളത് കള്ളത്തരമാണെന്നു കരുതിയത്. ഞങ്ങളാ വിവരം വോയ്സ് ഓഫ് അമേരിക്കയിൽനിന്ന് (പ്രാദേശിക പത്രങ്ങൾ അതേക്കുറിച്ച് പരിപൂർണ മൗനം പാലിച്ചു) കേട്ടപ്പോൾ ഞങ്ങൾ അതിന്റെ കൃത്യത പരിശോധിക്കാൻ ശ്രമിച്ചു. പക്ഷേ പ്രദേശത്തുള്ള കർഷകരാരും

1. പ്യൂവെർട്ടോ മൗറീഷ്യോയിലെ കൂട്ടക്കൊലയ്ക്ക് സൈന്യത്തിന് സേവനം നൽകിയതിന്റെ പേരിൽ ഹോണോറാറ്റോ റോജാസിന് സർക്കാരിൽനിന്ന് മെഡൽ കിട്ടി. 1969 ൽ അയാളെ ELNന്റെ കമാൻഡോ യൂണിറ്റ് വകവരുത്തി.

ഏറ്റുമുട്ടലിന്റെ ശബ്ദം കേൾക്കുകയോ എന്തെങ്കിലും സൈനികനീക്കങ്ങൾ കാണുകയോ ചെയ്തിട്ടില്ല. ഞങ്ങളും വെടിയൊച്ചകൾ കേൾക്കുകയോ, അതിന്റെ തെളിവുകൾ കാണുകയോ ചെയ്തില്ല. ആ വാർത്തയുടെ വലുപ്പം വച്ചു നോക്കുമ്പോൾ ആ പ്രദേശത്താകെ ആ വാർത്ത അറിയേണ്ടതായിരുന്നുവെന്ന് ഞങ്ങൾ അനുമാനിച്ചു. എല്ലാ സൂചനകളും ആ വിവരം തെറ്റാണെന്നതിലേക്ക് വിരൽചൂണ്ടി.

ഞങ്ങൾ സെപ്തംബർ 4 ന് മാസിക്കുരിയിൽനിന്ന് ഹോണോറാറ്റോയുടെ വീട്ടിലേക്കുള്ള റോഡിൽ മിഗ്വെലിന്റെ നേതൃത്വത്തിൽ ഒരു അംബുഷ് ഏർപ്പാടുചെയ്തു. വാങ്ങാൻ പറ്റിയ സാധനങ്ങൾ കണ്ടെത്താനായി ഒരു സംഘത്തെ നിശ്ചയിച്ചു. കൊക്കോ, ചപ്പാക്കോ, ആർട്ടുറോ, ജൂലിയോ, അനിസെറ്റോ എന്നിവരെ തെരഞ്ഞെടുത്തു. ഇന്റിയുടെ നേതൃത്വത്തിൽ അവർ പോയി. നദിയിലൂടെ മുകളിലേക്കൊരു സ്കൗട്ടിങ് ദൗത്യത്തിന് ഉർബാനോയും കാമ്പയും പോയി.

വാഡോ ഡെൽ യെസോയിൽ പെറൂവിയൻ ഡോക്ടർ നെഗ്രോ[1] കൊല്ലപ്പെട്ടുവെന്ന് ഞങ്ങൾ റേഡിയോ വാർത്ത കേട്ടു. ജോവാകിൻ വീണതിനടുത്ത്. അദ്ദേഹത്തെ തിരിച്ചറിഞ്ഞത് സിറോ റോബർട്ടോസ് ബുസ്റ്റോസാണ്. എല്ലാം സൂചിപ്പിക്കുന്നത് ബുസ്റ്റോസ് സൈന്യവുമായി സഹകരിക്കുകയാണെന്നാണ്.

ഞങ്ങൾ സഖാക്കളുടെ തിരിച്ചുവരവിനായി കാത്തിരുന്നു. അവർ നന്നെ വെളുപ്പിന് കുറച്ചു ഭക്ഷണവുമായി തിരിച്ചെത്തി. അവർ ശരിക്കും ശത്രുവിന്റെ മേൽ ചെന്ന് കൂട്ടിയിടിക്കുന്നിടം വരെയെത്തിയിരുന്നു.

വീണ്ടും ഒരു അംബുഷ് ഏർപ്പാട് ചെയ്തു. ഉർബാനോ മിഗ്വെലിനോട് പിൻവാങ്ങാൻ പറയാനായി ചെന്നപ്പോൾ അവനൊരു സൈനിക റോന്തുചുറ്റൽ സംഘത്തിനു മുന്നിൽ പെട്ടു. ആ സംഘം അംബുഷിനും ക്യാമ്പിനും ഇടയിൽ കടന്നെത്തിയിരുന്നു. അവർ ഉർബാനോക്കു നേരെ ഏതാനും വെടിവെച്ചു. അതിനാൽ ഞങ്ങൾ ഒരു പ്രതിരോധമൊരുക്കി നിലയെടുത്തു.

ഏതാനും മിനിട്ടുകൾക്കുശേഷം ചെ എന്നോടും കാമ്പയോടും ചപ്പാക്കോയോടും രോഗികളുടെ ചാർജെടുക്കാൻ പറഞ്ഞു. ഞങ്ങളുടെ നിലകളിൽനിന്ന് മുന്നൂറു മീറ്റർ അകലെ ഞങ്ങൾ ആ നിമിഷത്തിൽത്തന്നെ ഒരു ശബ്ദം കേട്ടു. ശത്രു ഞങ്ങളെ വളയാൻ പോകുകയാണെന്നു കരുതിയ ഞങ്ങൾ സ്വയം പ്രതിരോധിക്കാനൊരുങ്ങി. മോറോ തന്റെ രോഗത്തെക്കുറിച്ചെല്ലാം മറന്ന് കാമ്പയുടെ റൈഫിളിനു വേണ്ടി കൈനീട്ടി. അവനത് സന്തോഷത്തോടെ മോറോക്കു കൊടുത്തു. ഞങ്ങളുടെ ആശ്വാസത്തിനത് മിഗ്വെലായിരുന്നു. സാഹചര്യം മനസിലാക്കിയ മിഗ്വെൽ കാടുകളിലൂടെ ചുറ്റിവളഞ്ഞ് വരാൻ തീരുമാനിക്കുകയായിരുന്നു. ഞങ്ങളത്

1. പെറൂവിയൻ പോരാളിയായിരുന്ന റെസ്റ്റിറ്റ്യൂട്ടോ ജോസ് കാബ്രേര (നെഗ്രോ) ആഗസ്റ്റ് 31 ന് അംബുഷിൽനിന്നു രക്ഷപ്പെട്ടു. സെപ്തംബർ 4 ന് അദ്ദേഹം പിടിക്കപ്പെടുകയും കൊലപ്പെടുത്തപ്പെടുകയും ചെയ്തു.

ചെയെ അറിയിച്ചു. അദ്ദേഹമായിരുന്നു പ്രതിരോധത്തിന്റെ തലപ്പത്ത്. അദ്ദേഹം ഞങ്ങളുടെ പിൻവാങ്ങലിന് ഉത്തരവിട്ടു.

നിരവധി കടവുകൾ (അവയിൽ പലതും അപകടകരങ്ങളായിരുന്നു) കടന്ന ശേഷം ഞങ്ങൾ രാത്രിയെത്തിയപ്പോൾ വിശ്രമിച്ചു. പിൻവാങ്ങലിനിടയിൽ ഞങ്ങൾ പിടികൂടിയ പശുക്കളിലൊന്നിനെ കൊന്നു. അന്ന് അടുക്കളപ്പണി എന്റെ ചുമതലയിലായിരുന്നു. ഞാനത് ചെയുടെയൊപ്പം ചെയ്തു. ഒരു ശിക്ഷയെന്ന നിലയിൽ അദ്ദേഹം സ്വയം തനിക്ക് അടുക്കളപ്പണി വിധിക്കുകയായിരുന്നു. നദിയിൽ സ്വന്തം റൈഫിൾ വീണ് നനയാൻ അനുവദിച്ചതിന് അദ്ദേഹം സ്വയം ശിക്ഷയേറ്റുവാങ്ങി. എന്തെങ്കിലും തെറ്റുകൾ വരുത്തുന്നവരുടെ ശിക്ഷ അടുക്കളപ്പണിയിൽ സഹായിയാകുക എന്നതായിരുന്നു.

അടുത്ത ദിവസം വഴിയുടെ കാഠിന്യം കാരണം ഞങ്ങൾ അൽപ്പദൂരമേ മുന്നേറിയുള്ളൂ. അടുത്തദിവസം സ്കൗട്ടിങ്ങിനു പോകാൻ പറ്റുന്ന രീതിയിൽ ക്യാമ്പ് തയാറാക്കി.

റിയോ ഗ്രാൻഡെയുടെ കരയിൽ താനിയയുടെ ശരീരം കണ്ടെത്തിയതായി റേഡിയോ ക്രൂസ് സെൽ സൂർ റിപ്പോർട്ട് ചെയ്തു. അതിൽ ദെബ്രെക്കെതിരായ പാക്കോയുടെ പ്രസ്താവനകളും പരാമർശിക്കപ്പെട്ടിരുന്നു.

ആളുകൾ ഇടയ്ക്കിടെ സ്ഥാനം മാറുന്ന ഒരു അംബുഷ് ഞങ്ങൾ തയാർ ചെയ്തു. ചപ്പാക്കോയും അനിസെറ്റോയും സ്കൗട്ടിങ്ങിനുപോയി.

ഞങ്ങൾ ഹോണോറാറ്റോ റോജാസിന്റെ വീട്ടിലേക്കുള്ള ബാരിയെന്റോസിന്റെ സന്ദർശനത്തെപ്പറ്റി കേട്ടു. ബൊളീവിയൻ ഗറില്ലകളുടെ ജീവിതത്തിന് അയാൾ സംരക്ഷണം വാഗ്ദാനം നൽകി. അവരവരുടെ തലകളിൽ കൈയുംവച്ച് സ്വയം മുന്നോട്ടുവന്ന് പിടികൊടുക്കണം. ക്യൂബക്കാർക്ക് വാഗ്ദാനങ്ങളൊന്നുമില്ല. കാരണം അവരാരും ജീവനോടെ കീഴടങ്ങില്ലെന്ന് അയാൾക്കറിയാം.

അംബുഷിലെ എട്ടംഗങ്ങളുടെ നേതൃത്വത്തിൽ ഞാനും അന്റോണിയോയും ദിവസം (സെപ്തംബർ 9) ചെലവാക്കി. ഒരു സംഭവങ്ങളും ഇല്ലാതെ ദിവസം കടന്നുപോയി.

ലാ പെസ്കാ നദിയിലൂടെ മാസിക്കുരിയിലേക്ക്

തലേന്ന് മിഗ്വെൽ കണ്ടെത്തിയ ഒരു കടവിലൂടെ ഞങ്ങൾ നദി മുറിച്ചുകടക്കാനായി രാവിലെതന്നെ പുറപ്പെട്ടു. നദിയിലെ ഒഴുക്ക് ശക്തമായിരുന്നു. കോവർ കഴുതകൾ നീന്തിക്കടന്നു. പക്ഷേ അതിലെ ആൺമൃഗം അതിനു വിസമ്മതിച്ചു. അതിനെ കടത്താനുള്ള ശ്രമത്തിൽ ചെയ്ക്ക് അദ്ദേഹത്തിന്റെ ഷൂസുകളിലൊന്ന് നഷ്ടമായി. ഒരു ഹെലികോപ്റ്റർ ഞങ്ങളുടെ മേലെ മൂന്നുതവണ പറന്നു. കുറച്ചു ദൂരെ ഒരു വിമാനത്തേയും ഞങ്ങൾ കണ്ടു. സൈന്യം മുന്നിലൊരു അംബുഷ് തയാറാക്കിയിരിക്കാൻ

സാധ്യതയുണ്ടെന്ന് ചെ അഭിപ്രായപ്പെട്ടു. അക്കാര്യത്തിനൊരു ഹെലികോപ്റ്റർ ഉപയോഗിക്കുകയെന്നത് ഗുണകരമാണ് എന്നതിൽനിന്നാണ് അത്തരമൊരു നിഗമനത്തിൽ ഞങ്ങൾ എത്തിച്ചേർന്നത്.

രണ്ടു സ്കൗട്ടിങ് സംഘങ്ങളെ സംഘടിപ്പിച്ചു: ഒന്ന് താഴേക്കും മറ്റൊന്ന് മുകളിലേക്കും. ആദ്യത്തേത് വിജയകരമായിരുന്നു. ജലവിതാനം താഴുമ്പോൾ നദി കടക്കാൻ കഴിയുമെന്നവർ കണ്ടെത്തി. മറ്റേ സംഘത്തിനൊട്ടുംതന്നെ മുന്നേറാൻ കഴിഞ്ഞില്ല. അന്റോണിയോയുടെ നേതൃത്വത്തിൽ രാവിലെത്തന്നെ ഒരു അംബുഷ് തയാറാക്കി. എന്റെ നേതൃത്വത്തിൽ മറ്റൊന്ന് ഉച്ചയ്ക്കുശേഷവും. രാത്രി ഞങ്ങൾ കാളകളിലൊന്നിനെ കൊന്നു. നാറ്റോയും ഡാരിയോയും ജൂലിയോയും പാബ്ലിറ്റോയും ചേർന്ന് ഒരു കാൽക്കുറക് (തുട) മുഴുവൻ തിന്നുതീർത്തു. നാറ്റോ അതിന് അനുവാദം ചോദിച്ചതിനും ചിനോ അതിന് അനുവദിച്ചതിനും ചെ ക്രുദ്ധനായി. ഈ പണിയിൽനിന്ന് ചിനോയെ ഒഴിവാക്കാൻ അദ്ദേഹം തീരുമാനിച്ചു. ചെ എന്നെ ഭക്ഷ്യവിതരണത്തിന്റെ കൂടെ ചുമതലയേൽപ്പിച്ചു. സേവനങ്ങളുടെ തലപ്പത്ത് ഞാനിപ്പോൾത്തന്നെയുണ്ട്.

രാവിലെ (സെപ്തംബർ 12) ചെ ഞങ്ങൾക്ക് "സൈന്യം" എന്നു പറഞ്ഞുകൊണ്ട് അപകടസൂചന നൽകി. എല്ലാവരും പിടഞ്ഞെണീറ്റ് സമരസജ്ജരായി അവരവരുടെ നിലകൾ സ്വീകരിച്ചു. അത് അന്റോണിയോ ഉണ്ടാക്കിയ ഒരു കുഴപ്പം മാത്രമായിരുന്നെന്ന് ഉടനെ മനസിലായി. അവനുറങ്ങിപ്പോകുകയും ഒട്ടേറെ സൈനികർ നിരന്നു നിൽക്കുന്നതായി സ്വപ്നം കാണുകയും ചെയ്തു.

നദിക്കരയിലൂടെ സ്കൗട്ടിങ്ങിനു പോകാതിരുന്നതുകൊണ്ട് ചപ്പാക്കോക്ക് അടുക്കളപ്പണിക്കാരന്റെ സഹായിയായി മൂന്നുദിവസം പണിയെടുക്കേണ്ടി വന്നു. രണ്ടു സ്കൗട്ടിങ് ടീമുകളെ പറഞ്ഞുവിടുകയും അവർ പിറ്റേന്നു തിരിച്ചുവരികയും ചെയ്തു. മലമുടിക്ക് ചുറ്റിപ്പോകുന്നതിനു മുമ്പ് നദി മുറിച്ചുകടക്കുന്നതിന് സാധിക്കുമെന്ന് നദിയിലൂടെ പോയവർ കണ്ടെത്തി. ഞങ്ങൾ പിരായ്മിനി(ലാ പെസ്കാ) നദിയിൽനിന്ന് മൂന്നു മണിക്കൂർ അകലെയാണെന്ന് ഞങ്ങൾ വിശ്വസിച്ചു.

വളരെ ബുദ്ധിമുട്ടേറിയ കടവുകളാണ് ഉള്ളതെന്നതിനാൽ മൃഗങ്ങൾക്കവ മുറിച്ചുകടക്കാൻ പറ്റില്ലെന്ന് മലയിടുക്കിലൂടെ സ്കൗട്ടിങ്ങിനു പോയവർ റിപ്പോർട്ട് ചെയ്തു. മലയിടുക്ക് ആരംഭിക്കുന്നതൊരു മലനിരകളിലാണെന്നും ഞങ്ങളുടെ മുന്നിലുള്ള സ്ഥാനത്തുനിന്നത് കാണാനാകില്ലെന്നും അവർ പറഞ്ഞു.

മിഗ്വെലിൽനിന്ന് വിവരംകിട്ടാൻ കാത്തിരുന്നശേഷം, ഞങ്ങൾ നേരത്തെത്തന്നെ പുറപ്പെട്ടു. ഉച്ചകഴിഞ്ഞതോടെ ഞങ്ങളൊരു വിഷമകരമായ മാർച്ചിനു പുറപ്പെട്ടു. ക്രീക്ക് കടക്കാനായി ഞങ്ങളൊരു ചങ്ങാടമുണ്ടാക്കി. പത്തു സഖാക്കൾ മുറിച്ചു കടന്നു. ബാക്കിയുള്ളവർക്ക് പിറ്റേന്നു കടക്കാൻ കഴിയുമെന്ന് ഞങ്ങൾ പ്രതീക്ഷിച്ചു.

ലാ പെസ്കാ നദിയിലെത്തിച്ചേരാതെ ഞങ്ങൾ നിരവധി കിലോമീ

റ്ററുകൾ താണ്ടി. തണുപ്പിനെ നേരിടാൻ തീയുണ്ടാക്കുന്നതിനെ ചെ നിരോധിച്ചു. ചില സഖാക്കൾ മാംസം പാകംചെയ്യാൻ തീരുമാനിച്ചു. അവർ മുമ്പത്തെ ഭക്ഷണത്തിൽനിന്ന് മാറ്റിവെച്ചതാണതെന്ന് അവകാശപ്പെട്ടുകൊണ്ടാണത് ചെയ്തത്. യഥാർഥത്തിൽ അവർ മൊത്തത്തിലുള്ള ഭക്ഷ്യശേഖരത്തിൽ നിന്നെടുത്തതായിരുന്നു അത്.

റേഡിയോയിൽ ഞങ്ങൾ ലൊയോളയുടെ അറസ്റ്റിനെക്കുറിച്ച് കേട്ടു. അവൾ ഗറില്ലകളുടെ കൂടെയിരിക്കുന്നതായി തോന്നുന്ന ഫോട്ടോകൾ അവർ പ്രസിദ്ധീകരിച്ചു.[1]

ഗറില്ലാ സൈനികരുടെ മാനസികനിലയെ ചെ വിലയിരുത്താൻ ആരംഭിച്ചു.

ബൊളീവിയക്കാർക്ക് മാപ്പുനൽകി അവരുടെ ജീവൻ സംരക്ഷിക്കാമെന്ന ബാരിയെന്റോസ് സർക്കാരിന്റെ വാഗ്ദാനം (അവർ കീഴടങ്ങാൻ തയാറായാൽ) അവരിൽ ചിലരെ ചിന്തിക്കാൻ പ്രേരിപ്പിച്ചു. ചെറിയ ചെറിയ സംഘർഷങ്ങളും വാഗ്വാദങ്ങളും തുടർച്ചയായി ഉയർന്നുവന്നു. അനിസെറ്റോ തനിക്ക് കൽപ്പനകൾ നൽകുന്നതിനെ ചപ്പാക്കോ എതിർത്തു. അന്റോണിയോ അവനെ ആറുദിവസം അടുക്കള സഹായിയാകുക എന്ന തരത്തിൽ ശിക്ഷിക്കുന്നതിലേക്കത് നയിച്ചു. ചെ ആ ശിക്ഷയെ ശരിവെച്ചു. മോറോ അസുഖം അഭിനയിക്കുകയാണെന്നും അത് ഗറില്ലാസംഘത്തിന്റെ ചലനക്ഷമതയെ ബാധിക്കുന്നതിനാൽ അദ്ദേഹം നിലപാട് മാറ്റിയേ പറ്റൂവെന്നും ചിലർ പറഞ്ഞു. (ആ വാദഗതി അസത്യമായിരുന്നു.) ഭക്ഷണത്തിന്റെ പേരിലും പ്രശ്നങ്ങളുണ്ടായി.

ചെ ഇന്റിയേയും കൊക്കോയേയും വിളിച്ചു. കുറച്ചുകഴിഞ്ഞ് അദ്ദേഹം എന്നോടൊരു ബൊളീവിയയുടെ പൊതുവായ ഭൂപടം ആവശ്യപ്പെട്ടു. ജോവാകിനെക്കുറിച്ചുള്ള റിപ്പോർട്ടുകൾ സത്യമാണെന്നു തോന്നുന്നുവെന്നും ഗറില്ലകളുടെ ആത്മവീര്യം താഴുകയാണെന്നും അദ്ദേഹം പറഞ്ഞു. അത് വ്യക്തമാക്കുന്ന നിരവധി സംഭവങ്ങൾ അദ്ദേഹം ചൂണ്ടിക്കാട്ടി. നമ്മളൊരു അടിയടിച്ചാൽ മാത്രമേ ആത്മവീര്യം ഉയർത്താനും ഭക്ഷ്യസാമഗ്രികളും മറ്റു സാമഗ്രികളും ലഭ്യമാക്കാനും കഴിയൂ എന്ന് അദ്ദേഹം വിശദീകരിച്ചു. അതു കഴിഞ്ഞശേഷം ആ പ്രദേശം ഉപേക്ഷിച്ച് കുറച്ചുകാലം ഒളിവിൽ താമസിക്കണം. ആ ഇടവേളക്കാലത്ത് നാം നഗരവുമായി ബന്ധം സ്ഥാപിച്ച് ലാ പാസിൽ ഗറില്ലകളുമായിച്ചേരാൻ തയാറായിരിക്കുന്നവരിൽനിന്ന് നാൽപ്പതോ അമ്പതോ പേരെക്കൂടി ഗറില്ലാ സൈന്യത്തിലുൾപ്പെടുത്തണം. ആ പദ്ധതി ലാ പെസ്കാ നദിയിലൂടെ മുകളിലേക്ക് മാസിക്കുരിയിലും അവിടെനിന്ന് വല്ലെ ഗ്രാൻഡെയിലും ഭൂപ

1. ജനുവരി അവസാനത്തിൽ ഗറില്ലാക്യാമ്പിൽ ലൊയോള ഗുസ്മാൻ താമസിച്ച സമയത്തെ ഫോട്ടോകൾ സൈന്യം ഗറില്ലകളുടെ ഗുഹകളിൽനിന്ന് ആഗസ്ത് 4 ന് കണ്ടെടുത്തു. സെപ്തംബർ 14ന് അവളെ അറസ്റ്റുചെയ്യുന്നതിലേക്ക് അത് നയിച്ചു. അവൾക്കൊപ്പം നോർബെർട്ട് ഗിലാർ, പാക്കബെർണൽ ലെയ്ടൻ എന്നിവരെയും അറസ്റ്റ് ചെയ്തു. അവളെ 1970 വരെ ജയിലിലിട്ടു.

ടപ്രകാരം അവിടെയുള്ള ഒരു റോഡ് കണ്ടെത്താൻ ചുറ്റിത്തിരിഞ്ഞശേഷം ആ റോഡ് വഴി പ്യൂവെർട്ടോ ബ്രെട്ടോയിലേക്കെത്തിച്ചേരലുമായിരുന്നു. അവിടെനിന്ന് ചപ്പാരെയിലേക്കോ ആൾട്ടാബെനിയിലേക്കോ പോകും.

ഞങ്ങൾ ഉടനെത്തന്നെ ലാ പെസ്ക നദിയിലേക്ക് മാർച്ച് തുടങ്ങി. ഞങ്ങൾ ഇറക്കം ആരംഭിച്ചപ്പോൾ വഴികാട്ടാനാരുമില്ലാത്തവിധത്തിൽ മിഗ്വെൽ കൂട്ടംതെറ്റിപ്പോയി. ഞങ്ങൾ ചില കർഷകരെ തടഞ്ഞുനിർത്തി. തിരിച്ചുവരാമെന്ന ഉറപ്പിന്മേൽ കെണികളെന്തെങ്കിലും വച്ചിട്ടുണ്ടോ എന്നു നോക്കാനായി അവരെ വിട്ടയക്കുകയെന്ന തെറ്റ് ബെനിഞ്ഞോ ചെയ്തു, ചെ ശരിക്കും അവനെ കടിച്ചുകുടഞ്ഞു. ഒടുവിൽ അവൻ കരയാൻ തുടങ്ങുന്നതുവരെ. റിയോ ഗ്രാൻഡെയുടെ കരയിൽ അലാഡിനോ ഗുട്ടിറസും മറ്റുള്ളവരും മീൻ പിടിക്കുന്നുണ്ടെന്ന വിവരം ആ കർഷകർ റിപ്പോർട്ടു ചെയ്തു. ഞങ്ങളാ കർഷകരോട് രാവിലെ ഞങ്ങളും അവരും കൂടിച്ചേർന്ന് ലാ പെസ്കാ നദിയിലൂടെ അലാഡിനോയ്ക്ക് ഒരു കൃഷിയിടവും പലചരക്കുകടയുമുള്ള ലോസ് സിറ്റാനോസ് എന്ന പ്രദേശത്തേക്ക് പോകുമെന്ന് പറഞ്ഞിരുന്നു.

മറ്റൊരു കർഷകനെ തന്റെ മൃഗങ്ങളെ കണ്ടുപിടിക്കാനായി ചെ അയച്ചു. മൂന്നുമാസം മുമ്പ് അയാൾ ഈ പ്രദേശത്തുകൂടെ സൈന്യത്തെ നയിച്ചുകൊണ്ടുപോയിരുന്നുവെന്ന് ഞങ്ങൾ മനസിലാക്കി. ഞങ്ങൾ വളരെ ധൃതിയിൽ അയാളെ തേടിപ്പോകുകയും തിരിച്ചുകൊണ്ടുവരികയും ചെയ്തു.

ഉച്ചതിരിഞ്ഞ് ഒരു ചെറിയ വിമാനം മുകളിലൂടെ രണ്ട് സംശയകരമായ പറക്കൽ നടത്തി.

മാർച്ചിനുവേണ്ടി ഞങ്ങൾ മൂന്നു ഗ്രൂപ്പുകളായി തിരിഞ്ഞു. മുന്നണി വിഭാഗം ഒരുമണിക്കൂർ മുമ്പേ പുറപ്പെട്ടു. മധ്യവിഭാഗത്തിലൊരു ഭാഗം പിന്നാലെ പോയി. മധ്യവിഭാഗത്തിലെ രോഗികളടങ്ങുന്ന ബാക്കിയുള്ളവർ പിന്നണി വിഭാഗത്തിനൊപ്പം പിന്നാലെയും. ചിനോയുടെ സ്ഥിതി വളരെ മോശമായിരുന്നതിനാൽ അദ്ദേഹം പിന്നിലായി. അദ്ദേഹത്തെ ചെയുടെ ഒപ്പമോ പിന്നണി വിഭാഗത്തിനൊപ്പമോ ചേരാനായി ഞങ്ങൾ വഴിയിൽ ഇരുത്തി. ചെയ്ക്കുമാത്രമേ അദ്ദേഹത്തെ നടത്തിക്കാനാകൂ. കാരണം അദ്ദേഹത്തെ വിമർശിക്കാൻ ചെയ്ക്കുമാത്രമേ അധികാരമുള്ളൂ.

ഞങ്ങൾ നദിയിലെത്തിയപ്പോൾ മുന്നണിവിഭാഗം വിശ്രമിക്കുന്നതും കർഷകർ മീൻപിടിക്കുന്നതും കണ്ടു. ഞങ്ങൾ യാത്രതുടർന്ന് ചാൻകാക പലചരക്കുകടയിലെത്തി. അവിടെ മിഗ്വെലിനെ ഞങ്ങൾ കണ്ടെത്തി. ഞങ്ങൾ ഒരു പന്നിയും അരിയും വലിയൊരളവ് ചാൻകാക(ഒരുതരം ശർക്കര) യും വാങ്ങി. ഞങ്ങൾക്കതോടെ ഇതേവരെ കുടിച്ചിരുന്ന മധുരമില്ലാത്ത നാടൻ കാപ്പിയുടെ സ്ഥാനത്ത് രുചിയുള്ള നാടൻ കാപ്പി കുടിക്കാൻ പറ്റി.

ഉച്ചതിരിഞ്ഞ് ഞങ്ങൾ യാത്രതുടർന്ന് വഴിയിലൊരു കൃഷിയിടത്തിലെത്തി. അവിടെ ഉച്ചഭക്ഷണം കഴിച്ചശേഷം ലോസ് സിറ്റാനോസിനെ ലക്ഷ്യമാക്കി യാത്രതുടർന്നു.

തന്റെ വീട്ടിൽ ധൃതിപിടിച്ച് എത്തിച്ചേരാൻവേണ്ടി ഒരു കർഷകൻ യുസ്റ്റാക്കിയോയെ കബളിപ്പിച്ചു. അതിന്റെ ഫലമായി ചെയ്ക്കും സെന്റർ ഗ്രൂപ്പിലെ ബാക്കി ആളുകൾക്കും വഴിതെറ്റി. അവരെ തേടിപ്പോയ ഞാൻ വഴിയിലവരെ കണ്ടുമുട്ടി. ഞങ്ങൾ മലയുടെ ഉച്ചിയിലെത്തിയപ്പോൾ, താൻ കബളിപ്പിക്കപ്പെട്ട കാര്യം ചെ അറിഞ്ഞു. കാരണം ഞങ്ങൾ പാചകം ചെയ്തിരുന്ന കൃഷിയിടമോ അടുത്തുള്ള സ്ഥലങ്ങളോ അവിടെ കാണാനുണ്ടായിരുന്നില്ല.

ഒരുപാടുതവണ കാലിടറിയും മറിഞ്ഞുവീണും രാത്രി വളരെ വൈകിയപ്പോൾ ഞങ്ങൾ അലാഡിനോയുടെ വീട്ടിലെത്തിച്ചേർന്നു. ഞങ്ങളവിടെനിന്ന് ശീതളപാനീയങ്ങൾ, സിഗററ്റുകൾ, മറ്റുവസ്തുക്കൾ എന്നിവ വാങ്ങി. മേയർ അലെജാൻഡ്രോ വർഗാസിന്റെ വീടുതേടി കണ്ടെത്തി ഞങ്ങൾ കൈയടക്കി. ഫോൺലൈൻ കട്ട് ചെയ്തു (അത് വർക്ക് ചെയ്യുന്നുണ്ടായിരുന്നില്ലെങ്കിലും). നേരം പുലർന്നതോടെ ഞങ്ങൾ ആൾട്ടോ സെക്കോയിലേക്ക് പോയി. ഞങ്ങളെല്ലാം പിന്നോട്ടുവന്ന് പിരായ്പാനിയുടെ അരികിൽ ക്യാമ്പടിച്ചു.

സെപ്തംബർ 21 ന് രാവിലെ (അടുത്തദിവസം) വഴിയിലുള്ള ആദ്യ വീടുകളിൽ ഞങ്ങളെത്തി. ഞങ്ങളവിടെനിന്ന് മേയറുടെ വീട്ടിലെത്തി. അവിടെനിന്നു കുറച്ചു മൃഗങ്ങളേയും രണ്ട് ക്വിന്റൽ ചോളവും വാങ്ങി. ചോളം പൊടിക്കാനായി നദിക്കരയിലുള്ള ഒരു ഹൈഡ്രോളിക് മില്ലിലേക്ക് കൊണ്ടുപോയി. അത് ആൾട്ടോ സെക്കോയിലേക്കുള്ള റോഡിനടുത്തായിരുന്നു. അതിന്റെ ഉടമയുടെ പേര് മാനുവേലാ ഡുറാൻ പേന.

തന്നെ പത്തുമണിക്ക് വിളിച്ചുണർത്തണമെന്ന് ചെ ആജ്ഞാപിച്ചു. പക്ഷേ അദ്ദേഹം അത്രയേറെ ക്ഷീണിതനും ദുർബലനുമായതിനാൽ ഞങ്ങൾ അദ്ദേഹത്തെ പതിനൊന്നുമണിവരെ ഉറങ്ങാനനുവദിച്ചു. അതിന് ചെ ഞങ്ങളെ കഠിനമായി ശകാരിച്ചു. അതെനിക്കും നല്ലൊരു ശകാരം കിട്ടുന്നതിനിടയാക്കി.

പൊടിച്ച ധാന്യം ഏറ്റെടുക്കേണ്ട വീട്ടിലേക്കുള്ള വഴി തെറ്റിയതുകൊണ്ട് വീണ്ടും കാലതാമസമുണ്ടായി. ഒടുവിൽ ഉച്ചയ്ക്ക് രണ്ടുമണിക്ക് പുറപ്പെട്ടു.

ആൾട്ടോ സെക്കോയിൽനിന്ന് പുകാരയിലേക്ക്

സെപ്തംബർ 22 ന് പ്രഭാതത്തിൽ ഞങ്ങൾ അസൻഷിയോൻ (ആൾട്ടോ സെക്കോ) ഗ്രാമത്തിലെത്തി. അവിടെനിന്ന് ഞങ്ങൾ വലിയൊരളവ് സാധനങ്ങൾ വാങ്ങി (ഭക്ഷണം, വസ്ത്രം, മെഴുകുതിരി, തുടങ്ങിയവ). അത് അത്രയധികമുണ്ടായിരുന്നതിനാൽ ഞങ്ങൾക്കത് ചുമക്കാൻ പറ്റില്ലെന്നുതന്നെ ഞങ്ങൾക്കുതോന്നി. ഞങ്ങൾക്ക് ഓരോരുത്തർക്കും 22 റോൾ ബ്രഡ്ഡുകൾ വച്ച് വരെ ഞങ്ങൾ വാങ്ങിയിരുന്നു

ഞങ്ങൾ രണ്ട് അംബുഷുകൾ ഏർപ്പാടാക്കി. ഒന്ന് വല്ലെ ഗ്രാൻഡെ

യിൽ നിന്നുള്ള റോഡിൽ. മറ്റൊന്ന് ലോസ് സിറ്റാനോസിൽനിന്നുള്ള റോഡിൽ. ഞങ്ങൾ ഗ്രാമത്തിലെത്തിച്ചേർന്നിട്ടുണ്ടെന്ന വിവരം ഞങ്ങൾക്കു മുന്നേ എത്തിച്ചേർന്ന ലോസ് സിറ്റാനോസുകാരനായ ഒരു കർഷകൻ തലേദിവസംതന്നെ വല്ലെ ഗ്രാൻഡെയിലെത്തിച്ചിരുന്നു. മേയറായ വിഡാൽ ഒസിനാഗാസ് അഗ്വിലാർ അപ്രത്യക്ഷനായിരുന്നു. അത് അധികാരികളെ വിവരം അറിയിക്കാനായിട്ടായിരുന്നുവെന്നതും പ്രത്യക്ഷത്തിൽ വ്യക്തമായിരുന്നു. അതുകൊണ്ട് ഞങ്ങൾ അയാളുടെ പലചരക്കുകടയിലുള്ള സർവസാധനങ്ങളും പിടിച്ചെടുത്തു. ഒരു വാഹനം പിടിച്ചെടുത്ത് വല്ലെ ഗ്രാൻഡെയിലേക്ക് പോകാനും, അവിടെനിന്ന് വേണ്ട മരുന്നുകൾ സംഘടിപ്പിച്ചശേഷം പ്യൂവെർട്ടേ ബ്രെട്ടോയിലേക്ക് പോകാനുമുള്ള പദ്ധതി പരാജയപ്പെട്ടു. കാരണം, സൈന്യം അതിനകം റോഡുകളിലുടനീളം ചെക്പോയിന്റുകൾ സ്ഥാപിച്ചു കഴിഞ്ഞിരുന്നു.

വൈകിട്ട് ഒരു ചെറിയ യോഗം ചേർന്ന് ഇന്റി ജനങ്ങളോടു സംസാരിച്ചു. കർഷകരുടെ മനോഭാവം കുറച്ചൊക്കെ സൗഹാർദ മനഃസ്ഥിതിയുള്ളതായിരുന്നു; കുറച്ചൊക്കെ അവർക്കൊരു ഭീതിയും ഒരകൽച്ചയുമുണ്ടായിരുന്നെങ്കിലും. ഞങ്ങൾ സാന്റാ എലേനാ എന്ന സ്ഥലത്തേക്കു പോയി.

ഞങ്ങൾ പത്തുമണിക്ക് അവിടെയെത്തി. പുലർച്ചെവരെ വിശ്രമത്തിന്റെയും കാവൽജോലിയുടെയും ഒരു ദിവസമായിരുന്നു അത്. തുടർന്ന് ഞങ്ങൾ ലോമാ ലാർഗെയിലേക്ക് പോയി. ഞങ്ങൾ ക്ഷീണിതരായി അവിടെയെത്തിച്ചേർന്നു. പൂജിയോയിലേക്കുള്ള റോഡിന്റെ ജംഗ്ഷനിൽ ക്യാമ്പടിച്ചു.

ഞങ്ങൾ വൈകിട്ട് നാലുമണിക്ക് പുറപ്പെട്ടു. മറ്റേച്ചെരുവിൽ നിന്നു കാണപ്പെടാത്തരീതിയിൽ മലകളുടെ ഉയരങ്ങളിലേക്കുകയറി ആ വഴി പൂജിയോയിലേക്ക് പോകുകയെന്നതായിരുന്നു ചെയുടെ പദ്ധതി. കാരണം, മറ്റേച്ചെരുവിലൊരു തീ കാണാമായിരുന്നു. അതു പട്ടാളക്കാരുടേതാകും എന്നു ഞങ്ങൾ കരുതി. രാവിലെ വളരെ നേരത്തെതന്നെ ഉയരങ്ങളിലേക്ക് എത്തിച്ചേർന്ന ഞങ്ങളൊരു കർഷകനെ കണ്ടുമുട്ടി. പൂജിയോയിലെത്തിയപ്പോൾ മറ്റു നിരവധി കർഷകരും ഞങ്ങളെ കാണുകയും എപ്പോഴുമെന്നപോലെ ഓടിമറയുകയും ചെയ്തു. ചിലരെ ഓട്ടത്തിൽനിന്ന് ഞങ്ങൾ തടഞ്ഞുനിർത്തി. മറ്റുള്ളവർ കുറച്ചകലെനിന്ന് കാര്യങ്ങൾ വീക്ഷിക്കുകയും ഞങ്ങളിൽ വിശ്വാസം വർധിച്ച് തിരിച്ചെത്തുകയും ചെയ്തു. അവർ ഞങ്ങളെ കാപ്പിയും 'ചിച്ച' (ചോളം പുളിപ്പിച്ചുണ്ടാക്കുന്ന ഒരു നാടൻ മദ്യം) യും കഴിക്കാൻ ക്ഷണിച്ചു. അൽപ്പം മുമ്പ് ഒരു കർഷകനെ അറസ്റ്റുചെയ്യാൻ അവിടെയൊരു കാരാബെറിനോ (പൊലീസുകാരൻ) എത്തിച്ചേർന്നിരുന്നുവെന്ന് ഞങ്ങൾ അറിഞ്ഞു.

അവിടെനിന്നാൽ മനോഹരമായ പ്രകൃതിദൃശ്യങ്ങൾ കാണാമായിരുന്നു. റിയോ ഗ്രാൻഡെ കാണാം. കുറച്ചകലെ മൂന്നുപ്രവിശ്യകൾ ഒത്തുചേരുന്നതും നമുക്ക് മനസിലാക്കാം: കൊച്ചബാംബ, സാന്താക്രൂസ്,

ചുകിസാക്ക എന്നിവ.

കാംബയുടെ വരാൻ പോകുന്ന വിടപറയലിനെക്കുറിച്ച് ചർച്ചനടന്നു. (സമരത്തിൽനിന്ന് പിന്മാറാനുള്ള ആഗ്രഹം അവൻ പ്രകടിപ്പിച്ചിരുന്നു.) അവനെ ഒരു സന്ദേശവാഹകനായി ഉപയോഗപ്പെടുത്താൻ ഞങ്ങൾ ശ്രമിക്കും. ഞങ്ങളവന്റെ സേവനം അതിലൂടെ തുടർന്നും ഉറപ്പാക്കും. അതേസമയംതന്നെ വിപ്ലവപക്ഷത്തുനിന്ന് പൂർണമായി മുറിച്ചെറിഞ്ഞ് ശത്രുപക്ഷത്തേക്ക് (അവരുടെ ഒരു സഹകാരിയായി) അവനെ എറിഞ്ഞുകൊടുക്കുന്നത് ഒഴിവാക്കുകയുമാവാം.

ഞങ്ങൾ യാത്ര തുടർന്ന് ഒരു ചെറിയ ജനവാസകേന്ദ്രത്തിലെത്തി. അവിടെ ഞങ്ങൾ ചായയുണ്ടാക്കുകയും ഒരു കഷണം പന്നിയിറച്ചി വാങ്ങുകയും ചെയ്തു. തലേദിവസം ഈ പ്രദേശങ്ങളിൽ ലാ ഹിഗ്വേരയിലെ മേയറായ അനിബാൽ കിറോഗ ഉണ്ടായിരുന്നതായി ഞങ്ങൾക്ക് അറിയാൻ കഴിഞ്ഞു. ഞങ്ങൾ യാത്ര തുടരുകയും രാത്രിയിലൊരു തുറസായ സ്ഥലത്ത് തമ്പടിക്കുകയും ചെയ്തു. കർഷകരുടെ വീടുകൾ കടന്നുപോകുമ്പോളവർ ഞങ്ങളെ വിളിച്ചിരുന്നു; എങ്കിലും അവർക്ക് പ്രശ്നങ്ങൾ നേരിടരുതെന്നു കരുതി ചെ അവരുടെ വീടുകളിൽനിന്നു സേവനങ്ങളൊന്നും സ്വീകരിച്ചില്ല.

ഉച്ചയോടെ ഞങ്ങൾ അബ്രാഡെൽ പിക്കാച്ചോയിലെത്തി. ആ പ്രദേശത്തെ കർഷകർ ഒരു ആഘോഷത്തിലായിരുന്നു. അവർ ആഹ്ലാദത്തോടെയും സന്തോഷത്തോടെയും ഞങ്ങൾക്ക് 'ചിച്ച' നൽകി സൽക്കരിച്ചു. പൂജിയോ ഗ്രാമത്തിലെ ആളുകൾ ഞങ്ങൾക്കു മുന്നിലായി അവിടെ എത്തിച്ചേർന്നതായും അവർ ഞങ്ങളുടെ കാവൽപോസ്റ്റിന്റെ മുന്നിലൂടെയാണു കടന്നുപോന്നതെന്നും ഞങ്ങൾക്കു മനസിലായി. കാപ്പിയും സാൻഡ്‌വിച്ചുകളും ഞങ്ങൾക്കായി അവർ ഓർഡർ ചെയ്തു.

ഞങ്ങൾ ലാഹിഗ്വേരയിലേക്കുള്ള റോഡിലൂടെ യാത്രതുടർന്ന് ഏതാണ്ട് പന്ത്രണ്ടരയോടെ അവിടെ എത്തിച്ചേർന്നു. താമസക്കാരെല്ലാം അവിടം ഉപേക്ഷിച്ചുപോയിരുന്നു. ചില സ്ത്രീകൾ മാത്രമേ ബാക്കിയുണ്ടായിരുന്നുള്ളൂ. ഒരു സ്ഫോടനം കേട്ട് അവരിലൊരാൾ സംഭീതയാകുകയും ഒരു വെടിയൊച്ചയാണ് അതെന്ന് വിളിച്ചു കൂകുകയും ചെയ്തു. ജൂലിയോ ആ സ്ത്രീയെ ശാന്തയാക്കാൻ ശ്രമിച്ചു. നഗരാഘോഷത്തിന്റെ ഭാഗമായി പിക്കാച്ചോയിൽ പൊട്ടിക്കപ്പെട്ട ഒരു പടക്കമാണ് അതെന്ന് അവരോട് പറഞ്ഞു.

പുകാരയിൽനിന്നുള്ള വഴിയിലൂടെ ഇറങ്ങിവന്ന ഒരു കർഷകനെ ഞങ്ങൾ പിടികൂടി. ചെ അവനെ ചോദ്യംചെയ്ത് "എല്ലാം ശാന്ത"മാണെന്നുറപ്പു വരുത്തി. അതായത്, അവിടെ പട്ടാളക്കാരൊന്നുമില്ല. താനയാളെ വിശ്വസിക്കുന്നില്ലെന്ന് ചെ പറഞ്ഞു. അയാൾ നുണ പറയുകയാണെന്ന് അദ്ദേഹം കരുതി. നദിക്കരയിലൂടെയുള്ള പാത തെരഞ്ഞെടുക്കാമെന്ന ആശയം അദ്ദേഹത്തിലുദിച്ചു. അതോടെ ഞങ്ങളുടെ എല്ലാ പദ്ധതികളിലും മാറ്റം വേണ്ടിവരും. ഞങ്ങൾക്ക് കൂടുതൽ ബുദ്ധിമുട്ടേറിയ പ്രദേ

ശങ്ങളിലൂടെ കടന്നുപോകേണ്ടി വരും. ഒടുവിലെന്തായാലും അപകട സാധ്യത ഏറ്റെടുത്തുകൊണ്ടുതന്നെ പുകാരയിലേക്കുള്ള വഴിയിലൂടെതന്നെ യാത്ര തുടരാൻ തീരുമാനിച്ചു.

സെപ്തംബർ 26 ന്റെ ഏറ്റുമുട്ടൽ

മിഗ്വെൽ, കൊക്കോ, ജൂലിയോ എന്നിവർ കൊല്ലപ്പെടുന്നു

ഉച്ചയ്ക്ക് ഒരു മണിക്ക് മുന്നണിവിഭാഗത്തിന്റെ തലവനായി മിഗ്വെൽ പുറപ്പെട്ടു. അങ്ങേയറ്റം ജാഗ്രതയോടെ വേണം മുന്നേറാനെന്ന് ചെ അവർക്ക് നിർദേശങ്ങൾ നൽകിയിരുന്നു. കോളത്തിലെ ഓരോ അംഗങ്ങളും തമ്മിൽ എപ്പോഴും പത്തുമീറ്ററിന്റെ അകലമെങ്കിലും വേണം. വിവിധ വിഭാഗങ്ങൾ പുറപ്പെടുക 30 മിനിറ്റ് വീതമുള്ള ഇടവേളകളിലാണ്. ഇതിനർഥം മധ്യവിഭാഗം മാർച്ച് ആരംഭിക്കുമ്പോൾ മുന്നണി വിഭാഗം മലമുടികളിലെത്തിക്കഴിഞ്ഞിരിക്കുമെന്നാണ്.

മൂന്നരയോടെ, മൊത്തം ഗറില്ലാസംഘവും മാർച്ചിൽ ഏർപ്പെട്ടുകഴിഞ്ഞതിനു ശേഷം, വൻതോതിലുള്ള വെടിവെപ്പുകളുടെ ശബ്ദംകേട്ടു. മലമുടികളിലൂടെ പട്ടാളക്കാരോടുന്നത് കാണാനായി. ഞങ്ങളുടെ ഇടതുവശത്തുകൂടെ മുകളിലേക്ക് പോകുന്ന റോഡിലെത്തിച്ചേരാനാണവർ ശ്രമിക്കുന്നത്. ഗ്രാമത്തിലേക്ക്തന്നെ പിന്മാറി പ്രതിരോധം സംഘടിപ്പിക്കാൻ ചെ ഉത്തരവുകൾ നൽകി. അതിനർഥം ഞങ്ങൾ റോഡ് മുറിച്ചു കടന്ന് പിന്മാറണമെന്നാണ്. പക്ഷേ സൈന്യത്തിന് ആ സ്ഥാനത്തേക്ക് കൃത്യമായി ഉന്നംവയ്ക്കാൻ സാധിക്കും. ഞങ്ങൾ കനത്ത വെടിവർഷത്തിനിരയായി. അത് ഞങ്ങളെ നിലത്തേക്ക് വീണിഴയാൻ നിർബന്ധിതരാക്കി. ചിനോക്കതിനു കഴിഞ്ഞില്ല. അദ്ദേഹത്തിന്റെ ഉള്ളിലെ സ്വയം പ്രതിരോധ സംവിധാനത്തിന്റെ പ്രവർത്തനം നിലച്ചുപോയിരിക്കണം. ഇന്റിയും ലിയോണും ഒഴികെ എല്ലാവരും റോഡുമുറിച്ചു കടന്നു. അവരിരുവരും അവിടെ നിന്നാരംഭിക്കുന്ന ഒരു മലയിടുക്കിലേക്കെടുത്തു ചാടി. അങ്ങനെ സംഘത്തിൽനിന്നു വേർപെട്ടു. ബെനിഞ്ഞോ, പാബ്ലിറ്റോ, ഡാരിയോ എന്നിവർ ഞങ്ങളുടെ അടുത്തെത്തി (കാമ്പ അപ്രത്യക്ഷനായിരുന്നു) അംബുഷിൽ സംഭവിച്ച കാര്യങ്ങൾ വിവരിച്ചു.

തന്റെ ഷൂസിനകത്തൊരു ചെറിയ കല്ല് പെട്ടതിനാൽ ആകെ അസ്വസ്ഥനായി മുടന്തിനീങ്ങിയ ബെനിഞ്ഞോ പിന്നിലായിപ്പോയി. അതവന്റെ ജീവൻ രക്ഷിച്ചു. കാരണം അവനായിരുന്നു മുന്നണിവിഭാഗത്തിന്റെ ഏറ്റവും മുന്നിൽ പോകേണ്ടിയിരുന്നത്. അവൻ പിന്നിലായപ്പോൾ മിഗ്വെൽ, കൊക്കോ, ജൂലിയോ എന്നിവർ മുന്നിലേക്ക് കയറി. അവർ അതിനകംതന്നെ ബാറ്റൻ മലയിടുക്കിന്റെ ഉച്ചിയിലെത്തിക്കഴിഞ്ഞിരുന്നു. ആ നിമിഷത്തിൽ അവിടെ അംബുഷൊരുക്കി കാത്തിരുന്ന സൈന്യം വെടിയുതിർത്തു. മിഗ്വെൽ ഉടനടി കൊല്ലപ്പെട്ടു. കൊക്കോക്കും ജൂലി

യോക്കും മുറിവേറ്റെങ്കിലും അവർക്കപ്പോഴും നീങ്ങാൻ കഴിഞ്ഞിരുന്നു. ജൂലിയോ തന്റെ ഇടതുഭാഗത്ത് കല്ലുകൊണ്ടുള്ള ഒരു വേലിക്കു പിന്നിലെത്താൻ ശ്രമിച്ചു. അത് 15–20 മീറ്റർ അകലത്തിലായിരുന്നു. അത് കണ്ണിൽപ്പെട്ട പട്ടാളക്കാർ തുരുതുരെ വെടിവെച്ച് അവന്റെ ശരീരം തുളച്ചു. ബെനിഞ്ഞോ കൊക്കോയെ തോളിൽ കയറ്റിക്കൊണ്ടുപോകാൻ ശ്രമിച്ചെങ്കിലും പാഞ്ഞുവന്ന ഒരു വെടിയുണ്ട കൊക്കോയുടെ ജീവനെടുത്തു. മറ്റൊരു വെടിയുണ്ട ബെനിഞ്ഞോയുടെ തോളിലുരസിക്കടന്നുപോയി. മുന്നണിവിഭാഗത്തിലെ ബാക്കിയുള്ളവർ – പാബ്ലിറ്റോ, ഡാരിയോ, അനിസെറ്റോ – കല്ലുവേലിക്കു പിന്നിലേക്കു പിന്മാറി.

ഞങ്ങൾക്കാവഴി ഇനിയങ്ങോട്ട് ഉപയോഗിക്കാൻ കഴിയില്ലെന്നു ചെയ്ക്ക് മനസിലായി. കാരണം, പട്ടാളം അതിനകംതന്നെ ഞങ്ങൾക്കു മുമ്പേ മലമുടികളിലെത്തിച്ചേർന്നുകഴിഞ്ഞു. റോഡ് ഉപേക്ഷിക്കാനും സൈന്യത്തിന്റെ മുന്നേറ്റത്തെ തടഞ്ഞുനിർത്താനായി ഉർബാനോക്കും പാച്ചോക്കുമൊപ്പം ചേരാനും അദ്ദേഹം തീരുമാനിച്ചു. അതേസമയം, ഞാനും മറ്റുള്ളവരും ഏതാണ്ടു മുന്നൂറു മീറ്റർ അകലെയുള്ള ഒരു മലയുടെ ചെരുവിൽ പ്രതിരോധം സജ്ജമാക്കി. ആ മലയിലേക്കെത്തിച്ചേരാൻ ഒരാൾക്ക് മാത്രം വഴിനടക്കാൻ പറ്റുന്ന ഒരു ഇടുങ്ങിയ വഴിത്താരയേയുള്ളൂ. അതിന്റെ വശങ്ങൾ ചെങ്കുത്തായ ചുരങ്ങളാണ്.

ഞങ്ങളക്കാര്യം ചെയ്തു. ഒടുവിൽ ചെ പ്രതിരോധം പിൻവലിക്കാനും മാർച്ച് തുടരാനും പറയുന്നതുവരെ ഞങ്ങളവിടെ തുടർന്നു. ഞങ്ങളത് ചെയ്തുകൊണ്ടിരുന്നപ്പോൾ, കുറച്ചകലത്തിൽ, ഞങ്ങളുടെ ഇടതു ഭാഗത്തുള്ള മലയിടുക്കിലൂടെ ഒരാൾ നദിക്കുനേരെ പോകുന്നതു കണ്ടു. ദൂരദർശിനിയിലൂടെ നോക്കിയപ്പോഴത് ലിയോണാണെന്നു മനസിലായി. അവൻ ഞങ്ങളുടെ നേരെ നോക്കി. ഞങ്ങൾ അവനോട് തിരികെ വരാൻ ആംഗ്യങ്ങൾ കാണിച്ചു. പക്ഷേ അവൻ തന്റെ നടത്തം തുടർന്നു. വൈകിട്ട് 5 മണിയോടെ ഞങ്ങൾ ബെനിഞ്ഞോയെ പരിചരിക്കാനായി മാർച്ച് നിർത്തി. നൂറുമീറ്റർ അകലെ അന്റോണിയോ ഒരു അംബുഷ് തയാറാക്കി.

ഒരു കഷണം കമ്പിളിത്തുണികൊണ്ട് കാൽ ചുറ്റിപ്പൊതിഞ്ഞ് ഇന്റി എത്തിച്ചേർന്നു. കാരണവൻ മലയിടുക്കിലേക്ക് എടുത്തുചാടിയപ്പോൾ അവന്റെ ഷൂസ് നഷ്ടപ്പെട്ടു. ഷൂസില്ലാതെ നടക്കാനവൻ നോക്കിയെങ്കിലും അത് ഭയങ്കര ബുദ്ധിമുട്ടായി. കാരണം നീളമുള്ള മുള്ളുകൾ നിറഞ്ഞ ചെടികൾ പടർന്നു വളരുന്ന പ്രദേശമായിരുന്നു അത്. മുള്ളുകൾക്ക് മൂന്നുമുതൽ അഞ്ചുവരെ ഇഞ്ച് നീളമുണ്ടായിരുന്നു. മുള്ളൻപന്നിയുടെ മുള്ളുകൾപോലുള്ള മുള്ളുകൾ.

പട്ടാളത്തിന്റെ സാന്നിധ്യമുണ്ടോ എന്നറിയാൻ ഉർബാനോ സ്കൗട്ടിങ്ങിനു പോയി. വളരെയധികം അവൻ താഴോട്ടുപോയെങ്കിലും ഒന്നും കണ്ടെത്തിയില്ല.

ഞങ്ങളുടെ വലതുവശത്തുള്ള ഒരു മലയിടുക്കിൽ കടന്ന് അതിലൂടെ

പിന്നിലേക്ക് പോയി ലാ ഹിഗ്വേരയിലെത്തിച്ചേരാൻ ചെ തീരുമാനിച്ചു. പട്ടാളത്തെ ഞങ്ങളുടെ മാർഗത്തെക്കുറിച്ചു തെറ്റിദ്ധരിപ്പിക്കാനായി കുറച്ചു സഖാക്കൾ മൃഗങ്ങളുമായി റിയോ ഗ്രാൻഡെയുടെ വക്കുവരെ പോയി അവിടെ മൃഗങ്ങളെ ഉപേക്ഷിച്ചശേഷം എന്തെങ്കിലും അടയാളങ്ങളൊന്നും അവശേഷിപ്പിക്കാതെ തിരിച്ചുവരണമെന്ന് തീരുമാനിച്ചു. ആ നടത്തം കഠിനമായിരുന്നു. കാരണം മലയിടുക്ക് പാറക്കെട്ടുകൾ നിറഞ്ഞതായിരുന്നു. ഞങ്ങളൊരു വലിയ കിടങ്ങിന്റെ ഉയർന്ന ഭാഗത്ത് ക്യാമ്പടിച്ചു.

അംബുഷിന്റെ ഫലം ഞങ്ങൾക്ക് തികച്ചും ഹാനികരമായിരുന്നു. വമ്പിച്ച വിലയുള്ള മൂന്നു സഖാക്കളെയാണ് ഞങ്ങൾക്കു നഷ്ടമായത്.

കൈക്കോടാലി കൈയിലേന്തുന്ന ഇരുമ്പിന്റെ കൈയുള്ള ഒരു സഖാവായിരുന്നു മിഗ്വെൽ. താരതമ്യങ്ങളില്ലാത്ത ഒരു പോരാളിയുമായിരുന്നു അദ്ദേഹം. അദ്ദേഹം സിയറ മെയ്സ്ത്രയിലാണ് വിപ്ലവസമരത്തിൽ ചേർന്നത്. അവിടെ അദ്ദേഹം ക്യാപ്റ്റന്റെ റാങ്കുവരെയുയർന്നു. അദ്ദേഹം മരിക്കുന്ന സമയത്ത് ഗറില്ലാപോരാളികൾക്കിടയിൽ ചെ കഴിഞ്ഞാൽ ഏറ്റവും പരിചയസമ്പന്നനും അദ്ദേഹമായിരുന്നു. അദ്ദേഹത്തിന്റെ ഭാവവും രീതിയും "ഏറ്റവും മോശപ്പെട്ട സമയത്ത് ഒരു സന്തോഷചിത്തനും പ്രസന്നവദനനുമായ മനുഷ്യൻ" എന്ന തരത്തിലുള്ളതായിരുന്നു.

ബൊളീവിയയിൽ ഏറ്റവുമുയർന്ന രാഷ്ട്രീയവും സൈനികവുമായ ഗുണവിശേഷങ്ങളുള്ളവൻ എന്ന നിലയിൽ കൊക്കോ ഉയർന്നുനിന്നു. തുടക്കം മുതൽ ഞങ്ങൾക്കൊപ്പം പ്രവർത്തിച്ചവനാണവൻ.

ജൂലിയോ തന്റെ ഭാഗത്തുനിന്ന്, ഒരൊന്നാന്തരം പോരാളിയാകുമെന്നതിന്റെ വാഗ്ദാനം മുന്നോട്ടുവച്ചിരുന്നു.

തങ്ങളുടെ ചെറിയ പ്രായത്തിൽത്തന്നെ കമ്യൂണിസ്റ്റ് പോരാളിയായവരാണ് മൂവരും. ആശയങ്ങളിലെ ദൃഢതയ്ക്കും ഉറപ്പിനും ഒന്നാന്തരം ഉദാഹരണങ്ങളുമായിരുന്നു അവർ. തങ്ങളുടെ ജീവൻ തന്നെ കൊടുത്തുകൊണ്ട് വിപ്ലവലക്ഷ്യങ്ങളോടുള്ള അചഞ്ചലമായ കൂറു അവർ പ്രദർശിപ്പിച്ചു; അതിന്റെ വിജയത്തിലവർ നൂറുശതമാനം വിശ്വാസം അർപ്പിച്ചു.

ഈ നഷ്ടങ്ങൾക്കൊപ്പം കാമ്പയും ലിയോണും അപ്രത്യക്ഷരായി.[1] അവരിരുവരും സ്വയം ഒളിച്ചോടുകയായിരുന്നുവെന്ന് ഞങ്ങൾ കരുതി. ലിയോണിന്റെ പ്രവൃത്തി ഞങ്ങളിൽ ഒട്ടേറെപ്പേരെ അത്ഭുതപ്പെടുത്തി. കാരണം ഞങ്ങളുടെ ദൗത്യത്തെക്കുറിച്ച് പൂർണബോധ്യമുള്ളവനാണ് അവനെന്ന് തോന്നിച്ചിരുന്നു. അവൻ ചെയുടെ വിശ്വാസം പിടിച്ചുപറ്റുകയും ചെയ്തിരുന്നു.

രാവിലെ വളരെ നേരത്തെതന്നെ നടക്കാൻ ആരംഭിച്ച് ഞങ്ങളൊരു

1. വീണ്ടും ഗറില്ലകൾക്കൊപ്പം ചേരാൻ ശ്രമിക്കുന്നതിനിടയിൽ തൊട്ടടുത്ത ദിവസം കാമ്പ തടവിൽ പിടിക്കപ്പെട്ടു. ഒളിച്ചോടിയതിന്റെ പിറ്റേന്ന് ലിയോൺ പട്ടാളത്തിനു മുന്നിൽ കീഴടങ്ങി. അവൻ പിന്നീട് സൈന്യത്തിന്റെ ഒറ്റുകാരനായി.

മലയുടെ ഉച്ചിയിലെത്തി. ദീർഘകാലമായി ഞങ്ങൾ തേടിക്കൊണ്ടിരുന്ന ഒരു ചെറിയ വീട് ഞങ്ങൾക്കവിടെനിന്ന് കാണാൻ കഴിഞ്ഞു. കുറച്ചുകഴിഞ്ഞ് നടന്നുപോകുന്നതിനിടയിൽ കളിച്ചുകൊണ്ടിരുന്ന ഒരു കർഷകനേയും പട്ടാളക്കാരനേയും ഞങ്ങൾ കണ്ടു. അവരുടെ ആ പോക്കിലൂടെ ഒരു പാത ഞങ്ങൾ കണ്ടെത്തി. അത് മിക്കവാറും നദിയിലെത്തിച്ചേരുന്നതായിരിക്കാം. ഉച്ചയായതോടെ ഞങ്ങൾ ചില വെടിയൊച്ചകൾ കേട്ടു. മെഷീൻഗൺ വെടിയുതിർക്കുന്നതിന്റെ ശബ്ദങ്ങൾ. "അവൻ അവിടെ അതാ," "അവനെ അവിടെ നോക്ക്" എന്നൊക്കെയുള്ള വലിയ ഒച്ചകളും "കീഴടങ്ങ്" എന്ന ആക്രോശവും കേട്ടു. അത് കാമ്പയായിരിക്കാമെന്ന് ഞങ്ങൾ കരുതി.

വീടുകളിൽ നിന്നൽപ്പം മുകളിലായി സൈന്യമൊരു നിരീക്ഷണ പോസ്റ്റോ അംബുഷോ സ്ഥാപിച്ചിരിക്കണം; കാരണം മുകളിലുള്ള മലയിടുക്കിൽ പട്ടാളക്കാരുടെ നീക്കങ്ങൾ ഞങ്ങൾ കണ്ടു. അവരുടെ കൈയിലുള്ള പാട്ടകളിലോ മറ്റുവസ്തുക്കളിലോ സൂര്യരശ്മികൾ തട്ടിത്തിളങ്ങുന്നതിൽ നിന്നാണത് ഞങ്ങൾ മനസിലാക്കിയത്.

ഉച്ചകഴിഞ്ഞ് ഞങ്ങൾ വലിയ ജാഗ്രതയോടെ ഒരു മലയിടുക്കിന്റെ മുഖത്ത് ഉയരംകൂടിയ കുറ്റിച്ചെടികൾ വളർന്നുനിന്ന ഒരു ഇടുക്കിലേക്കിറങ്ങി. ഞങ്ങൾ മിഗ്വെൽ, കൊക്കോ, ജൂലിയോ എന്നിവരുടെ മരണത്തിന്റെയും അവരുടെ മൃതദേഹങ്ങളെങ്ങനെയാണ് വല്ലെ ഗ്രാൻഡെയിലേക്ക് കൊണ്ടുപോയതെന്നതിന്റെയും വാർത്തകൾ കേട്ടു. ഗാലിൻഡോ കമ്പനി(ബൊളീവിയൻ സേനയുടെ എട്ടാം ഡിവിഷന്റെ ഭാഗമായി ലെഫ്. എഡ്വാർഡോ ഗാലിൻഡോയുടെ നേതൃത്വത്തിലുണ്ടായിരുന്ന ടൈഗർ കമ്പനി)യുമായാണ് ഏറ്റുമുട്ടൽ നടന്നതെന്നും റേഡിയോ റിപ്പോർട്ട് ചെയ്തു.

പിരിമുറുക്കം നിറഞ്ഞ നിമിഷങ്ങൾ
സെപ്തംബർ 28

അസാധാരണമായ രീതിയിൽ പിരിമുറുക്കം നിറഞ്ഞ ഒരുദിവസമായിരുന്നു അത്. കാരണം ഞങ്ങൾ ഏതു നിമിഷവും കണ്ടുപിടിക്കപ്പെടാമായിരുന്നു. രണ്ടു ഗ്രൂപ്പുകളായി 123 സൈനികർ (ഒരു ഗ്രൂപ്പിൽ 46 ഉം മറ്റേ ഗ്രൂപ്പിൽ 77 ഉം പേർ) ഞങ്ങളെ കടന്നുപോയി. ഞങ്ങൾ ഒളിച്ചിരിക്കുന്നതിനു തൊട്ടുമുന്നിൽ രണ്ടാമത്തെ സംഘമെത്തിച്ചേർന്നപ്പോൾ, ഒരു വെടിയൊച്ച കേട്ടു. അവർ പിന്നോട്ടു മാറി വെടിവയ്ക്കാൻ നിലയെടുത്തു. ഒരു ഓഫീസർ മലയിടുക്കിലേക്ക് ഇറങ്ങാൻ ഉത്തരവുകൊടുത്തു. "അവർ അവിടെയുണ്ട്, അവരെ നോക്ക്." അവർ വിളിച്ചുകൂവി. തികച്ചും ശാന്തചിത്തനായി കാണപ്പെട്ട ചെ ഞങ്ങളോട് അനങ്ങരുതെന്നും അവർ വെടിവെപ്പ് ആരംഭിക്കുന്നതുവരെ കാത്തിരിക്കാനും പറഞ്ഞു.

എന്താണു സംഭവിച്ചതെന്ന് എനിക്ക് മനസിലായില്ല. അവർ റേഡിയോ വഴി എന്താണു സംഭവിച്ചതെന്ന് പരസ്പരം ആശയവിനിമയം

നടത്തിയ ശേഷം അവരുടെ മാർച്ച് തുടർന്നു. പക്ഷേ, ഞങ്ങളിരുന്നിരുന്ന സ്ഥലത്തേക്ക് തുറിച്ചുനോക്കി കുറച്ചുനേരം നിന്നതിനു ശേഷമാണവർ മടങ്ങിയത്.

അവർ ഞങ്ങളെ കണ്ടുപിടിച്ചിരുന്നെങ്കിൽ, അതൊരു സങ്കീർണമായ സ്ഥിതിവിശേഷമായേനെ. കാരണം സ്വയം പ്രതിരോധിക്കാൻ അവസരം ഒന്നുമില്ലാത്ത വിധം ഒരു എലിക്കെണിയിൽപ്പെട്ട സ്ഥിതിയിലായേനെ ഞങ്ങൾ.

മറ്റൊരു സ്ഥലം കണ്ടെത്തേണ്ടതിന്റെയും ഏതാനും ദിവസം ഒളിച്ചിരിക്കേണ്ടതിന്റെയും ആവശ്യകതയെക്കുറിച്ച് ചെ ഞങ്ങളോട് വിശദീകരിച്ചു. അങ്ങനെയായാൽ ഞങ്ങൾ ആ പ്രദേശത്തു നിന്ന് പിന്മാറിയെന്ന് സൈന്യം വിചാരിക്കും. താഴേക്കിറങ്ങിപ്പോയി വെള്ളം ശേഖരിക്കേണ്ടതും പിടിച്ചുനിൽക്കാനാവശ്യമാണ്. അതിനായി അദ്ദേഹം വില്ലിയെയും ഇന്റിയെയും ചുമതലപ്പെടുത്തി. മഴ തുടങ്ങി.

കർഷകരുടെ കൂടി സഹായത്തോടെ പട്ടാളം സ്ഥിരമായി റോഡിലൂടെ റോന്തു ചുറ്റാൻ തുടങ്ങി.

ഒളിച്ചിരിക്കാൻ പറ്റിയ മറ്റൊരു ഇടത്തിനുവേണ്ടിയുള്ള അന്വേഷണം വിജയിച്ചു. ഞാനും അന്റോണിയോയും ആർട്ടുറോയും പാച്ചോയും വെള്ളം സംഭരിക്കാനായി താഴേക്കു പോയി.

രാത്രിയിൽ ഞങ്ങൾ ക്യാമ്പ്സൈറ്റിനായി കണ്ടെത്തിയ പുതിയ സ്ഥലത്തേക്ക് കയറിയെത്തി. ചിനോയെ കണ്ടുകൊണ്ടിരിക്കുക തികച്ചും ദയനീയമായിരുന്നു. അദ്ദേഹം വീണ്ടുംവീണ്ടും കാൽ വഴുതി വീണുകൊണ്ടിരുന്നു. വീണു കഴിഞ്ഞാൽ അദ്ദേഹത്തിന്റെ കണ്ണട പോകുന്നതോടെ അദ്ദേഹത്തിനൊന്നും കാണാൻ പറ്റാതാകും. അദ്ദേഹം ഉടനെ വിളിച്ചുകൂകും, "ഫെർണാണ്ടോ, എന്റെ കണ്ണട പോയി." എല്ലായ്പ്പോഴും അദ്ദേഹത്തിന്റെ സഹായാഭ്യർഥന കേട്ട് പിന്നോട്ടുപോയി അദ്ദേഹത്തെ സഹായിച്ചിരുന്നത് ചെയാണ്.

ഒരിക്കൽ ചെ അദ്ദേഹത്തെ എന്റെ സംരക്ഷണത്തിലാക്കി. അദ്ദേഹത്തിന്റെ കണ്ണടയുടെ ഫ്രെയിമിൽ ഒരു കയറോ ചരടോ കെട്ടി അത് വീണുപോകുന്നത് ഒഴിവാക്കാൻ ഞാൻ അദ്ദേഹത്തോടു പറഞ്ഞു. അത് അദ്ദേഹം ചെയ്തില്ല. അതിന് ഞാൻ അദ്ദേഹത്തെ ശകാരിച്ചു. അങ്ങനെ ശകാരിച്ചതിന് ചെ എന്നെ വഴക്കു പറഞ്ഞു. ചിനോയോട് കടുത്ത വാക്കുകൾ പറയാൻ ആർക്കും അധികാരമില്ലെന്ന് അദ്ദേഹം പറഞ്ഞു. ഇനി യാരും അദ്ദേഹത്തെ വഴക്കു പറയാതിരിക്കാനായി തുടർന്ന് അങ്ങോട്ട് ചെ തന്നെയാണ് അദ്ദേഹത്തിന്റെ സംരക്ഷണമേറ്റെടുത്തത്. സത്യം പറഞ്ഞാൽ, ചിനോയോടെന്തെങ്കിലും പറയുകയെന്നത് തികച്ചും വേദനാജനകമായ ഒരു കാര്യമായിരുന്നു. കാരണം ഞങ്ങളുടെ ഗ്രൂപ്പിൽ ഏറ്റവുമധികം കഷ്ടപ്പാട് സഹിച്ചുകൊണ്ടിരുന്നത് അദ്ദേഹമാണ്. അദ്ദേഹം കടുത്ത സംയമനത്തോടെ മനുഷ്യനു പറ്റാത്ത വിധത്തിലാണ് അവയെയെല്ലാം നേരിട്ടത്. അദ്ദേഹത്തിന്റെ പ്രായവും ശാരീരികാവസ്ഥയും

കാരണം ഒരു ഗറില്ലാ പോരാളിക്കുവേണ്ട കാര്യങ്ങൾക്ക് നേരെ എതിരായ ഒരു അവസ്ഥയിലായിരുന്നു അദ്ദേഹം.

നാലുദിവസത്തിലാദ്യമായി ഞങ്ങൾ ഖരഭക്ഷണം കഴിച്ചു. ഞങ്ങൾക്ക് കടുത്ത വയറിളക്കം പിടിച്ചു. ഞങ്ങൾ കുടിച്ച വള്ളം കടുത്ത മഗ്നീഷ്യം കലർന്നതായിരുന്നു. ഞങ്ങൾക്കു ബാക്കിയുണ്ടായിരുന്ന അയിലകൾ തിന്നാൻ ചെ ഞങ്ങളോടു പറഞ്ഞു. (ആളൊന്നുക്ക് മുക്കാൽ ടിൻ വീതമാണ് അതുണ്ടായിരുന്നത്. അതിന്റെ പകുതി അന്നും നാലിലൊന്ന് പിറ്റേന്നും കഴിക്കാനായിരുന്നു നിർദേശം. എനിക്കാകെ ആശയക്കുഴപ്പം ബാധിച്ചതു കാരണം ഞാനെന്റെ പകുതി രാവിലെയും നാലിലൊന്ന് വൈകിട്ടും തിന്നു (അതിനെനിക്ക് ചെയിൽ നിന്നും കടുത്ത ശകാരം കിട്ടി).

സ്ഥിതിഗതികൾ മെച്ചപ്പെട്ടു. ഞങ്ങളുടെ പുതിയ ക്യാമ്പ് അൽപ്പസ്വൽപ്പം ഇലപ്പടർപ്പുള്ള ഒരു നിരപ്പുള്ള സ്ഥലത്തായിരുന്നു. അതുകൊണ്ട് വീട്ടിൽനിന്നു കാണാത്ത തരത്തിൽ പാചകം ചെയ്യാൻ കഴിഞ്ഞു. "പാചകത്തിനും പുകയില്ലാതെ തീ കത്തിക്കുന്നതിനും താനൊരു വിദഗ്ധനാ"ണെന്നു പറഞ്ഞ ചപ്പാക്കോക്ക് ആ ജോലി നൽകി. ഒരു അൽപ്പം ചാർകിപൊരിച്ചു.

രണ്ട് നിരീക്ഷണകേന്ദ്രങ്ങൾ സ്ഥാപിച്ചു. ഒരെണ്ണം മലമുകളിലും മറ്റൊന്ന് ഒരു ചെറിയ പീഠഭൂമിയുടെ ഉയർന്ന ഭാഗത്തും. ഉച്ച തിരിഞ്ഞ് ഒരുകൂട്ടം പട്ടാളക്കാർ വീടിന്റെ വലതു ഭാഗത്തുള്ള കിടങ്ങിലേക്കിറങ്ങുന്നതു കണ്ടു. ഏതാനും വെടിയൊച്ചകളും കേട്ടു.

നാറ്റോ, ഡാരിയോ, യുസ്റ്റാക്കിയോ എന്നിവരെ താഴേക്കു പോകാനും വെള്ളം കൊണ്ടുവരാനുമുള്ള ചുമതലയേൽപ്പിച്ചു.

ചെ എന്നെയും ഇന്റിയെയും വിളിച്ച് താൻ ചിലിയുടെ റേഡിയോ ബാൽസേഡയിൽ കേട്ട കാര്യങ്ങൾ പറഞ്ഞു. വനത്തിലെ വലിയൊരു കിടങ്ങിൽ ചെ ഗുവേരയെയും ഗറില്ലകളെയും 2000 വരുന്ന പട്ടാളക്കാർ ചുറ്റിവളഞ്ഞ് നിലയുറപ്പിച്ചിരിക്കുകയാണെന്ന് സൈന്യത്തിന്റെ ഉന്നത നേതൃത്വം റിപ്പോർട്ടു ചെയ്തിരുന്നുവെന്നാണ് വാർത്ത. പ്രാദേശിക പ്രക്ഷേപണങ്ങൾ ഒന്നും പറയാതിരുന്ന സാഹചര്യത്തിൽ എന്തോ ഒരു ചതിയുണ്ടെന്ന തന്റെ അഭിപ്രായവും അദ്ദേഹം പ്രകടിപ്പിച്ചു. അതിനുമപ്പുറം, സൈന്യം കൃത്യമായിത്തന്നെ വലിയ തോതിൽ സേനാവിന്യാസം നടത്തിയിരിക്കുന്നതും അവർക്കു വേണ്ട വിഭവങ്ങൾ പ്രദേശത്തൊരുക്കിയിരിക്കുന്നതും പ്രദേശത്ത് ഞങ്ങളുണ്ടെന്ന കാര്യം അവർക്കുറപ്പാണെന്നതിന് സൂചന നൽകുന്നു. ഇപ്പറഞ്ഞ കാര്യങ്ങളൊന്നും ആരോടും പറയരുതെന്നും, അല്ലെങ്കിൽ ആത്മവീര്യം ചോർന്നു പോകാനിടയുണ്ടെന്നും അദ്ദേഹം പറഞ്ഞു.

പിറ്റേന്ന് ഉച്ചതിരിഞ്ഞ് (ഒക്ടോബർ 2) ക്രീക്കിലൂടെ താഴേക്കു പോകാനും അൽപ്പസ്വൽപ്പം പാചകം നടത്താനും തുടർന്ന് മലയിടുക്കിൽനിന്ന് പുറത്തേക്ക് കടക്കാനും ചെ ഉത്തരവിട്ടു. മലമുകളിൽ പാച്ചോ,

വില്ലി, ഞാൻ എന്നിവർ ഉൾപ്പെട്ട അംബുഷിനെ നിലനിർത്തിയിരുന്നത് ചെ പിൻവലിച്ചു. ഞങ്ങൾ അൽപ്പം വൈകി. ചെ പുറപ്പെട്ടു കഴിഞ്ഞിരുന്നു. പിന്നണി വിഭാഗത്തിനെ ഞങ്ങളെ കാത്തിരിക്കാനായി അവിടെ വിട്ടു കൊണ്ട്.

അവർ വഴിയിൽനിന്നു വ്യതിചലിക്കുകയും ഏതു ദിശയിലണ് ഞങ്ങൾ പോകുന്നതെന്ന് ചൂണ്ടിക്കാട്ടാൻ ആരെയും അവിടെ നിർത്താതിരിക്കുകയും ചെയ്തു. അതോടെ ഞങ്ങൾ രണ്ടു ഗ്രൂപ്പുകളായി വേറിട്ടു മാറി. ഞങ്ങളുടെ ഗ്രൂപ്പ് ക്രീക്കിലൂടെ താഴേക്കിറങ്ങി ഞങ്ങളുടെ മുൻ ക്യാമ്പ് സൈറ്റിൽ പകൽ ഒളിച്ചിരുന്നു.

കൊച്ചുവെളുപ്പാൻ കാലത്ത് (ഒക്ടോബർ 3) ഇന്റിയും നാറ്റോയും ഞങ്ങളെ വിളിച്ചുണർത്തി. അവർ വെള്ളം തേടി വന്നതാണ്. ഞങ്ങൾക്കുള്ള ക്യാനുകൾ ശേഖരിക്കാനും അവയിൽ വെള്ളം നിറയ്ക്കാനും അവർക്ക് ഉത്തരവ് നൽകിയിരുന്നു. അവരുടെ ഗ്രൂപ്പ് വഴിതെറ്റി മാറിപ്പോയതിനു കാരണം നാറ്റോക്കു പറ്റിയ ഒരു തെറ്റാണെന്ന് വ്യക്തമായി. അവരൊരു ഉയർന്ന സ്ഥലത്ത് ക്യാമ്പടിച്ചു. പിന്നീട് സൈന്യത്തിനെതിരെ പ്രതിരോധമൊരുക്കാൻ പറ്റിയ ഒരു സ്ഥലം കണ്ടുപിടിക്കാനായി ഞങ്ങൾ മുകളിലേക്ക് കയറി.

ഉച്ചതിരിഞ്ഞ് ഞങ്ങൾ മലയിടുക്കിലേക്കിറങ്ങി കാപ്പിയും ധാന്യപ്പൊടിയും ചാർകി ചേർത്ത ചോറും തയാറാക്കി. വളരെ രാവിലെ തന്നെ ഞങ്ങൾ റോഡുമുറിച്ചു കടക്കാനായി പോയി. അതുവഴി ഏതാനും വീടുകളിലേക്കും തുടർന്ന് വളരെ ആഴമേറിയ ഒരു മലയിടുക്കിലേക്കും ഇറങ്ങി. ആ രീതിയിൽ, വെടിയുണ്ടവർഷത്തിന്റെ മുൻനിരയെന്നു ഞങ്ങൾ അനുമാനിച്ചിടത്തു നിന്ന് പുറത്തുകടക്കുന്നതിൽ വിജയിച്ചു.

ഫെർണാണ്ടോ ആരാണെന്നതിനെ കുറിച്ച് ലിയോണും കാമ്പയും നൽകിയ പ്രസ്താവനകൾ ഞങ്ങൾ കേട്ടു. ഞങ്ങളെത്ര പേരുണ്ടെന്നും എത്രപേർ രോഗികളാണെന്നും അവർ പറഞ്ഞു. ഞങ്ങളെ അത്ഭുതപ്പെടുത്തിക്കൊണ്ട് ലിയോണിനേക്കാൾ നല്ല രീതിയിലുള്ള നിലപാടാണ് കാമ്പ സ്വീകരിച്ചത്. ലിയോൺ പറഞ്ഞത് ഏതു ഗറില്ല എന്തൊക്കെ ചെയ്തുവെന്നതൊന്നും പരിഗണിക്കാതെ തന്നെ ഗറില്ലകളുടെ ജീവന്റെ കാര്യത്തിൽ ബഹുമാന്യനായ പ്രസിഡണ്ട് ബാരിയെന്റോസ് നൽകിയ വാക്കുകളിൽ വിശ്വസിച്ചതുകൊണ്ടാണ് താൻ കീഴടങ്ങിയതെന്നാണ്.

ഞങ്ങൾ താഴേക്കു നീങ്ങി. ഞങ്ങളുടെ ശേഖരത്തിലാകെ ബാക്കിയുള്ള ഒരു പ്ലേറ്റ് ഭക്ഷണംകൊണ്ടൊരു പ്രാതൽ തയാറാക്കാനായി ഞങ്ങൾ മലയിടുക്കിൽ നിന്നു. ഞങ്ങൾ നടന്നിരുന്ന മലയിടുക്ക് വലതു വശത്ത് മറ്റൊരു മലയിടുക്കുമായി സന്ധിക്കുന്നിടം വരെ ഞങ്ങൾ യാത്ര തുടർന്നു. ഞങ്ങൾ തുടർന്ന് മറ്റേ മലയിടുക്ക് വഴി മുകളിലേക്കു കയറി. നിരീക്ഷണത്തിനായി മൂന്നു പേരെ വീതം മൂന്നുമണിക്കുറുള്ള ഷിഫ്റ്റുകളിൽ നിർത്തി. രണ്ടു കിലോമീറ്റർ അകലെ രണ്ടായി പിരിയുന്ന മലയിടുക്കുകളിൽ സ്കൗട്ടിങ് ദൗത്യത്തിനായി പാച്ചോ, ഇന്റി, യൂസ്റ്റാക്കിയോ,

ഞാൻ എന്നിവർ പുറപ്പെട്ടു. രണ്ടിലും വെള്ളം ഉണ്ടായിരുന്നില്ല. അവയിലേക്കിറങ്ങാനായി ഒരു വഴിയുമുണ്ടായിരുന്നില്ല. ഉച്ചതിരിഞ്ഞ് മാർച്ച് തുടങ്ങിയ ഞങ്ങൾ 8 മണി വരെ അതു തുടർന്നു. അതോടെ ഇരുട്ടും, ഒന്നും കാണാൻ പറ്റാത്ത സ്ഥിതിയും മുന്നോട്ട് പോക്ക് അസാധ്യമാക്കി.

ഞങ്ങൾ വെളുപ്പിന് 3 മണി മുതൽ 6 മണിവരെ (ഒക്ടോബർ 5ന്) നടന്നു. തുടർന്ന് ഒരു ചെറിയ കുറ്റിക്കാട്ടിൽ ഞങ്ങളൊളിച്ചു. രണ്ടു നിരീക്ഷണകേന്ദ്രങ്ങൾ സ്ഥാപിച്ചു. ഒന്ന് ഞങ്ങൾ വന്ന കന്നുകാലികളുടെ വഴിത്താരയെ നിരീക്ഷിക്കും. മറ്റേത് ഞങ്ങളുടെ വലതുഭാഗത്തുള്ള തുറസായ സ്ഥലത്തെയും. പാച്ചോയും ബെനിഞ്ഞോയും വെള്ളം തേടി സ്കൗട്ടിങ്ങിനു പുറപ്പെട്ടു. അവരൊരു വീട് കണ്ടെത്തി. അവർ മടങ്ങുമ്പോൾ പട്ടികൾ കുരയ്ക്കുന്നതും ആറു സൈനികർ വരുന്നതും കണ്ടു.

കാമ്പ ദെബ്രെയുടെ വിചാരണയിൽ സാക്ഷിമൊഴികൊടുക്കുന്ന വാർത്ത ഞങ്ങൾ കേട്ടു.

അത് ചെയെ സംബന്ധിച്ച് കഠിനമായൊരു രാത്രിയായിരുന്നു. കാരണം ചിനോ ഇരുപതിലേറെ തവണ വീണു. അദ്ദേഹത്തെ സഹായിച്ചുകൊണ്ടിരുന്നയാൾ ചെയായിരുന്നു.

രാവിലെ (ഒക്ടോബർ 5) ഉർബാനോയും നാറ്റോയും സ്കൗട്ടിങ്ങിനു പോയി. 6 കിലോമീറ്റർ അകലെ വെള്ളമുള്ള ഒരു ക്രീക്കുണ്ടെന്ന വാർത്തയുമായി അവർ വന്നു. ഞങ്ങൾ മൂന്നുപേർ വീതമുള്ള ഗ്രൂപ്പുകളായി അവിടേക്ക് പോയി. പകൽ വെളിച്ചത്തിൽ ഞങ്ങൾ കല്ലുകൊണ്ടു നിർമിച്ച ആ വീട്ടിൽ പാചകം ചെയ്തു. പുക ഒഴിവാക്കാൻ നടപടികളെടുത്തുകൊണ്ടായിരുന്നു അത്. മൂന്ന് അംബുഷുകൾ തയാറാക്കി. ഒരെണ്ണം താഴെ അന്റോണിയോയുടെ കീഴിൽ. മറ്റൊന്ന് മുകളിൽ അനിസെറ്റോയുടെ കീഴിൽ. ഒടുവിലത്തേത് മലയിടുക്കിൽ പാച്ചോയുടെ കീഴിൽ. ഞങ്ങളവിടെ രാത്രികഴിച്ചു കൂട്ടി. പ്രദേശത്ത് 1800 സൈനികർ ഞങ്ങൾക്കായി തിരച്ചിൽ നടത്തുന്നതായി റേഡിയോ റിപ്പോർട്ട് ചെയ്തു. ഞങ്ങൾ മുകളിലേക്കു കയറി ഞങ്ങളുടെ മലയിടുക്ക് വലതുഭാഗത്തേക്കു പോകുന്ന മറ്റൊരു മലയിടുക്കുമായി സന്ധിക്കുന്നിടത്തെത്തി. ഉച്ചയ്ക്ക് 12 മണിയോടെ (ഒക്ടോബർ 7) ഞങ്ങൾ എപ്പിഫാനിയ[1] എന്നൊരു വൃദ്ധസ്ത്രീയെ കസ്റ്റഡിയിലെടുത്തു. അവർ ആടുകളെ മേയ്ക്കുകയായിരുന്നു. ആദ്യം അവർ ചെവി കേൾക്കാത്തവളാണെന്നു നടിച്ചു. പിന്നീട് അവർ സ്പാനിഷ്ഭാഷ അറിയില്ലെന്ന് നടിച്ചു. ഞങ്ങൾ വരെ ഞങ്ങളുടെ കൂടെ താമസിപ്പിച്ചു. ഉച്ചകഴിഞ്ഞതോടെ അവർ സൈന്യത്തെ കുറിച്ച് കൃത്യമായ വിവരം തന്നു. വീതികൂടിയ റോഡ് എവിടെവരെ പോകുമെ

1. ഗറില്ലകളുടെ സാന്നിധ്യത്തെപ്പറ്റി സൈന്യത്തിന് അറിവുകൊടുത്തത് കർഷകസ്ത്രീയായ എപ്പിഫാനിയയാണെന്ന് പിന്നീട് കരുതിയിരുന്നു. പക്ഷേ യഥാർഥത്തിലതു ചെയ്തത് പെഡ്രോ പെനയെന്ന കർഷകനായിരുന്നു. അടുത്ത ഒരിടത്ത് 17 പേരുടെ ഒരു ഗ്രൂപ്പ് ക്യാമ്പടിക്കുന്നത് അയാൾ കണ്ടു. അയാളത് ലാ ഹിഗ്വേരയുടെ മേയറായ അനിബൽ ക്വാറാഗയെ അറിയിച്ചു. അയാളാണ് സൈന്യത്തിന് വിവരം കൊടുത്തത്.

ന്നവർ പറഞ്ഞു. അത് പുകാരയിലേക്ക് പോകുന്നതായിരിക്കുമെന്ന് ഞങ്ങൾ കരുതി. അവിടെയായിരിക്കും സൈന്യമുണ്ടാകുകയെന്ന് അവർ പറയുന്നു. ഞങ്ങൾ ധാന്യപ്പൊടിയും യീസ്റ്റും കൊണ്ട് കുറച്ച് ഭക്ഷണമുണ്ടാക്കി കഴിക്കുകയും വൃദ്ധസ്ത്രീയെ വിട്ടയക്കുകയും ചെയ്തു. അവരെ അവരുടെ വീട്ടിലേക്ക് ഇന്റി, അനിസെറ്റോ, പാബ്ലിറ്റോ എന്നിവർ അനുഗമിച്ചു. അവർ വീട്ടിലേക്കു വരുന്നത് ആ സ്ത്രീ ഇഷ്ടപ്പെട്ടില്ല. അതു ചെയ്യരുതെന്ന് അപേക്ഷിച്ചു കൊണ്ടവർ കരഞ്ഞു. അവർ കണ്ട ദൃശ്യം തികച്ചും ദയനീയമായിരുന്നു, വൃദ്ധസ്ത്രീക്ക് രണ്ട് പെൺമക്കളുണ്ടായിരുന്നു. ഒരാൾ തളർവാതം പിടിച്ചവളും, മറ്റവൾ കുള്ളത്തിയുമായിരുന്നു. അവർ അവൾക്ക് 50 പെസോ നൽകി.

ഞങ്ങൾ രാത്രിയിൽ മലയിടുക്കിലൂടെ മുന്നേറി. ആദ്യത്തെ തടസം വളരെ അപകടകരമായ ഒരു പാറക്കെട്ടായിരുന്നു. തന്റെ ഉരുക്കുപോലുറച്ച ഇച്ഛാശക്തി ഒരിക്കൽക്കൂടി പ്രദർശിപ്പിച്ചുകൊണ്ട് എല്ലാവരും മറികടക്കാൻ അസാധ്യമെന്നു പറഞ്ഞ ആ പാറക്കെട്ടിൽ അള്ളിപ്പിടിച്ചു കയറി ചെ മുകളിലെത്തി. അദ്ദേഹം അങ്ങനെ മുകളിൽ വരെയെത്തിയശേഷം ഒരു കയറിലൂടെ മറ്റുള്ളവർക്ക് കയറാനുള്ള ഏർപ്പാടുണ്ടാക്കി. തുടർന്ന് അദ്ദേഹം മറുപുറത്തേക്കെടുത്തുചാടി. ഐസുപോലെ തണുത്ത വെള്ളം നിറഞ്ഞ ഒരു ആഴമേറിയ കുഴിയായിരുന്നു ഇടയിൽ. അതിന് ഒന്നരമീറ്റർ വീതിയുണ്ടായിരുന്നു.

ചെയുടെ ആ പ്രകടനം ഞങ്ങളിലെല്ലാം എന്തു തടസങ്ങളെയും അതിജീവിക്കാനുള്ള പ്രചോദനം നിറച്ചു. രോഗിയായിരുന്നിട്ടുപോലും, ആരോഗ്യമുള്ള പല സഖാക്കളും അസാധ്യമെന്നു കരുതിയ കാര്യം ചെയ്യാൻ അദ്ദേഹത്തിനു കഴിഞ്ഞു.

ഞങ്ങൾ രാത്രി 1.30 ന് ചായയുണ്ടാക്കി. ഞങ്ങളൊരു പ്രകാശം കണ്ടു. ചപ്പാക്കോ, വില്ലി, അന്റോണിയോ എന്നിവർ അതൊരു മനുഷ്യനാണ്, കാരണം അത് അനങ്ങുന്നുണ്ട്, എന്നു പറഞ്ഞു. അത് അനങ്ങുന്നതു കണ്ടോ എന്നു ചെ എന്നോടു ചോദിച്ചു. ഞാൻ ഇല്ലയെന്നും കരിയിലകളും കമ്പുകളും കൂട്ടി പകൽ കത്തിച്ചതിന്റെ ബാക്കിയാകാം അതെന്നും പറഞ്ഞു. ഞങ്ങൾ 2. 30 ന് തുടങ്ങി. 4 മണി വരെ വിശ്രമിച്ചു. റോഡ് മുൾച്ചെടി നിറഞ്ഞ ഒന്നായിരുന്നു.

യൂറോ മലയിടുക്ക്

ഒക്ടോബർ 8 ന് രാവിലെ 5.30 ന് ഞങ്ങൾ മാർച്ച് തുടർന്ന് യൂറോ മലയിടുക്കും സാൻ അന്റോണിയോ[1] മലയിടുക്കും സന്ധിക്കുന്നിടത്തെത്തി. ചെ മൂന്നു സ്കൗട്ടിങ് പാർട്ടികളെ ഏർപ്പാടു ചെയ്തു. ഒന്ന് ഇടതു

1. സാൻ അന്റോണിയോ മലയിടുക്ക് 300 മീറ്റർ നീളമുള്ളതും ലാ ടുസ്കാ, ജാഗ്വേ മലയിടുക്കുകൾക്കിടയിൽ സ്ഥിതി ചെയ്യുന്നതുമാണ്. ചില പ്രാദേശികനിവാസികൾ യൂറോ മലയിടുക്കിനെ “ചുരോ” എന്നാണ് പറയുന്നത്.

വശത്തേക്ക്, മറ്റൊന്ന് വലതുവശത്തേക്ക്. മൂന്നാമത്തേത് മധ്യഭാഗത്തു കൂടെ. ബാക്കിയുള്ള ഞങ്ങളെല്ലാം ഒളിച്ചു.

അൽപ്പസമയം കഴിഞ്ഞ്, ബെനിഞ്ഞോയും പാച്ചോയും തിരിച്ചു വന്ന് മലശിഖരത്തിലൂടെ പട്ടാളക്കാർ ചലിക്കുന്നതായി റിപ്പോർട്ടു ചെയ്തു. അദ്ദേഹം സ്കൗട്ടുകാരെ തിരിച്ചുവിളിക്കാൻ ഉത്തരവിടുകയും അന്റോണിയോയുടെ നേതൃത്വത്തിലൊരു അംബുഷ് ഏർപ്പാടു ചെയ്യുകയും ചെയ്തു. ഞങ്ങൾ മലയിടുക്കിലൂടെ താഴേക്ക് നീങ്ങി. മധ്യഭാഗത്തുള്ള മലയിടുക്കൊഴിവാക്കി മറ്റൊന്നിലൊളിക്കാൻ ചെ തീരുമാനിച്ചു. അത് ഇടതുവശത്തുള്ള ഒന്നായിരുന്നു. പകൽ മുഴുവൻ ആരും കാണാതെ കഴിയുകയായിരുന്നു ലക്ഷ്യം. പച്ചോയെയും ബെനിഞ്ഞോയെയും ചെ നിരീക്ഷണ/പര്യവേക്ഷണ ദൗത്യത്തിനയച്ചു. ലാ ടുസ്കാചുരം അവസാനിക്കുന്നത് കുത്തനെ ഉയർന്നുനിൽക്കുന്ന മലശിഖരങ്ങളിലാണെന്നും, പുറത്തേക്ക് കടക്കാൻ കാര്യമായ വഴിയൊന്നും ഇല്ലെന്നും അവർ റിപ്പോർട്ട് ചെയ്തു. ചെ പ്രതിരോധത്തെ താഴെപ്പറയുന്ന രീതിയിൽ സംഘടിപ്പിച്ചു. പിന്നണി വിഭാഗം മലയിടുക്കിന്റെ മുഖത്ത് നിലകൊള്ളും. അന്റോണിയോ, ചപ്പാക്കോ, ആർട്ടുറോ, വില്ലി എന്നിവരാണ് അതിലുള്ളത്. ബെനിഞ്ഞോ, ഇന്റി, ഡാരിയോ എന്നിവർ ഇടതുപാർശ്വത്തിൽ. അവരുടെ ലക്ഷ്യം മലയിടുക്കിന്റെ മുഖത്തെ സംരക്ഷിക്കലാണ്. വലതുപാർശ്വത്തിൽ അദ്ദേഹം പാച്ചോയെ നിർത്തി. പ്രായോഗികതലത്തിൽ നിരീക്ഷണമാണ് അവന്റെ ജോലി. ഏറ്റവും ഉയർന്ന ഭാഗത്ത് ഉർബാനോയും ഞാനും.

നിർദേശങ്ങൾ താഴെപ്പറയും വിധമായിരുന്നു. സൈന്യം മലയിടുക്കിൽ കടക്കാൻ ശ്രമിച്ചാൽ ഞങ്ങൾ ഇടതുപാർശ്വത്തിലൂടെ പിൻവാങ്ങും. അത് ഇരുപാർശ്വങ്ങളിലൂടെയും വന്നാൽ അന്റോണിയോ സംരക്ഷിക്കുന്നിടം വഴി ഞങ്ങൾ താഴേക്ക് പിൻവാങ്ങും. അത് മലയിടുക്കിന്റെ മുഖംവഴി ആക്രമണം നടത്തിയാൽ ഞങ്ങൾ ഇന്റിയും ഡാരിയോയും ബെനിഞ്ഞോയും സംരക്ഷിക്കുന്ന ഇടതുപാർശ്വം വഴി പോകും. മുകളിൽ നിന്നാണ് ആക്രമണം തുടങ്ങുന്നതെങ്കിൽ ഞങ്ങൾ താഴേക്ക് പിന്മാറും. ഞങ്ങൾക്ക് യൂറോ മലയിടുക്ക് ഉപേക്ഷിച്ച് രക്ഷപ്പെടാനാകുന്നതുവരെ. ഇടതുവശത്ത് ഉയർന്നുനിൽക്കുന്ന പാറക്കെട്ടുകളുടെ നിര ഒന്നിച്ചു കൂടാനുള്ള സ്ഥലമായും നിശ്ചയിച്ചു.

ഈ തീരുമാനം സ്വീകരിച്ചത് സാധ്യതകളുടെ നിയമത്തിന്റെ അടിസ്ഥാനത്തിലായിരുന്നു. ഞങ്ങൾക്ക് ശത്രുവിന്റെ നിലയും സ്ഥാനവും അറിയാമെന്ന കണക്കുകൂട്ടലിനെയും സൈന്യം ഒരുപക്ഷേ ഞങ്ങളെ കണ്ടുപിടിച്ചേക്കില്ല എന്ന സാധ്യതയെയും അടിസ്ഥാനമാക്കി. അപ്പോൾ സൈന്യം ഞങ്ങളെ കണ്ടുപിടിച്ചാൽ, കൂടുതൽ അനുകൂലമായ ഒരു സ്ഥാനം കണ്ടെത്താനാകുന്നതുവരെ പിന്മാറാനുള്ള ഒരു സാധ്യത ഞങ്ങൾക്കുണ്ടാകും. ഇനി അഥവാ ഞങ്ങളെ കണ്ടുപിടിക്കുന്നില്ലെങ്കിൽ, രാത്രിയായതിനുശേഷമുള്ള ആദ്യ മണിക്കൂറുകളിൽ ഒളിച്ചും പാത്തും

ആ ചുറ്റി വളയലിൽനിന്ന് പുറത്ത് കടക്കാനുള്ള ഒരു സാധ്യത ലഭിക്കും. രാത്രി ഞങ്ങൾക്ക് വളരെ ഗുണകരമാകും. കാരണം ഇരുട്ടായിരിക്കുമ്പോൾ തന്നെ ശത്രുവിൽനിന്ന് പരമാവധി ദൂരത്തേക്ക് കടന്നെത്താൻ അത് ഞങ്ങൾക്ക് സൗകര്യം നൽകും.

ഏറെക്കുറെ ഉച്ചയ്ക്ക് ഒന്നരയോടെ, ഞങ്ങളെ ഞങ്ങളുടെ ജോലിയിൽ നിന്നൊഴിവാക്കാനായി ചെ നാറ്റോയെയും അനിസെറ്റോയെയും അയച്ചു. അപ്പോൾ വൻതോതിൽ വെടിവെപ്പാരംഭിച്ചു. അവർ മലയിടുക്കിലൂടെ നീങ്ങുന്നത് സൈന്യം കണ്ടുപിടിച്ചു. ഇടതുവശമൊഴികെ എല്ലായിടത്തുനിന്നും വെടിയുണ്ടകൾ വരുന്ന രീതിയിൽ വെടിവർഷം പടർന്നുപിടിച്ചു. മുൻകൂട്ടി കാണാനാവാതിരുന്ന ഈയൊരു സാഹചര്യത്തിൽ, അതായത് സൈന്യം മലയിടുക്കിനും മേലെനിന്ന് ഞങ്ങളെ വീക്ഷിക്കുകയും ഞങ്ങൾക്ക് ചലിക്കുക ബുദ്ധിമുട്ടാകുകയും ചെയ്തപ്പോൾ, ഞങ്ങൾ ചെയുടെ നിർദേശങ്ങൾ തേടാനായി അനിസെറ്റോയെ അയച്ചു. അനിസെറ്റോ കമാൻഡ് പോസ്റ്റ് സ്ഥാപിച്ചിരുന്നിടത്തേക്ക് െത്തിയെങ്കിലും അവിടെയാരെയും കണ്ടില്ല. അവിടെ അവനെത്തുന്നതിനു മുമ്പേ ചെ അവിടെനിന്ന് പിൻവാങ്ങിയിരുന്നു. അനിസെറ്റോ തിരിച്ചുവന്ന് നാറ്റോയോട് കാര്യം പറഞ്ഞു. പക്ഷേ, അവൻ ഞങ്ങളുടെ സ്ഥലത്തേക്കെത്താൻ ശ്രമിച്ചപ്പോൾ അവന്റെ കണ്ണിൽ തന്നെ വെടിയേറ്റു.

നാറ്റോ ആംഗ്യങ്ങൾ കാട്ടി സ്ഥിതിഗതികൾ വിവരിക്കാൻ ശ്രമിച്ചു. പക്ഷേ എനിക്കും ഉർബാനോയ്ക്കും അത് മനസിലായില്ല. ചെ ഉത്തരവ് നൽകാതെ പിന്മാറാൻ ഞങ്ങളിഷ്ടപ്പെട്ടില്ല. വെടിവെപ്പ് കൂടുതൽ അകലേക്ക് നീങ്ങി. എന്നു മാത്രമല്ല, അത് യൂറോ മലയിടുക്കിന്റെ മുകൾഭാഗത്ത് കൂടുതൽ കനത്തതായി തീരുകയും ചെയ്തു. (പിന്നീട് നടന്നതെന്താണെന്ന് ഞങ്ങൾക്കു മനസിലായി. ചെ മലയിടുക്കിൽനിന്ന് പിൻവാങ്ങുകയായിരുന്നു. അദ്ദേഹത്തെ അവർ കാണുകയും പിന്തുടരുകയും ചെയ്തു.) നാലുമണിക്ക് നാറ്റോ ഞങ്ങൾക്ക് ആംഗ്യസൂചനകൾ നൽകി. അതിങ്ങനെയായിരുന്നു: ''പിൻവാങ്ങാൻ കമാൻഡർ പറയുന്നു'' ഞാനാദ്യം പുറപ്പെട്ടു. അവർ എന്റെ നേരെ വെടിയുണ്ടകൾ വർഷിച്ചു. ഉർബാനോക്ക് പുറപ്പെടാൻ സാധ്യമായേക്കില്ലെന്ന് ഞാൻ വിചാരിച്ചു. എനിക്ക് മുറിവേറ്റെന്ന് ഉർബാനോയും കരുതി. ഞാനിട്ടിരുന്ന ജാക്കറ്റിന്റെ പിൻവശവും മുൻവശവും വെടുയുണ്ടയേറ്റ് തുളഞ്ഞിരുന്നു. എങ്കിലും നാറ്റോ നിൽക്കുന്ന സ്ഥാനത്തെത്തുന്നതിൽ ഞാൻ വിജയിച്ചു. അവിടെ അനിസെറ്റോയുടെ ജീവനറ്റ ശരീരം കിടന്നിരുന്നു. പട്ടാളം അവരുടെ വെടിയുണ്ടകൾ ഉർബാനോയുടെ തോളിൽ കേന്ദ്രീകരിച്ചു. അവർക്കത് കാണാൻ പറ്റിയിരുന്നു. പക്ഷേ വെടിയുണ്ടകളൊന്നും ലക്ഷ്യത്തിൽ തറച്ചില്ല. അവർ ഒരു ഗ്രനേഡെറിഞ്ഞു. പൊട്ടിത്തെറിച്ചതോടെ അതൊരു വലിയ പൊടിപടലമുയർത്തി. അതോടെ പുറത്തുകടക്കാൻ ഉർബാനോക്ക് ഒരു അവസരം കിട്ടി.

ചെയെത്തേടി

ഞങ്ങൾ ഒന്നിച്ചുകൂടി കമാൻഡ് പോസ്റ്റിനു നേരെ നീങ്ങി. ഞങ്ങള വിടെയെത്തിയപ്പോൾ അവർ ധൃതിയില്ലാതെ തന്നെ പിന്മാറിയെന്നു ഞങ്ങൾക്കുറപ്പായി, ഇന്റിയുടെ ബാഗിൽനിന്നവർ റേഡിയോ എടുത്തു. എന്റേതിൽനിന്ന് 20000 ഡോളർ വച്ചിരുന്ന പേഴ്സും നഷ്ടമായി. ഒപ്പം ഞാൻ സൂക്ഷിച്ചിരുന്ന ഡയറിയും രേഖകളും. എല്ലാം നൽകിയ സൂചന മലയിടുക്കിന് അകത്തേക്ക് പിന്മാറിയെന്നാണ്. കാരണം അവിടെനിന്നും ഒരു നിര വെടിയുണ്ടകൾ ഉതിർക്കുന്നതിന്റെ ശബ്ദം ഞങ്ങൾ കേട്ടിരുന്നു. പിന്നീട് ഒറ്റപ്പെട്ട വെടിയൊച്ചകളും കേട്ടു. ആ നിമിഷത്തിലാണ് ചെയുമായി എന്നെന്നേക്കുമായി ഞങ്ങൾക്ക് ബന്ധം നഷ്ടപ്പെട്ടത്.

ഞാനും നാറ്റോയും ഉർബാനോയും ഇടതുഭാഗത്തുള്ള പാറക്കെട്ടിലേക്ക് അള്ളിപ്പിടിച്ചുകയറാൻ തുടങ്ങിയപ്പോഴാണ് ബെനിഞ്ഞോ ഞങ്ങളെ കണ്ടത്. അവൻ ആംഗ്യം കാണിച്ചു. തുടർന്ന് പറ്റാവുന്നത്ര ശബ്ദമെടുത്ത് മുന്നോട്ടുപോകരുതെന്നും പോയാൽ സൈന്യം ഞങ്ങളെ വകവരുത്തുമെന്നും വിളിച്ചു കൂകി. കാരണം മുൻഭാഗത്തെ ചെരുവിൽ അവർ ഞങ്ങളുടെ സ്ഥാനത്തിനു നേരെ നോക്കി നിലയുറപ്പിച്ചുണ്ടായിരുന്നു. ഞങ്ങൾ താഴേക്കിറങ്ങി നിലയെടുത്തു.

അവിടെനിന്ന് ഞങ്ങൾ പട്ടാളക്കാരുടെ സംസാരം കേട്ടു. ഒരാൾ വിളിച്ചുപറഞ്ഞു: "മലയിടുക്കിൽ മൂന്നുപേരുണ്ട്." "നമുക്കവരെ നമ്മുടെ ബസൂക്കകളും ഫ്ളെയിംത്രോവറുകളും (തീഗോളം തുപ്പുന്ന സംവിധാനം)കൊണ്ട് പിടിക്കാം."

വൈകിട്ട് ഏഴുമണിക്ക് സൈന്യം വെടിയുണ്ടകൾ വർഷിച്ചുകൊണ്ടിരുന്ന ഒരുനിമിഷത്തിന്റെ ആനുകൂല്യം മുതലെടുത്ത് ഇന്റിയും ഡാരിയോയും ബെനിഞ്ഞോയും പെട്ടെന്ന് ഒന്നിച്ച് താഴെക്കിറങ്ങി. അതിലൂടെ അവർക്ക്, തങ്ങൾ ഏതു സ്ഥലത്തുനിന്നാണ് പട്ടാളത്തിനു നേരെ വെടിവെച്ചതെന്ന് പട്ടാളക്കാർ മനസിലാക്കുന്നത് ഒഴിവാക്കാൻ കഴിഞ്ഞു. അവർക്കൊരുപാട് നഷ്ടങ്ങളുണ്ടാക്കാനും സാധിച്ചു.

ഞങ്ങൾ ഓരോരുത്തരും പരസ്പരം ചെയെക്കുറിച്ചു ചോദിച്ചു. അവരാരും അദ്ദേഹം പുറപ്പെടുന്നതു കണ്ടിട്ടില്ല. ആകെപ്പാടെ ഈയൊരു ആശയക്കുഴപ്പത്തിൽപ്പെട്ട് ഞങ്ങൾ ഞങ്ങളുടെ ക്നാപ്പ്സാക്കുകളുടെ ഭാരം കുറച്ച് മലയിലൂടെ മുകളിലേക്കു കയറി ചെ നേരത്തെ തീരുമാനിച്ചിരുന്ന കൂടിച്ചേരൽ സ്ഥലത്തേക്ക് എത്തിച്ചേരാൻ ശ്രമിച്ചു. ഞങ്ങൾ ഒമ്പതുമണിക്ക് അവിടെയെത്തിപ്പോൾ ഞങ്ങളുടെ ഒരു ഗ്രൂപ്പ് സഖാക്കൾ അവിടെയെത്തിച്ചേർന്നിരുന്നെന്ന് മനസിലായി. (കാരണം ഞങ്ങളവിടെ ഭക്ഷണാവശിഷ്ടങ്ങൾ കണ്ടു. അത് ക്നാപ്പ്സാപ്പുകളുടെ ഭാരം കുറയ്ക്കാനായി പുറത്തെറിഞ്ഞതാണെന്നത് വ്യക്തമാണ്. രാത്രിയിൽ ചുറ്റിവളയലിനെ മുറിച്ച് പുറത്തുകടക്കാനും പിരായ് പാനി നദിയിലേക്കു നീങ്ങിക്കൊണ്ട് വല്ലെ ഗ്രാൻഡെയിലേക്ക് പോയി അവിടെ പ്യൂവെർട്ടോ ബ്രെട്ടോയിലേക്കുള്ള റോഡ് കണ്ടെത്താൻ ശ്രമിക്കാനുമാണ് താൻ ഉദ്ദേശിക്കുന്നതെന്ന് അദ്ദേഹം പറഞ്ഞത് ഞങ്ങളോർത്തു.

ഞങ്ങൾ മുകളിലേക്ക് മുന്നേറിക്കൊണ്ട് റോഡ് പുകാരയിൽനിന്ന് ലാ ഹിഗ്വേരയിലേക്ക് പോകുന്ന ജംഗ്ഷനിലെത്തിച്ചേരാൻ ശ്രമിച്ചു. ഇട തിങ്ങിയ ചെടിപ്പടർപ്പുകളുള്ള ഒരു മലയിടുക്കിലൂടെ ചുറ്റിവളഞ്ഞ് തുറ സായ ഒരു പാറക്കെട്ടിലേക്ക് കയറി ഒരു മലമുടിക്കു മുകളിലുണ്ടായി രുന്ന കുറ്റിക്കാട് മുറിച്ചു കടന്നതോടെ ഞങ്ങൾ പുകാരയിലേക്കുള്ള റോഡിലാണെന്നു ഞങ്ങൾക്ക് ഉറപ്പിക്കാൻ പറ്റി. ഞങ്ങളത് കടന്നത് വളരെ ശ്രദ്ധിച്ചാണ്, കാലടിപ്പാടുകൾ ഒഴിവാക്കിക്കൊണ്ട്. തുടർന്ന് വിശ്ര മിക്കാനായി നിന്നു. ഇവിടെ വെച്ച് ഞാനെല്ലാവരുടെയും മനസിലുണ്ടാ യിരുന്ന ചോദ്യം ചോദിച്ചു: ഇനി സ്വീകരിക്കേണ്ട ഏറ്റവും നല്ല വഴിയേ താണ്? ഓരോ സഖാക്കളോടും ഞാൻ അഭിപ്രായം ചോദിച്ചു. ഗ്രൂപ്പ് വളരെ ചെറുതായിരുന്നു. എന്നെയവർ അതിന്റെ നേതാവായി തെരഞ്ഞെടുക്കു കയും ചെയ്തിരുന്നു. എങ്കിലും തീരുമാനങ്ങൾ കഴിവതും കൂട്ടായി എടു ക്കേണ്ടത് ആവശ്യമായിരുന്നു.

ബെനിഞ്ഞോ മുന്നോട്ടുവച്ച അഭിപ്രായപ്രകാരം ഞങ്ങൾ വലതുഭാഗ ത്തേക്ക് മാർച്ച് ചെയ്ത് സൈന്യത്തിൽനിന്നും പറ്റാവുന്നത്ര അകലേക്കു മാറണം. റോഡ് മുറിച്ചുകടക്കൽ നടത്താൻ അതുവഴി കഴിയും. വഴി നരകതുല്യമായിരുന്നു; തികച്ചും മറയില്ലാത്തതും. മുള്ളു നിറഞ്ഞ ചെറിയ ചെടികൾ മാത്രമേ അതിലുള്ളൂ. മണ്ണ് മണൽ നിറഞ്ഞതാണ്. മൂന്നടി മുന്നേറുമ്പോൾ പത്തടി പിന്നോട്ടുവരുന്ന സ്ഥിതി.

പകൽവെളിച്ചം വന്നതോടെ ഞങ്ങൾ കുറച്ചുകൂടി നന്നായി ഒളിച്ചു. നിരീക്ഷണത്തിനാളുകളെയും നിർത്തി. ഞങ്ങൾ ലാ ഹിഗ്വേരയിലെ ഒരു ചെറിയ സ്കൂൾ കെട്ടിടത്തിനു മുന്നിലാണ്. രാവിലെ ഏഴുമണിയായ തോടെ മുകളിൽ ഒരു ഹെലികോപ്റ്റർ ചുറ്റിപ്പറക്കാൻ തുടങ്ങി. അതിന്റെ സംരക്ഷണത്തിനായി ഒപ്പമൊരു വിമാനവുമുണ്ട്. ഞങ്ങൾ അപ്പോൾ കരു തിയത് അത് ഏതോ ഉയർന്ന സൈനിക മേധാവിയുടെ സന്ദർശനമാ കാമെന്നാണ്, ഒവാൻഡോയോ ബാരിയെന്റോസോ അടക്കമുള്ളവരിലാ രെങ്കിലുമാകും അതെന്ന്.

ഒരു ഗറില്ലാപോരാളിയെ പിടിച്ചതായും അത് ചെ ആയിരിക്കാമെ ന്നുമുള്ള റേഡിയോവാർത്ത ഞങ്ങൾ കേട്ടു. അത് സാധ്യമാവില്ലെന്നു തന്നെ ഞങ്ങൾ കരുതി. ഉച്ചയായപ്പോൾ അവർ കഥ മാറ്റിക്കൊണ്ട് അത് ചെയുടെ ലെഫ്റ്റനന്റാണെന്ന് പറഞ്ഞു. അവർ നൽകിയ വിവരണപ്ര കാരം അത് പാച്ചോയായിരിക്കുമെന്നു തോന്നി. കാരണം അവന് ചെയോട് ശാരീരികമായി കുറച്ചൊക്കെ സാമ്യമുണ്ട്.

കുന്നിന്റെ ചരുവിന്റെ മറുഭാഗത്തുനിന്ന് ഞങ്ങൾ വൻതോതിലുള്ള വെടിവെപ്പിന്റെ ശബ്ദം കേട്ടു. രാത്രിയായപ്പോൾ, താഴേക്കു പോകാനും താഴ്‌വര മുറിച്ചുകടക്കാനും (താഴ്‌വര സൈന്യം കയ്യടക്കിയിരിക്കുകയാ ണ്) ഞങ്ങൾ തീരുമാനിച്ചു. താഴ്‌വരയിൽ മൂന്നിടങ്ങളിൽ സൈന്യത്തിന്റെ സാന്നിധ്യം ഞങ്ങൾക്ക് കാണാൻ കഴിഞ്ഞിരുന്നു.

രാത്രിയിൽ, വലിയ മുൻകരുതലോടെ, ഞങ്ങൾ താഴേക്കിറങ്ങി. സൈനികർ വലിയ ആഹ്ലാദത്തോടെ പാടുകയും നൃത്തംചെയ്യുകയും ആഘോഷിക്കുകയും ചെയ്യുന്നതു ഞങ്ങൾ കണ്ടു. രാത്രി ഒമ്പതുമണി

യോടെ അവരോട് അണിനിരക്കാൻ പറഞ്ഞു. അത് ഞങ്ങളെ കുറച്ചൊക്കെ അമ്പരപ്പിച്ചു. പട്ടികൾ കുരയ്ക്കാൻ തുടങ്ങി. ഞങ്ങളൊരു ക്രീക്കിലെത്തിച്ചേരുന്നതുവരെ താഴോട്ടിറങ്ങി. അവിടെ കുറച്ച് ചെടിപ്പടർപ്പുണ്ടായിരുന്നു. ഞങ്ങളവിടെനിന്ന് വെള്ളത്തിൽ കുറച്ചു പഞ്ചസാരയിട്ടുകുടിച്ചു. (ഒക്ടോബർ 6 നു ശേഷം ഞങ്ങളൊന്നും തന്നെ തിന്നിരുന്നില്ല. അന്ന് ഞങ്ങൾ ധാന്യപ്പൊടി കുഴച്ച് ചൂടാക്കിത്തിന്നിരുന്നു) വിശ്രമിച്ചശേഷം അർധരാത്രിക്ക് ഞങ്ങൾ മാർച്ച് തുടങ്ങി. ഒടുവിൽ കടക്കാൻ പറ്റാത്ത ഒരു മലയിടുക്കിനരികിൽ ഞങ്ങളെത്തിച്ചേർന്നു. പല സ്ഥലങ്ങളിലൂടെ അത് മുറിച്ചുകടക്കാൻ ഞങ്ങൾ ശ്രമിച്ചു. പക്ഷേ ഒരിടത്തും അത് സാധ്യമാകുമായിരുന്നില്ല. അപ്പോഴാണ് എന്തുകൊണ്ടാണ് സൈന്യം അത്രയേറെ ആഹ്ളാദഭരിതരായിരിക്കുന്നതെന്ന് ഞങ്ങൾ മനസിലാക്കിയത്. അവരാ മലയിടുക്കിന്റെ മുഖം വളഞ്ഞിരിക്കുകയാണ്. അതു മാത്രമാണ് പുറത്തു കടക്കാനുള്ള ഏക മാർഗം. ഊഞ്ഞാൽക്കട്ടിലിന്റെ കയറുകൾ ഒരു വേരിന്റെ പുറത്തുകാണാവുന്ന ഭാഗത്ത് കെട്ടിയുറപ്പിച്ച് ഉർബാനോ ഒരു ചെങ്കുത്തായ പാറക്കെട്ടിലൂടെ താഴേക്കിറങ്ങി. താഴേക്കിറക്കം എളുപ്പമായിരുന്നില്ലെങ്കിലും ഞങ്ങൾക്ക് അതിലേക്കിറങ്ങാൻ കഴിഞ്ഞു. ഏറെക്കുറെ രാവിലെ 5.30 വരെ ഞങ്ങൾ മാർച്ച് ചെയ്തു. ക്യാമ്പിന്റെ ഇടതുഭാഗത്തുള്ള ഒരു ചെറിയ മലയിടുക്കിൽ ഒളിക്കാൻ ഞങ്ങൾ തീരുമാനിച്ചു. ഉർബാനോയും ഡാരിയോയും സ്കൗട്ടിങ് നടത്തി.

വലതുവശത്ത്, ഏതാണ്ട് ഇരുന്നൂറ് മീറ്റർ മാറി ഒരു റോഡുണ്ടായിരുന്നു. സൈനികരുടെ അകമ്പടിയോടെ ചില കർഷകർ അതിലൂടെ താഴേക്കിറങ്ങിപ്പോകുന്നതു കണ്ടു.

ഒക്ടോബർ 10 ന് ഉച്ചകഴിഞ്ഞപ്പോൾ, ചെയുടെ മരണവാർത്ത ഞങ്ങൾ കേട്ടു. സംശയത്തിന് ഒരു കാരണവും ഉണ്ടായിരുന്നില്ല. അദ്ദേഹം വസ്ത്രം ധരിച്ചിരുന്നതിന്റെയും അദ്ദേഹത്തിന്റെ ശരീരാകൃതിയുടെയും കൃത്യമായ വിവരണങ്ങൾ അവർ നൽകിയിരുന്നു. ടൂമയുടേതായിരുന്ന സ്വെറ്ററിനെക്കുറിച്ചവർ വിവരിച്ചു. അതദ്ദേഹം ഒരോർമിക്കാനുള്ള വസ്തുവായി കൊണ്ടുനടന്നിരുന്നു. രണ്ടു വാച്ചുകളെക്കുറിച്ചവർ പറഞ്ഞു: ഒന്ന് അദ്ദേഹത്തിന്റേതും മറ്റേത് ടൂമയുടേതുമായിരുന്നു. ടൂമയ്ക്ക് ഒരിക്കലും കാണാൻ പറ്റാതിരുന്ന അവന്റെ പുത്രന് ആ വാച്ച് കൊടുക്കാനായാണ് അദ്ദേഹം അത് സൂക്ഷിച്ചിരുന്നത്. നാറ്റോ അദ്ദേഹത്തിനായി ഉണ്ടാക്കിയിരുന്ന വള്ളിച്ചെരിപ്പുകളും രണ്ടു ജോഡി സോക്സുകളും അവരുടെ വിവരണത്തിലുണ്ടായിരുന്നു (അദ്ദേഹത്തിന്റെ തൊലി വളരെ കനം കുറഞ്ഞതായിരുന്നതിനാൽ ചെ എപ്പോഴും രണ്ട് ജോഡി സോക്സുകൾ ഉപയോഗിച്ചിരുന്നു.) ഞങ്ങൾക്കിടയിൽ കനത്തൊരു മൗനം തളംകെട്ടി. ഞങ്ങൾക്ക് വിവരണാതീതമായ വേദനയും സങ്കടവും അനുഭവപ്പെട്ടു. ജീവിതത്തിൽ ആദ്യമായി എന്റെ അടുത്തിരുന്ന് മറ്റൊരാൾ കരയുന്നത് കാണാനിടവരാതെ തന്നെ എന്റെ ഇരുകവിളുകളിലൂടെയും കണ്ണീർ ചാലിട്ടൊഴുകാൻ തുടങ്ങി. ചെ എനിക്കെന്റെ അച്ഛൻ തന്നെയായിരുന്നെന്ന് മറ്റൊരിക്കലുമില്ലാത്തവിധം എനിക്കു മനസിലായി.

ഞാൻ ഒരു മീറ്റിങ് വിളിച്ചുചേർത്ത് ബാക്കി സഖാക്കളോട് ആ വിവരം പറഞ്ഞു. ഞാൻ നാറ്റോയോടും ഡാരിയോയോടും ഇനി അവർ എന്താണു ചെയ്യാനുദ്ദേശിക്കുന്നതെന്നു ചോദിച്ചു. രാഷ്ട്രീയമായി നേതാവായിരുന്ന ഇന്റിയോട് കാര്യങ്ങൾ അവതരിപ്പിക്കാനും ഞാൻ ആവശ്യപ്പെട്ടു. സമരം മരണം വരെ മുന്നോട്ടുകൊണ്ടുപോകണമെന്നും അത് ചെ മുന്നോട്ടു വച്ച "വിജയം അല്ലെങ്കിൽ മരണം" എന്ന മുദ്രാവാക്യത്തിനു കീഴിലായിരിക്കണമെന്നുമുള്ള എന്റെ നിർദേശം ഞാൻ മുന്നോട്ടു വച്ചു.

താഴെപ്പറയുന്ന ദൃഢപ്രതിജ്ഞ ഞങ്ങൾ എടുത്തു:

> ചെ, നിന്റെ ആശയങ്ങൾ മരിച്ചിട്ടില്ല. അന്തിമ വിജയമോ മരണമോ വരെ സമരം തുടരുമെന്ന് നിന്റെ അരികിൽ നിന്ന് പൊരുതിയവരായ ഞങ്ങൾ പ്രതിജ്ഞ ചെയ്യുന്നു. നിന്റെ ബാനറുകൾ ഞങ്ങളുടേതുമാണ്. അതു ഞങ്ങളൊരിക്കലും താഴ്ത്തില്ല. വിജയം, അല്ലെങ്കിൽ മരണം.

രണ്ടാമതൊരു പ്രതിജ്ഞയും ഞങ്ങൾ എടുത്തു. അത് ഇപ്രകാരം;

> ഞങ്ങളിൽ ഒരാളും ഗ്രൂപ്പ് വിട്ട് പോകില്ല. അത്രപോലും സമരം ഉപേക്ഷിക്കില്ല. ഞങ്ങളൊന്നിച്ചു തന്നെ തുടരും. ഞങ്ങളിൽ ഒരു ആളെയും അവർ തടവുകാരായി പിടിക്കില്ല.

ലെഫ്. ഗാരി പ്രാഡോയുടെ വിവരണം

ചെയുടെ മരണത്തെപ്പറ്റി വിവിധ അഭിപ്രായപ്രകടനങ്ങൾ ഉണ്ടായിട്ടുള്ളതിൽ ഒരെണ്ണം ഏറെക്കുറെ ശരിയാണെന്ന് ഞങ്ങൾ കരുതുന്നു. ചെയെക്കുറിച്ചുള്ള വ്യക്തിപരമായ അറിവും അദ്ദേഹം പിടിക്കപ്പെട്ട പ്രദേശത്തെക്കുറിച്ചുള്ള അറിവും വച്ചാണത് ഏറെക്കുറെ കൃത്യമാണെന്ന് ഞങ്ങൾ കണക്കാക്കുന്നത്. അക്കാലത്ത് ബൊളീവിയൻ സേനയിൽ ലെഫ്റ്റനന്റായിരുന്ന ഗാരി പ്രാഡോയിൽനിന്ന് ഇറ്റാലിയൻ സിനിമാസംവിധായകനായ റോസിക്കു കിട്ടുകയും അദ്ദേഹം ഞങ്ങൾക്ക് എത്തിച്ചുതരികയും ചെയ്ത സംഭവവിവരണമാണ് അത്. യൂറോ മലയിടുക്കിലെ ഏറ്റുമുട്ടലിൽ പ്രാഡോ പങ്കെടുത്തിരുന്നു.

ശത്രു ആ പ്രദേശം അരിച്ചുപെറുക്കുന്നതും അധികം വൈകാതെ ഏറ്റുമുട്ടൽ ആരംഭിക്കുമെന്നും അറിയാമായിരുന്ന ചെ അദ്ദേഹത്തിന്റെ നിർദേശങ്ങളുടെ ആദ്യഭാഗം നടപ്പിലാക്കിയിരുന്നു എന്നതിലേക്കാണ് എല്ലാ സൂചനകളും നയിക്കുന്നത്. അതായത് യൂറോ മലയിടുക്കിനിടയിലൂടെ പിൻവാങ്ങുകയെന്ന കാര്യം. പട്ടാളം ഇരുഭാഗത്തുമായി തന്റെ തലയ്ക്കു മുകളിൽത്തന്നെ എത്തിച്ചേർന്നതായും, തനിക്കൊപ്പമുള്ളത്

രോഗികളായ ഒരുപറ്റം പേരാണെന്നും മനസിലാക്കിയിരുന്ന അദ്ദേഹം തിരിച്ചടിക്കാൻ പറ്റുന്നതിലെ ഏറ്റവും മികച്ച സാഹചര്യം തെരഞ്ഞെടുത്തു. രോഗികൾക്ക് മുന്നിലായി തങ്ങളെത്തന്നെ നിർത്തിക്കൊണ്ടവർ സൈന്യത്തെ തടഞ്ഞു നിർത്താനൊരു പ്രതിരോധനിര ചമച്ചു. അതിലൂടെ സൈന്യത്തിന് താഴെക്കിറങ്ങാനും അവരുടെ പിൻവാങ്ങലിനെത്തടയാനും പറ്റുന്നിടത്തു നിന്ന് ഒരു നല്ലൊരു ദൂരം അകലത്തേക്ക് രോഗികളെ നീക്കാനും അദ്ദേഹത്തിനും കൂട്ടുകാർക്കും സാധിച്ചു. യുക്തിപരമായി നോക്കുമ്പോൾ, ഏറ്റുമുട്ടലിനിടയിൽത്തന്നെ നീക്കങ്ങൾ നടത്തിക്കൊണ്ട് ശത്രുവിന് ചുറ്റിവളയൽ പൂർത്തിയാക്കാനായി.

പിൻവാങ്ങാനുള്ള മാർച്ച് നടത്തുന്നതിന് ഇടയിൽ അവർ മലയിടുക്കിനകത്ത് ശത്രുവിനെതിരെ നേർക്കുനേരെ ചെന്നു മുട്ടി. തുടക്കത്തിലുതിർക്കപ്പെട്ട ശത്രുവിന്റെ വെടിയുണ്ടകൾക്കിടയിൽ അപ്പോൾ നേതൃത്വം വഹിച്ചിരുന്ന ചെയുടെ ഒരു കാലിന് മുറിവേറ്റു. മറ്റു സഖാക്കളെല്ലാം നിലയെടുത്തുകൊണ്ട് ശക്തമായ ഒരു പ്രതിരോധം സൃഷ്ടിച്ചു. അവരിലൊരാളായ വില്ലി[1] വലതുവശത്തുകൂടെ താഴേക്കു പോകാനായി ചെയെ സഹായിച്ചു. മറ്റുള്ളവർ അദ്ദേഹത്തെ പിന്തുടർന്നു. ഗുരുതരമായി മുറിവേൽക്കുകയോ കൊല്ലപ്പെടുകയോ ചെയ്യുന്നതുവരെ ഓരോരുത്തരും അവരുടെ നിലകൾ സംരക്ഷിച്ചുകൊണ്ടാണ് പിന്മാറാൻ ശ്രമിച്ചത്. പിന്നീട് മരിക്കാതിരുന്നവരെ സൈന്യം വകവരുത്തി.

ഈ അഭിപ്രായപ്രകാരം ചെ സൈന്യത്തിന്റെ പിടിയിൽനിന്ന് തൽക്കാലം രക്ഷപ്പെട്ടു. അവർ പന്നീടൊരു മോർട്ടാർ സ്ഥാപിക്കുന്നതിനിടയിൽ യാദൃച്ഛികമായി അദ്ദേഹത്തെ കണ്ടുമുട്ടി. കണ്ടയുടനെ തന്നെ അവർ അദ്ദേഹത്തിനുനേരെ ഓടിച്ചെന്ന് അദ്ദേഹത്തിന്റെ മേലേക്കെടുത്തുചാടി. അദ്ദേഹം തന്റെ മുറിവ് വച്ചുകെട്ടാൻ ശ്രമിക്കുകയായിരുന്നു. അവർ പൊടുന്നനെ അദ്ദേഹത്തിന്റെ മേലേക്കെടുത്തുചാടിക്കൊണ്ട് സ്വയം പ്രതിരോധിക്കുന്നതിൽ നിന്ന് അദ്ദേഹത്തെ തടഞ്ഞു. സ്വയം പ്രതിരോധിക്കാനുള്ള അദ്ദേഹത്തിന്റെ ശേഷി അതിനകം പാടെ ഇല്ലാതായിക്കഴിഞ്ഞിരുന്നു. കാരണം അദ്ദേഹത്തിന്റെ തോക്ക് അതിനകം ഉപയോഗശൂന്യമായിക്കഴിഞ്ഞിരുന്നു. അദ്ദേഹത്തിന്റെ കൈത്തോക്കിന്റെ മാഗസിൻ (വെടിയുണ്ട സൂക്ഷിക്കുന്ന അറ) നഷ്ടപ്പെടുകയും ചെയ്തിരുന്നു. ലാ ഹിഗ്വേരയിലെ ചെറിയ സ്കൂളിലേക്ക് അവർ അദ്ദേഹത്തെ നടത്തിക്കൊണ്ടുപോയി.[2]

---

1. Simon Cuba (willy).
2. ഒക്ടോബർ 8ന് വില്ലിക്കും ചിനോക്കുമൊപ്പം ചെ ഗുവേരയെ ലാ ഹിഗ്വേര സ്കൂളിലേക്ക് കൊണ്ടുപോയി. ചെയെ പിടികൂടിയ വിവരം ഉടൻ തന്നെ ബാരിയെന്റോസിനും ലാ പാസിലെ ഉന്നത സൈനികനേതൃത്വത്തിനും എത്തിച്ചുകൊടുത്തു. വാഷിംഗ്ടണുമായി ചർച്ച ചെയ്തശേഷം പിടികൂടിയ മൂന്നു ഗറില്ലാ പോരാളികളെയും അടുത്ത ദിവസം കൊലപ്പെടുത്തി. ചെ ഗുവേരയെ കസ്റ്റഡിയിൽ വയ്ക്കുകയും കൊലപ്പെടുത്തുകയും ചെയ്ത മണിക്കൂറുകളിൽ ആ സീനിൽ സന്നിഹിതനായിരുന്ന ഒരാൾ സി ഐ എ ഏജന്റ് ഫെലിക്സ് റോഡ്രിഗസാണ്.

മിസ്കൈ നദിയിൽ

മോറോ, യുസ്റ്റാക്കിയോ, പാബ്ളോ, ചപ്പാക്കോ എന്നിവർ കൊല്ലപ്പെടുന്നു

അതിജീവിച്ചവരിലെ ഒരു സംഘത്തെ സൈന്യം തുടച്ചുനീക്കിയതായി ഒക്ടോബർ 13 ന് റേഡിയോവാർത്തയിലൂടെ ഞങ്ങളറിഞ്ഞു. രോഗികളായിരുന്ന ആ സംഘത്തിലുണ്ടായിരുന്നത് മോറോ, യുസ്റ്റാക്കിയോ, പാബ്ളോ, ചപ്പാക്കോ എന്നിവരാണ്. രണ്ടു ദിവസം ഭക്ഷണവും വെള്ളവുമില്ലാതെ നടന്നശേഷം ദാഹവും വിശപ്പും കൊണ്ടു വലഞ്ഞ അവർ മിസ്കൈ നദി റിയോ ഗ്രാൻഡെയിൽ ചേരുന്നിടത്ത് വെള്ളം കിട്ടാനായി രണ്ടുംകൽപ്പിച്ചൊരു ശ്രമം നടത്തി. അവർ തെരഞ്ഞെടുത്ത സ്ഥലം സൈന്യത്തിന്റെ നിരീക്ഷണത്തിലായിരുന്നു. അവർ അടുത്തുവന്നതോടെ പട്ടാളക്കാർ അവർക്കു നേരെ വെടിയുതിർത്തു. അവർ ധീരമായി പൊരുതി. അവർ വെടിയുതിർത്തുകൊണ്ട് ശത്രുനിരയ്ക്കു നേരെ മുന്നേറി. അതിന്റെ ഭാഗമായി അവരുടെ ശരീരങ്ങൾ വെടിയുണ്ടകളേറ്റു തുളഞ്ഞു.

അബ്രാ ഡെൽ പിക്കാച്ചോയിൽ

ഒട്ടും തന്നെ നടക്കാൻ ആഗ്രഹമില്ലാതിരുന്ന ഞങ്ങളുടെ സംഘം രാത്രിയായതോടെ വളരെ ബുദ്ധിമുട്ടേറിയ മൂന്ന് മലയിടുക്കുകൾ കടന്നു. ഒന്നിൽ വച്ച് ഞങ്ങളെല്ലാം കാപ്പിയുണ്ടാക്കുകയും ധാന്യപ്പൊടി പാകം ചെയ്ത് കഴിക്കുകയും ചെയ്തു. ഞങ്ങൾ നടത്തം തുടർന്ന് താഴ്വരയ്ക്കകത്തു തന്നെയുള്ള ഒരു മലയിടുക്കിൽ ക്യാമ്പടിച്ചു. അപ്പോഴും ഞങ്ങൾ സൈന്യത്തിന്റെ ചുറ്റിവളയലിനുള്ളിൽത്തന്നെയായിരുന്നു.

ഞങ്ങളെല്ലാം കൂടി ധാന്യപ്പൊടി പാകം ചെയ്തു കഴിച്ചു. ഭാരം കുറയ്ക്കാനായി മോറോയുടെ സർജിക്കൽ ഉപകരണങ്ങളും എന്റെ ചില ഫോട്ടോഗ്രാഫിക് സംവിധാനങ്ങളും ചില പാറകൾക്കിടയിൽ ഒളിപ്പിച്ചു വച്ചു.

മലയിടുക്കുപേക്ഷിച്ച ഞങ്ങൾ വളരെ ചെങ്കുത്തായ ഒരു മലശിഖരത്തിലേക്ക് വലിഞ്ഞു കയറി. നാറ്റോയുടെ കാലു വഴുതിയെങ്കിലും ഉർബാനോ അപ്പോൾത്തന്നെ സഹായത്തിനെത്തിയതിനാൽ അവൻ താഴേക്കു വീഴാതെ രക്ഷപ്പെട്ടു. രാത്രി പതിനൊന്നുമണിയോടെ കുതിരലാടത്തിന്റെ ആകൃതിയിലുള്ള മലനിരകളിൽ അവസാനത്തേതും ഞങ്ങൾ കടന്നു.

ഞങ്ങൾ എവിടെയാണെന്ന് ഞങ്ങൾക്ക് അറിയാമായിരുന്നില്ല. ഞങ്ങളുടെ വലതുവശത്ത് റിയോ ഗ്രാൻഡെ നദി ഞങ്ങൾക്ക് കാണാമായിരു

ന്നെന്നു മാത്രം. ഞങ്ങൾ ഒരുമണിക്കൂർ നടന്ന് താമസമില്ലാത്ത ഒരു വീട്ടിലെത്തിച്ചേർന്നു. ഞങ്ങൾ അതിനകത്തു കടന്നു നോക്കിയെങ്കിലും ഒരു ചെറിയ ചൻകാക്ക(ശർക്കരപോലുള്ള പദാർഥം)യുടെ കഷണം മാത്രമാണ് തിന്നാനായി കിട്ടിയത്.

അടുത്തൊരിടത്ത് ഞങ്ങൾ ഉറങ്ങാനായിപ്പോയി. ഒരു പശുക്കിടാവിനെ കണ്ടപ്പോൾ അതിന്റെ തള്ളയുടെ പാല് കിട്ടാനായി ആരെങ്കിലും വരുന്നതുവരെ കാത്തിരിക്കാനായി ഞങ്ങൾ തീരുമാനിച്ചു. രാവിലെ ആറുമണിയോടെ ഏതാണ്ട് പതിനഞ്ചുകാരനായ ഒരു ആൺകുട്ടി അവിടെ വന്നു. ഞങ്ങൾ അവനെ തടവുകാരനാക്കി. ഞങ്ങളുടെ ചോദ്യംചെയ്യലിൽ അവൻ വളരെയേറെ വിക്കിക്കൊണ്ടിരുന്നു. അവൻ പറഞ്ഞത് "കഴിഞ്ഞ ഒരു ആഴ്ചയായി സൈന്യം ഇവിടെയില്ല" എന്നാണ്. ഞങ്ങൾ അബ്രാ ഡെൽ പിക്കാച്ചോയിലാണെന്നവൻ പറഞ്ഞു. മറ്റു വാക്കുകളിൽപ്പറഞ്ഞാൽ ലാ ഹിഗ്വേരയിലെ മലനിരകൾ രൂപീകരിക്കുന്ന കുതിരലാടത്തിന്റെ ആകൃതിയെ പൂർണമായും വലംവച്ച് ഞങ്ങൾ അവിടേക്ക് കടന്ന അതേ സ്ഥാനത്തു തന്നെ തിരിച്ചെത്തിയിരിക്കുന്നു. ആ ആൺകുട്ടി ഞങ്ങൾക്കൊപ്പം ഒരു ഗറില്ലാ പോരാളിയായി ചേരണമെന്നു പറഞ്ഞു. അത് ഞങ്ങൾക്ക് ആ സമയത്ത് വിശദീകരിക്കാൻ കഴിയാത്ത ഒന്നായിത്തോന്നി.

ഒരു കർഷകൻ ഞങ്ങളുടെ നേരെ വന്നു. ഞങ്ങൾ ആരാണെന്നു മനസിലായതോടെ അയാൾ കുതിച്ചുപാഞ്ഞു. ഞങ്ങൾ പിന്തുടർന്നെങ്കിലും അയാളെ പിടിക്കാൻ പറ്റിയില്ല.

ഞങ്ങൾ ആ ചെറുക്കനെ ഒപ്പം കൂട്ടിക്കൊണ്ട് ധൃതിപിടിച്ച് പുറപ്പെട്ടു. ഞങ്ങൾ മറ്റൊരു വീട്ടിലെത്തി. ആ വീട്ടിലെ കർഷകനോട് വഴികാണിച്ചുതന്നാൽ പണം കൊടുക്കാമെന്നു പറഞ്ഞു. അയാൾ അത് സമ്മതിച്ചു.

ഞങ്ങളുടെ അടുത്തു നിന്നോടി രക്ഷപ്പെട്ട കർഷകൻ സൈന്യത്തിന് ഞങ്ങളെക്കുറിച്ച് വിവരം നൽകാൻപോയി. അബ്രോ ഡെൽ പിക്കാച്ചോയിലേക്ക് ആ മലമുകളിലെ പാറക്കെട്ടുകളുടെ നിരയിലൂടെ പൂജിയോയിലേക്കു പോകുന്ന റോഡിലേക്ക് സൈന്യത്തിന് മുമ്പേ എത്തിച്ചേരാനായി വളരെ വേഗം നടക്കാൻ ഞങ്ങൾ നിർബന്ധിതരായി. അവിടെ എത്തിച്ചേർന്നപ്പോൾ രണ്ടിലൊരു റൂട്ട് തെരഞ്ഞെടുക്കാൻ ഞങ്ങൾ നിർബന്ധിതരായി. ഒന്ന് ഞങ്ങൾ കടന്നുപോന്ന വഴിയിലൂടെ മുന്നോട്ടു പോകുക. അതായത് പൂജിയോയിലേക്കും തുടർന്ന് സാന്താ എലെനായുടെ നേർക്കും പോകുക. രണ്ട്, എൽ പോട്രെറോ നദിയിലൂടെ പോകുക. ഞങ്ങൾ രണ്ടാമത്തെ റൂട്ട് തെരഞ്ഞെടുത്തു.

ഞാൻ വിശ്രമിച്ചുകൊണ്ടിരുന്നപ്പോൾ കർഷകന്റെ മുഖത്ത് ഭീതി പടരുന്നത് (വേട്ടയാടപ്പെടുന്നതുപോലുള്ള ഭാവമെന്നാണ് ചെ പറയുക) ഞാൻ ശ്രദ്ധിച്ചു. എന്താണു പ്രശ്നമെന്ന് ഞാൻ ചോദിച്ചു. അയാൾ വിളിച്ചുകൂകി, "പട്ടാളക്കാർ, പട്ടാളക്കാർ" അതു ശരിയായിരുന്നു. ഞങ്ങളുടെ

പിൻവാങ്ങൽ തടയാനായി പാറക്കെട്ടുകളുടെ മുകളിലൂടെ പട്ടാളക്കാർ നീങ്ങുകയായിരുന്നു. ഞങ്ങൾ പരമാവധിവേഗത്തിൽ മലയിടുക്കിലേക്കിറങ്ങി. ആ നിമിഷത്തിൽത്തന്നെ കർഷകനും ചെറുക്കനും ഓടിമറഞ്ഞു. ഞങ്ങൾ മലയിടുക്ക് ഉപേക്ഷിക്കാൻ തീരുമാനിച്ചു. ഒരിക്കൽ അതിൽ നിന്നു പുറത്തുകടന്നതോടെ ഉർബാനോ (അവനായിരുന്നു മുന്നിൽപ്പോയിരുന്ന പോയിന്റ്മാൻ) മലകയറുന്നതിനിടയിൽ സൈന്യത്തിന്റെ മുന്നിൽത്തന്നെ ചെന്നുപെട്ടു. ഭാഗ്യത്തിന്, അവരിരുന്ന് വിശ്രമിക്കുകയായിരുന്നു. അവരുടെ തോക്കുകൾ ഒന്നോ രണ്ടോ മീറ്റർ അകലെ വച്ചിരിക്കുകയായിരുന്നു. "അതാ അവർ" പട്ടാളക്കാർ വിളിച്ചുകൂകി. ഞങ്ങൾ വെടിയുതിർത്തത് അവരെയാകെ പരിഭ്രാന്തരാക്കിയെന്നു തോന്നുന്നു. കാരണം അവർക്ക് ഞങ്ങളുടെ മേലൊരു വെടിയും കൊള്ളിക്കാൻ പറ്റിയില്ല. ആ പാറക്കെട്ടുകളിലെ മുകൾഭാഗങ്ങളിൽ എല്ലായിടങ്ങളിൽനിന്നും ഞങ്ങൾക്കു മേലൊരു വെടിവർഷം തന്നെ നടന്നു. അതുപോലെ മറുപുറത്തുനിന്നും അവർ വെടിവെച്ചു. വേഗത്തിലോടി മലയിടുക്കിനകത്തുതന്നെ കടന്ന് ഞങ്ങൾ മുകളിലേക്ക് കയറാൻ തുടങ്ങി. ഞങ്ങൾ വലിയ തടസങ്ങൾക്കു നേരെ ചെന്നലച്ചു. യാത്ര തുടരാൻ ഞങ്ങൾക്ക് ഞങ്ങളുടെ ക്നാപ്പ്സാക്കുകൾ കൈയൊഴിക്കേണ്ടിവന്നു. ഞങ്ങളുടെ പിന്നണി വിഭാഗക്കാരനായ ബെനിഞ്ഞോ പോയിന്റ്മാന്റെ പൊസിഷനിലെത്തി. ഞങ്ങളേറെക്കുറെ കുത്തനെയുള്ള ഒരു മലമുടി (കൂർത്ത പാറക്കെട്ട്) കയറുകയും കാൽപ്പാടുകൾ മാച്ചുകളയുകയും ചെയ്തു. ഞങ്ങളുടെ ക്നാപ്പ് സാക്കുകളിൽ നിന്നു കിട്ടിയ സാധനങ്ങൾക്കുവേണ്ടി പട്ടാളക്കാർ പിടിവലികൂട്ടുന്നതിന്റെ ശബ്ദം ഞങ്ങൾ അവിടെനിന്നു കേട്ടു. പിന്നീടവർ ഞങ്ങളുടെ വഴിത്താര നോക്കി പിന്തുടരാൻ തുടങ്ങി. ഞങ്ങൾ മലയിടുക്കിനരികിലെ പാറക്കെട്ടുകൾക്കു മുകളിൽ കയറിയെത്തുന്നതിൽ വിജയിച്ചു. തുടർന്നൊരു മരക്കൂട്ടത്തിനിടയിലൊളിക്കാൻ ശ്രമിച്ചു. എന്റെ ബൂട്ടുകൾ കീറിപ്പൊളിഞ്ഞതോടെ ഫലത്തിൽ ഞാൻ നഗ്നപാദനായി.

അവിടം ഉപേക്ഷിച്ച് ഞങ്ങൾ ഒരു കുറ്റിക്കാട്ടിലെത്തി. ഉർബാനോ ഞങ്ങളുടെ മുന്നിലുള്ള സ്ഥലങ്ങളിലും നാറ്റോ ഒരുവശത്തും സ്കൗട്ടിങ് നടത്തി. ചില കർഷകർ പട്ടികളെയും കൊണ്ട് മലമുടികളിലൂടെ നടന്നു നോക്കുന്നത് ഞങ്ങൾ കണ്ടെത്തി. ഞങ്ങൾ ഞങ്ങളുടെ സ്ഥിതിയെക്കുറിച്ച് ഒരാലോചന നടത്തി. ആ കുറ്റിക്കാടിനടുത്ത് ശത്രുവിന്റെ ചുറ്റിവളയൽ മുറിച്ചുകടക്കാനൊരു ശ്രമം നടത്താനായി ഇരുൾ വീഴും വരെ കാത്തിരിക്കാൻ ഞങ്ങൾ തീരുമാനിച്ചു. അവിടെ ഏറെക്കുറെ മുന്നൂറ് പട്ടാളക്കാരുണ്ടായിരുന്നു.

വൈകിട്ട് ഏതാണ്ട് അഞ്ചുമണിയായതോടെ ശത്രു കുറ്റിക്കാടിനു നേരെ മോർട്ടാറുകളും ഗ്രനേഡുകളും ഉപയോഗിച്ചും റൈഫിളുകളിൽ നിന്നുള്ള വെടിയുണ്ടവർഷംകൊണ്ടും ഒരു ആക്രമണം നടത്തി. ഞങ്ങൾ മുകളിൽ പരന്ന ഒരു പ്രതലമുള്ള അൽപ്പം ഉയർന്ന ഒരു സ്ഥലത്തേക്കു നീങ്ങി. അതൊരു ഉയർന്ന സ്ഥാനമായിരുന്നു. അൽപ്പം ഉയർന്നുനിന്ന

ഒരു സ്ഥലം.

ആറര ആയതോടെ അവർ ചെറിയ മരക്കൂട്ടങ്ങൾക്കിടയിൽ കോമ്പിങ് പരിപാടി (അരിച്ചുപെറുക്കിയുള്ള പരിശോധന) തുടങ്ങി. ഭയാക്രാന്തരായ നിരവധി പട്ടാളക്കാർ വിളിച്ചുകൂകി, "നമുക്കിവിടുന്ന് പുറത്തുകടക്കാം; ഇവിടെ ആരുമില്ല. ഈയൊരു ചെറിയ കുറ്റിക്കാട്ടിൽ ഒളിച്ചിരിക്കാൻ മാത്രം പൊട്ടന്മാരല്ല ഗറില്ലകൾ."

അവർ ഞങ്ങളെ കണ്ടുപിടിക്കുന്നില്ലെങ്കിൽ വെടിയുതിർക്കരുതെന്നായിരുന്നു ഞങ്ങളുടെ തീരുമാനം.

സൈന്യത്തെ പിന്തുടർന്നിരുന്നവരിൽ ഒരാൾ ബെനിഞ്ഞോയെ കണ്ടു. ഉടനടിതന്നെ ബെനിഞ്ഞോ വെടിയുതിർത്തു. അയാൾ വീണു, മിക്കവാറും മരിച്ചുകൊണ്ടായിരിക്കാം. സൈനികർ ധൃതഗതിയിൽ പിൻവാങ്ങി. പിന്നീട് ഞങ്ങളിരുന്നിരുന്ന ചെറിയ കുന്നിനുചുറ്റുമായി ചുറ്റിവളയൽ ശക്തമായി. ഒരു സൈനികനെ കണ്ടയുടൻ നാറ്റോ അവന്റെ നെറ്റിയിൽത്തന്നെ വെടിവെച്ചു. കുറച്ചുകഴിഞ്ഞ് മറ്റൊരു സൈനികനെ ഉർബാനോ കണ്ടു. അവനുനേരെയും വെടിയുതിർത്തു. അയാൾ മുറിവേറ്റു വീണു. അയാൾ സഹായത്തിനായി ദീനമായി കരഞ്ഞുവിളിച്ചു. അവനരികിലേക്ക് മറ്റൊരു കൂട്ടുകാരൻ വന്നപ്പോൾ അയാളെയും വെടിവെച്ചു. അയാളുടെ മൃതശരീരം ഞങ്ങൾക്കുനേരെ ഉരുണ്ടുവന്നു. ഞങ്ങളവന്റെ ബൂട്ടെടുത്ത് ഉർബാനോയ്ക്ക് കൊടുത്തു. കാരണം അവനാണ് മുൾച്ചെടികൾ ചവിട്ടിപ്പരത്തി മുന്നിൽ നടക്കേണ്ടത്. ഞാൻ നഗ്നപാദനായിരുന്നതിനാൽ ഉർബാനോയുടെ ഷൂസ് ഞാനെടുത്തു. രാത്രിയായതോടെ സൈന്യമൽപ്പം പിൻവാങ്ങി. ചുറ്റിവളയലിന്റെ വലയവും കുറച്ച് വലുതായി.

ഞങ്ങളുടെ നിർഭാഗ്യത്തിന് മനോഹരനായ ചന്ദ്രനുദിച്ചുയർന്നു. പകലെന്നപോലെ അവിടമാകെ വെളിച്ചം പരന്നു. മേഘങ്ങൾ വന്ന് ചന്ദ്രൻ മറഞ്ഞശേഷം മതി പുറപ്പെടലെന്ന് ഞങ്ങൾ തീരുമാനിച്ചു. ആ സമയത്ത് ഞങ്ങൾ ആറുപേരും പരസ്പരം കെട്ടിപ്പുണർന്ന് കിടന്നു. കടുത്ത തണുപ്പായിരുന്നതിനാൽ ശരീരത്തിന്റെ ചൂട് നിലനിർത്താൻ മറ്റു മാർഗങ്ങളൊന്നുമില്ലായിരുന്നു. ഞങ്ങളുറങ്ങി. ഒരുമണിക്ക് ഉണർന്നുനോക്കിയപ്പോഴും ചന്ദ്രൻ പ്രകാശിച്ചുനിൽക്കുകയായിരുന്നു. അപ്പോഴും എല്ലാം വ്യക്തമായി കാണാമായിരുന്നു. ഒടുവിൽ 3.30ന് ചന്ദ്രൻ മറഞ്ഞു. ഞങ്ങൾ അവസാനത്തെ കഷണം ഭക്ഷണവും കഴിച്ചു(ഒരു അൽപ്പം ചൻകാക്ക). ഇന്റിയെന്നോട് നമുക്ക് വാച്ചുകളും പണവും കുഴിച്ചിടാമെന്ന നിർദേശം വച്ചു. അപ്പോൾ ശത്രുവിന് അവ കിട്ടില്ല. ഞാനതിനു സമ്മതിച്ചില്ല. നമുക്ക് കൊച്ചബാംബയിലോ ആൾട്ടോ ബെനിയിലോ എത്തി റൊഡാൾഫോയുമായി ബന്ധപ്പെടാനായി പ്യൂവെർട്ടോ ബ്രെട്ടോയിലെത്തിച്ചേരണം. അതിനിടയിൽ കർഷകരുടെ സഹായം നേടിയെടുക്കാൻ നമുക്കാകെയുള്ള സ്വത്തുവകകൾ ഇവയാണ്. അവിടെ എത്തിച്ചേരാനായാൽ നമുക്ക് ലാ പാസിൽ നമ്മുടെ കൂടെ ചേരാനായി കാത്തുനിൽക്കുന്ന അമ്പതു പേരുമായി ഒത്തുചേരാൻ പറ്റും. അതോടെ നമുക്ക് വീണ്ടും മലകളി

ലേക്ക് മടങ്ങിയെത്തി പോരാട്ടം തുടരാൻ പറ്റും. അതായിരുന്നു ഞങ്ങളുടെ പരിപാടി. അതു നടപ്പാക്കണമെങ്കിൽ എത്രമാത്രം വിഷമതകളെ നേരിടേണ്ടിവരുമെന്നകാര്യം അപ്പോൾ ഞങ്ങൾക്ക് അറിയില്ലായിരുന്നു.

തണുപ്പും രാത്രിയുടെ ഇരുട്ടും മറയാക്കി ഞങ്ങൾ മുകളിലേക്കിഴഞ്ഞു നീങ്ങി. ഒരു പാറക്കെട്ട് നിരയിലൂടെ ശത്രുനിരയെ ഭേദിച്ചു കടക്കാൻ ശ്രമിക്കാനായിരുന്നു ഞങ്ങളുടെ പരിപാടി. പുകവലിച്ചുകൊണ്ട് കാവൽ ജോലി നടത്തിയിരുന്ന ഒരു സൈനികനെ ഞങ്ങൾ കണ്ടു. ഞങ്ങൾ അവനെ കൊല്ലാൻ തന്നെ ഉറച്ചുകൊണ്ട് അവനടുത്തേക്ക് പതുങ്ങിയെത്തി. അവൻ ഞങ്ങളെ കണ്ടു. വെടിവയ്ക്കുന്നതിനു പകരം അവൻ മുരണ്ടു. "ആരെടാ തന്തയില്ലാത്തവനെ, ആരാണവിടെ?" അവന്റെ ശബ്ദം പട്ടാളക്കാരെ ഉണർത്തി. അവർക്കിടയിലാകെ ആശയക്കുഴപ്പമായി. സൈന്യം രണ്ടു നിരയായിട്ടാണ് നിൽക്കുന്നത്. ഇടയിൽ ഒരു ഇടനാഴിയുണ്ട്. ഞങ്ങൾ അതിനകത്തേക്കു കയറുമെന്നും ഇരുവശങ്ങളിൽ നിന്നുമുള്ള കനത്ത വെടികൾക്കിരയാകുമെന്നുമാണ് പ്രത്യക്ഷത്തിൽത്തന്നെ പദ്ധതി. സെൻട്രി വെടിവെച്ചു. അതോടെ ഭ്രാന്തമായ രീതിയിൽ തലങ്ങും വിലങ്ങും വെടിയുണ്ടകൾ പാഞ്ഞു. ഞങ്ങൾ തറയിലേക്ക് വീണുരുണ്ട് ദിശമാറ്റി. അതോടെ ഞങ്ങൾ പട്ടാളക്കാർക്കിടയിലായി. ഒരുനിമിഷത്തിൽ ഇന്റി രണ്ടു പട്ടാളക്കാരുടെ വയറിൽത്തന്നെ വെടിവെച്ചു. ഞാനാണെങ്കിൽ മറ്റേ വശത്ത് മൊത്തത്തിലുള്ള ആശയക്കുഴപ്പത്തിനിടെ ഒരു കല്ലിന്മേൽക്കയറിയിരുന്നു. മൊത്തത്തിലൊരു വ്യക്തത കിട്ടാനായിരുന്നു എന്റെ ശ്രമം. കാരണം ആരൊക്കെ ആരാണെന്ന് എനിക്ക് മനസിലാക്കാൻ പറ്റിയിരുന്നില്ല. ബെനിഞ്ഞോയും അതേ സ്ഥിതിയിൽത്തന്നെയായിരുന്നു. നിലത്തുകിടന്ന ആരെയോ സമീപിച്ചവൻ ചോദിച്ചു: "നിനക്ക് പരിക്കേറ്റോ?" ഞങ്ങളിൽ ആരോ ആണതെന്നാണ് അവൻ ചിന്തിച്ചത്. പട്ടാളക്കാർ അങ്ങോട്ടുമിങ്ങോട്ടും ഭയങ്കരമായ വെടിവെപ്പുനടത്തുന്നതിനിടയിൽ വീണ്ടുമൊത്തു ചേർന്ന് ചുറ്റിവളയൽ മുറിച്ചു കടക്കാൻ ഞങ്ങൾക്ക് കഴിഞ്ഞു.

പിന്നീട് ഞങ്ങളൊരു താൽക്കാലിക കുടിലിൽ എത്തിച്ചേർന്നു. തുടർന്ന് ഞങ്ങൾ കാലടിപ്പാടുകൾ മാച്ചു കളഞ്ഞു. രാവിലെ തീർച്ചയായും അവർ തുടങ്ങാൻ പോകുന്ന പിന്തുടർന്നുള്ള അന്വേഷണത്തെ വഴിതെറ്റിക്കുക എന്നതായിരുന്നു ലക്ഷ്യം. ഞങ്ങൾ വലിയ മരങ്ങളും ഇലപ്പടർപ്പുകളുമുള്ള ഒരിടത്തെത്തി. ആ നിബിഡമരങ്ങൾ നിറഞ്ഞുനിന്ന വനത്തിനകത്തൊരു മലയിടുക്കിലേക്കു കടന്ന ഞങ്ങൾ അതുവഴിയിറങ്ങി. ഞങ്ങൾ മുമ്പ് വന്ന ഒരു സ്ഥലത്തുതന്നെ എത്തിച്ചേർന്നു. തുടർന്നും നടന്ന് അത്ര തന്നെ ഉയരമില്ലാത്ത മരങ്ങളുള്ള ഒരു സ്ഥലത്തെത്തി. അവിടെ ഞങ്ങൾ വിശ്രമിച്ചു. കർഷകരും സൈനികരും പ്രദേശത്ത് വഴിത്താരകൾ തിരയുന്ന ശബ്ദം ഞങ്ങൾ കേട്ടു. മരങ്ങൾക്കു മുകളിൽക്കയറി നോക്കിയ ഞങ്ങൾക്ക് അവരെ കുറച്ചൊരു അകലത്തിൽ കാണാൻ കഴിഞ്ഞു. അവർ പട്ടികളുമായാണ് വന്നിരുന്നത്.

മാർച്ച് തുടർന്നുകൊണ്ട്, പട്ടികളെ ഒഴിവാക്കാനായി ഞങ്ങളൊരു ക്രീക്കിനകത്തെ തോട്ടിലൂടെ നടന്നു. ഞങ്ങൾ ഒരു സ്ത്രീ താമസിക്കുന്ന വീട്ടിലെത്തിച്ചേർന്നു. ഞങ്ങൾ അവരോട് പട്ടാളക്കാരാണെന്നു പറഞ്ഞ് ഒരു പന്നി, ധാന്യപ്പൊടി, പാചകത്തിനുള്ള പാത്രം എന്നിവ വാങ്ങി. അവൾ കബളിപ്പിക്കപ്പെട്ടില്ലെന്ന് ഞങ്ങൾക്ക് അറിയാമായിരുന്നു. പട്ടാളക്കാർക്ക് നീളൻ മുടിയും താടിയും ഉണ്ടായിരിക്കുകയെന്നതും അവരുടെ കൈയിൽ പാചകത്തിന് പാത്രങ്ങളൊന്നും ഇല്ലാതിരിക്കുകയെന്നതും വിചിത്രമായ കാര്യങ്ങളാണല്ലോ.

സാന്റോ എലെനാ നദിയിൽ

നേരം പുലരുന്നതിനു മുമ്പെ ഞങ്ങൾ സാന്റോ എലെനാ നദിയിലെത്തിച്ചേർന്നു. മുമ്പ് ഞങ്ങൾ നദി മുറിച്ചുകടന്ന എൽ നാരഞ്ചാളിന്റെ താഴെയായിരിക്കണം ഏറെക്കുറെ അത്. ഞങ്ങൾ യഥാർഥ വനത്തിനകത്ത് ഒളിച്ചിരുന്നു. സസ്യങ്ങളുടെ വളർച്ച അതിന്റെ സ്വഭാവമാകെ മാറ്റിയിരുന്നു. ഇപ്പോഴത് സസ്യശ്യാമളമാണ്.

രാത്രിയിൽ ഞങ്ങൾ പാചകം ചെയ്യാനായി നദിയിലേക്ക് പോയി. പന്നിയെ പൊരിക്കുകയും ഒരു ഫ്രീക്കാസീ (പച്ചക്കറിയും ഇറച്ചിയും ചേർത്തുണ്ടാക്കുന്ന ഒരുതരം കൊഴുത്ത കറി) ഉണ്ടാക്കുകയും ചെയ്തു. യാത്ര തുടർന്ന് ഞങ്ങൾ മുൾച്ചെടികൾ വളർന്ന് നിൽക്കുന്ന ഒരു പ്രദേശത്തെത്തി. മുകളിലുള്ള ഉയർന്ന പാറക്കെട്ട് കയറിയപ്പോൾ ഒരു വീടു കണ്ടു. അതിനെ ചുറ്റിപ്പോകാൻ ഞങ്ങൾ ശ്രമിച്ചെങ്കിലും അത് കഴിഞ്ഞില്ല. ഞങ്ങൾ വലതു ഭാഗത്തേക്കു നടന്നു. ഒടുവിൽ വഴിതെറ്റിയെന്നു വ്യക്തമാകുന്നതുവരെ. ഞങ്ങൾ തിരിച്ചു പോയി. വൈകിട്ട് നാലുമണിയോടെ പട്ടികൾ കുരയ്ക്കുന്നതു കേട്ടു. ഒളിച്ചിരിക്കാൻ തീരുമാനിച്ച ഞങ്ങൾ താഴേക്ക് തിരിച്ചു വരാൻ പറ്റിയ ഏറ്റവും നല്ല സ്ഥലത്തിനുവേണ്ടി തെരച്ചിൽ നടത്തി. അതു കണ്ടെത്തിയപ്പോൾ, നേരം വളരെയേറെ വൈകിയിരുന്നു. ഞങ്ങൾ മറ്റൊരു വീട്ടിലെത്തി ഒരു പന്നിയെ വാങ്ങി പാകം ചെയ്തു. ആൾട്ടോ സെക്കോയിൽ നിന്നിരുന്ന ഒരു കമ്പനി സൈന്യം എൽ പോട്രെറോ നദിയിലെ ഏറ്റുമുട്ടലിൽ പങ്കെടുത്തതായി ഞങ്ങൾക്കറിയാൻ കഴിഞ്ഞു. ഞങ്ങളെ പിരായ്പാനിയിലെത്തിക്കുന്നതിന് ഞങ്ങൾ കർഷകന് ആയിരം പെസോ വാഗ്ദാനം ചെയ്തു. അയാളത് സമ്മതിച്ചുവെങ്കിലും മലയുടെ ഉച്ചിവരെ മാത്രമേ ഞങ്ങൾക്ക് അയാൾ വഴികാട്ടിത്തന്നുള്ളൂ. അതുപോലും ഞങ്ങൾ നിർബന്ധിച്ചതുകൊണ്ടു മാത്രം. ഞങ്ങൾ അയാളിൽനിന്ന് ഒരു കത്രിക വാങ്ങി.

ഞങ്ങൾ യാത്ര തുടർന്ന് വളരെ രാവിലെ നദിയിലെത്തി. ഒരു ക്രീക്കിന്റെ അടിയിലെ നിരപ്പായ സ്ഥലത്ത് കയറി ഒരുദിവസം മുഴുവൻ അവിടെ ചെലവഴിച്ച ഞങ്ങൾ ആ അവസരം ഉപയോഗിച്ച് മുടിയും താടിയും വെട്ടി.

അടുത്ത ദിവസം ഞങ്ങൾ ഒരു സ്ത്രീയും രണ്ട് കുട്ടികളും താമസിച്ചിരുന്ന വീട്ടിലെത്തി. നല്ല സുന്ദരിയായ ഒരു പെൺകുട്ടിയും ഫിദൽ എന്നു പേരുള്ള ഒരാൺകുട്ടിയും. അത് ഞങ്ങളെയാകെ ആവേശഭരിതരാക്കി. ബെനിഞ്ഞോ പറഞ്ഞുകൊണ്ടേയിരുന്നു, "ഞാനാകെ ആവേശത്തിലാണ്, ഫിദലിനെ നോക്കൂ, ഫിദലിനെ നോക്കൂ." ഞങ്ങൾ പ്രഭാതത്തിനുമുമ്പെ പുറപ്പെട്ട് ഒക്ടോബർ 25 ന് മലകയറിത്തുടങ്ങി. അവിടെ വെച്ച് ഞങ്ങൾ ഞങ്ങളുടെ ഇവിടേക്കുള്ള യാത്രയിൽ ചെയ്ക്കൊപ്പം ക്യാമ്പടിച്ച മലയിടുക്കിലൂടെ കടന്ന് ലാ പെസ്കാ നദിയിലേക്കെത്തിച്ചേരാൻ പ്ലാനിട്ടു. ചാൻകാക്ക(ഒരുതരം ശർക്കര) ഉൽപ്പാദിപ്പിക്കുന്നവർ ഇടയ്ക്കിടെ തങ്ങളുടെ കൃഷിയിടങ്ങളിൽ പ്രവൃത്തിയെടുക്കാൻ വീടു വിട്ടു പോകാറുണ്ട്. ഒരു മാസക്കാലം അവരുടെ വീടുകളിൽ ഒളിച്ചു കഴിയുന്നതിനെപ്പറ്റി ഞങ്ങളാലോചിച്ചു.

സൂര്യൻ മറഞ്ഞതോടെ ഞങ്ങൾ യാത്രയാരംഭിച്ചു. ഇരുട്ടു മാറുന്നതിനു മുമ്പുതന്നെ ലോസ് സിറ്റാനോസിലെത്തിച്ചേരാൻ ഞങ്ങൾ ലക്ഷ്യമിട്ടു. മലയുടെ ഉച്ചിയിൽ കയറിയെത്തിയപ്പോൾ ഞങ്ങൾ വിസിലുകൾ കേട്ടു. ഞങ്ങൾ പിന്നിലേക്കിറങ്ങി ഒളിച്ചു. രണ്ടു പട്ടാളക്കാർ ഞങ്ങളുടെ അടുത്തേക്കുവരുമ്പോൾ പറയുന്നുണ്ടായിരുന്നു, "അത് കന്നുകാലികളായിരിക്കണം." ഞങ്ങളുടെ അംബുഷിന്റെ സ്ഥാനത്തെത്തുന്നതിന് തൊട്ടു മുമ്പവർ പിന്തിരിഞ്ഞു. അൽപ്പനേരം കാത്തിരുന്നശേഷം ഞങ്ങളവിടെ നിന്നു മാറി. ഡാരിയോയുടെ വാ പൊത്തിപ്പിടിക്കേണ്ടതാവശ്യമായി. അവന് ചുമ വന്നത് ഒരുതരത്തിലും ഒതുക്കാൻ പറ്റാതായി. ഞങ്ങൾ അൽപ്പം മുന്നിലേക്കു നീങ്ങി വനത്തിലേക്കു കയറി.

അടുത്ത ദിവസം വളരെ രാവിലെതന്നെ സൈന്യം ഞങ്ങളെത്തേടിയെത്തി. ഞങ്ങളുടെ വഴി കണ്ടെത്തി പിന്തുടരാനവർ കർഷകരെ ഉപയോഗിച്ചു. വെള്ളമുള്ള ഒരു കുഴിക്കടുത്തുള്ള കിടങ്ങിൽ ഞങ്ങൾ നിശ്ശബ്ദരായി ഇരുന്നു. എട്ടുമണിക്ക് റോന്തുചുറ്റൽ പാർട്ടി ഒരു കർഷകനെയും കൂട്ടിവന്നു. അവർ കിടങ്ങിന്റെ കരയിൽ ഞങ്ങൾ ഇരുന്നിടത്ത് നിന്ന് അഞ്ചു മീറ്റർ അകലെ വരെ വന്നു നിന്നു. അതായത് ഞങ്ങളുടെ തലയ്ക്കു മുകളിൽത്തന്നെ. കർഷകൻ പറഞ്ഞു, "അവർ ഇവിടെയുണ്ടായിരുന്നില്ല", തുടർന്നവർ പോയി. ഞങ്ങൾ ഉച്ചകഴിഞ്ഞ് യാത്ര തുടർന്നു. ഞങ്ങളുടെ ഭക്ഷണം താഴെപ്പറയുന്ന രീതിയിൽ സന്തുലിതമായിത്തീർന്നു: ചാൻകാക്ക, പൊരിച്ച പന്നിയിറച്ചി, കാപ്പി.

ഞങ്ങളൊരു മുഴുവൻ ദിവസവും വിശ്രമിച്ചു. രാത്രി ഞങ്ങൾ ചൂടു ചായയുണ്ടാക്കാൻ താഴേക്ക് ഇറങ്ങിപ്പോയി.

ചുറ്റുപാടുകളെക്കുറിച്ചുള്ള വിശകലനം

സാഹചര്യം വിലയിരുത്താൻ ഞങ്ങളൊരു ചർച്ച നടത്തി. ഏതാനും ദിവസം മുമ്പ് ഞങ്ങൾ എവിടെയായിരുന്നുവെന്ന് തിരിഞ്ഞുനോക്കിയപ്പോൾ, അവിടെ താമസിച്ചിരുന്ന ശത്രു ഞങ്ങൾക്ക് പരിചിതമല്ലാത്ത പ്രദേ

ശത്തേക്ക് ഞങ്ങളെ തള്ളിവിടാനാണ് ശ്രമിക്കുന്നതെന്ന് ഞങ്ങൾ മനസിലാക്കി. അത് ഞങ്ങൾക്ക് വമ്പിച്ച കോട്ടങ്ങളുണ്ടാക്കുന്നുണ്ട്. പക്ഷേ ഒരു അനുകൂലഘടകവും അതിലുണ്ട്. ഞങ്ങൾ പ്രവർത്തിക്കാതിരുന്ന പ്രദേശങ്ങളിൽ സൈന്യം കർഷകരെ സംഘടിപ്പിക്കുകയോ മേയർമാരെ നിയമിക്കുകയോ ചെയ്തിട്ടില്ല. അതുകൊണ്ട് ഞങ്ങളെക്കുറിച്ച് വിവരം നൽകണമെന്ന സമ്മർദം കർഷകരുടെ മേലില്ല. കൂടെ ഞങ്ങളിൽ ഒരാളെ ജീവനോടെയോ മരണപ്പെട്ടോ പിടികൂടിയാൽ 5000 പെസോ നൽകുമെന്ന പ്രതിഫലവും അത്തരം പ്രദേശങ്ങളിൽ വാഗ്ദാനം ചെയ്തിട്ടില്ല (ഈ തുകയെന്നത് ഒരു കർഷകന്റെ അഞ്ചു വർഷത്തെ അധ്വാനം കൊണ്ടു മാത്രം നേടാനാകുന്ന തുകയാണ്). അതിനർഥം ഞങ്ങളിതുവരെ പ്രവർത്തിക്കാത്ത സ്ഥലങ്ങളിൽ കർഷകർ ഞങ്ങളോട് അനുകൂലമനോഭാവമില്ലാത്തവും ഉദാസീനരുമായിരിക്കും; പക്ഷേ അവർ പണം സമ്പാദിക്കുന്നതിൽ തൽപ്പരരായതിനാൽ ഞങ്ങൾക്ക് ഭക്ഷണം വിലയ്ക്ക് വിൽക്കും. യഥാർഥത്തിൽ ലോസ് സിറ്റാനോസിനു നേരെ മാർച്ചു ചെയ്യുന്നത് ഒരു നല്ല ആശയമായിരുന്നില്ല. കാരണം ഞങ്ങൾ ഒക്ടോബർ 25ന് അവിടെയായിരുന്നു. ആ പ്രദേശങ്ങളിലെ മലമുടികളിൽ സൈന്യം നില ഉറപ്പിച്ചിട്ടുണ്ടാകുമെന്നത് ഉറപ്പാണ്. ഞങ്ങളുടെ മുൻ ക്യാമ്പ്സൈറ്റുകൾ അവർ ശ്രദ്ധാപൂർവം വീക്ഷിക്കുമെന്നതും ഉറപ്പാണ്.

വല്ലെ ഗ്രാൻഡെയിലേക്ക്

കൊച്ചുവെളുപ്പാൻ കാലത്ത് ഞങ്ങൾ താഴേക്ക് നദിയിലൂടെ നടന്നു. പദ്ധതിയിട്ടപോലെ തലേദിവസം മലകയറിയ പാത ഞങ്ങൾ മുറിച്ചു കടന്നു. മൂന്നു മണിയായപ്പോൾ ഒരു മലയുടെ ഉച്ചിയിൽക്കയറി ഞങ്ങൾ ക്യാമ്പടിച്ചു.

ഞങ്ങൾ ഒരു പശുവിനെ പിടിക്കാനും കൊല്ലാനുമായി അന്നത്തെ സായാഹ്നം വിനിയോഗിച്ചു. ഉർബാനോയാണ് അതിന് നേതൃത്വം കൊടുത്തത്.

പിറ്റേന്ന് രാവിലെ മൂന്നു കി മീ അകലെയുള്ള ഒരു ക്രീക്കിനടിയിലെ മണൽത്തിട്ടിലേക്ക് ഞങ്ങൾ നീങ്ങി. വെള്ളം തേടിവരുന്ന ഏതെങ്കിലും കർഷകർ ഞങ്ങളെ കാണാതിരിക്കാനായി ഞങ്ങൾ വെള്ളമില്ലാത്ത ഒരു മലയിടുക്ക് തെരഞ്ഞെടുത്തു.

ക്ഷീണം കാരണം അടുത്ത ദിവസം ഞങ്ങൾ അടുത്തൊരു അരുവിയിലേക്ക് വീണ്ടും നീങ്ങി. അവിടെ ഞങ്ങൾ കിടന്നുറങ്ങി.

വളരെ രാവിലെ തന്നെ ഞങ്ങൾ 700 മീറ്റർ മുകളിലേക്ക് നീങ്ങി. ഞങ്ങൾ പശുവിനെ കൊന്നിടത്തു നിന്ന് അകലെയെത്താനായിരുന്നു അത്. ആ വഴിക്ക് പോകുമ്പോൾ ഞങ്ങളൊരു കർഷകനെയും കന്നുകാലികളെ നോക്കുന്ന അയാളുടെ പട്ടിയെയും കണ്ടു. ഞങ്ങളൊളിച്ചു. എങ്കിലും പട്ടിക്ക് ഞങ്ങളുടെ മണം കിട്ടി. അതു ഞങ്ങളുടെ നേരെ കുതി

ച്ചുവന്ന് ഡാരിയോയുടെ കൈയിലുണ്ടായിരുന്ന ഒരു പൊരിച്ച മാംസക്കഷണം കടിച്ചെടുത്തു. ഡാരിയോ ദിവാസ്വപ്നം കാണുകയായിരുന്നു. അത് പലതവണ കുരച്ചു. കർഷകൻ പട്ടിയെ വിളിച്ചു. അത് പോയെങ്കിലും അൽപ്പസമയത്തിനകം തിരിച്ചെത്തി. ഇത്തവണ അതിന്റെ വായിലൊരു എല്ലുണ്ടായിരുന്നു.

ഈ സംഭവം പട്ടിയുടെ ഉടമസ്ഥനിൽ സംശയമുണർത്തി. ആരോ അവിടെയുണ്ടെന്ന് അയാൾ കരുതിക്കാണണം.

രാത്രിയിൽ ഞങ്ങൾ ഇരുട്ട് അനുവദിക്കുന്നിടത്തോളം ദൂരേക്കു പോയി. തുടർന്ന് ഞങ്ങൾ വീണു കിടന്നുറങ്ങി.

ആദ്യപ്രകാശരശ്മികൾ വന്നപ്പോൾത്തന്നെ കയറാൻ വളരെ പ്രയാസമുള്ള ഒരു സ്ഥലത്തേക്ക് ഞങ്ങൾ പോയി. ഉർബാനോയുടെ വൈദഗ്ധ്യം കാരണം ഞങ്ങൾക്കതിന്മേൽ പിടിച്ചുകയറാൻ കഴിഞ്ഞു. അവിടെ ഞങ്ങൾ നിരവധി വഴികൾ കണ്ടു. ഓരോന്നും സമീപത്തുള്ള ഓരോ കൃഷിയിടത്തിലേക്ക് എത്തിച്ചേരുന്നതാകാം എന്നു ഞങ്ങൾ കരുതി. അപ്പോഴും പകലായിരുന്നെങ്കിലും പ്രധാന പാത മുറിച്ചുകടന്ന് മുന്നോട്ടുതന്നെ പോകാൻ ഞങ്ങൾ തീരുമാനിച്ചു. ഞങ്ങളൊരു നിബിഡവനത്തിൽക്കയറി. അതിലൂടെ രാത്രി വരെ നടന്നു. മുള്ളുനിറഞ്ഞ പല പ്രദേശങ്ങളിലൂടെ കടന്ന് ഞങ്ങൾ ഒരു വഴിത്താരയിലെത്തി. അത് അടുത്തുള്ള ഏറെക്കുറെ വരണ്ട ഒരു മലയിടുക്കിലേക്ക് നയിച്ചു. ഞങ്ങൾക്ക് കണ്ണു കാണാൻ വിഷമമായതോടെ ഞങ്ങളൊരു തീ കൂട്ടി തീ കായുകയും വെള്ളത്തിൽ ചാൻകാക്ക ചേർത്ത് കുടിക്കുകയും ചെയ്തു.

വളരെ രാവിലെ തന്നെ കൂടുതൽ മെച്ചപ്പെട്ട ഒരു മറ നോക്കി ഞങ്ങൾ മലയിടുക്കിലൂടെ പുറപ്പെട്ടു. ഉച്ച തിരിഞ്ഞ് ഞങ്ങളൊരു കരയുടെ മുകളിലേക്കു കയറി. അവിടെ നല്ല മറയുണ്ടെങ്കിലും അതിനടുത്ത് ചെറിയൊരു വഴിത്താരയുണ്ട്. മഴയ്ക്കുമുമ്പ് കൃഷിയിടങ്ങൾക്ക് തീയിട്ട് കത്തിച്ചിരുന്ന ഒരിടത്ത് വച്ച് ഞങ്ങളത് മുറിച്ചു കടന്നു. രാത്രിയിൽ ഭയങ്കര ഇരുട്ടായിരുന്നു. ആ രാത്രി ഒരു ചെറിയ താഴ്ന്ന പ്രദേശത്തു ഞങ്ങൾ കഴിച്ചുകൂട്ടി.

വളരെ രാവിലെ ഞങ്ങളേതാണ്ട് രണ്ടു കിലോമീറ്ററോളം ഒരു മലയിലേക്ക് കയറി. ഒരു വീട് മുന്നിലുണ്ടായിരുന്നു. ഞങ്ങൾ കുറച്ചു നേരം അതിനെ നിരീക്ഷിച്ചു. ഭക്ഷണം കിട്ടാനുള്ള സാധ്യത എങ്ങനെയെന്ന് നോക്കാനായിരുന്നു ആ നിരീക്ഷണം.

ഞങ്ങൾ പട്ടാളക്കാരാണെന്നു പറഞ്ഞുകൊണ്ട് വീട്ടിലേക്കു ചെന്നു. അതിന്റെ ഉടമസ്ഥനും കുട്ടികളും ഒറ്റയ്ക്കായിരുന്നു. അവർക്ക് തിന്നാനൊന്നുമുണ്ടായിരുന്നില്ല. അവരെ തടവുകാരാക്കി ഞങ്ങൾക്കൊപ്പം കൊണ്ടുപോകാമെന്നാണ് ആദ്യം ഞങ്ങൾ വിചാരിച്ചത്. എങ്കിലും കുട്ടികളുടെ അവസ്ഥയിൽ അലിവുതോന്നി ഞങ്ങളത് വേണ്ടെന്നു വച്ചു.

ഞങ്ങൾ ഏറെക്കുറെ ഏഴുകിലോമീറ്റർ നടന്ന ശേഷം ഒളിച്ചിരുന്നു. രാത്രിയായതോടെ ഞങ്ങൾ മറ്റൊരു വീട്ടിലെത്തി. അവർ ഞങ്ങളോട്

നന്നായി പെരുമാറി. തലേന്നു രാത്രി ഞങ്ങൾ കണ്ട കൃഷിക്കാരൻ ഞങ്ങളെ ശകാരിച്ചതായും ഞങ്ങൾ പോയ വഴിത്താര പിന്തുടർന്ന് ആദ്യത്തെ നദികടക്കൽ സ്ഥലം വരെ എത്തിയതായും ഞങ്ങൾ അറിഞ്ഞു. അവിടെ വെച്ച് അയാൾക്ക് ഞങ്ങളുടെ വഴിത്താര നഷ്ടപ്പെട്ടു. (അതിനു കാരണം ഞങ്ങൾ അവിടെ വെച്ച് കുറച്ചു ദൂരം വെള്ളത്തിലൂടെ നടന്നതാണ്) ഒരു ചോളമില്ലിൽ ഒരു ഗാരിസൺ പട്ടാളക്കാർ തമ്പടിച്ചിട്ടുള്ളതായും ആ വീട്ടുടമസ്ഥൻ പറഞ്ഞു. ഭക്ഷണം പാകംചെയ്ത ശേഷം ഞങ്ങൾ സ്ഥലം വിട്ടു.

രാവിലെ ഞങ്ങളൊരു മലയിടുക്കിൽ പ്രവേശിച്ച് ചില കൃഷിയിടങ്ങൾക്ക് മുന്നിലായി അവയെ നോക്കി ഒളിച്ചിരുന്നു. ഉച്ചയോടെ ഒരു ആൺകുട്ടി ആടുകളെ മേയ്ക്കാൻ അവിടെയെത്തി. പിന്നീട്, ഇരുട്ട് കാരണം പകൽ വെളിച്ചം വന്നിട്ട് യാത്ര തുടരാമെന്ന് തീരുമാനിച്ചു.

വീടുകളെ ഒഴിവാക്കിക്കൊണ്ട് ഞങ്ങൾ മാർച്ച് ആരംഭിച്ചു. ഒരു കോരിച്ചൊരിയുന്ന മഴയാരംഭിച്ചു. അതത്രമാത്രം ശക്തമായതിനാൽ താൻ അറിയാതെ തന്നെ ഉർബാനോയ്ക്ക് വഴി തെറ്റി. ഞങ്ങളൊരു പാറയിടുക്കിലെ ഗുഹ കണ്ടെത്തി. അതിൽക്കയറി മഴയിൽനിന്നു രക്ഷതേടി. 30 മണിക്കൂറോളം ഞങ്ങൾ അതിലിരുന്നു. ഞങ്ങൾ രാത്രിയിൽ പുറപ്പെട്ട് ഒരു ചെങ്കുത്തായ മലകയറി. അതിനുമുകളിൽ നിന്നു നോക്കിയപ്പോൾ ചെറിയ ഉയർന്നുനിൽക്കുന്ന ഒരു പ്രദേശത്തൊരു കുടിൽ കണ്ടു. ഞങ്ങൾ അതിലെത്തിച്ചേർന്നപ്പോൾ അവിടെയാരെയും കാണാൻ പറ്റിയില്ല. അൽപ്പം ചോളം മാത്രം കിട്ടി. അപ്പോഴും രാത്രിയായിരുന്നു. ഞങ്ങളൊരു മലയിടുക്കിലെത്തിച്ചേർന്നു. ഒന്നും കാണാൻ പറ്റിയിരുന്നില്ല. ഇരുട്ടിൽത്തപ്പിത്തടഞ്ഞ് ഞങ്ങളൊരു വലിയ പാറയിൽച്ചെന്നു മുട്ടി. മുന്നോട്ടുതള്ളിനിൽക്കുന്ന ആ പാറ അപ്പോഴും തുടർന്നുകൊണ്ടിരുന്ന മഴയിൽനിന്ന് ഞങ്ങൾക്ക് സംരക്ഷണം നൽകി.

ഞങ്ങൾ വളരെ രാവിലെ പുറപ്പെട്ടു. രണ്ടുദിവസമായി ഒന്നും കഴിക്കാതിരുന്നതിനാൽ ഞങ്ങൾ വഴിയിൽ കന്നുകാലികളുണ്ടോ എന്ന് ശ്രദ്ധിച്ചിരുന്നു. അന്നു ഞങ്ങളൊരു പന്നിയെ കണ്ടു. അതിനെ ഞങ്ങൾ കൊന്നു.

അടുത്ത ദിവസം ഞങ്ങൾ ഉയരത്തിലുള്ള ചില ഉയർന്ന പ്രദേശങ്ങളിലേക്ക് കയറി. ഒരു തെളിഞ്ഞ സ്ഥലത്തിനു മുകളിൽനിന്നു നോക്കിയപ്പോൾ ഞങ്ങൾ ചില വീടുകൾ കണ്ടു. തുടർന്ന് ഞങ്ങളൊരു മലയിടുക്കിലേക്കിറങ്ങി. അവിടെയിരുന്ന് ഏതു വീട്ടിലേക്കു പോകണമെന്നു തീരുമാനിച്ചു.

രാത്രിയിൽ ഞങ്ങൾ ആ ജനവാസപ്രദേശത്തേക്കിറങ്ങി. അൽപ്പം നടന്നശേഷം ഞങ്ങൾ പ്രവേശിക്കാൻ തീരുമാനിച്ചിരുന്ന വീട്ടിൽ കയറാൻ ശ്രമിച്ചു. അവിടെയുണ്ടായിരുന്ന സ്ത്രീ ഉച്ചത്തിൽ നിലവിളിച്ചു. ആ നിമിഷത്തിൽത്തന്നെ അവരുടെ മകൻ ഹോണൊറാറ്റോ എത്തിച്ചേർന്നു. അവൻ ഞങ്ങൾക്ക് ചില സാധനങ്ങൾ വിറ്റു. പണത്തിൽ അവന് വലിയ താൽപ്പര്യമുള്ളതായിത്തോന്നി. ഞങ്ങളെ വല്ലെ ഗ്രാൻഡെയിലെത്തിക്കാൻ അവന് ആയിരം പെസോ ഞങ്ങൾ വാഗ്ദാനം ചെയ്തു. അവൻ സമ്മതിച്ചു.

ഞങ്ങൾ നവം:5 ന് രാത്രി 11 മണിക്ക് പുറപ്പെട്ടു. രാവിലെ എട്ടുമണിയാകുന്നതുവരെ രാത്രിയിലുടനീളം നടന്നു. എന്റെ കാല് കൂടുതൽ കൂടുതൽ പ്രശ്നമായിത്തീർന്നു. കാലടികൾ നീരുവച്ചു വീർത്തു.

ഞങ്ങൾ റായ എന്ന ജനവാസമുള്ള ഗ്രാമത്തിൽനിന്ന് മൂന്നുകിലോമീറ്റർ അകലെയെത്തി. വളരെ രുചികരമായ ഒരു ലോക്രോ ഞങ്ങൾ കഴിച്ചു. തുടർന്ന് വല്ലെ ഗ്രാൻഡെയുടെ പ്രാന്തപ്രദേശത്തുള്ള പാമ്പെ ഗ്രാൻഡെയിലെത്തിച്ചേരുകയെന്ന ലക്ഷ്യത്തോടെ യാത്രതുടർന്നു. നഗരത്തിലേക്ക് പ്രവേശിക്കുന്ന റോഡിൽ സൈനികനിരീക്ഷണമുണ്ടെന്ന് ഞങ്ങളുടെ വഴികാട്ടി പറഞ്ഞു. ആ ജനവാസപ്രദേശത്തെ ഒഴിവാക്കി ഞങ്ങളെ മാറ്ററാളിലെത്തിക്കണമെന്ന നിർദേശം ഞങ്ങൾ അവനു മുന്നിൽ വച്ചു. പക്ഷേ ഞങ്ങളവിടെ എത്തിച്ചേർന്നില്ല. ഞങ്ങളെല്ലാം തളർന്ന് അവശരായതിനാൽ ഉച്ചയ്ക്കൊരു മണിക്ക് ക്യാമ്പടിക്കാൻ ഞങ്ങൾ തീരുമാനിച്ചു. ഒരു വീടിനടുത്തുള്ള ഒരു ചെറിയ കുന്നിൻമുകളിലാണ് ഞങ്ങൾ ക്യാമ്പടിച്ചത്.

ഉച്ചകഴിഞ്ഞ് ഞങ്ങളൊരു ഉയർന്ന പാറക്കെട്ട് കയറിമറിഞ്ഞു. അതുവഴി നിരവധി കിലോമീറ്ററുകൾ ലാഭിക്കാമെന്നാണ് കർഷകൻ പറഞ്ഞത്. പക്ഷേ വഴി അയാൾക്ക് നന്നായിട്ടറിയില്ല. ഞങ്ങൾക്ക് വഴി തെറ്റി. ഞങ്ങളടുത്തുള്ള ഒരു വീട്ടിലെത്തി. അതിലെ താമസക്കാരൻ ചില മാർഗനിർദേശങ്ങൾ നൽകി. ഒടുവിൽ അതിരാവിലെ ഞങ്ങൾ വല്ലെ ഗ്രാൻഡെ നഗരത്തിലെ വെളിച്ചങ്ങൾ കണ്ടു. അത് ഞങ്ങളെ എല്ലാവരെയും വളരെ സന്തോഷിപ്പിച്ചു.

ഞങ്ങൾ കർഷകന് പ്രതിഫലം നൽകി. ഞങ്ങൾ പകൽ മുഴുവൻ നടന്നൊരു കുന്നിനുമുകളിലെത്തി. അവിടെ നിന്നു ഞങ്ങൾ വല്ലെ ഗ്രാൻഡെ നഗരത്തിന്റെ പ്രാദേശിക ബാൻഡ്മേളം കേട്ടു. അവിടെ നിന്നുള്ള കാഴ്ച മനോഹരമായിരുന്നു. നഗരം പൂർണമായി പ്രകാശമാനമായിരുന്നു. പശ്ചാത്തലത്തിലുള്ള ഇരുണ്ട മലകളുടെ പ്രതിഫലനവുമായി താരതമ്യപ്പെടുത്തുമ്പോൾ ആ പ്രകാശധോരണിയും ദൃശ്യവും ഗംഭീരമായിത്തോന്നി.

സെമിത്തേരി സന്ദർശിച്ച് ഞങ്ങളുടെ വീണുപോയ സഖാക്കൾക്കുവേണ്ടി അവിടെ പുഷ്പങ്ങൾ അർപ്പിക്കുകയെന്ന ആശയം നാറ്റോ മുന്നോട്ടുവച്ചു. ഇതൊരു നല്ല ആശയവും ഒന്നാന്തരം ഒരു നടപടിയുമാണെന്നിരിക്കിലും ഗുരുതരമായ പ്രത്യാഘാതങ്ങൾ ക്ഷണിച്ചുവരുത്തുന്ന ഭ്രാന്തൻ ആശയം കൂടിയാണതെന്ന് ഞങ്ങൾ ചൂണ്ടിക്കാട്ടി. അതു ബോധ്യമായതോടെ അവൻ ആ ഉദ്യമം ഉപേക്ഷിച്ചു.

മാറ്ററാളിലേക്കുള്ള വഴിയെ

ഞങ്ങൾ ഹൈവേയിലേക്കുള്ള വഴിയേ പോയി അതു മറികടന്നു. ഞങ്ങൾ വല്ലെ ഗ്രാൻഡെ ചുറ്റിപ്പോകുന്നതിൽ വിജയിച്ചു. അൽപ്പം കൂടി നടന്ന് ഒരു മലയിടുക്കിൽ ഞങ്ങളുടെ ദിശ എങ്ങോട്ടായിരിക്കണമെന്ന്

ഭൂപടത്തിൽ നോക്കി തീരുമാനിക്കാനും ഭാവി പദ്ധതികൾ ആവിഷ്കരിക്കാനുമായി നിന്നു. വളരെ ശ്രദ്ധിച്ച് ഹൈവേ പിന്തുടരുമെന്നും, ജനവാസപ്രദേശങ്ങളെ ഒഴിവാക്കിപ്പോകുമെന്നും ഞങ്ങൾ തീരുമാനിച്ചു. അങ്ങനെ വളരെ വേഗത്തിൽ പോകാൻ പറ്റും. മാറ്ററാളിലെത്തി ഞങ്ങളൊരു സന്ദേശവാഹകനെ നഗരത്തിലേക്ക് പറഞ്ഞയക്കും. ഞങ്ങളുടെ കൈയിലുള്ള ഭൂപടത്തെ അടിസ്ഥാനമാക്കിയാണ് ഇതെല്ലാം തീരുമാനിച്ചത്.

മാർച്ച് പുനരാരംഭിച്ചപ്പോൾ വീടുകൾക്ക് സമീപത്തുകൂടി കടന്നുപോകുമ്പോൾ സ്വീകരിക്കേണ്ട സുരക്ഷാ ഏർപ്പാടുകളൊഴികെ മറ്റെല്ലാം ഞങ്ങൾ പാലിച്ചു. ഞങ്ങൾ ഒരു വഴി പിന്തുടരുമ്പോൾ കുറച്ച് പട്ടികൾ കുരയ്ക്കാൻ തുടങ്ങി. കുറച്ചുകഴിഞ്ഞപ്പോൾ ഒരു ചുവന്ന വെളിച്ചം വരുന്നതും കണ്ടു. ഞങ്ങൾ വഴിയുപേക്ഷിച്ചു. പുകവലിച്ചുകൊണ്ടൊരു കൃഷിക്കാരൻ നടന്നുവരുന്നത് ഞങ്ങൾ കണ്ടു.

രാവിലെ മുഴുവൻ നടന്ന് ഞങ്ങളൊരു മലയിടുക്കിലെത്തി. അതിലൂടെ താഴേക്കിറങ്ങി ഞങ്ങൾ നല്ലൊരു ദൂരം അകത്തേക്കു പോയതിനാൽ ഹൈവേയിൽ നിന്ന് കുറെയേറെ ദൂരത്തിലെത്തി. ഞങ്ങൾ ചില ശബ്ദങ്ങൾ കേട്ടതിനാൽ, ക്യാമ്പടിക്കാനൊരു സ്ഥലം തേടി. ഞങ്ങളുടെ സ്കൗട്ടിങ്ങിൽ രണ്ടു വീടുകൾ കണ്ടെത്തി.

ഉച്ചകഴിഞ്ഞ് ഒരു കർഷകൻ ഞങ്ങളുടെ ക്യാമ്പിലേക്ക് വന്നു. കാവൽ നിന്നിരുന്ന ഉർബാനോ അയാളെ തടഞ്ഞുനിർത്തി. ഞങ്ങളെ ഹൈവേയിലെത്തിക്കുന്നതിന് ഞങ്ങൾ അയാൾക്ക് 2000 പെസോ വാഗ്ദാനം ചെയ്തു.

അയാളതു സമ്മതിച്ചു. പക്ഷേ ആദ്യം വീട്ടിൽപ്പോയി താൻ പോകുകയാണെന്ന കാര്യം ഭാര്യയോട് പറയണമെന്നും, ഞങ്ങൾക്ക് വേണ്ടി വസ്ത്രങ്ങൾ, ചാർകി, ചീസ് തുടങ്ങിയവ(അത് അയാളുടെ അളിയൻ അയാൾക്ക് വിൽക്കും) കൊണ്ടുവരാമെന്നും പറഞ്ഞു. അയാളുടെ തിരിച്ചുവരവ് ഉറപ്പാക്കാൻ ഞങ്ങളിൽ ഒരാൾ അയാളെ പിന്തുടരുമെന്നു ഞങ്ങൾ പറഞ്ഞു. ആ കർഷകർ ഞങ്ങളെയെല്ലാവരെയും വിലയിരുത്തിയെന്നാണ് തോന്നുന്നത്. കാരണം അയാൾ ഡാരിയോ തന്റെ കൂടെ വന്നാൽ മതിയെന്നു പറഞ്ഞു. പക്ഷേ ഞങ്ങൾ പറഞ്ഞയച്ചത് ഉർബാനോയെയാണ്. അയാളുടെ വീട്ടിലെത്തിയപ്പോൾ വരാൻ അയാൾ തയാറായില്ല. പകരം അയാളെ വലിച്ചിഴച്ചുകൊണ്ടുവരേണ്ടിവന്നു.

എൽ നാരഞ്ചാളിലേക്കുള്ള വഴിയിലുള്ള റാഞ്ചോ ഗ്രാൻഡെ എന്ന സ്ഥലത്ത് ഞങ്ങളെത്തിച്ചേർന്നു. എൽ നാരഞ്ചാളിൽ പുതിയൊരു കൃഷിയിടം വാങ്ങിയവർ എന്ന നാട്യത്തോടെ ബെനിഞ്ഞോ, നാറ്റോ, ഡാരിയോ എന്നിവർ ഒരു പലചരക്കുകടയിലേക്ക് പോയി. അവർ സാധനങ്ങൾ വാങ്ങിയതിനു ന്യായീകരണമായി പറഞ്ഞത് തങ്ങളൊരു ദൂരയാത്രയ്ക്കു പോകുന്നുവെന്നാണ്(അതിനാണ് ഭക്ഷണം ശേഖരിക്കുന്നതെന്ന്).

ഞങ്ങൾ ആ രാത്രിയും അടുത്ത ദിവസം രാവിലെയും റോഡിൽ നിന്നു മാറി വിശ്രമിച്ചുകൊണ്ട് ചെലവഴിച്ചു. ഞങ്ങളുടെ മുന്നിൽ രണ്ടു വീടുകളിലേക്ക് പോകുന്ന ഒരു വഴിയുണ്ടായിരുന്നു. അവിടേക്ക് വൻതോ

തിൽ ആളുകൾ വന്നും പോയും കൊണ്ടിരുന്നു; അവിടെയൊരു കല്യാണമോ മറ്റോ നടക്കുന്നതായിത്തോന്നി. ഉച്ചയായതോടെ കനത്ത മഴ പെയ്തു. രാത്രിയിൽ ഞങ്ങൾ പുറപ്പെട്ടു. അതാകെ ക്ഷീണിപ്പിക്കുന്ന ഒരു യാത്രയായിരുന്നു. മറാമ്പുവിലെ ഒരു കൃഷിയിടത്തിൽ ഞങ്ങൾ ക്യാമ്പടിച്ചു.

അടുത്ത ദിവസം വീണ്ടും ഞങ്ങൾ ഹൈവേക്കു സമാന്തരമായി യാത്ര ചെയ്തു. ഹൈവേയിൽ നിന്ന് റൂട്ട് മാറ്റിയതിനാൽ ഇരുപതു കിലോമീറ്റർ കൂടി നടക്കേണ്ടിവന്നെങ്കിലും സൈന്യത്തിന്റെ ചെക്ക് പോയിന്റ് സ്ഥാപിച്ചിരിക്കുന്ന ഒരു ചെറിയ പട്ടണം ഞങ്ങൾക്ക് ഒഴിവാക്കാൻ കഴിഞ്ഞു. രാവിലെ അഞ്ചുമണിയോടെ ഞങ്ങൾ സാന്താക്രൂസ്-കൊച്ചബാംബ ഹൈവേയിൽ എത്തിച്ചേർന്നു.

ഒളിക്കാനായി ഞങ്ങൾ നദിയുടെ കരയിലേക്ക് പോയി. അവിടെയൊരു കുടിൽ കണ്ടു. അവിടെനിന്നു ഞങ്ങൾ കുറച്ച് പച്ചക്കറിയെടുത്തു.

ഉച്ചകഴിഞ്ഞ് ഞങ്ങൾ കർഷകനെ മോചിപ്പിച്ചു. അയാൾക്ക് അയാളുടെ സേവനത്തിനായി 3000 പെസോ നൽകി. ഹൈവേയിലൂടെ പോകരുതെന്നും, അത് അയാളെ സൈന്യത്തിന്റെ കൈയിലകപ്പെടുന്നതിലേക്ക് എത്തിക്കുമെന്നും അയാൾക്കു ഉപദേശം നൽകി.

രക്ഷപ്പെടാനുള്ള പദ്ധതി

രാത്രി ഞങ്ങളൊരു നദിയുടെ കരയിലേക്കിറങ്ങി ഒരു സുരക്ഷിതമായ സ്ഥലത്ത് പാചകം ചെയ്തു.

അവിടെ വച്ച് ഞങ്ങൾ രക്ഷപ്പെടാനുള്ള പദ്ധതി ചർച്ച ചെയ്തു. എങ്ങനെ ബന്ധങ്ങൾ സ്ഥാപിക്കണമെന്നും മറ്റും.... ഒരു നഗരത്തിലേക്ക് ഇന്റിയും ബെനിഞ്ഞോയും പോകണമെന്ന് ഞങ്ങൾ തീരുമാനിച്ചു. അതിനു മുമ്പ് ഉർബാനോയും നാറ്റോയും മാറ്ററാൾ ടൗണിലേക്കുപോയി വസ്ത്രങ്ങൾ വാങ്ങുകയും സർക്കാരിന്റെ സുരക്ഷാ ഏർപ്പാടുകൾ പരിശോധിക്കുകയും വേണം. അതിന്റെ ഫലങ്ങളനുസരിച്ച്, ഞങ്ങൾ സാന്താക്രൂസിലേക്കാണോ അതോ കൊച്ചബാംബയിലേക്കാണോ പോകേണ്ടതെന്ന് തീരുമാനിക്കും. എല്ലാ സാഹചര്യങ്ങളും പരിഗണിക്കുമ്പോൾ ഞങ്ങൾ പാർട്ടിയുടെ ബന്ധങ്ങൾ ഒഴിവാക്കണം. കൂടുതൽ സുരക്ഷിതത്വത്തിനായി ELN -നുമായി വേണം ബന്ധങ്ങൾ സ്ഥാപിക്കാൻ.

അടുത്ത ദിവസം ഉർബാനോയും നാറ്റോയും മാറ്ററാളിലേക്ക് പോയി. ബാക്കി ഞങ്ങളെല്ലാം ഒളിച്ചുകഴിഞ്ഞു. ടൗണിലെത്തിയ അവർ ഒരു പലചരക്കുകടയിലെത്തി വാങ്ങലുകൾ നടത്തിക്കൊണ്ടിരിക്കുമ്പോൾ അവർക്ക് സാധനങ്ങൾ നൽകിക്കൊണ്ടിരുന്ന സ്ത്രീ (അവരോട് വളരെ സഹകരിക്കുന്നവൾ എന്ന മട്ടിൽ) പറഞ്ഞു: "ഗറില്ലകൾ ഇവിടെ അടുത്തെവിടെയോ ഉണ്ട്. ഒരു കർഷകനെ അറസ്റ്റു ചെയ്തിട്ടുണ്ട്. അയാൾ പറഞ്ഞത് താൻ ഇവിടേക്ക് അവരെ വഴികാട്ടിക്കൊടുത്ത് കൊണ്ടെത്തിച്ചിട്ടുണ്ടെന്നാണ്." അവർ ഉടനടി തന്നെ കാര്യങ്ങൾ ഞങ്ങളെ ധരിപ്പി

ക്കാനായി തിരിച്ചെത്തി. അതിലുമേറെ, ഗാരിസന് ശക്തി പകരാനായി മൂന്നു ട്രക്കു നിറയെ പട്ടാളക്കാരെത്തിച്ചേർന്നിട്ടുണ്ടെന്ന വിവരവും അവർക്ക് കിട്ടി.

ഞങ്ങൾ ധൃതിപിടിച്ച് പിന്മാറി. ഉച്ചകഴിഞ്ഞ് നടക്കുമ്പോൾ ഞങ്ങളൊരു ലോഹത്തിന്റെ ശബ്ദം കേട്ടു (ഒരു പട്ടാളക്കാരൻ അവന്റെ ലോഹപ്പാട്ടയിൽ നിന്നു വെള്ളം കുടിക്കുന്നതാണ് അതെന്ന് വ്യക്തമാണ്). ഞങ്ങൾ അതു നോക്കാനായി നിന്നു. ഏതാണ്ട് അറുന്നൂറു മീറ്റർ അകലെ നിന്നും സൈന്യം ഞങ്ങൾ നിൽക്കുന്ന ദിശയിലേക്ക് വരുന്നതു ഞങ്ങൾ കണ്ടു. ഞങ്ങൾ ഒരു മലയിടുക്കിലേക്ക് ധൃതി പിടിച്ചിറങ്ങിയപ്പോൾ ഒരു ചെറിയ മല കയറാൻ തുടങ്ങി. അതിന്റെ പകുതിവരെ കയറിയശേഷം ഞങ്ങൾ ഒളിക്കുകയും പ്രതിരോധ നിലയെടുക്കുകയും ചെയ്തു. മലയിടുക്കിനുമുകളിൽ രാത്രിയുടെ ഇരുൾ വീണു തുടങ്ങി. മുന്നോട്ടുവരുന്ന പട്ടാളക്കാരുടെ നിഴലുകൾ ഞങ്ങൾക്കു കാണാമായിരുന്നു.

രാത്രിയിൽ ഞങ്ങൾ മാർച്ചു തുടർന്നു. ഒരു കുളത്തിനടുത്ത് പാചകത്തിനായി നിന്നതൊഴിച്ചാൽ രാത്രി മുഴുവൻ നടത്തം തന്നെയായിരുന്നു.

ഒരിക്കൽക്കൂടി ഞങ്ങൾ പുറപ്പെട്ടപ്പോൾ, പട്ടാളക്കാർ നടന്നതിന്റെ പുതിയ വഴിത്താരകളും ലക്ഷണങ്ങളും കണ്ടു. ഞങ്ങൾ മുൻകരുതലുകളെടുത്ത് വളരെ ശ്രദ്ധയോടെ നടന്നു. കാരണം ഒരു പതിയിരുന്നാക്രമണം ഏതു നിമിഷവും ഞങ്ങൾ പ്രതീക്ഷിച്ചു. പക്ഷേ അവർ വെറുതെ കടന്നുപോകുകമാത്രമായിരുന്നുവെന്ന് വ്യക്തമായി. അവർക്ക് റോഡിൽ നിന്നാൽ കുളം കാണാനാവാത്തതുകൊണ്ടും പ്രദേശവുമായി അവർക്ക് ഒരു പരിചയവുമില്ലാത്തതുകൊണ്ടും അവർ അവരുടെ വഴിയേ പോകുകയാണ് ചെയ്തത്. ഞങ്ങൾ രാത്രി മുഴുവൻ നടന്നു. പ്രഭാതമായപ്പോൾ ഹൈവേയിലെത്തിയതായി കണ്ട് അത് ഞങ്ങൾ മുറിച്ചുകടന്നു. നദിയിലൂടെ ഒരു കിലോമീറ്റർ മുകളിലേക്കു പോയി. അവിടെ ചെടിപ്പടർപ്പുകളൊക്കെ വിരളമായിരുന്നു; ഫലത്തിൽ ഒന്നുമില്ലെന്നതിനു സമം. പക്ഷേ ഞങ്ങൾ ഞങ്ങളുടെ ക്ഷീണം കാരണം വിശ്രമത്തിനായി തറയിലേക്ക് വീഴുകയായിരുന്നു.

മാറ്ററാളിലെ ഏറ്റുമുട്ടൽ

നാറ്റോയുടെ മരണം

ഒമ്പത് മണിക്കും പത്തു മണിക്കും ഇടയിൽ നാറ്റോ (അവനായിരുന്നു ഗാർഡ് ഡ്യൂട്ടി) ഞങ്ങളെ വിളിച്ചുണർത്തിക്കൊണ്ട് സ്വന്തം ചെവിയിൽപ്പിടിച്ച് ശ്രദ്ധിക്കാൻ ആംഗ്യം കാണിച്ചു. സൈന്യം അടുത്തുവരുന്നതിന്റെ ശബ്ദം കേട്ടു. ഉൽക്കണ്ഠ കാരണം ഡാരിയോ ചുമച്ചു. പട്ടാളക്കാർ ആ ശബ്ദം കേട്ട് ചോദിച്ചു.

“ആരടാ അവിടെ, ഉത്തരം പറയെടാ തന്തയില്ലാത്തവന്മാരെ!” അവർ വെടിയുതിർത്തു. ഞങ്ങളും അതു തന്നെ ചെയ്തു. ഞങ്ങൾ ഉടനടി തന്നെ പിൻവാങ്ങി. ഒരു മുള്ളുനിറഞ്ഞ കുറ്റിക്കാട് ചാടിക്കടക്കാനായി ഞങ്ങൾ ഞങ്ങളുടെ സാധനസാമഗ്രികൾ ഉപേക്ഷിച്ചു. ഞങ്ങൾ മുകളിലേക്കു കയറാൻ തുടങ്ങി. മുകളിലെത്തിയപ്പോൾ നാറ്റോ ഒരു ബാഗ് നിറയെയുള്ള ഭക്ഷണം തിരിച്ചെടുക്കാനായി പിന്നിൽത്തന്നെ തങ്ങിയതായും അവന്റെ നട്ടെല്ലിനുതന്നെ വെടിയേറ്റതായും ഞങ്ങൾ മനസിലാക്കി. ഞങ്ങൾ തിരിച്ചുപോയി അവനു ചുറ്റുമായി ഒരു പ്രതിരോധനില സ്വീകരിച്ചുകൊണ്ട് അവനെ ഞങ്ങൾക്കൊപ്പം എടുത്തുകൊണ്ടുപോകാൻ ശ്രമിച്ചു. അത് അസാധ്യമായിരുന്നു. കാരണം അവന്റെ സ്പൈനൽകോഡ് തകർന്നുപോയിരുന്നു. അവന് ചലിക്കാൻ കഴിയില്ല. അവൻ കടുത്ത വേദനകൊണ്ടു പുളഞ്ഞു. ഒരു പ്രതീക്ഷയ്ക്കും വഴിയില്ല. മുറിവ് മാരകമായിരുന്നു, അവന് ചലിക്കാനേ പറ്റില്ല.

അതൊരു വല്ലാത്ത അവസ്ഥയായിരുന്നു. ഒരുവശത്ത്, നാറ്റോ ഞങ്ങളോട് അവന്റെ ജീവനെടുക്കാൻ ആവശ്യപ്പെടുകയാണ്. തനിക്കൊരു തടവുകാരനാകാൻ ഇഷ്ടമില്ലെന്നവൻ തീർത്തു പറഞ്ഞു. മറുവശത്ത്, ഇത് ഞങ്ങളുടെ സഖാവിന്റെ ജീവനാണ്. അവനൊപ്പം ഞങ്ങൾ എല്ലാ വിഷമതകളും അപകടങ്ങളും പങ്കുവച്ചതാണ്. വലിയ സ്നേഹവും ബഹുമാനവുംകൊണ്ട് ഞങ്ങളുടെയെല്ലാം ജീവിതങ്ങൾ കെട്ടപ്പെട്ടു കിടക്കുകയാണ്. നീണ്ടകാലം ഒരു പൊതുലക്ഷ്യത്തിനായി ഒന്നിച്ചു പ്രവർത്തിച്ചവനായ പ്രിയ സഖാവാണ് അവൻ. അവനൊരു ബൊളീവിയക്കാരനായതിനാൽ ഞാനാദ്യം ഇന്റിയോടും ഡാരിയോയോടും അഭിപ്രായം ചോദിച്ചു. തുടർന്ന് ഞങ്ങൾ പരസ്പരം എടുത്ത പ്രതിജ്ഞ പാലിക്കുകയെന്ന വേദനാകരമായ തീരുമാനമെടുത്തു. നാറ്റോ ആവശ്യപ്പെട്ട ആവശ്യം അംഗീകരിച്ചു. ചെ പറയാറുള്ളതുപോലെ, മനുഷ്യജാതിയിലെ ഏറ്റവും ഉന്നതമായ പദവിയിൽ അവൻ എത്തിച്ചേർന്നു; ഒരു വിപ്ലവകാരിയെന്ന പദവിയിൽ.

ഞങ്ങൾ നടത്തം തുടന്ന് ഒരു ഇടുങ്ങിയ പാതയിലൂടെ കടന്നുപോയി. അവിടെ വെച്ച് ശത്രു കുറച്ചകലെനിന്ന് ഞങ്ങൾക്കു നേരെ വെടിയുതിർത്തു. അതിനെ അതിജീവിച്ച് താഴേക്കിറങ്ങി അവരെ ചുറ്റിപ്പോകുന്നതിൽ ഞങ്ങൾ വിജയിച്ചു. ഞങ്ങൾ ഹൈവേക്കു സമാന്തരമായി നീങ്ങി. കൊച്ചബാംബയിലേക്ക്. ആ വഴിയിൽ ഞങ്ങൾ പട്ടാളക്കാരുമായി മുഖാമുഖം കണ്ടുമുട്ടി. അവർ ഞങ്ങളെ വെടിവെച്ചു. പക്ഷേ ഇരുഭാഗക്കാർക്കും ഒരേ പ്രതികരണമായിരുന്നു ഉണ്ടായത്. എതിരാളിയിൽനിന്ന് ഓടിമാറൽ. അവർ വീണ്ടും തിരിച്ചുവന്നപ്പോഴേക്കും ഞങ്ങൾ അവർക്കു മുകളിലുള്ള മലയിലേക്ക് കയറി അതിനെ ചുറ്റിപ്പോയിക്കഴിഞ്ഞിരുന്നു(ഞങ്ങൾ അതിവേഗത്തിലാണ് നീങ്ങിയത്). ഞങ്ങൾ പാറക്കെട്ടുകളുടെ നിര ചുറ്റി പട്ടാളക്കാർ നിന്ന അതേ ചെരുവിലേക്ക് തന്നെ മുറിച്ചുകടന്നു. തുടർന്ന് ഞങ്ങൾ ഒരു പൈപ്പ് ലൈനിനോട് ചേർന്ന് പോയിരുന്ന റോഡ് വഴി

നീങ്ങി. നേരം വെളുത്തപ്പോഴേക്കും ഞങ്ങൾ ഏറ്റുമുട്ടിയ സ്ഥലത്തു നിന്ന് ഏറെക്കുറെ 20 കിലോമീറ്റർ അകലെയെത്താൻ ഞങ്ങൾക്കായി. ഒരു വണ്ടി പിടിച്ചെടുത്ത് എന്തു വിലകൊടുക്കേണ്ടി വന്നാലും കൊച്ചബാംബയിലെത്തണമെന്ന് തീരുമാനിച്ചു. പക്ഷേ അതസാധ്യമായിരുന്നു. കാരണം ഹൈവേയിലുടനീളം സൈന്യം ചെക്ക് പോയിന്റുകൾ സ്ഥാപിച്ചുകഴിഞ്ഞിരുന്നു. കടന്നുപോകുന്ന ഓരോ വാഹനവും അവർ പരിശോധിച്ചുകൊണ്ടിരുന്നു.

ഞങ്ങൾ നല്ലൊരു ദൂരം നടന്നു. പെട്ടെന്ന് എതിർദിശയിൽ നിന്നൊരു പറ്റം പട്ടാളക്കാർ ഞങ്ങൾക്കെതിരെ വരുന്നതു കണ്ട് ഞങ്ങൾ ഒരു കിടങ്ങിലേക്ക് സ്വയം എടുത്തെറിയുകയായിരുന്നു. പക്ഷേ ആ സ്ഥലം കടന്നു പോകുന്നതിനു മുമ്പേ തന്നെ അവർ ഒരു കുളത്തിലേക്കു പോകുന്ന വഴിയിലൂടെ ഒരുവശത്തേക്ക് തിരിഞ്ഞുപോയി. ഞങ്ങൾ ഹൈവേ മുറിച്ചുകടന്ന് ഒരു ചെങ്കുത്തായ മലകയറി. അവിടെ നിന്ന് ഞങ്ങൾക്ക് ചെക്ക് പോയിന്റിലെ പട്ടാളക്കാരുടെ ശബ്ദങ്ങൾ കേൾക്കാമായിരുന്നു.

വൈകിട്ട് ഞങ്ങൾക്ക് അൽപ്പം ഭക്ഷണം കഴിക്കാൻ കഴിഞ്ഞു. അർധരാത്രിയോടെ ഞങ്ങൾ മാർച്ച് പുനരാരംഭിച്ചു. ഏതു വഴിക്കാണ് ഞങ്ങൾ പോകുന്നത്, എവിടെയാണ് കൊച്ചബാംബ എന്നുള്ളതിനെ ച്ചൊല്ലി ബെനിഞ്ഞോയും ഉർബാനോയും തമ്മിൽ വാഗ്വാദം നടന്നു. ഒടുവിൽ സൂര്യനുദിച്ചുയർന്ന് വെളിച്ചം വരുമ്പോൾ ഭൂപടം നോക്കി അത് തീരുമാനിക്കാമെന്ന് ധാരണയെത്തി. ഞങ്ങൾ ഒരു മലയിടുക്കിൽ മനുഷ്യനിർമിതമായ ഒരു കുളത്തിനും ഒരു കുടിലിനുമിടയിൽ രാത്രി കഴിച്ചുകൂട്ടി. മണ്ണ് കട്ടികൂടിയ കളിമണ്ണായിരുന്നു. അതിലൂടെ വെള്ളം അരിച്ചിറങ്ങില്ല. അതുകൊണ്ട് വെള്ളം അവിടെ സംഭരിക്കപ്പെടുകയും കന്നുകാലികൾക്ക് ഇരുവശത്തുനിന്നും കുടിക്കുകയും ചെയ്യാം. പ്രദേശം വളരെ വരണ്ടതാണ്. പുല്ലേയില്ലാത്ത സ്ഥലം. പശുക്കൾ ചെറിയ ചില സസ്യങ്ങളുടെയും കുറ്റിച്ചെടികളുടെയും ഇലകളാണ് തിന്നിരുന്നത്.

പുൾകിനയിലും സാൻ ഇസിഡ്രോയിലും

രാത്രിയിൽ ഞങ്ങൾ മാർച്ച് പുനരാരംഭിച്ചു. പ്രകാശമായപ്പോൾ ഒരു ചെറിയ ഗ്രാമത്തിനുമുന്നിലുള്ള ഒരു തുറസായ സ്ഥലത്ത് ഞങ്ങളെത്തി. അവിടെ പണിയെടുത്തിരുന്ന കർഷകർ ഞങ്ങളെ കാണാതിരിക്കാനായി ഞങ്ങളതിനെ ചുറ്റിവളഞ്ഞുപോയി.

തന്റെ പട്ടിയുമായി നദിക്കരയിലൂടെ നടന്നുപോയിരുന്ന ഒരു ചെറിയ കുട്ടി ഞങ്ങളെ കാണാതിരിക്കാനായി ഞങ്ങൾ ഒളിച്ചു. അവനെ നോക്കിയിരുന്നപ്പോൾ, അവനൊരു ജലസേചന സമ്പ്രദായത്തിന്റെ ഭാഗമായ ജോലിയാണ് ചെയ്യുന്നതെന്ന് ഞങ്ങൾക്കു മനസിലായി. നദിയിൽനിന്ന് കനാലുകൾ, അഥവാ തോടുകൾ വഴി വെള്ളം കൊണ്ടുപോകുന്നു. പ്രദേശം മുഖ്യമായും കാർഷിക പ്രദേശമാണ്. വലിയ തക്കാളിത്തോട്ട

ങ്ങൾ, കാബേജ് തോട്ടങ്ങൾ, കുരുമുളക് തോട്ടങ്ങൾ തുടങ്ങിയവ ഞങ്ങൾ കണ്ടു. ഞങ്ങൾ നദി മുറിച്ചുകടന്നു. അപ്പുറത്തെ മലകയറി മുകളിലുള്ള പാറക്കെട്ടുകളും കൂടി മറികടന്നപ്പോൾ ഞങ്ങളൊരു പട്ടണം കണ്ടു. അത് സാൻ ഇസിഡ്രോയാണെന്ന് ഞങ്ങൾ തിരിച്ചറിഞ്ഞു. മുമ്പു ഞങ്ങൾ കണ്ടത് പുൾക്വിനയായിരുന്നു. അതൽപ്പം കൂടി ചെറുതാണ്. അവിടെയുള്ള നദിക്ക് പുൾക്വിനയെന്നു തന്നെയാണു പേര്.

അവിടെ നിന്നപ്പോൾ ഉടനെ ഷോ നടത്താൻ പോകുന്ന ഒരു സിനിമയെക്കുറിച്ചുള്ള ഉച്ചഭാഷിണി അനൗൺസ്മെന്റ് കേട്ടു: *വി, ദ പുവർ*, നടൻ: പെഡ്രോ ഇൻഫാന്റെ (ഞാനാ സിനിമ 15 വർഷം മുൻപ് കണ്ടതാണ്).

ഞങ്ങളൊരു മലയിടുക്കിലേക്കിറങ്ങി. അത് വരണ്ടതും ആൾത്താമസമൊന്നും ഇല്ലാത്തതുമാണ്. പിന്നീട് ഞങ്ങൾ ഒരു ചെറിയ കുഴിയിൽ കുറച്ചു വെള്ളവും ഒരു പഴവർഗത്തോട്ടവും കണ്ടു. മറുവശത്തെ അപേക്ഷിച്ച് ഭൂമി വരണ്ടു വിണ്ടുകീറിയതാണ്. മറുവശത്ത് നദിയൊഴുകുന്നതിനാൽ സ്ഥിതി വ്യത്യസ്തമാണ്.

ഞങ്ങൾ വെള്ളം കുടിക്കുന്നതിനിടയിൽ ബെനിഞ്ഞോ രണ്ടുപേരെക്കണ്ടു. അവർ മലയിടുക്കിന്റെ അരികിലെ പാറക്കെട്ടിലേക്കു വരികയാണ്. ഞങ്ങളെ കണ്ടയുടൻ അവർ വിളിച്ചുകൂകി. "ഗറില്ലകൾ!" പട്ടാളക്കാരെക്കണ്ട് ഞങ്ങൾ ഉടനെ പിൻവാങ്ങി. 11 മണിമുതൽ മൂന്നുമണിവരെ ഞങ്ങൾ നിർത്താതെ നടത്തം നടന്നു. പിന്നെ വിശ്രമിച്ചശേഷം രാത്രിയിൽ വീണ്ടും നടന്നു. ഒരു കുടിലിലെത്തുംവരെ ഞങ്ങൾ അതു തുടർന്നു. ആ കുടിലിൽ ചോളവും ഉരുളക്കിഴങ്ങുമുണ്ടായിരുന്നു. ഞങ്ങൾ ചോളം പുഴുങ്ങുകയും ഉരുളക്കിഴങ്ങ് പാചകം ചെയ്യുകയും ചെയ്തു. ഞങ്ങൾ ഭക്ഷണത്തിനിരുന്നപ്പോൾ ഇന്റി എന്താണു നമ്മുടെ പദ്ധതിയെന്ന് എന്നോട് ചോദിച്ചു. മുന്നോട്ടുപോകുന്നത് ആത്മഹത്യാപരമായതിനാൽ പിന്നിലേക്കു തന്നെ തിരിച്ചുപോകുന്നതായിരിക്കും നല്ലതെന്നവൻ പറഞ്ഞു. കാരണം ഭൂമിയിവിടെ തുറസായി കിടക്കുകയാണ്. മുന്നോട്ടുപോകും തോറും കൂടുതൽ തുറസായി വരികയുമാണ്. അതിലുമപ്പുറം, പ്രദേശം കർഷകയൂണിയനുകളുടെ നിയന്ത്രണത്തിലാണ്. യൂണിയൻ നേതാക്കൾ ഭരണാധികാരികൾക്ക് സ്വയം വിറ്റവരാകയാൽ ബാരിയന്റോസിന്റെ നിയന്ത്രണത്തിലാണ് ആ പ്രദേശമെന്നും പറയാം. അതിനു അപവാദമായുള്ളത് ഒരു കർഷകനേതാവ് മാത്രമാണ്. അദ്ദേഹത്തിനു കീഴിൽ ആയിരത്തോളം പേരുണ്ട്. അദ്ദേഹത്തെ ബന്ധപ്പെട്ടു കഴിഞ്ഞാൽ അദ്ദേഹം സഹായിക്കുമെന്നതു തീർച്ചയാണ്. ചുരുക്കിപ്പറഞ്ഞാൽ ഇന്റിക്കു തോന്നുന്നത് ഞങ്ങൾ തലേരാത്രി ചെലവഴിച്ചിടത്തേക്കു തന്നെ തിരിച്ചുപോകണമെന്നും, ഒരിക്കൽ അവിടെയെത്തിക്കഴിഞ്ഞാൽ ഏതു പ്ലാനാണ് നല്ലതെന്ന് തീരുമാനിക്കാമെന്നുമാണ്. ഒന്നുകിൽ മിസ്കെ നദിക്കു നേരെ പോകുക, അവിടെനിന്നാണ് ഞങ്ങൾ വന്നത്. അല്ലെങ്കിൽ പ്യൂവെർട്ടോ ബ്രെട്ടോയിലേക്കുള്ള റോഡ് കണ്ടെത്തുക. അവിടെ

നിന്ന് ബെനിയിലേക്കു പോകുക. ഞങ്ങൾ റോഡിനരികിലല്ലെങ്കിൽ പിരായ്പാനിനദിയിലേക്കും ഹോണൊറാറ്റോയുടെ വീട്ടിലേക്കും പോകുക. അവിടെ നിരവധി ദിവസങ്ങളോ മാസങ്ങളോ ഒളിച്ചു താമസിക്കുക.

മറ്റു സഖാക്കളുമായി സംസാരിച്ചുകൊണ്ട് ഞങ്ങൾ പ്ലാൻ വിശദമാക്കി. അവരുടെ അഭിപ്രായം ചോദിച്ചു. ഒരു നിർബന്ധിത മാർച്ചായി തിരികെപ്പോകാൻ ഞങ്ങൾ തീരുമാനിച്ചു. രാവിലെ എട്ടുമണിക്ക് ഞങ്ങൾ ഒരു കുടിലിലെത്തി. അവിടെ ഞങ്ങളൊരു പശുവിനെ പിടികൂടി കൊന്ന് പൊരിച്ചു. പിന്നീട് കുറച്ചു കൂടി അകത്തുള്ള ഒരു ചെറിയ വീട്ടിലേക്ക് മാറി. ദിവസം മുഴുവനും വിശ്രമിച്ചു.

അടുത്ത ദിവസം, ഇന്റി കാവൽ നിൽക്കുമ്പോൾ, രണ്ട് കർഷകർ കുതിരപ്പുറത്ത് വന്നു. താഴെയിറങ്ങിയ അവർ ഞങ്ങൾ കൊന്ന പശുവിന്റെ അവശിഷ്ടങ്ങൾ വളരെ ശ്രദ്ധയോടെ പരിശോധിച്ചു. അവൻ ആ വിവരമറിയിച്ചപ്പോൾ ബെനിഞ്ഞോയും ഞാനും കുളം വഴി ചുറ്റിവളഞ്ഞ് പോയി അവർ വന്ന വഴിയിൽ തിരിച്ചെത്തുന്നതിനു മുമ്പേ അവരെത്തടയാൻ ശ്രമിച്ചു. ഞങ്ങളവിടെ എത്തിയപ്പോൾ ആ അപ്രതീക്ഷിത സന്ദർശകർ വളരെ ദൂരത്തിലെത്തിക്കഴിഞ്ഞു. അടുത്ത വീട്ടിൽക്കയറി ഞങ്ങൾ എവിടെയാണെന്നും റിയോ ഗ്രാൻഡെ എത്ര ദൂരെയാണെന്നും ചോദിക്കാമെന്ന ആശയത്തോടെ ഞങ്ങൾ അവിടെ നിന്നു.

നവംബർ 24ന് വെളുപ്പിന് 2.30ന് ഞങ്ങളൊരു ആൾത്താമസമുള്ള കുടിലിലെത്തി. അവിടെ ഒരു ചെറിയ പട്ടി നിർത്താതെ കുരച്ചുകൊണ്ട് ഞങ്ങളെ സ്വാഗതം ചെയ്തു. അധികം വൈകാതെ ഒരാൾ എത്തിച്ചേർന്നു. അയാൾ തനിക്ക് എഴുപത്താറു വയസായെന്നു പറഞ്ഞെങ്കിലും കണ്ടാൽ അമ്പതു വയസിനപ്പുറം തോന്നുമായിരുന്നില്ല. അയാളുടെ പേര് ഞാനോർക്കുന്നില്ല. അയാൾ താനൊരു സിവിൽ എഞ്ചിനീയറായിരുന്നുവെന്നു പറഞ്ഞു. സാധനങ്ങൾ ഞങ്ങൾക്കു വിൽക്കാൻ അയാളെ സമ്മതിപ്പിക്കാൻ ഞങ്ങൾ ശ്രമിച്ചു. കൂടുതൽ പണം കിട്ടാൻ വേണ്ടി അയാൾ വഴങ്ങാതെ നിന്നു. ഒടുവിലയാൾ ഞങ്ങളുമായി സഹകരിക്കാമെന്നും ഞങ്ങൾക്ക് ഭക്ഷണം, വസ്ത്രങ്ങൾ, ഒരു റേഡിയോ എന്നിവ വാങ്ങിക്കൊണ്ടുവന്നു തരാമെന്നും സമ്മതിച്ചു. തുടർന്ന് ഞങ്ങൾ ഒളിച്ചിരിക്കാനായി മടങ്ങി.

പിറ്റേന്നു പ്രഭാതത്തിൽ ഞങ്ങളാ വൃദ്ധന്റെ വീട്ടിൽപ്പോയി. അയാൾ ഉറങ്ങുകയായിരുന്നു. അയാൾ ഞങ്ങൾക്കായി ഒരാഴ്ചത്തെ ഭക്ഷണവും ട്രൗസറുകളും വാങ്ങിക്കൊണ്ടുവന്നിരുന്നു. ഞങ്ങളുടെ സ്ഥിതിഗതികൾ മെച്ചപ്പെടുകയാണ്; ഞങ്ങൾ ഇപ്പോൾ പഴയ അത്ര കീറിപ്പറിഞ്ഞ വസ്ത്രങ്ങളുള്ളവരല്ല.

പുൾകിനയിൽ ഒരു മേജർ സൈന്യത്തെ നയിക്കുന്നുണ്ടെന്ന് അയാൾ ഞങ്ങളോട് പറഞ്ഞു (അവർ റേഞ്ചർമാരാണ്). കാവൽപോസ്റ്റിൽ നിൽക്കുന്ന ഒരു ലെഫ്റ്റനന്റ് അയാളെ അറസ്റ്റു ചെയ്തതായും അയാൾ പറഞ്ഞു. കാരണം ഒരു പട്ടാളക്കാരൻ ഞങ്ങളെ കാണുകയും റിപ്പോർട്ട്

ചെയ്യുകയും ചെയ്തത്രേ. കുടിച്ചു ലക്കില്ലാതിരുന്ന ലെഫ്റ്റനന്റ് അയാളോടു പറഞ്ഞു, "നോക്ക്, അതൊരു പ്രശ്നമല്ല, ഇന്നു ഞായറാഴ്ചയാണ്. നാം ഞായറാഴ്ച പണിയെടുക്കില്ല. നാം നാളെ അവരുടെ പിന്നാലെ പോകും." ഞങ്ങളോട് സഹകരിക്കുന്നത് എത്ര അപകടകരമാണെന്നും എഞ്ചിനീയർ ഞങ്ങളോടു പറഞ്ഞു. ഞങ്ങൾ വാലും ചുരുട്ടി ഉടനെതന്നെ ഓടാനാണ് അയാൾ ആഗ്രഹിക്കുന്നതെന്ന ധാരണയാണ് ഞങ്ങൾക്കുണ്ടായത്.

കുറച്ചു കഴിഞ്ഞയാൾ താൻ മനുഷ്യത്വത്തിന്റെ അടിസ്ഥാനത്തിൽ സഹായിക്കാമെന്നും ഞങ്ങൾക്ക് ഷർട്ടുകളും അണ്ടർവെയറുകളും മൂന്നു ദിവസത്തിനകം വാങ്ങിത്തരാമെന്നും പറഞ്ഞു. അതിന് അയാൾക്ക് ടൗണിൽപ്പോകേണ്ടിവരുമെന്നതാണ് കാലതാമസത്തിനു കാരണം. വാഗ്ദാനം ചെയ്യപ്പെട്ട വസ്ത്രങ്ങൾ കിട്ടാനായി ഞങ്ങൾ മൂന്നു ദിവസം ഒളിച്ചിരുന്നു. ഉച്ചയ്ക്ക് ഞങ്ങൾ എല്ലാ മുൻകരുതലുകളോടും കൂടി മുമ്പേ പറഞ്ഞുറപ്പിച്ചതനുസരിച്ച് കൂടിക്കാണേണ്ട സ്ഥലത്തേക്കു പോയി. അയാൾ ഷർട്ടുകളും കുറച്ച് ഭക്ഷണവും ഞങ്ങൾക്കായി വാങ്ങിക്കൊണ്ടുവന്നിരുന്നു. ബാക്കിസാധനങ്ങളും താൻ വാങ്ങിയിട്ടുണ്ടെന്നും അത് വീട്ടിൽ വച്ചിരിക്കുകയാണെന്നും അയാൾ പറഞ്ഞു. അത് താൻ മൂന്നു ദിവസത്തിനകം എത്തിച്ചുതരാമെന്നും അയാൾ പറഞ്ഞു. അതു കിട്ടാനുള്ള ഒരു ചെറിയ പദ്ധതി ഞങ്ങൾ അയാൾക്കൊപ്പം ചേർന്ന് തയാറാക്കി.

ഞങ്ങൾ ഞങ്ങളുടെ പുതിയ സപ്ലൈയറുടെ തിരിച്ചുവരവും കാത്ത് മൂന്നു ദിവസം കൂടി ഒളിച്ചിരുന്നു. മൂന്നാം ദിവസം വൃദ്ധന്റെ വരവ് നോക്കി ഞങ്ങൾ ഒരു തെരച്ചിൽ ഏർപ്പാടാക്കി. അധികം വൈകാതെ ഞങ്ങളൊരു വെടിയൊച്ച കേട്ടു. (ഞങ്ങളാണ് അയാളെ ആദ്യം കാണുന്നതെങ്കിൽ ഞങ്ങൾ നൽകേണ്ട സൂചനയായിരുന്നു അത്) ഞങ്ങൾ അയാളെ പിടിക്കാൻ പരമാവധി വേഗത്തിലോടിയെങ്കിലും പിടികിട്ടിയില്ല. കന്നുകാലികളെ മേയ്ക്കുന്ന ഒരാൾ ഞങ്ങൾ പോകുന്നതു കണ്ടു. ഞങ്ങൾ അയാളെ പട്ടാളക്കാരെന്ന നാട്യത്തോടെ സമീപിച്ചു. അയാളെ പറ്റിക്കാനാകുമെന്ന വലിയ പ്രതീക്ഷയൊന്നും ഞങ്ങൾക്കുണ്ടായിരുന്നില്ല.

ഡിസംബർ 3 ന് വളരെ രാവിലെ ഡാരിയോയും ഞാനും വെള്ളം തേടിപ്പോയി. രാവിലെ ആറുമണിക്ക് ഞങ്ങൾ വെള്ളം ചേർത്ത് ചാൻകാക്ക തയാറാക്കിക്കൊണ്ടിരുന്നപ്പോൾ ഇന്റി കാലടി ശബ്ദങ്ങളും മരച്ചില്ലകളൊടിയുന്ന ശബ്ദങ്ങളും കേട്ടു. ഞങ്ങളെല്ലാം ഒന്നിച്ചുകൂടി. ഒരു കമ്പനി റേഞ്ചർമാർ മലയിടുക്കിൽ കോമ്പിങ് (അരിച്ചുപെറുക്കിയുള്ള പരിശോധന) നടത്തുകയായിരുന്നു. പരമാവധി വേഗത്തിൽ ഞങ്ങൾ കുറച്ച് സാധനങ്ങൾ ശേഖരിച്ചു. ബെനിഞ്ഞോയാണ് ആദ്യം വെടിയുതിർത്തത്. അവനൊരു പട്ടാളക്കാരനെ ഉന്നംവച്ച് അയാളെ വെടിവെച്ചു വീഴ്ത്തി. വെടിയൊച്ചകൾ കേട്ട മറ്റു പട്ടാളക്കാർ തറയിലേക്ക് വീണു തങ്ങളുടെ തലയൊളിപ്പിച്ചു. ആ തക്കം നോക്കി ഞങ്ങൾ രക്ഷപ്പെട്ടു.

കുറച്ചു കഴിഞ്ഞ് ഞങ്ങൾ വൻതോതിലുള്ള വെടിവെപ്പുകളുടെ ശബ്ദം കേട്ടു. അവർ സ്വയം വെടിയുതിർക്കുകയായിരുന്നു. ഞങ്ങൾ എങ്ങോട്ടാണ് പോയതെന്ന് അവർക്ക് മനസിലായില്ല. ഞങ്ങൾ കുറെ മണിക്കൂറുകൾ നിർത്തലില്ലാതെ നടന്നു. ഉച്ചകഴിഞ്ഞ്, വെള്ളം കുടിച്ചുകൊണ്ടിരുന്നപ്പോൾ, ഉർബാനോ അപായസൂചന നൽകി. അതു പട്ടാളമായിരിക്കുമെന്ന് ഞങ്ങൾ കരുതി. പക്ഷേ അതൊരു കർഷകനായിരുന്നു. അയാൾ ഞങ്ങളെ കണ്ടോയെന്ന് ഞങ്ങൾക്കറിയില്ല. ഞങ്ങൾ പകലും രാത്രിയും മുഴുവൻ നടന്നു.

അടുത്ത ദിവസം രാവിലെ ഞങ്ങളൊരു പൂട്ടിയിട്ട കുടിൽ കണ്ടു. ഞങ്ങളതിന്റെ വാതിൽ തകർത്ത് അകത്തു കടന്നു. അവിടെ ധാന്യപ്പൊടി, അരി, കലങ്ങൾ എന്നിവ കണ്ടെത്തി. അവയെല്ലാം ഞങ്ങളെടുത്തു. കാരണം ഞങ്ങളുടെ കൈയിലൊന്നുമില്ലായിരുന്നു. ഞങ്ങൾ നടപ്പ് തുടർന്നു. ഉച്ചയ്ക്ക് മറ്റൊരു മല കയറിയ ശേഷം, ഞങ്ങൾ മറ്റൊരു കുടിൽ കണ്ടു. ഇവിടെയും ഞങ്ങൾ മുമ്പുചെയ്ത കാര്യം ആവർത്തിച്ചു. അവിടെ നിന്ന് ചാരായവും ലാർഡും (പന്നിക്കൊഴുപ്പുകൊണ്ടുണ്ടാക്കുന്ന ഭക്ഷ്യവസ്തു) കിട്ടി. അടുത്തുള്ള ഒരു വെള്ളം നിറഞ്ഞ കുഴിയുടെ അടുത്തേക്ക് ഞങ്ങൾ നീങ്ങി. അവിടെ ഞങ്ങൾ പാചകം ചെയ്യുകയും സ്വാദിഷ്ഠമായ ലോക്രോ കഴിക്കുകയും ചെയ്തു. പിന്നെ ഞങ്ങൾ രാത്രിയിൽ മാർച്ച് പുനരാരംഭിക്കുന്നതു വരെയുള്ള സമയത്ത് ഒളിച്ചിരിക്കാനൊരിടം തേടി.

ഡോൺ വിക്ടർ

ഞങ്ങൾ വിശ്രമിച്ചുകൊണ്ടിരുന്നപ്പോൾ, ഉർബാനോ തന്റെ പ്രാഥമിക കൃത്യങ്ങൾ നിർവഹിക്കാൻ പോയി. ഒരു കർഷകനെ ഉർബാനോ കണ്ടുമുട്ടി. ഞങ്ങൾ അയാളോട് സംസാരിച്ചു. അയാളുടെ സമീപനം സൗഹാർദപരമായിരുന്നു. അയാൾ ഞങ്ങളെ അൽപ്പം കൊക്കോ ചവയ്ക്കാനും ചാരായം കുടിക്കാനും ക്ഷണിച്ചു. ഞങ്ങൾ ഞങ്ങളുടെ കയ്യിലുണ്ടായിരുന്ന ചാരായം അദ്ദേഹത്തിനു കൊടുത്തു. ഞങ്ങൾ ആരാണെന്നറിയുമോ എന്ന് ഞങ്ങൾ അദ്ദേഹത്തോട് ചോദിച്ചു. അദ്ദേഹം "നല്ല ആളുകൾ" എന്ന് മറുപടി നൽകി. "ആരാണ് നല്ല ആളുകൾ?", ഞങ്ങൾ ചോദിച്ചു. "നിങ്ങൾ തന്നെ," മറുപടി വന്നു. ചോദ്യങ്ങളും മറുപടികളും ഇങ്ങനെ ചുറ്റിത്തിരിഞ്ഞപ്പോൾ അദ്ദേഹം അവസാനം "മോശപ്പെട്ട ആളുകൾ" തന്റെ വീട് സെർച്ച് ചെയ്തതായും ഒരു കട്ടിലൊടിച്ചതായും പറഞ്ഞു. അത് ഞങ്ങളെ സന്തുഷ്ടരാക്കി. കാരണം ഞങ്ങളതു ചെയ്തിട്ടില്ല. പട്ടാളക്കാരാണതു ചെയ്തത്. അവരാണ് അദ്ദേഹം പറയുന്ന മോശപ്പെട്ടയാളുകൾ. അദ്ദേഹം ഞങ്ങളെ വീട്ടിലേക്കു ക്ഷണിച്ച് ചാരായം, ചീസ്, കാപ്പി എന്നിവ നൽകി. ഞങ്ങൾ അദ്ദേഹത്തിന്റെ കൈയിൽ നിന്നൊരു പന്നിയെ വാങ്ങി. പക്ഷേ അദ്ദേഹം പണം വാങ്ങാൻ വിസമ്മതിച്ചു. സമീപകാല ഓർമകളിൽ ആദ്യമായാണ് സത്യസന്ധവും സ്വാർഥ

തയില്ലാത്തുമായ മനോഭാവമുള്ള ഒരാളെ ഞങ്ങൾ കണ്ടുമുട്ടുന്നത്.

ഞങ്ങൾ ഗുഡ്ബൈ പറഞ്ഞ് കാട്ടിലേക്ക് തന്നെ മടങ്ങി. പക്ഷേ അധികം വൈകാതെ മഴ തുടങ്ങി. അതോടെ ഞങ്ങൾ വീണ്ടും വീട്ടിലേക്ക് പോയി. അൽപ്പം കഴിഞ്ഞ് അദ്ദേഹത്തിന്റെ ഭാര്യ വന്നു. അവരും ഞങ്ങളോട് നന്നായി പെരുമാറി. ഞങ്ങളവരോട് കുറച്ചു നേരം വർത്തമാനം പറഞ്ഞിരുന്നശേഷം ഞങ്ങൾക്കായി കുറച്ചു സാധനങ്ങൾ വാങ്ങാനായിപോകുന്ന കാര്യം അവരെക്കൊണ്ട് സമ്മതിപ്പിക്കാൻ ശ്രമിച്ചു. അടുത്ത ദിവസവും ഒരു മഴ ദിവസമായിരുന്നു. അവർക്ക് വാങ്ങലുകൾ നടത്താൻ കഴിഞ്ഞില്ല.

അടുത്ത ദിവസം അവർ ഞങ്ങൾക്കായി പല സാധനങ്ങളും വാങ്ങി എത്തിച്ചുതന്നു. പക്ഷേ അയാളുടെ ഭാര്യ വളരെ അസ്വസ്ഥയായിരുന്നു. കാരണമവർ റോഡിൽ കാലടിപ്പാടുകൾ കാണുകയും സൈന്യവുമായി സഹകരിക്കുന്ന ഒരാളെ കണ്ടുമുട്ടുകയും ചെയ്തിരുന്നു.

മുൻകരുതലുകളെടുത്തുകൊണ്ട്, ഞങ്ങൾ പോകുകയും ഒരു പാറക്കെട്ടിനരികിൽ ഒളിച്ചിരിക്കുകയും ചെയ്തു. 6.20ന് ഡാരിയോ മുന്നറിയിപ്പുതന്നു, "പട്ടാളക്കാർ!" അവർ ഞങ്ങളിൽനിന്ന് പത്തു മീറ്റർ അകലെ വരെ വന്നു. പക്ഷേ ഞങ്ങളുടെ മറഞ്ഞിരിക്കുന്ന നില കാരണം ഞങ്ങളെ കണ്ടില്ല. അവർ ശബ്ദം മാത്രമേ കേട്ടുള്ളൂ. അവർ വെടിയുതിർത്തില്ല.

ഞങ്ങളവിടെനിന്ന് വേഗം പുറപ്പെട്ടു. ഏറെക്കുറെ ഒരു മണിക്കൂറിനു ശേഷം കനത്ത വെടിവെപ്പ് കേട്ടു. ഞങ്ങളുണ്ടെന്ന് കരുതിയ മലയിടുക്കിനു നേരെ അവർ വെടിവെപ്പുനടത്തുകയായിരുന്നു.

ഇതിനെല്ലാമിടയിൽ ഡോൺ വിക്റ്ററുടെ (അതാണ് ഞങ്ങളുടെ സുഹൃത്തിന്റെ പേര്) ഒരു പട്ടി ഞങ്ങളെ അനുഗമിക്കുന്നുണ്ടായിരുന്നു.

തൊട്ടടുത്ത ദിവസം ഒരു മലയിടുക്കിലെത്തി. അവിടെ ഇന്റിയും ഉർബാനോയും കുളി നടത്തി. വെള്ളത്തിന് കടുത്ത തണുപ്പായിരുന്നു. ഞങ്ങൾ മാർച്ച് തുടർന്നു. നിരവധി തടസങ്ങൾ മറികടന്ന ശേഷം ഞങ്ങൾ പച്ചക്കറിയും കിൻസും (അച്ചാറുണ്ടാക്കുന്നതിന് ഉപയോഗിക്കുന്ന ഒരു കൈപ്പുള്ള പഴം) വളർന്നുനിൽക്കുന്ന ഒരു തോട്ടത്തിലെത്തി. ഞങ്ങളതിനു കുറച്ചു താഴെ ക്യാമ്പടിച്ചു. ഞങ്ങൾ ഉച്ചഭക്ഷണം തയാറാക്കിക്കൊണ്ടിരിക്കുമ്പോൾ കന്നുകാലികളെ മേയ്ക്കാനായി നടന്ന ഒരു കർഷകനെ ഉർബാനോ തടഞ്ഞുവച്ചു.

ഞങ്ങൾ അയാളെ ചോദ്യം ചെയ്യാൻ ശ്രമിച്ചു. അയാൾക്ക് സ്പാനിഷറിയില്ല. ആകെ ക്വെച്ചുവ മാത്രമേ അറിയൂ. ഭാഗ്യത്തിന് ഡാരിയോക്ക് ആ ഭാഷ അറിയാമായിരുന്നു. അവൻ അയാളോട് ചില ചോദ്യങ്ങൾ ചോദിച്ചു.

ആ ഭാഷ പഠിക്കണമെന്ന് ചെ ഞങ്ങളെ നിർബന്ധിച്ചത് എത്രമാത്രം ശരിയാണ് എന്ന് ഞങ്ങൾക്ക് മനസിലായി. തെക്കേ അമേരിക്കയുടെ പല ഭാഗങ്ങളിലും പ്രധാന ഭാഷ അതാണ്.

ഞങ്ങൾ ഉച്ചതിരിഞ്ഞ് ജനവാസ പ്രദേശത്തേക്ക് പോയി. ആ പ്രദേ

ശത്തെ മേയറെ കാണാനും അയാളുടെ സഹായം തേടാനുമായിരുന്നു ഉദ്ദേശ്യം. അയാൾ അവിടെയുണ്ടായിരുന്നില്ല. നദിക്കരയിൽ അയാൾക്കുള്ള മറ്റൊരു വീട്ടിൽ അയാളെ കണ്ടെത്താമെന്ന് ആളുകൾ പറഞ്ഞു. ഞങ്ങളവിടേക്കും പോയെങ്കിലും അയാൾ അവിടെയും ഉണ്ടായിരുന്നില്ല. ഞങ്ങൾ മാർച്ച് തുടർന്നു. ഒരു ഭയങ്കരമായ മഴ പെയ്തു തുടങ്ങിയിരുന്നു. അതോടെ അഭയംതേടി ഒരു ചെറിയ വീട്ടിൽച്ചെല്ലാൻ ഞങ്ങൾ നിർബന്ധിതരായി. കർഷകൻ വളരെ മര്യാദക്കാരനായിരുന്നു. ഞങ്ങളെ പട്ടാളക്കാരായി അയാൾ കരുതി. എങ്കിലും ഞങ്ങൾക്കൊന്നും വിൽക്കാൻ അയാൾ തയാറായിരുന്നില്ല.

പുതിയ ആക്ഷനുകൾ

ആ രാത്രി ഞങ്ങൾ കൂടുതൽ നേരം ഉറങ്ങിപ്പോയി. അതിനാൽ പുറപ്പെടലും വൈകി. അത് രാത്രിയോടെ സൈബീരിയയിലെത്തുകയെന്ന ഞങ്ങളുടെ പദ്ധതിയും തകരാറിലാക്കി. ഞങ്ങൾ പകൽ ഒരു വനത്തിൽ ചെലവഴിച്ചു. 3.30ന് നിരവധി പട്ടാളക്കാർ കടന്നുപോകുന്നത് ഡാരിയോ കണ്ടു. ഞങ്ങൾ വേഗം റെഡിയായി പിൻവാങ്ങാൻ തയാറായി. ഞങ്ങൾ മലകയറ്റം തുടങ്ങി. അതിന്റെ ഉച്ചിയിലെത്താറായപ്പോൾ ഞങ്ങളൊരു പറ്റം പട്ടാളക്കാരുടെ മേൽ ചെന്നിടിച്ചു. ഞങ്ങൾക്കു പിന്നിൽ ഞങ്ങളെ വളയുകയാണവരുടെ ദൗത്യമെന്നു തോന്നി. അവർ ഞങ്ങളെ തിരിച്ചറിഞ്ഞപ്പോൾ കനത്ത വെടിവെപ്പുണ്ടായി. ഞങ്ങൾ ആ ചുറ്റിവളയൽ തകർത്ത് അവർക്കു കാണാൻ പറ്റാത്തിടത്തേക്ക് മാറുന്നതിൽ വിജയിച്ചു. താഴേക്കു പോന്ന ഞങ്ങൾ നദിക്കരയിലുള്ള ഒരു കൃഷിയിടത്തിലെത്തിച്ചേർന്നു. അവിടെ കർഷകർ പണിയെടുക്കുന്നുണ്ടായിരുന്നു. അവരത് തീർത്ത് സ്ഥലം വിടാനായി ഞങ്ങൾക്ക് കാത്തിരിക്കേണ്ടി വന്നു. (ആ പ്രദേശത്ത് സൂര്യന്റെ ശക്തികാരണം കർഷകർ സൂര്യോദയത്തിനു മുമ്പേ നിലാവെളിച്ചത്തിൽ പണിയാരംഭിക്കുകയും ഉച്ചയോടെ പണി നിർത്തിപ്പോകുകയും ചെയ്യുമായിരുന്നു). അഞ്ചു മണിയോടെ ഞങ്ങൾക്ക് ഞങ്ങളുടെ ഒളിവിൽ നിന്ന് പുറത്തുവന്ന് പുറപ്പെടേണ്ടി വന്നു. കാരണം ശത്രു ഞങ്ങൾ ഒളിച്ചിരിക്കുന്നിടത്തേക്കു തന്നെ നേരിട്ട് വരുന്നുണ്ടായിരുന്നു. അവർക്കു ഞങ്ങളെ ശരിക്കു കാണാൻ പറ്റാത്തതുകൊണ്ട് വെടിവെപ്പുകൾ ഇടയ്ക്കിടെമാത്രമായിരുന്നു. ഞങ്ങളുടെ ഓട്ടം വളരെ വേഗത്തിലായിരുന്നു. മരങ്ങൾ തിങ്ങിനിറഞ്ഞ ഒരു ചെറിയ മലമുടിയിലെത്തിച്ചേരുന്നതുവരെ ഞങ്ങളോടി. അവിടെനിന്ന് ഞങ്ങൾ അവരെ നേരിടാൻ നിലയെടുത്തു. ഞങ്ങൾ പിന്നീട് പട്ടിയെ[1]ത്തേടി തിരിച്ചുവന്നപ്പോൾ വീണ്ടും പട്ടാളവുമായി ഏറ്റുമുട്ടി. പിന്നീടു ഞങ്ങൾ വീടുകൾ അകലെയകലെയായി മാത്രമുള്ള ഒരു പ്രദേശത്തേക്ക് മാർച്ച് തുടർന്നു. അവിടെയെത്തിയതോടെ മഴ തുടങ്ങി. തണുപ്പിനെ അകറ്റാൻ ഞങ്ങൾ പരസ്പരം ഇറുകിപ്പിടിച്ചു കിടന്നു.

1. ഡോൺ വിക്ടറുടെ ഒരു പട്ടി ഗറില്ലാപോരാളികളെ അനുഗമിക്കുന്നുണ്ടായിരുന്നു.

ഞങ്ങൾ ഉണർപ്പോൾ ഇനി എന്തു പ്ലാൻ പിന്തുടരണമെന്ന ചർച്ച യായി. സൈന്യത്തിന്റെ ഉപരോധത്തിനെതിരെ നിരന്തരമായ ഈ ഓട്ടം ഞങ്ങൾക്കെപ്പോഴും തുടരാൻ പറ്റില്ല; നിരന്തരം ഒരിടത്തുനിന്ന് മറ്റൊരി ടത്തേക്കുള്ള ഈ സ്ഥലം മാറ്റം. ഞങ്ങളെല്ലാവരും ഏകകണ്ഠമായി ഡോൺ വിക്റ്ററുടെ വീട്ടിലേക്ക് തിരിച്ചു ചെല്ലാൻ തീരുമാനിച്ചു.

ഞങ്ങൾ സാൻ ഇസിഡ്രോക്കു നേരെ തിരിച്ചു. അതിനിടയിൽ പക ലിന്റെ ഒരു ഭാഗവും അതിനായി ചെലവാക്കി. ഡിസംബർ 12ന് ഉച്ചതി രിഞ്ഞ് ഞങ്ങൾ ഡോൺ വിക്റ്ററുടെ പ്രദേശത്തെത്തി. അദ്ദേഹം കാട്ടിന കത്ത് തന്റെ പട്ടികളുമായി ക്യാമ്പ് ചെയ്യുന്നതായി ഞങ്ങൾ കണ്ടു. പട്ടി കൾ ഞങ്ങളെ സ്നേഹത്തോടെ വരവേറ്റു. ഡോൺ വിക്റ്റർ പിന്നീടാ ണെത്തിയത്. ഞങ്ങളെ കണ്ടതിൽ അദ്ദേഹം സന്തോഷിച്ചു. അദ്ദേഹ ത്തിന്റെ ഭാര്യക്ക് ഞങ്ങളെക്കുറിച്ചുള്ള ഉൽക്കണ്ഠയും അദ്ദേഹം ഞങ്ങളെ അറിയിച്ചു. ഞങ്ങൾ പുറപ്പെട്ട ദിവസം, ഒരു പശുവിനെത്തേടിക്കൊണ്ടി രിക്കുമ്പോൾ, ചില പട്ടാളക്കാർ അദ്ദേഹത്തെ തടഞ്ഞുവച്ച് ഗറില്ലകളെ ക്കുറിച്ച് ചോദ്യം ചെയ്തു. തനിക്കൊന്നുമറിയില്ലെന്നു പറഞ്ഞെങ്കിലും പട്ടാളക്കാർ വിട്ടില്ല. ഗറില്ലകൾ നിങ്ങളുടെ വീട്ടിലുണ്ടായിരുന്ന കാര്യം തങ്ങൾക്കറിയാമെന്നും ഒരു കർഷകൻ അവരുടെ സംസാരം ആ വീട്ടിൽ നിന്നു കേട്ട കാര്യം തങ്ങളോട് പറഞ്ഞിട്ടുണ്ടെന്നും പട്ടാളക്കാർ പറഞ്ഞു. അദ്ദേഹം അത് നിഷേധിച്ചപ്പോൾ ഒരു ലഫ്റ്റനന്റ് അദ്ദേഹത്തിന്റെ കര ണത്തടിക്കുകയും ചവിട്ടുകയും ചെയ്തു. മറ്റെല്ലാ പട്ടാളക്കാരും നോക്കി നിൽക്കുമ്പോൾ ഒരു മേജർ അദ്ദേഹത്തിൽ നിന്ന് സത്യം പിഴിഞ്ഞൂറ്റി യെടുക്കാൻ ശ്രമിച്ചു.

പിന്നീട് മേജർ പലതവണ അദ്ദേഹത്തെ ബാറ്റൻ കൊണ്ടടിക്കുകയും ഒടുവിൽ ഗറില്ലകളുടെയടുത്തേക്ക് വഴികാട്ടാനായി അദ്ദേഹത്തെ തടവിൽ വയ്ക്കാൻ ഉത്തരവിടുകയും ചെയ്തു. അവർ അദ്ദേഹത്തെയുംകൊണ്ട് ഞങ്ങളുടെ വഴി പിന്തുടർന്ന് കൊണ്ടിരുന്നപ്പോൾ തനിക്ക് പ്രകൃതിയുടെ വിളി അനുസരിക്കണമെന്ന് അദ്ദേഹം പറഞ്ഞു. അതിനായി പോകുന്ന രീതിയിൽ കാട്ടിലേക്കു കയറിയ അദ്ദേഹം ഓടി രക്ഷപ്പെട്ടു. രാത്രി മുഴു വൻ കറങ്ങിനടന്നശേഷം രാവിലെ അദ്ദേഹം സാൻ ഇസിഡ്രോയിലെ ത്തി. അവിടെനിന്ന് വീണ്ടും അറസ്റ്റു ചെയ്ത അദ്ദേഹത്തെ ഞങ്ങളുടെ തിരിച്ചുവരവിന്റെ തലേന്നു വരെ കസ്റ്റഡിയിൽ വച്ചു. ചുരുക്കത്തിൽ അദ്ദേഹം സ്വതന്ത്രനായിട്ട് ഒരു ദിവസമേ ആയിട്ടുള്ളൂ.

വേർപാട്

താൻ ഒറ്റയ്ക്ക് പുറത്തുള്ളവരുമായി ബന്ധം സ്ഥാപിക്കാൻ പുറ പ്പെടാമെന്നും, ഞങ്ങൾ അഞ്ചുപേരും ചേർന്ന് അത് ചെയ്യാൻ ശ്രമിക്കു ന്നത് ആത്മഹത്യയായിരിക്കുമെന്നും ഇന്റി പറഞ്ഞു. എന്റെ അഭിപ്രായ ത്തിൽ ഗ്രൂപ്പ് ചിതറുന്നതായിരിക്കും ആത്മഹത്യയെന്നും ക്യൂബക്കാർക്ക്

പുറത്തുകടക്കാൻ വഴിയില്ലാത്തതുകൊണ്ടാണ് ഞാനങ്ങനെ പറയുന്ന തെന്നും ഞാൻ ഇന്റിയോട് പറഞ്ഞു. സിറ്റിയിലെ ആരുമായാണ് ബന്ധപ്പെടേണ്ടതെന്ന് ഞങ്ങൾക്കറിയില്ല. അവരുമായി ബന്ധപ്പെട്ടാൽ മാത്രമേ സമരം തുടരാനായി ആരെങ്കിലും തയാറുണ്ടോ എന്നറിയാൻ കഴിയൂ. അതിനവർ തയാറല്ലെങ്കിൽ ഞങ്ങൾക്ക് രാജ്യത്തിനു പുറത്തുകടക്കാൻ പറ്റണം. അന്നു രാത്രി എല്ലാവരുമായി അക്കാര്യം ചർച്ച ചെയ്യാൻ ഞങ്ങൾ തീരുമാനിച്ചു.

ഞങ്ങൾ വീടിനടുത്ത് ഒളിച്ചിരുന്നു. സാഹചര്യം വിലയിരുത്തുന്ന ഒരു റിപ്പോർട്ട് അന്നു രാത്രിയിലെ മീറ്റിങ്ങിൽ ഞാൻ വച്ചു. ഇന്റിയും ഉർബാനോയും പുറപ്പെടട്ടെയെന്ന നിർദേശം ഞാൻ വച്ചു. ബാക്കിയുള്ള ഞങ്ങൾ പതിനഞ്ചു ദിവസം അവരെ കാത്തിരിക്കും. ഈ കാലത്തിനിടയിൽ ഒരു വിവരവും കിട്ടിയില്ലെങ്കിൽ ഞങ്ങൾ ഒറ്റയൊറ്റയായി പുറത്തു പോകാൻ പദ്ധതിയിടും. ഡാരിയോ ആദ്യം തിരിക്കും. കാരണം ഒരു ബൊളീവിയക്കാരനെന്ന നിലയിൽ അവന് ആളുകളുമായി വേഗം ഇടകലരാൻ പറ്റും. തുടർന്ന് ബെനിഞ്ഞോ പോകും. പിന്നെ ഞാൻ പോകും. ഒരു കറുത്തവനാകയാൽ ആരും കാണാതെ രക്ഷപ്പെടാൻ ഏറ്റവും കുറഞ്ഞ ചാൻസാണ് എനിക്കുള്ളത്.

അപ്പോൾ എല്ലാവരുടെയും മനസിൽ ഒരു ചോദ്യമുയർന്നുവന്നു. "അക്കാര്യങ്ങളൊക്കെ ഡോൺ വിക്റ്ററിനോട് പറഞ്ഞുകൂടേ?" ആരോടെങ്കിലും കാര്യം പറയേണ്ടതാവശ്യമാണ്. എപ്പോഴും അൽപ്പം വിവേചന ബുദ്ധിയോടെ ആയിരിക്കണം അതു ചെയ്യേണ്ടതെങ്കിലും. പുറപ്പെടലിനെ കേന്ദ്രീകരിച്ചൊരു സമഗ്രമായ ചർച്ച നടത്തിയ ശേഷം ഞങ്ങൾ താഴെപ്പറയുന്ന ധാരണയിലെത്തി:

ഡിസംബർ 15 ന് ഉച്ചയ്ക്കു ശേഷം ഇന്റിയും ഉർബാനോയും പുറപ്പെടണമെന്ന് ഞങ്ങൾ തീരുമാനിച്ചു. കാലടിപ്പാടുകൾ അവശേഷിപ്പിക്കാതെ വേണം അവർ പോകാൻ. ഡിസംബർ 20 മുതൽ 29 വരെ ഓരോ മൂന്നാം ദിവസവും ഞങ്ങൾ അവരിൽ നിന്നുള്ള ബന്ധപ്പെടൽ പ്രതീക്ഷിക്കും. ഒടുവിലത്തെ ദിവസവും ഒന്നും സംഭവിച്ചില്ലെങ്കിൽ ഞങ്ങൾ ഓരോരുത്തരായി പുറപ്പെടും. അങ്ങനെ സംഭവിച്ചാൽ വേണ്ട അഡ്രസുകൾ ഇന്റി തന്നു. അവന്റെ ഭാര്യാപിതാവ്, കൊച്ചബാംബയിലെ ഒരു പത്രത്തിന്റെ പത്രാധിപർ, സാന്താക്രൂസിൽ തനിക്കൊപ്പം കളിച്ചു വളർന്ന ഒരു പെൺകുട്ടി എന്നിവരുടെ അഡ്രസുകൾ. ഞാൻ കൊണ്ടുനടക്കുന്ന പണം (50,000 പെസോയും 3,000 ഡോളറും) ബെനിഞ്ഞോയും ഡാരിയോയും കൊണ്ടുപോകും. അവരുടെ മുഖഭാവവും നിറവും മറ്റും അവർ പിടിക്കപ്പെടാനുള്ള സാധ്യത കുറയ്ക്കുന്നുണ്ട്.

ബന്ധപ്പെടൽ നടന്നാൽ, വരുന്ന സഖാവ് രക്ഷപ്പെടാനുള്ള പദ്ധതി ഞങ്ങൾക്കൊപ്പം തയാറാക്കുകയും ഞങ്ങളെ എങ്ങനെ കൊണ്ടുപോകുമെന്നതിന്റെ രീതിയും തീയതിയും തീരുമാനിക്കുകയും ചെയ്യും.

ബന്ധപ്പെടാനായി തീരുമാനിച്ച സ്ഥലത്തേക്ക് ബെനിഞ്ഞോ പോക

ണമെന്ന് ഞങ്ങൾ തീരുമാനിച്ചു. അവന്റെ വെളുത്ത നിറവും മൊത്തത്തിലുള്ള രൂപവും അവനെ പ്രത്യേകമായി സംശയിക്കാനുള്ള സാധ്യത കുറയ്ക്കും. ഒരു വാഹനം വന്നു നിന്ന് അതിന്റെ ഡ്രൈവർ പുറത്തിറങ്ങി അതിന്റെ മുന്നിലെ ടയറുകളിലൊന്നിന്റെ പ്രശ്നം പരിഹരിക്കുന്നതിന് ശ്രമിക്കുമ്പോൾ ബെനിഞ്ഞോ ഡ്രൈവറെ സമീപിച്ച് ചോദിക്കും: “ടയറിൽ കാറ്റു കുറവാണോ, സുഹൃത്തേ?” അതിന് ഡ്രൈവർ മറുപടി പറയും: “മൂന്നുപേർക്ക് എങ്ങനെയുണ്ട്?”

തൊട്ടടുത്ത ദിവസം ഡോൺ വിക്റ്ററുമായി ഞങ്ങൾ ഞങ്ങൾക്കുവേണ്ടി സാധനങ്ങൾ വാങ്ങാൻ പോകേണ്ട കാര്യം ഏർപ്പാടു ചെയ്തു.

അദ്ദേഹം ഡിസംബർ 15 ന് ഉച്ചയോടെ പോയി, തുടർന്ന് ഞങ്ങൾ ഞങ്ങളുടെ സഖാക്കളോട് ഗുഡ്ബൈ പറഞ്ഞു. ഇത്തരം ജീവിതം മനുഷ്യന്റെ വികാരങ്ങളെ ഒരു പ്രത്യേകതരത്തിൽ പരുവപ്പെടുത്തും. ഡാരിയോ കരഞ്ഞു. പിരിയുന്നതിന് മുമ്പ് ഉർബാനോയുടെ കണ്ണിലും വെള്ളം നിറഞ്ഞു. അപ്പോഴും ഡോൺ വിക്റ്റർ തിരിച്ചെത്തിയിരുന്നില്ല. ഞങ്ങൾ വീട്ടിനുള്ളിൽ കിടന്നുറങ്ങാൻ തീരുമാനിച്ചു. ഞങ്ങൾ വളരെയേറെ ജാഗ്രത പുലർത്തുമെന്നുണ്ടെങ്കിൽത്തന്നെയും.

ഡോൺ വിക്റ്റർ വളരെ രാവിലെ തിരിച്ചെത്തി. വളരെ പരിഭ്രാന്തനായും സാധനങ്ങളൊന്നും കൈയിലില്ലാതെയും അദ്ദേഹം പറഞ്ഞു: “ഡോൺ പെഡ്രിറ്റോ, ഡോൺ പാച്ചിറ്റോ” എന്നെയും ബെനിഞ്ഞോയെയുമാണ് അങ്ങനെ അഭിസംബോധന ചെയ്തത്. “ഞാൻ റോഡിൽ കാലടിപ്പാടുകൾ കണ്ടു. വേഗം തന്നെ വീട്ടിൽനിന്നും പോകണം.”

എങ്ങനെയാണ് കാലടിപ്പാടുകൾ തോന്നിക്കുന്നതെന്ന് ഞങ്ങൾ ചോദിച്ചു. അതിനദ്ദേഹം ഒന്ന് ഒരു ജോഡി ഷൂസിന്റെയും മറ്റൊന്ന് വള്ളിച്ചെരുപ്പുകളുടേതുമാണെന്നു പറഞ്ഞു. ഈ കാലടിപ്പാടുകൾ ആൽബെർട്ടോ (ഉർബാനോ)ക്കു നൽകിയ ഷൂസിന്റെയും പെപ്പെ (ഇന്റി)യുടേതുമാണെന്നും അവരൊരു ദൗത്യത്തിനായി പോയതാണെന്നും ഞങ്ങൾ പറഞ്ഞു.

അത് അദ്ദേഹത്തെ നല്ലൊരളവിൽ ശാന്തനാക്കി. താൻ നിരീക്ഷിക്കപ്പെടുന്നുണ്ടെങ്കിലോ എന്നു കരുതി താൻ സാധനങ്ങൾ ഒളിച്ചു വച്ചിരിക്കുകയാണെന്ന് അദ്ദേഹം പറഞ്ഞു. വിഷയം മാറ്റാനായി ഞങ്ങൾ ഡിസംബർ 24ന് (ക്രിസ്മസ് തലേന്ന്) ഒരു ഫാമിലി പാർട്ടി (കുടുംബത്തിന്റെ ഒത്തുചേരൽ)ക്ക് പരിപാടിയിട്ടിട്ടുണ്ടെന്ന് പറഞ്ഞു. ഡോൺ വിക്റ്ററിനും കുടുംബത്തിനും അതുവരെ അത്തരമൊരു ആഘോഷമുണ്ടായിട്ടില്ല.

ഡിസംബർ 17 ന് വയസന്റെ ബന്ധുക്കളെത്തിച്ചേർന്നു. ഒരു മകൻ, മരുമകൻ, ഡോൺവിക്റ്ററുടെ ഭാര്യ എന്നിവർ. ഭാര്യക്കൊപ്പം രണ്ടു പേരക്കുട്ടികളുമുണ്ട്. സംശയങ്ങളൊഴിവാക്കാൻ ഞങ്ങൾ അദ്ദേഹത്തിന്റെ ഭാര്യയോട് കാമരാപയിൽ പോയി സാധനങ്ങൾ വാങ്ങാൻ പറഞ്ഞു. അവിടെയുള്ളയാളുകൾ രണ്ടു ഗറില്ലകൾ കടന്നുപോയതായി പറയുന്നുണ്ടെ

ന്നകാര്യം അവർ പറഞ്ഞു. അതിനുകാരണം അവരൊരു പലചരക്കുകടയിൽ ചെന്ന് 50 പെസോ നോട്ട് കൊടുത്തതാണ് (ആ നോട്ടുകൾക്ക് ആ പ്രദേശത്ത് ഗറില്ലാ റോസ് എന്ന പേര് വീണിരുന്നു. ഞങ്ങളുടെ കൈയിൽ മറ്റു നോട്ടുകൾ ഇല്ലാതിരുന്നതിനാൽ ഞങ്ങൾ എല്ലായിടത്തും 50, 100 പെസോനോട്ടുകളാണ് കൊടുത്തിരുന്നത്). ആ കടയുടെ ഉടമസ്ഥ അധികാരികളെ വിവരമറിയിച്ചെന്നും, എന്നാൽ അധികാരികളവളെ വിശ്വസിക്കാൻ തയാറായില്ലെന്നും (അത് സാധ്യതയില്ലാത്ത കാര്യമാണെന്ന് അവർ കരുതി) വിക്റ്ററിന്റെ ഭാര്യ പറഞ്ഞു.

വഴിത്താരകൾ പിന്തുടർന്ന് കർഷകർ ഇടയ്ക്കിടെ അവിടെ വന്നു. ഞങ്ങളെത്തിരഞ്ഞും വീട്ടിൽ വന്ന് ഞങ്ങളെക്കുറിച്ച് അന്വേഷണം നടത്തിയും അവർ തിരിച്ചു പോയി. ഞങ്ങൾ സൈബീരിയയിലുണ്ടെന്നും അവസാന ഏറ്റുമുട്ടലിൽ ഒരാൾക്ക് മുറിവേറ്റ് മരിച്ച് അടക്കം ചെയ്യപ്പെട്ടതിനാൽ ഒരാൾ കുറഞ്ഞതു കാരണം നാല് ആളുകളാണ് ഇനി ബാക്കിയെന്നും അവർ പറഞ്ഞു.

അതേ ദിവസം ഞാൻ ഡോൺ വിക്റ്ററോട് അദ്ദേഹത്തിന്റെ മരുമകനെ ഒരു ഷോർട്ട് വേവ് റേഡിയോ വാങ്ങാൻ കൊച്ചബാംബയിലേക്ക് പറഞ്ഞുവിടാനാവശ്യപ്പെട്ടു. അപ്പോൾ ഞങ്ങൾക്ക് 'റേഡിയോ ഹവാന ക്യൂബ' കേൾക്കാൻ പറ്റും. ഞങ്ങൾക്കുള്ള ഒരു റേഡിയോ ചെറുതും ബാറ്ററി കൊണ്ട് പ്രവർത്തിക്കുന്നതുമാണ്. അതിൽ പ്രാദേശിക സ്റ്റേഷനുകൾ മാത്രമേ കിട്ടൂ. ക്രിസ്മസ് തലേന്നത്തെ പാർട്ടിക്കു വേണ്ട സാമഗ്രികളും (വീഞ്ഞ്, മധുരപലഹാരങ്ങൾ തുടങ്ങി) വാങ്ങണമെന്നും പറ്റിയാൽ ഒരു അണ്ടർവെയറും ജാക്കറ്റും വാങ്ങണമെന്നും ഞങ്ങൾ ശട്ടം കെട്ടി.

ഞങ്ങൾ ഡിസംബർ 20 ന് ഒരു പാറക്കെട്ടിനു മുകളിൽ ചെലവഴിച്ചു. അവിടെ നിന്നാൽ മൊത്തം പ്രദേശവും കാണാനാവും. സൈന്യം വരികയാണെങ്കിൽ ഞങ്ങൾക്ക് അവരെ അപേക്ഷിച്ച് രണ്ടു മണിക്കൂർ നടത്തത്തിന്റെ മെച്ചം കിട്ടും. ബെനിഞ്ഞോ കൂടിക്കാഴ്ചക്കു തീരുമാനിച്ചിരിക്കുന്ന സ്ഥലത്തേക്ക് വയസനേയും കൂട്ടിപ്പോയി. പറഞ്ഞ വിധത്തിൽ പെരുമാറുന്ന ഒരാളും വന്നില്ല. ബാക്കി ഞങ്ങളെല്ലാം കാട്ടിലേക്ക് കയറി ഒരുദിവസം മുഴുവനും (ബെനിഞ്ഞോ തിരിച്ചു വരുന്നതു വരെ) അവിടെ ചെലവഴിച്ചു. എല്ലാം ശാന്തമായി കടന്നുപോയി. ഡിസംബർ 23നും ഞങ്ങൾ ബന്ധം സ്ഥാപിക്കാൻ പോയി. ആരും വന്നില്ല.[1] ഞങ്ങൾക്ക്

1. *'ഗറില്ലെറോ ഇന്റി'* എന്ന തന്റെ പുസ്തകത്തിൽ ബൊളീവിയൻ എഴുത്തുകാരനായ ജീസസ് ലാറ (ഇന്റി പെരെഡോയുടെ ഭാര്യാപിതാവും ആ കാലത്ത് ബൊളീവിയൻ കമ്യൂണിസ്റ്റ് പാർട്ടിയംഗവുമായിരുന്നു അദ്ദേഹം) ഒരു അഞ്ചംഗ രക്ഷാകമ്മിറ്റിക്കു രൂപംകൊടുത്തുവെന്ന് ഓർമിക്കുന്നു. അവർക്കിടയിൽ ELN ന്റെയും PCB യുടെയും അംഗങ്ങളുണ്ടായിരുന്നു. ബന്ധപ്പെടാനുള്ള സാഹസിക പരിപാടി സംഘടിപ്പിച്ചെങ്കിലും ഡിസംബർ 20ന് ബെനിഞ്ഞോ പ്രത്യക്ഷപ്പെടാത്തതു കൊണ്ട് അത് വിജയിച്ചില്ല. വന്ന ആളുകൾ വിശ്വസിക്കാവുന്നവരല്ലെന്ന് ബെനിഞ്ഞോക്ക് തോന്നി. രണ്ടാമത്തെ ശ്രമത്തിൽ (ഡിസംബർ 23) ഹൈവേയിൽ വൻതോതിൽ പട്രോളുണ്ടായിരുന്നു.

ഡിസംബർ 24 ന്റെ പാർട്ടി മാറ്റിവയ്ക്കേണ്ടി വന്നു. കാരണം, വയസന്റെ മകനെ ഒരു കളവിന്റെ പേരിൽ സംശയിച്ച് അറസ്റ്റ് ചെയ്തു. ഞങ്ങളാകെ പരിഭ്രാന്തരായി. കാരണം അത് പ്രശ്നങ്ങളെയാകെ സങ്കീർണമാക്കിയേക്കാം.

ഒരു കള്ളനായ തന്റെ മകനെ കാണാൻ പോകുന്നത് നാണക്കേടായതു കൊണ്ട് താനവനെ കാണാൻ പോകില്ലെന്ന് ഡോൺ വിക്റ്റർ ശഠിച്ചു. അദ്ദേഹത്തെ കാര്യങ്ങൾ ബോധ്യപ്പെടുത്താൻ വലിയ അധ്വാനം വേണ്ടിവന്നു. വീട്ടിലെ ഞങ്ങളുടെ സാന്നിധ്യത്തെപ്പറ്റി അവനെങ്ങാൻ പറഞ്ഞാൽ അത് കാര്യങ്ങളെയാകെ വഷളാക്കുമെന്ന് വിശദീകരിച്ചുകൊടുത്ത് ഞങ്ങളദ്ദേഹത്തെ ബോധ്യപ്പെടുത്തി പറഞ്ഞയച്ചു.

ഡിസംബർ 25 ന് മൊത്തം കുടുംബവും എത്തിച്ചേർന്നു. ഡോൺവിക്റ്ററുടെ മകൾ – അവൾ വിവാഹിതയാണ് – വളരെ സുന്ദരിയായിരുന്നു. ആ പ്രദേശത്തെ മിക്ക ആളുകളെക്കാളും ഉയരം അവൾക്കുണ്ട്. ഡോൺ വിക്റ്റർ, തന്റെ ഭാഗത്തുനിന്ന് വളരെ സന്തുഷ്ടനായിരുന്നു. ഞങ്ങൾ ഇറ്റാലിയൻ വീഞ്ഞും ചിലിയൻ വീഞ്ഞും കുടിച്ചു. ഭക്ഷണവും ഒന്നാന്തരമായിരുന്നു. മകൾ ഞങ്ങൾക്ക് പുസ്തകങ്ങളും മാസികകളും എത്തിച്ചുതരാമെന്ന് വാഗ്ദാനം ചെയ്തു. ഞങ്ങളുടെ ബോറടി അസഹ്യമായിരുന്നു. ഗറില്ലകളെ ഒളിപ്പിച്ചതിന് കൊച്ചബാംബയിൽ രണ്ടാളുകളെ അറസ്റ്റു ചെയ്തുവെന്ന് അവൾ ഞങ്ങളോട് പറഞ്ഞു. അത് ഞങ്ങളുടെ ആഘോഷദിവസത്തെ ഇരുണ്ട ഒന്നാക്കി. ഞങ്ങൾക്കാകെ വേവലാതിയായി.

ഡിസംബർ 26ന് ബെനിഞ്ഞോ വീണ്ടും ബന്ധപ്പെടേണ്ട സ്ഥലത്തേക്ക് പോയി.[1] ബന്ധപ്പെട്ടവർ വന്നു. അവരവനോട്, അവർ ഡിസംബർ 30 നും ജനുവരി 30 നുമിടയിൽ വരുമെന്നും ജനുവരി 5 മുതലുള്ള ഓരോ അഞ്ചു ദിവസങ്ങളിലും ബന്ധങ്ങൾക്ക് ശ്രമിക്കുമെന്നും പറഞ്ഞു. ഒന്നാമത്തെ ബന്ധപ്പെടൽ ദിവസം വരെ ഞങ്ങൾക്ക് പത്തു ദിവസമുണ്ട്

ഞങ്ങൾ വനത്തിലെ ഞങ്ങളുടെ സ്ഥലത്തേക്ക് മടങ്ങി. അവിടെ, ഞങ്ങളെ ആരെങ്കിലും ഒറ്റിക്കൊടുത്തില്ലെങ്കിൽ പ്രശ്നങ്ങളുണ്ടാകാൻ സാധ്യതയില്ല. രണ്ട് മലയിടുക്കുകൾക്ക് ഇടയിലെ നിരപ്പായ ഒരു സ്ഥലമാണത്. ആ മലയിടുക്കുകൾ രണ്ടും ഒരു ബിന്ദുവിൽ ഒന്നിച്ചുചേരും. വശങ്ങളിൽ നിന്നങ്ങോട്ടു കടക്കാൻ വളരെ ബുദ്ധിമുട്ടാണ്. ഞങ്ങൾക്ക് സുരക്ഷിതമായി രക്ഷപ്പെടാൻ വേണ്ടതിലേറെ സമയം കിട്ടും.

ഡിസംബർ 28ന് വയസന്റെ മകൻ മോചിതനായി. ഞങ്ങൾ നൽകിയ ആയിരം പെസോ ഫൈനായി അടച്ചിട്ടാണത് സാധിച്ചത്.

ഡിസംബർ 31ന് ഞങ്ങൾ റേഡിയോ ഹവാനയുടെ വാർത്തകളുടെ വർഷാന്താവലോകനം കേട്ടു.

---

1. ബന്ധപ്പെടാനുള്ള മൂന്നാമത്തെയും ഒടുവിലത്തെയും ശ്രമത്തിൽ ആ പ്രദേശത്തെ ബൊളീവിയൻ കമ്യൂണിസ്റ്റുപാർട്ടിയുടെ ഫസ്റ്റ്സെക്രട്ടറിയായ റോബർട്ട് അസ്നെർ ബന്ധപ്പെടേണ്ട വ്യക്തികളെയും അതിനുള്ള നടപടിക്രമവും സ്വയം തെരഞ്ഞെടുക്കുകയായിരുന്നു.

ഞങ്ങൾ പൊരിച്ച പന്നിയിറച്ചിയും വീഞ്ഞും മറ്റുമായി പുതുവർഷപ്പിറവി ആഘോഷിച്ചു. പക്ഷേ അസാധാരണമായതൊന്ന് സംഭവിച്ചു. 12 മണിക്ക് മുമ്പു തന്നെ ഞങ്ങൾ ഉറങ്ങിപ്പോയി. അങ്ങനെ പുതുവർഷപ്പിറവിയുടെ വരവ് നഷ്ടമായി. ഞങ്ങൾ കുളിക്കാൻ ആഗ്രഹിച്ചു. എന്നാൽ കൊച്ചുവാ വംശജനായ ഒരു കർഷകൻ വന്നതുകൊണ്ട് ഞങ്ങൾക്കതിനു കഴിഞ്ഞില്ല. ഡോൺ വിക്റ്ററുടെ ഭാര്യ അയാളെ പാൽക്കട്ടിയും കാപ്പിയും കഴിക്കാൻ ക്ഷണിച്ചു.

ജനുവരി രണ്ടിന് റേഡിയോ ക്യൂബൻ വിപ്ലവവിജയം ആഘോഷിക്കുന്നത് ഞങ്ങൾ കേട്ടു. അൽപ്പനേരത്തിനു ശേഷം ഒരു ചെറിയ കൂട്ടം കർഷകർ എത്തിച്ചേർന്നു. തങ്ങൾ പ്രദേശത്ത് പട്ടാളക്കാരെ കണ്ടതായി അവർ പറഞ്ഞു. ഞങ്ങളെക്കുറിച്ചും മുമ്പ് ഞങ്ങളവിടെ താമസിച്ചതിനെക്കുറിച്ചും എല്ലാം അവർ ഡോൺ വിക്റ്ററോട് ചോദിച്ചു.

രണ്ടു ദിവസത്തിനുശേഷം മറ്റു കർഷകർ വന്ന് ഞങ്ങളെ എവിടെ കണ്ടെത്താനാവുമെന്ന് പറഞ്ഞു കൊടുത്താൽ, ഞങ്ങളെ പിടിച്ചാൽ അവർക്കു കിട്ടുന്ന പ്രതിഫലത്തുകയുടെ പകുതി അദ്ദേഹത്തിന് നൽകാമെന്ന് വാഗ്ദാനം ചെയ്തു. ഞങ്ങളുടെ ഫോട്ടോകളും അടിയിൽ ഓരോരുത്തർക്കും 10,000 പെസോകൾ എന്നും എഴുതിയ നോട്ടീസുകൾ കൊണ്ടുവന്നു.

അതേ ദിവസം ബെനിഞ്ഞോ കുടുംബത്തിലെ ഒരംഗമായി. കാരണമവൻ വയസന്റെ പേരക്കുട്ടികളിലൊരാളുടെ തലതൊട്ടപ്പനായി (ഇവിടെ മാമോദീസ നടത്തുന്നത് കുട്ടിയുടെ ആദ്യത്തെ മുടിമുറിക്കൽ എന്ന പ്രതീകാത്മകമായ ചടങ്ങോടെയാണ്).

വയസന്റെ മകൾ ഗുഡ്ബൈ പറയുന്ന സമയത്ത് ഞങ്ങൾക്ക് ഏറെക്കുറെ അവളുടെ വായ പൊത്തിപ്പിടിക്കേണ്ടി വന്നു. അവൾ വിളിച്ചുകൂകാൻ തുടങ്ങി. "എന്റെ കുഞ്ഞിനൊരു ക്യൂബക്കാരൻ തലതൊട്ടപ്പനുണ്ട്, എന്റെ കുഞ്ഞിനൊരു ക്യൂബക്കാരൻ തലതൊട്ടപ്പനുണ്ട്."

കുറച്ചു കഴിഞ്ഞ് റൈഫിളുകളുമേന്തി അഞ്ച് വ്യക്തികൾ സിവിലിയൻ വേഷത്തിൽ കടന്നുവന്നു. അവരെ കണ്ടയുടൻ ഞങ്ങളതിവേഗം വനങ്ങളിലേക്കു കുതിച്ചു. അവർ പോയശേഷം ഡോൺ വിക്റ്ററുടെ ഭാര്യ ഞങ്ങളെ തേടി വന്ന് താനവരെ ഭക്ഷണം കഴിക്കാൻ ക്ഷണിച്ചുവെന്നു പറഞ്ഞു. ഞങ്ങളെ വീട്ടിലേക്ക് തിരിച്ചുചെല്ലാനവർ നിർബന്ധിച്ചു. രാത്രി വനത്തിൽ തന്നെ കഴിച്ചു കൂട്ടാൻ ഞങ്ങൾ തീരുമാനിച്ചു.

ഞങ്ങളേറെക്കുറെ ഉൽക്കണ്ഠാകുലരായി. കാരണം മുൻകൂട്ടി തീരുമാനിച്ചപ്രകാരം പിറ്റേദിവസമാണ് ഞങ്ങൾ മൂന്നുപേർ തിരിക്കേണ്ടത്. സാഹചര്യം വളരെ മോശമായിത്തീർന്നു. അവർ ഞങ്ങളെ കൊണ്ടുപോകാനെത്തിയില്ലെങ്കിൽ, തിരിച്ചു പോക്ക് ഏറെക്കുറെ അസാധ്യമായിത്തീരും. തന്റെ ജീവൻ നിരവധി തവണ ഞങ്ങൾക്കു വേണ്ടി (അതും ഒരു സെന്റു പോലും പ്രതിഫലമാഗ്രഹിക്കാതെ) പണയം വെച്ച ഈ കർഷകനെ ഓർത്തായിരുന്നു ഞങ്ങളുടെ വേവലാതി. അദ്ദേഹത്തിന്റെ ഏക താൽപ്പര്യം ഞങ്ങളെ സഹായിക്കണമെന്നതു മാത്രമായിരുന്നു.

രക്ഷാപദ്ധതി

ജനുവരി 5 ന് സന്ധ്യക്ക് ഞങ്ങളവരോട് ഗുഡ്ബൈ പറഞ്ഞു. ഞങ്ങളവർക്ക് 6,000 പെസോ കൊടുത്തു. ഞങ്ങൾക്ക് രക്ഷപ്പെടാനായാൽ കൂടുതൽ സഹായം ചെയ്യാമെന്നും പറഞ്ഞു. ഞങ്ങൾ പിന്നീട് ആ വാഗ്ദാനം നിറവേറ്റി.

അദ്ദേഹത്തിന്റെ വീട്ടിൽനിന്ന് കൂടിക്കാണേണ്ട സ്ഥലം വരെയുള്ള മൊത്തം റൂട്ടിലും ഒരു സുരക്ഷാ സംവിധാനം ഡോൺ വിക്റ്റർ ഒരുക്കിയിരുന്നു. തന്റെ ബന്ധുക്കളെയും മക്കളെയും ഉപയാഗിച്ചാണ് അതൊരുക്കിയത്. ഞങ്ങളുടെ പദ്ധതിയെ അപകടത്തിലാക്കുന്ന അസാധാരണമായ എന്തു കാര്യങ്ങളെക്കുറിച്ചും ഞങ്ങൾക്ക് മുന്നറിയിപ്പ് തരാനായിരുന്നു അത്. 9 മണിക്ക് (രാത്രി) ട്രക്ക് ഞങ്ങളെ കൊണ്ടുപോകേണ്ട സ്ഥാനമായ പാലത്തിൽ ഞങ്ങളെത്തിച്ചേർന്നു. അവിടെ വാഹനം വന്നു നിർത്തണമെന്നായിരുന്നു പ്ലാൻ. ഞങ്ങൾ ഡ്രൈവറോടു ചോദിക്കും. "ഹേയ് സുഹൃത്തേ, നിങ്ങളുടെ ടയർ പഞ്ചറായോ?" അയാൾ പകരം മറുപടി പറയും: "ഇല്ല, ഞാൻ വെറുതെയൊന്ന് ടയർ ചെക്ക് ചെയ്തതാണ്."

അൽപ്പസമയത്തിനകം, ഞങ്ങൾ ഒരു കാപ്പി കുടിച്ചു കൊണ്ടിരുന്നപ്പോൾ, ട്രക്ക് എത്തിച്ചേർന്നു. അത് നിർത്തി. ഡ്രൈവർ ടൂൾസെടുത്ത് പുറത്തേക്കിറങ്ങാൻ തുടങ്ങി. ഞങ്ങൾ അയാളെ സമീപിച്ച് ചോദിച്ചു. "ഹേയ് സുഹൃത്തേ നിങ്ങളുടെ ടയർ പഞ്ചറായോ?" ആ ചെറുപ്പക്കാരനാകെ ഭീതി പൂണ്ട് പരിഭ്രാന്തിയോടെ പറഞ്ഞു. "അതെ അതെ, അകത്ത് കയറ്, ഇത് ഞങ്ങളാണ്."

ആ ട്രക്ക് വളരെ വലിയ ഒന്നായിരുന്നു. അതിൽ താഴെപ്പറയുന്ന സംവിധാനമുണ്ടായിരുന്നത്. ആ ട്രക്കിന്റെ ചരക്കു കയറ്റുന്ന ഭാഗം പകുതി വരെ നീണ്ട മരപ്പലകകൾ നിറച്ചിരുന്നു. മധ്യഭാഗത്ത് അതേ തടി തന്നെ രണ്ടായി മുറിച്ചത് ഒരുഭാഗം മുൻഭാഗത്തും മറ്റേ ഭാഗം പിൻഭാഗത്തും നിരപ്പൊപ്പിച്ച് അടുക്കി. ഇടയിൽ ഒരു പൊള്ളയായ ഭാഗമുണ്ട്. ആ കൂടുപോലുള്ള അറയിൽ ഞങ്ങൾ കടന്നിരുന്നു. ഒടുവിൽ മുകളിൽ വീണ്ടും നീളൻ മരപ്പലകകൾ അടുക്കി. അതായത്, പുറമേ നിന്നും നോക്കിയാൽ ട്രക്ക് സാധാരണപോലെ മരപ്പലകകൾ നിറച്ചതായിരിക്കും.

ഞങ്ങൾ ആ ട്രക്കിലെ കൂട്ടിനകത്ത് കഷ്ടിച്ച് ഞെങ്ങിഞെരുങ്ങിയിരുന്നു. അത്രയും സ്ഥലമേ അവിടെ ഉണ്ടായിരുന്നുള്ളൂ.

പിന്നീട് ആ യാത്രയെങ്ങനെ നടന്നെന്നകാര്യം ഡ്രൈവർ ഞങ്ങളോട് വിവരിച്ചു. ആദ്യത്തെ ചെക്ക് പോയിന്റ് കുഴപ്പമില്ലാതെ കടന്നു. രണ്ടാമത്തേതിൽ ഓഫീസർ ട്രക്ക് തടഞ്ഞ് കടലാസുകൾ ചോദിച്ചു. ഒരു പട്ടാളക്കാരൻ മുകളിൽ കയറി പലകകളെടുത്ത് തറയിലെറിയാൻ തുടങ്ങി. രണ്ടു നിര മരപ്പലകകൾ എറിഞ്ഞു കഴിഞ്ഞപ്പോഴേക്കും ഡ്രൈവർ ഫസ്റ്റ് ക്യാപ്റ്റനെയും സെക്കന്റ് ക്യാപ്റ്റനെയും പുകവലിക്കാൻ ക്ഷണിച്ചു. അവർ അത് സ്വീകരിച്ച് പുകവലിക്കാൻ നിന്നു. അപ്പോഴേക്കും മുക

ളിൽ കയറിനിന്ന പട്ടാളക്കാരൻ ഒരു കമ്പിവടി വാങ്ങി മരപ്പലകകൾക്കിടയിലൂടെ കുത്തിനോക്കാൻ തുടങ്ങി. ഞങ്ങൾ ഒളിച്ചിരുന്നിടത്ത് ഒരു കഷണം മരപ്പലകയുണ്ടായിരുന്നു. അതുകൊണ്ട് ഞങ്ങൾ കുത്തുകൾ തടഞ്ഞു. അതൊരു വല്ലാത്ത സംഘർഷം നിറഞ്ഞ നിമിഷമായിരുന്നു. ഞങ്ങൾക്കു മുകളിൽ മൂന്ന് നിര മരപ്പലകകളാണ് ഉണ്ടായിരുന്നത്. അതിൽ രണ്ടു നിര മാറ്റിക്കഴിഞ്ഞിരുന്നു. ഒരു നിരയെ ബാക്കിയുള്ളു. അതുകൂടി മാറ്റിയാൽ ഞങ്ങളെക്കാണും. എന്തായാലും പുകവലിയും തണുപ്പും അവരുടെ ശ്രദ്ധ വ്യതിചലിപ്പിച്ചു. അല്ലെങ്കിൽ ഞങ്ങളുടെ സ്ഥിതി ഒടുവിൽ രണ്ടു കൂട്ടർക്കും അപകടകരമാകുന്ന ഒരു നിലയിലെത്തിച്ചേനെ. ഞങ്ങളെ അവർ കണ്ടുപിടിക്കുമായിരുന്നു. പക്ഷേ അവർ ആരും അക്കാര്യം പറയാൻ ജീവിച്ചിരിക്കുമായിരുന്നില്ല. കാരണം ഞങ്ങളുടെ കൈയിൽ ആയുധങ്ങളുണ്ടായിരുന്നു.

തുടർന്ന് ട്രക്ക് മറ്റു പ്രശ്നങ്ങളൊന്നുമില്ലാതെ പത്തു ചെക്ക്പോയിന്റുകൾ കൂടി കടന്നുപോയി. അക്കാര്യം നിർവഹിച്ച ചെറുപ്പക്കാർ PCB യുടെ അംഗങ്ങളായിരുന്നു. അവർ വളരെ ശാന്തചിത്തരായി കാര്യം നടത്തി. അവരിലൊരാൾ ഡ്രൈവറുടെ സഹായിയായി ട്രക്കിൽ പണിയെടുത്തിരുന്നു. ട്രക്ക് ഉപയോഗിക്കാനായി അവൻ ഡ്രൈവറെ നന്നായി മദ്യപിപ്പിച്ചു. തുടർന്നവൻ അത്തരമൊരു സ്ഥിതിയിൽ ഡ്രൈവിങ് നടത്തുന്നത് ശരിയല്ലെന്ന് അയാളെ ബോധ്യപ്പെടുത്തി. അടുത്തദിവസം രാവിലെ കൊച്ചബാംബയിലേക്ക് കൊണ്ടുപോകാൻ ഉടമ അവന് അനുവാദവും നൽകി.

ജനുവരി 6ന് ഞങ്ങൾ കൊച്ചബാംബയിലെത്തി. നഗരപ്രാന്തത്തിലെ ഒരു വീട്ടിൽ ഒളിവിലിരുന്നു. പാർട്ടിയിലെ നിരവധി സഖാക്കൾ ഞങ്ങളെ കാത്തിരിക്കുന്നുണ്ടായിരുന്നു. തങ്ങളെ ഏൽപ്പിച്ച ദൗത്യം വിജയിച്ചതിൽ അവരെല്ലാം സന്തോഷിച്ചു. ഞങ്ങൾ ഇന്റി എവിടെയെന്ന് അന്വേഷിച്ചു. അവൻ ലാ പാസിലാണെന്ന് അവർ പറഞ്ഞു. ഞങ്ങളവർക്ക് ഞങ്ങൾക്കു വേണ്ട രേഖകൾ ശരിയാക്കാനും മറ്റു കൃത്യങ്ങൾക്കുമായി വേണ്ട പണം നൽകി.

ഇന്റിയുടെയും ഉർബാനോയുടെയും രക്ഷപ്പെടൽ

പിന്നീട് ഞങ്ങൾ ഇന്റിയും ഉർബാനോയും രക്ഷപ്പെട്ടതെങ്ങനെയെന്ന് മനസിലാക്കി. അവർ ആദ്യം സാൻ ഇസിഡ്രോയുടെ പ്രാന്തങ്ങളിലേക്ക് മൂന്നു മണിക്കൂർ നടന്നു. അവിടെയൊരു ഹോട്ടലിൽ കയറി ഭക്ഷണവും കാപ്പിയും കഴിച്ച് അവർ 50 പെസോ നോട്ട് കൊടുത്തു. അടുത്തതായി അവർ ഹൈവേയിലേക്കെത്തുന്ന വഴിയിലെ ചെക്ക് പോയിന്റിലെത്തി ഗ്രാമീണ കർഷകരെന്ന ഭാവത്തിൽ പട്ടാളക്കാരുമായി കുശലം പറഞ്ഞു. ട്രിനിഡാഡ് റെജിമെന്റിലെ 350 പട്ടാളക്കാരെ അപ്പോൾ റിലീവ് ചെയ്തതായി അവരറിഞ്ഞു. തുടർന്നവരൊരു സിനിമ കാണാൻ പോയി. ആ തീയേറ്ററിൽ 80 ശതമാനവും പട്ടാളക്കാരായിരുന്നു. സിനിമ കഴി

ഞ്ഞപ്പോൾ വീണ്ടും ചെക്ക് പോയിന്റിലെത്തി ബസ് കാത്തിരുന്നു. അപ്പോൾ മഴ തുടങ്ങി. മഴ തുടങ്ങിയതോടെ പട്ടാളക്കാർ റോഡ് തടസമായി വച്ചിരുന്ന മരത്തിന്റെ കഴ പൊക്കിവച്ചു. രണ്ടു മണിക്കൊരു ട്രക്ക് അതു വഴി വന്നു. അവർ അതിൽ ചാടിക്കയറി. ഭാഗ്യത്തിന് ക്യാബിൻ ഒഴിഞ്ഞുകിടന്നിരുന്നു. ആ നിമിഷം ഉർബാനോയുടെ ഹാറ്റ് താഴെപ്പോയി. ഒരു കർഷകൻ അതെടുത്ത് അവന് കൊടുക്കാൻ ശ്രമിച്ചു. പക്ഷേ ഉർബാനോ ആ കർഷകനോട് “താനത് എന്റെ സമ്മാനമായിട്ടെടുത്തോ” എന്നു പറഞ്ഞു. ഇന്റി അതിന് ഉർബാനോയെ ശകാരിച്ചു. കാരണം ഒരു കർഷകനും അങ്ങനെയിങ്ങനെയൊന്നും തന്റെ ഹാറ്റ് ആർക്കും വിട്ടുകൊടുക്കില്ല. ആ സമ്മാനം നൽകൽ സംശയമുണ്ടാക്കാനിടയുണ്ടായിരുന്നു.

അവർ മാറ്ററാളിലെത്തി. അവിടെ ട്രക്ക് നിർത്തി. അതായിരുന്നു ഏറ്റവും അപകടം പിടിച്ച സ്ഥലം. കാരണമവിടെ നാറ്റോക്കൊപ്പം ഉർബാനോ പോയിരുന്നു. പട്ടാളക്കാരവനെ നോക്കി; പക്ഷേ ആരുമവനെ തിരിച്ചറിഞ്ഞില്ല. സാന്താക്രൂസിൽ റോഡ് തടസമായി കഴ താഴ്ത്തി വച്ചിരുന്നില്ല. അവർ പ്രശ്നമൊന്നും കൂടാതെ അവിടെയെത്തി.

അവിടെ വെച്ചവർ വസ്ത്രങ്ങൾ, സ്യൂട്ടുകൾ, ഷൂസ് എന്നിവ വാങ്ങി. ഒരു പൊതു കുളിപ്പുരയിൽ കയറി വസ്ത്രങ്ങൾ മാറ്റി. അവർ ലോയ്ഡ് ഏരിയോ ബൊളീവിയാനോ (വിമാനക്കമ്പനി) യിൽ ടെലഫോൺ ചെയ്ത് കൊച്ചബാംബയിലേക്ക് രണ്ട് സീറ്റുകൾ റിസർവ്വ് ചെയ്തു. അവർ വിമാനത്താവളത്തിലെത്തി ആൽബർട്ടോ ടോറസ്, ജോസ്ഗുട്ടിറസ് എന്നീ പേരുകളിൽ രണ്ട് സീറ്റുകൾ ബുക്ക് ചെയ്തു. യാത്രയിലുടനീളം അവർ ഒരു സ്പെഷ്യൽ ഫോഴ്സ് ഓഫീസറോട് സംസാരിച്ചുകൊണ്ടിരുന്നു. അയാൾ അവരോട് തന്റെ ഗറില്ലാ വിരുദ്ധ പ്രവർത്തനങ്ങളെക്കുറിച്ചുള്ള പലവിധ കാര്യങ്ങളും പറഞ്ഞുകൊണ്ടിരുന്നു.

ഞങ്ങൾ എങ്ങനെയാണ് രക്ഷപ്പെട്ടതെന്നതിനെ കുറിച്ച് ഭാഗികമായി അയാളുടെ കഥ വിശദീകരണം നൽകി. ഞങ്ങൾ നായ്ക്കളായി പെട്ടെന്ന് വേഷം മാറി തങ്ങളെ അദൃശ്യരാക്കി മാറ്റിക്കൊണ്ടാണ് ചുറ്റിവളയലിനെ മുറിച്ചു കടന്നതെന്ന് അയാൾ പറഞ്ഞു. ഭയങ്കര വലുപ്പമുള്ള ഒരു കറുത്തവനും ഇരുകയ്യിലും മെഷീൻഗൺ പിടിച്ച് പൊരുതുന്നവനുമായ ഒരു അമാനുഷനായി അയാളെന്നെ ചിത്രീകരിച്ചു. തങ്ങളുടെ കഴിവുകേട് മറച്ചു വയ്ക്കാനായി ഒരു വലിയ ഐതിഹ്യകഥതന്നെ ഞങ്ങൾക്കു ചുറ്റുമായി അവർ മെനഞ്ഞെടുത്തിരുന്നു. ഒരു ബോധപൂർവം പ്ലാൻ ചെയ്ത ആക്ഷനല്ല, വെറും ഭാഗ്യം മാത്രമാണ്, സംഭവിച്ചതിനെല്ലാം കാരണമെന്ന് വരുത്തിത്തീർക്കുകയായിരുന്നു അവർ.

ഒടുവിൽ അവർ കൊച്ചബാംബയിലെത്തി. ഇന്റിയുടെ ഒരു സഹോദരഭാര്യയുടെ വീട്ടിൽ അവർ അഭയംതേടി; തുടർന്ന് മറ്റ് കുടുംബാംഗങ്ങളുടെയും സുഹൃത്തുക്കളുടെയും വീടുകളിലും.

കൊച്ചബാംബയിൽനിന്ന് ലാ പാസിലേക്ക്

രാത്രിയിൽ ഞങ്ങളെ വ്യത്യസ്ത വീടുകളിൽ താമസിപ്പിച്ചു. ആ വീട്ടുകാർക്കാർക്കും ഞങ്ങൾ ആരാണെന്ന് അറിയില്ലെന്ന് ഞങ്ങൾക്ക് മുന്നറിയിപ്പും തന്നു. അവരെല്ലാവരും തന്നെ ബുദ്ധിജീവികളും വിശ്വസിക്കാവുന്നവരുമാണ്; പാർട്ടി അംഗങ്ങളല്ലെങ്കിൽപ്പോലും. ആ വീടുകളിലെ ഞങ്ങളുടെ താമസം വളരെ ഹ്രസ്വമായിരിക്കുമെന്ന് ഞങ്ങളോട് പറഞ്ഞിരുന്നു, കാരണം ഒരു കുടുംബത്തിന്റെ വീട് ഞങ്ങൾക്കായി തയാറാക്കിക്കൊണ്ടിരിക്കുന്നുണ്ട്.

ഞങ്ങളുടെ പ്ലാൻ ഒരാളെ ക്യൂബയിലേക്കയക്കുക, ഞങ്ങളുടെ രേഖകൾ സമ്പാദിക്കുക, റൊഡോൾഫോയുമായി ബന്ധപ്പെട്ട് ആ നാൽപ്പതുപേർ അപ്പോഴും പോരാട്ടത്തിനിറങ്ങാൻ തയാറാണോ എന്ന് അന്വേഷിക്കുക എന്നതൊക്കയായിരുന്നു. അവരതിനു തയാറാണെങ്കിൽ ഞങ്ങൾ ബൊളീവിയ വിടില്ല. അവിടെത്തന്നെ പോരാട്ടം തുടരും.

ജനുവരി 21 ന് ELN ന്റെ രണ്ടു സഖാക്കൾ ഞങ്ങളെ ഒരു കാറിൽ[1] കൊണ്ടു പോകാനായി വന്നു. അവരതു ചെയ്യാൻ കാരണം ഞങ്ങളുടെ രക്ഷപ്പെടലിന്റെ കാര്യമപ്പോൾ എല്ലാവർക്കും അറിയാമെന്നതാണെന്ന് അവർ പറഞ്ഞു. ആ വിവരം ലാ പാസിൽ വരെ അറിയാം. കുറെ ദിവസങ്ങളായി അത് എല്ലാവരുമറിഞ്ഞിട്ട്. അതുകൊണ്ട് ഞങ്ങളെ കണ്ടുപിടിക്കുന്നത് ഒഴിവാക്കാൻ വളരെ വേഗം കൊണ്ടുപോകുന്നതാണ് നല്ലത്. ആദ്യം ഉർബാനോയെയും പിന്നീട് ഡാരിയോയെയും കൊണ്ടുപോയി. ബെനിഞ്ഞോയെ രണ്ടു ദിവസത്തിനു ശേഷവും.

ഞങ്ങൾ ലാ പാസിലേക്ക് പോയി. ഡ്രൈവറെ വിശ്രമിക്കാൻ വിടാനായി ഉർബാനോ മൂന്നുമണിക്കൂർ കാറോടിച്ചു. രാവിലെ എട്ടുമണിക്ക് ഞങ്ങൾ ആൾട്ടോ ഡി ലാപാസിലെത്തി. ഞങ്ങൾ കാറിൽനിന്നു പുറത്തിറങ്ങി. അപ്പോൾത്തന്നെ നടപ്പാതയിലൂടെ രണ്ട് കാർബറിനോകൾ (അർധസൈനികർ) ഞങ്ങളെ കടന്നു പോയി. ഞങ്ങൾ ഞങ്ങളുടെ ബാഗുകളുമായി അവരുടെ ഓരം ചേർന്നു പോയി.

ഞങ്ങൾ താമസിച്ച വീട്ടിൽ വളരെ നല്ല പരിചരണമാണ് ഞങ്ങൾക്ക് ലഭിച്ചത്. അവിടെ താമസിച്ചത് ദമ്പതിമാരായിരുന്നു. സ്പാനിഷ് സാമാന്യം നന്നായി സംസാരിച്ചിരുന്ന ഒരു ജർമൻകാരി നടിയും ഒരു ബൊളീവിയക്കാരൻ ഭൗമശാസ്ത്രജ്ഞനും. അയാൾ പിന്നീട് ELNനെ വഞ്ചിച്ചു. ഞങ്ങൾക്കും ക്യൂബൻ വിപ്ലവത്തിനും ELNനുമെതിരെ അയാൾ തെറ്റായതും ദുഷ്കീർത്തിയുണ്ടാക്കുന്നതുമായ ആരോപണങ്ങളുന്നയിച്ചു.

രാത്രിയിൽ ഒരു അഭിപ്രായവ്യത്യാസമുടലെടുത്തു. അവർ രണ്ടും ഉറങ്ങിയിരുന്ന ഒരൊറ്റ ബെഡ്റൂം മാത്രമേ ആ അപ്പാർട്ട്മെന്റിനുണ്ടായി

1. കാർ ബൊളീവിയൻ കമ്യൂണിസ്റ്റു പാർട്ടിയുടെ കർഷകമുന്നണിയുടെ ഒരു നേതാവായ ജുവെനൽ കാസ്ട്രോയുടേതായിരുന്നു. അദ്ദേഹം പിന്നീട് ബൊളീവിയയിൽ ഒരു സെനറ്ററായി.

രുന്നുള്ളൂ. ഞങ്ങൾക്ക് ബെഡ് വിട്ടു തന്ന് തങ്ങൾ തറയിൽക്കിടന്നു കൊള്ളാമെന്ന് അവർ പറഞ്ഞു. ഞങ്ങളത് ഒറ്റയടിക്ക് നിഷേധിച്ചു.

അടുത്തദിവസം റൊഡോൾഫോ വന്നു. അവൻ വളരെ വ്യത്യസ്തനായി കാണപ്പെട്ടു. അവൻ മുടി വശങ്ങളിലേക്ക് ചീകി വച്ചു. അവൻ കണ്ണട വച്ചിട്ടുണ്ടായിരുന്നുമില്ല. ഞങ്ങൾ ഇന്റിയെക്കുറിച്ച് ചോദിച്ചു. താനവനെക്കണ്ടിട്ടില്ലെന്ന് റൊഡോൾഫോ പറഞ്ഞു. അവൻ സുരക്ഷിതനാണ്. പക്ഷേ കൃത്യമായി എവിടെയാണ് താമസിക്കുന്നതെന്ന് റൊഡോൾഫോക്കറിയില്ല. ആ വീട് ഒരു പാർലമെന്റംഗത്തിന്റെയാണെന്നും അതിനാൽ അവിടെ പൊലീസ് പരിശോധനയൊന്നും ഉണ്ടാകുകയില്ലെന്നുമറിയാം. താൻ ഇന്റിയുമായി ബന്ധം സ്ഥാപിക്കുന്നതിനായി കാത്തിരിക്കാൻ അവൻ ഞങ്ങളോട് പറഞ്ഞു. അത് ഞങ്ങളെ കുറച്ചൊക്കെ ശുണ്ഠി പിടിപ്പിച്ചു.

അവൻ ELN എന്ന സംഘടനയെക്കുറിച്ചും നിലനിന്നിരുന്ന സാധ്യതകളെക്കുറിച്ചും സംസാരിച്ചു. താൻ സ്വയം തന്നെ ഒരുകൂട്ടം വിദ്യാർഥികളുമായി ബന്ധപ്പെട്ടുകൊണ്ടിരിക്കുന്നതായി അവൻ പറഞ്ഞു. അതല്ല ഏറ്റവും നല്ല പരിപാടി. പക്ഷേ വേറൊരു വഴിയില്ല. അവർ ഏതാണ്ട് മുപ്പതിനടുത്ത് ആളുകളുണ്ടെന്നും 20–30 റൈഫിളുകളുണ്ടെന്നും അവൻ കരുതുന്നു. പക്ഷേ അതിനെ കുറിച്ചവന് കൃത്യമായ വിവരമില്ല. നാൽപ്പതു പേരുള്ള സംഘത്തെ സമോറ നേടിയെടുത്തിരിക്കുകയാണെന്ന് അവൻ പറഞ്ഞു. അവർ ആയുധങ്ങളുമായി ഒരു ഉയിർത്തെഴുന്നേൽപ്പിന് തക്കംനോക്കി ചപ്പാരെയിലെ ഒരു കൃഷിയിടത്തിൽ ഒളിവിലിരിക്കുകയാണ്. അതുകൊണ്ട് ഞങ്ങളുടെ രക്ഷപ്പെടലിനായി ചിലിയിൽ ബന്ധങ്ങളുണ്ടാക്കേണ്ടത് ആവശ്യമായിരിക്കുന്നുവെന്നാണ് റൊഡോൾഫോ കരുതുന്നത്. അതിലൂടെ സമ്മർദങ്ങളൊന്നും ഇല്ലാതെയും പിടിക്കപ്പെടുമെന്ന ഭയം കൂടാതെയും നമ്മുടെ ശക്തികളെ പുന:സംഘടിപ്പിക്കാം.

തുടർന്ന് ഞങ്ങൾ ELN അതിന്റെ പൊതുഭാരവാഹികളെ തീരുമാനിച്ച് ഓരോ സഖാക്കളെയും കൃത്യമായ ചുമതലകൾ ഏൽപ്പിക്കേണ്ടതിന്റെ ആവശ്യതകളെക്കുറിച്ച് സംസാരിച്ചു. ശത്രുവിന്റെ നുഴഞ്ഞു കയറ്റം തടയാൻ പരസ്പരജാഗ്രത പരിശീലിക്കേണ്ടതിനെക്കുറിച്ചും ഞങ്ങൾ പറഞ്ഞു. നഗരങ്ങളിലെ പ്രവർത്തനങ്ങളിൽ റാമോണിന്റെ മാർഗനിർദേശങ്ങൾ[1] നടപ്പാക്കേണ്ടതിനെക്കുറിച്ചും ഞങ്ങൾ പറഞ്ഞു.

ചർച്ചകൾക്കൊടുവിൽ ഞങ്ങളുടെ ആതിഥേയർ ആലപിച്ച നിരവധി സാംബപാട്ടുകൾ ഞങ്ങൾ കേട്ടു. അവർ പിന്നീട് നിക്കോളാസ് ഗിയെന്റെ കവിതകളുടെ റെക്കോഡുകൾ വച്ചു. കൂടെ ജനകീയ സംഗീതത്തിന്റെ റെക്കോഡുകളും. അത് ഞങ്ങൾ മലനിരകളിൽ വച്ച് കേട്ടിരുന്ന റേഡിയോ ഹവാന ക്യൂബയുടെ പരിപാടികളെ ഓർമിപ്പിച്ചു.

ജനുവരി 24ന് ജോർജെ പോൾ അൽവാരെസ്–പ്ലാറ്റ എത്തിച്ചേർന്നു.

1. ചെ ഗുവേരയുടെ "നഗരപ്രദേശങ്ങളിൽ പ്രവർത്തനത്തിനു ചുമതലപ്പെട്ട കേഡർമാർക്കുള്ള നിർദേശങ്ങൾ" (*ബൊളീവിയൻ ഡയറി*)

ആ സഖാവാണ് ചിലിയുമായി ബന്ധം സ്ഥാപിക്കാൻ ചുമതലപ്പെടുത്തപ്പെട്ടിരിക്കുന്നയാൾ. ആഴ്ചയവസാനം താൻ സാന്തിയാഗോയിലേക്ക് വിമാനത്തിൽ പോകുമെന്നും അടുത്തയാഴ്ച തിരിച്ചുവരുമെന്നും ആ സഖാവ് പറഞ്ഞു.

ജനുവരി 25 ന് സാഞ്ചസ്[1] വന്നു. അദ്ദേഹത്തെ തിരിച്ചറിയുക എളുപ്പമല്ലായിരുന്നു. അദ്ദേഹം ഞങ്ങളെ കണ്ടതിൽ വളരെയധികം സന്തോഷിച്ചു. ഒരു നിശ്ചിത തുക റൊഡോൾഫോക്കു കൊടുക്കുന്ന കാര്യത്തിൽ എന്റെ ഉപദേശം തേടി. അക്കാര്യത്തിൽ ഞങ്ങൾക്കൊരു നിർദേശവും കിട്ടിയിട്ടില്ലെന്നു ഞങ്ങൾ പറഞ്ഞു. അദ്ദേഹത്തിനു കിട്ടിയ സന്ദേശപ്രകാരം (അത് അദ്ദേഹത്തിന്റെ കൈയിലുണ്ടായിരുന്നു) തുക മുഴുവൻ ഉടനെ കൈമാറേണ്ടതില്ല. തൽക്കാലം 20,000 പെസോ കൊടുത്തശേഷം നിർദേശങ്ങൾക്കായി കാത്തിരിക്കുക. അദ്ദേഹത്തിന് ചില സഖാക്കളെ കാണാൻ ആഫ്രിക്കയിലേക്ക് പോകേണ്ടതുണ്ട്. ലൊയോള വേണ്ടതിലേറെ കാര്യങ്ങൾ സംസാരിച്ചുവെന്നതിലും അവളിൽ നിന്ന് രേഖകളും ഫോട്ടോകളും പിടിച്ചെടുത്തുവെന്നതിലും അദ്ദേഹത്തിന് വളരെയേറെ ആശങ്കയുണ്ടായിരുന്നു. അദ്ദേഹം വിവരിച്ചു പറഞ്ഞ കാര്യങ്ങളൊന്നും ലൊയോള പറഞ്ഞതല്ലെന്നും എല്ലാം സൈന്യം ഗുഹകളിൽനിന്നും പിടിച്ചെടുത്തതാണെന്നും ഞാൻ വിശദീകരിച്ചു.

നഗരത്തിലെ സംഭവവികാസങ്ങളെക്കുറിച്ച് ഞങ്ങളോട് പറഞ്ഞുകൊണ്ടിരിക്കുമ്പോൾ, മറ്റു പ്രവർത്തനങ്ങൾക്കായി അദ്ദേഹം വിളിക്കപ്പെട്ടു. മറ്റൊരു തവണ വരാമെന്ന് അദ്ദേഹം പറഞ്ഞു. പക്ഷേ, ഒരു സുരക്ഷാ നടപടിയെന്ന നിലയിൽ, അന്നേ ദിവസം തന്നെ ഞങ്ങൾ വീടു മാറുകയാണെന്നും, ഇനി ഞങ്ങളെ അദ്ദേഹത്തിന് കാണാൻ പറ്റില്ലെന്നും ഞങ്ങൾ പറഞ്ഞു.

അടുത്ത ദിവസം ജോർജെ പോൾ ഞങ്ങൾ ഫെബ്രുവരി ഒന്നിന് പുറപ്പെടണമെന്നും ഞങ്ങളുടെ പുറപ്പെടലിന്റെ വിവരം അറിയിക്കാൻ മിഗ്വെൽ ബാല്ലോൺ ചിലിയിലേക്ക് പോകുമെന്നും പറഞ്ഞു.

ഞങ്ങളുടെ രക്ഷപ്പെടലിന് ഉത്തരവാദിത്വം വഹിക്കുന്ന ഒരു ഘടന നഗരത്തിലുണ്ടാക്കാൻ ശ്രമം നടത്തി, പക്ഷേ അത് അസാധ്യമായിരുന്നു. ഞങ്ങൾ പാർട്ടിയെ അതിനായി ഉപയോഗിക്കാൻ ശ്രമിച്ചു. കാരണം കോളെ ഞങ്ങളെ പുറത്തു കടത്താമെന്ന് പറഞ്ഞിരുന്നു. പുറത്തുകടന്നു പോകാനഭിലഷിക്കുന്ന ആരെയും അദ്ദേഹം അതിനു സഹായിക്കാമെന്നു പറഞ്ഞിരുന്നു. യഥാർഥത്തിൽ ELN ലെ എല്ലാവരും പുറത്തുപോകണമെന്നായിരുന്നു അദ്ദേഹത്തിന്റെ ആഗ്രഹം. അതുകൊണ്ട് ഇക്കാര്യം അദ്ദേഹം ഉത്സാഹത്തോടെയും സുരക്ഷിതമായും ചെയ്യുമെന്നു ഞങ്ങൾ കരുതി, ചിലകാര്യങ്ങളിൽ താൻ ശരിയാണെന്ന് അദ്ദേഹത്തിന് തെളിയിക്കാൻ ഒരു അവസരമാകും അതെന്നപോലെ.

1. സാഞ്ചസ്–ജൂലിയോ ഡാഗ്നിനോ പച്ചിക്കൊ–ലാ പാസിൽ ഗറില്ലകളുടെ ഒളിപ്രവർത്തനത്തിൽ സഹായിച്ചിരുന്ന പെറൂവിയൻ വിപ്ലവകാരിയായിരുന്നു അദ്ദേഹം.

അതിർത്തി വരെ ഞങ്ങളെ എത്തിക്കേണ്ടത് ബൊളീവിയൻ പാർട്ടിയുടെ ചുമതലയാണ്. ചിലിയിൽ പ്രവേശിച്ചു കഴിയുന്നയുടൻ ഞങ്ങൾ സ്വന്തം ഉത്തരവാദിത്വത്തിലാകും. പാർട്ടിയാണോ അതോ ചിലിയിലെ ELNആണോ ഞങ്ങളുടെ സുരക്ഷിതത്വത്തിനും രേഖകൾക്കും ഉത്തരവാദിത്വം വഹിക്കേണ്ടത് എന്ന കാര്യം തീരുമാനിക്കാതെ തുറന്ന ഒന്നായി വിട്ടു.

ലാ പാസിലെ ഇക്വഡോർ തെരുവിലെ മറ്റൊരു വീട്ടിലേക്ക് ഞങ്ങൾ താമസം മാറ്റി. അതിനു വേണ്ടിവന്ന തുക ബാക്കിയുണ്ടായിരുന്നതിൽ നിന്ന് ഞങ്ങൾ ചെലവാക്കി.

പോൾ ഞങ്ങളുടെ പുറപ്പെടൽ രണ്ടു ഗ്രൂപ്പുകളായിട്ടാണ് സംഘടിപ്പിക്കുകയെന്ന് അറിയിച്ചുകൊണ്ട് നൽകിയ കുറിപ്പിന്റെ പേരിൽ ഞങ്ങൾ റൊഡോൾഫോയുമായി വാഗ്വാദത്തിലേർപ്പെട്ടു. ഒന്നാമത്തെ ഗ്രൂപ്പിൽ ഇന്റി, ഉർബാനോ, റൊഡോൾഫോ. രണ്ടാമത്തെ ഗ്രൂപ്പ് ബെനിഞ്ഞോ, ഡാരിയോ, ഞാൻ.

ഞാനതിന് സമ്മതിച്ചില്ല. എന്തെങ്കിലും അപ്രതീക്ഷിതമായത് സംഭവിച്ചാൽ ക്യൂബക്കാർക്ക് ഒളിക്കുക സാധ്യമാകുകയില്ലെന്ന് ഞാൻ പറഞ്ഞു. കാരണം അവർക്ക് ആരാലും ശ്രദ്ധിക്കപ്പെടാതെ നഗരത്തിലൂടെ നീങ്ങാൻ പറ്റില്ല. ബെനിഞ്ഞോയും ഉർബാനോയും വായ തുറക്കാതിരുന്നാൽ അവർക്കൊളിക്കാൻ പറ്റിയേക്കാം; പക്ഷേ എന്നെ അവർ പെയിന്റടിച്ചാൽപ്പോലും എനിക്കതിന് പറ്റില്ല. യുക്തിപരമായ കാര്യം ഞങ്ങൾ ആറു പേരും ഒന്നിച്ച് പുറപ്പെടുകയാണ്. അല്ലെങ്കിൽ, അത്യാവശ്യമാണെങ്കിൽ ബൊളീവിയക്കാർ മൂന്നുപേരും വേറിട്ട് പോകുകയും ഞങ്ങളെല്ലാം വീണ്ടും ചിലിയിൽ ഒത്തുചേരുകയും ചെയ്യുക എന്ന പരിപാടിയാകാം. ആദ്യം ബൊളീവിയക്കാർ പുറപ്പെടണമെന്നും പിന്നീട് ക്യൂബക്കാർ പോയാൽ മതിയെന്നും ഞങ്ങൾ കരുതി. ഒരാളും പിന്നിൽ ബാക്കിയാകുന്നില്ലെന്ന കാര്യം ഞാനുറപ്പാക്കണം. വേർപിരിയലുകൾ ഇതുവരെ നല്ല ഫലങ്ങളല്ല ഉണ്ടാക്കിയിട്ടുള്ളത്.

ലാ പാസിൽനിന്ന് ചിലിയിലേക്ക്

ഫെബ്രുവരി 2 ന് ഉച്ചതിരിഞ്ഞ് അവർ ഞങ്ങളെക്കൂട്ടി. ഞങ്ങൾ ലാ പാസിനോട് വിടപറഞ്ഞു.

അടുത്ത ദിവസം രാവിലെ ഒരുറോയിലെ എഫ്രെയിൻ ക്വികാനാസിന്റെ[1] വീട്ടിൽ ഞങ്ങളെത്തിച്ചേർന്നു. ഞങ്ങളെ ഇന്റിയടക്കമുള്ള മറ്റൊരു ഗ്രൂപ്പ് തൊട്ടു പിന്നാലെയായി അനുഗമിച്ചിരുന്നു. അടുത്ത ദിവസം പുറപ്പെടുന്നതിന് എല്ലാം തയാറാക്കിയിട്ടുണ്ടെന്ന് അവിടെ വച്ച് ഞങ്ങളോട് പറഞ്ഞു. ഞങ്ങളെത്തിക്കഴിഞ്ഞ ഉടൻ മഴ പെയ്യാൻ തുടങ്ങി. അത് തോർന്നില്ല. രാത്രിയിൽ താപനില വെറും നാലു ഡിഗ്രി സെന്റിഗ്രേഡ്

1. ബൊളീവിയൻ കമ്യൂണിസ്റ്റു പാർട്ടിയിലെ ഒരംഗം, അദ്ദേഹം എഫ്രെയിൻ അഗ്വിലാർ ക്വിനോനെസ് എന്ന വ്യാജപ്പേരിൽ സഞ്ചരിച്ചു.

എന്ന നിലയിലേക്ക് താഴ്ന്നു.

പെറ്റിസോ അടുത്ത ദിവസം രാവിലെ വന്നു, ഞങ്ങളുടെ പുറപ്പെടലിന്റെ ചുമതല പാർട്ടി ഏൽപ്പിച്ചത് അനുസരിച്ച്. ഞങ്ങൾ മറ്റേ ഗ്രൂപ്പിനായി കാത്തിരിക്കണമെന്നും അടുത്ത ദിവസം യാത്ര നടത്താമെന്നും അയാൾ പറഞ്ഞു. കാരണം ദേസാഗുവാഡെറോ നദി കരകവിഞ്ഞൊഴുകുകയാണ്. തികച്ചും വിജനമായ ഒരു പ്രദേശത്തു കൂടെ എട്ടു പേരുള്ള ഒരു ഗ്രൂപ്പ് കാൽനടയായി പുറപ്പെടുന്നത് ഒരു ഭ്രാന്തൻ പരിപാടിയായിരിക്കുമെന്ന് ഞാൻ പറഞ്ഞു.

ഇന്റിയുമായി ഒരു കൂടിക്കാഴ്ച

ആ രാത്രി ഇന്റി എന്നെ സന്ദർശിച്ചു. സാഹചര്യം ചർച്ച ചെയ്ത ശേഷം മഴ ശമിക്കുന്നതു വരെ പുറപ്പെടേണ്ടതില്ല എന്നു ഞങ്ങൾ തീരുമാനിച്ചു. അതു ഞങ്ങൾക്ക് ELN സംവിധാനത്തെ സംഘടിപ്പിക്കുന്നതിനായി കൂടുതൽ സമയം ചെലവഴിക്കാൻ സാധിക്കുന്നതിനും ഇടയാക്കും.

കോളെ "രഹസ്യക്കൂടിക്കാഴ്ച"യെന്ന പേരിൽ എഴുതിയ ഒരു ലേഖനത്തിന് (അതിൽ നാണമില്ലാതെ കോളെ നുണ പറഞ്ഞിരിക്കുന്നതിനാൽ) ഒരു പ്രതികരണം എഴുതാൻ തനിക്കുള്ള പദ്ധതിയെക്കുറിച്ചും ഇന്റി സംസാരിച്ചു.

ഞങ്ങൾ ഭാവികാര്യങ്ങൾ ചർച്ച ചെയ്തു. ഇപ്പോൾ സ്ഥലം വിടേണ്ടതിന്റെയും ELN നെ പുനഃസംഘടിപ്പിക്കേണ്ടതിന്റെയും ആവശ്യകതയും ചർച്ച ചെയ്തു. സാധ്യമാണെങ്കിൽ ഞങ്ങൾ ക്യൂബയിൽ പരിശീലനം തേടും. തുടർന്ന് ചെയുടെ പ്രാരംഭപദ്ധതി നടപ്പാക്കാനായി തിരികെ വരും.

ജനകീയയുദ്ധം എല്ലായിടത്തും സംഘടിപ്പിക്കേണ്ടതുണ്ട്. അതായത് മലനിരകളിൽ ഗറില്ലായുദ്ധവും, അതിനൊപ്പം തന്നെ നഗരങ്ങളിൽ നഗരഒളിപ്പോരും (ആക്ഷനുകൾ, അട്ടിമറി, തട്ടിക്കൊണ്ടുപോകൽ, മനഃശാസ്ത്രയുദ്ധത്തിന്റെ വ്യാപകമായ ഉപയോഗം - പ്രചരണം നടത്തലും കിംവദന്തികൾ പ്രചരിപ്പിക്കലും - തുടങ്ങിയവ) നടത്തേണ്ടതുണ്ട്. ഈ എല്ലാ പ്രവർത്തനങ്ങളും ഏകോപിപ്പിക്കപ്പെടണം. അപ്പോൾ യുദ്ധം രാജ്യത്തിലെ ഒരു പ്രദേശത്തുമാത്രമായി ഒതുങ്ങി നിൽക്കുകയില്ല, അതു വ്യാപിക്കുകയും ബൊളീവിയയുടെ ഓരോ മൂലയിലും അതിന്റെ സ്പന്ദനങ്ങൾ അനുഭവപ്പെടുകയും ചെയ്യും.

ഒരിക്കൽ ഗറില്ലാ പ്രവർത്തനങ്ങൾക്ക് തുടക്കംകുറിച്ചു കഴിഞ്ഞാൽ അവർ രാജ്യത്തിന്റെ ബാക്കി ഭാഗങ്ങളിൽ നിന്നൊറ്റപ്പെടാൻ പാടില്ല. ഗറില്ലാ യുദ്ധത്തിന് ഏറ്റവും അനുയോജ്യമായ പ്രദേശങ്ങളുടെ സ്വഭാവസവിശേഷതകൾ നാം പഠിക്കേണ്ടതുണ്ട്. ഇതിനായി എത്തിപ്പെടാൻ ബുദ്ധിമുട്ടുള്ളതും താമസിക്കാൻ ബുദ്ധിമുട്ടുള്ളതുമായ പ്രദേശങ്ങളെ നാം കണക്കിലെടുക്കണം. അവിടെ വൻതോതിലുള്ള സൈനിക പ്രവർത്തനങ്ങൾ ബുദ്ധിമുട്ടേറിയതായിരിക്കും. (അത് ഗറില്ലകൾക്ക് അനുകൂലമായൊരു ഘടകമായിരിക്കും. എങ്കിലുമതിൽ പ്രതികൂലമായ ഒരു

ഘടകവുമുണ്ട്, അത് പ്രദേശത്തെ ഒറ്റപ്പെടുത്തുകയെന്നത് എളുപ്പമാക്കും.) റോഡുകൾ ഗ്രാമങ്ങൾ എന്നിവയുടെ മേലുള്ള നിയന്ത്രണംപോലുള്ള കാര്യങ്ങളും നാം കണക്കിലെടുക്കേണ്ടതുണ്ട്. നമ്മുടെ ശക്തി ഒരിടത്ത് കേന്ദ്രീകരിക്കേണ്ടതും എല്ലാവരുമൊന്നിച്ച് മലകളിലേക്ക് പോകേണ്ടതും ആവശ്യമാണ്. അല്ലാതെ ക്രമാനുഗതമായല്ല പോകേണ്ടത്. ശത്രുവിന്റെ പ്രവിശ്യകളിലെ രഹസ്യാന്വേഷണ വിഭാഗം നാം സമരസജ്ജരാകുന്നതിനു മുമ്പുതന്നെ നമ്മെ തിരിച്ചറിയാനിടയാകില്ല എന്നത് അതുവഴി നമുക്കുറപ്പാക്കാം.

നാം ഗുഹകളിൽ സാധനസാമഗ്രികളുടെ ഒരു കരുതൽശേഖരം സ്ഥാപിക്കണം. ആക്ഷനുകൾ ആരംഭിച്ച് രണ്ടു മാസങ്ങൾക്കു ശേഷം നഗരവുമായുള്ള ഭൗതികമായ ബന്ധം സൃഷ്ടിക്കപ്പെടും.

പറ്റാവുന്നത്ര വലിയൊരളവ് സ്ഫോടകവസ്തുക്കൾ ശേഖരിക്കപ്പെടണം. അവയെ ബൂബിട്രാപ്പുകൾ (സ്പർശിച്ചാൽ പൊട്ടുന്നതരം കെണികൾ), നിയന്ത്രിതമായ ആന്റിപേഴ്സണൽ മൈനുകൾ, മറ്റു സംവിധാനങ്ങൾ എന്നിവയിൽ ഉപയോഗിക്കാം.

ടാങ്ക് വിരുദ്ധ ഗ്രനേഡുകളുടെ ഉപയോഗം ഞങ്ങൾ വിഭാവനം ചെയ്യുന്നില്ല. കാരണം തെരഞ്ഞെടുക്കപ്പെട്ടിരിക്കുന്ന പ്രദേശത്ത് വാഹനങ്ങൾക്ക് എളുപ്പത്തിൽ സഞ്ചരിക്കാൻ കഴിയില്ല. അതിനുമപ്പുറം, അത് രണ്ട് അടിസ്ഥാന തത്വങ്ങളെ ഉറപ്പാക്കും. ആക്രമണപരത, ജീവന്റെ സമ്പദ്ശാസ്ത്രം (പരമാവധി ജീവനഷ്ടമൊഴിവാക്കൽ).

ഞങ്ങൾ രാജ്യത്തിന്റെ സ്വഭാവസവിശേഷതകൾ ശ്രദ്ധാപൂർവം പഠിക്കാനും അപകടങ്ങളും നഷ്ടങ്ങളും കുറയ്ക്കാനും ഒരു പദ്ധതി രൂപീകരിച്ചു.

പുതിയ സാഹചര്യം പി സി ബി നേതൃത്വവുമായി ചർച്ച ചെയ്ത ശേഷം മൂന്നു ദിവസത്തിനകം മടങ്ങി വരാനായി ഞങ്ങൾ പെറ്റിസോയെ അയച്ചു. ആ സമയത്ത് മീറ്റിങ്ങുകൾക്കും ELN ന്റെ നഗരസംവിധാനം സംഘടിപ്പിക്കാനുമായി ഇന്റി സാന്താക്രൂസിലേക്കു പോയി.

ചിലിയിലേക്കുള്ള യാത്ര

മൂന്നു ദിവസം കഴിഞ്ഞ് പെറ്റിസോ എന്റിക്കോ ഹിനോജോസ (വിക്റ്റർ)യുമായി മടങ്ങിയെത്തി. അവനൊരു ELN പ്രതിനിധിയാണ്. അവർ ചിലിയൻ പാർട്ടിയുമായി ബന്ധപ്പെടുകയും ഫെബ്രുവരി 15നും 17 നുമിടയിൽ അവർ അതിർത്തിയിൽ ഞങ്ങൾക്കായി കാത്തിരിക്കാമെന്നൊരു ധാരണയിലെത്തുകയും ചെയ്തു. അതിനകം ബന്ധപ്പെടൽ നടന്നില്ലെങ്കിൽ, അവർ ഫെബ്രുവരി 21 ന് ചിലിയൻ നഗരമായ കാമിനയിൽ ഞങ്ങൾക്കായി കാത്തിരിക്കും. അത് ചിലിയുടെ അതിർത്തിയിൽനിന്ന് 150 കി മീ അകലെയാണ്. ഒരു പാർട്ടിയംഗം ഒരു ട്രക്കിൽ ചുറ്റിത്തിരിയും, ഞങ്ങളെ ലൗക്കാ നദിയിൽനിന്ന് കൂട്ടിക്കൊണ്ട് പോകാനായി; ആ നദി കടന്ന് അപ്പുറമെത്താനായാൽ.

ഫെബ്രുവരി 10 ന് ഉച്ചതിരിഞ്ഞ് ഒരു ട്രക്കിൽക്കയറ്റി ഞങ്ങളെ കൊണ്ടുപോയി ദേസാഗുവാഡെറോ നദിക്കരയിലിറക്കി. ഞങ്ങളൊരു ചങ്ങാ

ടത്തിലക്കരെ കടക്കാനാണ് പ്ലാനിട്ടിരുന്നത്. യാത്രയുടെയും ഗതാഗതത്തിന്റെയും ഉത്തരവാദിത്വം വിൽക്ക[1]ക്കും രാഷ്ട്രീയബന്ധങ്ങളുടെ ഉത്തരവാദിത്വം ക്വികാനാസിനുമായിരുന്നു.

നദി കരകവിഞ്ഞൊഴുകിയതുകാരണം വെള്ളം നിറഞ്ഞുകിടന്നിരുന്ന ഒരു പ്രദേശത്തുകൂടെ മൂന്നുമണിക്കൂർ ഞങ്ങൾ നടന്നു. ആ പ്രദേശത്തിന്റെ സമുദ്രനിരപ്പിൽ നിന്നുള്ള ഉയരം കാരണം എനിക്കും ബെനിഞ്ഞോക്കും അസ്വസ്ഥത അനുഭവപ്പെട്ടു. എന്റെ കാല് വേദനിക്കാനും തുടങ്ങി.

ഞങ്ങളുടെ ഹൃദയം നെഞ്ചിൽനിന്ന് പൊട്ടിത്തെറിക്കുമെന്നു തോന്നി. ഞങ്ങളുടെ കാൽപ്പാദങ്ങൾക്ക് മേലെ വെള്ളമുണ്ടായിരുന്നു. അതത്ര മാത്രം തണുത്തതായിരുന്നതിനാൽ അതുമൊരു പ്രശ്നമായി. രണ്ടുതവണ ഞാൻ വീണു. രണ്ടാം തവണ എന്റെ തല വരെ മുങ്ങി. എനിക്കെന്റെ ഹാറ്റും ഫ്രഞ്ച് പിസ്റ്റളും നഷ്ടപ്പെട്ടു.

പന്ത്രണ്ടു മണിയോടെ ഞങ്ങൾ നദിയിലെത്തി. അവിടെക്കണ്ട ഒരു ചെറിയ വീട്ടിൽ ഞങ്ങൾ കയറി. അതു കളിമണ്ണു കൊണ്ടുള്ളതും ഏറെക്കുറെ വാതിലൊന്നുമില്ലാതെ വൃത്താകൃതിയിൽ (എക്സിമോകളുടെ രീതിയിൽ) ഉണ്ടാക്കിയതുമായിരുന്നു. തണുപ്പിൽനിന്നു സംരക്ഷണം കിട്ടിയതോടെ ദേഹം ചൂടാക്കാനായി ഞങ്ങൾ തീ കത്തിച്ചു. 1.30ന് ഞങ്ങൾ നദി കടന്നു. ബോട്ടുകാരൻ 750 പെസോ ആവശ്യപ്പെട്ടു. ഞങ്ങൾ 700 പെസോ കൊടുത്ത് മറുകരയിലെത്തി. ഞങ്ങൾ ഞങ്ങളുടെ ബിസിനസ് ആരംഭിച്ചിട്ടേയുള്ളൂവെന്ന് അവനോടു പറഞ്ഞു (ഞങ്ങൾ കള്ളക്കടത്തുകാരാണെന്നാണ് അയാൾ കരുതിയത്.) നാലുമണി വരെ ഞങ്ങൾ നടപ്പ് തുടർന്നു. അതോടെ ഒരടി മുന്നോട്ടു വയ്ക്കാൻ പറ്റാത്ത വിധം ക്ഷീണിതരായി. അതുകൊണ്ട് നടത്തം നിർത്തി.

രാവിലെ ഞങ്ങൾ ഒരു ദൂരം വരെ പരമാവധി വേഗത്തിൽ നടന്നു. തുടർന്ന് എനിക്ക് നടക്കാൻ പറ്റാത്തവിധം എന്റെ കാലിൽ മസിലുരുണ്ടു കയറി. ഉർബാനോ എന്റെ കാലിൽ എണ്ണയിട്ട് തടവി. ഞങ്ങളെല്ലാവരും കോറോമിനയുടെ തുള്ളികൾ അകത്താക്കി (ഉയർന്ന മലമ്പ്രദേശങ്ങളിലുണ്ടാകാവുന്ന ചൊരുക്ക് ഉണ്ടാകാതിരിക്കാൻ ക്യൂബക്കാരത് ഇടയ്ക്കിടെ അകത്താക്കേണ്ടതുണ്ട്). മധ്യാഹ്നത്തിൽ വിൽക്ക ഭക്ഷണം വാങ്ങാനായി ഒരു ചെറിയ ഗ്രാമത്തിലേക്കു പോയി. അവൻ തിരിച്ചുവന്ന ശേഷം ഞങ്ങൾ മുന്നോട്ടു തന്നെ പോയി നദി കടന്നു. ഞങ്ങളെ കൊണ്ടുപോകാൻ ആളുകൾ വരുന്ന സ്ഥലത്തെത്തിച്ചേർന്നതോടെ ഞങ്ങൾ നദിക്കരയിൽ വിശ്രമിച്ചു. പെട്ടെന്ന് ഉർബാനോ നദിയിൽ വെള്ളമുയരുന്ന കാര്യം മനസിലാക്കി. ഞങ്ങൾ വേഗം തന്നെ കുറുകെ ഓടി. നദിയിലെ വെള്ളം പൊങ്ങൽ അത്രമാത്രം വേഗത്തിലായതിനാൽ ഞങ്ങളുടെ തൊട്ടു

1. എസ്റ്റാനിസ്ലാവോ വിൽക്ക, സബായയിൽനിന്നുള്ള യൂണിവേഴ്സിറ്റി വിദ്യാർഥിയും ELNന്റെ ഒരംഗവും.

പിന്നാലെയുണ്ടായിരുന്ന ഒരു ട്രക്കിന് മുറിച്ചു കടക്കൽ അസാധ്യമായി.

രാത്രി ഏഴുമണിയോടെ ഞങ്ങളൊരു ട്രക്കിൽക്കയറി. അതോടെ ഞങ്ങളുടെ മുന്നേറ്റത്തിന് അൽപ്പം സ്പീഡ് കൂടി. കുറച്ചു മണിക്കൂറുകൾ റോഡിലൂടെ യാത്ര ചെയ്ത് ഞങ്ങൾ ലൗക്ക നദിയിലെത്തി. അവിടെ വഴി തിരിഞ്ഞു. ആ യാത്രയ്ക്ക് വേണ്ടതിന്റെ പത്തിരട്ടി തുക ഡ്രൈവർക്ക് കൊടുക്കുകയെന്ന തെറ്റ് ഞങ്ങൾക്ക് പറ്റി. അടുത്ത ദിവസവും വരാമെന്നയാൾ സമ്മതിച്ചു.

ഫെബ്രുവരി 14 ന് രാവിലെ പ്രദേശവാസികൾ കാണാതിരിക്കാനായി ഞങ്ങൾ സബായക്കടുത്ത് ഒരിടത്ത് ഒളിച്ചിരുന്നു. പക്ഷേ ഞങ്ങൾക്കൊപ്പം ട്രക്കിൽ വന്നിരുന്ന ഒരു പട്ടണവാസിക്കെന്തോ സംശയം തോന്നി. അയാൾ അക്കാര്യം ഗ്രാമത്തിൽ അറിയിച്ചു.

വിൽക്ക നഗരത്തിലേക്ക് പോയി ഞങ്ങളെ കൊണ്ടുപോകേണ്ടിയിരുന്ന ഡ്രൈവറെ (തിയോഡെറോ അരാനിബാർ) കണ്ടു. താൻ വൈകിയാണ് ഓടുന്നതെന്നും എങ്കിലും ഞങ്ങളെ കണ്ടുപിടിക്കാൻ തയാറെടുക്കുകയാണെന്നും അയാൾ പറഞ്ഞു. നഗരത്തിനു പുറത്തു വച്ച് പിറ്റേന്നു ഉച്ച തിരിഞ്ഞ് ഞങ്ങളെ കയറ്റിക്കൊണ്ടു പോകാമെന്ന് അയാൾ സമ്മതിച്ചു. കർഷകർ സൈക്കിളുകളിൽ ഞങ്ങളെ തിരഞ്ഞുപോയിത്തുടങ്ങി. അവരുടെ ഉദ്ദേശ്യം ഞങ്ങളെ വെറുതെ കണ്ടെത്തുകയെന്നതുമാത്രമായിരുന്നു.

ഒരു കനത്ത മഴ കോരിച്ചൊരിഞ്ഞു തുടങ്ങി. രാത്രി ഞങ്ങൾ നഗരത്തിനടുത്തേക്കു നീങ്ങി. വിൽക്ക ഡ്രൈവറെത്തേടി വീണ്ടും പോയി. അവൻ മടങ്ങിവന്ന് പാർട്ടിയംഗമായ ഒരു ടെലഗ്രാഫ് ഓപ്പറേറ്ററുമായി താൻ സംസാരിച്ചെന്നും ഡ്രൈവർ നഗരത്തിനു പുറത്തുള്ള തന്റെ കൃഷിയിടത്തിലുണ്ടെന്നും നാളെ തിരിച്ചെത്തുമെന്നും അയാൾ പറഞ്ഞതായി റിപ്പോർട്ട് ചെയ്തു. ആ സമയത്ത് പ്രശ്നങ്ങളൊന്നും കൂടാതെ ഞങ്ങൾക്ക് പോകാനാകും. തന്റെ വീട്ടിൽ രാത്രി ഒളിച്ചു താമസിക്കാൻ ഞങ്ങളെ അനുവദിക്കാമെന്നും അയാൾ പറഞ്ഞു.

ഞങ്ങൾ അയാളുടെ വീട്ടിലേക്ക് പോയി. ഉടമസ്ഥൻ ഞങ്ങൾക്ക് കാപ്പിയും വറുത്ത ധാന്യപ്പൊടിയും ഉണ്ടാക്കിത്തന്നു. പിന്നീട് വിൽക്ക ടൗണിലേക്കു പോയി തിരിച്ചുവന്നു. നഗരാധികൃതർ ഞങ്ങൾ അവരുടെയടുത്ത് റിപ്പോർട്ട് ചെയ്യണമെന്നും ഞങ്ങളുടെ കൈയിലുള്ള ചരക്കുകൾ കാണിക്കണമെന്നും ആവശ്യപ്പെട്ടിരിക്കുന്നതായി അവൻ റിപ്പോർട്ട് ചെയ്തു. അവിടങ്ങളിൽ കള്ളക്കടത്ത് വളരെ വ്യാപകമായതിനാൽ, ഞങ്ങൾ കള്ളക്കടത്തുകാരാണെന്നാണ് അവർ കരുതിയത്. ഞങ്ങൾ അവരുടെയടുത്ത് കച്ചവടക്കാരാണെന്ന ഭാവത്തിൽപ്പോയി റിപ്പോർട്ട് ചെയ്ത് പ്രശ്നങ്ങളൊഴിവാക്കാൻ തീരുമാനിച്ചു.

ബെനിഞ്ഞോയും ഉർബാനോയും കിികാനാസും ഫെബ്രുവരി 15ന് അധികാരികൾക്കുമുന്നിൽ ഹാജരായി. എന്റെ തൊലി നിറം ശ്രദ്ധയാകർഷിക്കുമെന്നതിനാൽ ഞാനൊളിച്ചു തന്നെ കഴിഞ്ഞു.

അവരെത്തിയപ്പോൾ നഗരത്തിലെ ആളുകൾക്ക് അവർ ആരാണെന്ന് അറിയണമെന്നുണ്ടെന്ന് പറഞ്ഞു. ഞങ്ങളുടെ ആളുകൾ തങ്ങൾ ചിലിക്കാരാണെന്നും കൈയിൽ അതിന്റെ രേഖകളൊന്നുമില്ലെന്നും തങ്ങൾ മടങ്ങിവരുമ്പോൾ അവ നൽകാമെന്നും പറഞ്ഞു. ഞങ്ങളെപ്പോലെ തന്നെ കച്ചവടക്കാരനെന്നു പരിചയപ്പെടുത്തിയ ഒരാൾ (ഒരു യഥാർഥ കള്ളക്കടത്തുകാരൻ)[1] അവിടെയുണ്ടായിരുന്നു.അയാൾ ഞങ്ങളുടെ രേഖകൾ ആവശ്യപ്പെടാൻ ശരിക്കും അധികാരികളെ നിർബന്ധിക്കുന്നുണ്ടായിരുന്നു. അയാൾ ക്വികാനാസിന്റെ അടുത്തേക്കു ചെന്നു പറഞ്ഞു: “അവർക്ക് ചിലിക്കാരുടെ സംസാരരീതിയല്ല ഉള്ളത്.”

ഒടുവിൽ അധികാരികൾ അവരെ വേറെ വേറെയായി ചോദ്യം ചെയ്യാൻ തീരുമാനിച്ചു. അവർ ബെനിഞ്ഞോയെ ചോദ്യം ചെയ്യുന്നതിനിടയിൽ ഒരു സർജന്റ് അവന്റെ ദേഹം പരിശോധിക്കാനടുത്തു. പിന്നിലേക്കു ചാടി മാറിയ ബെനിഞ്ഞോ തന്റെ പിസ്റ്റളെടുത്തു. ഒട്ടേറെ പട്ടാളക്കാരവനെ പിടിച്ചുനിർത്താൻ ശ്രമിച്ചു. അതോടെ അവൻ ഒരു വെടിയുതിർക്കാൻ നിർബന്ധിതനായി. അത് സീലിങ്ങിൽ തറച്ചു. ആ വെടിയോടെ അവർ അവരുടെ ഭീഷണിയുടെ സ്വഭാവമുപേക്ഷിച്ചു. കാര്യങ്ങൾ സമാധാനപരമായിതീർക്കാമെന്നായി. അപ്പോഴേക്കും ബെനിഞ്ഞോയുടെ വെടിയുടെ ശബ്ദം കേട്ട ഉർബാനോ കുതിച്ചകത്തു കയറി. അവനൊരു പട്ടാളക്കാരന്റെ റൈഫിൾ കൈക്കലാക്കി. റൈഫിൾ പരിശോധിച്ചപ്പോൾ അതിൽ ഉണ്ടയില്ലെന്നു കണ്ട ഉർബാനോ അതിശയിച്ചു പോയി.

അതോടെ സ്വതന്ത്രരാക്കാൻ എന്തു തുക നൽകണമെന്ന വിലപേശലായി. ഒടുവിൽ 400 ഡോളർ ഗാരണ്ടിയിന്മേൽ കാര്യം അവസാനിപ്പിച്ചു.

ഞങ്ങളൊരു റസ്റ്റോറന്റിൽ ലഞ്ച് കഴിച്ചു. ഞങ്ങൾ അവിടെ ഇരിക്കുമ്പോൾ സൈനികവിഭാഗങ്ങളെ കൊണ്ടുവരുന്നുണ്ടെന്ന വാർത്ത ഒറൂറോയിൽ നിന്നു കേട്ടു. ഞങ്ങളവിടെ നിന്നു. പുറത്തു കടക്കാനൊരു ട്രക്ക് തെരയാൻ തുടങ്ങി. പക്ഷേ അതുകൊണ്ട് കാര്യമുണ്ടായില്ല. ചിലർ തങ്ങൾക്ക് പട്രോളില്ല, ചിലർ തങ്ങളുടെ ട്രക്ക് കേടായി, എന്നു തുടങ്ങി ഓരോരോ ഒഴിവുകഴിവുകൾ പറഞ്ഞു. എല്ലാം നൽകിയ സൂചന അവർ ഞങ്ങളെ താമസിപ്പിക്കുകയാണെന്നാണ്. അതുപോലെ ഏറ്റവും ചുരുങ്ങിയത് കള്ളക്കടത്തുകാരനെങ്കിലും ഞങ്ങളെ തിരിച്ചറിഞ്ഞുവെന്ന കാര്യവും.

ഒരു നിവാസി ഞങ്ങളെ സമീപിച്ച് ഇവിടെ നടന്ന സംഭവങ്ങളെല്ലാം വിവരിച്ചുകൊണ്ട് ഒറൂറോയിലേക്ക് ഒരു റിപ്പോർട്ട് അയച്ചിട്ടുണ്ട് എന്നു പറഞ്ഞു. ഞങ്ങൾ ഉടനടി തന്നെ നഗരം വിട്ടു. വഴിയിൽ വച്ച് വിൽക്കയുടെ അമ്മാവൻ ഒരു സൈക്കിളിൽ ഞങ്ങൾക്കൊപ്പമെത്തി. മലകളിലൂടെയുള്ള റോഡു വഴി പോകാൻ പറഞ്ഞു. ആ വഴിയെ ഞങ്ങൾ പോയി. ഒരുമണിക്കൂർ കഴിഞ്ഞതോടെ ഞങ്ങളുടെ തലയ്ക്കു മേലെ വിമാനങ്ങൾ

1. അയാളുടെ പേര് ജുവാൻ ഗൊൺസാലസ്

ചുറ്റിപ്പറക്കാൻ തുടങ്ങി. ഒരു വിശാലമായ സമതലപ്രദേശത്ത് ഒരു ചെറിയ വിമാനം ലാന്റ് ചെയ്തതായും ഞങ്ങൾക്കു തോന്നി. ഉച്ചയ്ക്കു ശേഷം സന്ധ്യ വരെയുള്ള സമയം മുഴുവൻ ഞങ്ങൾ ഒളിച്ചിരുന്നു. കാരണം ഒട്ടേറെ വാഹനങ്ങൾ തലങ്ങും വിലങ്ങും പോകുന്നത് ഞങ്ങൾ കണ്ടു. ഞങ്ങൾ ഞങ്ങളുടെ ഭാരം കുറെക്കുറച്ചു. രാത്രിയായതോടെ റൂട്ട് മാറ്റിക്കൊണ്ട് ഞങ്ങൾ യാത്ര തുടർന്നു. ഞങ്ങളൊരു സമതലപ്രദേശം മുറിച്ചുകടന്നു. തുടർന്ന് പ്രദേശം ചെളിയും വെള്ളവും നിറഞ്ഞതായി. മറ്റൊരു മലനിരകളിലെ പാറക്കെട്ടുകളിൽ എത്തിച്ചേരുന്നതുവരെ അതായിരുന്നു സ്ഥിതി.

അതിരാവിലെ കനത്തൊരു കാറ്റും മഴയും തുടങ്ങി. ഞങ്ങൾനിന്ന് മഴക്കോട്ടുകളിട്ടശേഷം 12 മണി വരെ നടത്തം തുടർന്നു. ആ സമയം മുതൽ വിശ്രമിച്ച ശേഷം മൂന്നുമണി വരെ വീണ്ടും നടന്നു. ആ സമയമായപ്പോൾ മഴയിൽനിന്നു തലയൊളിപ്പിക്കാൻ ഒരു ഗുഹ കണ്ടെത്തി. അതിനകത്തു കടന്നപ്പോൾ ഒരു ഇരട്ട എഞ്ചിനെങ്കിലുമുള്ളതെന്നു തോന്നിപ്പിക്കുന്ന വിമാനത്തിന്റെ ഇരമ്പൽ കേട്ടു. ആ രാത്രി തന്നെ ഞങ്ങൾ അതിർത്തി കടന്നേ പറ്റൂവെന്നായി. കാരണം ആ വിമാനം മിക്കവാറും പട്ടാളക്കാരെ കൊണ്ടിറക്കുന്ന ഒന്നാകാം.[1]

വൈകിട്ട് അഞ്ചുമണിയോടെ ഞങ്ങൾ രാത്രി 12 മണി വരെ നീണ്ട ആ ക്ഷീണിപ്പിക്കുന്ന മാർച്ച് തുടങ്ങി. അർധരാത്രിയിൽ ഞങ്ങൾ ടോഡോസ് ലോസ്സാന്റോസ് എന്ന ചെറുഗ്രാമത്തിന്റെ പുറംപ്രദേശത്ത് എത്തിച്ചേർന്നു. ആ ഗ്രാമം അതിർത്തിയിൽനിന്ന് 50–60 കി മീ അകലത്തായിരുന്നു.

സബായനഗരത്തിൽ ഞങ്ങൾ ഉണ്ടെന്നായിരുന്നു റേഡിയോ റിപ്പോർട്ട്. അതോടൊപ്പം തന്നെ ഞങ്ങൾ അതിർത്തി കടന്നുകഴിഞ്ഞെന്നും അവർ ഇടയ്ക്കിടെ പറഞ്ഞുകൊണ്ടിരുന്നു.

ഫെബ്രുവരി 17 ന്റെ ആദ്യമണിക്കൂറുകളിൽ ഞങ്ങൾ അതിർത്തിയിൽ എത്തി. അപ്പോഴും ഏതു രാജ്യത്താണ് ഞങ്ങളെന്നതിൽ തീർച്ചയൊന്നുമില്ലാതെ.

ചിലിയിൽ ഒരാഴ്ച

അതു കണ്ടുപിടിക്കാനായി ഏതാണ്ട് രണ്ടു കി മീ അകലെ കാണാമായിരുന്ന ഒരു ഗ്രാമത്തിലേക്ക് വിൽക്ക പോയി. ഞങ്ങളപ്പോൾ ഒളിച്ചിരുന്നു. അവൻ നല്ല വാർത്തയുമായി വന്നു. ആ ഗ്രാമം ചിലിയൻ പ്രദേശ

---

1. റിപ്പോർട്ടുകൾപ്രകാരം 15 സൈനിക വിമാനങ്ങൾ സൈനികരെ കൊണ്ടിറക്കി. സൈന്യത്തെ നേരിടാൻ "ധൈര്യം കാട്ടുന്നവരെ " ഉന്മൂലനം ചെയ്യുന്നതിനായിരുന്നു അത്. "ഗറില്ലകൾ പിച്ചിഗപ്രദേശത്താണുള്ളതെന്ന് പ്രഖ്യാപനം വന്നു. സബായക്കും ചിലിയൻ അതിർത്തിക്കുമിടയിൽ. അതുപോലെ "ഏതു നിമിഷവും അവരെ പിടികൂടിയേക്കു"മെന്നും പ്രഖ്യാപനമുണ്ടായി.

മാണ്.

അവിടെ ഞങ്ങളാകെ കണ്ടുമുട്ടിയത് ഒരു വൃദ്ധനെയും ചില കുട്ടികളെയും മാത്രമാണ്. അവർ ഞങ്ങൾക്ക് കാൻ ചെയ്ത പീച്ചുകൾ തന്നു. ഇലാമയുടെ ഇറച്ചികൊണ്ട് സൂപ്പുമുണ്ടാക്കിത്തന്നു. ഉച്ചതിരിഞ്ഞ് ഞങ്ങൾ ചിലിയൻ പ്രദേശത്തിനുള്ളിലേക്ക് കുറെക്കൂടി മുന്നേറി. അതിർത്തിയിൽനിന്ന് ഏതാണ്ട് 15 കിലോമീറ്റർ അകലെയുള്ള ഒരു വീട്ടിൽ ഞങ്ങളെത്തിച്ചേർന്നു. അവിടെ ഒരു സൗഹാർദ മനോഭാവക്കാരനായ കർഷകൻ ഞങ്ങളെ സ്വാഗതം ചെയ്തു. ഞങ്ങൾ ചിലിയൻ കർഷകരുടെയും ബൊളീവിയൻ കർഷകരുടെയും ജീവിതനിലവാരങ്ങളിലെ വ്യത്യാസം കണ്ടു. അപ്പോഴും ചിലിയൻ കർഷകർക്കിടയിൽ വലിയ ദാരിദ്ര്യമുണ്ടായിരുന്നെങ്കിൽത്തന്നെയും ആ വ്യത്യാസം വലുതുമായിരുന്നു.

ആയുധങ്ങൾ ചില വലിയപാറക്കെട്ടുകളിൽ ഒളിപ്പിച്ച് വനത്തിൽത്തന്നെ ക്യാമ്പടിക്കാൻ ഞങ്ങൾ തീരുമാനിച്ചു.

അടുത്ത ദിവസം ഒരു കർഷകബാലനെത്തി ഒരു ട്രക്ക് നിറയെ പൊലീസുകാരെത്തി ഞങ്ങളെ തിരയുന്നുണ്ടെന്ന് പറഞ്ഞു. ഞങ്ങളവന്റെ അച്ഛനെക്കാണാൻ പോയി. അയാൾ ഒളിക്കാൻ ഞങ്ങൾക്കൊരു സ്ഥലം കാണിച്ചു തന്നു. ഞങ്ങളൊരു മലയിടുക്ക് കയറി. തുടർന്നൊരു മലയുടെ ശിഖരത്തിലെത്തി. അപ്പോൾ വാഹനങ്ങൾ ചുറ്റിത്തിരിയുന്നതു കാണാനായി. ഞങ്ങൾ മുന്നോട്ടു തന്നെ പോയി രണ്ട് മഞ്ഞുമൂടിയ കൊടുമുടികൾക്കിടയിൽ ഒളിച്ചു. തണുപ്പ് വളരെ കഠിനമായിരുന്നു. ഞങ്ങളുടെ കാലും കൈകളും കമ്പിളികൊണ്ടു പൊതിഞ്ഞിട്ടും അവ മരവിച്ചു.

ഞങ്ങൾ രാത്രി നടത്തം തുടർന്നു. ബെനിഞ്ഞോ രോഗിയായതിനാൽ അവന് ചലിക്കാനേ കഴിയാതെയായി. ഞങ്ങളൊരു മലയിടുക്കിൽ ക്യാമ്പടിച്ചു.

ഉച്ചകഴിഞ്ഞ് ഞങ്ങളൊരു നീണ്ട ദൂരം മറികടന്നു. ഞങ്ങൾ വിൽക്കയെ പരിചയമുള്ള സബായക്കാരനായ ഒരാളെ കണ്ടുമുട്ടി. അയാൾ ഞങ്ങൾക്ക് ബ്രെഡ്, വറുത്തഗോതമ്പ്, മറ്റു ഭക്ഷ്യപദാർഥങ്ങൾ എന്നിവ വിറ്റു. ദാഹം സഹിക്കാൻ പറ്റാതായതോടെ ഞങ്ങളൊരു നദി തേടി നടക്കാൻ തുടങ്ങി.

രാവിലെ കാമിനയിൽനിന്ന് പത്തു കിലോമീറ്റർ അകലെയുള്ള ഒരു മലയിടുക്കിൽ ഞങ്ങളെത്തിച്ചേർന്നു. അവിടെ ഞങ്ങൾ വിൽക്കയ്ക്കായി കാത്തിരുന്നു. വിൽക്ക നഗരത്തിൽ താമസിക്കുന്ന തന്റെ കസിനുമായി ബന്ധപ്പെടാനായിപ്പോയി. ഒരു വലിയ പറ്റം പട്ടാളക്കാരും പൊലീസുകാരും രാഷ്ട്രീയപ്പൊലീസിന്റെ ഏജന്റുമാരും ഞങ്ങളെ തെരയുന്നുണ്ടെന്ന് വിൽക്കയോട് അവന്റെ കസിൻ പറഞ്ഞു.

ജനങ്ങൾ ഞങ്ങൾക്ക് പിന്തുണ നൽകണമെന്നും സർക്കാർ ഞങ്ങൾക്ക് രാഷ്ട്രീയ അഭയം നൽകണമെന്നും അഭ്യർഥിക്കുന്ന ഒരു പ്രസ്താവന കമ്യൂണിസ്റ്റു പാർട്ടി പുറപ്പെടുവിച്ചത് ഞങ്ങൾ റേഡിയോയിൽ കേട്ടു. അതിന്റെ ഒപ്പം സെനറ്റിന്റെ പ്രസിഡന്റായ സാൽവദോർ

അലൻഡെയുടെ പ്രസ്താവന റേഡിയോ പുനഃപ്രക്ഷേപണം ചെയ്യുന്നതും ഞങ്ങൾ കേട്ടു. ഞങ്ങളുടെ രാഷ്ട്രീയാഭയത്തിനു പിന്തുണ നൽകുന്നതിനെ സംബന്ധിച്ചും ഞങ്ങളെവിടെയെന്നു കണ്ടെത്താൻ താൻ ശ്രമിക്കുന്നുണ്ടെന്നു പറയുന്നതുമായ ഒരു പ്രസ്താവനയായിരുന്നു അത്. ആ ലക്ഷ്യത്തിനായി ഞങ്ങൾ പ്രത്യക്ഷപ്പെടാനിടയുള്ള സ്ഥലങ്ങളിലേക്കെല്ലാം അദ്ദേഹം ദൂതന്മാരെ അയച്ചിട്ടുണ്ടെന്നും പ്രസ്താവന വ്യക്തമാക്കി.

പിന്നീട് ഞങ്ങൾ ബാരിയെന്റോസിന്റെ പ്രസ്താവന കേട്ടു. താൻ ജീവനോടെ തന്നെ ഞങ്ങളെ പിടിക്കാൻ ഉത്തരവു നൽകിയതിനാൽ താൻ തന്നെയാണ് ഞങ്ങളുടെ രക്ഷപ്പെടലിന് ഉത്തരവാദി എന്നയാൾ പറഞ്ഞു. ഒവാൻഡോയുടെ പ്രഖ്യാപനം കുറച്ചുകൂടി അർഥമുള്ളതയിരുന്നു. ആ പ്രദേശത്ത് കനത്ത മഴ പെയ്തതിനാലാണ് ഞങ്ങൾക്ക് രക്ഷപ്പെടാനായതെന്ന് ഒവാൻഡോ പറഞ്ഞു. ആ കനത്ത മഴ കാരണം ഞങ്ങൾക്കെതിരെ സൈന്യത്തിന് പാര ട്രൂപ്പുകാരെ ഇറക്കാൻ കഴിഞ്ഞില്ല. ഭാവിതീരുമാനങ്ങൾ പിറ്റേന്നെടുക്കാമെന്നു വച്ചുവെന്നും ഒവാൻഡോ പറഞ്ഞു. അന്നാണ് ഞങ്ങളുടെ രക്ഷപ്പെടലിന്റെ പ്രശ്നം ബൊളീവിയൻ കോൺഗ്രസ് ചർച്ചയ്ക്കെടുക്കുക.

രാത്രിയിൽ ബെനിഞ്ഞോയും വിൽക്കയും നഗരത്തിലേക്കു പോയി. വിൽക്കയുടെ കസിൻ ഞങ്ങൾക്ക് സാധനങ്ങൾ വിൽക്കാൻ വിസമ്മതിക്കുകയും ഇനിയും തന്റെ വീട്ടിലേക്കു വന്നാൽ അധികാരികളെ വിവരം അറിയിക്കുമെന്ന് ഭീഷണിപ്പെടുത്തുകയും ചെയ്തു. കാരണം ഇനിയൊരു അപകടഭീഷണി കൂടി തലയിലേറ്റാൻ അയാൾ തയാറല്ല.

അന്നേദിവസം ബൊളീവിയൻ മന്ത്രിസഭ ഞങ്ങളുടെ വിട്ടുതരൽ ആവശ്യപ്പെടുകയില്ലെന്നും ചിലിയൊരിക്കലും അതിനു വഴങ്ങില്ലെന്നതുകൊണ്ടാണ് ആ തീരുമാനമെന്നും പ്രസ്താവന നടത്തി. ഞങ്ങളുടെ രക്ഷപ്പെടലിന്റെ ഉത്തരവാദി ആരെന്നു കണ്ടെത്താനൊരു അന്വേഷണം നടത്തുമെന്നും ഉത്തരവാദികളെ ശിക്ഷിക്കുമെന്നും കൂടി അവർ പ്രസ്താവിച്ചു.

ആ വാർത്ത കേട്ടതോടെ ഞങ്ങൾക്കാശ്വാസമായി. ഇക്വിക്കെയിലേക്കു പോകുകയെന്ന പദ്ധതി ഞങ്ങളുപേക്ഷിച്ചു. കാരണം, അതൊരു മരുഭൂമിയാണ്. ആവശ്യത്തിനു ഭക്ഷണവുമില്ല. അതിലുമേറെ ഞങ്ങൾ ബന്ധപ്പെടൽ നടത്തേണ്ട ദിവസമാണ് താനും.

പറഞ്ഞുറപ്പിച്ച ബന്ധപ്പെടൽ കേന്ദ്രത്തിലേക്ക് ബെനിഞ്ഞോയും വിൽക്കയും പോയി. ആരെയും കാണാത്തതിനാൽ അവർ തിരിച്ചു വരുമ്പോൾ ചിലിയൻ സൈന്യത്തിന്റെ മുന്നിലവർ ചെന്നു പെട്ടു. ഒരു ചോളവയലിലേക്കു കയറിയോടിയ അവരെ സൈന്യത്തിന് ഓടിച്ചു പിടിക്കാൻ പറ്റിയില്ല.

കമ്യൂണിസ്റ്റുപാർട്ടിയും സോഷ്യലിസ്റ്റു പാർട്ടിയും ഉന്നതനേതാക്കളെ

അതിർത്തി പ്രദേശത്തേയ്ക്കയച്ചിരുന്നു. ഫെബ്രുവരി 22ന് കമ്യൂണിസ്റ്റ് പ്രതിനിധിയായ അന്റോണിയോ കാർവജാലും സോഷ്യലിസ്റ്റു നേതാവ് ലിയോണൽ വൽകാർവെയും കാമിനിയിൽ നിന്നും അൽപ്പമകലെ വച്ച് ഞങ്ങളെ സന്ധിച്ചു.

അടുത്ത ദിവസം, ഫെബ്രുവരി 23 ന് പിടികൊടുക്കുന്നതാണ് നല്ല തെന്ന് ഞങ്ങൾ തീരുമാനിച്ചു. പന്ത്രണ്ടുമണിക്ക് മാർച്ച് തുടങ്ങിയ ഞങ്ങൾ രണ്ടു മണിക്കൂറിനു ശേഷം കാമിനിക്കടുത്തുള്ള ഒരു ഗ്രാമ ത്തിന്റെ പ്രാന്തപ്രദേശത്ത് എത്തിച്ചേർന്നു. അത് ടാറപ്പാക്ക പ്രവിശ്യയിലെ മരുപ്രദേശത്തായിരുന്നു[1]. അവിടെ വെച്ച് ഞങ്ങൾ *എൽ മെർക്കൂറിയോ* പത്രത്തിന്റെ ഒരു റിപ്പോർട്ടറെ[2] കണ്ടുമുട്ടി. ഞങ്ങൾ ഗറില്ലകളാണെന്നും ഞങ്ങൾ ചിലിയൻ ജനതയുടെ ആതിഥ്യം സ്വീകരിക്കാനാഗ്രഹിക്കുന്നു വെന്നും ഞങ്ങൾ അയാളോട് പറഞ്ഞു. ഞങ്ങൾ നിരായുധരല്ലെന്നും ഞങ്ങളുടെ ലക്ഷ്യം ചിലിയൻ അധികാരികൾക്കു മുന്നിൽ കീഴടങ്ങി ക്കൊണ്ട് രാഷ്ട്രീയാഭയം തേടലാണെന്നും ഞങ്ങൾ ചിലിയൻ ജനത യുടെ ജനാധിപത്യപാരമ്പര്യത്തിലും ആതിഥ്യമര്യാദയിലും വിശ്വസിക്കു കയാണെന്നും ഞങ്ങൾ പറഞ്ഞു.

സൈക്കിളിൽ പോയ ഒരു ആൺകുട്ടി ഞങ്ങളുടെ സാന്നിധ്യ ത്തെപ്പറ്റി അറിയിക്കാൻ പൊലീസ്സ്റ്റേഷനിലേക്ക് ഓടി. കൗപ്പൊളിക്കൻ എന്നു പേരായ ഒരു ക്യാപ്റ്റൻ ഉടൻ തന്നെ എത്തിച്ചേർന്നു. അയാൾ വളരെ സൗഹാർദം കാട്ടി. അയാൾ ഞങ്ങളെ നഗരത്തിലെ കാർബറിനോ (അർധസൈനികവിഭാഗം) സ്റ്റേഷനിലേക്കു കൊണ്ടുപോയി.

വഴിയിലുടനീളം ആളുകൾ ഞങ്ങളെ ആവേശത്തോടെ അഭിവാദ്യം ചെയ്തു. ചിലർ വിളിച്ചു പറയുന്നതു കേട്ടത് ഞാനോർമിക്കുന്നു. "ഭയ പ്പെടേണ്ട, ഞങ്ങൾ ചിലിക്കാർ ഒരു പരിഷ്കൃത ജനതയാണ്. ഞങ്ങൾ നിങ്ങളുടെ പക്ഷത്താണ്." "ഞങ്ങൾ നിങ്ങളെ സ്നേഹിക്കുന്നു, ഇവിടെ ഞങ്ങളുടെ ഒപ്പം താമസിക്ക്."

സ്റ്റേഷനിൽ എത്തിയപ്പോൾ ഞങ്ങളെ ഇക്വിക്കെയിലേക്ക് കൊണ്ടു പോകാനവർക്ക് ഉത്തരവു കിട്ടി. അതിനുമുമ്പ് ചിലിയൻ കമ്യൂണിസ്റ്റു പാർട്ടിയുടെ നേതാവായ സെനറ്റർ വൊളോഡിയ ടെയ്റ്റെൽബോയിമു മായി ഞങ്ങളെ പരിചയപ്പെടുത്തി. ജനങ്ങൾ ഞങ്ങളെ പിന്താങ്ങുമെന്ന് അദ്ദേഹം പറഞ്ഞു.

ഞങ്ങൾ കടന്നുപോയ മറ്റൊരു ഗ്രാമത്തിൽ, എല്ലാ നിവാസികളും വഴിയോരത്ത് കാത്തുനിന്നുകൊണ്ട് ഞങ്ങളെ അഭിവാദ്യം ചെയ്യുകയും അവരുടെ പിന്തുണ ഉച്ചത്തിൽ വിളിച്ചറിയിക്കുകയും ചെയ്തു. കമ്യൂ ണിസ്റ്റ് പാർട്ടി ഞങ്ങൾ വരുന്നുണ്ടെന്ന് അറിയിച്ചതിനെ തുടർന്നാണ് അവർ എത്തിച്ചേർന്നത്.

1. ഗറില്ലകളെ രക്ഷിക്കാൻ ചുമതലപ്പെട്ട ചിലിയൻ കമീഷന്റെ ബന്ധപ്പെടലിന് നിശ്ച യിക്കപ്പെട്ടിരുന്ന സ്ഥലമതായിരുന്നു.
2. ലൂയിസ് ബെരെൻഗുവേല

വഴിയിൽ ഞങ്ങൾ റോത്തിനെ കണ്ടുമുട്ടുകയും സംസാരിക്കുകയും ചെയ്തു. അയാൾ ഒരു ഇംഗ്ലീഷ് ലേഖകനാണെന്ന് നടിച്ചുകൊണ്ട് മലകളിലെത്തുകയും ദെബ്രേക്കും ബുസ്റ്റോസിനുമൊപ്പം പോകുകയും ചെയ്തിരുന്നു. താനിപ്പോൾ *ലൈഫ്മാസിക*യുടെ ഒരു ഫോട്ടോഗ്രാഫറാണെന്ന് അയാൾ പറഞ്ഞു. ഒരു വിചിത്രമായ കണ്ടുമുട്ടൽ.

ഇകിക്കെയിലെത്തിയപ്പോൾ ഷോർട്ട് വേവ് റേഡിയോയിൽ ആഭ്യന്തരമന്ത്രാലയത്തിൽനിന്നുള്ള ഉത്തരവുകൾ ഞങ്ങൾ കേട്ടു. ഞങ്ങളെ നഗരത്തിലേക്ക് കൊണ്ടുപോകരുതെന്നും നഗരത്തിൽ ഞങ്ങൾക്ക് പിന്തുണ പ്രഖ്യാപിച്ച് ജനങ്ങൾ പ്രകടനം നടത്തുകയാണെന്നും കുഴപ്പങ്ങൾ ഒഴിവാക്കാൻ ഞങ്ങളെ ലോഡ് കൊൺഡോറസ് സൈനികത്താവളത്തിലേക്ക് കൊണ്ടുപോയാൽ മതിയെന്നും അവർ ഉത്തരവിട്ടു. അവിടെ, ചില പ്രാദേശിക ഉദ്യോഗസ്ഥർ ഞങ്ങളെ സന്ദർശിച്ചു.

ഇകിക്കെ മുനിസിപ്പാലിറ്റി ഞങ്ങളെ "പ്രസിദ്ധരായ പുത്രന്മാർ" എന്നു പ്രഖ്യാപിച്ചു. ഒരു സന്ദർശകന് നൽകാവുന്ന ഏറ്റവും വലിയ പ്രാദേശിക ബഹുമതിയാണത്.

ആ രാത്രി പ്രാദേശികരായ പ്രമുഖവ്യക്തികൾക്ക് ഞങ്ങളെ വന്നു കാണാനും അഭിവാദ്യം ചെയ്യാനും സൗകര്യങ്ങൾ നൽകി.

വൈകിട്ട് ആറുമണിക്ക്, ഡിന്നറിനുശേഷം, ഞങ്ങളോട് സാധനങ്ങൾ പായ്ക്ക് ചെയ്യാൻ പറഞ്ഞു. ഞങ്ങളെ ആന്റോഫഗാസ്റ്റയിലേക്കു കൊണ്ടുപോകുകയാണ്.

ഞങ്ങൾ അർധരാത്രിയിലവിടെ എത്തിച്ചേർന്നു. അവർ ഞങ്ങളെ രാഷ്ട്രീയപ്പൊലീസിനെ ഏൽപ്പിച്ചു. അവരാണ് ഞങ്ങളോട് ഏറ്റവും പരുക്കനായി പെരുമാറിയത്. അതുവരെ എല്ലാവരും വളരെ മര്യാദയോടെ ഞങ്ങളോട് പെരുമാറി. അവർ ഒരു പരിശോധനയ്ക്കായി ഞങ്ങളുടെ വസ്ത്രങ്ങളഴിച്ചു. ഭാഗ്യത്തിന് അവർ ബെനിഞ്ഞോയെ അത്ര കാര്യമായി പരിശോധിച്ചില്ല. അവന്റെ വൃഷണത്തോട് ചേർന്നവൻ പണം സൂക്ഷിച്ചിരുന്നു.

ഞങ്ങൾ സാന്തിയാഗോ ദെ ചിലിയിലേക്കു പറന്നു. ഞങ്ങൾക്ക് കൈവിലങ്ങ് വച്ച് സീറ്റിനോട് ബന്ധിച്ചു. അതു ഞങ്ങളെ കുറച്ചേറെ അസ്വസ്ഥരാക്കി. അതൊരിക്കലും ഞങ്ങൾക്ക് അനുഭവിക്കേണ്ടിവന്നിരുന്നില്ല.

ഒരിക്കൽ സാന്തിയാഗോയിലെത്തിയതോടെ, ഞങ്ങളെ കാർബറിനോസിന്റെ ആശുപത്രിയിൽ പ്രവേശിപ്പിച്ച് ഒരു പൂർണമായ മെഡിക്കൽ ചെക്ക് അപ്പ് നടത്തി. തുടർന്ന് ഞങ്ങളെ ബ്യൂറോ ഓഫ് ഇൻവെസ്റ്റിഗേഷനിലേക്ക് കൊണ്ടുപോയി. അവിടെത്തന്നെയായിരുന്നു കേന്ദ്രപൊലീസ് ആസ്ഥാനവും നിലകൊണ്ടിരുന്നത്.

അവിടെ ഞങ്ങൾ സാൽവദോർ അലൻഡെയെ കണ്ടുമുട്ടി. ഞങ്ങൾ വേവലാതിപ്പെടേണ്ട കാര്യമില്ലെന്നും ഞങ്ങൾക്ക് സെനറ്റിന്റെ പിന്തുണയുണ്ടെന്നും അദ്ദേഹം പറഞ്ഞു. അദ്ദേഹം രാജ്യത്തിനു പുറത്തേക്ക്

ഞങ്ങൾക്ക് അകമ്പടി സേവിക്കുമെന്നും അതിനായി അനുവാദത്തിന് ഇതിനകം തന്നെ അപേക്ഷിച്ചിട്ടുണ്ടെന്നും പറഞ്ഞു. ഞങ്ങൾ ഫിദലിനെക്കുറിച്ചും ക്യൂബൻ വിപ്ലവത്തെക്കുറിച്ചും സംസാരിച്ചു.

രണ്ടുമണിക്കൂർ നേരത്തേക്ക് വാതിൽ തുറന്നിട്ട സെല്ലുകളിൽ ഞങ്ങളെ പാർപ്പിച്ചു. തുടർന്ന് ഞങ്ങൾക്കെതിരെ കേസെടുക്കലും രേഖകൾ തയാറാക്കലും ആരംഭിച്ചു.

പൊതുകാര്യങ്ങളെക്കുറിച്ച് ഞങ്ങൾ പൊലീസ് മേധാവിയോട് സംസാരിച്ചു. പറ്റിയാൽ അന്നേദിവസം തന്നെ രാജ്യത്തുനിന്നും ഞങ്ങളെ പുറത്താക്കണമെന്ന് മന്ത്രി ഉത്തരവിട്ടിരിക്കുന്നതായി അദ്ദേഹം പറഞ്ഞു.

ആഭ്യന്തരമന്ത്രിയുമായുള്ള കൂടിക്കാഴ്ചയിൽ രാഷ്ട്രീയാഭയത്തിനുള്ള അപേക്ഷ ഗുണകരമാകില്ലെന്ന് അദ്ദേഹം പറഞ്ഞു. ഞങ്ങളെ ബൊളീവിയയിലേക്ക് തിരിച്ചയക്കാൻ വടക്കേ അമേരിക്കക്കാർ ആവശ്യപ്പെടുകയാണ്. പെറു, ഇക്വഡോർ വഴി ക്യൂബയിലേക്ക് ഒരു പ്രത്യേക വിമാനം വഴി ഞങ്ങളെ പുറത്താക്കാനാണ് അവർ പ്ലാനിട്ടിരിക്കുന്നത്. അവർ ഞങ്ങളുടെ സർക്കാരുമായി ബന്ധപ്പെടുന്നുണ്ട്.

ബ്യൂറോ ഓഫ് ഇൻവെസ്റ്റിഗേഷൻ തലവൻ ഞങ്ങളുടെ വ്യക്തിപരമായ ചുറ്റുപാടുകളെക്കുറിച്ചും ഇവാനെന്നു[1] പറയുന്ന ഒരാളെക്കുറിച്ച് അറിയാമോ എന്നും ചോദിച്ചു. പിന്നീടയാൾ ഞങ്ങളോരു മൈക്ക് ബാല്ലോനെ അറിയുമോ എന്ന് ചോദിച്ചു. അയാളെ ചിലിയിൽ ഒരു തടവുകാരനായി വച്ചിരിക്കുകയാണ്. അയാളെന്റെ ഒരു അടുത്ത സുഹൃത്താണെന്നാണ് പറയുന്നത്. അവർ ഞങ്ങളെ രണ്ടുപേരെയും മുഖാമുഖം കൊണ്ടുവന്നു. ഞങ്ങൾക്ക് പരസ്പരം തിരിച്ചറിയാൻ പറ്റിയില്ല. അക്കാരണത്താൽ അവർ ചാർജുകൾ വേണ്ടെന്നു വച്ചു. അയാൾ മിഗ്വെൽ ബാല്ലോനെയായിരുന്നു. ഞങ്ങൾ ലാ പാസിലായിരുന്നപ്പോൾ സഖാവ് പോൾ ഞങ്ങളോട് പറഞ്ഞിരുന്നയാൾ. ഞങ്ങളുടെ രക്ഷപ്പെടലിൽ അയാളെ ഉത്തരവാദിയാക്കാൻ ഞാനിഷ്ടപ്പെടുന്നില്ല.[2]

രാത്രിയിൽ അവർ ഞങ്ങളെ രാജ്യത്തുനിന്നും പുറത്താക്കാനുള്ള ഡിക്രി കാണിച്ചു. ഞങ്ങൾ ദക്ഷിണ അമേരിക്കൻ ഭൂഖണ്ഡത്തിൽനിന്നും ഇസ്ലാ ഡെ പാസ്ക്വാ (ഈസ്റ്റർ ദ്വീപ്) വഴി പുറപ്പെടണമെന്നവർ വളരെ വിശദമായി വിശദീകരിച്ചു. ആ ദ്വീപ് പസഫിക്കിലെ ചിലിയുടെ അധീനതയിലുള്ള ഒരു ദ്വീപാണ്. അതിന്റെ ഉദ്ദേശ്യം ഞങ്ങളവിടെയുണ്ടെന്ന കാര്യത്തിൽനിന്ന് അമേരിക്കയുടെ ശ്രദ്ധ തിരിക്കലും അങ്ങനെ ഞങ്ങളെ ബൊളീവിയക്കു കൈമാറണമെന്ന അവരുടെ ആവശ്യപ്പെടൽ ഒഴിവാക്കുകയുമായിരുന്നു. അതേസമയം തന്നെ അവർ പെറൂവിയൻ, ഇക്വഡോറിയൻ എംബസികളുമായി ബന്ധപ്പെട്ടുകൊണ്ടിരിക്കുകയായിരുന്നു. കാരണം ക്യൂബയിലേക്ക് നേരിട്ട് എത്തിച്ചേരണമെങ്കിൽ ഒരു 'ലാൻ ചിലി'

---

1. ഗറില്ലകൾക്ക് ബന്ധപ്പെടാനുള്ള കണ്ണിയായി പ്രവർത്തിച്ചിരുന്ന ഒരു ക്യൂബക്കാരൻ.
2. യഥാർഥത്തിൽ പിടിയിലായിരുന്ന ആൾ മിഗ്വെൽ ബാല്ലോനിന്റെ സഹോദരൻ കൊക്കോ ആയിരുന്നു. അയാൾ നഗരത്തിലെ നെറ്റ്‌വർക്കിന്റെ ഒരംഗമായിരുന്നില്ല.

(ചിലിയൻ എയർലൈൻ) വിമാനത്തിന് ആ രാജ്യങ്ങളിലിറങ്ങേണ്ടി വരും. ആ അഭ്യർഥനകൾ തള്ളപ്പെട്ടു. ഒപ്പം, ഞങ്ങൾ ആ പ്രദേശങ്ങളിൽ ഇറങ്ങിയാൽ ഞങ്ങളെ ബൊളീവിയൻ പ്രദേശത്തേക്ക് തിരിച്ചയക്കുമെന്ന ഭീഷണിയുമുണ്ടായിരുന്നു,

1968 ഫെബ്രുവരി 25 ന് ഞങ്ങൾ ഇസ്‌ലാ ഡെ പാസ്ക്വയിലേക്കു പോയി. അവിടെയുള്ള ഞങ്ങളുടെ താമസം ഏറെക്കുറെ ഒരാഴ്ച നീണ്ടു പോയി.

ആ ദ്വീപിൽ വടക്കേ അമേരിക്കക്കാർ പ്രവർത്തിപ്പിക്കുന്ന ഒരു സാറ്റലൈറ്റ്–ട്രാക്കിങ് സ്റ്റേഷനുണ്ടായിരുന്നു. ഞങ്ങളുടെ സാന്നിധ്യത്തെപ്പറ്റി അറിഞ്ഞപ്പോൾ അവർക്കു ഞങ്ങളെ കാണണം. ഞങ്ങൾ സംസാരിച്ചു. അവർ ചെയ്യുന്നത് എന്താണെന്നവർ വിശദീകരിച്ചു. ക്യൂബയെക്കുറിച്ചും ക്യൂബൻവിപ്ലവത്തെക്കുറിച്ചും അതിന്റെ നേട്ടങ്ങളെക്കുറിച്ചും അറിയാൻ അവർ താൽപ്പര്യം പ്രകടിപ്പിച്ചു. അതൊക്കെ ഞങ്ങൾക്കറിയാവുന്ന കാര്യങ്ങളായിരുന്നു. പക്ഷേ വളരെ അടുത്തകാലത്തെ കാര്യങ്ങൾ അറിയില്ല.

താഹിതിയിൽനിന്ന് ക്യൂബയിലേക്ക്

ആഴ്ച കടന്നുപോകുന്നതിനിടയിൽ അലൻഡെ എത്തിച്ചേർന്നു. ഞങ്ങൾ അദ്ദേഹത്തിന്റെ സംഘത്തിൽ ചേർന്നു. ഞങ്ങൾ ഞങ്ങളുടെ യാത്ര തുടർന്നു.

ഞങ്ങൾ താഹിതി ദ്വീപിലെത്തി. അതൊരു ഫ്രഞ്ച് അധീനപ്രദേശമാണ്. അവിടെ ഞങ്ങളെ ഒരുപറ്റം സ്ത്രീകൾ അഭിവാദ്യം ചെയ്തു. അവരവരുടെ പ്രാദേശികനൃത്തങ്ങൾ ഞങ്ങൾക്കു മുന്നിൽ അവതരിപ്പിച്ചു. അവരുടെ പാട്ടുകളും പാടി. തുടർന്നവർ മനോഹരമായ ഓരോ ഷെൽ നെക്‌ലേസുകൾ ഞങ്ങളുടെ കഴുത്തിലണിയിച്ചു.

ഞങ്ങൾ ഹോട്ടലിൽ താമസിച്ചു. ഞങ്ങളെ ഫ്രാൻസിലെ ക്യൂബൻ അംബാസഡറായ ബോഡില്ലോ കാസ്റ്റെല്ലനോസ് വന്നു കണ്ടു. അപ്പോൾ മുതൽ ഞങ്ങളുടെ ഉത്തരവാദിത്വം അദ്ദേഹത്തിനായിരുന്നു.

ഞങ്ങൾ താഹിതിയിൽ മൂന്നു ദിവസം തങ്ങി. അവിടെ ഞങ്ങൾ പിനാർ ദെൽ റിയോയിൽനിന്നുള്ള ഒരു സുന്ദരിയായ ക്യൂബൻ സ്ത്രീയെ കണ്ടു. അവൾ മുറുറോവ അറ്റോളിലെ ആണവ പരീക്ഷണത്തിനായുള്ള ഫ്രഞ്ച് സെന്ററിന്റെ ഡയറക്ടറെ വിവാഹം കഴിച്ചു കഴിയുകയാണ്. അവളെ കണ്ടുമുട്ടിയതു കൊണ്ട് ക്യൂബൻ പാചകവുമായി ഒരിക്കൽക്കൂടി പരിചയിക്കാൻ ഞങ്ങൾക്കായി. കാരണം അവർ ഞങ്ങളെ അവരുടെ വീട്ടിലേക്ക് ക്ഷണിച്ച് പരമ്പരാഗത ക്യൂബൻ ഭക്ഷ്യപദാർഥങ്ങളായ കോൺഗ്രി, പൊരിച്ച പന്നിയിറച്ചി, യൂക്കാ എന്നിവ കൊണ്ട് സൽക്കരിച്ചു. ഞങ്ങൾ പിനാർ ദെൽ റിയോയിലോ മറ്റേതോ ക്യൂബൻ പ്രവിശ്യയിലോ ആണെന്ന് ഞങ്ങൾക്ക് തോന്നി.

താഹിതിയിൽ ഞങ്ങൾക്കേറെ സമയം അലൻഡെക്കൊപ്പം ചെല

വഴിക്കാനും കഴിഞ്ഞു. അദ്ദേഹം തന്റെ ആശയങ്ങൾ വിശദീകരിച്ചു. സമാധാനപരമായ മാർഗങ്ങളിലൂടെ അധികാരത്തിലെത്തുകയെന്ന അദ്ദേഹത്തിന്റെ സങ്കൽപ്പനം. രാഷ്ട്രീയസ്വഭാവമുള്ള ഇത്തരം കാര്യങ്ങൾക്കൊപ്പം, ഈ നേതാവിന്റെ മനുഷ്യത്വപരമായ വശത്തെയും മനുഷ്യരോടുള്ള അദ്ദേഹത്തിന്റെ പരിഗണനയെയും നാം അഭിനന്ദിക്കേണ്ടതുണ്ട്. ഞങ്ങൾ സന്തുഷ്ടനായ ഒരു അലൻഡെയെക്കണ്ടു. ഗുലാഗുലാ നൃത്തം ചെയ്യുകയും തമാശകൾ പറയുകയും തമാശ ആസ്വദിക്കുകയുമൊക്കെ ചെയ്യുന്ന ഒരു സായാഹ്നം അദ്ദേഹം ഞങ്ങൾക്കൊപ്പം ചെലവഴിച്ചു. അതെല്ലാം തന്നെ കൂടുതൽ ആഴമേറിയ ബന്ധം സ്ഥാപിക്കാനും ചിലിയിൽനിന്നുള്ള ഈ മഹാനായ മനുഷ്യനെ കൂടുതലടുത്തറിയാനും ഞങ്ങൾക്ക് അവസരമുണ്ടാക്കി.

ഞങ്ങൾ അലെൻഡെയോട് വിട ചോദിച്ചു, ഒരു യഥാർഥ വിപ്ലവകാരിയെന്നനിലയിൽ അദ്ദേഹം നൽകിയ സമരോത്സുകമായ സഹായത്തിനും ഐക്യദാർഢ്യത്തിനും ആഴമേറിയ നന്ദി പ്രകടിപ്പിച്ചശേഷം.

ഞങ്ങൾ ഞങ്ങളുടെ മേൽ അടിച്ചേൽപ്പിക്കപ്പെട്ട യാത്ര തുടർന്നു. അത് ഏറെക്കുറെ ലോകം മുഴുവൻ ചുറ്റിയ ഒന്നായിരുന്നു. കാരണം അമേരിക്കകളിൽ നിന്നു പുറപ്പെട്ട് പോളിനേഷ്യ വഴി യൂറോപ്പിലെത്തിയശേഷം വീണ്ടും തിരികെ അമേരിക്കകളിലെത്തുകയായിരുന്നു ഞങ്ങൾ.

താഹിതിയിൽനിന്ന് ഞങ്ങൾ നൗമിയയിലേക്കു തിരിച്ചു. അതും പസഫിക്കിലെ ഒരു ചെറിയ ദ്വീപാണ്. അവിടെ ഞങ്ങൾ മറ്റൊരു ക്യൂബക്കാരനെ കണ്ടുമുട്ടി. ക്യൂബയിൽ കാര്യങ്ങൾ എങ്ങനെയാണു നടക്കുന്നതെന്ന് സംസാരിച്ചു കൊണ്ടും, ബോഡില്ലോ കാസ്റ്റെല്ലനോസിന്റെ (ബിലിറ്റോ) വാക്കുകൾ കേട്ടുകൊണ്ടും വിമാനത്താവളത്തിൽ ചെലവഴിച്ചു. ഞങ്ങൾ സംസാരിക്കുന്നത് പോസ്റ്റ് ഓഫീസിൽ പണിയെടുത്തിരുന്ന ഒരു മാന്യൻ കേട്ടു. അദ്ദേഹം ഉടനെ തന്നെ ഓടി പുറത്തുവന്ന് ഞങ്ങളെ കെട്ടിപ്പിടിച്ചു. സന്തോഷം സഹിക്കവയ്യാതെ അയാൾ വിളിച്ചു കൂകി. "നിങ്ങൾ ക്യൂബക്കാരാണ്, എന്തൊരു സന്തോഷം." അദ്ദേഹം ഞങ്ങളുടെ നാട്ടുകാരനായിരുന്നു.

ഞങ്ങൾ അവിടെനിന്ന് സിഡ്നിയിലേക്ക് പോയി. അവിടെനിന്ന് ശ്രീലങ്കയിലേക്കും. അഡ്ലിസ് അബാബയിൽ അൽപ്പനേരം ഞങ്ങൾ തങ്ങി. അവിടെനിന്ന് പാരീസിലേക്ക് പോയി.

ഞങ്ങൾ ഓർലി വിമാനത്താവളത്തിലെത്തി. അവിടെ ഒരു നിര സുരക്ഷാനടപടികൾ അവർ സ്വീകരിച്ചിരുന്നു. കാരണം അവർക്ക് ബെൻ ബർക്കയെ തട്ടിക്കൊണ്ടു പോയതിന്റെ അനുഭവമുണ്ടായിരുന്നു[1]. ഞങ്ങ

1. മൊറോക്കോയിലെ ഒരു രാഷ്ട്രീയ അഭയാർഥിയായ മെഹ്ദി ബെൻ ബർക്ക ഫ്രാൻസിൽ അഭയാർഥിയായിരുന്നു. 1965 ഒക്ടോബറിൽ അദ്ദേഹത്തെ പാരീസിൽ വച്ച് തട്ടിക്കൊണ്ടുപോയി കൊലപ്പെടുത്തി. ഹവാനയിൽ 1966 ജനുവരിയിൽ നടക്കാനിരുന്ന മൂന്നു ഭൂഖണ്ഡസമ്മേളനത്തിന്റെ സാർവദേശീയ പ്രിപ്പറേറ്ററി കമ്മിറ്റിയുടെ പ്രസിഡന്റായിരുന്നു ബെൻ ബർക്ക.

ളുടെ മേൽ എന്തെങ്കിലും അതിക്രമങ്ങൾ നടക്കുന്നതൊഴിവാക്കാൻ ഫ്രഞ്ച് അധികാരികൾ ആഗ്രഹിച്ചു.

അംബാസഡറുടെ കൂടെ ആർക് ഡി ട്രിയോംഫ് കാണാനും, സീൻ നദി സന്ദർശിക്കാനുമെല്ലാം ഞങ്ങൾ പ്ലാനിട്ടിരുന്നു. ചുരുക്കത്തിൽ നഗരം ചുറ്റിക്കാണാൻ. പക്ഷേ, ഞങ്ങൾ പറയാറുള്ളതുപോലെ, "ഓർലിയിലേക്ക് ഞങ്ങൾ പറക്കുന്നു, പിന്നെ വിട പറയുന്നു" എന്നതുപോലെയായി കാര്യങ്ങൾ. കാരണം, ഞങ്ങൾക്കൊരിടത്തും പോകാനായില്ല. ഞങ്ങൾ എത്തിയതോടെ അധികാരികൾ ഞങ്ങളെ പൊലീസ്‌വലയത്തിലാക്കി മറ്റേ വിമാനത്താവളത്തിലേക്ക് നേരെ കൊണ്ടുപോയി. അവിടെ ഞങ്ങൾക്ക് മോസ്കോയിലേക്കു പോകാനുള്ള ഏറോ ഫ്ളോട്ട് വിമാനം ഒരു മണിക്കൂറിലേറെ നേരമായി അവർ തടഞ്ഞുവച്ചിരിക്കുകയായിരുന്നു.

സോവിയറ്റ് തലസ്ഥാനത്ത് എത്തിയശേഷം രണ്ടുദിവസം ഞങ്ങളൊരു ക്യൂബൻ ഉദ്യോഗസ്ഥന്റെ വീട്ടിൽ ചെലവഴിച്ചു.

ഒടുവിൽ ഞങ്ങൾ മോസ്കോയിൽനിന്ന് ഹവാനയിലേക്കു തിരിച്ചു. ക്യൂബൻ പ്രദേശമായ പൂൺടാ ഡെ മെയ്സി കണ്ണിൽപ്പെട്ടു. എന്തൊരു ആഹ്ലാദകരമായ നിമിഷമായിരുന്നു അത്. ഹരിതാഭ നിറഞ്ഞ ഞങ്ങളുടെ നാടിന്റെ ദൃശ്യം ഞങ്ങളെ സംബന്ധിച്ച് അസാധാരണമായ ഒരു അനുഭവമായിത്തീർന്നു.

പക്ഷേ ഏറ്റവും വലിയ അത്ഭുതം ഞങ്ങൾ വിമാനത്താവളത്തിലെത്തിയപ്പോഴായിരുന്നു. അവിടെ ഞങ്ങളുടെ കമാൻഡർ ഇൻ ചീഫ് (ഫിദൽ കാസ്ട്രോ) കാത്തുനിൽക്കുന്നുണ്ടായിരുന്നു. പൂർണമായ മനസിലാക്കലിന്റെയും ഞങ്ങളിലുള്ള വിശ്വാസത്തിന്റെതുമായ ഭാഷയിൽ അദ്ദേഹം ഞങ്ങളെ ഹാർദമായ ആലിംഗനത്തോടെ സ്വീകരിച്ചു. അത് ഞങ്ങളെ സ്വയം സംതൃപ്തിയിലേക്ക് നയിച്ചില്ല, അതിലേറെ 1967 ഒക്ടോബർ 10 ന് ഞങ്ങൾ എടുത്ത പ്രതിജ്ഞ നിറവേറ്റുകയെന്ന ലക്ഷ്യത്തോടെ ഞങ്ങൾ ഒരിക്കൽക്കൂടി തിരിച്ചു പോകുക തന്നെ ചെയ്യുമെന്ന് ഞങ്ങൾ ഉറപ്പായും കരുതി. ലാ ഹിഗ്വേരയിലെ ആ ചെറിയ സ്കൂൾ കെട്ടിടത്തിനുമുന്നിൽവച്ചെടുത്ത പ്രതിജ്ഞ അത്രമാത്രം ശക്തമായിരുന്നു.

അവിടെ, അഞ്ചു മണിക്കൂറിലേറെ നേരം ഞങ്ങൾ ചെയുടെ മരണത്തിൽ കലാശിച്ച സാഹചര്യങ്ങളെക്കുറിച്ചും തുടർന്നുനടന്ന ഏറ്റുമുട്ടലുകളെക്കുറിച്ചും ഞങ്ങളുടെ കമാൻഡറോട് വിശദീകരിച്ചു. തുടർന്ന് അദ്ദേഹം ഒരിക്കലും ഞങ്ങൾ മറക്കാത്ത ആ വാക്കുകൾ പറഞ്ഞു:

> നിങ്ങൾ ജീവനോടെയുള്ളത് നിങ്ങൾ കടന്നാക്രമിച്ചതുകൊണ്ടാണ്, നിങ്ങൾ പൊരുതിയതുകൊണ്ട്. നിങ്ങൾ ഭയചകിതരായെങ്കിൽ നിങ്ങൾ ഭയം പ്രദർശിപ്പിച്ചിരുന്നുവെങ്കിൽ നിങ്ങൾ നശിച്ചേനെ. കൃത്യമായും നിങ്ങളുടെ ചെറുത്തുനിൽക്കാനുള്ള കഴിവാണ്, നിങ്ങളുടെ പൊരുതാനുള്ള കഴിവാണ്, അതു കാണിച്ചത്. അതു നിങ്ങളുടെ വിപ്ലവകരമായ കഴിവിനെയും ബോധ്യങ്ങളെയുമാണ് കാണിക്കുന്നത്.

ചരിത്ര നിമിഷങ്ങൾ.......

ചെ ക്യൂബയിലെ ബൊളീവിയൻ വിമോചന പോരാളികളുടെ ക്യാമ്പിൽ (1966)

ചെ യും ലൊയോള ഗുഡ്മാനും (1967). നഗരത്തിലുള്ള പോരാളികളുടെ നെറ്റ്‌വർക്കിന്റെ നേതാവായിരുന്നു ലൊയോള ഗുഡ്മാൻ

റൊണാൾഡോ, അന്റോണിയോ, പോമ്പോ, മാർക്കോസ്

പോമ്പോ ആയുധം ശേഖരിച്ചിട്ടുള്ള രഹസ്യ ഗുഹയിൽ

പോമ്പോ, പാച്ചോ, സെനാപിയോ

ഒരു അവധി ദിനാഘോഷം. ജോവികിൻ, ഏണസ്റ്റോ, റൊണാൾഡോ എന്നിവർ ഭക്ഷണമൊരുക്കാനുള്ള പുറപ്പാടിൽ

ചെ ബൊളീവിയൻ കമ്യൂണിസ്റ്റുപാർടി ജനറൽ സെക്രട്ടറി മരിയോ മോൻങ്കെയ്ക്കൊപ്പം (1966 ഡിസംബർ 31)

ചെ 'നാൻകാഹുവാസു' പുഴക്കരയിൽ

ചെ യുടെ ചേതനയറ്റ ശരീരവുമായി ബൊളീവിയൻ സൈന്യം

ചെ വധിക്കപ്പെട്ട ലാ ഹിഗുവേര സ്കൂൾ കെട്ടിടം

ബൊളീവിയയെ പിടിച്ചുകുലുക്കിയ വിപ്ലവമുന്നേറ്റം (1952 ഏപ്രിൽ) ഖനികളുടെ ദേശസാൽക്കരണം, ട്രേഡ്‌യൂണിയനുകൾക്ക് അംഗീകാരം, ഭൂപരിഷ്കരണത്തിന് തുടക്കം ബൊളീവിയയിലെ തദ്ദേശീയ ജനങ്ങൾക്ക് വോട്ടവകാശം എന്നിവ നേടാനായത് ഈ പ്രക്ഷോഭത്തിലൂടെയാണ്

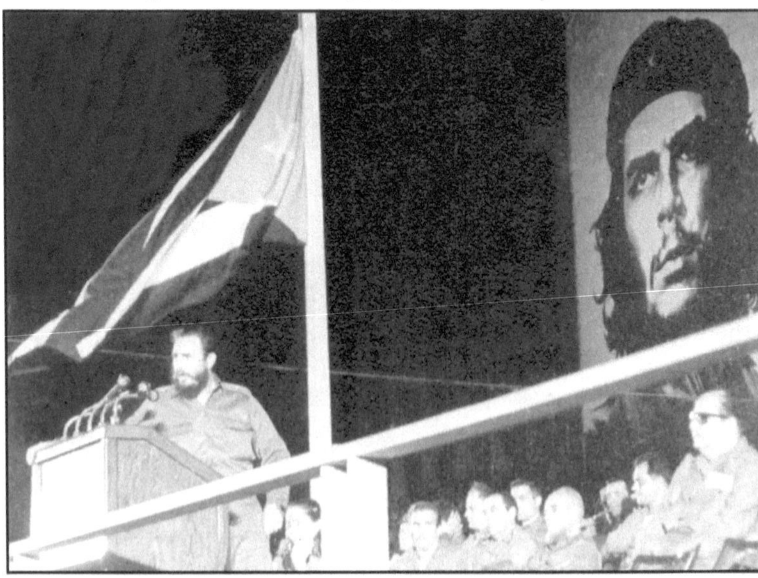

ചെ ഉൾപ്പെടെയുള്ള രക്തസാക്ഷികൾക്ക് അഭിവാദ്യമർപ്പിച്ച് ഫിദൽ കാസ്ട്രോ ഹവാനയിൽ സംസാരിക്കുന്നു (18 ഒക്ടോബർ 1967)

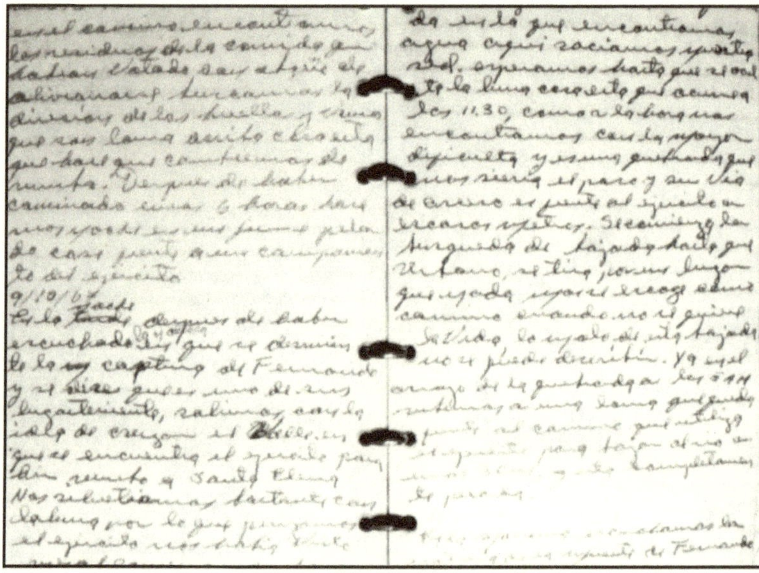

പോമ്പോ ഡയറി

പോമ്പോ (1966)

ഫിദൽ, ഉർബാനോ, പോമ്പോ,ബനിൻജോ എന്നിവർ
ഹവാനയിലെ ജോസ്മാർട്ടിൽ

ബ്രിഗേഡിയർ ജനറൽ ഹാരിവില്ലേഗാസ് അംഗോളയിൽ (1980)

ഒരു അവധി ദിനാഘോഷത്തിൽ ജോവികിൻ, ഏണസ്റ്റോ, റൊണാൾഡോ എന്നിവർ ഭക്ഷണം ഉണ്ടാക്കാനുള്ള തയ്യാറെടുപ്പിൽ

സാറിസ്റ്റ് ഭരണത്തിന്റെ അന്ത്യനാളുകൾ. ലാസ് വില്ലാസ് പട്ടണം കീഴടക്കിയ ക്യൂബൻ പോരാളികൾ

പോമ്പോ, ബെനിഗ്നോ, അർബാനോ, എസ്റിണിസ്ലാവോ

ലാപാസിൽ നിന്നും 'നാൻകാഹുവാസു' ക്യാമ്പിലേക്കുള്ള യാത്രയ്ക്കിടയിൽ ജീപ്പിനരികിൽ ചെ ഗുവേര

അനുബന്ധം 1

ഗറില്ലാപോരാളികളുടെ ലിസ്റ്റ്

ക്യൂബക്കാർ

അലെജാൻഡ്രോ
അന്റോണിയോ**
ആർട്ടുറോ
ബെനിഞ്ഞോ
ബ്രോളിയോ
ജോവാകിൻ (വിലോ)
മാർക്കോസ് (പിനാറെസ്)
മിഗ്വെൽ
മോറോ (എൽ മെഡിക്കോ, മുഗാൻഗ)**
പാച്ചോ
പോമ്പോ**
റാമോൺ (ഫെർണാണ്ടോ, മോങ്കോ, ചെ)**
റിക്കാർഡോ (എംബിലി, പാപ്പി, ചിഞ്ചു, ടാക്കോ)
റൊളാൻഡോ (സാൻ ലൂയിസ്)
റൂബിയോ
താനിയ
ടൂമ (ട്യൂമെയ്ൻ)**

പെറൂവിയന്മാർ

ചിനോ
യുസ്റ്റാക്കിയോ
നെഗ്രോ(എൽ മെഡിക്കോ)

ബൊളീവിയക്കാർ

ബൊളീവിയൻ കമ്യൂണിസ്റ്റുപാർട്ടി/യുവജനവിഭാഗത്തിൽനിന്ന്
അനിസെറ്റോ
ബെഞ്ചമിൻ
കാമ്പ*
കാർലോസ്
ചപ്പാക്കോ
കൊക്കോ
ഏണസ്റ്റോ
യൂസേബിയോ*
ഇന്റി
ജൂലിയോ
ലിയോൺ*

---

* പുറത്താക്കപ്പെട്ടവരോ ഒളിച്ചോടിയവരോ

** 1965 ൽ കോംഗോയിൽ പോരാടി.

ലോറോ (ബിഗോട്ടെസ്)
നാറ്റോ
പെഡ്രോ
പോളോ
സെറാപ്പിയോ
വാൾട്ടർ

മോയിസെസ് ഗുവേരയുടെ ഗ്രൂപ്പുകാർ

ചിങ്കോലോ*
ഡാനിയൽ*
ഡാരിയോ
മോയിസെസ് (ഗുവേര)
ഓർലാൻഡോ*
പാബ്ളിറ്റോ (പാബ്ലോ)
പാക്കോ*
പെപ്പെ*
റൗൾ
സലുസ്റ്റിയോ
വിക്റ്റർ
വില്ലി

അനുബന്ധം 2

കോളത്തിന്റെ വിഭജനം (1967 ഏപ്രിൽ ഒന്നിന്)

മുന്നണി വിഭാഗം	മധ്യവിഭാഗം	പിന്നണിവിഭാഗം
മിഗ്വെൽ (*തലവൻ*)	റാമോൺ (*തലവൻ*)	ജോവാകിൻ (*തലവൻ*)
അനിസെറ്റോ	അലെജാൻഡ്രോ	ബ്രോളിയോ
ബെനിഞ്ഞോ	അന്റോണിയോ	ഏണസ്റ്റോ
കാമ്പ	ആർട്ടുറോ	മാർക്കോസ്
കൊക്കോ	ചപ്പാക്കോ	പെഡ്രോ
ഡാരിയോ	ചിനോ	പോളോ
ജൂലിയോ	യുസ്റ്റാക്കിയോ	റൂബിയോ
ലോറോ	ഇന്റി	വിക്റ്റർ
പാബ്ളിറ്റോ	ലിയോൺ	വാൾട്ടർ
പാച്ചോ	മോയിസെസ് ഗുവേര	ചിങ്കോലോ (*പുറത്താക്കപ്പെട്ടു*)
റൗൾ	മോറോ	യൂസേബിയോ (*പുറത്താക്കപ്പെട്ടു*)
	നെഗ്രോ	പാക്കോ(*പുറത്താക്കപ്പെട്ടു*)
	നാറ്റോ	പെപ്പെ(*പുറത്താക്കപ്പെട്ടു*)
	പോമ്പോ	
	റിക്കാർഡോ	
	റൊളാൻഡോ	
	സെറാപ്പിയോ	
	താനിയ	
	ടൂമ	
	ഉർബാനോ	
	വില്ലി	

1967 ഏപ്രിൽ ഒന്നിന് മുമ്പ്

മരണമടഞ്ഞവർ	:	ബെഞ്ചമിൻ, കാർലോസ്
പിടിക്കപ്പെട്ടവർ	:	സലുസ്റ്റിയോ
ഒളിച്ചോടിയവർ	:	ഡാനിയൽ, ഓർലാൻഡോ

ജോവാകിന്റെ കോളം (1967 ഏപ്രിൽ 17 നു ശേഷം)

ജോവാകിൻ	മോയിസെസ്	താനിയ	ചിങ്കോലോ (*പുറത്താക്കപ്പെട്ടു*)
ബ്രോളിയോ	പെഡ്രോ	വിക്റ്റർ	യൂസേബിയോ (*പുറത്താക്കപ്പെട്ടു*)
ഏണസ്റ്റോ	പോളോ	വാൾട്ടർ	പാക്കോ (*പുറത്താക്കപ്പെട്ടു*)
മാർക്കോസ്	സെറാപ്പിയോ		പെപ്പെ (*പുറത്താക്കപ്പെട്ടു*)

അനുബന്ധം 3

നാമസൂചിക

അലെജാൻഡ്രോ – *ഗുസ്താവോ മാച്ചിൻ* (1927–67) ഹവാന യുണിവേഴ്സിറ്റിയിൽ ബാത്തിസ്തക്കെതിരായ പോരാട്ടത്തിൽ സജീവമായിരുന്നു. റവലൂഷണറി ഡയറക്ടറേറ്റിന്റെ ഒരു നേതാവുമായിരുന്നു. 1958 ഫെബ്രുവരിയിൽ ഡയറക്ടറേറ്റിന്റെ ഗറില്ലാകോളം ക്യൂബയിൽ ലാന്റ് ചെയ്യുന്ന പരിപാടി അദ്ദേഹമാണ് സംഘടിപ്പിച്ചത്. അത് ക്യൂബയിലെ എസ്കാംബ്രേ മലനിരകളിൽ ഒരു താവളം സ്ഥാപിച്ചു. 1958 ൽ ചെ ഗുവേരയുടെ കമാൻഡിനു കീഴിൽ സാന്താക്ലാരയിലെ ഏറ്റുമുട്ടലിൽ പൊരുതി. യുദ്ധം അവസാനിക്കുമ്പോഴേക്കും കമാൻഡറുടെ റോളിലെത്തി. 1959 നു ശേഷം നിരവധി സർക്കാർ ജോലികൾ വഹിച്ചു; വ്യവസായ സഹമന്ത്രിയുടെ ജോലിയടക്കം. തുടർന്ന് സജീവ സൈനികച്ചുമതലകളിലേക്കു മടങ്ങി. 1966 ഡിസംബർ 11 ന് ബൊളീവിയയിലെത്തി കോളത്തിൽ ചേർന്നു. സൈനികപ്രവർത്തനങ്ങളുടെ തലവനെന്ന ചുമതലയേറ്റു. സൈനികസാമഗ്രികളുടെ സംഭരണം, സൂക്ഷിക്കൽ, ഗതാഗതം എന്നിവയുടെയെല്ലാം പ്ലാനിങ്ങും ഏകോപനവുമായിരുന്നു അതിന്റെ കീഴിൽ വന്നത്. തുടക്കത്തിൽ മധ്യവിഭാഗത്തിലായിരുന്നെങ്കിലും അദ്ദേഹം ജോവാകിന്റെ കോളത്തിലംഗമായി.

1967 ആഗസ്ത് 31 ന് പ്യൂബർട്ടോ മൗറീഷോ കടവിൽ വെച്ച് കൊല്ലപ്പെട്ടു.

അൽഗാരനാസ്, സിറോ – നാങ്കാഹുവാസു കൃഷിയിടത്തിന്റെ അടുത്തുള്ള വസ്തുവിന്റെ ഉടമ. ഗറില്ലകളുടെ സഹകാരിയെന്ന് ആരോപിച്ച് ബൊളീവിയൻ പൊലീസ് അറസ്റ്റ് ചെയ്ത് കേസെടുത്തു.

1967ൽ ഗറില്ലകളുമായി ബന്ധപ്പെട്ടവരുടെ വിചാരണയ്ക്കു ശേഷം വിട്ടയക്കപ്പെട്ടു.

അലൻഡെ, സാൽവദോർ (1908–1973) – ചിലിയിലെ സോഷ്യലിസ്റ്റ് പാർട്ടിയുടെ നേതാവ് . 1970 സെപ്തംബറിൽ ചിലിയുടെ പ്രസിഡന്റായി തിരഞ്ഞെടുക്കപ്പെട്ടു. 1973 സെപ്തംബറിൽ നടന്ന വലതുപക്ഷ സൈനി കാട്ടിമറിയിൽ കൊല്ലപ്പെട്ടു.

അൽമീഡ, ജുവാൻ (1927) – *ഗ്രാൻമ*യിൽ കാസ്ട്രോക്കും ചെ ഗുവേരക്കുമൊപ്പം വന്നിറങ്ങിയ ഗറില്ലാപോരാളി. ക്യൂബൻ വിപ്ലവയുദ്ധ ത്തിൽ ഗറില്ലാ സേനയുടെ കമാൻഡർ. 1959 നു ശേഷം സുപ്രധാനമായ ചുമതലകൾ വഹിച്ചു. (വ്യോമസേന കമാൻഡർ, സായുധസേനകളുടെ സഹമന്ത്രി, കൗൺസിൽ ഓഫ് സ്റ്റേറ്റിന്റെയും കൗൺസിൽ ഓഫ് മിനി സ്റ്റേഴ്സിന്റെയും അംഗം തുടങ്ങിയവ അതിലുൾപ്പെടുന്നു). കമ്യൂണിസ്റ്റു പാർട്ടി ഓഫ് ക്യൂബയുടെ കേന്ദ്രകമ്മിറ്റിയിലും പൊളിറ്റിക്കൽ ബ്യൂറോ യിലും ദീർഘകാലഘട്ടത്തിൽ അംഗമായിരുന്നു.

അനിസെറ്റോ – *അനിസെറ്റോ റെയ്നാഗ* (1940–1967) – ലാ പാസിൽ നിന്നുള്ള വിദ്യാർഥി, ബൊളീവിയൻ കമ്യൂണിസ്റ്റ് യൂത്തിന്റെ ദേശീയനേ തൃത്വത്തിൽ അംഗം. വിപ്ലവത്തിന്റെ വിജയത്തിനു ശേഷം ക്യൂബയിൽ പഠിച്ചു. 1967 ജനുവരി ആദ്യത്തിൽ ബൊളീവിയയിലെ ഗറില്ലാ കോള ത്തിൽ ചേർന്നു. മധ്യവിഭാഗത്തിൽ ചുമതല നൽകി. 1967 ൽ ബൊളീവി യൻ കമ്യൂണിസ്റ്റു യൂത്തിന്റെ എക്സിക്യൂട്ടീവ് കമ്മിറ്റിയിൽ നിന്നൊഴി വാക്കപ്പെട്ടു. 1967 ഒക്ടോബർ 8ന് യൂറോ മലയിടുക്കിൽ കൊല്ലപ്പെട്ടു.

അന്റോണിയോ – *ഓർലാൻഡോ പൻടോജ* (1933–1967) – കിഴ ക്കൻ ക്യൂബയിലെ ജിഗ്വാനിയിലെ മാഫോയിൽ ജനിച്ചു. ബാത്തിസ്ത വിരുദ്ധ പോരാട്ടത്തിലെ നീണ്ടകാല പോരാളി. ജൂലൈ 26 പ്രസ്ഥാന ത്തിൽ തുടക്കം മുതൽ അംഗമായി. ഒളിപ്രവർത്തനങ്ങളുടെ പേരിൽ അ റസ്റ്റിലായി. 1957 ഒക്ടോബറിൽ ഗറില്ലാ സൈന്യത്തിൽ ചേർന്ന് ചെ ഗു വേരയുടെ കോളത്തിൽ ഒരു ക്യാപ്റ്റനായി. 1959 ജനുവരി –ജൂൺ കാലത്ത് സെൻട്രൽ ആർമിയുടെ ലാസ് വില്ലാസ് റെജിമെന്റിനെ നയി ച്ചു. തുടർന്ന് ആഭ്യന്തരമന്ത്രാലയത്തിൽ പ്രവർത്തിച്ചു. അതിനുശേഷം ബോർഡർ ഗാർഡുകളുടെ തലവനായി. 1966 ഡിസംബർ 19ന് ഗറില്ലാ കോളത്തിൽ അംഗമായി. മധ്യവിഭാഗത്തിൽ അംഗമായിരുന്നു. 1967 ഒക്ടോ ബർ 8 ന് യൂറോ മലയിടുക്കിൽ കൊല്ലപ്പെട്ടു.

APRA (അമേരിക്കൻ റവലൂഷണറി പോപ്പുലർ അലയൻസ്) – 1924 ൽ പെറുവിൽ സ്ഥാപിതമായ വിപ്ലവദേശീയ പ്രസ്ഥാനം. അതിന് ലാറ്റിന മേരിക്കയിലുടനീളം അനുയായികളുണ്ടായിരുന്നു. ആദ്യവർഷങ്ങളിൽ ലാറ്റിനമേരിക്കൻ ഐക്യത്തിനു വേണ്ടി ആഹ്വാനം ചെയ്യുകയും അമേ രിക്കൻ സാമ്രാജ്യത്വത്തിന്റെ ആധിപത്യത്തെ എതിർക്കുകയും ചെയ്തു. പക്ഷേ 1950 കളിൽ വലതുപക്ഷത്തേക്കു മാറി. 1959 ൽ APRA യിലെ ക്യൂബൻ വിപ്ലവത്തെ പിന്താങ്ങിയ വിഭാഗം സംഘടന പിളർത്തി APRA റിബൽഡെ രൂപീകരിച്ചു. പിന്നീടത് മൂവ്മെന്റ് ഫോർ റവലൂഷണറി

ലെഫ്റ്റ് (MIR) എന്ന പേര് സ്വീകരിച്ചു.

ആർഗെഡാസ്, അന്റോണിയോ– ഗറില്ലാ സമരം നടന്ന കാലത്ത് ബാരിയന്റോസ് സർക്കാരിലെ ആഭ്യന്തരമന്ത്രി. ചെ ഗുവേരയുടെ *ബൊളീവിയൻ ഡയറി*യുടെ മൈക്രോ ഫിലിമുകളും പോമ്പോയുടെ ഡയറിയുടെ ടൈപ്പ്ചെയ്ത പതിപ്പും 1968 ആദ്യത്തിൽ ക്യൂബയ്ക്ക് നൽകി. തുടർന്ന് ചിലിയിലേക്ക് രക്ഷപ്പെട്ടു.

ഏരിയൽ – ക്യൂബയുമായി ഗറില്ലാ പ്രസ്ഥാനത്തിനുള്ള ബന്ധത്തിനായി ഉപയോഗിച്ച ഒരു കോഡ് നാമം.

അരിസ്മെൻഡി, റോഡ്നി (1913–1989) ഉറുഗ്വേ കമ്യൂണിസ്റ്റുപാർട്ടിയുടെ ജനറൽ സെക്രട്ടറി (55–58 കാലത്ത്).

ആർട്ടുറോ – *റെനെ മാർട്ടിനസ് ടമായോ* (1941–1967) – കിഴക്കൻ ക്യൂബയിലെ ഹോൾഗ്വിനിലെ മയാരി ഗ്രാമത്തിൽ ജനിച്ചു. ബാത്തിസ്ത സ്വേച്ഛാധിപത്യത്തിനെതിരെ ഒളിപ്രവർത്തനങ്ങളിലേർപ്പെട്ടതിന് ജയിലിലടയ്ക്കപ്പെട്ടു. 1958 നവംബറിൽ ഗറില്ലാ സൈന്യത്തിൽ ചേർന്നു. 1959നു ശേഷം ക്യൂബൻ വ്യോമസേനയിലും റിബൽ ആർമി ഡിപ്പാർട്ടുമെന്റ് ഓഫ് ഇൻവെസ്റ്റിഗേഷനിലും, ആഭ്യന്തര മന്ത്രാലയത്തിലും പ്രവർത്തിച്ചു. ലഫ്റ്റനന്റിന്റെ റാങ്ക് വരെയെത്തി. 1966 ഡിസംബർ 11 ന് ബൊളീവിയയിൽ കോളത്തിൽ ചേർന്നു. മധ്യവിഭാഗത്തിൽ അംഗമായ റേഡിയോ ഓപ്പറേറ്ററായി ചുമതല നൽകപ്പെട്ടു. ബൊളീവിയൻ പോരാളിയായ റിക്കാർഡോയുടെ സഹോദരനായിരുന്നു.

യൂറോ മലയിടുക്കിൽ 1967 ഒക്ടോബർ 8 ന് മരണമടഞ്ഞു.

ബായിഗോറിയ, പൗളിനോ– 1967 ജൂണിൽ ഗറില്ലകൾക്ക് കുറെ ദിവസം വഴികാട്ടിയായി പ്രവർത്തിച്ച കർഷകയുവാവ്. ഗറില്ലകൾക്കൊപ്പം ചേരാൻ തയാറായി. സന്ദേശവാഹകന്റെ റോൾ ഏൽപ്പിക്കപ്പെട്ടു. കാമരാപയിൽ വച്ച് സൈന്യം പിടികൂടി ക്രൂരമായി പീഡിപ്പിച്ചു. പക്ഷേ ഒന്നും പറയാതെ പിടിച്ചുനിന്നു.

ബാരിയെന്റോസ്, റെനെ(1919–1969) – ബൊളീവിയൻ വ്യോമസേനാ ജനറൽ. പാഡ് എസ്റ്റെൻസെറോക്കു കീഴിൽ വൈസ്പ്രസിഡന്റ്. 1964 ലെ സൈനികാട്ടിമറിക്ക് നേതൃത്വംകൊടുത്തു. 1966–69 കാലത്ത് ബൊളീവിയയുടെ പ്രസിഡന്റ്. ഒരു ഹെലികോപ്റ്റർ അപകടത്തിൽ കൊല്ലപ്പെട്ടു.

ബെജാർ, ഹെക്റ്റർ (1935–) പെറുവിയൻ കമ്യൂണിസ്റ്റു പാർട്ടിയുടെ ഒരു നേതാവ്. 1958 ൽ പാർട്ടിയുടെ തെരഞ്ഞെടുപ്പിലൂന്നുന്ന നയത്തിനെതിരെ പ്രതിഷേധിച്ചതിന് പുറത്താക്കപ്പെട്ടു. 1962 ൽ പെറുവിൽ നാഷണൽ ലിബറേഷൻ ആർമി (ELN) രൂപീകരിച്ചപ്പോൾ അതിന്റെ സ്ഥാപകാംഗം. 1965 സെപ്തംബർ –ഡിസംബർ കാലത്ത് ആയാക്കുച്ചോയിൽ ഗറില്ലാ മുന്നണിയെ നയിച്ചു. 1966 ൽ ലിമയിൽ വച്ച് അറസ്റ്റു ചെയ്യപ്പെട്ട്

1970 വരെ ജയിലിൽക്കിടന്നു. ജയിലിൽ വച്ച് *പെറു 1965: ഗറില്ലാ അനുഭവത്തെക്കുറിച്ചുള്ള കുറിപ്പുകൾ* എന്നൊരു പുസ്തകം രചിച്ചു.

ബെനിഞ്ഞോ – ഡാരിയൽ അലാർക്കോൺ (1939) – ക്യൂബയിലെ സിയറ മെയ്സ്ത്രയിൽനിന്നുള്ള കർഷകൻ. 1951 ൽ കാസ്ട്രോയുടെ ഗറില്ലാ സേനയിൽ ചേർന്നു. കാമിലോ സിയാൻ ഫ്യൂഗോസിന്റെ കീഴിൽ പ്രവർത്തിച്ചു. വിപ്ലവം വിജയിച്ചതിനു ശേഷവും സായുധസേനയിൽത്തുടർന്ന് ക്യൂബൻ ആർമിയുടെ ലെഫ്റ്റനന്റ് റാങ്കിൽ വരെയെത്തി. 1966 ഡിസംബർ 11ന് ബൊളീവിയയിൽ ഗറില്ലാ കോളത്തിൽച്ചേർന്നു. മുന്നണി വിഭാഗത്തിൽ നിയമിക്കപ്പെട്ടു. അതിജീവിച്ച അഞ്ച് പോരാളികളിലൊരാളായ അദ്ദേഹം 1968 മാർച്ചിൽ ക്യൂബയിൽ തിരിച്ചെത്തി. 1979 ൽ ആഭ്യന്തര മന്ത്രാലയത്തിൽനിന്ന് ലഫ്റ്റനന്റ് കേണൽ പദവിയോടെ വിരമിച്ചു. 1996 ൽ ക്യൂബയിൽനിന്ന് കൂറുമാറി.

ബെഞ്ചമിൻ – *ബെഞ്ചമിൻ കോറോണാഡോ* (1941–1967) – ലാ പാസിലെ സ്കൂളധ്യാപകനും ബൊളീവിയൻ കമ്യൂണിസ്റ്റു യൂത്തിന്റെ അംഗവും. ക്യൂബയിൽ പഠനം നടത്തി. 1967 ജനുവരി 21 ന് ഗറില്ലാ കോളത്തിൽ ചേരാനായി തിരിച്ചെത്തി. മുന്നണി വിഭാഗത്തിൽ നിയോഗിച്ചു. 1967 ഫെബ്രുവരി 26 ന് റിയോ ഗ്രാൻഡെ നദിയിൽ മുങ്ങി മരിച്ചു.

ബ്ലാങ്കോ, ഹ്യൂഗോ (1935 –) പെറുവിയൻ ട്രോത്സ്കിയിസ്റ്റ് റവലൂഷണറി ഫ്രണ്ടിന്റെ (FIR) നേതാവ്. 1960കളുടെ തുടക്കത്തിൽ ലാ കൺവെൻഷൻ താഴ്‌വരയിൽ കർഷക യൂണിയനുകളെ നയിച്ചു. ഭൂമി പിടിച്ചെടുക്കുകയും അതു സംരക്ഷിക്കാനായി സന്നദ്ധസേനകൾക്ക് രൂപംനൽകുകയും ചെയ്തു. 1963 ൽ പിടികൂടപ്പെടുകയും വധശിക്ഷ വിധിക്കപ്പെടുകയും ചെയ്തു. 1970 ൽ സാർവദേശീയ ഐക്യദാർഢ്യപ്രചാരണത്തെത്തുടർന്ന് മാപ്പു നൽകി വിട്ടയക്കപ്പെട്ടു.

സൈമൺ, ബൊളിവർ(1783–1830)– കാരക്കാസിൽ ജനിച്ച ലാറ്റിനമേരിക്കൻ ദേശാഭിമാനി. ലാറ്റിനമേരിക്കയിലെ ഭൂരിപക്ഷം പ്രദേശങ്ങളെയും സ്പാനിഷാധിപത്യത്തിൽ നിന്നു മോചിപ്പിച്ച സായുധകലാപത്തിന് നേതൃത്വം നൽകി.

ബ്രോളിയോ – *ഇസ്രായേൽ റെയെസ്* (1933–1967) – ക്യൂബയിലെ സിയറ മെയ്സ്ത്രയിൽ ജനിച്ചു. അവിടെ അദ്ദേഹം കൂലിപ്പണിക്കാരനായും പങ്കുപാട്ടകൃഷിക്കാരനായും ജോലി ചെയ്തു. 1957 ൽ ഗറില്ലാ സേനയിൽ ചേർന്ന് റൗൾ കാസ്ട്രോയുടെ കോളത്തിൽ സേവനം അനുഷ്ഠിച്ചു. വിപ്ലവ വിജയത്തിനു ശേഷം റൗൾ കാസ്ട്രോയുടെ അകമ്പടിക്കാരനായും ദേശീയവിപ്ലവ പൊലീസിലും സേവനമനുഷ്ഠിച്ചു. സൈന്യത്തിലേക്ക് ഒരു ലഫ്റ്റനന്റായി മടങ്ങി. ഈസ്റ്റേൺ ആർമി ജനറൽ സ്റ്റാഫിന്റെ ലെയ്സൺ ഓഫീസറായി. 1965 ൽ കോംഗോയിലെ സാർവദേശീയ ദൗത്യത്തിൽ ചെയ്ക്കൊപ്പം പങ്കു ചേർന്നു. 1967 നവംബർ 27 ന്

ബൊളീവിയയിൽ ഗറില്ലകൾക്കൊപ്പം ചേർന്നു. പിന്നണി വിഭാഗക്കാരനായിരുന്നു. ജോവാകിന്റെ കോളത്തിൽ രണ്ടാം സ്ഥാനക്കാരനായി. 1967 ആഗസ്ത് 31ന് പ്യൂവെർട്ടോ മൗറീഷ്യോ കടവിൽ വച്ച് കൊല്ലപ്പെട്ടു.

ബ്രാവോ, ഡഗ്ലസ്സ് (1933–) വെനിസ്വേലൻ കമ്യൂണിസ്റ്റു പാർട്ടിയുടെ പോളിറ്റ്ബ്യൂറോ അംഗം. 1961 ൽ വെനിസ്വേലയിൽ രൂപീകരിക്കപ്പെട്ട ഗറില്ലാമുന്നണിയുടെ നേതാവ്. 1963 ൽ ആംഡ് ഫോഴ്സസ് ഫോർ നാഷണൽ ലിബറേഷൻ (FALN) രൂപീകരിച്ച നേതാവ്. 1967 ൽ വെനിസ്വേലൻ സർക്കാരിനെതിരായ ഗറില്ലാസമരം പിൻവലിക്കാൻ തയാറാകാത്തതിന് വെനിസ്വേലൻ കമ്യൂണിസ്റ്റുപാർട്ടിയിൽനിന്ന് പുറത്താക്കപ്പെട്ടു.

ബ്രിസോള, ലിയോണൽ (1922–) ബൂർഷ്വാ ദേശീയവാദ ബ്രസീലിയൻ ലേബർ പാർട്ടിയുടെ നേതാവും റിയോ ഗ്രാൻഡെ ഡെ സുളിലെ മുൻ ഗവർണറും. 1964 ൽ അമേരിക്കൻ പിന്തുണയോടെ നടന്ന സൈനിക അട്ടിമറിക്കു ശേഷം ഉറുഗ്വേയിൽ രാഷ്ട്രീയാഭയം തേടി.

ബുസ്റ്റോസ്, സിറോ റോബർട്ടോ (കാർലോസ്) – അർജന്റീനക്കാരനായ പത്രപ്രവർത്തകനും ചിത്രകാരനും. ജോർജെ മാസെറ്റി നയിച്ചതും വടക്കൻ അർജന്റീനയിൽ 1963–64 കാലത്ത് സജീവമായതുമായ ഗറില്ലാ പ്രസ്ഥാനത്തിനു വേണ്ടി ധനസമാഹരണം നടത്തി. അർജന്റീനയിൽ പിന്തുണ പ്രവർത്തനങ്ങൾ സംഘടിപ്പിക്കുന്നതിനെപ്പറ്റി ചർച്ച ചെയ്യാൻ ചെ ഗുവേരയെ കാണാൻ ബൊളീവിയയിലെത്തി. 1967 മാർച്ച് ആരംഭത്തിൽ അദ്ദേഹം ഗറില്ലാ ക്യാമ്പിലെത്തി. 1967 ഏപ്രിൽ 20 ന് മുയുപ്പാമ്പയിൽ വച്ച് സൈന്യത്തിന്റെ പിടിയിലായി. പിടിയിലായശേഷം ഗറില്ലകൾ തന്നെ പിടികൂടിയതാണെന്ന നിലപാടെടുത്തു. ചെ ഗുവേരയുമായി നടത്തിയ ചർച്ചകൾ സൈന്യത്തിന് നൽകുകയും ബൊളീവിയൻ അധികാരികൾക്കു വേണ്ടി ഗറില്ലാ പോരാളികളുടെ സ്കെച്ചുകൾ തയാറാക്കിക്കൊടുക്കുകയും ചെയ്തു. വിചാരണ ചെയ്ത് 3 വർഷത്തെ തടവിനു ശിക്ഷിച്ചു. 1970 ൽ പൊതുമാപ്പ് നൽകിയപ്പോൾ ജയിൽ മോചിതനായി. തുടർന്നും ദക്ഷിണ അമേരിക്കയിലെ വിവിധ ഗറില്ലാ പ്രസ്ഥാനങ്ങൾക്ക് പിന്തുണ പ്രവർത്തനങ്ങൾ സംഘടിപ്പിക്കുന്നതിൽ ഏർപ്പെട്ടു.

കാമ്പ – *ഓർലാൻഡോ ജിഎമനസ്* (1934–) റിബറാൾട്ടയിൽ ജനിച്ചു. ബൊളീവിയൻ കമ്യൂണിസ്റ്റു പാർട്ടിയംഗമായിരുന്നു. 1966 മധ്യത്തിൽ ഗറില്ലകൾ വാങ്ങിയ കാരണാവിയിലെ കൃഷിയിടത്തിൽ തൊഴിലാളിയായി ചേർന്നു. 1966 ഡിസംബർ 11ന് നാങ്കാഹുവാസുവിൽ പോരാളിയായി ഗറില്ലാസേനയിൽ ചേർന്നു. 1967 സെപ്തംബർ 26ന് ഒളിച്ചോടിയ കാമ്പയെ അടുത്തദിവസം വീണ്ടും ഗറില്ലാസേനയിലേക്ക് തിരിച്ചെത്താൻ ശ്രമിക്കുന്നതിനിടയിൽ സൈന്യം പിടികൂടി. 10 വർഷത്തെ തടവിനു ശിക്ഷിച്ചു. 1970 ൽ മാപ്പു നൽകി വിട്ടയച്ചു.

കാർലോസ് – *ലോർഗിയോ വാക്ക* (1934–1967) – സാന്താക്രൂസ്

പ്രദേശവാസിയും ബൊളീവിയൻ കമ്യൂണിസ്റ്റുപാർട്ടിയംഗവും. സോഷ്യൽ സെക്യൂരിറ്റി വർക്കേഴ്സ് യൂണിയന്റെയും ബൊളീവിയൻ കമ്യൂണിസ്റ്റ് യൂത്തിന്റെയും ദേശീയ നേതാവ്. വിപ്ലവത്തെത്തുടർന്ന് ക്യൂബയിൽ എക്കണോമിക്സ് പഠിച്ചു. ഗറില്ലാസമരത്തിൽ ചേരാൻ ബൊളീവിയയിലേക്ക് മടങ്ങി. 1966 ഡിസംബർ 11 ന് നാങ്കാഹുവാസു ക്യാമ്പിലെത്തി. പിന്നണി വിഭാഗത്തിലുൾപ്പെടുത്തി. 1967 മാർച്ച് 16 ന് റിയോ ഗ്രാൻഡെയിൽ മുങ്ങി മരിച്ചു.

കാസ്റ്റെല്ലാനോസ്, ബോഡില്ലോ (ബിലിറ്റോ) – ഫിദൽ കാസ്ട്രോയുടെ കുട്ടിക്കാലത്തെ കൂട്ടുകാരൻ. മൊങ്കാദ ആക്രമണക്കാരുടെ വിചാരണവേളയിൽ ഡിഫൻസ് വക്കീലന്മാരിലൊരാൾ. ക്യൂബൻ വിപ്ലവയുദ്ധത്തിൽ ഒളിപ്പോരാളി. 1960കളിൽ ഫ്രാൻസിലെ ക്യൂബൻ അംബാസഡർ.

കാസ്ട്രോ, ഫിദൽ(1926–) ബാത്തിസ്തയുടെ ഏകാധിപത്യം അവസാനിപ്പിച്ച് ക്യൂബയിൽ വിപ്ലവം നടത്തിയ സായുധ ഉയിർത്തെഴുന്നേൽപ്പിന്റെ മുഖ്യനേതാവ്. 1953 ൽ മൊങ്കാദയിൽ സൈനിക ഗാരിസൻ ആക്രമണത്തിനു നേതൃത്വം നൽകി. ജൂലൈ 26 പ്രസ്ഥാനത്തിന്റെ സ്ഥാപകനും നേതാവും. 1956 ഡിസംബറിൽ ഗ്രാൻമയിൽ ആയുധങ്ങളുമായി പോരാളികൾ ക്യൂബയിലിറങ്ങിയ പരിപാടി അദ്ദേഹമാണ് സംഘടിപ്പിച്ചത്. തുടർന്ന് വിപ്ലവവിജയം വരെ ഗറില്ലാ സേനയെ നയിച്ചു. 1959–76 കാലത്ത് ക്യൂബൻ പ്രധാനമന്ത്രിയും ക്യൂബയുടെ തലവനും. 1976നു ശേഷം സ്ഥാനമൊഴിയുന്നതു വരെ ക്യൂബൻ പ്രസിഡന്റ്. ലോകം കണ്ട ഏറ്റവും ഉജ്വലനായ പ്രസംഗകരിലൊരാൾ. അമേരിക്കൻ സാമ്രാജ്യത്വത്തിന്റെ ഏറ്റവും വലിയ വിമർശകൻ. സായുധസേനകളുടെ കമാൻഡർ. ക്യൂബൻ കമ്യൂണിസ്റ്റു പാർട്ടിയുടെ ഫസ്റ്റ് സെക്രട്ടറിയായി നാലു പതിറ്റാണ്ടോളം സേവനമനുഷ്ഠിച്ചു. കഴിഞ്ഞ നൂറ്റാണ്ടു കണ്ട ഏറ്റവും പ്രഗത്ഭനായ രാഷ്ട്രീയനായകരിൽ ഒരാൾ.

കാസ്ട്രോ, ജൂവെനൽ (1926–) ബൊളീവിയൻ കമ്യൂണിസ്റ്റു പാർട്ടിയുടെ കർഷകമുന്നണിയുടെ നേതാക്കളിൽ ഒരാൾ. തുടർന്ന് ബൊളീവിയയിൽ ഒരു സെനറ്ററായി.

കറ്റാലൻ, എൽമോ (ഏലിയാസ്) – ബൊളീവിയൻ ELN അംഗം, ചെ ഗുവേര നയിച്ച പ്രസ്ഥാനത്തിന് ചിലിയിൽ പിന്തുണ സംവിധാനം സംഘടിപ്പിച്ച ചിലിയിലെ പത്രപ്രവർത്തകൻ. ബൊളീവിയൻ പൊലീസ് അദ്ദേഹത്തെയും ഭാര്യ ജെന്നി കോയെല്ലറിനെയും 1970 ൽ തട്ടിക്കൊണ്ടുപോയി കൊലപ്പെടുത്തി.

ചപ്പാക്കോ *(ലൂയിസ്)* – *ജെയ്മെ അറാന* (1938–1967) – തെക്കൻ ബൊളീവിയയിലെ താരിജ നിവാസി. സാൻ ആൻഡ്രെസ് യൂണിവേഴ്സിറ്റിയിൽ റവലൂഷണറി നാഷണലിസ്റ്റ് മൂവ്മെന്റിന്റെ ഒരു നേതാവ്. 1963 ൽ

ഹൈഡ്രോളിക് എഞ്ചിനീയറിങ് പഠിക്കാൻ ക്യൂബയിൽപ്പോയി. ബൊളീവിയൻ കമ്യൂണിസ്റ്റ് യൂത്തിൽ അംഗമായി. 1967 മാർച്ചിൽ കോളത്തിൽ അംഗമായി. മധ്യവിഭാഗത്തിൽ അദ്ദേഹത്തെ ഉൾക്കൊള്ളിച്ചു. 1967 ഒക്ടോബർ 12ന് മിസ്കെ നദിയിൽ വച്ച് കൊല്ലപ്പെട്ടു.

ചിങ്കോലോ – *ഹ്യൂഗോ ചോകെ* – മോയിസെസ് ഗുവേരയുടെ ഗ്രൂപ്പിന്റെ ഭാഗമായി 1967 ൽ നാങ്കാഹുവാസുവിലെത്തി. മാർച്ച് 25ന് ഗറില്ലാ മുന്നണിയിൽ നിന്നു പുറത്താക്കി. തുടർന്ന് ജോവാകിന്റെ കോളത്തിൽ നിരീക്ഷണത്തിൽ വച്ചു. 1967 ജൂലൈയിൽ ഒളിച്ചോടി. പിടിയിലായശേഷം ബൊളീവിയൻ സേനയുമായി സഹകരിച്ച് അവരെ ഗറില്ലകളുടെ സാധനങ്ങൾ ശേഖരിച്ചിരുന്ന ഗുഹകളിലേക്ക് നയിച്ചു. 1967 ൽ വിചാരണക്കൊടുവിൽ വിട്ടയച്ചു.

ചിനോ – *ജുവാൻ, പാബ്ളോ ചാംഗ്* (1930–1967) – ചൈനീസ് വംശജനായ പെറൂവിയൻ വിപ്ലവകാരി. 1945 ൽ അദ്ദേഹം APRA പാർട്ടിയുടെ യുവജനപ്രസ്ഥാനത്തിൽചേർന്നു. 1948 ൽ അറസ്റ്റ് ചെയ്യപ്പെട്ട് രണ്ടുവർഷം തടവിലടയ്ക്കപ്പെട്ടു. അത് അദ്ദേഹത്തിന്റെ ജയിൽവാസത്തിന്റെയും നാടുകടത്തപ്പെടലിന്റെയും തുടക്കമായിരുന്നു. 1950 കളിൽ പെറൂവിയൻ കമ്യൂണിസ്റ്റു പാർട്ടിയിൽ ചേർന്നു. അതിന്റെ കേന്ദ്രകമ്മിറ്റിയംഗമായി. 1960 കളിൽ കമ്യൂണിസ്റ്റു പാർട്ടിക്കു പുറത്തായി. 1963 ൽ പെറുവിലെ ELN (നാഷണൽ ലിബറേഷൻ ആർമി) സംഘടിപ്പിച്ച പ്യൂവെർട്ടോ മാൾഡൊണാൾഡോ ഗറില്ലാ പ്രസ്ഥാനത്തിൽ പങ്കെടുത്തു. അതു പരാജയപ്പെട്ടപ്പോൾ ബൊളീവിയയിലൂടെ രക്ഷപ്പെട്ട അദ്ദേഹം രണ്ടു വർഷക്കാലം ലാ പാസിൽ ഒളിവിൽക്കഴിഞ്ഞു. 1967 ഫെബ്രുവരിയിൽ നാങ്കാഹുവാസുവിലെത്തി വിപ്ലവമുന്നണിയുടെ ഭാഗമായി. മധ്യവിഭാഗത്തിൽ ഉൾപ്പെടുത്തപ്പെട്ടു. 1967 ഒക്ടോബർ 8 ന് യൂറോ മലയിടുക്കിൽ വച്ച് പിടിക്കപ്പെട്ടു. അടുത്ത ദിവസം കൊലപ്പെടുത്തപ്പെട്ടു.

COB (*ബൊളീവിയൻ വർക്കേഴ്സ് ഫെഡറേഷൻ*) – നാഷണൽ ഫെഡറേഷൻ ഓഫ് ട്രേഡ് യൂണിയൻസ്. 1952 ലെ വിപ്ലവമുന്നേറ്റക്കാലത്ത് സ്ഥാപിക്കപ്പെട്ടു. അതിൽ നേതൃത്വപരമായ പങ്ക് വഹിച്ചത് ടിൻഖനികളിലെ ജോലിക്കാരാണ്. സ്ഥാപിതമായ കാലം മുതൽ ജുവാൻ ലെച്ചിൻ അതിനെ നയിച്ചു.

കൊക്കോ – *റോബർട്ടോ പെരെഡോ* (1938–1967) – ബെനി സ്വദേശി. ഇന്റി പെരെഡോയുടെ സഹോദരൻ. 1951 ൽ 13–ാം വയസിൽ ബൊളീവിയൻ കമ്യൂണിസ്റ്റു പാർട്ടിയിൽച്ചേർന്നു. വിദ്യാർഥി പ്രസ്ഥാനത്തിൽ സജീവമായി. ലാ പാസിലേക്കു പോയശേഷം ബൊളീവിയൻ കമ്യൂണിസ്റ്റു യൂത്ത് സംഘടിപ്പിക്കുന്നതിൽ മുന്നിൽ നിന്നു. കമ്യൂണിസ്റ്റു പാർട്ടിയുടെ പത്രത്തിനായി സ്വന്തം വീട്ടിൽ അച്ചടിശാലയുണ്ടാക്കി. രാഷ്ട്രീയ പ്രവർത്തനത്തിന്റെ പേരിൽ നിരവധി തവണ ജയിലിൽക്കിടന്നു. 1963–64

കാലത്ത് വടക്കൻ അർജന്റീനയിലെയും പെറുവിലെയും ഗറില്ലാ പ്രവർത്തനങ്ങളെ സഹായിച്ചു. ഒരു ഗറില്ലാ മുന്നണി രൂപീകരിക്കാൻ ബൊളീവിയൻ കമ്യൂണിസ്റ്റു പാർട്ടി ആദ്യംതന്നെ നിയോഗിച്ച സഖാവായിരുന്നു കൊക്കോ. അദ്ദേഹമായിരുന്നു നിയമപരമായി നാങ്കാഹുവാസു ഫാമിന്റെ ഉടമസ്ഥൻ. മുന്നണിവിഭാഗത്തിൽപ്പെടുത്തപ്പെട്ടു. 1967 സെപ്തംബർ 26ന് ലാ ഹിഗ്വേരയിൽ വച്ച് കൊല്ലപ്പെട്ടു.

കമ്യൂണിസ്റ്റു പാർട്ടി ഓഫ് ബൊളീവിയ (PCB) – 1950 ൽ രൂപീകരിക്കപ്പെട്ടു. അതിന്റെ ജനറൽ സെക്രട്ടറി ഗറില്ലാപ്രവർത്തനകാലത്ത് മാരിയോമോൻജെയായിരുന്നു. 1967 ഡിസംബറിൽ ജോർജെ കോളെ അതിന്റെ സെക്രട്ടറിയായി. *യുണിഡാഡ്* എന്ന വാരിക പ്രസിദ്ധീകരിച്ചു.

കമ്യൂണിസ്റ്റ് പാർട്ടി ഓഫ് ബൊളീവിയ (*മാർക്സിസ്റ്റ് -ലെനിനിസ്റ്റ്*) (*PCB-ML*) –ചൈനയുടെ പക്ഷം പിടിച്ചവർ രൂപീകരിച്ച പാർട്ടി. തലേവർഷം PCBയിൽ നിന്ന് പുറത്താക്കപ്പെട്ട ഓസ്കാർ സമോറയുടെ നേതൃത്വത്തിലുള്ള ന്യൂനപക്ഷവിഭാഗമായിരുന്നു. 1965 ഏപ്രിലിലാണ് ഈ പാർട്ടി രൂപീകരിച്ചത്. 1966–67 കാലഘട്ടത്തിൽ ചെ ഗുവേര നയിച്ച ഗറില്ലാ മുന്നണിക്ക് പിന്തുണ നൽകാൻ വിസമ്മതിച്ചു. അതോടെ ഖനിജോലിക്കാരുടെ നേതാവ് മോയിസെസ് ഗുവേരയുടെ നേതൃത്വത്തിലൊരു വിഭാഗം പാർട്ടി വിട്ട് ഗറില്ലാ പോരാളികൾക്കൊപ്പം ചേർന്നു.

ഡാനിയൽ – *പാസ്റ്റർ ബാറ്റേ* – ബൊളീവിയയിലെ ഒറൂറോ നിവാസി. ബൊളീവിയൻ കമ്യൂണിസ്റ്റു പാർട്ടിയംഗമായിരുന്നു. 1967 ൽ മോയിസെസ് ഗുവേര നയിച്ച ഗ്രൂപ്പിന്റെ ഭാഗമായി ഗറില്ലാ ക്യാമ്പിലെത്തിച്ചേർന്നു. മാർച്ച് 11 ന് ഒളിച്ചോടി, മൂന്നു ദിവസത്തിനു ശേഷം പട്ടാളം പിടികൂടി. തുടർന്നൊരു ഒറ്റുകാരനായി.

ഡാരിയോ – ഡേവിഡ് അഡ്രിയാസോള(1939–1969)– ഒറൂറോയിൽനിന്നുള്ള ഖനി ജോലിക്കാരൻ. ബൊളീവിയൻ കമ്യൂണിസ്റ്റു പാർട്ടിയിലംഗമായിരുന്ന അദ്ദേഹം മോയിസെസ് ഗുവേര ഗ്രൂപ്പിന്റെ ഭാഗമായാണ് ഗറില്ലാ സമരത്തിലേക്കു വന്നത്. 1967 മാർച്ചിൽ ഗറില്ലാ ക്യാമ്പിൽ എത്തിച്ചേർന്നു. മുന്നണി വിഭാഗത്തിൽ ഉൾപ്പെടുത്തപ്പെട്ടു. ഇന്റി പെരെഡോക്കൊപ്പം ഗറില്ലാ പോരാളികളിൽ അതിജീവിച്ച രണ്ടു ബൊളീവിയക്കാരിലൊരാൾ. ELN നെ പുനഃസംഘടിപ്പിച്ചുകൊണ്ട് ലാ പാസിൽ ഒളിവിൽക്കഴിഞ്ഞു. പുതിയൊരു മുന്നണി രൂപീകരിക്കാൻ ശ്രമിച്ചു. ഒരു ഒറ്റുകാരൻ ഒളിത്താവളം കണ്ടുപിടിച്ചതോടെ 1969 ഡിസംബർ 31 ന് സൈന്യം പിടികൂടി കൊന്നു.

ദെബ്രേ, റെജിസ് (*ഡാന്റൻ, ഫ്രഞ്ചുകാരൻ*) (1940–) ഫ്രാൻസിൽ നിന്നുള്ള പത്രപ്രവർത്തകൻ. *വിപ്ലവത്തിന്റെ വിപ്ലവം?* എന്ന കൃതിയുടെ രചയിതാവ്. 1966 അവസാനം ചെയുടെ അഭ്യർഥനപ്രകാരം ബൊളീവിയയിലെ ആൾട്ടോ ബെനി മേഖലയിൽ സർവേ നടത്തി. പിന്തുണപ്ര

വർത്തനങ്ങൾ ചർച്ച ചെയ്യാനായി ചെ ഗുവേര വിളിച്ചതനുസരിച്ച് 1967 മാർച്ച് അവസാനം നാങ്കാഹുവാസുക്യാമ്പിലെത്തി. ഏപ്രിൽ 20ന് പട്ടാളം മുയുപ്പാമ്പയിൽവച്ച് പിടികൂടി. വിചാരണ ചെയ്ത് 30 വർഷത്തേക്ക് ശിക്ഷിച്ചു. 1970 ൽ മാപ്പു നൽകി വിട്ടയച്ചു.

ഡി ലാ പ്യൂയെൻറ്റെ, ലൂയിസ് (1929–1965) – പെറൂവിയൻ APRA പാർട്ടിയുടെ നേതാവ്. ക്യൂബൻ വിപ്ലവത്തെത്തുടർന്ന് പാർട്ടിയിൽനിന്നു വിട്ട് APRA റിബെൽഡെ രൂപീകരിച്ചു. അത് 1962 ൽ മൂവ്മെന്റ് ഓഫ് ദ റവലൂഷണറി ലെഫ്റ്റ് (MIR) ആയിത്തീർന്നു. 1965 സെപ്തംബർ –ഒക്ടോബർ കാലത്ത് കുസ്കോ മേഖലയിൽ MIR ഗറില്ലാ മുന്നണിക്ക് നേതൃത്വം നൽകി. 1965 ഒക്ടോബർ 22 ന് ഏറ്റുമുട്ടലിൽ കൊല്ലപ്പെട്ടു.

ഡോൺ വിക്റ്റർ (വിക്റ്റർ സെസ്പെഡെഡ്) – ബൊളീവിയൻ സേനയിൽനിന്നും രക്ഷപ്പെടാൻ ഗറില്ലാ പോരാളികളെ സഹായിച്ച ആൾ. 1967 ഡിസംബർ മുതൽ 1968 ജനുവരി വരെയായിരുന്നു അത്.

ELN (*നാഷണൽ ലിബറേഷൻ ആർമി, ബൊളീവിയ*)– ചെഗുവേര, ബൊളീവിയയിൽ വിപ്ലവ പ്രസ്ഥാനം നയിച്ചതിന്റെ ഭാഗമായി 1967 മാർച്ചിൽ സ്വീകരിച്ച പേരാണ്.

ELN കൊളംബിയ (*നാഷണൽ ലിബറേഷൻ ആർമി, കൊളംബിയ*)– കൊളംബിയൻ ഗറില്ലാ പ്രസ്ഥാനം. അതിന്റെ നേതാക്കളിൽ ഫാബിയോ വാസ്കെപസും കാമില്ലോ ടോറെസും ഉൾപ്പെട്ടിരുന്നു. 1965 ജനുവരിയിൽ പ്രവർത്തനങ്ങളാരംഭിച്ചു.

ELN (*നാഷണൽ ലിബറേഷൻ ആർമി, പെറു*) – മുൻ പെറൂവിയൻ കമ്യൂണിസ്റ്റു പാർട്ടിയംഗങ്ങളും മറ്റുള്ളവരും ചേർന്ന് 1962 ൽ രൂപീകരിച്ച ഗറില്ലാ പ്രസ്ഥാനം. അത് 1963 മേയിൽ അൽപ്പകാലം നിലനിന്ന പ്യൂവെർട്ടോ മാൾഡൊണാഡോ ഗറില്ലാ മുന്നണി സംഘടിപ്പിച്ചു. 1965 സെപ്തംബർ കാലത്ത് ആയാക്കുച്ചോയിൽ ഹെക്ടർ ബെജാറിന്റെ നേതൃത്വത്തിൽ ഗറില്ലാ മുന്നണി സ്ഥാപിച്ചു. 1966–67 കാലത്ത് ചിനോ അടക്കമുള്ള ELN പോരാളികൾ ബൊളീവിയൻ ഗറില്ലാ മുന്നണിയിൽ പൊരുതി.

ഏണസ്റ്റോ – ഫ്രെഡ്ഡി, മായ്മുറ (1941–1967) ബൊളീവിയയിലെ ബെനി പ്രദേശത്തുള്ള നിഡാസ് ഗ്രാമക്കാരൻ. ജാപ്പനീസ് വംശജൻ. 1962 ൽ വൈദ്യശാസ്ത്രം പഠിക്കാൻ ക്യൂബയിലെത്തി. ബൊളീവിയൻ കമ്യൂണിസ്റ്റ് യൂത്ത് അംഗം. 1966 നവംബർ 27 ന് ബൊളീവിയയിൽ തിരിച്ചെത്തി ഗറില്ലാകോളത്തിൽ ചേർന്നു. ജോവാക്വിന്റെ കീഴിൽ പിന്നണി വിഭാഗത്തിലുൾപ്പെടുത്തി. 1967 ആഗസ്ത് 31 ന് പ്യൂവെർട്ടോ മൗറീഷ്യോ കടവിൽ വച്ച് പിടിക്കപ്പെടുകയും കൊലപ്പെടുത്തപ്പെടുകയും ചെയ്തു.

യൂസേബിയോ – യൂസേബിയോ ടാപ്പിയ– ലാ പാസിൽ ജനിച്ചു. ബൊളീവിയൻ കമ്യൂണിസ്റ്റു പാർട്ടിയംഗമായ അദ്ദേഹത്തെ ഒരു തൊഴി

ലാളിയായി ഗറില്ലകളുടെ ഉടമസ്ഥതയിലുള്ള കാരണാവിയിലെ കൃഷിയിടത്തിൽ നിയമിച്ചു. മാർച്ച് 25ന് ഗറില്ലകളുടെയിടയിൽനിന്ന് പുറത്താക്കി. ജാവാകിന്റെ കോളത്തെ പിന്തുടർന്നു. 1967 ജൂലൈയിൽ ഒളിച്ചോടി. സൈന്യം പിടികൂടി. 1970 ൽ മാപ്പു നൽകി വിട്ടയച്ചു.

യുസ്റ്റാക്കിയോ – *ലൂസിയോ, എഡിൽബർട്ടോ ഗാൽവൻ* (1937–1967) പെറുവിലെ ഹുയാൻകായോയിൽ ജനിച്ചു. ബേക്കറി തൊഴിലാളി, ഫാർമസി ജീവനക്കാരൻ, റേഡിയോ ടെക്നീഷ്യൻ എന്നീ ജോലികൾ ചെയ്തു. 1963 ലെ പെറുവിലെ ELNന്റെ ഗറില്ലാ പ്രസ്ഥാനത്തിൽ പങ്കെടുത്തു . 1967 ഫെബ്രുവരിയിൽ ചിനോക്കൊപ്പം നാങ്കാഹുവാസുവിലെത്തി. 1967 ഒക്ടോബർ 12 ന് മിസ്കെ നദിയിൽ വച്ച് കൊല്ലപ്പെട്ടു.

FALN (*ആംഡ് ഫോഴ്സസ് ഓഫ് നാഷണൽ ലിബറേഷൻ*) – വെനിസ്വേലൻ കമ്യൂണിസ്റ്റു പാർട്ടിയുടെ അംഗങ്ങൾ ചേർന്ന് 1963ൽ രൂപീകരിച്ച ഗറില്ലാ സംഘടന. അതിൽ വിമത സൈനിക ഓഫീസർമാരും മറ്റുള്ളവരും കൂടി പങ്കു ചേർന്നിരുന്നു. അതിന്റെ നേതാക്കളിൽ ഡഗ്ലസ് ബ്രാവോയും ഫബ്രീഷിയോ ഒജേഡയുമുണ്ടായിരുന്നു. വെനിസ്വേലൻ സർക്കാരിനെ മറിച്ചിടാനുള്ള ഗറില്ലാ പ്രവർത്തനങ്ങൾ ഉപേക്ഷിക്കാൻ വിസമ്മതിച്ചതിന് ഡഗ്ലസ് ബ്രാവോയേയും മറ്റുള്ളവരെയും കമ്യൂണിസ്റ്റു പാർട്ടിയിൽനിന്ന് പുറത്താക്കിയതോടെ കമ്യൂണിസ്റ്റു പാർട്ടിയും FALNഉം തമ്മിലുള്ള ബന്ധം വിച്ഛേദിക്കപ്പെട്ടു.

FAR (*റിബൽ ആർമി ഫോഴ്സസ്*) – ഗ്വാട്ടിമാലൻ കമ്യൂണിസ്റ്റു പാർട്ടിയുമായുള്ള അടുത്ത ബന്ധത്തോടെ 1962 ഡിസംബറിൽ രൂപീകരിക്കപ്പെട്ട ഗ്വാട്ടിമാലൻ ഗറില്ലാ ശക്തികളുടെ സഖ്യം. അതിനെ നയിച്ചത് ലൂയിസ് ടുർഷ്യോസ് ലിമയും സെസാർ മോൺടെസുമായിരുന്നു. അത് 1967 ൽ കമ്യൂണിസ്റ്റു പാർട്ടിയുമായി ബന്ധം വിടർത്തി.

FARC (*കൊളംബിയൻ റവലൂഷണറി ആംഡ് ഫോഴ്സസ്*) – 1966 ആദ്യത്തിൽ കൊളംബിയൻ കമ്യൂണിസ്റ്റുപാർട്ടിയുമായി അടുത്ത ബന്ധത്തോടെ സ്ഥാപിക്കപ്പെട്ട ഗറില്ലാ സംഘടന. മനുവൽ മാറുലാൻഡയാണ് നേതൃത്വം നൽകിയത്.

ഫ്രാൻസിസ്കോ –ക്യൂബൻ സാർവദേശീയവാദി. ബൊളീവിയൻ ഗറില്ലാ മുന്നണിയുടെ തയാറെടുപ്പ് പ്രവർത്തനങ്ങൾക്ക് സഹായിച്ചു. ആക്ഷനുകൾ തുടങ്ങിയപ്പോൾ പിന്മാറി.

ഗാഡിയ, റിക്കാർഡൊ – പെറുവിലെ മൂവ്മെന്റ് ഓഫ് ദ റവലൂഷണറി ലെഫ്റ്റിന്റെ (MIR) നേതാവ്. ലൂയിസ് ഡി ലാ പ്യൂവെന്റെ നയിച്ച ഗറില്ലാ പ്രവർത്തനങ്ങളിൽ പങ്കെടുത്തു. 1966 ഏപ്രിലിൽ പെറുവിൽ അറസ്റ്റു ചെയ്യപ്പെട്ട് 1970 വരെ തടവിൽക്കഴിഞ്ഞു. ചെ ഗുവേരയുടെ ആദ്യ ഭാര്യയുടെ സഹോദരൻ.

ഗുവേര, ഏണസ്റ്റോ ചെ (റാമോൺ, മോങ്കോ, ഫെർണാണ്ടോ) (1928–1967) –അർജന്റീനയിൽ ജനിച്ചു. 1953 ൽ മെഡിക്കൽ സ്കൂളിൽ നിന്നും ബിരുദമെടുക്കുന്നതിനു മുമ്പുപിമ്പും അദ്ദേഹം അമേരിക്കകളിലൂടെ വിപുലമായി യാത്രചെയ്തു. 1954 ൽ ഗ്വാട്ടിമാലയിൽ താമസിക്കുമ്പോൾ രാഷ്ട്രീയ പോരാട്ടങ്ങളിൽ പങ്കാളിയായി. ജക്കോബോ അർബെൻസിന്റെ സർക്കാരിനെതിരെ സി ഐ എ സംഘടിപ്പിച്ച വലതുപക്ഷ അട്ടിമറിക്കെതിരായ ചെറുത്തുനിൽപ്പിൽ പങ്കെടുത്തുകൊണ്ടായിരുന്നു അത്. 1955 ൽ ഫിദൽ കാസ്ട്രോയെ കണ്ടുമുട്ടി. ക്യൂബയിലെ ജൂലൈ 26 പ്രസ്ഥാനം സ്വേച്ഛാധിപതിയായ ബാത്തിസ്തയെ തൂത്തെറിയാനായി ക്യൂബയിലേക്ക് നടത്തിയ യുദ്ധയാത്രയിൽ സേനയുടെ ഡോക്ടറായിരിക്കാമെന്ന് അദ്ദേഹം സമ്മതിച്ചു. മെക്സിക്കോയിലെ ടുക്സ്പാനിൽനിന്ന് 'ഗ്രാൻമ' എന്ന പായ്ക്കപ്പലിൽ 1956 നവംബറിൽ പുറപ്പെട്ട 82 പേരിലൊരാളായിരുന്നു അദ്ദേഹം. ക്യൂബയുടെ തെക്കു കിഴക്കൻ പ്രവിശ്യയായ ഓറിയന്തെയിൽ ഡിസംബർ 2 ന് എത്തിച്ചേർന്ന ശേഷം ദ്വീപിന്റെ കിഴക്കൻ ഭാഗത്തുള്ള സിയറ മെയ്സ്ത്രപർവതത്തിലെത്തി വിപ്ലവയുദ്ധം തുടങ്ങി. 1957 ജൂലൈയിൽ രണ്ടാമത്തെ വിമത സേനാ കോള (കോളം നമ്പർ 4) ത്തിന്റെ കമാൻഡറായി തിരഞ്ഞെടുക്കപ്പെട്ടു. 1958 ആഗസ്ത് അവസാനം വരെ മധ്യക്യൂബയിലെ ലാസ് വില്ലാസ് പ്രവിശ്യയിലേക്ക് എട്ടാം നമ്പർ കോളത്തെ നയിച്ചു. സാന്താക്ലാരയിലെ യുദ്ധത്തിന് നേതൃത്വം കൊടുത്തു. 1958 ഡിസംബറിൽ ക്യൂബയിലെ മൂന്നാമത്തെ വലിയ നഗരമായ സാന്താക്ലാര പിടിച്ചെടുത്തുകൊണ്ട് അമേരിക്കൻ പിന്തുണയുള്ള സ്വേച്ഛാധിപത്യത്തിന്റെ ചരമക്കുറിപ്പെഴുതി.

1959 ജനുവരി 1 ന് ബാത്തിസ്ത നിലംപൊത്തിയതോടെ പുതിയ വിപ്ലവസർക്കാരിൽ അദ്ദേഹം നിരവധി മർമപ്രധാനമായ ഉത്തരവാദിത്വങ്ങൾ നിർവഹിച്ചു. അതിൽ നാഷണൽ ബാങ്കിന്റെ പ്രസിഡന്റ്, വ്യവസായവകുപ്പ് മന്ത്രി തുടങ്ങിയവ ഉൾപ്പെടുന്നു. അപ്പോഴെല്ലാം സായുധ സേനയുടെ ഓഫീസറെന്ന ചുമതല വഹിച്ചു പോരുകയും ചെയ്തു. ഇടയ്ക്കിടെ സാർവദേശീയവേദികളിൽ ക്യൂബയെ പ്രതിനിധീകരിച്ചു. ഐക്യരാഷ്ട്ര സഭയിലും മറ്റ് ലോകവേദികളിലും. ജൂലൈ 26 പ്രസ്ഥാനത്തിന്റെ നേതാവെന്ന നിലയിൽ അദ്ദേഹം രാഷ്ട്രീയ പുനർവിന്യാസം നടപ്പാക്കാൻ സഹായിക്കുകയും അത് ഒടുവിൽ 1965 ഒക്ടോബറിൽ കമ്യൂണിസ്റ്റുപാർട്ടി ഓഫ് ക്യൂബ സ്ഥാപിക്കുന്നതിലേക്ക് നയിക്കുകയും ചെയ്തു.

തന്റെ സർക്കാർ–പാർട്ടി സ്ഥാനങ്ങൾ രാജിവച്ചുകൊണ്ട് അദ്ദേഹം 1965 ആരംഭത്തിൽ ലാറ്റിനമേരിക്കയിലെ വിവിധ രാജ്യങ്ങളിൽ തീവ്രമായിക്കൊണ്ടിരുന്ന സാമ്രാജ്യത്വവിരുദ്ധ പോരാട്ടങ്ങളുടെ മുന്നേറ്റത്തിന് സഹായിക്കാൻ തീരുമാനിച്ചു. പിന്നീട് ബൊളീവിയയിൽ തനിക്കൊപ്പം ചേർന്ന നിരവധി സഖാക്കളോടൊപ്പം അദ്ദേഹം ആദ്യം കോംഗോയിലേക്ക് പോയി പാട്രീസ് ലുമുംബ സ്ഥാപിച്ച സാമ്രാജ്യത്വ വിരുദ്ധ പ്രസ്ഥാ

നത്തെ സഹായിച്ചു. 1966 നവംബറിൽ ബൊളീവിയയിലെത്തിയ അദ്ദേഹം തുടർന്നുള്ള 11 മാസക്കാലത്ത് സാർവദേശീയ വിപ്ലവപ്രസ്ഥാനത്തെ നയിച്ചു. 1967 ഒക്ടോബർ 8 ന് മുറിവേറ്റ നിലയിൽ അദ്ദേഹം പിടിക്കപ്പെട്ടു. അടുത്ത ദിവസം അമേരിക്കയുമായി ചർച്ച ചെയ്ത ശേഷം ബൊളീവിയൻ സർക്കാർ അദ്ദേഹത്തെ വധിച്ചു.

ഗുവേര, മോയിസെസ് (1939–1967) ഹുമാനുനിയിൽ നിന്നുള്ള ഒരു ബൊളീവിയൻ ഖനിത്തൊഴിലാളിയായിരുന്നു അദ്ദേഹം. ഒറൂറോ പ്രവിശ്യയിലാണാ പ്രദേശം. 1956 ൽ ബൊളീവിയൻ കമ്യൂണിസ്റ്റു പാർട്ടിയിൽ അദ്ദേഹം ചേർന്നു. 1964ലെ പിളർപ്പിൽ അദ്ദേഹം ഓസ്കാർ സമോറക്കൊപ്പം ചേരുകയും കമ്യൂണിസ്റ്റു പാർട്ടിയിൽനിന്നു പുറത്താക്കപ്പെടുകയും ചെയ്തു. ഗറില്ലാ ലൈനിനെ പിന്തുണച്ചതായിരുന്നു പിളർപ്പിനു കാരണം. 1967 ൽ ചെ ഗുവേരയുമായി കണ്ടുമുട്ടിയശേഷം അദ്ദേഹം തന്റെ 12 അനുയായികൾക്കൊപ്പം വിപ്ലവന്യൂക്ലിയസിൽ ചേർന്നു. 1967 ഫെബ്രുവരി – മാർച്ച് കാലത്ത് ഗറില്ലാ ക്യാമ്പിലെത്തിയ അദ്ദേഹത്തെ തുടക്കത്തിൽ മധ്യവിഭാഗത്തിലാണ് ഉൾപ്പെടുത്തിയത്. തുടർന്ന് അദ്ദേഹം ജോവാക്വിന്റെ കോളത്തിന്റെ ഭാഗമായി. 1967 ആഗസ്ത് 31ന് പ്യൂവെർട്ടോ മൗറീഷ്യോ കടവിൽ വച്ച് കൊല്ലപ്പെട്ടു.

ഗിയെൻ, നിക്കൊളാസ് (1902–1989)– പ്രസിദ്ധ ക്യൂബൻ കവി. വിപ്ലവത്തിനു മുമ്പ് പോപ്പുലർ സോഷ്യലിസ്റ്റ് പാർട്ടിയുടെ നാഷണൽ കമ്മിറ്റിയംഗം. 1961ൽ എഴുത്തുകാരുടെയും കലാകാരന്മാരുടെയും സംഘടനയുടെ പ്രസിഡന്റായി. മരിക്കുമ്പോൾ കമ്യൂണിസ്റ്റു പാർട്ടിയുടെ കേന്ദ്ര കമ്മിറ്റിയംഗമായിരുന്നു.

ഗുസ്മാൻ,ലൊയോള (1942–) ELN ന്റെ നഗരപിന്തുണാ സംവിധാനത്തിന്റെ നേതാവും ധനകാര്യങ്ങളുടെ നേതാവും. 1956 ൽ ബൊളീവിയൻ കമ്യൂണിസ്റ്റു പാർട്ടിയുടെ യുവജനവിഭാഗത്തിൽ ചേർന്നു. തുടർന്ന് ദേശീയ നേതൃത്വത്തിലെത്തി. 1967 ഫെബ്രുവരിയിൽ ഗറില്ലകൾക്ക് പിന്തുണ നൽകിയതിന് എക്സിക്യൂട്ടീവ് കമ്മിറ്റിയിൽ നിന്നു പുറത്താക്കപ്പെട്ടു. 1967 സെപ്തംബർ 14 ന് അറസ്റ്റ് ചെയ്യപ്പെട്ടു. ELN പോരാളികൾ തടവിലാക്കിയ ബന്ദികൾക്കു പകരമായി 1970 ൽ വിട്ടയക്കപ്പെട്ടു. ദേശീയ വിമോചനത്തിനായി രക്തസാക്ഷിത്വം വരിച്ചവർ, അറസ്റ്റിലായവർ, കാണാതായവർ എന്നിവരുടെ ബന്ധുക്കളുടെ ഇന്റർനാഷണൽ അസോസിയേഷന്റെ പ്രസിഡന്റായി ദീർഘകാലം അവർ പ്രവർത്തിച്ചു.

ഹെറോഡ്, ജാവിയർ– പെറൂവിയൻ കവി, ELN അംഗം. പെറുവിലെ പ്യൂവെർട്ടോ മാൾഡൊണാൾഡോയിൽ ഗറില്ലാപ്രവർത്തനത്തിനിടയിൽ 1963 മെയിൽ കൊല്ലപ്പെട്ടു.

ഇന്റി – *ഗിഡോ അൽവാരോ പെരെഡോ* (1937–1969) – കൊച്ചബാംബയിൽ ജനിച്ച് ബെനിയിൽ വളർന്നു. 1951 ൽ 14–ാം വയസിൽ

ബൊളീവിയൻ കമ്യൂണിസ്റ്റു പാർട്ടിയിൽ ചേർന്നു. 1959 ൽ പാർട്ടി കേന്ദ്ര കമ്മിറ്റിയിൽ പകരം അംഗമായി. 1964 ൽ സ്ഥിരം അംഗമായി. രാഷ്ട്രീയ പ്രവർത്തനത്തിന്റെ പേരിൽ പലതവണ അറസ്റ്റിലായി. 1963–64 കാലത്ത് വടക്കൻ അർജന്റീനയിൽ നടന്ന ഗറില്ലാ പ്രവർത്തനത്തിന് സഹായങ്ങൾ നൽകി. 1965 ൽ ലാ പാസിലെ കമ്യൂണിസ്റ്റു പാർട്ടി മേഖലാക്കമ്മിറ്റി സെക്രട്ടറിയായി. 1966 നവംബർ 27 ന് ചെ ഗുവേരയുടെ വിപ്ലവമുന്നണിയിൽചേർന്നു. റൊളാൻഡൊക്കൊപ്പം അതിന്റെ പൊളിറ്റിക്കൽ കമ്മിസാറായി–ജനറൽ സ്റ്റാഫിൽ അംഗമായിരിക്കുമ്പോൾത്തന്നെ യൂണിറ്റിന്റെ രാഷ്ട്രീയ നേതൃത്വത്തിന്റെ ചുമതല വഹിക്കുകയെന്ന ഉത്തരവാദിത്വം. മധ്യവിഭാഗത്തിൽ ഉൾപ്പെടുത്തപ്പെട്ടു. ഗറില്ലാ യുദ്ധത്തിൽ അതിജീവിച്ച രണ്ടു ബൊളീവിയക്കാരിലൊരാൾ. ELN നെ പുന:സംഘടിപ്പിക്കാനും ഗറില്ലാ സമരം പുനരാരംഭിക്കാനും ശ്രമിച്ചു. *മൈ കാമ്പയൻ വിത്ത് ചെ* എന്ന പുസ്തകം രചിച്ചു. ഒരു ഒറ്റുകാരൻ വിവരം നൽകിയതനുസരിച്ച് ലാ പാസിൽ അദ്ദേഹം ഒളിവിലിരുന്ന വീട് പൊലീസ് വളഞ്ഞു. ദൃഢനിശ്ചയത്തോടെയുള്ള ചെറുത്തുനിൽപ്പിനൊടുവിൽ മുറിവേറ്റ നിലയിൽ പിടിക്കപ്പെട്ട ശേഷം 1969 സെപ്തംബർ 9ന് കൊലപ്പെടുത്തപ്പെട്ടു.

ഇവാൻ – ലാ പാസിലെ ഗറില്ലാ പിന്തുണാപ്രവർത്തന സംവിധാനത്തിലംഗം. ക്യൂബയുമായി ബന്ധം സ്ഥാപിക്കാനുള്ള കണ്ണിയായി പ്രവർത്തിച്ചു.

ജോവാകിൻ (*വിലോ*) – *ജുവാൻ വിറ്റാലിയോ അക്യൂണ* (1925–1967) – ക്യൂബയിലെ സിയറ മെയ്സ്ത്രയിൽനിന്നുള്ള കർഷകൻ. 1957 ഏപ്രിൽ മാസത്തിൽ വിമതസൈന്യത്തിൽ ചേർന്നു. ലെഫ്റ്റനന്റായി ഉയർത്തപ്പെട്ടശേഷം ഗുവേരയുടെ നാലാം നമ്പർ കോളത്തിൽ പ്രവർത്തിച്ചു. അവിടെ പിന്നണി വിഭാഗത്തിൽ പ്രവർത്തിച്ച അദ്ദേഹം കർഷകരെ ഗറില്ലാസേനയിലേക്ക് റിക്രൂട്ട് ചെയ്യുന്നതിന്റെ മുഖ്യ ഉത്തരവാദിത്വം വഹിച്ചു. 1958 നവംബറിൽ വിമത സൈന്യത്തിന്റെ മൂന്നാം മുന്നണിയുടെ കോളം കമാൻഡറായി കാസ്ട്രോ അദ്ദേഹത്തെ നിയമിച്ചു. 1965 ൽ കമ്യൂണിസ്റ്റു പാർട്ടി ഓഫ് ക്യൂബയുടെ കേന്ദ്ര കമ്മിറ്റിയിലേക്ക് തിരഞ്ഞെടുക്കപ്പെട്ടു. 1966 നവം: 27 ന് ബൊളീവിയയിലെ വിപ്ലവമുന്നണിയിൽച്ചേർന്നു. യൂണിറ്റിന്റെ നേതൃനിരയിൽ രണ്ടാമനായി നിയമിക്കപ്പെട്ട അദ്ദേഹം പിന്നണി വിഭാഗത്തിന്റെ നേതാവായി. 1967 ഏപ്രിൽ 17 മുതൽ ഒരു വേറിട്ട കോളമായി ആ വിഭാഗത്തിന് പ്രവർത്തിക്കേണ്ടിവന്നു. 1967 ആഗസ്ത് 31 ന് പ്യൂവെർട്ടോ മൊറീഷ്യോ കടവിൽ വച്ച് കൊല്ലപ്പെട്ടു.

ജൂലിയോ – *മാരിയോ ഗുട്ടിറെസ്* (1939–1967) – ബെനി പ്രദേശത്തെ ട്രിനിഡാഡ് പട്ടണത്തിലെ നിവാസി. 1957 മുതൽ 1960 വരെ ബൊളീവിയൻ വിദ്യാർഥിപ്രസ്ഥാനത്തിന്റെ ദേശീയ നേതാവ്. പിന്നീട് ട്രിനിഡാഡിലെ സോഷ്യൽ സെക്യൂരിറ്റി യൂണിയൻ നേതാവായി. ബൊളീവിയൻ കമ്യൂണിസ്റ്റ് യൂത്തിൽ അംഗമായിരുന്നു. ക്യൂബയിൽ വൈദ്യശാസ്ത്രം

പഠിച്ചു. 1967 മാർച്ച് 10 ന് ബൊളീവിയയിലേക്ക് മടങ്ങിവന്ന് കോളത്തിൽ ചേർന്നു. മുന്നണിവിഭാഗത്തിൽ ഉൾപ്പെടുത്തപ്പെട്ടു. 1967 സെപ്തംബർ 26 ന് ലാ ഹിഗ്വേരയിൽ വച്ച് കൊല്ലപ്പെട്ടു.

കോളെ, ജോർജ്– കമ്യൂണിസ്റ്റ് പാർട്ടി ഓഫ് ബൊളീവിയയുടെ സെക്കന്റ് സെക്രട്ടറിയായിരുന്നു. 1967 ഡിസംബറിൽ മോൻജെക്കു പകരം ജനറൽ സെക്രട്ടറിയായി. 1985 വരെ ആ സ്ഥാനം വഹിച്ചു. പിന്നീട് പാർട്ടി പത്രമായ *യൂണിഡാഡി*ന്റെ ഡയറക്ടറായി.

ലാറാ, ജീസസ് – ബൊളീവിയൻ കവിയും എഴുത്തുകാരനും. കൊച്ചബാംബയിലെ കമ്യൂണിസ്റ്റു പാർട്ടി നേതാവായിരുന്നു. ഇന്റി പെരെഡോയുടെ ഭാര്യാപിതാവ്. ഗറില്ലാ പോരാളികളോടുള്ള പാർട്ടി നയത്തിൽ അഭിപ്രായവ്യത്യാസം രേഖപ്പെടുത്തിക്കൊണ്ട് 1969 ൽ കമ്യൂണിസ്റ്റുപാർട്ടിയിൽ നിന്ന് രാജി വച്ചു. *ഗറില്ലയായ ഇന്റി* എന്ന പുസ്തകം രചിച്ചു.

ലെച്ചിൻ, ജുവാൻ (1920–) ബൊളീവിയൻ വർക്കേഴ്സ് ഫെഡറേഷന്റെ കേന്ദ്രനേതാവ്. 1952 ൽ ഒരു വിപ്ലവമുന്നേറ്റത്തിനൊപ്പം അത് രൂപീകരിക്കപ്പെട്ടതുമുതൽ ആ സ്ഥാനം വഹിച്ചു. 1960–64 കാലത്ത് പാസ് എസ്റ്റെൻസോറോയുടെ കീഴിൽ ബൊളീവിയയുടെ വൈസ്പ്രസിഡന്റായി. 1964 ൽ പാസുമായി പിരിഞ്ഞ് ഓർഗനൈസ്ഡ് റവലൂഷണറി പാർട്ടി ഓഫ് ദ ലെഫ്റ്റ് (PRIN) രൂപീകരിച്ചു. 1965 മേയിൽ ബാരിയെന്റോസ് സ്വേച്ഛാധിപത്യം അദ്ദേഹത്തെ ജയിലിലടയ്ക്കുകയും പിന്നീട് നാടുകടത്തുകയും ചെയ്തു. 1971 ൽ പീപ്പിൾസ് അസംബ്ലിയുടെ പ്രസിഡന്റായി.

ലിയോൺ – *അന്റോണിയോ ഡോമിൻഗ്വെസ്*– ബെനിയിലെ ട്രിനിഡാഡ് നഗരവാസിയും ബൊളീവിയൻ കമ്യൂണിസ്റ്റു പാർട്ടി അംഗവും. നാങ്കാഹുവാസു കൃഷിയിടത്തിൽ തൊഴിലാളിയായി ചുമതല കൊടുത്തു. മധ്യവിഭാഗത്തിലെ പോരാളിയായി പിന്നീട് ഉൾപ്പെടുത്തപ്പെട്ടു. 1967 സെപ്തംബർ 26ന് ഒളിച്ചോടി. അടുത്ത ദിവസം പട്ടാളം പിടികൂടിയതോടെ ഒറ്റുകാരനായി. 1970ലെ പൊതുമാപ്പുകാലം വരെ ജയലിലടയ്ക്കപ്പെട്ടു.

ലൊബാട്ടോൺ, ഗ്വില്ലർമോ– പെറുവിലെ വിദ്യാർഥി പ്രവർത്തകൻ. 1955 ൽ നാടുകടത്തപ്പെട്ടു. വിപ്ലവത്തിനു ശേഷം ക്യൂബ സന്ദർശിച്ചു. തിരിച്ച് പെറുവിലെത്തി. MIR ൽ ചേർന്നു . അതിന്റെ പത്രമായ *വോസ് റിബൽഡെ*യുടെ പത്രാധിപരായി. ജൂനിൻ പ്രദേശത്ത് (MIR)സംഘടിപ്പിച്ച ടുപ്പാക് അമരു ഗറില്ലാ മുന്നണിയുടെ നേതാവ് (1965 ജൂൺ –ഡിസംബർകാലത്ത്). 1966 ആദ്യത്തിൽ കാണാതായി. കൊലപ്പെടുത്തപ്പെട്ടതാണെന്നു കരുതപ്പെടുന്നു.

ലോറോ (*ബിഗോട്ടെസ്*) – *ജോർജെ വാസ്ക്വെസ് വിയാന* (1939–1967) – ലാ പാസിൽ ജനിച്ചു. അറിയപ്പെടുന്ന ഒരു ബൊളീവിയൻ ചരിത്രകാരനും എഴുത്തുകാരനുമായിരുന്നു പിതാവ്. കമ്യൂണിസ്റ്റു പാർട്ടിയിൽ അംഗമാകുകയും അതിന്റെ കേന്ദ്രകമ്മിറ്റിയിൽ പകരം മെംബറാകുകയും

ചെയ്തു. 1963–64 കാലത്ത് വടക്കൻ അർജന്റീനയിലെ ഗറില്ലാ പ്രസ്ഥാനത്തിന് സാധനസാമഗ്രികളെത്തിച്ചുകൊടുക്കാൻ നിയോഗിക്കപ്പെട്ടു. 1967 ഏപ്രിൽ 22 ന് സൈന്യവുമായുള്ള ഏറ്റുമുട്ടലിൽ കോളത്തിൽനിന്ന് വേറിട്ടുപോയ അദ്ദേഹത്തിന് തുടർന്ന് മുറിവേൽക്കുകയും തടവുകാരനാക്കപ്പെടുകയും ചെയ്തു. അനധികൃത കസ്റ്റഡിയിൽ സൂക്ഷിച്ച് ഭീകര മർദനത്തിനിരയാക്കിയ അദ്ദേഹത്തെ പിന്നീട് കൊന്നു. അദ്ദേഹത്തിന്റെ മൃതദേഹം ഒരു ഹെലികോപ്റ്ററിൽനിന്ന് കാട്ടിലെറിഞ്ഞു.

ലുമുംബ, പാട്രീസ് (1925–1961) – കോംഗോയുടെ സ്വാതന്ത്ര്യ സമര നേതാവും 1960 ജൂണിൽ ബൽജിയത്തിൽനിന്ന് സ്വാതന്ത്ര്യം കിട്ടിയശേഷം പ്രധാനമന്ത്രിയും. 1960 സെപ്തംബറിൽ ബെൽജിയൻ പിന്തുണയുള്ള കൂലിപ്പടയുടെ ആക്രമണങ്ങളെ ചെറുക്കാൻ യു എൻ സഹായം തേടിയ ഉടൻ അദ്ദേഹത്തിന്റെ സർക്കാരിനെ അമേരിക്കൻ പിന്തുണയോടെ നടന്ന അട്ടിമറിയിലൂടെ മറിച്ചിട്ടു. ലുമുംബയെ സംരക്ഷിക്കുകയാണെന്നു നടിച്ചിരുന്ന യു എൻ സേന നടപടിയൊന്നുമെടുത്തില്ല. അദ്ദേഹത്തെ പിടികൂടി വലതുപക്ഷ സൈന്യം ജയിലിലടച്ചു. തുടർന്ന് കൊലപ്പെടുത്തുകയും ചെയ്തു.

മാർക്കോസ് (പിനാറെസ്) – *അന്റോണിയോ, സാഞ്ചസ്* (1927–1967) – പടിഞ്ഞാറൻ ക്യൂബയിലെ പിനാർ ദെൽ റിയോ പ്രോവിൻസ് നിവാസി. അവിടെ അദ്ദേഹം ഒരു ഇഷ്ടികപ്പണിക്കാരനായിരുന്നു. 1957 ആദ്യത്തിൽ സിയറ മെയ്സ്ത്രയിലേക്ക് പോയി. മൂന്നുമാസം തെരഞ്ഞുനടന്ന ശേഷം കാസ്ട്രോയുടെ സേനയെ കണ്ടുമുട്ടി. കാമിലോ സിയാൻ ഫ്യൂഗോസിന്റെ കോളത്തിൽ ക്യാപ്റ്റനും പിന്നണി വിഭാഗത്തിന്റെ തലവനുമായി. 1959 ജനുവരി 4ന് കമാൻഡറായി ഉയർത്തപ്പെട്ടു. തുടർന്ന് സൈന്യത്തിൽ നിരവധി പ്രമുഖ ചുമതലകൾ വഹിച്ചു. പിനാർ ദെൽ റിയോയിലെ ഓപ്പറേഷൻസ് ഹെഡ്, കാമാഗുയേയിലെ കോർപ്സ് ചീഫ്, ഐസ്ൾ ഓഫ് പൈൻസിലെ മിലിട്ടറി കമാൻഡർ എന്നീ ചുമതലകൾ. 1965 ഒക്ടോബറിൽ ക്യൂബൻ കമ്യൂണിസ്റ്റ് പാർട്ടിയുടെ കേന്ദ്രകമ്മിറ്റിയിലേക്ക് തിരഞ്ഞെടുക്കപ്പെട്ടു. 1966 നവംബർ 20 ന് ബൊളീവിയയിലെത്തി ഗറില്ലാ സൈന്യത്തിൽ ചേർന്നു. തുടക്കത്തിൽ മുന്നണി വിഭാഗം തലവനായിരുന്നെങ്കിലും പിന്നീട് ആ സ്ഥാനത്തു നിന്നു മാറ്റി ജോവാകിന്റെ കീഴിൽ പിന്നണി വിഭാഗത്തിലുൾപ്പെടുത്തി. 1967 ജൂൺ 2 ന് ബെല്ലാവിസ്റ്റയിൽ വച്ച് കൊല്ലപ്പെട്ടു.

മാർട്ടി, ജോസ് (1853–1895) – ക്യൂബൻ ദേശീയ വീരനായകൻ. പ്രസിദ്ധ കവി, എഴുത്തുകാരൻ, പ്രസംഗകൻ, പത്രപ്രവർത്തകൻ. 1892 ൽ സ്പാനിഷ് ഭരണത്തെയും ക്യൂബയിലെ അമേരിക്കൻ സാമ്രാജ്യത്വ മോഹങ്ങളെയും ചെറുക്കാനായി ക്യൂബൻ വിപ്ലവപാർട്ടി രൂപീകരിച്ചു. 1895 ൽ ക്യൂബയുടെ സ്പെയിനിനെതിരായ സ്വാതന്ത്ര്യയുദ്ധം തുടങ്ങിവയ്ക്കുകയും ഏറ്റുമുട്ടലിൽ മരിക്കുകയും ചെയ്തു. അദ്ദേഹ

ത്തിന്റെ വിപ്ലവകരമായ സാമ്രാജ്യത്വ വിരുദ്ധ പരിപാടിയാണ് ക്യൂബൻ വിപ്ലവത്തിന്റെ ആധാരശിലകളിലൊന്ന്.

മാർട്ടോ, അമേരിക്കോ– വെനിസ്വേലയിലെ ബൂർഷ്വാ ദേശീയവാദ ആക്ഷൻ ഡെമോക്രാറ്റിക് പാർട്ടിയുടെ നേതാവ്. ക്യൂബൻ വിപ്ലവത്തിന്റെ സ്വാധീനഫലമായി 1960 ൽ പാർട്ടി പിളരുകയും MIR (മൂവ്മെന്റ് ഓഫ് ദ റവലൂഷണറി ലെഫ്റ്റ്) രൂപീകരിക്കപ്പെടുകയും ചെയ്തപ്പോൾ അതിന്റെ ജനറൽ സെക്രട്ടറിയായി. വെനിസ്വേലയിലെ എസെക്കിയേൽ സമോറ ഗറില്ലാമുന്നണി എൽ ബാച്ചിലെർ മലമ്പ്രദേശത്ത് പ്രവർത്തന മാരംഭിച്ചപ്പോൾ അതിന്റെ തലവൻ. 1967 ജൂണിൽ ഹവാനയിലെ OLAS കോൺഫറൻസിൽ പങ്കെടുക്കാനായി പോകുമ്പോൾ അറസ്റ്റു ചെയ്യപ്പെട്ട് ഒരുവർഷത്തിലേറെക്കാലം തടവിലടയ്ക്കപ്പെട്ടു.

മരുലാൻഡ, മാനുവൽ (1928–) 1950കൾ മുതൽ 1964 വരെ കൊളംബിയയുടെ മാർക്കത്താലിയ പ്രദേശത്ത് നിലനിന്ന ഗറില്ലാ പ്രസ്ഥാനത്തിന്റെ നേതാവ്. കമ്യൂണിസ്റ്റു പാർട്ടിയുടെ കേന്ദ്രകമ്മിറ്റിയംഗം, 1966 ൽ രൂപീകരിക്കപ്പെട്ട എഫ് എ ആർ സി (കൊളംബിയൻ റവലൂഷണറി ആംഡ് ഫോഴ്സസ്) യുടെ നേതാവ്. ദീർഘകാലം ആ പദവിയിൽ തുടർന്നു.

മാസെറ്റി, ജോർജെ റിക്കാർഡോ *(കമാൻഡന്റെ സെഗുണ്ട)* (1929–1964)– അർജന്റീനയിലെ പത്രപ്രവർത്തകനായിരുന്ന മാസെറ്റി 1958 ജനുവരിയിൽ ക്യൂബയിലെ സിയറ മെയ്സ്ത്രയിലെത്തി ഗറില്ലാ സൈന്യത്തിൽചേർന്നു. പുതിയ വിപ്ലവസർക്കാർ രൂപീകരിച്ച പ്രേൻസ ലാറ്റിന എന്ന വാർത്താ വിതരണസ്ഥാപനത്തിന്റെ സ്ഥാപക ഡയറക്ടർ. വടക്കൻ അർജന്റീനയിലെ സാൾട്ടാ മലനിരകളിൽ ഗറില്ലാ ന്യൂക്ലിയസ് സംഘടിപ്പിക്കുമ്പോൾ കൊല്ലപ്പെട്ടു.

മായ (*റീത്താ വാൾഡിവിയ*) – ബൊളീവിയൻ ELN അംഗം. 1969 ജൂലൈ 15 ന് കൊച്ചബാംബയിലെ അവളുടെ ഒളിത്താവളത്തിൽ ആക്രമണം നടത്തി പൊലീസ് കൊലപ്പെടുത്തി.

മിഗ്വെൽ – മാനുവൽ, ഹെർണാണ്ടസ് (1931–1967) – കിഴക്കൻ ക്യൂബയിലെ ജിഗ്വാനി സ്വദേശി. അവിടെ ഒരു കരിമ്പു വെട്ടുകാരനായും മഗ്നീഷ്യം ഖനി ജോലിക്കാരനായും പണിയെടുത്തു. ജൂലൈ 26 പ്രസ്ഥാനത്തിന്റെ ആക്ഷൻ ആന്റ് സബോട്ടേജ് സെല്ലിന്റെ അംഗമായ ശേഷം 1957ൽ വിമത സൈന്യത്തിൽ ചേർന്നു. 1958 ആഗസ്തിൽ ചെയുടെ എട്ടാം നമ്പർ കോളത്തിൽ ഒരു ലെഫ്റ്റനന്റായി ചേർന്നു. കോളത്തിന്റെ മുന്നണി വിഭാഗത്തിന്റെ ക്യാപ്റ്റനും തലവനുമായി സ്ഥാനക്കയറ്റം കിട്ടി. ഫൊമെന്റോയിലെ യുദ്ധത്തിൽ മുറിവേറ്റു. 1959 നു ശേഷം പട്ടാളത്തിലും ആഭ്യന്തര മന്ത്രാലയത്തിലും വിവിധ പദവികൾ വഹിച്ചു. 1966 ൽ സായുധ സേനയിൽ ഫസ്റ്റ് ക്യാപ്റ്റന്റെ റാങ്കിലെത്തി. 1966 നവംബർ 27 ന് ബൊളീ

വിയയിലെത്തി കോളത്തിൽ ചേർന്നു. 1967 മാർച്ചിൽ മുന്നണി വിഭാഗത്തിന്റെ തലവനായി. 1967 സെപ്തംബർ 26 ന് ലാ ഹിഗ്വേരയിൽ വച്ച് കൊല്ലപ്പെട്ടു.

MIR (*മൂവ്മെന്റ് ഓഫ് റവലൂഷണറി ലെഫ്റ്റ് , പെറു*) – 1959 ൽ ബൂർഷ്വാദേശീയപാർട്ടിയായ APRAയിൽനിന്ന് പിളർന്ന് പോന്ന് 1962 ൽ ലൂയിസ് ഡി ലാ പ്യൂവെൻറ്റെയുടെ നേതൃത്വത്തിൽ രൂപംകൊണ്ടു. 1965 ൽ രണ്ടു ഗറില്ലാ മുന്നണി തുറന്നു. ഡി ലാ പ്യൂവെൻറ്റെ, ഗില്ലർമോ ലൊബാട്ടോൺ, മാക്സിമോ വെലാൻഡോ എന്നിവർ നേതൃത്വം നൽകി.

MIR (മൂവ്മെന്റ് ഓഫ് റവലൂഷണറി ലെഫ്റ്റ്, വെനിസ്വേല)– ബൂർഷ്വാ ഡെമോക്രാറ്റിക് ആക്ഷൻ പാർട്ടിയിൽനിന്ന് പിളർന്നുപോന്ന് 1960 ൽ രൂപീകരിക്കപ്പെട്ടു. പിന്നീട് രണ്ടു ഗറില്ലാമുന്നണികൾ സ്ഥാപിച്ചു. 1967 ൽ അമേരികോ മാർട്ടിനായിരുന്നു ജനറൽ സെക്രട്ടറി.

മിറാൻഡ, ഫ്രാൻസിസ്കോ (1750–1816) – വെനിസ്വേലയുടെ സ്പെയിനിനെതിരായ സ്വാതന്ത്ര്യയുദ്ധത്തിന്റെ നേതാവ്. പിടിക്കപ്പെട്ട് ജയിലിൽക്കിടന്നു മരിച്ചു.

MNR (*റവലൂഷണറി നാഷണലിസ്റ്റ് മൂവ്മെന്റ്*)– 1941 ൽ ബൊളീവിയയിൽ സ്ഥാപിതമായ ബൂർഷ്വാ ദേശീയപാർട്ടി. അതിന്റെ നേതാവായിരുന്നു വിക്റ്റർ പാസ് എസ്റ്റെൻസോറോ.

മോൻജെ മാരിയോ (*എസ്റ്റാനിസ്ലാവോ*) (1929–) ലാ പാസ് പ്രവിശ്യയിലെ ഇറുപ്പാന സ്വദേശി. പ്രൈമറി സ്കൂൾ അധ്യാപകൻ. 1967 ഡിസംബർ വരെ ബൊളീവിയൻ കമ്യൂണിസ്റ്റു പാർട്ടിയുടെ സെക്രട്ടറി. തുടർന്ന് കേന്ദ്രകമ്മിറ്റിയിലെ ഒരു പ്രമുഖാംഗം. പിന്നീട് മോസ്കോയിൽ താമസമാക്കി.

മോൺടെസ്, സെസാർ (1942–) – 1966 ൽ ടൂർമോസ് ലിമക്കു ശേഷം ഗ്വാട്ടിമലയിലെ റവലൂഷണറി ആംഡ് ഫോഴ്സസിന്റെ (FAR) നേതാവായി.

മോറോ (എൽ മെഡിക്കോ, മുഗാൻഗ) – *ഒക്ടേവിയോ, ഡി ലാ കൺസെപ്ഷൻ* (1935–1967) യൂണിവേഴ്സിറ്റി ഓഫ് ഹവാനയിൽ വൈദ്യശാസ്ത്രം പഠിക്കുമ്പോൾ ബാത്തിസ്ത വിരുദ്ധസമരത്തിൽ സജീവമായി. 1957 ൽ ജൂലൈ 26 പ്രസ്ഥാനത്തിൽ സജീവമായി. 1958 ൽ വിമത സൈന്യത്തിലംഗമായി. ഡോക്ടറും പോരാളിയുമായി സെക്കന്റ് ഈസ്റ്റേൺ മുന്നണിയിൽ സേവനമനുഷ്ഠിച്ചു. 1959 നു ശേഷം ഒട്ടേറെ വൈദ്യശാസ്ത്ര പോസ്റ്റുകളിൽ പ്രവർത്തിച്ചു. ബാറക്കോവ ആശുപത്രിയിലെ സർജറി വിഭാഗം തലവൻ, ഗ്രാമത്തിലെ ഡോക്ടർ എന്നിവയൊക്കെ അതിൽപ്പെടും. 1965 ആഗസ്ത് മുതൽ ഡിസംബർ 11 വരെ

വൈദ്യശാസ്ത്ര വിഭാഗം തലവനായി ബൊളീവിയൻ ഗറില്ലാ സേനയിൽ ചേർന്നു. 1967 ഒക്ടോബർ 12 ന് മിസ്‌കെ നദിയിൽ കൊലചെയ്യപ്പെട്ടു.

MR 13 (*നവംബർ 13 വിപ്ലവപ്രസ്ഥാനം*)– 1962 ഫെബ്രുവരിയിൽ രൂപീകൃതമായ ഗ്വാട്ടിമാലൻ ഗറില്ലാസംഘടന. മുൻ പട്ടാള ഓഫീസർമാർ നേതൃത്വം നൽകി. 1960 നവംബർ 13 ന് നടന്ന സർക്കാർവിരുദ്ധ കലാപത്തിൽ പങ്കെടുത്തവരായിരുന്നു അവർ. പ്രധാന നേതാവ് മാർക്കോ അന്റോണിയോ യോൻ യോസയായിരുന്നു.

മുറില്ലോ, പെഡ്രോ ഡോമിംഗോ (1757–1810) – 1809 ജൂലൈ 16ന് സ്പാനിഷ് ഭരണത്തിനെതിരെയുള്ള ഉയിർത്തെഴുന്നേൽപ്പിന് നേതൃത്വം നൽകിയ ബൊളീവിയൻ ദേശാഭിമാനി. സ്പാനിഷ് പട്ടാളം പിടികൂടി വധിച്ചു.

എൻഗുയെൻ വാൻ ട്രോയി – സൈഗോണിൽ 1965 ൽ കൊലചെയ്യപ്പെട്ട വിയറ്റ്നാമീസ് സ്വാതന്ത്ര്യസമരസേനാനി. അമേരിക്കൻ സ്റ്റേറ്റ് സെക്രട്ടറി റോബർട്ട് മക്നമാറയെ വകവരുത്താൻ ഗൂഢാലോചന നടത്തിയെന്ന് ആരോപിച്ചായിരുന്നു കൊലപ്പെടുത്തിയത്.

നാറ്റോ – *ജൂലിയോ, ലൂയിസ് മെൻഡെസ്* (1937–1967) – ബെനി സ്വദേശിയായ ബൊളീവിയൻ കമ്യൂണിസ്റ്റു പാർട്ടിയംഗം. 1963 ൽ പെറുവിലെ പ്യൂവെർട്ടോ മാൾഡൊണാൾഡോ ഗറില്ലാ പ്രസ്ഥാനത്തിനെ അതിജീവിച്ചവരെ അദ്ദേഹം ബൊളീവിയൻ മലനിരകളിലൂടെ നയിച്ചുകൊണ്ടുപോയി. 1966 ൽ ഗറില്ലാ തയാറെടുപ്പുകൾക്കായി തുടക്കത്തിലെ നിയോഗിക്കപ്പെട്ട പാർട്ടിയംഗം. ബൊളീവിയൻ കമ്യൂണിസ്റ്റു പാർട്ടിയുടെ അഭ്യർഥനപ്രകാരം 1966 ജനുവരിയിൽ ക്യൂബയിൽ സൈനിക പരിശീലനം ലഭിച്ചു. 1966 നവംബർ 11 ന് പോരാളിയായി ഗറില്ലാ സൈന്യത്തിലുൾപ്പെടുത്തപ്പെട്ടു. മധ്യവിഭാഗത്തിലുൾപ്പെടുത്തി. 1967 നവംബർ 15 ന് മാറ്ററാളിൽ വച്ച് മാരകമായ മുറിവേറ്റ് അദ്ദേഹം മരിച്ചു.

നെഗ്രോ – റെസ്റ്റിസ്റ്റ്യൂട്ടോ, ജോസ് കാബ്രേറ (1931–1967) – അർജന്റീനയിൽ വൈദ്യശാസ്ത്രം പഠിക്കുകയും ചകിത്സ നടത്തുകയും ചെയ്തു, ക്യൂബൻ വിപ്ലവത്തിൽനിന്ന് ആവേശമുൾക്കൊണ്ട് 1960കളുടെ തുടക്കത്തിൽ ക്യൂബയിലെത്തി. 1965 നവംബർ വരെ സാന്തിയാഗോ ദെ ക്യൂബയിലെ പ്രവിശ്യാ ആശുപത്രിയിൽ കാർഡിയോളജി വിഭാഗത്തിൽ ജോലി ചെയ്തു. പെറുവിയൻ ELN അംഗമായ അദ്ദേഹം മാർച്ച് 1967 ൽ ബൊളീവിയൻ പോരാളിയായി എത്തിച്ചേർന്നു. മധ്യവിഭാഗത്തിൽ അംഗമായ അദ്ദേഹം പിന്നീട് പിന്നണി വിഭാഗത്തിൽ ജോവാകിനൊപ്പമായി. ആഗസ്ത് 31 ന് പ്യൂവെർട്ടോ മൗറീഷ്യോ കടവിൽ അംബുഷിൽ നിന്ന് അദ്ദേഹം രക്ഷപ്പെട്ടു. പക്ഷേ 1967 സെപ്തംബർ 4ന് സൈന്യത്തിന്റെ പിടിയിലായ അദ്ദേഹത്തെ സൈന്യം കൊലപ്പെടുത്തി.

ഒ'ഹിഗ്ഗിൻസ്, ബെർനാർഡോ (1776–1842) – ചിലിയുടെ സ്പെയിനിനെതിരായ സ്വാതന്ത്ര്യസമരത്തിന്റെ നേതാവ്.

ഒജേഡ, ഫാബ്രിലിയോ (1929–1966) 1958 ൽ വെനിസ്വേലയിൽ സ്വേച്ഛാധിപതിയായ മാർക്കോസ് പെരെസ് ജിമെനെസിനെ അട്ടിമറിച്ച വെനിസ്വേലൻ സായുധസേനയിൽ അംഗം. അദ്ദേഹം പിന്നീട് അധികാരത്തിലെത്തിയ ജൂണ്ടയുടെ പ്രസിഡന്റായി. (ആംഡ് ഫോഴ്സസ് ഓഫ് നാഷണൽ ലിബറേഷൻ) 1962 –63 കാലത്ത് ആരംഭിച്ച ഗറില്ലാ പ്രസ്ഥാനത്തിന്റെ നേതാവായി. 1966 ൽ പിടിക്കപ്പെട്ട അദ്ദേഹം ജയിലിൽ വച്ച് കൊലചെയ്യപ്പെട്ടു.

ഒലിവാറെസ്, റെനെ (1938–) – ലാ പാസ് സ്വദേശി. യൂണിവേഴ്സിറ്റി വിദ്യാർഥിയും ബൊളീവിയൻ കമ്യൂണിസ്റ്റ് പാർട്ടിയംഗവും. തുടക്കത്തിൽ ഗറില്ലാ പ്രസ്ഥാനത്തിലേക്ക് നിയോഗിച്ചെങ്കിലും അതിന് വിസമ്മതിച്ചുകൊണ്ട് പിന്മാറി.

ഓർലാൻഡോ – *വിസെന്റെ റോക്കബാഡോ* (1940–) ബൊളീവിയയിലെ ഒരൂറോ സ്വദേശി. മെക്കാനിക്ക്. 1967 ഫെബ്രുവരിയിൽ മോയിസെസ് ഗുവേരയുടെ ഗ്രൂപ്പിന്റെ ഭാഗമായി നാങ്കാഹുവാസു ക്യാമ്പിലെത്തിച്ചേർന്നു. മാർച്ച് 11 ന് ഒളിച്ചോടി. മൂന്നു ദിവസത്തിനു ശേഷം സൈന്യത്തിന്റെ പിടിയിലായി. തുടർന്ന് ഒറ്റുകാരനായി. 1967 ൽ ഗറില്ലകളുമായി ബന്ധപ്പെട്ട എല്ലാവരുടെയും ഒപ്പം വിചാരണചെയ്യപ്പെട്ടു. തുടർന്ന് കുറ്റവിമുക്തനാക്കപ്പെട്ടു.

ഒവാൻഡോ, ആൽഫ്രെഡോ (1918–) ബൊളീവിയയിൽ 1964 ൽ നടന്ന സൈനിക അട്ടിമറിയുടെ നേതാക്കളിലൊരാൾ. സായുധസേനകളുടെ കമാൻഡർ-ഇൻ-ചീഫ്. 1965–66 കാലത്തും 1969–70 കാലത്തും ബൊളീവിയൻ പ്രസിഡന്റ്.

പാബ്ലിറ്റോ (പാബ്ലോ) – *ഫ്രാൻസിസ്കോ ഹുവാൻക* (1945–1967) – ഒരൂറോ പ്രവിശ്യയിലെ ചല്ലപ്പ സ്വദേശി. ബൊളീവിയൻ കമ്യൂണിസ്റ്റ് യൂത്തിന്റെ മുൻ നേതാവ്. മോയിസെസ് ഗുവേര ഗ്രൂപ്പിന്റെ ഭാഗമായി ഗറില്ലാ സമരത്തിലെത്തി. 1967 ഫെബ്രുവരിയിൽ ക്യാമ്പിലെത്തി. മുന്നണി വിഭാഗത്തിൽ ചേർത്തു. യൂറോ മലയിടുക്കിലെ പോരാട്ടത്തിനുശേഷം അദ്ദേഹം നാലു പോരാളികളുടെ ഒരു സംഘത്തെ നയിച്ചു. അവരെല്ലാം 1967 ഒക്ടോബർ 12 ന് മിസ്കെ നദിയിൽ കൊല്ലപ്പെട്ടു.

പാച്ചോ – *ആൽബർട്ടോ ഫെർണാണ്ടസ്* (1935–1967) സാന്തിയാഗോ ദെ ക്യൂബയിലും സാന്താക്ലാരയിലും ജൂലൈ 26 പ്രസ്ഥാനത്തിനുണ്ടായിരുന്ന നഗര ഒളിപ്പോർ പരിപാടിയിലെ തലമുതിർന്ന അംഗം. 1958 നവംബറിൽ വിമതസേനയിൽ ചേർന്നു. ചെയുടെ കോളത്തിനു കീഴിൽ ലാസ് വില്ലാസിൽ സേവനമനുഷ്ഠിച്ചു. 1961–63 കാലഘട്ടത്തിൽ പിനാർ ദെൽ

റിയോയിൽ ഫാക്ടറി ഭരണകർത്താവ്. തുടർന്ന് സ്റ്റേറ്റ് മൈനിങ് സംരംഭത്തിന്റെ തലവൻ. സയുധസേനയിൽ ക്യാപ്റ്റൻ പദവി വഹിച്ചു. 1967 നവംബർ ഏഴിന് നാങ്കാഹുവാസുവിലെത്തി. മുന്നണിവിഭാഗത്തിലുൾപ്പെടുത്തി. 1967 ഒക്ടോബർ 8 ന് യൂറോ മലയിടുക്കിൽ വച്ച് മുറിവേറ്റ നിലയിൽ പിടിക്കപ്പെട്ടു. മുറിവുകളുടെ ഫലമായി അന്നു തന്നെ മരണപ്പെട്ടു.

പാക്കോ – *ജോസ് കാസ്റ്റില്ലോ* (1937 –) മോയിസെസ് ഗുവേര ഗ്രൂപ്പിന്റെ ഭാഗമായി 1967 മാർച്ചിൽ നാങ്കാഹുവാസുവിലെത്തി. മാർച്ച് 25 ന് ഗറില്ലാ നിരയിൽ നിന്നും പുറത്താക്കി. 1967 ആഗസ്ത് 31 ന് പ്യൂവെർട്ടോ മൗറീഷ്യോ കടവിൽ വച്ച് പിടിയിലായി. 1970 ൽ ജയിൽ മോചിതനായി. ജോവാകിന്റെ ഗ്രൂപ്പിൽ ജീവനോടെ ബാക്കിയായ ഏകവ്യക്തി.

പാസ് എസ്റ്റൈൻസോറോ, വിക്റ്റർ (1907 –) ബൂർഷ്വാ വിപ്ലവദേശീയപ്രസ്ഥാന(MNR)ത്തിന്റെ സ്ഥാപകരിലൊരാൾ (1941). 1952 ലെ വിപ്ലവമുന്നേറ്റത്തെ ത്തുടർന്ന് ബൊളീവിയൻ പ്രസിഡന്റായി. മൂന്നുതവണ ആ പദവി വഹിച്ചു. (1952–56, 1960–64, 1985–89). അഴിമതിയിൽ മുങ്ങിക്കുളിച്ചതും പരസ്പരസംഘട്ടനങ്ങൾ കൊണ്ട് നിറഞ്ഞതുമായ എസ്റ്റൈൻസോറോ ഭരണത്തെ 1964 നവംബർ 6 ന് ഒവാൻഡോയും ബാരിയെന്റോസും ചേർന്ന് നടത്തിയ സൈനിക അട്ടിമറിയിലൂടെ മറിച്ചിട്ടു. തുടർന്ന് പെറുവിൽ അഭയം തേടി.

പെഡ്രോ – അന്റോണിയോ ജിമെനെസ് (1941–1967)– കൊച്ചബാംബയിലെ ടരാറ്റ സ്വദേശിയും യൂണിവേഴ്സിറ്റി വിദ്യാർഥിയും. ബൊളീവിയൻ കമ്യൂണിസ്റ്റ് യൂത്തിന്റെ ദേശീയ നേതൃത്വത്തിലംഗം. ക്യൂബയിൽ പഠിച്ചശേഷം പോരാളികൾക്കൊപ്പം ചേരാനായി 1966 ഡിസംബർ 31ന് തിരിച്ചെത്തി. 1967 ഫെബ്രുവരിയിൽ കമ്യൂണിസ്റ്റ് യൂത്തിന്റെ എക്സിക്യൂട്ടീവ് കമ്മിറ്റിയിൽനിന്ന് പുറത്താക്കി. ജോവാകിന്റെ പിന്നണിവിഭാഗത്തിലെ ഒരംഗമായിരുന്നു. 1967 ആഗസ്ത് 9 ന് മോൺടീഗുഡോയിൽ വച്ച് കൊല്ലപ്പെട്ടു.

പെപ്പെ – *ജൂലിയോ വെലാസ്കോ*–1967 മാർച്ച് ആരംഭത്തിൽ മോയിസെസ് ഗുവേരഗ്രൂപ്പിന്റെ ഭാഗമായി നാങ്കാഹുവാസുവിലെത്തി. മാർച്ച് 25ന് ഗറില്ലാ അണികളിൽനിന്ന് പുറത്താക്കി. ജോവാകിന്റെ കോളം മറ്റു മൂന്നുപേർക്കൊപ്പം പെപ്പെയെയും കസ്റ്റഡിയിൽ വച്ചു. മെയ് 23ന് ഒളിച്ചോടി, അടുത്ത ദിവസം സൈന്യം പിടികൂടി കൊന്നു.

പോൾ അൽവാരെസ്– പ്ലാറ്റ, ജോർജെ റെനെ – കാമിരി സ്വദേശി, ELN അംഗം.

പോളോ (*അപ്പോളിനാർ*) *അപ്പോളിനാർ അകിനോ* (1935–1967) ലാപാസ് പ്രവിശ്യയിലെ വിയാകാ സ്വദേശി. പ്രാദേശിക യൂണിയൻ അംഗവും ബൊളീവിയൻ കമ്യൂണിസ്റ്റ് പാർട്ടിയംഗവും. തുടക്കത്തിൽ നാങ്കാഹു

വാസു കൃഷിയിടത്തിലെ ജോലിക്കാരൻ. തനിക്കും പോരാളിയാകണമെന്ന് അഭ്യർഥിച്ചപ്പോൾ 1966 ഡിസംബർ 19 ന് യൂണിറ്റിൽ ചേർത്തു. ജോവാകിനു കീഴിൽ പിന്നണിവിഭാഗത്തിലുൾപ്പെടുത്തി. പ്യൂവെർട്ടോ മൗറീഷ്യോ കടവിൽ വച്ച് 1967 ആഗസ്ത് 31 ന് കൊല്ലപ്പെട്ടു.

പോമ്പോ (*ഹാരി വില്ലെഗാസ്*) പേജ് 9 ബയോഗ്രഫി കാണുക.

POR(റവലൂഷണറി വർക്കേഴ്സ് പാർട്ടി) – 1934 ൽ സ്ഥാപിതമായ ബൊളീവിയൻ ട്രോത്സ്കിയിസ്റ്റ് സംഘടന. അതിന് ഖനിജോലിക്കാർക്കിടയിൽ നല്ല സ്വാധീനമുണ്ടായിരുന്നു. ഹ്യൂഗോ ഗൊൺസാലസിന്റെ നേതൃത്വത്തിലുള്ള പാർട്ടിയിലെ ഒരു വിങ് ചെ ഗുവേരയുടെ വിപ്ലവമുന്നണിക്ക് പിന്തുണ നൽകി. 1967 ഏപ്രിൽ 11 ന് ബാരിയെന്റോസ് സ്വേച്ഛാധിപത്യം ആ സംഘടനയെ നിരോധിച്ചു.

പ്രാഡോ, ഗാരി– ഗറില്ലാവിരുദ്ധ പ്രവർത്തനങ്ങളിലും ചെ ഗുവേരയെ പിടിക്കുന്നതിലും പങ്കാളിയായ ഒരു ബൊളീവിയൻ ആർമി ക്യാപ്റ്റൻ. സംഭവപരമ്പരകളിലെ തന്റെ ഭാഗം വിവരിച്ചുകൊണ്ട് നിരവധി പുസ്തകങ്ങൾ രചിച്ചു.

കികാനാസ്, എഫ്രെയിൻ – ബൊളീവിയൻ കർഷകൻ, ഒറൂറോ സ്വദേശി. ബൊളീവിയൻ കമ്യൂണിസ്റ്റ് പാർട്ടിയംഗം. ബെനിഞ്ഞോ, ഉർബാനോ, പോമ്പോ എന്നിവരെ ബൊളീവിയൻ വലയിൽനിന്ന് രക്ഷപ്പെടുത്തി ഒറൂറോയിൽനിന്ന് ചിലിയിലേക്ക് കടക്കാൻ സഹായിച്ചു. അവർക്ക് ക്യൂബ വരെ അകമ്പടി സേവിച്ചു.

റാമിറെസ്, ഹംബർട്ടോ– ബൊളീവിയൻ കമ്യൂണിസ്റ്റു പാർട്ടിയുടെയും ബൊളീവിയൻ ഫെഡറേഷൻ ഓഫ് മൈൻ വർക്കേഴ്സിന്റെയും നേതാവ്. 1989–94 ഘട്ടത്തിൽ കമ്യൂണിസ്റ്റു പാർട്ടിയുടെ ജനറൽ സെക്രട്ടറി.

റൗൾ – *റൗൾ കിസ്പ്പായ* (1939–1967) ഒറൂറോയിൽനിന്നുള്ള തയ്യൽക്കാരൻ. അയ്മാറ ഇന്ത്യൻ വംശജൻ. ബൊളീവിയൻ കമ്യൂണിസ്റ്റ് യൂത്തിന്റെ മുൻ അംഗം. മോയിസെസ് ഗുവേര ഗ്രൂപ്പിന്റെ ഭാഗമായി പോരാട്ടത്തിൽ അണിചേർന്നു. തുടർന്ന് മുന്നണി വിഭാഗത്തിൽപ്പെടുത്തി. 1967 ജൂലൈ 30 ന് റോസിറ്റ നദിയിൽ വച്ച് കൊല്ലപ്പെട്ടു.

റെനാൻ മോൺടെറോ കൊറാലെസ് – നഗരപിന്തുണ സംവിധാനത്തിലെ ഒരംഗം.

റെയെസ്, സൈമൺ (1933–) കമ്യൂണിസ്റ്റ് പാർട്ടി ഓഫ് ബൊളീവിയയുടെയും ഖനിത്തൊഴിലാളികളുടെയും നേതാവ്. 1985 –89 കാലത്ത് കമ്യൂണിസ്റ്റ് പാർട്ടി ജനറൽ സെക്രട്ടറി.

റിയ ഹംബർട്ടോ – ബൊളീവിയൻ ഡോക്ടർ. നഗരപിന്തുണസംവി

ധാനത്തിലെ ഒരംഗം. വൈദ്യ സാമഗ്രികൾ എത്തിച്ചു കൊടുക്കുന്നതിന്റെ ചുമതലക്കാരൻ.

റിക്കാർഡോ (പാപ്പി, ചിഞ്ചു, എംബിലി, ടാക്കോ) – *ജോസ് മരിയ മാർട്ടിനസ് ടമായോ* (1936–1967) ക്യൂബയിലെ ഓറിയന്തെ പ്രവിശ്യയിലെ ഹോൾഗ്വിനിലെ മയാരിയിൽ ജനിച്ചു, അവിടെ ഒരു ട്രാക്ടർ ഡ്രൈവറായിരുന്നു. ജൂലൈ 26 പ്രസ്ഥാനത്തിലെ ഒരംഗം, 1958 ഏപ്രിലിൽ വിമത സൈന്യത്തിൽ ചേർന്നു. ഒറിയന്തെയിലെ രണ്ടാം മുന്നണിയിൽ സേവനമനുഷ്ഠിച്ചു. 1962 ൽ ആദ്യ സാർവദേശീയ ദൗത്യത്തിന് പുറപ്പെട്ടു; ഗ്വാട്ടിമാലയിലെ വിപ്ലവപ്രസ്ഥാനത്തെ സഹായിക്കാനായി. 1963 മാർച്ചിൽ ജോർജെ മാസെറ്റിയുടെ നേതൃത്വത്തിൽ വടക്കൻ അർജന്റീനയിൽ നടന്ന ഗറില്ലാ പ്രവർത്തനങ്ങൾക്ക് സാധനസാമഗ്രികൾ എത്തിച്ചുകൊടുക്കുന്ന പിന്തുണ സംവിധാനമൊരുക്കാൻ ബൊളീവിയയിലേക്കു പോയി. 1965 ൽ ചെ ഗുവേരക്കൊപ്പം കോംഗോയിൽ സേവനമനുഷ്ഠിച്ചു. ക്യൂബൻ സായുധസേനയിൽ ക്യാപ്റ്റൻ റാങ്കിലെത്തി. 1966 ഡിസംബർ 31 ന് ഒരു പോരാളിയായി ഗറില്ലാ കോളത്തിൽ ഉൾപ്പെടുത്തപ്പെട്ടു. മധ്യവിഭാഗത്തിൽപ്പെടുത്തി. പോരാളിയായ ആർട്ടുറോയുടെ സഹോദരനായിരുന്നു. 1967 ജൂലൈ 30 ന് റോസിറ്റ നദിയിൽ വച്ച് കൊല്ലപ്പെട്ടു.

റോജാസ്, ഹോണൊറാറ്റോ – 1967 ൽ ഗറില്ലകൾ സന്ദർശിച്ച ബൊളീവിയൻ കർഷകൻ. ആഗസ്ത് 31ന് ജോവാകിന്റെ കോളത്തെ പ്യൂവെർട്ടെ മൗറീഷ്യോ കടവിൽ സൈന്യത്തിന്റെ അംബുഷിലേക്ക് നയിച്ചു. അതിന് സർക്കാരിൽ നിന്ന് അവാർഡ് ലഭിച്ചു. 1969 ൽ ELN കമാൻഡോ യൂണിറ്റ് വകവരുത്തി.

റൊളാൻഡോ (സാൻ ലൂയിസ്) – *ഏലീസിയോ റെയെസ്* (1940–1967) ക്യൂബയിലെ ഓറിയന്തെ പ്രവിശ്യയിലെ സാൻ ലൂയിസ് സ്വദേശി. ബാത്തിസ്തക്കെതിരായ ഒളിപ്രവർത്തനങ്ങളിൽ സജീവമായിരുന്നു. 1957 ൽ വിമതസേനയിൽ ചേർന്നു. ചെയുടെ കോളത്തിൽ ക്യാപ്റ്റൻ റാങ്കുവരെ ഉയർന്നു. ലാ കബാനാ ഗാരിസനിൽ മിലിട്ടറി പൊലീസിന്റെ തലവനായി വിപ്ലവത്തിനു ശേഷം പ്രവർത്തിച്ചു. ലാസ് വില്ലാസിൽ സൈനിക ഉത്തരവാദിത്വങ്ങളേറ്റെടുത്തു. ക്യൂബൻ പൊലീസിന്റെ കൗണ്ടർ ഇന്റലിജൻസ് സർവീസായ G-2 വിന്റെ തലവനായി. 1962 ൽ പ്രതിവിപ്ലവ സംഘങ്ങൾക്കെതിരായ പ്രവർത്തനങ്ങൾക്ക് നേതൃത്വം നൽകാനായി പിനാർ ദെൽ റിയോയിൽ എത്തി. ചെ ഗുവേരയുടെ സാർവദേശീയ ദൗത്യത്തിൽ പങ്കാളിയാകുന്നതിനു മുമ്പ് സായുധ സേനയിൽ ക്യാപ്റ്റനായിരുന്നു. 1966 നവംബർ 20 ന് ക്യൂബയിലെത്തി ഗറില്ലാ സേനയിൽ ചേർന്നു. ജനറൽ സ്റ്റാഫിൽ അംഗമായ അദ്ദേഹത്തിന് ഇന്റിക്കൊപ്പം പൊളിറ്റിക്കൽ കമ്മിസാറിന്റെ ചുമതല നൽകപ്പെട്ടു. ഗറില്ലാ സേനാംഗങ്ങളെ രാഷ്ട്രീയമായി നയിക്കാനുള്ള ഉത്തരവാദിത്വമായിരുന്നു അത്. മധ്യവിഭാഗത്തിലുൾപ്പെട്ടു. 1967 ഏപ്രിൽ 25ന് എൽ മേസണിൽ വച്ച് കൊല്ലപ്പെട്ടു.

റോത്ത്, ജോർജേ ആൻഡ്രൂ – ഗറില്ലാ പോരാളികൾ സി ഐ എ ഏജന്റെന്നു കരുതിയ ഒരു ആംഗ്ലോ ചിലിയൻ പത്രപ്രവർത്തകൻ. ഗറില്ലകളെ പിന്തുടർന്ന് 1967 ഏപ്രിൽ 19 ന് അവരെ കണ്ടുമുട്ടി. ഏപ്രിൽ 20 ന് ദെബ്രേക്കും ബുസ്റ്റോസിനുമൊപ്പം മുയുപ്പാമ്പയിൽ വെച്ച് അറസ്റ്റു ചെയ്യപ്പെട്ടു. ജൂലൈ –8 ന് വിട്ടയച്ചു. 1968 ൽ ബെനിഞ്ഞോ, ഉർബാനോ, പോമ്പോ എന്നിവരെ ചിലിയിൽ വച്ച് കണ്ടുമുട്ടി. പിന്നീട് ഒരു തെളിവും അവശേഷിപ്പിക്കാതെ പൊതുജീവിതത്തിൽ നിന്ന് അപ്രത്യക്ഷനായി.

റൂബിയോ – *ജീസസ് സുവാറെസ് ഗയോൾ* (1936– 1967) – ഹവാനയിൽ ജനിച്ചു. ക്യൂബയിലെ കാമാഗേയിൽ ജൂലൈ 26 പ്രസ്ഥാനത്തിലംഗം. നാടുവിടാൻ നിർബന്ധിതനായ അദ്ദേഹം 1958 ഏപ്രിലിൽ പിനാർ ദെൽ റിയോയിൽ എത്തിച്ചേർന്ന വിപ്ലവപ്പടയോട്ടത്തിൽ പങ്കെടുത്തു. ആ പ്രവിശ്യയിൽ ഗറില്ലാ പ്രവർത്തനങ്ങൾനടത്തിയശേഷം ചെ ഗുവേരയുടെ ഗറില്ലാ സൈന്യത്തിൽ ചേരാനായി ലാസ് വില്ലാസിലെത്തിച്ചേർന്നു. അതിന്റെ ക്യാപ്റ്റനായി. 1959നു ശേഷം സൈന്യത്തിലും സർക്കാരിലും നിരവധി ചുമതലകൾ വഹിച്ചു. പഞ്ചസാര വ്യവസായത്തിന്റെ സഹമന്ത്രിസ്ഥാനമടക്കം. 1966 ഡിസംബർ 19 ന് ബൊളീവിയയിലെ വിപ്ലവ ന്യൂക്ലിയസിൽ അംഗമായി. അവിടെ പിന്നണി വിഭാഗത്തിൽ ഉൾപ്പെടുത്തപ്പെട്ടു. 1967 ഏപ്രിൽ 10 ന് ഇറിപ്പിറ്റി നദിയിൽ വച്ച് കൊല്ലപ്പെട്ടു.

സൽദാന, റൊഡോൾഫോ (1932–) – സുക്രെയിൽ ജനിച്ചു. യൂണിവേഴ്സിറ്റി വിദ്യാർഥി നേതാവായി. ഒരു ഖനിജോലിക്കാരനായി പണിയെടുത്ത ശേഷം യൂണിയൻ നേതാവായി. 1963–64 കാലത്ത് വടക്കൻ അർജന്റീനയിലെ ഗറില്ലാ പ്രവർത്തനങ്ങൾക്ക് സാധനസാമഗ്രികൾ എത്തിച്ചുകൊടുക്കുന്ന പ്രവർത്തനങ്ങളിൽ സഹായിച്ചു. പിന്നീട് സൈനിക പരിശീലനം നേടാനായി ബൊളീവിയൻ കമ്യൂണിസ്റ്റു പാർട്ടിയുടെ അഭ്യർഥനപ്രകാരം ക്യൂബയിലേക്കു പോയി. 1966 ൽ ഗറില്ലാ പ്രവർത്തനത്തിന്റെ തയാറെടുപ്പിനായി ചുമതലപ്പെടുത്തപ്പെട്ട കേഡർമാരിലൊരാൾ. നഗരപിന്തുണാ സംവിധാനത്തിൽ പ്രധാന ഉത്തരവാദിത്വങ്ങൾ വഹിച്ചു. പിന്നീട് അറസ്റ്റു ചെയ്യപ്പെട്ടു. 1970 ൽ ELN പോരാളികൾ തടവിലാക്കിയ ബന്ദികൾക്കു പകരമായി വിട്ടയക്കപ്പെട്ടു.

സലുസ്റ്റിയോ – *സലുസ്റ്റിയോ ചോക്കെ* – ലാ പാസിൽ ജനിച്ച അദ്ദേഹം 1967 ഫെബ്രുവരിയിൽ മോയിസെസ് ഗുവേര ഗ്രൂപ്പിന്റെ ഭാഗമായാണ് ഗറില്ലാ ക്യാമ്പിലെത്തിയത്. 1967 മാർച്ച് 17 ന് പിടിക്കപ്പെട്ടു. ഒരു ഗറില്ലാ സന്ദേശവാഹകനായി പ്രവർത്തിക്കുമ്പോഴായിരുന്നു അത്. തുടർന്ന് ഗറില്ലാ ക്യാമ്പിനെക്കുറിച്ച് പട്ടാളത്തിന് വിവരം നൽകി. വിചാരണയിൽ രാജ്യദ്രോഹക്കുറ്റം തെളിയിക്കപ്പെട്ടില്ല. 1967 നവംബർ 17ന് വിട്ടയക്കപ്പെട്ടു.

സാഞ്ചസ് (*ജൂലിയോ ഡാഗ്നിനോ പച്ചീക്കോ*) –പെറൂവിയനായ അദ്ദേഹം പെറുവിലെ ELN അംഗമായിരുന്നു. ലാ പാസിലെ നഗരപിന്തുണ സംവിധാനത്തിന്റെ പ്രധാന സംഘാടകനായിരുന്നു അദ്ദേഹം.

സാൻ മാർട്ടിൻ, ജോസെ ഡി (1778– 1850) – അർജന്റീനയിലെ രാഷ്ട്രീയനേതാവ്. സ്പെയിനിൽനിന്നുള്ള സ്വാതന്ത്ര്യത്തിനായി പെറുവിലും ചിലിയിലും നടന്ന സ്വാതന്ത്ര്യസമരങ്ങളെ സഹായിച്ചു.

സെറാപ്പിയോ – *സെറാപ്പിയോ അകിനോ* (1951–1967) – ലാ പാസിലെ വിയാച്ച സ്വദേശി. നാങ്കാഹുവാസു കൃഷിയിടത്തിലെ പണിക്കാരനായി ബൊളീവിയൻ കമ്യൂണിസ്റ്റു പാർട്ടി നിയോഗിച്ചു. തുടർന്ന് പോരാളിയായി ഗറില്ലാ കോളത്തിൽ ചേർന്നു. ജോവാകിന്റെ പിന്നണി വിഭാഗത്തിലുൾപ്പെടുത്തി. 1967 ജൂലൈ 9 ന് ഇകിരാ നദിയിൽ കൊല്ലപ്പെട്ടു.

ഷെൽട്ടൻ, റോബർട്ട് "പാപ്പി" – അമേരിക്കൻ സേനയുടെ സ്പെഷ്യൽ ഫോഴ്സസിൽ (ഗ്രീൻ ബെററ്റ്സ്) മേജർ. 1967 മാർച്ച് 27 ൽ ബൊളീവിയിയലെത്തി ബൊളീവിയൻ ആർമി റേഞ്ചർമാർക്ക് ഗറില്ലാ വിരുദ്ധ പരിശീലനം നൽകി. അതിന്റെ നേതൃത്വവുമേറ്റെടുത്തു. സാന്താ ക്രൂസിനടുത്തായിരുന്നു പരിശീലനക്യാമ്പ്. സമാനമായ പരിശീലനക്യാമ്പുകൾ ഡൊമിനിക്കൻ റിപ്പബ്ലിക്കിലും ലാവോസിലും സ്ഥാപിക്കാൻ നേതൃത്വം നൽകി.

താനിയ – *ഹയ്ദീ തമാരാ ബുങ്കെ* (1937–1967) ജർമൻ അച്ഛന്റെയും സോവിയറ്റ് ജർമൻ അമ്മയുടെയും മകളായി അർജന്റീനയിൽ ജനിച്ചു. അച്ഛനമ്മമാർ നാസി ജർമനിയിൽനിന്ന് അർജന്റീനയിലേക്ക് രക്ഷപ്പെട്ടവരായിരുന്നു. 1952 ൽ അവളുടെ കുടുംബം ജർമൻ ജനാധിപത്യ റിപ്പബ്ലിക്കിലേക്ക് (കിഴക്കൻ ജർമനി) പോയി. പിന്നീടവൾ ജർമൻ കമ്യൂണിസ്റ്റ് യൂത്തിലും പാർട്ടിയിലും അംഗമായി. 1961 ൽ ക്യൂബയിലേക്ക് പോയി വിദ്യാഭ്യാസ മന്ത്രാലയത്തിൽ തർജമക്കാരിയായി ജോലി ചെയ്തു. 1963 മാർച്ചിൽ സാർവദേശീയ പ്രവർത്തനങ്ങളിലേക്ക് നീങ്ങി. ഒളിവു പ്രവർത്തനത്തിൽ പരശീലനവും നേടി. ബൊളീവിയൻ ദൗത്യത്തിൽ സ്വയം പങ്കാളിയാകാൻ മുന്നോട്ടുവന്നു. 1964 നവംബർ 18 ന് ബൊളീവിയയിലെത്തി ബൊളീവിയൻ വിദ്യാഭ്യാസ മന്ത്രാലയത്തിൽ ലാറാ ഗുട്ടിറസ് ബൂവർ ഡി മാർട്ടിനെസ് എന്ന പേരിൽ നാടൻകഥ–പാട്ട് ഗവേഷകയായി പണിയെടുത്തുകൊണ്ട് വിപ്ലവമുന്നണിക്കു വേണ്ട തയാറെടുപ്പു പ്രവർത്തനങ്ങളാരംഭിച്ചു. നഗരപ്രവർത്തന ശൃംഖലയിൽ വിപ്ലവപ്രവർത്തനം നടത്തി. തന്റെ പുതിയ വേഷത്തിനും പേരിനും കീഴിൽ ബൊളീവിയയിലെ ഭരണവൃത്തങ്ങളിലെ പ്രമുഖരും ഉയർന്ന സർക്കാരുദ്യോഗസ്ഥരുമായി ഇടപഴകി. ബാരിയെന്റോസും ഒവാൻഡോയുമടക്കമുള്ളവരെ സുഹൃദ്വലയത്തിലാക്കി. 1966 അവസാനത്തിലും 67 ആരംഭത്തിലും പോരാളികളെ നാങ്കാഹുവാസുക്യാമ്പിലേക്ക് കൊണ്ടുചെല്ലുന്ന

തിനിടയിൽ താനിയയുടെ വ്യാജവേഷം പൊളിഞ്ഞു. അതോടെ ഒരു പോരാളിയായി ഗറില്ലകൾക്കൊപ്പം ചേർന്നു. ജോവാകിന്റെ കോളത്തിൽ അംഗമായ താനിയ പ്യൂബർട്ടോ മൗറീഷ്യോ കടവിൽ വച്ച് 1967 ആഗസ്ത് 31 ന് കൊല്ലപ്പെട്ടു.

ടെയ്റ്റെൽബോയിം, വൊളോഡിയ (1916–) 1940 മുതൽ ചിലിയൻ കമ്യൂണിസ്റ്റു പാർട്ടി അംഗം. 1965 ൽ സെനറ്റിലേക്ക് തെരഞ്ഞെടുത്തു. 1973 ഫെറസ്‌ലി ഗ്രൂപ്പിൽ ചേർന്നു. ഗറില്ലാപ്രവർത്തന തയാറെടുപ്പുകളിൽ സഹായിച്ചു. പിന്നീട് ELN ൽ ചേർന്നു.

ടെലിറിയ ലൂയിസ് (1925 –) ബൊളീവിയയിലെ കോറിപ്പാറ്റ സ്വദേശി. ബൊളീവിയൻ കമ്യൂണിസ്റ്റ് പാർട്ടി അംഗം. ഗറില്ലാ പോരാട്ടത്തിന് തയാറെടുക്കുന്നതിന് ക്ലോഫ്റിസ്റ്റയിനിൽ പ്രവർത്തിച്ചു.

ടോറെസ്, കാമിലോ (1929–1966) – കൊളംബിയൻ പുരോഹിതനും അഡ്വാൻസ്ഡ് സ്കൂൾ ഓഫ് പബ്ളിക് അഡ്മിനിസ്ട്രേഷനിൽ ഡീനും. 1965 ജൂണിൽ പുരോഹിതസ്ഥാനം രാജിവച്ച് കിഴക്കൻ കൊളംബിയയിലെ ഗറില്ലാ മുന്നണിയായ ELNൽ അംഗമായിച്ചേർന്നു. 1966 ഫെബ്രുവരി 15ന് ഏറ്റുമുട്ടലിൽ കൊല്ലപ്പെട്ടു.

ടൂമ (*ടുമെയ്ൻ*) – *കാർലോസ് കോയെല്ലോ* (1940–1967) – കിഴക്കൻ ക്യൂബക്കാരനായ കർഷകത്തൊഴിലാളി. 1956 ൽ മൻസാനില്ലോയിൽ ജൂലൈ 26 പ്രസ്ഥാനത്തിൽ ചേർന്നു. 1957 നവംബറിൽ വിമതസേനയിൽ അംഗമായി. ഗുവേരയുടെ കോളത്തിലായിരുന്നു. 1959 മുതൽ ഗുവേരയുടെ പേഴ്സണൽ എസ്കോർട്ട് ജോലിയിൽ നിയമിതനായി. 1965 ൽ അദ്ദേഹത്തിനൊപ്പം കോംഗോയിലേക്കു പോയി. 1966 ജൂലൈയിൽ വിപ്ലവമുന്നണിയുടെ തയാറെടുപ്പു പ്രവർത്തനങ്ങൾക്കായി ബൊളീവിയയലേക്ക് പോയി. 1966 നവംബർ 7 ന് നാങ്കാഹുവാസുവിലെത്തി. 1967 ജൂൺ 26 ന് ഫ്ളോറിഡയിൽ വച്ച് കൊല്ലപ്പെട്ടു.

ടുർഷ്യോസ് ലിമ, ലൂയിസ് അഗസ്റ്റോ (1941–1966) – അമേരിക്കൻ അനുകൂല ഭരണകൂടത്തിനെതിരെ 1960 ൽ നടന്ന ബാരക്ക് ഉയിർത്തെഴുന്നേൽപ്പുകളിൽ പങ്കാളിയായ ഗ്വാട്ടിമാലൻ ആർമി ലെഫ്റ്റനന്റ്. 1962 ആരംഭം മുതൽ അദ്ദേഹം റവലൂഷണറി ആംഡ് ഫോഴ്സസ് (FAR) എന്ന ഗറില്ലാ പ്രസ്ഥാനത്തെ നയിച്ചു. ഗ്വാട്ടിമാല സിറ്റിയിൽ ട്രാഫിക്ക് അപകടത്തിൽ മരിച്ചു.

ഉർബാനോ – *ലിയനാർഡോ ടമായോ* (1941–) ക്യൂബയിലെ സിയറ മെയ്സ്ത്രയിൽനിന്നുള്ള കർഷകൻ. ബയാമോയിൽ ജനിച്ചു. 1957 മധ്യത്തിൽ വിമത സേനയിൽ ചേർന്നു. ചെ ഗുവേരയുടെ നാലാംനമ്പർ കോളത്തിൽ പ്രവർത്തിച്ചു. പിന്നീട് ചെയുടെ നേതൃത്വത്തിലുള്ള എട്ടാം നമ്പർ കോളത്തിന്റെ "ആത്മഹത്യാസ്ക്വാഡി"ൽ സെക്കന്റ്–ഇൻ–കമാന്റ് ആയി. 1959 ൽ ചെയുടെ വ്യക്തിപരമായ സുരക്ഷാസംഘത്തിൽ അംഗ

മായി. പിന്നീടതിന്റെ തലവനും. തുടർന്ന് ചെയുടെ അഡ്ജൂട്ടന്റ് ആയി പ്രവർത്തിക്കുകയും അന്തർദേശീയ ദൗത്യങ്ങളിൽ അദ്ദേഹത്തെ അനുഗമിക്കുകയും ചെയ്തു. സായുധസേനകളിൽ ഫസ്റ്റ് ലെഫ്റ്റനന്റ്. 1966 നവംബർ 27 ന് ബൊളീവിയയിൽ കോളത്തിൽ ചേർന്നു. മധ്യവിഭാഗത്തിലുൾപ്പെടുത്തി. പോരാട്ടത്തിൽ അതിജീവിച്ച അഞ്ചുപേരിലൊരാളായ അദ്ദേഹം 1968 മാർച്ചിൽ ക്യൂബയിൽ തിരിച്ചെത്തി. പിന്നീട് അംഗോളയിലും നിക്കരാഗ്വയിലും സാർവദേശീയദൗത്യങ്ങളിൽ സന്നദ്ധപ്രവർത്തകനായി പോയി. പിന്നീട് ക്യൂബയുടെ ആഭ്യന്തര മന്ത്രാലയത്തിൽ കേണലായി.

വർഗാസ്, എപ്പിഫാനിയോ – സൈന്യത്തിന്റെ വഴികാട്ടിയായി പ്രവർത്തിക്കാൻ നിർബന്ധിതനായ ബൊളീവിയൻ കർഷകൻ. 1967 മാർച്ച് 23 ന് നാങ്കാഹുവാസുവിൽ നടന്ന ഏററുമുട്ടലിൽ കൊല്ലപ്പെട്ടു.

വർഗാസ്, ഗ്രിഗോറിയോ– മുചിരിയിൽനിന്നുള്ള ബൊളീവിയൻ യുവകർഷകൻ. 1967 മെയ് 31 മുതൽ ജൂൺ 2 വരെ പോരാളികളെ അനുഗമിച്ചു. പിന്നീട് ഗറില്ലകളെ സഹായിച്ചുവെന്നതിന്റെ പേരിൽ സൈന്യം അറസ്റ്റു ചെയ്തു.

വാസ്കെ്വസ്, ഫാബിയോ– കൊളംബിയയിലെ തൊഴിലാളി വിദ്യാർഥി, കർഷകപ്രസ്ഥാന (MOEC) ത്തിൽ സജീവമായി പ്രവർത്തിച്ചു. അത് ക്യൂബൻ വിപ്ലവത്തെത്തുടർന്ന് രൂപീകരിച്ചതായിരുന്നു. 1965 ൽ കൊളംബിയയിൽ ELN (നാഷണൽ ലിബറേഷൻ ആർമി) രൂപീകരിച്ചു. 1976 വരെ ELN ഗറില്ലാപ്രസ്ഥാനത്തിന്റെ നേതാവ്.

വിക്റ്റർ – *കാസിൽഡോ കൊൻഡോറി* (1941–1967) – ലാ പാസ് പ്രവിശ്യയിലെ കോറോ കോറോയിലെ ബേക്കറി ജീവനക്കാരനും ട്രക്ക് ഡ്രൈവറും. അയ്മാറ ഇന്ത്യൻ വംശജൻ, ബൊളീവിയൻ കമ്യൂണിസ്റ്റ് പാർട്ടിയുടെ മുൻ അംഗമായ അദ്ദേഹം മോയിസെസ് ഗുവേര ഗ്രൂപ്പിന്റെ ഭാഗമായി വിപ്ലവമുന്നണിയിൽ ചേർന്നു. 1967 ഫെബ്രുവരിയിൽ നാങ്കാഹുവാസുവിലെത്തി. തുടർന്ന് ജോവാകിന്റെ പിന്നണിവിഭാഗത്തിലുൾപ്പെടുത്തി. 1967 ജൂൺ 2 ന് ബെല്ലാവിസ്റ്റക്കു സമീപത്തു വച്ച് കൊല്ലപ്പെട്ടു.

വില്ലാ, റെംബർട്ടോ– കൊക്കോ പെരെഡോക്ക് നാങ്കാഹുവാസു കൃഷിയിടം വിറ്റ ആൾ. തുടർന്ന് ഗറില്ലകളുമായി സഹകരിച്ചുവെന്ന പേരിൽ സൈന്യം അറസ്റ്റു ചെയ്തു. പിന്നീട് വിട്ടയച്ചു.

വിൽക്ക, എസ്റ്റാനിസ്ലാവോ (1939–) ചിലിക്കാരനായ അദ്ദേഹം ബൊളീവിയൻ കമ്യൂണിസ്റ്റു പാർട്ടിയിലും ELNലും അംഗമായി. ഒറൂറോയിൽനിന്നു ചിലിയിലേക്ക് പോകുമ്പോൾ ബൊളീവിയൻ വല മുറിച്ചു കടക്കാൻ പോമ്പോ, ഉർബാനോ, ബെനിഞ്ഞോ എന്നിവരെ സഹായിച്ചു. അവരെ ക്യൂബയിലേക്ക് അനുഗമിച്ചു.

വാൾട്ടർ – *വാൾട്ടർ അറൻസിബിയ* (1941 –1967) – പൊട്ടോസി പ്രവിശ്യയിലെ മാച്ച സ്വദേശി. ബൊളീവിയൻ കമ്യൂണിസ്റ്റു യൂത്തിന്റെ ദേശീയ നേതാവ്. വിപ്ലവത്തിനു ശേഷം ക്യൂബയിൽ പഠിച്ചു. 1967 ജനുവരി 21 ന് വിപ്ലവമുന്നണിയിൽ ചേരാനായി തിരിച്ചെത്തി. ജോവാകിൻ നയിച്ച പിന്നണിവിഭാഗത്തിൽ ഉൾപ്പെടുത്തി. 1967 ആഗസ്ത് 31 ന് പ്യൂവെർട്ടോ മൗറീഷ്യോ കടവിൽ വച്ച് കൊല്ലപ്പെട്ടു.

വെബെർ റെഡ്മോണ്ട് – അമേരിക്കൻ പട്ടാളത്തിൽ ലഫ്. കേണൽ. എയ്ത്ത് സ്പെഷ്യൽ ഫോഴ്സസ് ഗ്രൂപ്പിൽ കമാൻഡർ. 1967 മാർച്ച് 27 ന് ബൊളീവിയയിലെത്തി ഗറില്ലാവിരുദ്ധപരിശീലന ക്യാമ്പുണ്ടാക്കാൻ സഹായിച്ചു.

വില്ലി – *സൈമൺ ക്യൂബ* (1932 –1967) കൊച്ചബാംബയിൽ ജനിച്ചു. ഖനി ജോലിക്കാരുടെ ദീർഘകാല നേതാവും. കമ്യൂണിസ്റ്റ് പാർട്ടി മെംബറായിരുന്ന അദ്ദേഹം തുടർന്ന് മോയിസെസ് ഗുവേര ഗ്രൂപ്പിന്റെ നേതാവായി. 1967 ഫെബ്രുവരിയിൽ നാങ്കാഹുവാസു ക്യാമ്പിലെത്തി. തുടർന്ന് മധ്യവിഭാഗത്തിൽ ഉൾപ്പെടുത്തി. 1967 ഒക്ടോബർ 8 ന് ചെ ഗുവേരയെ രക്ഷിക്കാൻ ശ്രമിക്കുമ്പോൾ യൂറോ മലയിടുക്കിൽ വച്ച് പിടിക്കപ്പെട്ടു. പിറ്റേന്ന് അദ്ദേഹത്തെ കൊലപ്പെടുത്തി.

യോൻ സോസ, മാർക്കോ അന്റോണിയോ (1970 ൽ മരണം) – അമേരിക്കനനുകൂല ഭരണത്തിനെതിരെ 1960 ൽ നടന്ന പരാജയപ്പെട്ട ഉയിർത്തെഴുന്നേൽപ്പിൽ പങ്കെടുത്ത ഗ്വാട്ടിമാലൻ സൈനികോദ്യോഗസ്ഥൻ. തുടർന്ന് MR13 (നവംബർ 13 റവലൂഷണറി മൂവ്മെന്റ്) എന്ന ഗറില്ലാ മുന്നണി രൂപീകരിച്ചു. 1970 ൽ ഗ്വാട്ടിമാലൻ അതിർത്തിയിൽ വച്ച് മെക്സിക്കൻ സേന വധിച്ചു.

സമോറ, ഓസ്കാർ (1934–) 1964 ൽ ബൊളീവിയൻ കമ്യൂണിസ്റ്റു പാർട്ടിയിലെ പിളർപ്പിനു നേതൃത്വം നൽകി. PCB (ML) രൂപീകരിച്ച് അതിന്റെ ജനറൽ സെക്രട്ടറിയായി. അതൊരു മൗ അനുകൂല സംഘടനയായിരുന്നു. 1966–67ലെ ഗറില്ലാ പ്രസ്ഥാനത്തെ പിന്താങ്ങാൻ വിസമ്മതിച്ചു. 1993 ൽ മുൻ പട്ടാള സ്വേച്ഛാധിപതി ഹ്യൂഗോ ബാൻസറുടെ വൈസ്പ്രസിഡന്റ് സ്ഥാനാർഥിയായി മത്സരിച്ചു.

www.ingramcontent.com/pod-product-compliance
Lightning Source LLC
LaVergne TN
LVHW101355051026
849519LV00005BC/1538
* 9 7 8 9 3 8 3 4 3 2 7 3 8 *